मदर टेरेसा

प्र ति मे च्या प ली क डे

१९१० - १९९७

लेखक

अनंत बेदरकर

मेहता पब्लिशिंग हाऊस

Please contact us at **Mehta Publishing House,** Pune 411030.
✆ +91 020-24476924 / 24460313 / Mob. No. 9545000513
Email : production@mehtapublishinghouse.com
Website : www.mehtapublishinghouse.com

- *या पुस्तकातील लेखकाची मते, घटना, वर्णने ही त्या लेखकाची असून त्याच्याशी प्रकाशक सहमत असतीलच असे नाही.*

MOTHER TERESA by Anant Bedarkar

मदर टेरेसा : प्रतिमेच्या पलीकडे... : अनंत बेदरकर / चरित्र

अनंत बेदरकर

Email : author@mehtapublishinghouse.com

प्रकाशक : सुनील अनिल मेहता, मेहता पब्लिशिंग हाऊस,
१९४१, सदाशिव पेठ, माडीवाले कॉलनी, पुणे – ४११ ०३०.

अक्षरजुळणी : इफेक्ट्स, कोथरूड, पुणे ३८.

मुद्रक : ट्रिनिटी अॅकॅडमी फॉर कॉर्पोरेट ट्रेनिंग लिमिटेड

मुखपृष्ठ : मेहता पब्लिशिंग हाऊस

प्रकाशनकाल : ऑक्टोबर, २००३ / जुलै, २०१६ / पुनर्मुद्रण : फेब्रुवारी, २०१८

किंमत : ₹ २९५

P Book ISBN 9788177663730
E Book ISBN 9789386175434
E Books available on : amazonkindle Apple Books Google Play Books

---

अनुक्रमाणिका

अभिप्राय

चिंतनात्मक चरित्र

दैनिक लोकसत्ता, २१-३-२००४

मदर टेरेसांच्या कर्तृत्वाचे यथार्थ चित्रण

दैनिक केसरी, १८-४-२००४

एका व्यक्तिमत्त्वाचा वेध...

दैनिक सकाळ २६-१२-२००४

अभ्यासपूर्वक, तरीही पूर्वग्रहदूषित

सकाळ पुणे, रविवार, २३ नोव्हेंबर २००३

उपोद्घात

आज तुम्ही विमानाने कलकत्त्यात उतरता तेव्हा एक कोटी २० लाख लोकवस्तीच्या या शहरात एक प्रचंड फलक तुमचे स्वागत करतो. तुम्ही कविराज रवींद्रनाथ टागोर, चित्रमहर्षी सत्यजित रे आणि सुप्रसिद्ध नन, मदर टेरेसा यांच्या शहरात आल्याची घोषणा हा फलक करतो. कदाचित हे अ-साधारण किंवा विचित्रसे वाटेल, पण मदर टेरेसा हे एक पर्यटकांचे आकर्षण बनले आहे. या तिघांपैकी मदर टेरेसा ह्या आंतरराष्ट्रीय पातळीवर सगळ्यात जास्त विख्यात आहेत आणि त्यांनीच कोलकत्त्याला पुन्हा एकदा पश्चिमेत प्रसिद्धी मिळवून दिलेली आहे. तो प्रचंड फलक युनायटेड बँक ऑफ इंडियाने पुरस्कृत केलेला आहे यामुळे कोणास आश्चर्य वाटण्याचे कारण नाही; अगदी खऱ्या अर्थाने विलक्षण अशा कहाणीतील ही आणखी एक विसंगती किंवा परस्परविरोध ठरेल.

जर जगाचे विरोधाभासात्मक स्वरुप हेच त्याचे नाट्य असेल तर मदर टेरेसांखेरीज अन्य कोणातही त्याचे इतके उत्तम प्रतिरूप सापडणार नाही. ही छोटी, सुरकुत्या पडलेली अल्बेनियन वंशाची नन नम्रता, लीनता आणि निष्ठा यासाठी जगभर नावाजली गेली. जागतिक नेते आणि पैसा पुरवू शकणारे फायनान्सर्स यांच्याबरोबरचे व्यवहार त्यांनी निपुणतेने पार पाडले व तेवढीच चतुरता, प्रसिद्धी मिळावी म्हणूनही वापरली. हे दोन गुण एकाच वेळी एका व्यक्तीत किती सहजपणाने मुरलेले आढळले. पाश्चिमात्य जगाने त्यांच्या समाजकार्याला प्रतिसाद दिला पण त्या ज्या काही आहेत त्यात सर्वत्र धर्मच आहे, विशेषत: येशू ख्रिस्त आहे आणि ही सत्य गोष्ट, इतक्या वेळेस नजरेआड केली जाते, पण तिचा अर्थ असा आहे की त्यांच्या यशाच्या मूळ गाभ्यापाशीच गैरसमज निर्माण झालेला आहे. ते कार्य हा पेशा नाही, मदर टेरेसा वारंवार, सातत्याने हे म्हणत असतात, प्रार्थना हा पेशा आहे. याचबरोबर,

विसाव्या शतकाच्या उत्तरार्धातील अनेक मान्यवर विपणन तंत्रे (मार्केटिंग टेक्निक) वापरत असणाऱ्या त्या कुशल पुरस्कर्त्या आहेत. त्यात त्यांची निळ्या किनारीची पांढरी साडी ते नादमय वाक्प्रचारापर्यंत सारे काही त्या स्वत: वापरतात. वाटाघाटी करण्यास त्या कचरत नाहीत; धर्मशास्त्रीय गुंतागुंत जाणून घेण्याआधी प्रवासी एजंटाबरोबर कशी घासाघीस करावी ते त्यांच्या सिस्टर्सना त्यांनी शिकविलेले आहे.

आज जगात सर्वत्र भौतिकवाद वाढत चालला आहे आणि अशा युगात जिवंत संत संख्येने अगदीच अल्प आहेत. जगातील गरिबांच्या सेवेचे कंकण बांधलेल्या मदर टेरेसांना वैश्विक पातळीवर सर्वत्र संत म्हणून गौरविले जाते. आजच्या जगात बाह्य व नजरेस दिसणाऱ्या अशा थाटाच्या किती गोष्टी जमवल्या त्यावर आयुष्यातील यशाचे मोजमाप केले जाते. अशा वेळी मदर टेरेसा इतक्या पारदर्शकपणे या युगाच्या मूल्यांपासून कटाक्षपूर्वक दूर राहतात आणि तसे करताना भौतिकवाद किंवा चंगळवाद नव्हे तर आध्यात्मिकता, धार्मिकताच सरतेशेवटी बाजी मारणार अशी आशा आपल्याला देतात; आपण आकांक्षा धरू शकू अशी उच्च मूल्यांची आशा दाखवतात; जगातील सर्व मुलांना जेवण मिळेल असा एक दिवस येईलच अशी आशा दाखवतात.

तथापि, १९९० पासून त्यांच्या एकूण वृत्तीत बदल जाणवतो आहे. त्यावर्षी जवळपास मृत्यूच घडून येण्याइतका तीव्र हृदयविकाराचा झटका आल्यानंतर त्यांनी आपला संप्रदाय 'मिशनरीज ऑफ चॅरिटी'च्या नेतृत्वाचा राजीनामा दिला. ४० वर्षांपूर्वी त्यांनी ही संघटना स्थापन केली होती. पण त्यांच्या सिस्टर्सना त्यांचा उत्तराधिकारी निवडणे अशक्य झाले. त्यामुळे तब्येत ढासळलेली असूनही त्या नेतेपदी राहिल्या. त्यांची संघटना लोकशाही न पाळणारी आहे, आपल्यानंतर संघटनेची धुरा सांभाळू शकेल अशी सक्षम व समर्थ सिस्टर तयार करण्यात अपयश आले आहे आणि मोठमोठाल्या देणग्यांचा प्रवाह सतत खात्रीशीरपणे चालू राहावा म्हणूनच त्यांना प्रमुखपदी ठेवण्यात आले अशा प्रकारची टीका त्यांच्यावर होत राहिली.

यातली सर्वाधिक जहरी टीका १९९४ साली नोव्हेंबरमध्ये वॉशिंग्टनमधील इंग्रजी पत्रकार ख्रिस्तोफर हिचेन्स याने टेलिव्हिजनवर एका कार्यक्रमात केली व मदरना 'हेल्स एंजल' (नरकाची दूत) असे संबोधले. वैयक्तिक ढोंगबाजी, हुकूमशहांबरोबर संधान बांधणे, संशयास्पद वैद्यकीय उपचार देणे, प्रसिद्धी माध्यमांना आपल्याकडे खेचणे असे अनेक आरोप हिचेन्सने मदरवर केले. कदाचित सर्वांत गंभीर आरोप कुटुंब नियोजनाच्या सर्व प्रकारांना आंधळेपणाने विरोध हा होता. आपल्या टीकास्त्रात हिचेन्स पुढे म्हणतो, त्यागलेली अर्भके आणि असाध्यपणे आजारी, समाजातील सर्वाधिक असहाय आणि असुरक्षित वर्ग हे तेथे, धर्मादायतेचा पुरवठा करण्यासाठी

तसेच भारतात अनुकंपेचे प्रात्यक्षिक करून दाखवण्याचा कच्चा माल म्हणून, तयारच होते. हिचेन्सने नंतर, पूर्वग्रहदूषितपणाविरुद्ध स्वत:चे समर्थन केले तरीही हा कार्यक्रम लोकांचे लक्ष वेधण्यासाठी तयार केल्याची कबुली दिली. वीस वर्षांची चिंब भिजविणारी खुशामतखोर प्रसिद्धी एका बाजूला आणि त्याविरुद्ध, मला कार्यक्रमाची फक्त २५ मिनिटे हातात मिळालेली होती असा युक्तीवाद करताना त्याने, मदर टेरेसा ही पृथ्वीवरील सर्वांत कमी टीका झालेली व्यक्ती असल्याचा दावा केला. या कार्यक्रमाबाबत लोकांच्या प्रक्षुब्ध आणि संतापाच्या प्रतिक्रिया आल्या त्याचे अर्थातच हिचेन्स व कार्यक्रमाचे आयोजक यांना नवल वाटले नाही. या लोक-टीकेचे स्वरूपही निंदाव्यंजक व निर्भत्सना करणारे होते. इतके की, प्रत्यक्ष कार्यक्रमापेक्षाही या टीकेचे वार जास्त धारदार आणि अंदाधुंदपणे केलेले होते. त्यानंतरही सततच भारतीय आणि ब्रिटीश माध्यमांमधून या कार्यक्रमाच्या बाजूने आणि विरोधात टीकास्त्रे व अभिप्रायांच्या तोफा धडधडतच राहिलेल्या आहेत.

टेलिव्हिजनवर मदर टेरेसांचे चित्रण 'वादग्रस्त थेरडी' आणि हुकूमशहांबाबतचे प्रेम अशा सहानुभूतीशून्यपणे करण्यामागे टोकाचा दृष्टीकोन होता असे म्हणता येऊ शकेल. तथापि, त्यातून जो वाद उफाळला त्याद्वारे हेही दिसून आले की कॅथॉलिक धार्मिक नेत्यांकडून सातत्याने टीका न करता मदर टेरेसांचे समर्थन व बचाव होतो हे त्यांच्या कार्यासाठी पोषक नाही असे मानणारा एक मतप्रवाह आहे आणि तो वाढत्या संख्येने आहे. या नंतरच्या वादाने आणखी काही बाबी स्पष्ट झाल्या. त्यातली एक स्पष्ट चिन्ह दर्शविणारी बाब अशी की मदर टेरेसांच्या खऱ्याखुऱ्या धार्मिक अधिकारांचा, किमानपक्षी अभ्यास व्हावयास हवा आहे. त्या अधिकारांना राजकीय, सामाजिक आणि ऐतिहासिक परिमाण देण्यात हरकत नाही. पण आधी त्याचा किमान अभ्यास होणे गरजेचे आहे. अर्थातच, यातून मदर टेरेसांच्या लक्षणीय यशाची उंची कमी का जास्त याचा निर्णय होणार आहे.

न्यूयॉर्क टाईम्समधील एका लेखात असे म्हटले आहे; 'जरी आगोरिकेत दाखवल्या न जाणाऱ्या कार्यक्रमांचे परीक्षण करणे सर्वसाधारपणे फारसे उपयोगाचे नसले तरी ''हेल्स एंजल'' मात्र त्याच, दाखवल्या न जाण्याच्या शक्यतेमुळे लक्ष वेधून घेणारा कार्यक्रम ठरतो. टेलिव्हिजनच्या विपरित प्रवृत्ती आणि धर्म-विरोधी तिरकसपणा यांच्याबद्दल तक्रारींचा सुकाळ आहे. तथापि, एखादे अमेरिकन नेटवर्क किंवा केबल स्टेशन इतक्या ख्यातनाम धार्मिक व्यक्तीच्या विरोधात मोहीम उघडते याची कल्पना करणे कठीण आहे. टेलिव्हिजनच्या दृष्टीने पाहता, अस्पृश्य जर कोणाला म्हणता येत असेल तर ते मदर टेरेसांनाच.

टेलिव्हिजनच्या एकूण प्रेक्षकवर्गासाठी श्री. हिचेन्स यांची शेरेबाजी डिवचण्याइतकी टोकदार वा धारदार वाटणे शक्य आहे आणि त्यांनी मदर टेरेसांना लक्ष्य बनवण्यामागे

मदरचे राजकारण, मदरचे चर्च याबद्दलची नावड, तिरस्कार असू शकेल. मात्र आता अशा प्रकारचे आरोप प्रक्षेपित झालेले असल्यामुळे, कोलकत्त्याला एक पथक पाठवून उचित न्याय देण्यात हिचेन्सला अपयश आलेले आहे काय याची खातरजमा करून घ्यायला हवी आहे. तेथील काळजी घेण्याची व्यवस्था आणि आस्था किती चांगली अगर वाईट आहे? मदर टेरेसांची बहुराष्ट्रीय संस्था तिचा पैसा कोठून मिळवते आणि कशावर तो खर्च होतो? श्री हिचेन्स यांनी कितीही कडक दोषारोप आणि टीका केलेली असली तरी ती महिला एक संत असल्याचे दिसून येऊ शकते.'

न्यूयॉर्क टाईम्समधील लेखातील ही अवतरणे काही गोष्टी ठळक करतात. मी स्वत: चलच्चित्रण करू शकणाऱ्यांपैकी नाही आणि मी स्वत: लवाद किंवा पंचाची भूमिका घेण्यासही तयार नाही. पण माझ्या मनात प्रश्नांचा डोंगरच उसळला आहे आणि त्यातील जेवढे जमतील तेवढे पात्र लोकांपुढे उत्तरे मिळावीत म्हणून मांडलेलेही आहेत. या पात्र लोकांमध्ये डॉक्टर्स आहेत, नन्स आहेत, धर्मादाय संस्थांचे प्रमुख, स्वयंसेवक आणि माजी मिशनरीज ऑफ चॅरिटी हे सारे आहेत. इतक्या व्यापक आणि बहुविध दृष्टिकोनांचे एकत्रीकरण शक्य नाही. मदर टेरेसांनी इतर काही केले आहे किंवा नाही ते सोडून देऊ. पण अनेक प्रकारच्या पार्श्वभूमींच्या हजारो माणसांना मदरनी, ते जगाला काय बदल घडवून दाखवू शकतात त्यासाठी प्रेरणा व स्फूर्ती दिलेली आहे. तसेच आपापल्या विवेकबुद्धीची तपासणी करायला भाग पाडले आहे, प्रवृत्त केले आहे किंवा किमानपक्षी काय करणे गरजेचे, अत्यावश्यक आहे त्याची चर्चा तरी करावयास लावलेली आहे. माझा असा विश्वास आहे की प्रश्न विचारणे हे जवळपास नेहमीच आरोग्य संपन्नतेचे लक्षण असते आणि मला अशी आशा आहे की हे पुस्तक, शक्य तेवढ्या जास्तीत जास्त तज्ज्ञ मंडळींच्या बरोबरचा संवाद म्हणून वाचले जाईल.

यानंतर पुढे येणारा भाग हा काही पारंपारिक स्वरुपाचे चरित्र नाही. मदरच्या पुर्वायुष्याबद्दल फारच थोड्या सत्य गोष्टी माहित आहेत, त्यांचे स्वत:चे कुटुंब आता जिवंत नाही. त्यांचा सखखा भाऊ जुलै १९८१ मध्ये वयाच्या ७४ व्या वर्षी मरण पावला. ज्या काही नोंदी वा कागदपत्रांनी मदरच्या जीवनातील सत्य घटना किंवा तारखांवर प्रकाश टाकला असता, ती सारी १९६३ मध्ये स्कोपेत झालेल्या भूकंपात त्यांच्या बालपणीच्या घराबरोबरच नष्ट झाली असावीत. चरित्रात्मक दृष्टीने बघता, मदर टेरेसांचे आयुष्य फार काही स्वारस्य दाखवण्याजोगे नाही. तोच एक सरळसोट धार्मिक विश्वास आहे जो त्यांना प्रत्येक बाबतीत मार्ग दाखवित राहतो आणि पटकावलेल्या पारितोषिकांची यादी ना माझ्या विषयाच्या अंत:प्रेरणेचे स्पष्टीकरण देऊ शकते, ना बाकीच्या जगाच्या प्रतिसादाचा खुलासा करू शकते. एकूणात असे

दिसते की मदर टेरेसांना, आपल्या आत चालणाऱ्या कोठल्याही संघर्षाला सामोरे जाण्याची वेळच आली नाही. सर्वोत्तम चरित्रांमध्ये अपरिहार्यपणे आढळणारा नाट्यमय तणाव या अंतर्गत संघर्षानेच दिलेला असतो. माल्कम म्युगरीजने तर एकदा असे म्हणूनही टाकले की चरित्रात्मकदृष्ट्या, मदर टेरेसांचे जीवन ही उल्लेखनीय घटनाच ठरत नाही. कारण 'इतरांसाठी आणि इतरांमध्ये जगणे हे जे काही मदर आणि त्यांच्या सिस्टर्स करतात ते म्हणजे घटना घडण्याची शक्यताच दूर सारणे किंवा नाहीशी करणे आहे. अहंकार (इगो) आणि इच्छा यांचा एकत्रित परिणाम (फॅक्टर) म्हणजे घटना घडणे असते. "अजूनही मी जगत नसून माझ्यातला ख्रिस्त जगतो." हे मदरचे आवडते वाक्य आहे.' म्युगरीजने "समथिंग ब्युटीफूल फॉर गॉड" या आपल्या लघुपटाने व नंतर त्याच्याच तयार केलेल्या पुस्तकातून भलेही मदर टेरेसांच्या नावाला वलय प्राप्त करून दिले असेल पण त्यानेच त्यांच्यावरील टीकेलाही सुरुवात करून दिली होती; त्या मानवतेच्या तारणहार नाहीत, त्या जे काही करतात ते प्रतीकात्मक असते.

या पुस्तकाच्या पूर्वार्धात मी त्यांची कहाणी घडत गेली त्या कालक्रमाने आणि घटनाक्रमाने मांडण्याचा प्रयत्न केला आहे. मदर टेरेसा नावाचा अद्‌भूत चमत्कार कशा प्रकारे विकसित झाला ते पाहण्याचा माझा प्रयास होता. १९४७ साली भारताची फाळणी होऊन दोन्ही नवे स्वतंत्र देश युद्धाला उभे ठाकले तेव्हा, सिस्टर टेरेसांनी (तेव्हा त्या सिस्टरच होत्या) अनोख्या पद्धतीनं तातडीच्या मानवी गरजांना प्रतिसाद का म्हणून दिला याचाही शोध मी घेण्याचा प्रयत्न केला आहे. दुःख भोगाव्या लागणाऱ्या लोकांना ज्या कोणत्या प्रकारे मदत करता येऊ शकेल त्यासाठी शिक्षित, सुरक्षित लोकांना प्रशिक्षण देऊन रस्त्यावर प्रत्यक्ष कामासाठी उतरवण्याची गरज होती. त्यासाठी आपले आरामदायी आयुष्य आपण सोडून दिलेच पाहिजे हे त्यांना माहित होते. १९५० नंतर काही ठिकाणी मदर टेरेसांना संशय आणि अविश्वासाचा सामना करावा लागला होता. कलकत्त्यातील एका मान्यवर सेवकाने मला सांगितले की भारतात नेहमीच मदरबद्दल दोन मतप्रवाह होते; परंतु अगदी अलिकडच्या काळापर्यंत त्यांची उघडपणे वाच्यता केली गेली नव्हती. दोन मतप्रवाहांपैकी एक कल्याणाच्या बाजूचा होता तर दुसरा विकासासाठी मदत देण्याच्या गरजेला अनुकूल होता. भारतात याची वाच्यता न होण्यामागचे कारण त्यांची सतत होणारी प्रशंसा व गौरव. राष्ट्रीय आणि राज्य अशा दोन्ही सरकारांनी त्यांचा नेहमीच सन्मान व स्वागत केले. १९६७ पासून पश्चिम बंगालमध्ये मार्क्सवादी सरकार सत्तेवर आहे. हे असे सहकार्य घडून येणे शक्यच नाही असे वरवर कितीही वाटले तरीही त्यांच्या कार्याच्या मूल्याबद्दल ज्यांना चिंता वाटत होती त्यांनी आपली टीका कधीच जाहीर केली नाही. दुसरा नोबेल पारितोषिक विजेता आपल्या शहरातला

आहे याचा अभिमान कलकत्त्याने मिरवला होता. (पहिला १९१३ मध्ये रविंद्रनाथ टागोर यांना). या निमित्ताने अनेक जागतिक नेते मदरना भेटावयास, अभिवादन करण्यास कलकत्त्याला आले होते. यावेळी अपरिहार्यपणे छायाचित्रे काढली गेली आणि आपण जितके जास्त मदरच्या जवळ असू तितके त्यांचे संतत्वाचे गुण आपल्याला घासून पुसुन लख्ख करतील अशी आशा या नेत्यांना असल्याचे छायाचित्रांवरून दिसते. अलिकडच्या वादाने मदरचे योगदान झाकोळले जाईल असा धोका आहे खरा. परंतु कलकत्त्याच्या दृष्टीने ते फारच मोठे आहे. एकतर शेजारच्या बांगलादेशातून नाहीतर गरीबीमुळे राज्याच्या अंतर्भागातून असा कलकत्त्यावर सातत्याने निर्वासितांचा महापूर लोटत असतो. मात्र, मदरचे मोठे योगदान कलकत्त्याच्या आकारमानाचा पेचप्रसंग सोडवण्यास कधी सुरुवातही करू शकले नाही. कोणतीही व्यक्ती कधीही होऊ शकत नाही इतके मोठे मदर टेरेसांना करून टाकल्याबद्दल वृत्तमाध्यमांना दोष द्यावा काय? किंवा आपल्या स्वत:ला चांगले वाटण्यासाठी सतत "हिरों"चा शोध घेत असल्याबद्दल आपण सर्वसामान्यांनीच स्वत:कडे काही दोष घ्यावा काय? माध्यमे शेवटी आपल्यासारख्यांनाच बातम्या पुरवित असतात.

देव हे एक गूढ आहे. रोजच विध्वंस आणि दु:ख समोर बघावे लागणाऱ्या तर्कनिष्ठांना, बुद्धीनिष्ठांना देवाच्या न्यायबुद्धीवर विश्वास ठेवणे अतिशय कठीण आहे. तरीही येथे असा कोणीतरी आहे जो "त्याचे" (देवाचे) काम उघडपणे करताना दिसतो आहे, आणि अशा गोष्टी करतो आहे की ज्या आपण स्वत: करून दाखवण्याची आशाही करू शकत नाही. असे चांगले लोक अस्तित्वात आहेत यावर विश्वास ठेवण्याने मनाला समाधान वाटते, दिलासा मिळतो आणि अशा व्यक्तीचे थेट देवाशी नाते असलेच पाहिजे यावर विश्वास ठेवल्याने मनाला शांती प्राप्त होते. पण कोणीही व्यक्ती परिपूर्ण नाही. ज्या गुणदोषांचा मिळून माणूस एक पूर्ण व्यक्ती बनतो त्यातल्या दोषांना लपवून त्या माणसाला साकारणे ही बाब, माध्यमे आणि त्यांच्याशी संगनमत करणारे, त्या व्यक्तीला अपायकारक असे काहीतरी करीत असतात. एकदा का एखादा लहानसाही कमकुवतपणा आढळला की लोकांना तोंडावर आपटल्याची किंवा फसवले गेल्याची भावना होते; सरतेशेवटी, त्या व्यक्तीवर हल्ला होण्याची शक्यता बळावत जाते.

या पुस्तकाचा उत्तरार्ध एका विषयासंबंधी आहे, घटनांशी संबंधित नव्हे. त्यात मदर टेरेसांवरील टीकांची तपशीलवार तपासणी आहे. त्यांच्या कार्यातून उद्‌भवलेल्या अटळ प्रश्नांवरील मनमोकळ्या चर्चेद्वारे ही तपासणी होते.

मला स्वत:ला मदर टेरेसा यांच्याबद्दलचे कुतूहल १५ वर्षांपूर्वी प्रथम वाटले. त्यावेळी मी त्यांच्यावर लहान मुलांसाठी म्हणून एक छोटे पुस्तक लिहिले. त्यांनी त्याबाबत मान्यता दिली आणि त्यांच्या आंतरराष्ट्रीय पातळीवरच्या "सह-कर्मचारी"

संघटनेच्या संस्थापकांशी गाठ घालून दिली. तसेच "मिशनरीज ऑफ चॅरिटी"चे इंग्लंडमधील मित्र आणि समर्थक यांचाही परिचय करून दिला. हे लोक माझ्या येथून फारसे दूर अंतरावर नव्हते. ॲलन ब्लेकी हा तर माहितीचा अनोखा स्रोतच होता. यथावकाश पुस्तक लिहून पूर्ण झाले व त्यात छायाचित्रे वगैरेही घालून ते सजवले गेले. प्रकाशनापूर्वी काही दिवस मला मदर टेरेसांचे एक तातडीचे पत्र आले. त्यात पुस्तकाचे प्रकाशन थांबवावे असे कळवलेले होते. लहान मुलांसाठी म्हणून यापूर्वीच बाजारात आपल्याबद्दल भरपूर व पुरेसे साहित्य उपलब्ध आहे असे लिहून मदरने पुढे म्हटले होते, "मी डॉमिनिक लॅपिएरलाही परवानगी नाकारली आहे" लॅपिएर हा फ्रेंच पत्रकार होता. त्याने "सिटी ऑफ जॉय" लिहून पूर्ण केले, त्यावर लघुपटही काढला होता. कलकत्त्यातील झोपडपट्ट्यांमधील जीवनावर आधारित कहाणीवरील ह्या लघुपटात मदर टेरेसांचाही समावेश करण्यात आलेला आहे.

ॲलन ब्लेकीने नंतर मला पाठवलेल्या पत्रात लिहिले होते, "मदर टेरेसांचे पत्र इतके उशिरा आले की प्रकाशन रद्द करण्यास खूपच उशीर झाला होता. याचा मला खूप आनंद झाला" हे पुस्तक छापून तयार झालेले होते. आणि मदर टेरेसांची प्रकाशन रद्द करण्याची मागणी आली त्यावेळी ती पुस्तकांच्या दुकानांमधील फळ्यांवर विसावलेली होती. याहून अधिक काहीही कधीही बोलले गेले नाही.

मदर टेरेसांनी असे अचानक आपले मन का बदलले होते? अर्थात वृत्तपत्रांनी स्वार्थासाठी केलेल्या लोभी मागण्यांचा सामना करताना त्यांना भोगाव्या लागणाऱ्या अडचणींची मला कल्पना होती. तथापि त्यातून त्यांना त्यांचे कार्य चालू ठेवण्यासाठी कीर्ती आणि पैसा दोन्हीची प्राप्ती झालेली होती. त्यांना स्वतःला तर अगदीच साधे जीवन जगावयाचे होते. तरीही आता, येणारा अफाट पैसा त्या कसा खर्च करतात यावरून त्यांच्यावर टीका केली जात आहे. तो कसा खर्च होतो हा कूटप्रश्नच आहे. त्यांच्याकडे येणारा पैसा किती हेही गुलदस्तातच आहे, कोणीही नेमकेपणाने त्याची कल्पना देऊ शकत नाही. पण रॉयटर्स ह्या आंतरराष्ट्रीय वृत्तसंस्थेने अलिकडेच व्यक्त केलेल्या अंदाजानुसार, सुमारे ३ कोटी डॉलर वर्षाला इतका पैसा मदरकडे येत असावा. ह्या अवाढव्य रकमेचा अधिक चांगला वापर शक्य आहे यात शंकाच नाही. तथापि हा पैसा मदर नसत्या तर आलाच नसता किंवा उभा करता आला नसता. म्हणजे सर्वप्रथम, मदर आहेत म्हणून हा पैसा येतो या सत्य गोष्टीचीच दखल घ्यावी लागेल.

गेली सुमारे १५ वर्षे मला ज्या कुतुहलाने पछाडले आहे ते हे की अनेक प्रकारच्या प्रसंगांना त्यांचा प्रतिसाद अतिशय मानवी स्वरुपाचा, माणसाच्या सहजप्रवृत्तीचा असतो आणि या प्रसंगात ते दिसून आले म्हणजे, आपल्याबद्दल कोण लिहित आहे यावर नियंत्रण ठेवण्याची त्यांची इच्छा. आणि तरीही, इतर अनेक बाबींमध्ये,

सखोल धार्मिक आणि आध्यात्मिक प्रवृत्तीच त्यांच्या हालचालींचे नियंत्रण करतात. (तेथे मानवी स्वभावाचे कंगोरे येत नाहीत). या दोन्हींमधला समतोल नेहमीच हुलकावणी देणारा ठरला आहे. अगदी त्यांच्यासाठीही. ईश्वरी किंवा दैवी मार्गदर्शन आणि मानवी इच्छाशक्ती, हुकुमत यांचे फार गंमतशीर नाते आहे. या दोन्हींमधील आंतरक्रिया ही अशी बाब आहे की त्याच्या विभ्रमांनी मला भुरळ घातली आहे. या पुस्तकाचा एक भाग म्हणजे प्रत्यक्षात कशा प्रकारे ते कार्यरत झाले हे पाहण्याचा एक प्रयत्न आहे. अनेक जणांना असे वाटते की दैवी प्रेरणेने त्यांच्यात अशी शक्ती आली आहे की त्यांना भेटणाऱ्यांना त्या सहजपणे भारून टाकतात हे कारण तर त्यामागे नसेल? किंवा त्यांच्यातले उघड दिसणारे वलय त्यांचे एकटीचे असेल? 'मी स्वत: उजळून तर निघाले नसेन?' माझ्या त्यांच्याबरोबर अनेक भेटी झाल्या त्यामुळे मला हे प्रश्न नेहमीच विचारले जातात. जणू इतक्या महनीय व्यक्तीच्या इतक्या निकटच्या सान्निध्याने एवढा स्पष्ट आणि निश्चित परिणाम घडून आलाच पाहिजे. हे अगदी उघडपणे दिसते की त्यांना भेटलेल्या अनेक लोकांची, भेटीनंतर आपले आयुष्य तसेच पूर्वीसारखे राहिलेले नाही अशी ठाम धारणा झालेली आहे. अर्थात त्यांच्या एका चरित्रकाराने कल्पनाशक्ती जरा जास्तच ताणली आहे. माल्कम म्युगरीजवर मदरचा जो प्रभाव पडला त्याबद्दल या चरित्रकाराने लिहिले आहे, 'म्युगरीजला भेटून माझी अशी भावना झाली की मी मदरलाच भेटतो आहे आणि एका तिसऱ्याच तऱ्हेने प्रत्यक्ष देवालाच भेटल्यासारखे वाटत राहिले.'

ह्या पुस्तकासाठी मी जेव्हा १९९४ मध्ये संशोधनास सुरुवात केली तेव्हा मदर टेरेसा आणि द मिशनरीज ऑफ चॅरिटी यांच्याकडूनच माहिती कशी मिळवावी हा प्रश्न मला पडला. एखाद्या गुप्त व भूमिगत संघटनेचे कार्य लोखंडी फाटकाने बंदिस्त केलेल्या इमारतीतून चालावे तशा प्रकारे माझ्यावर दडपण आले आणि त्यातून संशय, संदेहही निर्माण होत राहिला. एका कॅथॉलिक धर्मादाय कार्यकर्त्याने काही क्षमायाचना करून स्पष्टच बजावले, 'माफ करा, माझा पवित्रा तुम्हाला फारच बचावाचा वाटेल.' दुसऱ्या एका, कॅथॉलिक बाबींवर एरवी स्पष्ट टीका करणाऱ्या निरीक्षकाने म्हटले, 'मदर टेरेसांबद्दल अचानकच वाद उफाळत असल्याने मी, सत्य गोष्टी नीट माहित करून घेतल्याखेरीज तुमच्याशी बोलू शकेन असे मला वाटत नाही.' दुसरी एक मिशनरीज ऑफ चॅरिटीजची माजी सिस्टर म्हणाली, 'मी फक्त फोनवरच तुमच्याशी बोलू शकेन.' जर समोरासमोर भेट झाली तर तिच्या मनात होते त्यापेक्षा जास्त काही बोलले जाण्याची भीती तिला वाटत होती. समर्थक किंवा विरोधक अशा अनेक जणांची, माहिती देण्यासाठी मला भेटावयाची तयारी होती पण कोणत्याही प्रकारे आपली ओळख दिली जावी हे त्यांना नको होते. एकापेक्षा जास्त कॅथॉलिक संघटना अशा निघाल्या की त्यांना, मदर टेरेसांची संघटना या

देशात, भारतात, रुमानियात, इथिओपियात आणि दक्षिण अमेरिकेत करीत असलेल्या कार्याबद्दल जबरदस्त स्वरुपाच्या शंका होत्या, तथापि आपले नाव जाहीर करण्यास त्यांनी मनाई केली कारण मदर टेरेसांवर कोणत्याही प्रकारे टीका केल्याने त्यांच्या स्वत:च्या निधी-संकलनाला नाट्यमयरीत्या जोराचा धक्का बसला असता.

उत्तर लंडनमधील ब्रॅक्हिंगटन रोडवरील, मिशनरीज ऑफ चॅरिटीतर्फे चालवल्या जाणाऱ्या सूप स्वयंपाकघराला मी प्रथम भेट दिली तेव्हा कोणतेही प्रश्न विचारावयाचे नाहीत या तत्त्वावर तेथे थांबण्याची परवानगी देण्यात आली. आधी अपॉईंटमेंट घेऊन मग मी तेथे गेले होते. मला सांगण्यात आले, 'पत्रकारांना मुलाखती देण्याची सिस्टर्सना अनुमती नाही' म्हणून मी जे काही पाहिले त्याचेच फक्त वर्णन करू शकते. कोणतेही स्पष्टीकरण शक्य नाही. मी जे पाहिले ते असे की साधारण मध्यमवयीन दयाळू आयरिश इसम, कोठीघरात मोठ्या प्रमाणावर अन्नाचे साठे आणून टाकत होता. मला सांगितले गेले, 'हे अन्न नुकते कोठे येत आहे. कसे ते विचारण्याची आम्हाला गरज नाही, फक्त ईश्वरी पुरवठ्यावर विश्वास ठेवावयाचा आहे.' तथापि, या दैवी पुरवठ्याला वाटपासाठी नेहमी मदतकर्त्या मानवी हाताची गरज असते आणि अनेक कॅथॉलिकांचा 'ते तसे असले पाहिजे' यावर विश्वास आहे. सुमारे ४० बेघर आणि भटक्या स्त्री-पुरुषांना ओगराळ्याने ते अन्न वाढले जाण्यापूर्वी अर्धा तासपर्यंत देवाची प्रार्थना, स्तोत्रे म्हटली गेली आणि सिस्टर थेरेसिना यांचे प्रवचन झाले. कोणालाही कसल्याही प्रकारची शंका असू नये आणि मदर टेरेसा यांनीही हा मुद्दा अगदी स्पष्ट केलेला आहे की धार्मिक प्रेरणा सर्वोच्चच असतात.

. सूप स्वयंपाकघराचे काम पाहण्याचा माझा अयशस्वी प्रयत्न हेच दर्शवतो की आपली ओळख न देता दरवाजावर टकटक करण्याने प्रश्न सुटणार नाहीत हे उघड आहे. १५ वर्षांपूर्वी लहान मुलांसाठीचे पुस्तक लिहिताना मला खूप उपयोग झालेला ॲलन ब्लेकी आता गंभीररीत्या आजारी होता. (आणि पुस्तक लिहिले जात असताना त्याचे निधनही झाले) एका सह-कर्मचाऱ्याने मला भेटण्यास नकार दिला. पण मी संप्रदायाच्या घटनेची प्रत मागितली तेव्हा त्याला अपमान झाल्यासारखे वाटले आणि आपल्या मित्राच्या घटस्फोट-व्यवस्थेची किंवा लग्न ठरल्याची कागदपत्रे मागण्यासारखेच हे आहे असे त्याने बजावले. घटना अत्यंत खाजगी पातळीवरची असते आणि त्यायोगे जगण्याची गरज असेल त्यांच्यासाठीच ती असते असेही त्याने मला सांगून टाकले. माझ्या साऱ्याच कामात कॅथॉलिक मिडीया ऑफीसचा जरी मला खूप उपयोग झालेला असला तरी मिशनरीज ऑफ चॅरिटीबाबत त्यांची मला फारशी मदत झाली नाही. सरतेशेवटी, या संघटनेच्या निकटवर्ती अशा एका तरुण धर्मगुरुला मी पत्र लिहिले.

आमचे एक प्राथमिक सत्र पार पडले. त्यात माझे धर्मावरील विचार (मी ज्यू

आहे), स्त्री-पुरुष संबंधातील स्त्रीवाद (मी त्याला अनुकूल आहे) आणि इतर अनेक ऐहिक, इहवादी, आध्यात्मिक बाबी यांचा उहापोह-तपासणी पार पडली; त्यानंतर माझ्या पतीची धार्मिक पार्श्वभूमी आणि माझ्या मुलांचे शिक्षण यांची माहिती देऊन झाली; आणि समकालीन टीका व प्रदीर्घ काळपर्यंतची प्रशंसा यांचीच चर्चा माझ्या पुस्तकात असेल हे मला स्पष्ट करावे लागले. हे पुस्तक लिहिण्यामागे माझा इतर कोणताही गुप्त हेतू नाही याची त्याने खात्री पटवून घेतली; कोणत्याही धर्मातील निश्चितता स्वीकारणे जड असते असे मला आढळलेले आहे आणि त्याचे सहकार्य मला का हवे आहे हे सविस्तर सांगितल्यावर माझ्या या टेनिसपटू धर्मगुरूने मला सांगितले की तो अचूक उत्तरासाठी प्रार्थना करील आणि देव त्याबाबत ठरवील. तो टेनिसपटू आहे हे मला कळले कारण आमची एक बैठक त्याच्या टेनिसच्या वेशभूषेत झाली. तो पुढे म्हणाला, कलकत्त्यातील जेष्ठ सिस्टर्सशी सल्लामसलत करण्याची गरज आहे आणि जर त्यांचे कार्य यामुळे जोमाने वाढेल असे त्यांना वाटले तरच त्या सहकार्यासाठी तयार होतील. यानंतर अनेक महिने लोटले तेव्हा मला त्याचे पत्र आले. नाव न सांगण्याच्या अटीवर, माझ्या संशोधन कार्यात मदत करण्यास तो तयार असल्याचे त्यात म्हटले होते. त्याने स्वत:चा वेळ देऊ केला याबद्दल मी अत्यंत कृतज्ञ आहे. अर्थात, त्याला या सत्रांमध्ये वेळ देताना, त्याचा आनंद लुटता आला असे काही ठामपणे सांगता यावयाचे नाही. मला याबद्दल जरा शंकाच आहे.

अशा अनेक बाबी होत्या की ज्याबद्दल मला त्याच्याशी बोलावयाचे होते. उदाहरणार्थ: प्रार्थना हा कधीतरी सामाजिक कृतीसाठी किंवा बेघरपणा अशा स्वरुपाचे प्रश्न सोडवण्यासाठी पर्याय ठरू शकतो का? स्वत: कोलकता शहर पाहिल्याने माझ्या काही चौकशा इतर ठिकाणी करावयास पाहिजेत याचे ज्ञान मला प्राप्त झाले, पण इतर काही नवे प्रश्न उद्‌भवले. आपापल्या चोपड्या उचला आणि प्रत्यक्ष काम पाहा असे पत्रकारांना बजावण्याचा मदर टेरेसांना षौक आहे; मी नेमके तेच केले. तथापि, शिशु-भवन (लहान मुलांसाठीचे केंद्र) आणि मरणोन्मुखांसाठीचे केंद्र येथे माझ्या ज्या प्रतिक्रिया उमटल्या त्या मदर टेरेसांना नेहमीच हव्याशा वाटणाऱ्या असतील काय याची मला भीती वाटते. दुसऱ्या बाजूला मात्र, संस्थेचे कार्यवाहीचे केंद्र असलेले मदर हाऊस ही प्रेरणादायी वास्तू असल्याचे मला वाटून गेले. ही काँक्रीटची चार मजली इमारत तशी अनाकर्षक आहे. बाहेरून पाहताना ती गजबजलेल्या रस्त्यावर असल्याने वाहतुकीच्या आवाजाचा खूपच त्रास तेथे होतो असे वाटते. पण आतमध्ये गेल्यावर मात्र मला हृदयाचे ठोके स्पष्ट ऐकू येण्याइतकी शांतता जाणवली. काळ संपूर्णपणे झोपी गेला आहे असे वाटणारी नीरवता तेथे होती. बादल्या सरकवण्याची तेथील प्रथा फक्त प्रतीकात्मकही असू शकेल. पण माझ्यासाठी

भारतीय लयबद्ध उच्चारांमधील इंग्रजी मंत्रघोष प्रार्थना खूपच आनंददायी, भुरळ घालणारी ठरली. तपकिरी काचांच्या खिडक्यांमधून प्रकाश पाझरत होता, सुंदर चित्रासारखे ते दृश्य होते, सर्वत्र शीतल, शांत, नि:शब्द वातावरण होते. साड्या नेसलेल्या महिला व मुली एकामागोमाग एक उठून ख्रिस्ती सहभोजनविधितील आपल्या वाट्याचा पाव उचलून पुढे सरकत होत्या. जणू हलत्या क्रूसाची एक नृत्याकृतीच त्या तयार करीत होत्या. उर्जा आणि विश्वास यांच्या पुर्नस्थापनेसाठी हा धार्मिक काळ इतका महत्त्वाचा का ठरतो हे मी स्वत: पाहू शकले. अशक्य कोटीतील कामे प्रार्थनेमुळे का शक्य होतात हे मला दिसायला सुरुवात झाली होती. आणि याचवेळी, मी जशी एका असीम, अथांग मन:शांतीत मोकळेपणी विहार करू लागले तोच आधुनिक जगातील कर्णकटू, कर्कश्श आवाजाने मला जागवले. तेथे ध्वनिवर्धक (मायक्रोफोन्स) नव्हते. त्यामुळे बाहेरच्या वाहतुकीच्या आवाजापेक्षाही जास्त जोराच्या आवाजात बोलावे लागत हाते. सध्या चर्चिल्या जात असलेल्या ओ-जे सिंप्सन प्रकरणावर आधारित एका अमेरिकन धर्मगुरुचे तारस्वरातील प्रवचन सुरू झाले. ''जोना'' मधील उतारा वाचून झाल्यावर तो ह्या प्रवचनाची सुरुवात करीत होता. सिंप्सन दोषी होता की नाही हा त्याचा मुद्दा होता. ओ. जे. सिंप्सन ही एक उल्लेख व संबंधाची चौकट होती. आपली आध्यात्मिकता अधिक सखोल करण्यासाठी आणि जोनासारखी बदलेली व्यक्ती म्हणून पुढे येण्यासाठी आपण काही करावे यादृष्टीने ही चौकट तो धर्मगुरू वापरत होता. वृत्तपत्रे न वाचणाऱ्या लोकांच्या गटासाठी किती समर्पक व सुयोग्य विषयावर प्रवचन होत होते याचे मला आश्चर्य वाटल्यावाचून राहिले नाही.

असे काही प्रश्न आहेत की ज्यांना उत्तरे नाहीत हे अगदी स्पष्ट आहे. पण त्याचा अर्थ असा नाही की ते प्रश्न विचारलेच जाऊ नयेत. मदर टेरेसा स्वत:च असा एक प्रश्न विचारतात, 'माझा शेजारी कोण आहे?' आणि याचे उत्तरही त्या स्वत:च अत्यंत ठामपणे देतात 'प्रत्येकजण.' तथापि, एकामागून एक आलेली प्रत्येक पिढी आणि बहुतेक सर्वच धर्म एका अत्यंत सनातन, चिरस्थायी प्रश्नाचे समाधानकारक उत्तर देण्यात अपयशी ठरले आहेत. 'जगात दु:ख का आहे?' मदर टेरेसा या प्रश्नाचे जे उत्तर देतात त्याच्याशी अनेकजण सहमत होणार नाहीत. त्या उत्तरातून आपल्या काळातले वा युगातले अत्यंत गहन प्रश्न, समस्या उभ्या राहतात आणि त्यापैकी कशालाही उत्तरे सापडू शकत नाहीत. मला अशी आशा आहे की हे पुस्तक, किमान त्या वादाला तर तोंड फोडेल.

■

जन्म व बालपण

अल्बेनियात १९१० हे वर्ष धामधुमीचे आणि गोंधळाचे होते. बोयाझिऊ कुटुंबाच्या दृष्टीनेही ते फार महत्त्वाचे ठरले. अल्बेनियाच्या लढ्यात आघाडीवर असलेल्यांपैकी हे एक कॅथॉलिक कुटुंब होते. त्या वर्षी २६ ऑगस्टला त्यांच्या कुटुंबात एका गुटगुटीत बालिकेचा जन्मोत्सव पार पडला. उत्तर मॅसिडोनियामधील कोसोवा प्रांताची राजधानी 'स्कोपे' येथे हे कुटुंब राहत होते. निकोला व ड्रेनाफिल यांचे हे तिसरे अपत्य-अॅग्नेस. १९०४ मध्ये जन्मलेली एज आणि १९०७ मध्ये जन्मलेला लाझार हे अॅग्नेसचे मोठे बहीण-भाऊ.

अल्बेनियन राष्ट्रवाद्यांची चळवळ ऐन जोशात होती. विसाव्या शतकाचा हा सुरुवातीचा काळ. आपल्या स्वत:च्या स्वतंत्र राष्ट्राची आकांक्षा नसली तरी स्वतंत्र सांस्कृतिक अस्मिता राष्ट्रवाद्यांमध्ये जागी झाली होती. एका बाजूला ऑस्ट्रिया-हंगेरी आणि दुसऱ्या बाजूला बाल्कन समूहापैकी स्लाव यांच्या हितसंबंधांच्या कात्रीत अल्बेनिया बरीच वर्षे होता. कोणत्याही बाल्कन राष्ट्राला स्वतंत्र अल्बेनिया नकोच होता. ओटोमन साम्राज्य अस्ताला गेल्यानंतर त्यांच्यामधून अल्बेनिया वेगळा काढणे दुरापास्त होणार हे ते जाणून होते. तिकडे तरुण तुर्कांनी मात्र १९०८ मध्ये इस्तंबूलमध्ये सत्ता ताब्यात घेतली आणि अल्बेनियन लोकांना थोडीफार स्वायत्तता देण्याचे आश्वासनही दिले. अॅग्नेसच्या जन्माच्या थोडाच आधीचा हा काळ होता. स्वायत्ततेच्या आश्वासनाने राष्ट्रवाद्यांना जोर चढला. स्वातंत्र्याचे वारे मनात खेळू लागले. आपल्याला स्वतंत्र घटना मिळणार आणि त्यात, ख्रिश्चन, मुस्लिमांसह सर्वांना समान हक्कही प्राप्त होणार अशा विश्वासापोटी १२ दिवस मेजवान्या, नृत्यगाणी आणि जल्लोष झाला; पण लवकरच तरुण तुर्कांनी असे आश्वासन दिलेच नसल्याचे सांगितले आणि अल्बेनियन राष्ट्रीयत्व नावाची चीजच अस्तित्वात नसल्याचे

जाहीर केले. तेवढ्यावर न थांबता, अल्बेनियातील राष्ट्रवादी चळवळ दडपून टाकण्यासाठी नवे उपाय त्यांनी योजले. त्यासाठी अनेक कायदे करून केंद्रीय सत्तेचा अंमल अधिक पक्का केला. प्रतिकाराची शक्यता गृहीत धरून सैन्यही रवाना केले. १९१० सालच्या वसंत ऋतुत, पारंपारिक अरबी लिपीच्या सक्तीच्या वापराच्या विरोधात अल्बेनियन लोकांनी दक्षिणेपासून उत्तरेपर्यंत सर्वत्र प्रचंड निदर्शने केली. अरबी लिपी क्लिष्ट आहे म्हणून त्याऐवजी सहजसोपी, पाश्चिमात्त्य लॅटीन लिपी हवी अशी त्यांची मागणी होती. तशी राष्ट्रीय अस्मिता जागी होण्यात हे प्रचंड मेळावे म्हणजे पहिले पाऊल ठरले असे मानले जाते. ईशान्येकडील प्रिस्टीना येथे सर्वांत मोठी निदर्शने झाली. इस्तंबूलच्या राजवटीने आयात वस्तूंवर नवे व कठोर कर लावले होते ते देण्याचे जनतेने नाकारले. प्रिस्टीनातील १९१० च्या मार्चमधील उठावाची लागण सबंध कोसोवा प्रांतात झाली. २० हजार सैनिक कोसोवात उतरले आणि निर्दयपणे हे आंदोलन दडपून टाकण्यात आले. गावेच्या गावे उद्ध्वस्त केली गेली, आंदोलनकर्त्यांना, नेत्यांना सार्वजनिक ठिकाणी चाबकाचे फटके मारण्यासह अनेक शिक्षा ठोठावल्या गेल्या. त्यामुळे, मूळ धरू लागलेला राष्ट्रवाद तर खुंटला नाहीच, पण उलट स्वायत्ततेच्या मागणीला जोर चढला. ऑगस्ट महिन्यापर्यंत ऑटोमन फौजांनी पुन्हा सर्व प्रदेशावर नियंत्रण मिळवले. पण तोपर्यंत अनेक नेते व कार्यकर्ते यांनी सुरक्षित जागांकडे धाव घेतली होती. सबंध अल्बेनियात भीतीचे साम्राज्य सुरू झाले होते. १९११ पर्यंत युद्धातील विध्वंसाने हजारो अल्बेनियन कुटुंबांना आजारपण आणि दारिद्र्य यांना तोंड देण्याची वेळ आली होती.

निकोला बोयाझिऊ हा एक नावारूपाला आलेला बांधकाम ठेकेदार होता आणि शिवाय त्याचा अन्नधान्याचा ठोक व्यापारही होता. धंद्याच्या निमित्ताने निकोलाचा त्या भागात सर्वत्र वारंवार दौरा होत असे. त्यामुळे राजकारणात काय चालले आहे याची त्याला व्यवस्थित जाण होती. त्याचप्रमाणे राष्ट्रवाद्यांच्या गटातही त्याचे मित्र होते. काहीशा असंघटित असलेल्या राष्ट्रीय चळवळीच्या नेत्यांशीही त्याचा परिचय होता. व्यवसायानिमित्त तो इजिप्तपर्यंतही जात असे. तेथे अल्बेनियन लोकांची एक महत्त्वाची वसाहत होती व राष्ट्रवाद्यांना तेथून पैसा व शस्त्रे पुरवली जात असत. पुढील दोन वर्षे दंगल सदृश वातावरणाची होती. या कालखंडात निकोलाचा अनेक राष्ट्रवादी नेत्यांशी निकटचा संबंध होता. त्याच्या घरातही वारंवार राजकारणाविषयीची चर्चा होत होती. १९१२ च्या पहिल्या बाल्कन युद्धापर्यंतचा हा काळ होता.

१९१२ चा वसंत ऋतू निष्ठा-बदलांचा हंगाम ठरला. बाल्कन देशांनी युती करून युरोपीय ऑटोमान साम्राज्याची आपापसात वाटणी करण्याचा निर्णय घेतला. समुद्र किनारा नसलेल्या भूवेष्टित सर्बियाला अशी आशा होती की नवा स्वतंत्र अल्बेनिया प्रत्यक्षात येणार नाही आणि दुसरे म्हणजे कोसोवा आणि उत्तर अल्बेनिया

भाग आपल्याला जोडून घेता येतील. दोन तीनच महिन्यात म्हणजे उन्हाळ्यापर्यंत अल्बेनियन लोकांना अलिप्त राहणे अशक्य होऊन बसले. बाल्कन देशांच्या सेनादलांनी ऑटोमान साम्राज्याचे लचके तोडायला सुरुवात केली आणि अल्बेनियन लोक अस्तंगत होऊ लागलेल्या ऑटोमान साम्राज्यातर्फे लढत राहून नेमके अडचणीत आले. थोडक्या कालावधीत अल्बेनियन राष्ट्रवाद्यांची स्थिती अतिशय गंभीर झाली कारण सर्बियनांनी स्कोपेचाही ताबा घेतला होता. याचवेळी ऑस्ट्रियाला, स्वतंत्र अल्बेनिया निर्माण झाल्यासच सर्बियाच्या विस्तारवादी प्रवृत्तीला रोखता येईल अशी प्रकर्षाने जाणीव झाली. कारण (अल्बेनियाचे) बंदर ताब्यात घेऊन अॅड्रीयाटीकपर्यंत धडक मारण्यास सर्बिया सज्ज झाला होता. ऑस्ट्रियाने मग, अल्बेनियाच्या स्वातंत्र्याचा मार्ग खुला केला. आणि सर्बियाला थोपवून धरले.

या जाणीवेतूनच २८ नोव्हेंबर १९१२ रोजी व्लोन काँग्रेसमध्ये ही अधिकृत घोषणा झाली आणि अल्बेनिया स्वतंत्र झाला. स्कँडरबर्ग या इतिहास प्रसिद्ध अल्बेनियन योद्ध्याचे युद्धनिशाण अखेर फडकवले गेले. लाल पार्श्वभूमीवर दोन डोक्यांचा काळा गरुड असे हे निशाण होते. पंधराव्या शतकात स्कँडरबर्ग ऑटोमान आक्रमकांशी प्राणपणाने लढलेला वीर होता.

पण या नवजात स्वतंत्र देशाचे भवितव्य भरारी घेण्याआधीच असुरक्षित बनले. कारण महिनाभरातच अल्बेनियाच्या प्रश्नाचा विचार करण्यासाठी लंडन येथे भरलेल्या परिषदेत राजदूतांनी त्यावर चर्चा केली. अल्बेनियाची निर्मिती त्या देशाच्या नागरिकांच्या भल्यासाठी नसून बड्या राष्ट्रांच्या हितसंबंधापोटीच ही घटना घडवून आणण्यात आली आहे हे या बैठकीत राजदूतांच्या मनावर बिंबवण्यात आले. इंग्लंडचे सर एडवर्ड ग्रे यांच्यासह बड्या मुत्सद्यांनी तात्त्विक उहापोह करून राजदूतांना सत्य परिस्थिती स्वीकारणे भाग पाडले. नव्या योजनेनुसार, निम्म्याहून अधिक अल्बेनियन लोकसंख्येला नव्या देशाच्या सीमांबाहेरच ठेवले गेले. त्यात स्कोपेचे बोयाझिऊ आणि कोसोवोतील चुलत घराणे यांचाही समावेश होता.

इकडे लंडनमध्ये त्या नेत्यांची बोलणी सुरू असतानाच, तिकडे सर्बियनांचे अत्याचार, विशेषत: अल्बेनियन कॅथॅलिकांविरुद्धची मोहीम दुपटीने तीव्र झाली. मुळात सर्बियाचा अल्बेनियाविरुद्धचा त्वेष बऱ्याच काळापासून चालत आला होता. त्यात पुन्हा, ''जेथे जेथे अल्बेनियन लोकांची संख्या ७५ टक्के असेल ते सर्व जिल्हे नव्या अल्बेनियन देशाला जोडले जातील'' असे बड्या देशांनी ठरवण्याच्या अफवेची भर पडली. सर्बियाने अल्बेनियन लोकांच्या हत्याकांडाचाच कार्यक्रम सुरू केला. स्कोपेतील ब्रिटीश वाणिज्य उपायुक्ताने १९१३ मध्ये असे वृत्त दिले की, ''त्या त्या जिल्ह्यात सर्बियनच बहुसंख्य आहेत या दाव्याशी साऱ्यांनी जुळवून घेतले पाहिजे अशी सर्बियनांची इच्छा असल्याचे लोक मानतात. अल्बेनियन लोकांची हत्याकांडे

आकडेवारीच्या हेतूनेच घडवून आणली जात आहेत. मला आता अशी शंका येऊ लागली आहे की खूप मोठ्या प्रमाणावर लोकांना अतिशय थंडपणे, निर्विकारपणे मारून टाकले गेले आहे.''

या अधिकाऱ्याचे नाव डब्ल्यू. डी. पेकहॅम असे होते. लंडनच्या बैठकीत बेलग्रेड येथील ब्रिटीश राजदूत सर राल्फ पॅगेट यांना सर्व हकीकत खुलासेवार सांगताना तो म्हणाला, ''जखमी अल्बेनियन लोकांना मारून टाकण्यासाठीच सर्बियन सेनादल मुद्दाम त्यांना वर्दार नदीत फेकून देत आहे हा अल्बेनयिन लोकांचा दावा सकृतदर्शनी मला खरा वाटतो. अल्बेनियन लोकांच्या जखमा फार झपाट्याने भरून येतात असा सर्बियनांचा ग्रह झाला असल्याचे मी ऐकले होते. हा ग्रह म्हणजे एकूण कहाणीला नवे आणि भलतेच वळण लावत आहे.''

या प्रश्नाचे मूळ कारण समजावून सांगताना पेकहॅम म्हणाला, ''अल्बेनियन लोकांकडे पाहण्याची सर्बियन लोकांची मानसिकता आणि दृष्टीकोन काय आहे याची कल्पना काही दिवसांपूर्वी मी ऐकलेल्या एका सर्बियनाच्या शेऱ्यावरून येते. हा सर्बियन शिकलेला होता आणि अस्खलित फ्रेंचमध्ये बोलू शकत होता. या सद्गृहस्थाच्या मते, सजीव सृष्टीच्या आरंभापासूनचा क्रम :- प्रथम- माणूस, दुसरा- गोरिला आणि तिसरा- अल्बेनियन असा असा आहे. एखादा शेतकरी कदाचित, अल्बेनियन लोकांचा क्रम आणखी खाली ढकलून कीटकनाशकांबरोबरही त्यांची तुलना करू शकेल.''

पेकहॅमला स्कोपेच्या कॅथॉलिक पाद्र्याने सर्बियनांच्या या अत्याचाराची तपशीलवार माहिती सातत्याने दिली होती. २७ फेब्रुवारी १९१३ रोजी हा पाद्री फेरीसोविचच्या आपल्या सहकाऱ्याबरोबर भेटायला आला होता. हे दोन्ही पाद्री कॅथॉलिक आणि अल्बेनियन होते आणि त्यांनी सर्बियनांच्या अत्याचारांच्या कहाण्या दुप्पट तिखटमीठ लावून सांगितल्या हे खरे मानले तरी पेकहॅम मनातून चरकलाच. सर्बियन सैन्याने हा भाग व्यापल्यानंतर घडलेले हजारो मृत्यू आणि छळाच्या शेकडो कथा पेकहॅमला या दोघांकडून बारीकसारीक तपशीलासह समजल्या. स्कोपेतील एका अल्बेनियन कुटुंबाच्या घरात शिरून सर्बियन सैनिकांनी नवऱ्याला खूप मारहाण केली व बायकोवर बलात्कार केला. या जोडप्याच्या १६ व १४ वर्षे वयाच्या मुलींचा ठावठिकाणा जबरदस्तीने माहिती करून घेऊन मग या सैनिकांनी तेथे जाऊन मुलींवरही बलात्कार केला. जवळच्या एका गावात उत्पाती सैनिकांनी घरांवर इतका बेछूट गोळीबार केला की छतावर लपलेल्या लोकांना बाहेर पडावे लागले. बायका घराबाहेर पडत असतानाच त्यांना गोळ्या घातल्या गेल्या. दारुगोळा वाचवण्यासाठी म्हणून मुलांना संगिनींनी भोसकून ठार केले गेले. बाजारातून घरी परतणाऱ्या शेतकऱ्यांना अधिकारी आणि जवानांनी लुटले. झाडावर हात बांधून मरेपर्यंत लोकांना

टांगून ठेवले, जळणासाठी लाकूड फाटा आणायला गेलेल्या गरीब अल्बेनियन लोकांना घेरून त्यांची सामुदायिक हत्या केली गेली. काही लोकांना तर केवळ ते कॅथॉलिक धर्मगुरूंशी बोलले म्हणून तुरुंगात टाकले गेले. बोयाझिऊ कुटुंबियांना या कहाण्या कळल्या तर असतीलच पण त्यांच्यापैकी कोणावर तरी कोठला तरी प्रसंग गुदरला असण्याचीही शक्यता आहे. जखमींवर उपचार होणाऱ्या एका इस्पितहात कॅथॉलिक परिचारिका होत्या आणि तेथल्या छोट्याशा कॅथॉलिक समाजाशी बोयाझिऊ कुटुंबाचे घनिष्ट संबध होते.

केव्हातरी प्रतिकार म्हणून अल्बेनियन लोकांनीही सैनिकांना ठार मारले होते. जसे दिब्रा या गावात लुटमार करणाऱ्या सैनिकांवर अल्बेनियन लोकांनी हल्ला चढवला. पण सर्बियन सैनिकांकडून सूडाची प्रतिकारवाई लगेच झाली व त्यांनी २४ गावे संपूर्णपणे जाळून टाकली. प्रिस्टीना येथे २३ ऑक्टोबर १९१२ रोजी किंवा त्या दरम्यान, ५००० अल्बेनियन लोकांची सामूहिक कत्तल केल्याची कबुली एका सर्बियन डॉक्टरनेच दिली. या लोकांना एकत्र बांधून त्यांच्यावर मशिनगनने गोळ्यांचा भडिमार करण्यात आला. पेकहॅमला प्रिस्टीनाच्या या घटनेची माहिती दुसऱ्या एका अल्बेनियन डॉक्टरकडूनही समजली होती व त्यात दोन्ही बाजूंच्या अडथळ्यांच्या खिंडीत पकडून अल्बेनियन लोकांचा क्रूरपणे शेवट केल्याचे म्हटले होते.

पहिल्या बाल्कन युद्धातून फारसे काही निष्पन्न झाले नाही. तेव्हा दुसरे बाल्कन युद्ध सुरू झाले आणि त्याचे कोणाला फारसे आश्चर्यही वाटले नाही. दुसऱ्या युद्धाचीही परिणती शून्यातच झाली. युरोपमधील विद्वानांना आणि मुत्सद्यांना देशप्रेम किंवा राष्ट्रभावना ही फार चांगली गोष्ट आणि प्रगतीच्या दृष्टीने परवलीचा शब्द वाटत होता. जुन्या मोडकळीस आलेल्या साम्राज्याचे तुकडे पडून प्रत्येक वंशाला एकेका देशाचे अस्तित्त्व लाभले की युरोपमध्ये स्थायी शांतता नांदेल अशी आशा व विश्वास त्यांना वाटत होता. राष्ट्रबांधणीच्या आर्थिक बाजूचा आणि जर्मनीच्या संभाव्य बलाढ्यतेचा विचारच त्यांनी केला नव्हता. काही प्रमाणात, या नव्या घडामोडी त्यांच्यासाठी अडथळे निर्माण करणाऱ्या ठरल्या. जे लोक पूर्वी व्यापार-उदीमासाठी किंवा राजकारणासाठी संपर्क साधून होते त्यांचाही संपर्क या नव्या घटनांमुळे तुटला.

१९१३ च्या जूनमध्ये, अखेर ऑटोमान सैन्य सलग ५०० वर्षांच्या उपस्थितीनंतर अल्बेनियातून बाहेर पडले. नोव्हेंबरमध्ये बड्या शक्तींनी विल्यम ऑफ वेड या जर्मन राजपुत्राला अल्बेनियाचा राष्ट्रप्रमुख नेमले. पण या नव्या देशाबाबतचा अंतिम निर्णय लांबणीवर पडला आणि सर्बिया त्यात सातत्याने अडथळे निर्माण करीत राहिला. अल्बेनिया अस्तित्वात येण्यामुळे आपल्याला सागरी मार्ग बंद होतो अशी समजूत करून घेऊन सर्बिया अल्बेनियन लोकांचा तिरस्कार करीत राहिला. या अल्बेनियन प्रदेशातून बाहेर पडण्याच्या आंतराष्ट्रीय इशाऱ्यांकडे सर्बियाने दुर्लक्षच केले. भरीस

भर म्हणून तिकडून इटलीने नव्या आणि अननुभवी राजपुत्राविरुद्ध विल्यम ऑफ वेडविरुद्ध कारस्थाने करायला सुरुवात केली. अनेक महत्त्वाकांक्षी अल्बेनियन लोक या कारस्थानांमध्ये सहकार्य करण्यास अगदी तयार असल्याचे इटलीला आढळले. विल्यम ऑफ वेड जेमतेम सहा महिने गादीवर टिकला; पण सर्बियाचे अत्याचार मात्र पहिले महायुद्ध सुरू होईपर्यंत म्हणजे १९१४ सालापर्यंत सुरूच राहिले. या महायुद्धामुळे अल्बेनियावर आणखी एक संकट ओढवले. जुन्या शत्रूंपैकी विशेषत: बल्गेरियाने महायुद्ध ही एक नवी संधी मानून लाटता येईल तेवढा अल्बेनियन प्रदेश बळकावयास आरंभ केला.

ॲग्नेस बोयाझिऊचा जन्म झालेले स्कोपे शहर म्हणजे असे एक हिंसक आणि निर्दय शहर बनले होते की तेथल्या रस्त्या-रस्त्यावर पुंड व लुटारूंची वाटमारी सुरू होती. आजूबाजूच्या टेकड्यांमध्ये सूडबुद्धीचा अंमल होता, भोंगळ व वेंधळे नेतृत्त्व होते आणि भवितव्य अगदी अनिश्चित, अधांतरी होते. पण दुसरीही एक बाजू होती. विसाव्या शतकाच्या पूर्वार्धातील स्कोपे शहर एका प्राचीन संस्कृतीतून उदयास आले होते आणि ख्रिस्तपूर्व काळापासून तेथे सतत लोकवस्तीची परंपरा होती. तेराव्या शतकात सर्बियाने त्यावर कब्जा केला होता आणि चौदाव्या शतकात तुर्कांनी... पंधराव्या शतकात वर्दार नदीवरील पूल नव्याने बांधला गेला होता आणि विशेष म्हणजे रोमन साम्राज्याचा भाग असताना बांधल्या गेलेल्या पुलाच्या पायावरच पंधराव्या शतकातील पुलाची उभारणी झाली होती. तेथे पूर्वी इलीरियन जमातींचा अद्वैतवादी धर्म प्रचलित होता. नंतर इग्नेशियामार्फत आलेल्या ख्रिश्चन धर्माने संपूर्ण अल्बेनिया व्यापून टाकला. पण ऑटोमान तुर्कांच्या राजवटीनंतर बहुसंख्य लोक इस्लामचे उपासक बनले. मात्र डोंगराळ भागात विशेषत: उत्तरेकडे ख्रिश्चन धर्माचा प्रभाव टिकून राहिला.

अशा या स्कोपेचे नाव पूर्वी 'ऊसकूब' होते. विसाव्या शतकाच्या अगदी सुरुवातीला तेथे गेलेल्या एका प्रवाशाने मृत्यूच्या खोऱ्यात- खाईत जगणारे शांत-सभ्य नगर असे त्याचे वर्णन केले होते. "तुर्की नगरांमध्ये थडग्यांवरील शिला अगदी ठळकपणे नजरेत भरतात. पण ऊसकूब हे शहर म्हणजे मृत्यूच्या वाळवंटातील हिरवळ आहे. तेथे कित्येक एकरपर्यंत अशी थडगी व शिला अस्ताव्यस्त पडलेल्या दिसतात. काही शिला उभ्याही आहेत. पण पडलेल्या वा आडव्या झालेल्या शिलांनी या शहराला वेढा घातला आहे आणि या शिलांचे हातच जणू शहराच्या वेशीतून आत पोचले आहेत असे वाटत राहते. गावच्या हमरस्त्यावर दुतर्फा या शिला आढळतात आणि आजूबाजूच्या गल्ल्या-बोळातूनही डोकावत राहतात. देशात सगळीकडेच हे दृश्य दिसते. जिवंत माणसाचा शतकानुशतके वावर नसलेल्या जागी या थडग्यांवरील शिला उभ्या आहेत. हे दृश्य भीषण, भयानक आहे आणि

हा स्तब्ध शिलांचा समुद्र बनवणाऱ्या अनेक हत्याकांडांचे वर्णन करण्यास एखाद्याचे मन निबरच असू शकेल'' असेही या प्रवाशाने नमूद केलेले आहे.

एकूण अल्बेनियन लोकसंख्येच्या तुलनेत कॅथॉलिक अल्बेनियनांचे प्रमाण केवळ दहा टक्केच असल्यामुळे त्यांनी शर्थीने आपला पंथ टिकवून ठेवला होता. ऑस्ट्रियन लोकांना या दहा टक्क्यांची जपणूक करण्याची मनस्वी इच्छा होती. त्यामागे त्यांचा काही एक विचार आणि कारणे होती. सर्बियनांना रशियाचा पाठिंबा होता. त्यामुळे सर्बियाविरोधी दावा या भागात करण्याचा जणू ऑस्ट्रियाला हक्कच होता. स्कोपेमधील रोमन कॅथॉलिक समाजाच्या उत्सवांपैकी एक अत्यंत महत्त्वाचा म्हणजे कॉर्पस् ख्रिस्तीच्या मेजवानीसाठीची प्रार्थना हा होता. बोयाझिऊ कुटुंबाच्या घरानजीक असलेल्या मोठ्या चर्चमध्ये हा उत्सव होई. अग्नेसच्या जन्माआधी काही वर्षे स्कोपेमध्ये येऊन गेलेल्या एका अमेरिकन पत्रकाराने या उत्सवाच्या थाटामाटाचे वर्णन लिहून ठेवले आहे. तो म्हणतो, ''उन्हाळ्यातला तो एक धूसर दिवस होता आणि डोंगरात सापडणारी फुले गुंफून त्याच्या माळा आणि हार घालून चर्च सजवले होते. चर्चच्या आवारात अनेक झेंडेही फडकवण्यात आले होते. घंटेच्या मनोऱ्याच्या एका बाजूला प्रचंड मोठा मुस्लिम फलक टांगला होता आणि दुसऱ्या बाजूला तेवढाच मोठा दोन राजसत्तांच्या निशाणांचा फलक होता. मनोऱ्याच्या उंचीवरून सोडलेल्या पताकांच्या उतरत्या माळा चर्चच्या कुंपणापर्यंत आणून रंगांची उधळण साधली होती. आलटून पालटून तुर्की आणि ऑस्ट्रो-हंगेरियन पताका दिसत होत्या. चर्चच्या दरवाजाच्या वरच्या भागात फ्रान्सिस जोसेफचे भले मोठे पोस्टर टांगलेले होते. या दरवाजातून कॅथॉलिकांनाच प्रवेश होता. सर्व बाजूंनी शेकडो अल्बेनियन लोक चर्चच्या दिशेने येत असलेले दिसत होते. त्यांच्यासोबत हा पत्रकारही आत शिरला. चर्चच्या आतमधले वर्णन त्याने लिहिले आहे :-

क्रूसावर लटकलेल्या ख्रिस्ताच्या शिल्पाभोवती असंख्य मेणबत्त्या लावल्यामुळे चर्च आतमधून उजळले होते. अंगणात चौदा ठिकाणी क्रूस ठेवून छोट्या प्रार्थनागृहासारखी (चॅपेल) सजावट केली गेली होती. ख्रिस्ताची मोठाली चित्रे तेथे लावण्यात आली होती. चर्चच्या आतमध्ये अल्बेनियन महिला एका बाजूला बसल्या होत्या आणि मुस्लिम भगिनींप्रमाणे त्यांनी चेहऱ्यावर बुरखे ओढले होते. दुसऱ्या बाजूला पुरुष मंडळी बसली होती. महत्त्वाच्या व्यक्तींसाठीच्या बाकावर ऑस्ट्रीयन लोक पारंपारिक वेशभूषेत बसले होते. चर्चच्या आतमधील मुख्य प्रार्थना संपल्यावर धर्मगुरू आणि लोक बाहेर पडले. प्रत्येकाच्या हातात मेणबत्ती होती. आवारात ठेवलेल्या क्रूसांपुढे जाऊन गुडघे टेकत त्यांनी पुन्हा प्रार्थना म्हटली. फुलपाखरासारख्या दिसणाऱ्या आणि प्रसन्न वेशभूषा केलेल्या छोट्या मुली गुलाबांची पाने उधळत मिरवणुकीपुढे चालत होत्या. दोन अल्बानियन मुले हातात धूपदान घेऊन उभी होती आणि

चारजणांनी रेशमी वस्त्र धर्मगुरूंच्या डोक्यावर धरले होते. धर्मगुरूंच्या मागे उमराव आणि ख्रिश्चन वली आणि त्यांच्यामागे ऑस्ट्रीयन व्यापार प्रतिनिधी, इतर ऑस्ट्रीयन अधिकारी होते. तेथून पुढे सर्वसामान्य लोक होते. गवतात गुडघे खाली टेकण्याच्या प्रयत्नात उमरावांची पाटलोणीमुळे पंचाईत झाली आणि ख्रिश्चन वलीलाही सांधेदुखीचा त्रास चांगलाच होत असल्याचे जाणवले. प्रत्येक ठिकाणी (एकूण १४ ठिकाणी) ही तारांबळ उडाली आणि एकदाची सारी कसरत पार पडली. ख्रिश्चन वलीला उमरावांनी वाकण्यात व उठण्यात मदत केली. त्या दिवशी भणाणता वारा वाहत होता आणि हातातल्या मेणबत्त्यामधील वितळत्या मेणाचे थेंब उडून शाही पोशाखावर त्याचे डागही पडले. एकूण कार्यक्रमात प्रतिनिधींच्या चेहऱ्यावर पावित्र्याचे नामोनिशाणही दिसत नव्हते. सरतेशेवटी ख्रिश्चनांचे खाणे संपल्याच्या अविर्भावानंतर मला असे वाटून गेले की धर्म आणि राजकारण यांचे मिश्रण दुःखदायक आहे. त्यांचे एकत्र असणे युद्धसदृश वाटते.''

स्कोपेमधील धार्मिक जीवनाच्या आणखी एका बाजूचे वर्णन याच अमेरिकन पत्रकाराने केले आहे. स्कोपेत ख्रिश्चनांची दफनभूमी तुर्कांच्या दफनभूमीपलिकडे आणि हॉटेल टुरेटीच्या बाजूला आहे. अमेरिकन पत्रकार लिहितो,

''ख्रिश्चन लोक खांद्यावरून प्रेत वाहून नेत नाहीत. थडग्यात लाकडी शवपेटीत ते उतरवणे सोयीचे होईल अशा प्रकारे ते वाहून नेले जाते. अंत्ययात्रेत सर्वांत पुढे धर्मगुरू मंत्र म्हणत चालत जातात. प्रेताच्या मागे मित्र असतात व एकाच्या हाती शवपेटीचे झाकण असते. मृतासाठी करावयाच्या त्यागाचा एक वेगळाच प्रकार पाहावयास मिळतो. जवळपासचे आणि दुरूनही येणारे शेतकरी लोक केक आणि उकडलेल्या गव्हाच्या ताटल्या घेऊन येतात. मृताच्या थडग्यावर हे पदार्थ रचून ठेवले जातात आणि कलाबूताने त्याची सजावट केली जाते. धर्मगुरू थडग्यांपासून जात असताना मृताच्या आत्म्यासाठी प्रार्थना करीत जातात. सारे विधी पार पडल्यावर थडग्यावरील अन्न स्मशानभूमीबाहेर जमलेल्या गोरगरीबांना वाटून टाकले जाते.''

सर्वत्र दिसणारे भिकारी, जिप्सी आणि उघडी-नागडी पोरे असली तरी शतकाच्या आरंभकाळात स्कोपे एक आकर्षक शहर होते. एका टोकाला व्यवस्थित बांधकाम असलेला बाजार होता. परंतु रस्त्यांच्या कोपऱ्यांवर आणि नाक्यांवरच कारागीर आपली भांडीकुंडी विकत बसलेले दिसत. बरीचशी दुकाने प्रशस्त पदपथावरच थाटलेली दिसत. त्यावर मोठाल्या ताडपत्रीचे आच्छादन असे. काही दुकाने छोट्याशा ओसरीवर मांडलेली असत.

मूळचे बोयाझिऊ कुटुंब कोसोवो प्रांतातल्या प्रिझरेन येथले होते. स्कोपेच्या उत्तरेकडे हे गाव आहे. निकोला आणि ड्रेनफिल स्कोपेमध्ये येऊन कधी स्थायिक झाले हे कळलेले नाही. १८७८ साली या प्रिझरेन गावी अल्बेनियन राष्ट्रयवादी एकत्र

आले व त्यांनी अल्बेनियाच्या स्वातंत्र्यासाठी एकत्र लढण्याच्या उद्देशाने प्रिझरेन लीग स्थापन केली. मध्ययुगीन काळात 'प्रिझरेन' हे गाव व्यापारासाठी प्रसिद्ध होते. सरतेशेवटी ते युगोस्लावियात गेले. चांदीचे नक्षी कामाचे दागदागिने, गालिचे आणि नाजूक भरतकामासाठी प्रिझरेन विख्यात होते. एकोणिसाव्या शतकाच्या मध्यास तेथे कॉलऱ्याची साथ पसरली आणि त्याच सुमारास बोयाझिक कुटुंबातले काहीजण स्थलांतरीत झाले असावेत असा अंदाज आहे. ॲग्नेसचा मोठा भाऊ लाझार याने नंतर एका इटालियन वृत्तपत्राला दिलेल्या मुलाखतीत, काहीजण स्कुटारी येथे गेले असे म्हटले आहे. १९३० साली या स्कुटारी गावाच्या एका रस्त्याचे नाव बोयाझिऊ मार्ग असे होते. बोयाझिऊचे वर्णन विशाल, पूर्वीपासून सधन आणि व्यापारी कुटुंब असे केले जात असे. अनेक वस्तूंचा व्यापार हे कुटुंब करीत असे. मदर टेरेसाच्या एका चरित्रकाराने बोया म्हणजे रंग या उपपत्तीवरून, या कुटुंबाचा कधीतरी रंगाचा व्यवसाय असावा असे सुचवलेले आहे. तथापि, अल्बानी भाषेत बोयाझिऊ शब्दाचा अर्थ घर रंगवणारे रंगारी असा आहे.

अल्बेनियन लोकांची विभागणी अनेक शतकांपासून घेग्ज आणि टोस्कस् अशा दोन गटात केली गेली आहे. या दोन्ही गटांच्या बोलीभाषा आणि सामाजिक चालीरीतीही वेगवेगळ्या होत्या. बोयाझिऊ हे घेग्ज गटाचे होते. मुख्यत्वेकरून घेग्ज गटाचे लोक उत्तरेकडील डोंगराळ भागात राहत असत आणि भटक्या जमातीच्या धर्तीवर पण व्यवस्थित, बांधेसूद अशी त्यांची जीवनशैली होती. टोस्कसथ हे दक्षिणेकडील सखल आणि मैदानी भागात वस्तीला होते आणि त्यांच्यातील बहुसंख्य लोक भूमीहीन किंवा जेमतेम उदरनिर्वाह होत असलेले शेतकरी अशा दर्जाचे होते. काही जमाती दुर्गम अशा डोंगराळ भागात पंधराव्या शतकापासून किंवा त्याही पूर्वीपासून राहणाऱ्या होत्या. कानुन ऑफ लेक या नावाने त्यांची स्वत:ची आचार-पद्धती किंवा कायद्याची चौकट म्हणा हवे तर, होती. ही कानुन ऑफ लेक म्हणजे अतिशय गुंतागुंतीची कायदेशीर आचार-संहिता होती. जाती-उपजातींमधील कलह किंवा सूडबुद्धीचा प्रवास या कायद्याच्या माध्यमातून सोडवण्याच्या तरतूदी कानून ऑफ लेकमध्ये होत्या. खरे तर आजवर कधीच ही गुंतागुंत सुटलेली नाही आणि अजूनही अल्बेनियन राजकर्त्यांना त्या कलहांवर, भांडणांवर मात करता आलेली नाही. या सूडाग्नीत आजवर असंख्य तरुण, विशेषत: कॅथॉलिकांपैकी जास्त, प्राणास मुकलेले आहेत. जणू पिढ्यान पिढ्या हे हाडवैर जोपसलेच गेले आहे.

ॲग्नेसचा पिता निकोला तुर्की, फ्रेंच, इटालियन या भाषा, अल्बेनियन आणि सर्बो-क्राहेट यांच्याइतक्याच सफाईदारपणे बोलत असे. प्रिझरेन येथे राहत असताना तो बहुधा राष्ट्रवाद्यांच्या चळवळीत सहभागी झाला असण्याची शक्यता आहे. काही

जाणकारांच्या मते, प्रिझरेनमध्येच त्याची पत्नी ड्रेनाफिल बर्नाईशी भेट झाली असावी. ड्रेनाफिल कुटुंबाच्या सर्बियामध्ये जमिनी आणि इस्टेटी होत्या असेही म्हटले जाते. इतर काही लोकांच्या म्हणण्यानुसार, एज, लाझार व अग्नेस यांची आई (म्हणजे ड्रेनाफिल) व्हेनेशियन भागातून आलेली असावी. मदर टेरेसाच्या अधिकृत चरित्रातही हा उल्लेख ग्रंथकार इलीन इगनने, प्रिझरेनमधील कॅथॉलिक समारंभात निकोला-ड्रेनाफिलचा विवाह झाला या वृत्तासह केला आहे. लाझारने, त्याची आई इटलीतील असली तरी त्याचा अर्थ ती अल्बेनियन नाही असा होत नसल्याचे नमूद केले आहे. खरे तर, ड्रेना या संक्षिप्त नावाने ओळखल्या जाणाऱ्या ड्रेनाफिलच्या नावाचा अर्थ अल्बेनियन भाषेत 'गुलाब' असा होतो. तिचे हे नाव 'रोझा' असे अल्बेनियातील टिराना येथील तिच्या थडग्यावरील शिलालेखात कोरलेले आहे.

अॅग्नेसचे बालपण मजेत आणि सुखावह वातावरणात पार पडल्याची सर्वत्र नोंद आहे. एकूणात, निकोला व्यवसायात चांगलाच यशस्वी झाला होता आणि त्याच्या मालकीची बरीच घरे होती असे वर्णन आढळते. त्यांचे राहते घर खूप मोठे होते. त्याभोवती सुंदरशी बाग होती व त्यात फळा-फुलांनी लगडलेली अनेक झाडे होती. चर्च ऑफ द सॅक्रेड हार्टच्याच रस्त्यावर हे घर होते. छोटी अॅग्नेस चांगलीच गुटगुटीत, स्थूलशी पण टापटिपीची मुलगी होती. तिला लहानपणीच 'गोंझा' हे टोपणनाव मिळाले. गोंझाचा अर्थ 'कळी' असा होतो आणि आजपर्यंत अल्बेनियात ती याच नावाने ओळखली जाते. लाझारने पुढे अनेक वर्षांनंतर सांगितले की लहानपणी अॅग्नेस तशी संवेदनशील आणि वयाच्या मानाने जरा जास्तच गंभीर, प्रौढ आणि समजूतदार मुलगी होती. लाझारने अनेकदा चोरून जॅम वगैरे खाल्ला पण अॅग्नेसने विचारल्याशिवाय कधी खाद्यपदार्थांना हात लावला नाही. लाझार नेहमीच काही ना काही गुपचुपपणे खात असे. सकाळची प्रार्थना असेल त्याच्या आदल्या रात्री मात्र त्याला चोरून काही खाल्याबद्दल नेहमीच अॅग्नेसकडून ताकीद मिळत असे. पण त्याच्या चोरून खाण्याच्या सवयीबद्दल अॅग्नेसने मोठ्यांकडे कधीही कागाळी वा तक्रार केली नाही.

निकोलाला कोले या नावानेही ओळखले जात असे. देखण्या व्यक्तिमत्त्वाच्या कोलेने झुबकेदार मिशा आयुष्यभर जपल्या होत्या. स्कोपे नगरपालिकेचा तो एकटाच कॅथॉलिक सदस्य होता. स्कोपे ब्रास बँडमध्ये तो गाणी गात असे आणि गाणी म्हणणे त्याला अतिशय आवडत असे. आयुष्यात त्याने खूप छंद केले. आयुष्य सर्वार्थाने उपभोगले आणि त्याला लोकांबरोबर राहणे आवडत असे. लाझारच्या वर्णनानुसार "ते जिवंत असताना आमचे घर पाहुण्यांनी भरलेले असे." १९१२ साली अल्बेनियाला प्रथम स्वातंत्र्य मिळाल्याचे जाहीर झाले तेव्हा लाझार फक्त चार

वर्षांचा होता. पण त्याला त्यावेळचा घरातला सारा जल्लोष आणि उत्सवी वातावरण आठवत होते. अल्बेनियाच्या स्वातंत्र्यलढ्यातल्या सर्वांत प्रसिद्ध व्यक्ती- बारीराम कुरी, हसन प्रिश्तिना आणि साबरी किटेझी त्या रात्री आमच्याकडे आले. मेंडोलिन हाती घेऊन ते मोठमोठ्याने गाणी म्हणत होते आणि रात्रभर त्या लोकांचा दंगा चालला होता. त्या रात्री काडेपेट्या एकावर एक रचत निकोला व त्याच्या साथीदारांनी त्यांचा पर्वत रचला आणि नंतर तो पेटवून दिला ही सर्वात लख्ख आठवण आहे असेही त्याने सांगितले.

निकोला किंवा कोले याला व्यवसायातील संधी हेरण्याची कला उत्तमप्रकारे अवगत होती. प्रथम त्याने स्कोपेमधील नावाजलेल्या डॉ. सुस्कालोविच यांच्याबरोबर भागीदारीत एक औषधाचे दुकान सुरू केले. त्यानंतर एका बांधकाम कंत्राटदाराबरोबर संबंध जुळवले आणि नदीच्या काठावर सुंदरसे स्कोपे नाट्यगृह उभे केले. त्याचा तिसरा उद्योग, सिग्नोर मॉर्टेन या इटालियनाबरोबर भागीदारीत चैनीच्या किंमती वस्तू आणि आयात खाद्यवस्तूंच्या व्यापाराचा होता. तेल, साखर, कापड व चामडे या वस्तूंची आयात करून स्कोपेमध्ये तो विकत असे. धंद्यानिमित्त त्याला दौऱ्यावरही जावे लागत असे. पण परतताना तो मुलांसाठी भली मोठी पार्सले घेऊन येत असे. मुले एकदम खूष होऊन जात. त्यांच्या बालपणीच्या अतीव आनंदाच्या आठवणी या पार्सलांभोवती केंद्रीत आहेत. कोले तसा कडक आणि शिस्तप्रिय माणूस होता. पण दौऱ्यात घडणाऱ्या अनेक गंमती-जमती सांगून तो कुटुंबातल्या साऱ्यांना हसवत राही. त्यामुळे तो दौऱ्यावरून केव्हा परततो याकडे साऱ्यांचे लक्ष असे.

उदार मनाचा दाता म्हणूनही कोले स्कोपेमध्ये प्रसिद्ध होता. आपल्या मुलांमध्येही त्याने उदारता बाणवली. त्याचप्रमाणे आपल्यापेक्षा कमनशिबी लोकांबद्दल कणव ठेवण्यासाठी त्याने मुलांना शिकवले. शाळेत जाऊन शिकण्याइतकेच महत्त्व तो या कनवाळूपणाला देत असे. "तुम्ही कोणाची मुले आहात आणि तुमच्या कुटुंबाचा दर्जा, प्रतिष्ठा, मानसन्मान व परिस्थिती कधीही विसरू नका." असे तो मुलांना सतत बजावत असे. मुलांच्या शिक्षणाबाबत त्याने बऱ्याचशा अपेक्षा बाळगल्या होत्या. केवळ मुलालाच नव्हे तर दोन्ही मुलींनाही शाळेत पाठवण्याची त्याची तयारी होती. त्याला गावातले लोक प्रागतिक विचारसरणीचा मानत. त्याची पत्नी ड्रेना जास्त धार्मिक होती. आठवड्यातील बहुतेक दिवस ती मुलांना सकाळच्या प्रार्थनेला नेत असे. घरात काम नसेल तेव्हा किंवा इतर लोकांना मदत करताना ती नेहमी ईश्वराचा जप करीत असे. कोले दौऱ्यावर जाताना तिला भरपूर पैसा देऊन जात असे. कोणी गरजू किंवा भुकेला दारावर आल्यास त्याला मदत करण्यासाठी ही तयारी असे. कधी कधी ती गरिबांना खाद्यपदार्थांची पार्सले किंवा पैसे वाटण्यासाठी बाहेर

जाई तेव्हा ॲग्नेस तिच्याबरोबर असे. अशा वातावरणात वाढणारी ॲग्नेस हळूहळू अभ्यासू आणि पुस्तकप्रेमी बनत चालली होती.

प्रथम ही तिन्ही मुले सॅक्रेड हार्ट चर्चमधील प्राथमिक शाळेत शिकली. सुरुवातीला अल्बेनियन भाषेतून आणि नंतर सर्बो-क्रोट भाषेतून या शाळेत शिक्षण दिले जाई. त्यानंतरचे या मुलांचे शिक्षण सरकारी शाळा 'जिम्नॅशिया' मध्ये झाले. कोलेचा शिक्षणाविषयीचा दृष्टीकोन विकसित झालेला असल्याने या दोन्ही शाळांमधून शिक्षण देऊन त्याने मुलांना सज्ञान केले. पण सॅक्रेड हार्टमधील प्राथमिक शिक्षणाने मुलांची जडणघडण होण्यास त्याने तेवढे महत्त्वही दिले हेच सिद्ध होते. कॅथॉलिक हे अल्पसंख्यांक होते. त्यादृष्टीने चर्च ही बोयाझिऊ कुटुंबासाठी एक महत्त्वाची संस्था होती. त्यामुळे धार्मिक आणि सांस्कृतिक दृष्टीकोन तयार होण्यास मुलांना मदत झाली.

स्कोपे शहर सीमेवर नसल्याने, महायुद्धात इतर बाल्कन शहरांमधे जसे रस्तोरस्ती माणसांना मारून टाकण्याचे प्रकार घडले तसे स्कोपेमध्ये फारसे घडले नाहीत. तथापि, अवतीभोवती युद्धाचा वणवा पेटला असल्यामुळे स्कोपे शहरांत शांतताही नव्हती. १९१८ साली महायुद्ध थांबले. पण नव्या बाल्कन सीमेचा वाद आणखीच उफाळला आणि त्यामुळे बोयाझिऊ कुटुंबातील मुलांचे बालपण एकदम सरूनच गेले. अल्बेनियन राष्ट्रवाद्यांचा लढा अद्याप संपलेला नाही हे निकोलाने ओळखले आणि तो या चळवळीत सहभागी झाला. कोसोवा हा वादग्रस्त प्रांत मुख्यत्वेकरून अल्बेनियन वस्तीचा असल्यामुळे तो मोठ्या अल्बेनियाला (बृहन्अल्बेनिया) जोडला जावा यासाठी ही चळवळ उद्भवली होती. (हा सारा भाग १९२९ नंतर एकत्रितपणे युगोस्लाविया देशात गेला.) त्या भागातील अल्बेनियन जनतेत या जोडाजोडीमुळे भीती, राग आणि विश्वासघाताची भावना धगधगू लागली होती. कोसोवा प्रांतातर्फे १९२१ मध्ये लीग ऑफ नेशन्सकडे सादर करण्यात आलेल्या अर्जात म्हटले आहे की सर्बियन सैन्याने १२ हजार ३७१ लोकांना ठार केले आणि २२ हजाराहून अधिकांना तुरुंगात टाकले. आमचा भाग परत अल्बेनियालाच जोडला जावा. कोसोवा प्रांतातील लोकांनी असा अर्ज सादर करणे इतर संबंधितांपैकी कोणालाच नको होते. अल्बेनियाच्या भवितव्याचा निर्णय घेण्याशी संबंधित असलेले इतर सर्वचजण ही परिस्थिती (अर्ज केल्याची) टाळण्यासाठी प्रयत्नशील होते. त्यात आसपासची छोटी स्वायत्त राज्ये, सर्बिया, ऑस्ट्रिया, बड्या शक्ती आणि अगदी एकदोघे अल्बेनियन नेतेसुद्धा समाविष्ट होते.

कोलेच्या भावना या विषयावर अर्थातच तीव्र होत्या. याबाबत बेलग्रेडमध्ये एका राजकीय बैठकीचे आयोजन करण्यात आले होते. १६० मैल प्रवास करून कोले या बैठकीला हजर राहिला. बृहन्अल्बेनियाच्या प्रस्तावाला त्याचा पाठिंबा हा मोठे

शत्रुत्व निर्माण करणार ठरला. इटलीच्या प्रतिनिधीने आपल्या वाहनातून संध्याकाळी त्याला घरी सोडले तेव्हा तो झोकांड्या खात, लडखडत चालला होता. त्याच्या कुटुंबियांना त्याची मृत्यूच्या दिशेने वाटचाल होत असल्याचेच दिसले. त्याचे कारण त्यांना तेव्हा कळले नाही. बहुधा त्याच्यावर विषप्रयोग झाला होता. ड्रेनाने ताबडतोब ॲग्नेसला चर्चमध्ये धर्मगुरूंना आणण्यास पाठवले. तेथे धर्मगुरू भेटले नाहीत तेव्हा ती स्कोपे रेल्वे स्टेशनवर जाऊन दुसऱ्या एका धर्मगुरूला घरी घेऊन आली. धर्मगुरूने निकोलासाठी शेवटचे संस्कार केले. तेथून निकोलाला तातडीने इस्पितळात हलवण्यात आले. रक्तबंबाळ निकोलावर सकाळी शस्त्रक्रिया झाली. पण दुसऱ्या दिवशी तो मरण पावला. त्याच्या पार्थिव देहावरचा अंत्यसंस्कार ही स्कोपेमधली एक महत्त्वाची घटना ठरली. नगरपालिकेच्या उच्चधिकाऱ्यांसह, सर्व धर्मांचे प्रतिनिधी आणि प्रचंड जनसमुदाय त्यावेळी हजर होता. शहरातल्या प्रत्येक जवाहिऱ्याचे दुकान बंद राहिले. शहरातल्या सर्व शाळांमध्ये मुलांना स्मृती-रुमाल देण्यात आले. मरण पावलेल्या व्यक्तीच्या संपत्तीप्रमाणे किती स्मृती-रुमाल वाटायचे हे ठरवण्याची प्रथा होती.

मदर टेरेसांनी आपल्या बालपणाविषयी बोलण्याचे सतत आणि कटाक्षाने टाळले. आपण एका अत्यंत सुखवस्तू, सधन घराण्यातून आलेलो आहोत यापलिकडे त्या काही सांगत नसत. आपले बालपण वा त्याविषयी माहिती फारशी महत्त्वाची नाही असेच त्या बोलून दाखवत. मदर टेरेसांच्या तोंडून बाहेर पडणारे उद्‌गार असत, ‘‘रोज संध्याकाळी माझी आई, माझे वडील आणि आम्ही सर्वजण प्रार्थना करीत होतो हे मला आठवते. इतर अल्बेनियन कुटुंबातही ही प्रथा सुरू असेल अशी मला आशा आहे. आपल्या कुटुंबाला देवाकडून मिळालेली ही सर्वांत मोठी देणगी आहे. त्यातून कुटुंबाचे ऐक्य, एकतानता कायम राहते. जे कुटुंब एकत्रितपणे प्रार्थना करीत नाही ते एकत्रितपणे नांदूही शकत नाही.’’

मदर बालपणाविषयी मी दुसऱ्या एका धर्मगुरूंना तपशील विचारला तेव्हा त्यांनी मदरची ही भावना मला समजावून सांगितली. ते म्हणाले, ‘‘ख्रिस्ताच्या शिकवणीचा प्रसार आणि ख्रिस्ताच्या आवाहनाला प्रतिसाद हेच त्यांचे कार्य आहे. हे कार्य पुढे न नेऊ शकणारे कोणतेही वैयक्तिक तपशील हे असंबद्धच आहेत... अप्रस्तुतही!’’

मदर टेरेसांच्या बालपणाची माहिती देणारे तपशील इंग्रजीत आहेत. इगनचे चरित्र (प्रकाशन १९८५), डेव्हिड पोर्टर यांचे ‘मदर टेरेसा: द अर्ली इयर्स (प्रकाशन १९८६) ही दोन पुस्तके ही माहिती देतात. बव्हंशी सारी माहिती अल्बेनियन भाषेतील डॉ. लुश गायर्गी यांनी लिहिलेल्या चरित्रात आहे. डॉ. गायर्गी मदर टेरेसांचे चुलत भाऊ असून ते सध्याही कोसोवात राहतात. धर्मगुरू आणि पत्रकारिता असा

त्यांचा दुहेरी व्यवसाय आहे. दोन्ही इंग्रजी पुस्तकांमधे मदर टेरेसांच्या बालपणाच्या काळातील घटनांच्या तारखा व्यवस्थित दिलेल्या नाहीत आणि त्यातही विसंगती आहे. उदाहरणार्थ इगनच्या पुस्तकात म्हटले आहे की निकोला बोयाझिऊ वयाच्या ४५ व्या वर्षी १९१९ मध्ये मरण पावले. पोर्टर यांच्या पुस्तकात तारीख नाही पण एकूण वर्णन १९१८ सालाशी जुळणारे आहे. १९८२ साली लाझार (मदरचा भाऊ) इटलीमध्ये राहत असताना दिलेल्या मुलाखतीत फक्त वर्णन करतात, ''स्कोपे शहर असलेल्या अल्बेनियाच्या प्रांतासाठी आणि कोसोवासाठी युगोस्लाव आणि अल्बेनियन लोकांमध्ये संघर्ष सुरू असतानाच आमच्या कुटुंबाची दुःखगाथा सुरू झाली. आमचे वडील... राजकारणाबात आणि अल्बेनिया राष्ट्राच्या प्रश्नात खूपच सक्रीय होते. अल्बेनियन लोकांच्या राष्ट्रीय हक्कांसाठी ते खूप झगडले. युगोस्लावियातील अल्बेनियन प्रदेश अल्बेनियात राहावा यासाठी त्यांनी आपले सर्वस्व वेचले. पण युगोस्लावियाने या प्रदेशाचा ताबा घेतला तेव्हा आमच्या कुटुंबाचे हालहाल करण्यात आले आणि वडिलांवर विषप्रयोग केला गेला.'' (बाल्कन इतिहासात विषप्रयोगाने शत्रूला मारून टाकण्याची पद्धत जवळजवळ नव्हतीच. त्या काळी बंदूका आणि धारदार शस्त्रे यांचा वापर करण्याला महत्त्व होते. विषप्रयोग हे अमानुष आणि अनावश्यक, दोन्ही समजले जावयाचे कारण जवळजवळ प्रत्येकाकडेच शस्त्र असावयाचेच.)

१९९५ मध्ये मी टिराना येथील मिश्रधर्मीय स्मशानभूमीत गेले होते. तेथे मदर टेरेसांची आई ड्रेना आणि बहीण एज यांची थडगी आहेत. छोट्याशा बसप्रवासानंतर मला मातीच्या कच्च्या रस्त्यावरून एक मैल चालावे लागले. तेथे वाटेत मला एक प्रचंड; पण वापरात नसलेली कापड गिरणी दिसली. देशातील इतर अनेक गोष्टींप्रमाणे ही गिरणीही थंडच आहे. गुन्हेगार आणि लूटमार करणारे गिरणीतील सामान पळवत असतात. कापड गिरणीला एकेकाळी अत्यावश्यक राहिलेले वीजनिर्मिती केंद्र जवळच आहे. अजूनही त्यातून मध्येच काळ्या धुराचे लोट बाहेर पडत असतात. स्मशानभूमीपर्यंत पोचण्यासाठी मी मुख्य रस्त्याच्या पलिकडच्या बाजूस जाऊन एका छोट्याशा टेकडीवर गेले. रस्त्याच्या दोन्ही बाजूंना अगदी बेवारशाप्रमाणे पडलेले क्रांक्रीटचे ओटे होते. अगदी अलिकडच्या काळापर्यंत, काही वर्षांपूर्वीपर्यंत हा देश जगातच्या सर्वाधिक निर्दय अशा हुकूमशाही अंमलाखाली होता याची साक्ष ते छोटेसे व सर्वत्र पसलेले ओटे देत होते. या देशावर १९४४ ते १९८५ पर्यंत अन्वर होझा यांचा एकछत्री अंमल होता. देशात सर्वत्र त्यांनी या प्रकारचे सहा लाख ओटे (बंकर्स) बांधून ठेवले. किती माणसे आणि पैसा त्यासाठी लागला त्याची गणती नाही. काल्पनिक शत्रूच्या हवाई हल्ल्यांचा सामना करण्यासाठी होझांनी ही सावधगिरी बाळगली होती.

स्मशानभूमीच्या प्रवेशद्वारापाशी भिकारी बायका आणि लक्तरे नेसलेल्या मुलांचा जथा, माझ्यासारख्या परदेशी पर्यटकाला वेशभूषेवरून ओळखून पुढे सरसावला. मला काय पाहावयाचे आहे हे आधीच ओळखल्याच्या अविर्भावात त्यांनी 'ते' दाखवण्याची तयारी दाखवली व त्यासाठी पैसे मागितले. माजी हुकूमशहाचे थडगे बघण्यासाठीच मी आले असा त्यांचा समज होता. हुतात्म्यांसाठीच्या विभागात मदर अल्बेनियाच्या पुतळ्याशेजारी चकचकीत लाल ग्रॅनाईटच्या थडग्यात होझांचा पार्थिव देह पुरण्यात आला होता. पण नंतर होझांची दुष्कीर्ती उघडकीस येऊन त्यांच्या थडग्यावरील लाल ग्रॅनाईट ४३ ब्रिटीश सैनिकांच्या स्मारकासाठी वापरला गेला. दुसऱ्या महायुद्धात हे ४३ ब्रिटिश सैनिक अल्बेनियात मरण पावले होते. होझांच्या थडग्याची बरीच तोडफोड होऊन नंतर सर्वसामान्य नागरिकांच्या थडग्यांच्या गर्दीत त्यांचे नवे थडगे बांधले गेले. ड्रेना आणि एज बोयाझिऊंच्या थडग्यापासून काही फूट अंतरावरच होझांचे थडगे आता आहे.

या मायलेकींच्या साध्या संगमरवरी थडग्यांवरील शिलालेखात लिहिलेल्या माहितीनुसार, ड्रेना किंवा रोझा १८८९ मध्ये जन्मली आणि १९७२ मध्ये वारली. याचा अर्थ वयाच्या १५ व्या वर्षी ती पहिल्या अपत्याची माता बनली आणि तेव्हा ती नवऱ्यापेक्षा १५ वर्षांनी लहान होती. तो काळ आणि त्या भागातील चालीरीती पाहता त्यात खटकण्याजोगे काही वाटत नाही. अनेक अल्बेनियन मुलींची लग्ने त्या तान्ह्या असतानाच ठरवली जात असत. अल्बेनियन समाजात हा प्रकार इतका रूढ आणि महत्त्वाचा मानला जात होता की मुलीचा जन्म झाल्या-झाल्या तिच्या भावी नवऱ्याकडून हुंड्याचा (किंवा तिच्या खरेदी रकमेचा) एक भाग मुलीच्या माहेरच्यांकडे पोचता होत असे. मात्र ड्रेनाची पहिली मुलगी किंवा ॲग्नेसची मोठी बहीण एजबद्दल थडग्यावरील शिलालेखात १९१३ हे जन्मसाल देण्यात आले आहे. एजचा जीवनकाळ १९१३ ते १९७३ असा दिला गेला आहे. एज ही ॲग्नेसपेक्षा तीन वर्षांनी लहान नसून सहा वर्षांनी मोठी होती. याचे सर्वत्र पुरावे आहेत आणि फोटासुद्धा मिळालेले आहेत. त्यामुळे शिलालेखावरची तारीख हा मूर्खपणाच दिसतो. ते पाहून मी अक्षरश: भांबावले. कदाचित संगमरवरावर कोरीव काम करणारे टिरानातील कारागीर अचूकतेशी संबंध ठेवणारे नसावेत. बहुतेक ड्रेनाचीही जन्मतारीख एजच्या जन्मतारखेप्रमाणे चुकली असावी. पण मग अलिकडेच मदर टेरेसांनी या थडग्यांना भेट दिली तेव्हा या चुका दुरुस्त का केल्या नाहीत? त्यांच्या मिशनरीज ऑफ चॅरिटीतर्फे या थडग्यांवर क्रॉस उभारले गेले तेव्हा त्या तिथे गेल्या होत्या. १९९१ सालची ही गोष्ट आहे. आपल्या आईचे आणि बहिणीचे अशी दोन्ही थडगी जवळजवळ असावीत यासाठी त्यांनी एक थडगे हलवून दुसऱ्याजवळ बांधून घेतलेले होते आणि तरीही दोघींच्या जन्मसालाची चूक तेथे दिसते आहे. त्यानंतर

तीन वर्षांनी , ड्युरेसचे अमेरिकन अल्बेनियन आर्चबिशप ऑफ मिर्डिटा यांच्याबरोबर त्या थडग्यांच्या ठिकाणी प्रार्थना करण्याच्या कार्यक्रमातही मदर टेरेसांनी भाग घेतला होता. रॉक मिर्डिटा यांच्या सांगण्यानुसार, तेव्हा मदर खूप समाधानी वाटत होत्या. आता शक्यता अशीही आहे की ड्रेना अगदी लहान म्हणजे जेमतेम १५ वर्षांची असतानाच तिने एजला जन्म दिला याचा फार गवगवा केला जाऊ नये असे कोणाला तरी वाटले असावे आणि म्हणून मुद्दाम या चुका राहू देण्यात आल्या असाव्यात. असे असेल तर, मातेची स्मृती टिकवण्यासाठी ही खोटी गोष्ट खपवून घेणारी मुलगी कर्तव्यदक्ष होती असा मदर टेरेसांचा गौरव कोणी करू शकेल? अल्बेनियन कॅथॉलिक ऑपेरा गायिका मारिया क्रिया हिने या दोन्ही थडग्यांची व्यवस्था केली आहे. कम्युनिस्ट सजावटीने मारियाचा ''लोकांची कलावंत'' (आर्टिस्ट ऑफ द पीपल) असा सन्मान केला होता. त्यामुळे तिला थोडेफार विशेष हक्क होते. १९३० च्या सुमारास मारियाचे टिरानातल्या या मायलेकींशी चांगलेच स्नेहबंध जुळले होते. ती एजला बहीणच मानत असे. आईच्या निधनानंतर एक वर्षाने एज मरण पावली तेव्हा तिच्या थडग्यावरील कोरीव मजकूर आणि फोटोची जबाबदारी मारियावर येऊन पडली. मारिया म्हणते, ''कम्युनिस्ट अद्यापही सत्तेवर असल्यामुळे एकूण यंत्रणेची मला भीतीच वाटत असे. त्यामुळे मी माझे नाव कोठेही येऊ दिले नाही. लाझार आणि गोंझा यांच्या प्रेमळ आठवणी असे शब्द मी तिथे घालावयास सांगितले.'' एजच्या ओळखपत्रावर मिळालेल्या तारखाच या थडग्यांवर असल्याचे मारिया ठामपणे सांगते.

वडिलांच्या मृत्यूनंतर बोयाझिऊ कुटुंबातील मुलांच्या जीवनाला नाट्यमयरीत्या कलाटणी मिळाली. निकोलाच्या व्यवसायातील भागीदारांनी त्याच्या कुटुंबाकडे पाठच फिरवली आणि राहत्या घराखेरीज या कुटुंबाकडे काहीच राहिले नाही. नोवी सेलो येथील कौटुंबिक मालमत्तेवर आपला हक्क आहे असे तरुणपणी विधवा बनलेल्या ड्रेनाला वाटत राहिले. पण तिच्याकडे आपला हक्क शाबित करणारी कागदपत्रे नव्हती. त्यामुळे या वादग्रस्त मालमत्तेतील आपला वाटा किंवा त्यापासूनचे उत्पन्न यावर तिला ठाम हक्क सांगता आला नाही. ड्रेना अगदी हतबल झाली आणि एजने यावेळी कुटुंबाची बरीचशी जबाबदारी पेलली. त्यानंतर ड्रेना थोडीशी सावरली आणि तिने भरतकाम आणि कापडाचा व्यवसाय सुरू केला. लाझारच्या मदतीने तिने कापड गिरण्यांशी बोलणी केली आणि नंतर आपल्या व्यवसायाचा विस्तार करीत स्कोपेच्या प्रसिद्ध गालिचांचाही समावेश केला.

या कुटुंबाने धार्मिकतेचा आपला परिपाठ कायम ठेवला. निकोला जिवंत असताना राजकारण आणि अल्बेनियाचे भवितव्य या विषयावर सतत आणि सविस्तर चर्चा होत असे. आता मात्र, चर्चचे सार्वजनिक प्रार्थनाविधी आणि दूरवरच्या

प्रदेशातील मिशनऱ्यांची कार्यवाही याबाबतच्या चर्चेला प्रामुख्याने स्थान मिळे. हे कुटुंब आता स्वत:च गरीब बनले होते. परंतु आपल्यापेक्षा अधिक गरीब असलेल्यांना मदत करण्याचा त्यांचा शिरस्ता तसाच चालू होता. नंतरच्या आयुष्यात मदर टेरेसा ज्या काही थोड्याफार गोष्टी बोलत त्यात हे आवर्जून सांगत की, इतर लोकांकडे नातेवाईकांबरोबर भोजनाचा कार्यक्रम नित्याचा असे आणि आमच्याकडे, आई अगदी अनोळखी लोकांनाही जेवू घालून वर कपडेही देत असे. एका दारुड्या बाईच्या अंगाला क्षते आली तिच्या जखमा धुण्यास ड्रेना मदत करीत असे आणि सहा मुलांच्या एका मरणासन्न आईला सतत भेटून धीर देत असे याची ॲग्नेसला पक्की आठवण होती.

मॉंटेनिग्रो या डोंगराळ भागातील लेटनिस येथे व्हर्जिन मेरीच्या समाधीच्या ठिकाणी दरवर्षी जत्रा भरे त्याचे छोट्या ॲग्नेसला खूपच आकर्षण होते. बरेच लोक या जत्रेला जात आणि थोडा वेळ घालवून परत येत. पण बोयाझिऊ कुटुंब तेथे जाऊन बराच वेळ घालवत असे. ॲग्नेसची प्रकृती चांगली सुधारावी हा त्यामागे हेतू होता. मलेरियाच्या तापाने आणि खोकल्याने ॲग्नेसची प्रकृती बरीच खालावली होती. तिला बरे वाटते म्हणून लेटनिसच्या यात्रेत हे कुटुंब जास्त काळ थांबत असे. जवळच्याच वर्निका बांजा या गावची हवा ॲग्नेसला मानवली म्हणून तेथेही अनेकदा या कुटुंबाने सुटी घालवली. लेटनिस येथे निकोलाच्या संबंधाना स्मरून एका स्थानिक व्यक्तीने आपले घर बोयाझिऊंना देऊ केले होते. तेथे ते राहत असत. भटकणे, खेळणे किंवा संध्याकाळी शेकोटीभोवती बसून गप्पा मारणे यात या कुटुंबाचा वेळ मजेत जात असे.

छोट्या ॲग्नेसवर या साऱ्याचा परिणाम दिसत होता. धर्माचा प्रभाव तिच्यावर वाढत होता. रोज संध्याकाळी प्रार्थनेच्या वेळी घरी सर्वजण एकत्र येत हे तर त्याचे कारण होतेच पण बाहेरच्या धार्मिक उत्सवांच्या वेळीही ती हरखून जात असे. तिच्या बरोबरीची अनेक मुले-मुली या उत्सवांच्या वेळी भेटत. पहिल्या महायुद्धानंतरच्या काळात स्कोपेच्या अवतीभवती असलेल्या अनेक ठिकाणी ॲग्नेस मित्रमंडळींबरोबर सहलीला गेल्याची छायाचित्रे उपलब्ध आहेत. या सहलींची खूप मजा तिने लुटली. तिला गाण्याचेही अंग होते. स्थानिक चर्चच्या गायकवृंदात ती उच्च किंवा तारसप्तकात गाणारी म्हणून आणि एज कोमल सप्तकात गाणारी म्हणून सहभागी होत असे. अल्बानियन कॅथॉलिक चर्चच्या गायकवृंदातही तिची वर्णी लागली. तरुण कॅथॉलिकांतर्फे दर महिन्यात आयोजित केल्या जाणाऱ्या धर्मादाय जलशातही या भगिनी नित्यनेमाने गात असत. ॲग्नेस अतिशय वक्तशीर, प्रसन्नवदना आणि नवनवीन गोष्टी शिकण्यास आतुर मानली जायची. नातलग असलेल्या एका स्थानिक संगीतकाराने तिला मेंडोलीन वाजवण्यास शिकवले आणि झपाट्याने हे वाद्य वाजवण्याची कला आत्मसात करण्याबद्दल तिचे कौतुकही केले. ॲग्नेसने लवकरच या वाद्यात प्राविण्य मिळवले.

स्थानिक चर्चमध्ये यावेळी दोन महत्त्वाच्या व्यक्ती होत्या. १९२४-३९ या काळात स्कोपेचे बिशप बनलेले मॉनसिग्नोर यानेझ ग्निडोविच हे एक प्रभावी व्यक्तिमत्त्व होते. ते ॲग्नेसच्या कुटुंबाला चांगले ओळखत असत. दुसरे जेसुईट धर्मगुरू फादर फ्रेनिओ यांब्रेकोविच. ते १९२५ मध्ये सॅक्रेड हार्टचे धर्मोपदेशक बनले. फादर यांब्रेकोविच यांनी तरुण मुलांसाठी चर्चचे एक ग्रंथालय सुरू केले आणि सोडॅलिटी ऑफ द ब्लेस्ट व्हर्जिन मेरी नावाचा तरुणांचा एक गटही स्थापन केला. ॲग्नेस सरकारी जिन्मॅशियम शाळेत होती. बुद्धीमान विद्यार्थिनी म्हणून गणली जाणारी एज कमर्शियल महाविद्यालयात अर्थशास्त्र शिकत होती. लाझारला साब्री किटेझी पारितोषिक मिळाले. ऑस्ट्रियात अभ्यास करण्यासाठी एक वर्षाची शिष्यवृत्ती, असे या पारितोषिकाचे स्वरूप होते. नंतरच्या वर्षी लाझारला अल्बेनियातील टिराना येथील मिलीटरी ॲकेडमीत प्रवेश मिळाला. अशा रीतीने बिशप ग्निडोविच आणि फादर यांब्रेकोविच हे दोन धर्मगुरू ॲग्नेसच्या आयुष्यात प्रभावी पुरुष व्यक्तिमत्त्वे बनली.

ॲग्नेसचा जीवनप्रवाह काही काळ धार्मिकतेच्या दिशेने झाला होता. अनेकदा ती चर्चच्या धर्मगुरुंची दुभाषी म्हणून काम करीत असे. सर्बो-क्रोट भाषेतले विचार आणि संभाषण अल्बेनियन भाषेतून सांगण्यात ती वाकबगार झाली होती. त्याखेरीज कॅथॉलिक पंथाची प्राथमिक शिकवणही (दीक्षा) ती लहान मुलांना देऊ लागली होती. नंतरच्या आयुष्यात ती हा उल्लेख करीत असे की वयाच्या १२ व्या वर्षापासूनच आयुष्य देवाला समर्पित करण्याच्या आपल्या इच्छेची जाणीव तिला झालेली होती. यामागे तिच्या आईच्या जगण्याचा तिच्यावर पडलेला प्रभाव काही प्रमाणात होता हे निश्चित. कारण बिकट परिस्थितीत आई ड्रेनाने घर सावरले होते हे तर खरेच; पण त्या खडतर काळातही तिची आई त्यांच्या कुटुंबापेक्षा गरीब असलेल्यांची सेवा करून त्यांना मदतही करत असे. त्याच्याहीपेक्षा, फादर यांब्रेकोविच आणि मिशनच्या कामातला त्यांचा उत्साह यांचा विशेष प्रभाव ॲग्नेसवर पडल्याचे स्पष्ट दिसते. मेंडोलिन वाजवायला शिकवणाऱ्या नातलगाने त्याबद्दल तिच्याकडून आणि तिच्या मित्रांकडून पैसे घेण्यास नकार दिला तेव्हा तिने त्याला चांगलेच फैलावर घेतले आणि बजावले की ते पैसे घेऊन त्याने, भारतातील मिशन कामाला मदत म्हणून ते परत द्यावेत. फादर यांब्रेकोविच त्या मुलांना खूपच आवडू लागले होते कारण त्यांच्या आधीचे फादर झाडरीमा हे दंडुका घेऊनच मुलांच्या पाठीमागे लागत व शिस्तशीर वर्तन करवून घेत. दंडुक्याचा मार काहींना बसलाही होता. त्यामुळे फादर झाडरीमा हे क्रूरपणे वागतात असे मुलांचे मत बनले होते. या पार्श्वभूमीवर फादर यांब्रेकोविच यांची प्रेमळ वागणूक मुलांना मोहवून टाकत असे. लाझार आणि त्याच्या मित्रांना फादर झाडरीमा अजिबात आवडत नसत. पण छोट्या ॲग्नेसने

त्यांना ताकीद दिली होती, की ''त्यांच्यावर प्रेम करणे आणि त्यांच्याशी आदराने वागणे हे तुमचे कर्तव्य आहे. ते येशू ख्रिस्ताचे दूत आहेत.'' अगदी लहान वयापासूनच अधिकारी व्यक्तीला विशेषत: चर्चच्या अधिकाराला मान देण्याची प्रकृती तिच्यात पूर्णत: रुजली होती. तिच्या संपूर्ण आयुष्यात तिच्यासाठी आणि इतरांसाठी असा हा तिचा नियमच बनला होता.

फादर यांब्रेकोविचनी स्कोपेतील या लहानशा गटात आमूलाग्र बदल घडवला. किशोरावस्थेतील मुलांशी मनोमीलन साधण्याची त्यांना देणगीच होती म्हणाना. आपल्या गोष्टींमध्ये आगळीवेगळी अनुभूती देण्याची, त्यात अद्भूतरम्यता आणण्याची आणि त्यातले साहस, धाडस मुलांपर्यंत पोहोचवण्याची त्यांची हातोटी विलक्षण होती. मिशनऱ्यांच्या कामासाठी मदत म्हणून निधी-उभारणीचे आणि प्रार्थना आयोजनाचे त्यांचे कार्यक्रम खूप लोकप्रिय होत होते. मिशनऱ्यांच्या प्रगतीची उत्कंठावर्धक वर्णने असलेली नियतकालिके आणि वृत्तपत्रे ते वाटत असत. विशेषत:, त्यातले एक 'कॅथॉलिक मिशन्स' हे ॲग्नेसला फारच आवडू लागले होते. 'असोसिएशन फॉर द प्रॉपॅगेशन ऑफ द फेथ' तर्फे हे प्रकाशित होत होते. त्यात, भारतात काम करणाऱ्या क्रोएशियन आणि स्लोव्हेन मिशनऱ्यांच्या कार्याचे चक्षुर्वैसत्यम वृत्तांत असत. ॲग्नेसचे लक्ष वेधून घेणाऱ्या या नियतकालिकात भरपूर फोटो असत. ''ख्रिस्ताने स्वत:च्या शिकवणीच्या प्रसारासाठी पाठवलेल्या भावी बाराजणांच्या (अपोस्टलस्) शिक्षणासाठी मदत करा... आणि त्यांच्या कामगिरीतला वाटा आपणही उचला.'' अशा प्रकारची आवाहने त्यात भरपूर असत. प्रॉटेस्टंट मिशनरी मेहनत करून आपले ईप्सित साध्य करीत असल्याचा त्यात उल्लेख असे आणि या स्पर्धात्मक वातावरणात पुढेच गेले पाहिजे असे इशारावजा आवाहनही असे. ॲग्नेसला हे सारे इतके प्रेरणादायी वाटे की इतरांना स्फूर्ती यावी म्हणून ती धर्मगुरूंबरोबर सतत कार्यमग्न होऊ लागली.

ख्रिश्चन सुधारणावाद्यांबरोबर संघर्ष करण्यासाठी सेंट इग्नॅशियस यांनी १५३४ साली स्थापन केलेल्या मिलीशिया ऑफ ख्रिस्त आणि सोडॅलिटी ऑफ द जेसुईट याबाबतची माहिती आणि शिकवण फादर यांब्रेकोविच यांनी प्रथम मुलींना दिली. १९२४ साली जेसुईट धर्मगुरू युगोस्लावियातून भारतात बंगालमध्ये धर्मप्रसारासाठी गेल्याचेही त्यांनी सांगितले. सेंट इग्नॅशियस यांनी 'स्पिरिच्युअल एक्झरसाईजेस' मध्ये वापरलेल्या शब्दांचा अर्थ समजून घेणे हे खरे आव्हान असल्याचे फादर यांब्रेकोविच यांनी सांगितल्यावर मुले विचार करू लागली. ''मी ख्रिस्तासाठी काय केले? मी ख्रिस्तासाठी काय करीत आहे आणि मी ख्रिस्तासाठी काय करणार आहे?'' हे इग्नॅशियस यांचे विचार ऐकल्यावर ॲग्नेस तर अंतर्मुख झाली. हे आवाहन ढवळून काढणारे होते असे मित्रांजवळ कबूल करताना तिने त्याला

प्रतिसाद देणे हे फारच कठीण वाटत असल्याचेही मान्य केले. इतरांना मदत करण्याच्या तीव्र व खऱ्याखुऱ्या इच्छेच्या मोहपाशातून स्वत:ला सोडवून घेण्याची किती अपेक्षा या किशोरीकडून करता येणार होती? तिला स्वत:लाच बाहेरच्या जगांचा फार थोडासा अनुभव होता.

जर स्कोपेतच राहायचे ठरवले तर तिचे भवितव्य काय असणार होते? तशा तिला मित्र-मैत्रिणी पुष्कळ होत्या. पण मुलांबरोबर ती फारशी धीटपणे वागू शकत नसे. शिकवणे किंवा शिक्षकी पेशा तिला आवडत असे. पण युगोस्लावियात अल्बेनियन अल्पसंख्यांकासाठी शाळा नव्हतीच म्हटली तरी चालेल. ती दुहेरी दृष्टीने अल्पसंख्यांक गटातील होती म्हणजे शिक्षकी पेशाबाबत तिला अजिबात संधी नव्हती असे म्हटल्यास वावगे होणार नाही. त्याला कारण भोवतालचे वातावरण होते. १९१८ नंतर कोसोवा प्रांत आणि स्कोपे शहर येथील परिस्थिती अल्बेनियन लोकांच्या दृष्टीने ढासळतच चालली होती. युगोस्लाविया सरकारने, सर्बियन लोकांची वसाहत असेच कोसोवोचे स्वरुप विकसित करण्याचा चंग बांधला होता. तेथील मूळच्या अल्बेनियन लोकांनी एकतर स्थलांतर करावे किंवा नव्या परिस्थितीशी जुळवून घ्यावे यासाठी युगोस्लाव सरकारचे दडपण वाढत चालले होते. सरकारी बाबींमध्ये अल्बेनियन भाषा वापरण्यास अल्बेनियन लोकांना बंदी करण्यात आली. शाळांमध्ये सर्बियन-क्रोएशियन भाषा वापर सक्तीचा झाला आणि अल्बेनियन आडनावांच्या मागे सर्बियन पद्धतीचा 'विच' किंवा 'विक' हा शब्द जोडणे आवश्यक ठरवण्यात आले होते. दक्षिणेकडील भागाच्या वसाहतीकरणाच्या नव्या कायद्यांप्रमाणे, स्थानिक होणाऱ्या सर्बियन लोकांना खूप सवलती दिल्या जात होत्या, नव्हे, बक्षिसेच दिली जात होती असे म्हणावे लागेल. ५० हेक्टरपर्यंत जमीन, स्थायिक होण्याच्या जागेपर्यंत फुकट वाहतूक, राज्याच्या किंवा कम्युनल जंगलांचा मुक्तपणे वापर करण्याचा हक्क, तीन वर्षेपर्यंत करांमधून सूट अशा या सवलती होत्या. सर्बियन लोकांकडून छळ वाढला तसतशा बालपणीच्या अत्याचारांच्या आठवणी जाग्या होऊ लागल्या. वांशिक-कलह अधिकाधिक वाढल्याने तिला तीव्र नैराश्य येऊ लागले आणि तेथून बाहेर पडण्याचा निर्णय घेणे जणू भागच पडले.

जोगीण किंवा संन्यासिनी (नन) बनण्याचा निर्णय घ्यावयाच्या दोन वर्षे अगोदर, शेर्नागोर देवालयापाशी ॲग्नेस बराच वेळ विचारमग्न होऊन बसत असे. या एकांतात तिने खूप विचार केला असावा. अखेर तिने आपल्या फादर कन्फेसरचा सल्ला घेतला. त्यांनी तिच्या मनातल्या शंकाकुशंकांचे निरसन करताना सांगितले; ''देवाची आणि तुझ्या शेजाऱ्याची सेवा करण्याची साद देव घालतो आहे व त्यातून तुला सुख लाभते आहे असे तुला वाटत असेल तर तुझ्या भावी पेशाच्या अस्सलतेविषयीचा तो सर्वोत्तम पुरावा आहे. खोल अंत:करणातून उचंबळून येणारा आनंद व सुख हे

दिशादर्शकासारखे (कंपास) असते. त्याद्वारे कोणता मार्ग तुझ्या आयुष्याने स्वीकारावा हे तुला कळेल. तुला जावेच लागेल असा मार्ग खडतर असला तरी हा आत्मानंद तुला लाभू शकतो.''

शिक्षक किंवा समाजसेवकाचा पेशा निवडण्याशी नन बनण्याच्या निर्णयाची गल्लत करता येणार नाही. नन बनण्याचा निर्णय व्रतस्थतेचा किंवा सेवाव्रताचा आहे. फारतर लेखकाच्या किंवा अभिनयाच्या पेशाशी त्याची थोडीफार तुलना होऊ शकेल. ॲग्नेसची जडणघडण अशी झाली होती की सेवाव्रत हे देवाच्या इच्छेचे प्रतीक आहे आणि ते जर तेवढ्या ठामपणे जाणवले तर त्याकडे दुर्लक्ष कोणीही करू नये. मग त्यासाठी घर सोडावे लागले किंवा व्रतस्थ ब्रह्मचर्य निवडावे लागले आणि अगदी तरुणपणी स्वत:तले स्त्रीत्व नाकारावे लागले तरी बेहत्तर इतकी तिची धारणा ठाम होती. वयाच्या सतराव्या वर्षी हा निर्णय घेण्याइतकी ॲग्नेस सक्षम होती. कारण, पावित्र्य ज्यांना लाभलेले असते त्यांच्यासाठी ते एक विशेष सौंदर्यलेणेच असते; शुद्ध सौंदर्य-लेणे. नेमका अर्थ आणि अचूक मार्ग शोधण्याची वेळ ॲग्नेसवर येऊन ठेपली होती. तिने स्वार्थत्यागाचे आयुष्य निवडले. आपल्याला या नव्या आयुष्यात जगभर कोठेही प्रवासाचे अफाट स्वातंत्र्य मिळेल आणि जागतिक पातळीवरचे नेते आपल्याला बरोबरीच्या नात्याने वागवतील याची सुतरामही कल्पना तिला नव्हती. मात्र धर्मातीत असे काही तिच्या निवडीत होते. शिक्षण घेऊ इच्छिणाऱ्या महिलांसाठी कॉन्व्हेंटचा पर्याय रूढ झालेला होता आणि ॲग्नेस इतरांना शिकवण देऊ पाहत होती पण फक्त ती भाषा सर्बो-क्रोट नसावी एवढेच तिला वाटत होते. त्यानंतर साठ वर्षे उलटून गेली तरी धार्मिक आयुष्य निष्ठापूर्वक स्वीकारण्यापूर्वी तरुण महिलांनी अद्यापही आपल्या आतमधील देवाचा आवाज ऐकण्याची गरज भासते. एका ब्रिटिश ननने हा मुद्दा स्पष्ट करताना म्हटले आहे : ''कोणीतरी विचारतं, 'तुला आपण सेवाव्रती व्हावं हे कसं कळतं?' आणि तसं आपलं आपल्याला कळतंच कळतं. तुम्हांला ते शब्दात मांडता येत नाही. तुम्हाला काय वाटतं हे वर्णन करण्याचा कोणताही मार्ग नाही.... आपण अत्यंत बरोबर गोष्ट केली आहे अशी आपली आतल्या आत खात्रीलायक धारणा झालेली असते, विश्वास आलेला असतो. आणि तुम्ही अगदी सुयोग्य जागी जाऊन पोहोचलेले असता.''

असे असूनही, आज बहुतेक नन्स असे म्हणतील की तुम्हाला ९० टक्के आदर्शवाद आणि १० टक्के सत्यता किंवा वास्तववाद लागतो. अगदी पहिली गोष्ट म्हणजे देवावरचा प्रगाढ विश्वास आणि आदर्शवाद असल्याशिवाय तुम्ही हे पाऊलच उचलू शकणार नाही. पण जसजसा काळ जातो आणि तुम्ही प्रगल्भ होत जाता तसतसा तो १० टक्के वास्तववाद आणि सत्यता तुम्हाला आपल्या मार्गावर पुढे नेत राहते.

आपण भारतात मिशनरी म्हणून जाणार असल्याचा निर्णय ॲग्नेसने ड्रेनाला सांगितल्यावर तिला त्याचे फार काही आश्चर्य वाटले असण्याची शक्यता नाही. ड्रेनाला आपल्या खोलीत गेली, तिने दार बंद करून घेतले आणि २४ तास ती आपल्या बंद खोलीतच राहिली. नंतर ती बाहेर आली व आपल्या मुलीला म्हणाली, ''तुझा हात 'त्याच्या' हातात दे आणि पुढची सर्व वाटचाल 'त्याच्या' सोबतच कर.''

लाझारची प्रतिक्रिया अगदीच वेगळी होती. तो एक उमदा, खिलाडू वृत्तीचा तरुण होता. लष्करात दाखल होण्यापूर्वी त्याचा घराबाहेरचा सारा वेळ मित्रांबरोबर त्याने घालवला होता. ॲग्नेसने आपला निर्णय त्याला एका पत्रातून कळवला होता आणि तो लेफ्टनंट बनल्याबद्दल त्याचे अभिनंदन केले होते. तिच्या पत्राच्या उत्तरात त्याने, ''तू असा काही निर्णय कशी काय घेऊ शकतेस?'' असा सवाल चिडून विचारला होता. एक सप्टेंबर १९२८ रोजी किंग झोगा-१ च्या नेतृत्त्वाखाली कोसोवा वगळून अल्बेनिया देश अस्तित्वात आला आणि लेफ्टनंट बोयाझिऊ नव्या राजाच्या सेवेत दाखल झाला. ॲग्नेसने त्याच्या पत्रोत्तराला उत्तर लिहिले, ''२० लाख लोकांच्या राजाची तू सेवा करशील. मी संपूर्ण जगाच्या राजाची, स्वामीची सेवा करणार आहे.''

■

मिशनरीज

१९२८ च्या सप्टेंबर महिन्यात भारताच्या दिशेने प्रवासाला निघण्यापूर्वी ॲग्नेसच्या सन्मानार्थ तिला निरोप देण्याचा हृद्य कार्यक्रम झाला. त्यावेळी तिची छायाचित्रेही काढण्यात आली. त्यातले तिने नंतर मावशीकडे 'माझी आठवण ठेव म्हणून' पाठवले. या छायाचित्रात तिचे गर्द रंगाचे अथांग डोळे आणि गंभीर मुद्रा दृग्गोचर झालेली आहे. या वेळेपर्यंत ॲग्नेसने भारतातील मिशनरी चवळवळीच्या इतिहासाचा जमेल तेवढा कसून अभ्यास केला. विशेषत: अगदी अलिकडच्या काळातील विस्तार कार्यक्रमाच्या माहितीसाठी तिने बरीच मेहनत घेतली. तिला त्यावेळी कळून चुकले असेल की जवळजवळ ४०० वर्षे भारताचे ख्रिस्तीकरण घडवून आणण्यासाठी प्रयत्न चालूच होते. भारतात येण्यासाठी निघून प्रथम ती झाग्रेबला आली. तेव्हा तिच्या मनात भारताचेच विचार सुरू झाले होते.

दक्षिण भारतात केरळमध्ये बऱ्याच काळापासून कार्य करणारा सिरीयन ख्रिश्चन मिशनऱ्यांचा एक छोटासा गट होता. ख्रिस्ताच्या प्रमुख बारा शिष्यांपैकी मानल्या जाणाऱ्या थॉमस या दूताने या गटाची स्थापना केल्याचे मानले जात होते. पहिल्या शतकात ५२ साली थॉमस केरळमध्ये म्हणजे मलबार किनारपट्टीवर पोचला आणि त्याने हे कार्य आरंभले व त्यानंतर २० वर्षांनी तो मद्रासनजीक मरण पावला. पण भारत देशात धर्मांतराचे कार्य १५०० साली सुरू करणारे पोर्तुगीज हे पहिले परकी मिशनरी होते. स्थानिक सुलतानाविरुद्धच्या लढ्यात सुरुवातीला सिरीयन ख्रिश्चनांनी पोर्तुगीजांचे 'दोस्त' म्हणून स्वागत केले. तथापि, लवकरच, विशेषत: भारतीयांनी पोपचे नावही ऐकलेले नाही हे स्पष्ट झाले तेव्हा धर्मशास्त्राविषयक पेच निर्माण झाला. साहजिकच, रोमच्या बिशपांव्यतिरिक्त आणखी कोणी ख्रिश्चन समाज स्वतंत्रपणे अस्तित्वात राहणे अशक्य असल्याची पोर्तुगीजांची भावना झाली. त्यानंतर, गोव्यात

नवे धडाडीचे आर्चबिशप अलेक्झिओ दा मेंझेस आले आणि पुरातन चर्चवर आपला अधिकार स्थापित करण्यात पोर्तुगीजांना यश आले.

याचवेळी, रोमन कॅथॉलिक मिशनऱ्यांच्या इतिहासातील एक सर्वाधिक महत्त्वाची घटना घडली. सोसायटी ऑफ जीझसची स्थापना झाली आणि त्याचा भारतातील हालचालींवर त्वरीत परिणाम होऊन पुढे तो दीर्घकाळ टिकला. हे जेसुईट लोक कॅथॉलिक पंथाची संख्या वाढविण्यासाठी धर्मांतर घडवून आणण्यास कटिबद्ध होते आणि त्यांनी व्यक्तिगत बांधिलकीची प्रतिज्ञा थेट पोप यांच्या समक्ष घेतली होती. १६ व्या शतकात त्यांनी मिळवलेल्या यशाचा काही हिस्सा, दक्षिण भारतात मुळे रुजलेल्या मिशनरी कार्याकडे जात होता. दक्षिण भारतात सिरीयन आणि लॅटीन या दोन्ही भाषातून उत्कृष्टरित्या शिकवण दिली जात होती. पण त्याहीपेक्षा, लॉयलाच्या सुरुवातीच्या अनुयायांपैकी एक असलेल्या फ्रान्सिस झेवियरच्या कार्याचा मुख्य वाटा या यशात होता. झेवियर हा जेवढा मिशनरी होता तेवढाच मुत्सद्दीही होता. पोर्तुगालच्या राजाचा प्रतिनिधी म्हणून तो १५४२ साली भारतात आला. पोपकडून व्यापक अधिकार प्राप्त झालेला हा प्रतिनिधी, रोमन कॅथॉलिक मिशनऱ्यांमधील एक सर्वाधिक प्रसिद्ध झालेला मिशनरी होय.

प्रथम तो पोर्तुगीजांचे भारतातील सत्ताकेंद्र असलेल्या गोव्यात पोचला. त्यावेळेस गोवा हे प्रगतीपथावर असलेले शहर होते. तेथे अनेक चर्चेस आणि मठ असल्याचे सांगितले जाई. पण तेथील रहिवासी नावापुरतेच ख्रिश्चन होते आणि त्यांच्यात बरीच नैतिक सुधारणा घडवून आणण्याची गरज आहे असे झेवियरचे मन बनले. अनेक युरोपियन लोक आपल्या संपत्तीचे वारेमाप प्रदर्शन करून भारतीय स्त्रियांना मोलकरणी म्हणून ठेवीत आणि त्यांच्यापासून झालेल्या मुलांना नंतर सोडून देत. त्याचबरोबर बहुसंख्य हिंदू, दडपणाखाली धर्मांतर करून ख्रिश्चन बनले असले तरीही ख्रिश्चन धार्मिक चालीरीती पाळण्याकडे त्यांचा कल नव्हता. दक्षिणेकडील कोरोमंडल किनारपट्टीवर हजारो गरीब मच्छीमारांचे घाऊक पद्धतीने धर्मांतर घडवून आणले गेले होते. पण नंतर त्यांच्याकडे दुर्लक्षच करण्यात आले होते. या गरीब अशिक्षित मच्छिमारांना ख्रिश्चन धर्मतत्त्वाबद्दल काहीच माहीत नव्हते. पण मुस्लीम हल्लेखोरांपासून पोर्तुगीजांनी संरक्षण करण्याची हमी दिल्याने ते ख्रिश्चन धर्मात आले होते. हे सारे बघून झेवियर दक्षिणेकडे गेला. अँग्लियन बिशप स्टीफन नील या विसाव्या शतकातील मिशनरी कार्याविषयक इतिहासकाराने लिहून ठेवले आहे, "झेवियर आला तेव्हा त्याला असंस्कारित ख्रिश्चनांचा फार मोठा वर्ग आढळला. तो गेला तेव्हा एक चर्च उभारून गेला." आज, सेंट फ्रान्सिस झेवियरचे पार्थिव शरीर गोव्यात एक आदरणीय पूजास्थान बनले आहे. मात्र त्याचे हात सतराव्या शतकाच्या सुरुवातीला रोमला नेण्यात आले. अक्षरश: सहस्त्रावधी लोकांना ख्रिश्चन धर्माचा बाप्तिस्मा देणारे

ते हात, सुंदरशा कलशात आजही जपून ठेवण्यात आले आहेत. सतराव्या आणि अठराव्या शतकातील सुप्रसिद्ध कलाकुसरीचा सर्वोत्तम नमुना मानल्या गेलेल्या जेसू चर्चमधे झेवियरच्या हातांचा कलश अल्तारवर तेवढ्याच कलात्मक रीतीने मांडण्यात आला आहे. परकी संस्कृतीवर आपली मूल्ये लादण्याच्या युरोपच्या निर्धाराचे हे एक प्रतीकच आहे.

झेवियरच्या पाठोपाठ इतरही अनेक ख्यातनाम कॅथॉलिक मिशनरी भारतात आले. विषम हवामानामुळे किंवा कामाच्या स्वरुपामुळे आणि भरभक्कम पाठिंबा नसल्यामुळे अनेकांना आजारपण, नैराश्य आदिंचा सामना करण्याची वेळ आली. मुळात युरोपातून भारतात पोचण्यास सहा महिन्यांचा कालावधी लागत होता. त्यापुढे या शहरातून त्या शहराकडे जाण्यास महिनाभराचा प्रवास ही दमवून टाकणारी दगदग होती. आणखी एक मोठा प्रगतीतला अडथळा म्हणजे दडपशाहीचा रोममधून धरण्यात येणारा आग्रह. अठराव्या शतकापासूनच रोमची ही दडपशाहीची प्रथा सुरू झाली होती. स्थानिक पातळीवर म्हणजे रोममध्ये असताना जेसुईट ती सहन करीत. पण हिंदूंच्या अंधश्रद्धांसारखीच ती लादली जाई. रोममध्ये वापरल्या जाणाऱ्या रोमन पद्धतीनेच मिशनचा कारभार चालवण्याच्या सक्तीमुळे भारतात मिशनऱ्यांपुढे खूपच अडचणी निर्माण होत.

१७७३ मध्ये उद्धटपणा आणि अयोग्य मिशनरी पद्धतींचा वापर यांच्या तक्रारींमुळे, पोप क्लेमेंट १४वे यांनी जेसुईटांवर दडपशाही सुरू केली. एकूण तीन हजार मिशनऱ्यांना त्यांच्या कार्यक्षेत्रातून माघारी बोलावले गेल्याने कॅथॉलिक चर्चपुढे मोठेच संकट उभे ठाकले. कोरोमंडल किनारपट्टीवर झेवियरने अफाट मेहनत घेऊन त्या भागात जणू कायापालटच घडवला होता. तेथे आता स्थानिक गोवेकरी धर्मगुरूंना पाठवण्यात आले. या गोवेकरांच्या एकूण वर्तनावर खूपच टीका झाली. रोमन मिशनची घसरण सुरू झाली तसे प्रॉटेस्टंट मिशनरी संधी साधायला पुढे सरसावले. प्रथम जर्मन लुथरेन्स आणि डच प्रेस्बिटेरीयन्स या प्रॉटेस्टंट मिशनरींना सर्वाधिक फायदा झाला कारण त्यांनी लॅटिन भाषेचा अजिबात आग्रह धरला नाही आणि त्यांनी लगेच विविध भाषांमधून बायबलची भाषांतरे प्रसिद्ध करीत आघाडी मारली.

पहिले ब्रिटिश मिशनरी याहून बऱ्याच उशिरा म्हणजे १७९३ साली विल्यम कॅरे याच्या नेतृत्त्वाखाली, हुगळी नदीच्या बाजूने आले आणि कामास लागले. त्यांना उशीर होण्यामागे ईस्ट इंडिया कंपनीचे धोरण कारणीभूत होते. १५९९ साली स्थापन झालेल्या या कंपनीला पूर्वेकडे शांतपणे व्यापार करायचा होता. मिशनऱ्यांना प्रोत्साहन वा उत्तेजन देण्याबाबत ही कंपनी फारशी उत्सुक नव्हती. मूळची जरी ही व्यापार-उदीमाची कंपनी असली तरी हळूहळू त्यांनी अधिकाधिक सरकारी जबाबदाऱ्या

पेलायला सुरुवात केली. कंपनीचे धोरण ख्रिश्चन-विरोधाचे होते असे नाही. पण ते व्यापाराच्या विकासाचे मर्म ओळखून होते. स्थानिक लोकांवर आपला व्यापार अवलंबून आहे तेव्हा मिशनरी कार्याने स्थानिक लोकांना अस्वस्थ होऊ देता कामा नये अशी साधार खूणगाठ त्यांनी बांधली आणि व्यापारावरच प्रामुख्याने भर ठेवला. खुला व्यापार करणाऱ्या या ब्रिटीशांनी अमाप नफा कमावला असावा. त्यांच्या आगमनाने कोलकत्त्यात पैशाचा हव्यास, पिळवणूक आणि भ्रष्टाचार या गोष्टी जोरात सुरू झाल्या. १७९८ ते १८०५ या काळात लॉर्ड वेलस्ली गव्हर्नर जनरल होता. सुरुवातीला त्याने मिशनऱ्यांना प्रतिबंध केला होता. पण १८०० साली आलेल्या श्रीरामपूर बाप्टिस्टांचा शिक्षण प्रसारासाठी बंगालमध्ये उपयोग करून घेता येईल हे लक्षांत आल्यावर त्याने मिशनरी कार्यावरील बंधने काढून टाकली. १८१३ मध्ये कंपनीच्या सनदीचे नूतनीकरण झाले तेव्हा अँग्लिकन लोकांना इंग्लीश लोकांचे धर्मगुरू म्हणून काम करत असतानाच मिशनरी कार्याची परवानगी मिळाली. पण १८३३ मध्ये पुन्हा कंपनीच्या परवान्याचे नूतनीकरण झाल्यावर मात्र, मिशनरी कार्यासाठी सारा भारत देशच खुला करण्यात आला. सारे निर्बंध उठले. सर्वच देशांच्या मिशनरींना मोकळे रान सापडले. बंगालमध्ये तर आधीच सारे मिशनरी घुसलेले होतेच. यानंतर २५ वर्षांनी ईस्ट इंडिया कंपनी सरकारने सत्ता ब्रिटिश सरकारकडे सुपूर्द केली.

एकोणिसाव्या शतकात मिशनरी कार्याचा बराच विस्तार झाला. याचवेळी भारतात सर्वत्र ब्रिटिश सत्तेचा अंमल सुरू झाला आणि इतर युरोपियन देशांच्या सरकारांनीही भारताला ख्रिश्चन बनवण्यासाठी नानाविध प्रयत्न केले. या शतकाअखेरीस भारतात किमान २२ वेगवेगळ्या प्रॉटेस्टंट मिशनरी सोसायट्या कार्यरत होत्या आणि येशूचे चरित्र आणि शिकवण यांच्या देशी भाषेतून प्रसार करण्यासाठी तेवढेच छापखानेही सुरू झालेले होते. या शतकाच्या मध्यासच आणखी एक मोठा क्रांतिकारी बदलही घडून आला होता. प्रॉटेस्टंट आणि रोमन कॅथॉलिक अशा दोन्ही प्रकारच्या मिशन्सनी भारतात एकेकट्या स्त्रीला मिशनरी म्हणून पाठवण्यास सुरुवात केली होती. या निर्णयावर वादंगही उठले आणि विरोधकांनी "यातून अंत नसलेला गोंधळ गदारोळ किंवा पेच उभा राहिल" असे भाकित करून इशाराही दिला. पण लवकरच पुरुष मिशनऱ्यांपेक्षा महिला मिशनऱ्यांची संख्या जास्त झाली.

भारतातील काफरांना ख्रिश्चन बनवण्यासाठीच्या मोहिमेत प्रॉटेस्टंट आणि कॅथॉलिक या दोन्ही पंथांनी आपले सर्वोत्तम मिशनरी, आफ्रिका किंवा चीनऐवजी भारतात पाठवले यात तिळमात्रही शंका नाही. हिंदूधर्माच्या अंगभूत धर्मतत्त्वाला एक प्रकारे ही पावतीच होती. यामुळेच, धर्मांतर घडवून आणण्यासाठी अधिक चिकाटी आणि हुशारीची गरज होती. ती सर्वच मिशन्सनी ओळखली. भारतात प्राचीन काळी

अतिशय प्रगत आणि उच्च संस्कृती होती आणि अठराव्या शतकात मोगल साम्राज्याचा ऱ्हास होत असताना हिंदूंच्या संस्कृतीलाही उतरती कळा लागली आहे असा समज जगात पसरला होता. त्यामुळे आता तिची जागा घेण्यासाठी ख्रिश्चन धर्माला संधी आहे असे गणित या समजावर आधारले गेले. कोलकता ऑक्झिलिअरी बायबल सोसायटीच्या १८५१ साली प्रसिद्ध करण्यात आलेल्या ३८ व्या अहवालात म्हटले आहे की भारत हा एक महान देश होता. पण या देशातले लोक सुखी नाहीत. एखाद्या बाबतीत हिंदू लोक हुशार, अत्यंत तल्लख आणि पारंगत असतात. पण त्यांचे नैतिक चारित्र्य खूपच हिणकस आणि ढासळलेले आहे. विसाव्या शतकाच्या सुरुवातीच्या काळात भारतीय लोकांची सगळ्यात मोठी गरज ख्रिस्ताच्या प्रीतीची आहे याबाबत मिशनऱ्यांची खात्री आहे. ख्रिस्ताच्या दूतांनी जास्तीत जास्त लोकांना त्याच्या छत्रछायेखाली आणण्याची आवश्यकता आहे.

त्यामुळे मिशनऱ्यांना सामूहिक धर्मांतराच्या वेळी अत्यानंद होत असे. सहा महिन्यात आठ हजार लोकांचा ख्रिश्चन धर्मात प्रवेश झाल्याचे प्रसंग आहेत. मुख्यत्वेकरून, गरीब, आदिवासी, कनिष्ठ जाती आणि बहिष्कृत असे लोक या धर्मांतराद्वारे नव्या धर्मात येत. कारण ख्रिश्चन बनणे ही त्यांची सामाजिक अभिसरणात टिकून राहण्याची एक पद्धत होती. तथापि या सामूहिक धर्मांतरात एक मोठा दोष होता. जातीव्यवस्थेत दडलेली मूल्ये खूप खोलवर, जणू रक्तातच भिनलेली होती. ती समूळ निपटून काढण्यात सामूहिक धर्मांतर अपयशी ठरत होते. अनेक नवख्रिश्चन धर्मांतरितांना सरतेशेवटी, आपल्या पंथाचे आणि उपासना-पद्धतीचे नाव फक्त बदलले आपल्या जीवनाचा मार्ग बदलला नाही अशी जाणीव होत होती. कनिष्ठ जातीतील म्हणजे दलित ख्रिश्चनांची ही अशी एक समस्या इतकी बिकट होती की त्यांच्या धर्मांतराला शंभर वर्षे उलटून गेल्यानंतरही मदर टेरेसासारख्या मिशनरीला त्यात पराभव पत्करावा लागला. रोमन कॅथॉलिक चर्चला आज हे मान्य करावे लागले आहे की ख्रिश्चन धर्मात जातीयता चालू राहणे हा एक कलंक आहे. याबाबत अधिक तपास करून पाऊले उचलण्यास सुरुवात झाली आहे.

भारतातील वरिष्ठ स्तरातून पाठिंबा मिळवण्यात मिशनरी एखाद दुसरा अपवाद सोडून, अपयशी ठरले यामागे प्रयत्नांचा अभाव हे कारण नव्हते किंवा गरीब माणसांचा धर्म म्हणजे ख्रिश्चन धर्म असाही रंग त्याला नव्हता. खरी गोष्ट अशी होती की १९ व्या शतकात हिंदुत्वाने ख्रिश्चन मिशनऱ्यांच्या प्रसार-प्रचाराचा मुकाबला सुरू केला. ख्रिश्चन धर्मामुळे धोका पोहोचलेल्या आपल्या जुन्या परंपरांचे पुनरुज्जीवन करण्याची हाक काही ख्यातनाम विचारवंतांनी भारतीयांना दिली. या सांस्कृतिक पुनर्वसनाचे केंद्र होते बंगाल. या चळवळीची सुरुवात राजा राममोहन रॉय यांनी केली. आज, १९ व्या शतकातला सर्वांत महान भारतीय विचारवंत म्हणून त्यांचे

नाव घेतले जाते. त्यांचा मृत्यू लंडनमध्ये १८३३ साली झाला आणि त्यानंतर त्यांच्या चळवळीच्या रोपट्याचा फोफावून वृक्ष बनला, त्याला इतिहासाने "बंगाल नव-जागृती" असे नाव प्रदान केले आहे. बंगाली व्याकरणाची नवरचना, सती प्रथेची निंदा अशा अनेक आघाड्यांवर राजा राममोहन रॉय यांनी लढा देऊन यश मिळवले. सती प्रथेविरुद्धच्या त्यांच्या मोहिमेमुळे १८२९ साली सरकारने सती-बंदीचा कायदा केला. हिंदू धर्माची वाईट चालीरीतींपासून सुटका करण्यासाठी त्यांनी वेदांचे अर्थ पुन्हा नव्याने समजावून सांगणाऱ्या पुस्तिका काढल्या, व्याख्याने दिली आणि लोकांना, त्यांच्या मूळ अर्थापर्यंत नव्याने अनुभूती घेण्यास परिस्थिती निर्माण करून दिली. हिंदूंमधील सनातनी कर्मकांडवाद्यांनी त्यांना कडवा विरोधही केला. काही मिशनऱ्यांनी, राजा राममोहन रॉय हेही कर्मकांडवाद्यांमधीलच एक असा प्रचारही केला. रॉय यांच्या ब्राम्हो समाजाने चालवलेल्या चळवळीचा उल्लेख १९ व्या शतकातील भारतामधील सर्वात प्रभावी धार्मिक आणि समाज-सुधारक चळवळ असा करावा लागेल. मृत्यूपूर्वी तीन वर्षे अगोदर श्री. रॉय यांनी ब्राम्हो समाज स्थापन केला होता.

राममोहन रॉय यांचा वारसा प्रभावीपणे पुढे चालवणारे अनेकजण होते. १८९३ साली स्वामी विवेकानंद या बंगाली तरुणाने शिकागो येथील धर्म-परिषदेत खळबळ उडवून दिली. पूर्व आणि पश्चिमेकडील धर्मतत्त्वांना परस्परांनी मान्यता दिली पाहिजे या त्यांच्या आवाहनाने धर्म-परिषद अवाक् झाली. दोन्हीकडील धर्मतत्त्वे महत्त्वपूर्ण कामगिरीसाठी उदयाला आली आहेत, त्यांनी एकमेकांचा मान राखला पाहिजे, एकमेकांच्या जीवावर उठण्याचे त्यांचे ध्येय नाही या स्वामी विवेकानंदांच्या आवाहनाने परिषदेतील सहभागी सदस्य भारावून गेले. याचवेळी एक विक्षिप्त इंग्रज महिला ॲनी बेझंट हिने अनेक ठिकाणी व्याख्याने देताना सांगितले की, ख्रिश्चन मिशनऱ्यांच्या खोडसाळ प्रचाराला भारत बळी पडला आहे. भारतीयांनी आपल्या देवांचीच उपासना करावयास हवी. हिंदूंनी आपला स्वाभिमान शाबूत ठेवावा आणि आपल्या महान धर्माचा अभिमान बाळगावा.

ॲनी बेझंटचे एका बाजूने आभार मानावयास हवेत की तिच्यामुळे धर्म-तुलना ही कल्पना प्रथमच ब्रिटीश लोकांपुढे मांडली गेली आणि कर्म, पुनर्जन्म या शब्दांशीही त्यांचा परिचय झाला. राजे एडवर्ड यांच्या काळात ॲनी बेझंटचे तत्त्वज्ञान थोडेफार लोकप्रियही झाले. तिने आपल्या युक्तिवादात ख्रिश्चन वा इतर कोणत्याही धर्माला वगळले नव्हते. आपापल्या पंथासच चिकटून राहण्याची तिची शिकवण होती.

या काळातील कादंबऱ्या आणि प्रवासवर्णने यामुळेही ख्रिश्चनेतर धर्मांकडे पाहण्याचा पाश्चिमात्य प्रवृतींमध्ये बदल घडून येण्यास सुरुवात झाली. काही

जाणकारांमध्ये दुर्लक्ष करण्याची आणि शंका घेण्याची पद्धतच होती त्यांनीही सहानुभूतीने इतर धर्मांकडे पाहण्यास सुरुवात केली. रविंद्रनाथ टागोर यांच्या साहित्यात पूर्व आणि पश्चिम यातील मूल्यांचे प्रत्ययकारी चित्रण आहे आणि त्यांची वेगवेगळी वैशिष्ट्ये फार सुंदर रीतीने वर्णन केलेली आहेत. टागोरांचे गद्य-पद्य लेखन तर प्रसिद्धच आहे पण ते एक संगीतकार, कलावंत आणि धर्मसुधारक म्हणूनही तेवढ्याच तोलामोलाचे होते. त्यांचे वडील ब्राम्हो समाजाचे अनुयायी होते. इतर अनेक उच्चशिक्षित बंगाली लोकांप्रमाणे श्री. टागोर यांचेही मत असे होते की ब्रिटिश वसाहतवादी सत्ता भल्यासाठीच अवतरली आहे आणि विस्कळीत झालेल्या समाजाच्या सुधारणेसाठी, पुनर्बांधणीसाठी ती असणे आवश्यक आहे. पण भारताच्या दृष्टीने प्राचीन काळापासून चालत आलेली धर्मतत्त्वेही महत्त्वाची आहेत यावर त्यांनी भर दिला. बंगाली लोक टागोरांकडे पाश्चिमात्यांच्या प्रभावाखालील व्यक्तिमत्त्व अशा नजरेनेच पाहत असत. पण १९१२ नंतर पाश्चिमात्य लोकांना ते भारतीय धर्मतत्त्वांचे प्रतीक म्हणूनच माहित होते. १९१२ मध्ये टागोर प्रथम इंग्लंडला गेले तेव्हा त्यांच्याबद्दल पाश्चिमात्यांनी आदरानेच पाहिले. १९१३ मध्ये त्यांना साहित्याचे नोबेल पारितोषिक मिळाले तेव्हा भारताचे धार्मिक राजदूत म्हणून आणि बंगाली साहित्यातला सर्वात मोठा मानदंड अशी कीर्ती त्यांना लाभली. नोबेल पारितोषिक मिळवणारे ते पहिले आशियाई होते.

काही मिशनरी उदारमतवादी आणि एतद्देशीयांचे हितसंबंध जपणारे होते हे खरे आहे. तथापि, वसाहतवादाचे वर्चस्व हीच त्यांच्या एकूण कार्याची चौकट होती. निदान १९ व्या शतकाच्या अखेरीपर्यंत तरी याच विश्वासाने मिशनरी कार्य पुढे चालले होते. सबंध भारतातील लोकांना जबरदस्तीने ख्रिश्चन बनवण्याच्या १८५७ च्या योजनेची अफवा उठण्यामागे काही वाटा याच चौकटीचा होता. या अफवेनेच १८५७ चे बंड चिघळले होते. एतद्देशीय धर्मगुरू नेमण्यातले अपयश यातूनच उद्भवले होते. १९ व्या शतकाच्या अखेरीस भारतात २० हून अधिक कॅथॉलिक धर्मगुरू (बिशप) होते. पण त्यातला प्रत्येक जण युरोपियन होता. तेरावे पोप लिओ हे अत्यंत तडफदार गृहस्थ होते आणि एतद्देशीय धर्मगुरूंकडे अधिकाधिक जबाबदारी सोपवण्याच्या मताचे होते. तसा आग्रह त्या काळातील सर्वच पोप धरीत होते आणि तरीही भारतातला प्रत्येक बिशप युरोपियनच होता. भारतीय धर्मगुरूंची संख्या प्रथम युरोपियन धर्मगुरूंइतकी होऊन नंतर त्याहून जास्त होण्यासाठी विसाव्या शतकातील बरीच वर्षे जावी लागली.

अशा रीतीने, १९ व्या शतकाच्या अखेरीस भारतीय संस्कृतीच्या अभिमानाचा आवाज अनेकांकडून उठू लागला होता. वसाहतवादाच्या विश्वासाला हा आवाज कुरतडू लागला होता. देशभक्तांच्या स्वदेशी चळवळीमुळे १९०५ नंतर या आवाजाची तीव्रताही वाढली. ही चळवळ सुरू झाली बंगालमध्ये, पण ब्रिटीशांना विरोध

जसाजसा वाढत गेला तसतशी ही चळवळ भारतभर पसरली. या नव्या स्वाभिमानामुळे युरोपियन मिशनऱ्यांमध्ये अस्वस्थता वाढली, अनिश्चिततेचे सावट घेरू लागले आणि प्रथमच त्यांच्या तोंडून आपल्या स्वत:च्या कामाच्या प्रयोजनाची, हेतूची विचारणा उघडपणे व्यक्त होऊ लागली. याउलट, १९ व्या शतकाच्या अखेरीस रोमन चर्चला भारतात नवसंजीवनी मिळाल्यासारखे दिसत होते. जेसुईट लोकांनी आपले पाय पुन्हा रोवले आणि पाद्र्यांच्या, सिस्टर्सच्या संख्येतही मोठी भर पडली. यातले काहीजण फक्त मिशनरी कार्याच्या उद्देशानेच निवडले गेले होते. चर्चच्या कामासाठी हवी तेवढी माणसे उपलब्ध करून देण्यात आली. प्रॉटेस्टंट मिशनऱ्यांना मात्र चांगले दिवस नव्हते. कॅथॉलिकांच्या तुलनेत त्यांची विश्वासार्हता ढासळली. कोलकत्यात कॅथॉलिकांच्या कॉन्व्हेंट शाळा खूपच यशस्वी ठरल्या. देशातल्या उच्चभ्रू वर्गाशी त्यांचे चांगले संबंध प्रस्थापित झाले. शिक्षणाचा एकूण दर्जाही चांगला होता. एकोणीसाव्या शतकाअखेरच्या आणि विसाव्या शतकाच्या प्रारंभकाळातील या घडामोडींनी, स्कोपेमधील अॅग्नेस बोयाझिऊला पुरते मोहवून टाकले.

सोळाव्या शतकापासून इतिहास सांगतो की मिशनरी कार्यासाठी ज्यांची निवड झाली ते युरोपमधील समाजातील अधिक बुद्धिमान वर्गापैकी होते. असे जरी असले तरी, एतद्देशीयांच्या पूजा-परंपरा समजावून घेण्याचा प्रयत्न फारच थोड्यांनी केला. जेसुईटांच्या वार्षिक अहवालांमध्ये, मिशनरी कार्याला होणाऱ्या विरोधाचा उल्लेख बरेचदा, 'सैतानामुळे' असा केला गेला आहे. एतद्देशीयांचे पारंपारिक पूजा-पाठ आणि संस्कृती, धर्म-पालन देवाच्या कृपेसाठीच चालू असतात याकडे लक्ष न देण्याची मानसिकता ख्रिश्चन मिशनरी बाळगून होते. सांस्कृतिक संघर्षांचे स्थानिक संदर्भासह विश्लेषण करण्यात तर ते संपूर्ण अपयशी ठरले. एतद्देशीयांच्या संस्कृतीत काही थोडेफार तरी चांगले असेल हेही मानण्यास बहुसंख्य परकी मिशनरी तयार नव्हते असे परखड मत माजी जेसुईट धर्मगुरू आणि गोव्यातील झेवियर सेंटर फॉर हिस्टॉरिक रिसर्चच्या संचालकांनी नोंदवून ठेवले आहे. त्यांचे नाव डॉ. टिओटॉनिओ आर. डिसूझा. डॉ. डिसूझांचे कॅथॉलिक घराणे १६ व्या शतकापासून गोव्यात स्थायिक झालेले होते. हिंदूंची देवळे पाडून टाकण्यास अनुमती देणाऱ्या चर्चच्या वसाहतवादी मानसिकतेचा धिक्कार डॉ. डिसूझांनी केला. या कृत्यामुळे किंवा या विचारसरणीमुळे परकी मिशनऱ्यांबद्दल निर्माण होणारी नाराजी पिढ्यान्‌पिढ्या जोपासली जाते. प्रश्न केवळ देवळांच्या वास्तुकला शैलीचा नाही. शिक्षण आणि अध्यापनाची केंद्रे तसेच मुख्यत: धार्मिक स्वरुपाच्या साहित्याशी संबंधित असा हिंदू संस्कृतीचा ठेवा म्हणजे देवळे होत. पोर्तुगीज मिशनऱ्यांनी गोव्यात पहिला छापखाना आणला; पण त्यांनी गोव्यात हिंदुत्वावरील पुस्तकेही नष्ट करण्याचाच प्रयत्न केला असेही डॉ. डिसूझांनी पुढे म्हटले आहे.

आणि, असे असूनही भारताचे धर्मांतर घडवून आणण्यास जितका वेळ आणि अफाट पैसा गेली ४०० वर्षे ख्रिश्चन युरोपने खर्च केला आहे या तुलनेत दिसणारे ख्रिश्चनत्व म्हणजे अपयशच म्हटले पाहिजे. या सहस्त्रकाअखेर भारतातल्या एकूण लोकसंख्येपैकी फक्त दोन टक्के लोकांचेच धर्मांतर घडवून आणता आले, आफ्रिकेत हे प्रमाण जवळजवळ ५० टक्के आहे. असे असले तरी २० टक्के भारतीयांना कॅथॉलिकांकडून (कॉन्व्हेंटमधून) शिक्षण दिले जाते. भारतात मतपरिवर्तन घडवून आणू शकणाऱ्यांमध्ये हे २० टक्के प्रमाण चांगलेच मानायला हवे.

हजारो मिशनऱ्यांनी सेंट झेवियरचा कित्ता गिरवला ही गोष्ट खरी आहे. तथापि, विसाव्या शतकाच्या उत्तरार्धात मिशनऱ्यांची धर्मांतराची मोहीम ही नैतिक चळवळ म्हणून समर्थन करण्याजोगी ठरेल की नाही याबद्दल चिंता वाटण्यासारखी परिस्थिती आहे. अर्थात, कॅथॉलिक आणि प्रॉटेस्टंट या दोन्ही मिशन्सनी सुरुवातीपासूनच महत्त्वाच्या शिक्षणसंस्था स्थापन केल्या. यातील अनेक संस्था आजही सुधारीत स्वरुपात कार्यरत आहेत. त्या केवळ धर्मगुरूंच्या प्रशिक्षण संस्था नाहीत. तर, अगदी लहान वयातल्यापासून मुलांना उत्कृष्ट शाळा म्हणून शिक्षण देतात. शतकाच्या अखेरीस मिशन शाळांची संस्था खूपच वाढली. बऱ्याचशा शाळांना सरकारी अनुदानही आहे आणि गरीबांना तेथे शिक्षणही मिळते. याचा परिणाम असा झाला की साक्षरतेबाबत पारशी लोकांच्या खालोखाल ख्रिश्चनांचाच क्रमांक लागतो. अशिक्षित देश म्हणून ओळखल्या जाणाऱ्या भारतात हे घडून आले. बिशप नील यांनी १९६४ साली म्हटल्याप्रमाणे, 'युरोपीयन शक्तींना या देशातले लोक दुभंगलेले, गरीब आणि रानटी असे आढळले होते आणि त्यांनी या लोकांना एकत्रित, प्रगतीशील आणि जागतिक संस्थांमधील त्यांच्या जागा घेण्यास योग्य असे बनवले.' दुसऱ्या बाजूला असे दिसते की लोकांना त्यांच्या मुळांपासून वेगळे केले जात असल्यामुळे समाजात अस्थिरता आली आहे. वसाहतवादी सत्ता लयाला गेल्यामुळे अनेक मिशनऱ्यांना आत्मपरिक्षण करण्याची पाळी आली. पूर्वी ते साम्राज्यवादी शक्तींच्या बाजूचे होते आणि विसाव्या शतकाच्या मध्याला ते वसाहतवादाला बळी पडलेल्यांची बाजू उचलून धरण्यास इच्छुक आहेत.

पुनरुत्थान झालेल्या ख्रिस्ताच्या तोंडी बायबलमध्ये देण्यात आलेले शब्द आहेत, "म्हणूनच जा, आणि सर्व देशांमध्ये अनुयायी निर्माण करा, त्यांना बाप्तिस्मा द्या... आणि मी तुम्हाला आदेश दिलेली प्रत्येक गोष्ट त्यांना शिकवा." ख्रिश्चन मिशनमध्ये मध्यभागी हे शब्द अंकित असतात. सुरुवातीपासूनच, येशू ख्रिस्ताच्या अनुयायांनी, आपला पंथ सर्वांपर्यंत नेणे हे आपले पवित्र कर्तव्य मानले आहे. स्वत: मदर टेरेसांनी म्हटले होते, "मिशनरी ही अशी एक व्यक्ती आहे की जिला ठिकठिकाणी जाऊन शुभ-वार्ता प्रसारित करावी लागते." तथापि, अनेक आधुनिक

धर्मशास्त्रवेत्त्यांना इतर धर्मांचा अभ्यास करून आणि त्या त्या समाजातील लोकांनी साधलेली समृद्धता पाहून असे वाटू लागले आहे की देवाकडे जाण्याचा केवळ एक वा एकमेव असा मार्ग नाही. त्यामुळे, प्रत्यक्ष चांगले, व्यवहारोपयोगी कार्य करून उदाहरण घालून देणे एवढीच मिशनरी कार्यवाहीची मर्यादा असली पाहिजे. इन्कल्चुरेशन किंवा 'शिक्षण' शब्दाचा मूळ अर्थ महत्त्वाचा आहे. इतर धर्मांच्या परंपरांशी संवाद साधणे, स्वत:ची संस्कृती न गमावता किंवा इतरांवर न लादता; इतर संस्कृतींच्या जोडीने किंवा सोबतीने राहता येणे हेच खरे शिक्षण. मार्च १९९५ मध्ये कार्डीनल जोसेफ रॅटझिंगर (सॅक्रेड कॉंग्रीगेशन फॉर द डॉक्ट्रीन ऑफ फेथ) यांनी स्पष्टच म्हटले आहे, 'चर्च आता स्वत:ला परिपूर्ण संस्था मानीत नाही. जगापेक्षा अगदी स्वतंत्र आणि जगाच्या विरोधातली अशी ही संस्था नाही. मिशनरी कार्यवाही ही सर्व परिस्थितींना लागू पडणारी सरळसोट प्रक्रिया नव्हे. ख्रिश्चन धर्म आणि इतर धर्म आपापल्या संस्कृतींसह एकमेकांच्या विरोधात उभे राहणार नसतील तरच या कार्यवाहीला काही अर्थ राहू शकेल. 'इन्कल्चुरेशन' हा शब्द म्हणूनच प्रत्येक संस्कृतीच्या सुप्त वैश्विकतेची अपेक्षा आधीच गृहीत धरतो.

उत्तर लंडनमधील मिशनरी इन्स्टिट्यूटमध्ये एका जेष्ठ अध्यापकाला भेटण्यास मी गेले होते. तेथील कॅथॉलिक सिस्टर मला म्हणाली, "इतरांना देव शोधणे शक्य व्हावे यासाठी आज मिशन कार्यरत आहे. आपले स्वत:चे सत्य शोधून काढण्याच्या कामात मिशन मदत देते. ज्या तरुण स्त्री-पुरुषांना मी शिकवते त्यांनी स्वत:मधील आणि इतरांमधील ईश्वरी अंश शोधावा यासाठी आम्ही त्यांना मदत करतो. अर्थातच वयाने मोठे असे स्त्रीपुरुष आहेत ते मात्र अजूनही जुन्या पद्धतीने काम करतात आणि धर्मांतरीतांची संख्या या आठवड्यात कितीने वाढली यातच रस घेतात. पण, यापुढे आम्ही तुमची पाठराखण करणारच असे आम्ही त्यांना सांगत नाही हे मात्र नक्की."

या संस्थेत चार वर्षांच्या प्रशिक्षणासाठी आलेले भावी मिशनरी वेगवेगळ्या देशांमधील आणि वेगवेगळी पार्श्वभूमी असलेले आहेत. त्या सर्वांनी बांधिलकी स्वीकारली आहे आणि ते गरीबी, चारित्र्य आणि आज्ञाधारकतेच्या तीन प्रतिज्ञाही घेतील. "मात्र आता आज्ञापालनाचा अर्थ बदलला आहे आणि सांगितले ते केले एवढा अर्थ आता त्याचा राहिलेला नाही. या क्षेत्रात आपल्याला काम करण्याची गरज आहे हे लक्षात घेण्याची, ऐकून घेण्याची किंवा समजावून घेण्याची जबाबदारी घेणे असा त्याचा नवा अर्थ आहे. आधुनिक मिशनरी चांगले कार्य करण्यासाठी, दूरवरच्या, अविकसित देशात जाऊ इच्छित नाही तर त्याला, लोकांमध्येच राहून लोकांबरोबरच कार्य करण्याची इच्छा आहे. त्याने स्वत:हून केलेले एखादे चांगले कार्य प्रशंसनीय ठरले तरी ते त्याचे मुख्य काम नव्हे. त्यानंतर त्याने त्यात गुंतावयाचे नाही. तो जेथे काम करणार असेल त्या भागातील धर्माचे रहस्य कसे

जाणून घ्यावे आणि तेथल्या संस्कृतीची माहिती कशी करून घ्यावी हे त्याला शिकवले जाईल. स्वत:तील आणि इतरांमधील ईश्वरी अंश त्याने शोधावा यादृष्टीने हे शिक्षण त्याला दिले जाईल. एखादे लहान मूल फुलांकडे पाहून आश्चर्यचकित होते तितक्या साध्या पद्धतीने त्याला हा ईश्वरी अंश शोधता यावा यावर शिक्षणाचा भर राहील. त्यांच्या स्वत:च्या संस्कृतीने घडवून आणलेला मानवी ज्ञानाच्या पलिकडील आध्यात्मिक ठेवा लोकांना शोधता यावा यासाठी मिशनरी त्यांना मदत करू शकेल अशा प्रकारचे आमचे शिक्षण आहे.'' असे या इन्स्टिट्यूटमध्ये मला सांगितले गेले.

भारतातील सेवाकार्यासाठी आपल्याला पाठवले जावे अशी ॲग्नेसची इच्छा होती. हा निर्णय घेतला तेव्हा ती जेमतेम अठरा वर्षांची होती. त्यासाठी प्रशिक्षण घेण्याची आवश्यकता होती. आयर्लंडमधील विशिष्ट ठिकाणच्या धार्मिक प्रशिक्षण केंद्राची निवड तिने आपल्या विशिष्ट निर्धारयुक्त पद्धतीने केली. कारण एकदा तिचा इंग्रजी भाषेचा पाया पक्का झाला की तिची महत्त्वाकांक्षा फलद्रूप होण्यासाठी तोच मार्ग सर्वाधिक उपयुक्त ठरेल असा सल्ला तिला देण्यात आला होता. एकदा या केंद्रात प्रवेश घेतला की मग आयुष्यात आपले कुटुंब किंवा आपला गाव पुन्हा कदाचित बघावयासही मिळावयाचा नाही अशी खूणगाठही तिने बांधली असावी कारण, त्या काळातले धार्मिक आयुष्य, सुटी घालवण्यास घरी जाण्याची परवानगी देणारे नव्हते. इन्स्टिट्यूट ऑफ ब्लेस्ड व्हर्जिन मेरी (आयबीव्हीएम) ही संस्था महिलांच्या प्रशिक्षणात सर्वोच्च मानली जात होती. याच संस्थेच्या आयर्लंडच्या शाखेत म्हणजे 'लोरेटो सिस्टर्स' मध्ये प्रशिक्षण घेण्याचा निर्णय ॲग्नेसने घेतला होता. या संस्थेची निवड करण्याचा तिचा निर्णय तिला वाटला त्यापेक्षाही खूपच महत्त्वपूर्ण होता. या शाखेची स्थापना करणाऱ्या मेरी वॉर्डबद्दल तिला फारशी माहिती नसावी.

आज, चर्चमधील अधिकारपदे स्त्रियांसाठी खुली करणारी महिला म्हणून मेरी वॉर्ड ओळखली जाते. रोममध्ये चर्चची सारी अधिकारपदे पुरुषांना दिली जात याविरुद्ध मेरीने आवाज उठवला होता. तसेच प्रत्यक्ष मिशनरी म्हणून काम करणाऱ्या स्त्रियांबद्दलचे वृत्तांत अगदी अलिकडेच प्रसिद्ध झाले. पूर्वी स्त्रियांबद्दलचे असे उल्लेखही फारसे कोठे नाहीत. त्यामुळे ॲग्नेसला या साऱ्यांबद्दल माहिती असण्याचे कारणही नव्हते.

१९२८ मध्ये राथफर्नहॅम येथील लोरेटो ॲबीमध्ये ॲग्नेस येऊन दाखल झाली तेव्हा मेरी वॉर्डची नव्याने ओळख करून देण्यात येत होती. कारण दोन शतकांहूनही अधिक काळ सिस्टर्सना तिचे नावही घेण्यास बंदी होती. त्यामुळे मेरीला जणू इतिहासातूनच हद्दपार करण्यात आले होते. मेरी वॉर्डचा जन्म १५८५ साली इंग्लंडमधील यॉर्क गावच्या एका सधन कुटुंबात झाला. धार्मिक कर्मकांडांच्या दृष्टीने

हे कुटुंब बंडखोर वृत्तीचे होते. तिने प्रथम नन व्हावयाचे ठरवले तेव्हा उत्तर फ्रान्समधील सेंट उमर येथील पूअर क्लेअर्स कम्युनिटीत तिला जावे लागले. तथापि, वयाच्या २४ व्या वर्षी, आपल्याकडून "काही वेगळे असे" घडवून घ्यावयाची देवाची इच्छा आहे असा साक्षात्कार तिला झाला. त्यामुळे ती अगदी वेगळ्या, नव्या प्रकारची नन बनण्याची आशा मनात जागवून घरी परतली. तिने समविचारी स्त्रियांचा एक गट उभा केला आणि मुलींची शाळा सुरू करण्यासाठी हा गट परदेशात रवाना झाला. अपेक्षेप्रमाणे, चर्च अधिकाऱ्यांकडून तिला अतिशय कडवा विरोध झाला. नंतरची काही वर्षे आपल्या संस्थेला रोमकडून मान्यता मिळावी म्हणून तिचे प्रयत्न चालू होते. त्याचबरोबर मेरीने तीन प्रमुख मागण्याही तयार केल्या. पहिली आणि अर्थातच सर्वांत महत्त्वाची म्हणजे देवाशी बोलताना बंदिस्तपणा काढून टाकला जावा. दुसरी म्हणजे, वरिष्ठपदी महिला असलेले व्यवस्थापन हवे म्हणजे देवाला थेट महिलांशी बोलता येईल आणि पलिकडे कार्डिनल उपस्थित राहण्याची गरज राहणार नाही. पुरुषी वर्चस्वावर सरळसरळ हल्ला चढवणारी ही मागणी होती. तिसरी मागणी, प्रार्थनेच्या वेळा किंवा तास अगदी ठरलेले नसावेत ('रिजीड' नकोत.) ठरलेल्या वेळी प्रार्थनेला उपस्थित राहण्याबाबत आणि गरजूंना सल्ला देण्याबाबत आपल्या सिस्टर्सना दडपण सहन करावे लागू नये असा तिचा ठाम निर्धार होता. "देवापुढे सारे काही मांडण्याचे स्वातंत्र्य असावे आणि सर्वत्र देव भरला आहे तो शोधता यावा" असे मोकळे वातावरण असणारी धार्मिकता मेरीला हवी होती.

तथापि, सतराव्या शतकातील चर्चपुढे अशा अचाट आणि द्रष्ट्या मागण्या मेरीने केल्या व आयुष्यभर तिला प्रचंड त्रास भोगावा लागला. १६३० मध्ये तर तिला म्युनिकमधील कॉन्व्हेंटमध्ये बंदीवासात राहावे लागले आणि पोप अर्बन (आठवे) यांनी तिच्या संस्थेची गणना 'तुळशीत भांग' अशी करून हे "भांगेचे रोपटे" उपटून टाकले पाहिजे येथपर्यंत मल्लीनाथी केली. १६४५ मध्ये मेरी मरण पावली तेव्हाही तिच्या सिस्टर्स, आपल्या संस्थेला मान्यता मिळावी म्हणून पोपशी झगडत होत्या. अखेर १७१३ मध्ये पोप बेनेडिक्ट तेरावे यांनी संस्थेला अधिकृतता (ऑर्डर ऑर्थोडॉक्सी) प्रदान केली. पण या संस्थेचे नाव इन्स्टिट्यूट ऑफ ब्लेस्ड व्हर्जिन मेरी असे राहिल आणि संस्थापक म्हणून मेरी वॉर्डचे नाव तेथे असणार नाही अशा अटी त्यांनी घातल्या.

आणि अशा रीतीने मेरीच्या सिस्टर्सना प्रार्थना आणि शिकवण पुढे चालू ठेवता आली. या सिस्टर्सनी युरोपमध्ये नवी केंद्रे उघडली. अर्थातच मूळ दृष्टीकोनाची त्या नव्या केंद्रांपैकी फारशी कोणाला जाणीवही नव्हती. यापैकी एक केंद्र होते बार कॉन्व्हेंट. हे बार कॉन्व्हेंट यॉर्क (मेरीचे जन्मगाव) येथे होते आणि १८१२ साली

डब्लिनच्या आर्चबिशपने फ्रान्सिस टेरेसा बॉल या कार्यकर्तीला प्रशिक्षणासाठी पाठवले. ती एका न्यायाधीशाची बहीण होती. ती नंतर आयर्लंडला परत गेली आणि १८२२ साली आर्चबिशपच्या मदतीने राथफर्नहॅम हाऊस येथे तिने एक नवे कॉन्व्हेंट सुरू केले. डब्लिनपासून तीन मैलावर हे राथफर्नहॅम हाऊस होते. इन्स्टिट्यूट ऑफ ब्लेसड् मेरी व्हर्जिनची (आयबीव्हीएम) आयरिश शाखा म्हणून राथफर्नहॅम हाऊसमधील कॉन्व्हेंट ओळखले जाऊ लागले. जरी फ्रान्सिस टेरेसा बॉलचा यॉर्कमधील सिस्टर्सशी संपर्क तुटला असला तरीही तिने प्रत्यक्षत: एक नवे केंद्रच स्थापन केले होते. त्याचे नाव लोरेटो ॲबी असे ठेवले गेले. लोरेटो हे इटालीतील एक पवित्र स्थान असून त्यावर मेरी वॉर्डची विशेष भक्ती होती. त्यामुळे असे दिसते की फ्रान्सिस टेरेसा बॉलला बहुधा मेरी वॉर्डच्या महत्त्वाची चांगली जाणीव असावी. लोरेटो सिस्टर्सनी नंतर ऑस्ट्रेलिया, केनिया, दक्षिण आफ्रिका आणि भारतात कॉन्व्हेंट शाळा सुरू केल्या. १८४१ मध्ये त्यांनी कोलकत्यात स्थापन केलेल्या फौंडेशनतर्फे ही शाळा मध्यम वर्गाच्या मुलींसाठी म्हणून सुरू केली. चांगल्या शाळांमध्ये, उजळ माथ्याने, कसलीही लाज न बाळगता मुलींना शिक्षणासाठी जाता यावे हाच त्यामागचा उद्देश होता. लोरेटो सिस्टर्सची कीर्तीही मुलींना शिक्षण देणारी संस्था अशीच झाली होती. सरतेशेवटी, १९०९ मध्ये मेरी वॉर्डच्या द्रष्ट्या दृष्टीकोनाची जाणीव जगाला करून देणारी घटना घडली. मदर कॅथराईन चेंबर्स या माजी अँग्लिकन सिस्टरने आयबीव्हीएम मध्ये आल्यावर मेरी वॉर्डच्या जीवनाबाबत संशोधन सुरू केले. हा प्रकल्प पुरा झाला तेव्हा मेरीचे दोन खंडातले चरित्र तयार झाले होते. १९५३ मध्ये व्हॅटिकनने मेरी वॉर्डचे वर्णन "इंग्लंडने चर्चला दिलेली अतुलनीय महिला" असे केले. मेरीला अद्याप चर्चने "ख्रिस्ती संत" म्हणून घोषित केलेले नाही. पण महिलांच्या खुल्या धर्म-मेळाव्याची उद्गाती किंवा प्रणेती म्हणून मेरी वॉर्ड ओळखली जाते. तिचा संदेश कालातीत महत्त्वाचा म्हणून मान्यता-प्राप्त झाला आहे.

राथफर्नहॅम अद्यापही अस्तित्वात आहे. दुतर्फा झाडांच्या हिरव्यागार रांगांमधून जाणाऱ्या रस्त्याच्या अखेरीला ही भव्य दिमाखदार वास्तू आहे. समोरच्या हॉलमध्ये मदर फ्रान्सिस टेरेसा बॉलचे नखशिखांत काळ्या पेहरावातले भव्य पोर्टेट लक्ष वेधून घेते. एका आयबीव्हीएम सिस्टरच्या शब्दात, "किती गोड पोर्टेट". ॲग्नेस राथफर्नहॅम येथे अनेक महिने राहिली. मुख्यत: इंग्रजी भाषेचा अभ्यास तिने केला पण संस्थेच्या इतिहासाचीही बरीच माहिती करून घेतली. हा इतिहास बराचसा पारंपारिक आणि धार्मिक कार्यकर्त्यांबद्दलचा होता. ॲग्नेसला मेरी वॉर्डबद्दलची माहिती, मुलींना शिक्षण देणारी द्रष्टी कार्यकर्ती अशी दिली गेली असेल. पण 'चर्चला विरोध करणारी' असे त्यात काही नसेल. नन्सच्या विनंतीला मान देऊन १८४१ साली शाळा-स्थापनेसाठी कोलकत्याला येण्याचे धाडस केलेल्या बारा प्रणेत्यांविषयीही

ॲग्नेसला नक्कीच माहिती मिळाली असेल. मदर टेरेसा बॉलला प्रथम असे वाटले होते की आयर्लंडमधील लोरेटो स्कूलमधील तिच्या सिस्टर्सना इतरत्र पाठवणे शक्य होणार नाही, कारण डब्लिनमध्येही झोपडपट्ट्या होत्याच की. पण सरतेशेवटी तिने सिस्टर्सना इतरत्र पाठवण्यास मान्यता दिली आणि त्यानंतर भारतात जाण्यास तयार असणाऱ्या स्वयंसेवकांची कधीच उणीव भासली नाही. कोणत्याही धर्माचा आगापिछा नसलेला मुलांच्या कहाण्यांनी हेलावून गेल्यामुळेही असेल पण भारतात मिशनरी म्हणून जावयास अनेकजण उत्सुक होते. अन्यथा ही मुले ख्रिश्चन धर्माला कायमचीच अंतरणार होती.

'त्या' पहिल्या बारा प्रणेत्यांमधील काहीजणी तर जेमतेम षोडषा होत्या. थोडासा उदास वाटणारा हा गट काळे बुरखे, लिननच्या टोप्या आणि जाडसर कापडाच्या पोशाखात कोलकत्याला आला. आयर्लंडमध्ये असा पोशाख नेहमीचा आणि आवश्यक होता. पंखे किंवा बर्फ याचा वापर त्यांनी केला नाही. स्कॉटिया या जहाजातून चार महिन्यांच्या प्रवासानंतर या बाराजणी कोलकत्यास पोचल्या. औपचारिकपणे त्यांचे स्वागत करण्यात आले आणि लवकरच त्यांना तीनमजली भव्य इमारत त्यांची शाळा (कॉन्व्हेंट) म्हणून देण्यात आली. क्रमांक ५, मिडलस्टोन रो हे ते ठिकाण. इमारतीभोवती अडीच एकरांचे आवार आणि भरपूर झाडे होती. कोलकत्याले हे सर्वांत जुने घर एकेकाळी गव्हर्नरांचे विश्रांतीकाळचे निवासस्थान असे. त्याची एकूण रचना राथफर्नहॅमसारखीच होती. १८४२ च्या जानेवारीपर्यंत लोरेटो हाऊसचे पहिले ६० विद्यार्थी शिक्षणासाठी तयार झाले होते. नंतरच्या तीन वर्षांत तीन बोर्डिंग शाळा, मुलांसाठी दोन अनाथाश्रम आणि तीन दिवसा भरणाऱ्या शाळा कोलकत्यात आणि कोलकत्याभोवती बांधल्या गेल्या.

त्यानंतर सुमारे ७० वर्षांनी एक डिसेंबर १९२८ रोजी सिस्टर टेरेसा (ॲग्नेस) आणि युगोस्लावियाहून आलेली तिची प्रवासी सोबतीण सिस्टर मेरी मॅग्डेलेन या दोघी 'मार्चेत' या जहाजात बसून भारताकडे रवाना होण्यास तयार होत्या. या ७० वर्षांत कोलकत्यात फारसा बदल झालेला नव्हता. त्यांचा प्रवास जेमतेम पाच आठवड्यांचा होता. पण समुद्र खवळलेला होता आणि जहाजावर कोणी कॅथॉलिक धर्मगुरू नव्हता त्यामुळे पोर्ट सैदला पोचेपर्यंत त्यांना सामूहिक प्रार्थनेला उपस्थित राहता आले नाही.

■

भारतात आगमन

स्कोपेची ही नवशिकी संन्यासिनी आता स्वत: कॅथॉलिक मिशनला प्रदीर्घ आणि उत्साहपूर्ण पत्रे लिहू लागली होती. डिसेंबरअखेरीस कोलंबो येथे पोहोचल्यावर तेथील वर्णन तिने केले आहे. ''येथील रस्त्यांवर आम्हांला दिसलेले जीवन विलक्षण वेगळे, विस्मयचकित करणारे होते. काळ्यासावळ्या लोकांच्या अंगावर चित्रविचित्र रंगांचे कपडे दिसत. त्यातून नीटनेटका, शानदार पोशाख करणारे युरोपियन ओळखणे सहज शक्य होत होते. बरेचसे भारतीय अर्ध-अनावृत्त दिसत. तळपत्या उन्हात त्यांची त्वचा आणि केस चकाकत असत. त्यांच्यात गरिबीचे प्रमाण खूपच होते हे उघड होते.'' सुरुवातीला, ॲग्नेस आणि तिच्या मैत्रिणी अशक्त, खप्पड माणसे रिक्षातून इतर माणसांना वाहून नेताना पाहून चक्रावल्याच. पण अशा रिक्षांमधून प्रवास करण्याखेरीज गत्यंतर नाही असे आढळून आल्यावर मात्र, त्या दुर्बल रिक्षावाल्यांवर आपल्या वजनाचा फार भार पडू नये एवढीच प्रार्थना आपण करू शकू हे तिला जाणवले.

ह्या सर्वजणी परत कोलकत्याच्या दिशेने मार्गस्थ झाल्या तेव्हा एक कॅथॉलिक धर्मगुरू आपल्यासोबत बोटीवर असल्याचे बघून त्या आनंदल्या. आता रोजची सामूहिक प्रार्थना शक्य झाल्याचे समाधान त्यांच्या चेहऱ्यावर झळकले. 'नव्या वर्षाची प्रार्थना गीतगायनासकट झाल्यामुळे आम्ही देवाचे आभार मानतो.' बोट मद्रासला (चेन्नई) पोचली तेव्हा तेथील अवर्णनीय सार्वत्रिक दैन्य, गरीबी पाहून त्यांना धक्काच बसला. बरीचशी कुटुंबे रस्त्यावरच राहणारी होती. भिंतीच्या आडोशाने आणि अगदी गर्दीच्या ठिकाणीही अनेक कुटुंबे जीवन व्यतीत करीत होती. पाम वृक्षांच्या पानांनी बनवलेल्या चटयांवर किंवा अनेकदा तर उघड्या मैदानांमध्येही अनेक लोक दिवस-रात्र काढत असल्याचे त्यांना आढळले. बहुतेक सर्वजण नग्न

किंवा कमरेवर चिंध्या-लक्तरे झालेली चिरगुटे बांधलेली दिसत. हाता-पायांवर अगदी पातळ कडी आणि नाकात व कानात काही अलंकारही दिसत. अशा 'भयानक दृष्यांची' वर्णने केल्यानंतर ॲग्नेसने अखेरीस हे नमूद केले, ''आमच्या लोकांना हे सारे पाहावयास मिळाले तर स्वत:ला कमनशिबी लेखण्याचे आणि त्याबद्दल कुरकूर करण्याचे ते बंदच करतील. उलट, आपल्याला देवाने भरपूर काही दिल्याचे समजून ते देवाचे आभारच मानतील.'

सहा जानेवारी १९२९ रोजी हुगळी नदीतून प्रवास करून ते बंगालमध्ये येऊन दाखल झाले. भारतीय सिस्टर्सच्या एका गटाने बंदरावर त्यांचे स्वागत केले. 'वर्णनातीत अशा आनंदाने मी भारावून गेले' असे ॲग्नेसने म्हटले आहे. ती पुढे म्हणते, ''प्रथमच बंगालच्या भूमीवर उतरलो. या मुक्कामाच्या ठिकाणी सुखरूपपणे पोहोचवल्याबद्दल आम्ही कॉन्व्हेंट चर्चमध्ये जाऊन येशूचे आभार मानले. आम्ही चांगल्या आणि धैर्यवान मिशनरी बनण्यासाठी आम्हाला बळ मिळावे म्हणून प्रार्थना केली.''

या प्रवासात मुलींनी आपले पुढील आयुष्य कसे असेल याबाबतच्या जिवाभावाच्या गोष्टी एकमेकींना बोलून दाखवल्या होत्या. मदर टेरेसांबरोबर कोलकत्यात प्रशिक्षण घेतलेल्या सिस्टर फ्रान्सिस मिचेल लाईनच्या म्हणण्याप्रमाणे, ॲग्नेसने आपल्या बरोबरच्या दुसऱ्या एका मुलीला 'इतरांपेक्षा अगदी वेगळी अशी माझी भविष्यातली वाटचाल असेल' असे स्पष्टपणे सांगितले होते.

सिस्टर टेरेसा आणि तिची युगोस्लावियातील एक मैत्रीण जेमतेम एक आठवडाभर कोलकता येथे राहिल्या. त्यानंतर दोन वर्षांच्या संन्यास-प्रशिक्षणासाठी त्यांना आसामातील दार्जिलिंग येथे पाठवण्यात आले. हिमालयाच्या पायथ्याशी असलेले दार्जिलिंग समुद्रसपाटीपासून ७००० फूट उंचीवर होते. ब्रिटीशांची उन्हाळ्यातील आलिशान राजधानी म्हणून दार्जिलिंगची महती होती. कोलकता येथील उन्हाळा असह्य बनू लागला की ब्रिटीश लोक दरवर्षी दार्जिलिंगला जाऊन राहत. आपला देश सोडून येथे आलेले धनवान लोक चैनीचे आणि आरामाचे आयुष्य जगत. गावभर भटकणे किंवा उपलब्ध सोयींचा मनमुराद उपभोग घेणे एवढेच ते करीत. पुढील दोन वर्षांत सिस्टर टेरेसाला दार्जिलिंगमध्ये प्रार्थना, बायबल आणि इतर धार्मिक साहित्य, ईश्वर-मानव संबंधांचे सांगोपांग दर्शन, आध्यात्मिक पाया व बैठक आणि तिच्या ऑर्डरचा इतिहास असे सविस्तर प्रशिक्षण देण्यात आले. हिंदी व बंगाली भाषा शिकायला तिने सुरुवात केली आणि इंग्रजी भाषा सुधारण्यासाठीही भरपूर मेहनत घेतली. नव्या आयुष्याच्या प्रशिक्षणात तिने कोणतीही कसूर केली नाही आणि पापक्षालनार्थ दर आठवड्याला चर्चमध्ये हजेरीही लावली.

याखेरीज, सकाळी दोन तास एक स्थानिक शाळेत जाऊन लहान मुलांना

शिकवण्याचेही काम या प्रशिक्षणार्थ्यांना करावे लागत असे. याबरोबरच, सिस्टर टेरेसा एका दवाखान्यातही मधूनमधून जात असे. कॅथॉलिक मिशनला लिहिलेल्या पत्रात तिने या दवाखान्यात आपण जे काही पाहिले त्याचे भावनावेगी चित्र रंगवले आहे. त्यात ती म्हणते, ''इस्पितळातील औषध विभागात येशूचे एक मोठे चित्र लावलेले असून त्याच्याभोवती यातनाग्रस्त लोकांचा वेढा आहे. आयुष्यात भोगाव्या लागलेल्या दुःखांची झळ त्या लोकांच्या चेहऱ्यावर कोरल्यासारखी स्पष्ट दिसत होती. प्रत्येक सकाळी कामाला सुरुवात करण्यापूर्वी मी हे चित्र टक लावून बघते. मला जाणवणारी प्रत्येक वेदना या चित्रात दृग्गोचर झालेली आहे. 'येशू तुझ्यासाठी आणि या यातनाग्रस्तांसाठी' असे मी मनाशी म्हणते. त्यानंतर दवाखान्याचे दार उघडते. बाहेरची छोटी ओसरी नेहमीच आजारी, पिचलेल्या आणि दयनीय चेहऱ्यांनी भरलेली असते. सर्वांच्या नजरा आशेने चमकलेल्या दिसतात''

''केवळ या इस्पितळात पोचण्यासाठी दूर दूर ठिकाणांहून प्रवास करून हे रुग्ण आलेले असतात हे लक्षात येते.'' असे नमूद करून तिने पुढे म्हटले आहे, ''डॉक्टरकडून मदत मिळणे अशक्य झाले असेल अशा मुलांना येथे घेऊन या. माझ्याकडे त्यावरचे आश्चर्यकारक औषध व इलाज आहे. ते लोक तसे वचन देतात आणि आपले वचन पाळतात. सर्वांत चांगले औषध म्हणजे पवित्र बाप्तिस्मा. कायमस्वरूपी कृपा-प्रसाद, त्यांना देता येतो याचा मला विलक्षण आनंद लाभतो.''

२४ मे १९३१ रोजी ॲग्नेसने सिस्टर ऑफ लोरेटो म्हणून गरीबी, पावित्र्य आणि आज्ञाधारकता याबाबतची पहिली प्रतिज्ञा केली. या कार्यक्रमात हातपाय लांब करून ॲग्नेस जमिनीवर काही क्षण पालथी पडून राहिली असेल. चेहरा जमिनीच्या दिशेने करून काही काळ स्तब्ध पडून राहणे हा प्रतिकात्मक मृत्यू मानला जात होता. साऱ्या ऐहिक इच्छांपासून सिस्टर मुक्त होणे असा त्या प्रतिकाचा अर्थ होता. या नाट्यपूर्ण कृतीद्वारे निर्णयाची गंभीरता परिणामकारक रीतीने सिद्ध होत होती. त्याचबरोबर हा निर्णय भविष्यात कधीही बदलता न येणारा असल्याने तेवढ्याच ठामपणे प्रतीत केले जात होते.

धार्मिक जीवनासाठी म्हणून ॲग्नेसने सेंट थेरेसे ह्या लिझिएक्सच्या संताचे नाव घेतले पण दुसऱ्या एका सिस्टरच्या नावाशी गल्लत केली जाऊ नये म्हणून थेरेसे नावातील 'एच' हे अक्षर काढून टाकले त्यामुळे ते सिस्टर टेरेसा असे झाले. सेंट थेरेसे ही फ्रेंच कार्मेलाईट नन होती. १८९७ साली ती जलोदराने मरण पावली तेव्हा केवळ २४ वर्षांची होती. मिशन आणि मिशनरी धर्मगुरूंसाठी केवळ एका कॉन्व्हेंट प्रार्थनागृह ती चालवत असे. धार्मिक कार्याच्या दृष्टीने तिचे जीवन फारसे कार्यप्रवण नव्हते हे खरे. पण एका आत्म्याची कहाणी (स्टोरी ऑफ अ सोल) हे तिचे आत्मचरित्र अनेक भाषांमध्ये भाषांतरीत होऊन त्याच्या प्रती सर्वत्र मोठ्या प्रमाणावर

खपल्या (बेस्टसेलर) होत्या. १९२५ साली थेरेसेचे नाव पोपनी संतांच्या यादीत समाविष्ट केले. हेच नाव ॲग्नेसने घेताना 'एच' वगळून टेरेसा करून घेतले. त्याखेरीज आणखी एक सेंट थेरेस ऑफ ॲव्हिला ही सोळाव्या शतकातील स्पेनमधील कार्मेलाईट नन होती. धार्मिक जीवन आणि त्यात होणाऱ्या विकासाचे महत्त्व याबाबतचे तिचे लिखाण बरेच प्रसिद्ध आहे. १९७० मध्ये डॉक्टर ऑफ चर्च हा बहुमान मिळवणारी ती पहिला महिला ठरली. पण ॲग्नेसच्या नव्या नावाचा संदर्भ या स्पॅनिश ननच्या नावाशी नव्हता.

आपल्या पहिल्या प्रतिज्ञाविधीनंतर ॲग्नेस उर्फ सिस्टर टेरेसा कोलकत्यास आली व तिची शिक्षकी कारकीर्द सुरू झाली. या वेळेपर्यंत इंग्रजी माध्यमातून शिकवण्याचा लोरेटो सिस्टर्सचा उत्कृष्ट दर्जा भारतभर प्रसिद्धी पावला होता. एरवी कॅथॉलिक चर्चवर टीका करणारी बरीचशी हिंदू, पारशी आणि अँग्लो-इंडियन कुटुंबे आपल्या मुलांना लोरेटो शाळांमध्ये पाठवू लागली होती. लोरेटो शाळा आणि महाविद्यालयांमध्ये शिक्षण झालेल्या अनेक महिला स्वातंत्र्योत्तर भारतात उच्च पदांवर विराजमान झालेल्या आहेत. सिस्टर टेरेसाला कोलकत्यातील पूर्वेकडील औद्योगिक केंद्र असलेल्या एन्टॅली लोरेटो शाळेत पाठवले गेले. कोलकत्यातील सहा लोरेटो शाळांमधील ही सर्वात कमी नाव झालेली शाळा होती. एका प्रचंड मोठ्या आवारातील या शाळेच्या बाहेरच्या बाजूला एक भली मोठी भक्कम भिंत होती आणि आत खूप पसरट आवार होते. भिंतीचा एक भाग तोडून आणि तेथे दोन स्तंभ उभारून प्रवेशद्वार केले होते. मुख्य शाळेत सुमारे ५०० मुले होती आणि त्यातली बरीचशी निवासी होती. निवासाची फी सहजपणे भरू शकणाऱ्या धनवान कुटुंबांमधील ही मुले होती. याच प्रचंड आवारात दुसरीही एक शाळा 'सेंट मेरीज' होती. त्यातील २०० मुले गरीब, मध्यमवर्ग अनाथ अशांपैकी होती. सेंट मेरीजमध्ये बंगाली भाषेतून शिक्षण दिले जाते असे 'द डॉटर्स ऑफ सेंट ॲन' या पंथातील भारतीय महिला 'सेंट मेरीज' मध्ये शिकवत असत. ननच्या पारंपारिक पोशाखाऐवजी साडीमध्ये वावरणाऱ्या या शिक्षिका होत्या.

पुढील १९ वर्षे, लोरेटो नन आणि मुलींची शिक्षिका या भूमिकेत सिस्टर टेरेसा होती. तिचा मुख्य विषय भूगोल होता. नंतर ती या शाळेची मुख्याध्यापिका झाली. तेथले नियम अत्यंत कडक होते. वार्षिक दार्जिलिंगची सुटी किंवा इस्पितळात जाण्यासारखी आणीबाणी याखेरीज कोणत्याही लोरेटो सिस्टरला कॉन्व्हेंटच्या भिंतीबाहेर कधीही पडता येत नसे. असे कॉन्व्हेंटबाहेर जाण्याचे प्रसंग आलेच तर त्यातही बाहेरच्या जगाची नजर पडू नये म्हणून लोरेटो सिस्टरला सुरक्षितपणे बंद खासगी मोटारगाडीतून नेले जात असे आणि तिच्यासोबत आणखी एक सिस्टर जात असे. सिस्टर फ्रान्सिस मिशेलने वर्णन केले आहे की सिस्टर टेरेसा इतकी गुणवान आणि

चांगली वागणारी होती आणि योग्यवेळी योग्य गोष्ट करण्याची ती सर्वतोपरी काळजी घेत असे. सर्वशक्तीमान ईश्वरावर तिची प्रगाढ प्रीतीयुक्त श्रद्धा होती. त्यापासून दूर करू पाहणाऱ्या कोणत्याही मैत्रीला वा आनंदाला वा मोहाला ती जवळपास फिरकू देत नसे. अगदी सुटीवर गेल्यावरही... त्या आनंदाची तिच्या मनोधारणेशी गल्लत न करण्याची खबरदारी ती घेत असे. लोकांशी वागण्याशी तिची पद्धत खूपच आदबशीर, लाघवी असे; पण कोणासही ती ईश्वरावरच्या आपल्या श्रद्धेवर दडपण येईल असे ती वागू देत नसे.

१४ मे १९३७ रोजी दार्जिलिंगमध्ये, सिस्टर टेरेसाने जीवनविषयक तिन्ही प्रतिज्ञांचा पुनरुच्चार केला आणि त्यानंतर लवकरच ती शाळेची मुख्याध्यापिका बनली. विशीपर्यंतच्या आयुष्यात स्कोपे येथे असताना ॲग्नेस बोयाझिऊने आपल्या भविष्यातील जीवनाची काही स्वप्ने पाहिली होती. त्यातल्या भारतातील आपल्या आयुष्याच्या आशांशी आजच्या जगण्याचा मेळ बसत नव्हता. दार्जिलिंगमधील सुरक्षित वातावरण किंवा कॉन्व्हेंटच्या भिंतींमधील संरक्षित जीवन हे तिच्या दृष्टीने विसंगत होते. 'कॅथॉलिक मिशन' मध्ये ज्या गोष्टी कळल्या होत्या त्यात, शाकारलेल्या झोपड्यांमध्ये राहावे लागलेल्या अगदी गरीब सिस्टर्सच्या कहाण्या होत्या. या झोपड्यांच्या भोवतालच्या आसमंतात जंगली जनावरांचा संचार आणि अन्नवस्त्रांसाठीही पुरेसे पैसे नसणे यांचा समावेश होता. वाहत्या ओहोळ व नद्यांमधून भाताच्या खाचरांमधून नेहमीच अनवाणी फिरावे लागते वगैरे बाबीही इतर सिस्टर्सच्या संबंधात तिने ऐकल्या होत्या. मदर सुपिरिअरला तिच्या अनाथ मुलांनी सर्पदंशापासून वाचवले होते आणि दुसऱ्या एका कहाणीत एकाला वाघाच्या तावडीतून नशिबानेच वाचवल्याची गोष्ट तिला कॅथॉलिक मिशनच्या माध्यमातून समजली होती.

याखेरीज सिस्टर टेरेसाला स्वत:लाही एक अनुभव कोलकत्यात आला. १९३५ साली सेंट थेरेसाच्या शाळेत जाण्यास तिला सांगितले गेले. त्यासाठी थोडेसे अंतर तिला शहराच्या एका भागातून पायी जावे लागणार होते. कुंपणातून बाहेर पडतानाच सेंट मेरीजच्या भोवतालच्या भिंतीबाहेर कोलकत्यातील एक सर्वसामान्य झोपडपट्टी किंवा वस्ती तिला दिसली. दारिद्र्याचे साम्राज्य असलेली. कोलकत्यातील इतर कोणत्याही झोपडपट्टीसारखी ही वस्ती होती. झोपड्यांची संख्या आणि जागा वाढत्या श्रेणीने पसरणारी. 'मोती झील' असे तिचे नाव. झोपडपट्टीच्या मध्यभागी असलेल्या एका छोट्याशा आणि घाणेरड्या पाण्याच्या तलावावरून हे नाव पडले होते. झोपडपट्टी म्हटल्यावर दिसावे तसे ते दृश्य होते. जे गरीब लोक राहण्यासाठी म्हणून तेथपर्यंत पोचत होते ते त्यांच्या झोपड्यांवरील आच्छादनासाठी लोखंडाच्या सळ्यांच्या चौकटींपासून ते प्लास्टिक, चिरगुटे, जुनी पिंपे आणि काय वाट्टेल ते साहित्य वापरीत असल्याचे दिसत होते. तेथे राहाण्याच्या हक्कापोटी त्यांना जागेचे

भाडे द्यावे लागत असे. मग ते वातावरण कितीही गलिच्छ आणि आरोग्यनाशक असले तरी राहण्यासाठी भाडे द्यावे लागेच. त्यामुळे अन्नधान्यासाठी फारसा पैसा उरतच नसे.

एन्टॅलीच्या 'सेंट मेरीज' मधील अनेक जुन्या मुलींपैकी बऱ्याचशा सोडॅलिटी ऑफ द ब्लेस्ड व्हर्जिन मेरी या पंथाच्या होत्या. ॲग्नेसला पूर्वायुष्यात भारून टाकणाऱ्या पंथासारखा हाही एक पंथ होता. या सोडॅलिटीला जोडून एक स्टडी क्लब होता. त्यातील चर्चेत 'आहेरे' आणि 'नाहीरे' या वर्गांना जोडणाऱ्या संबंधांचा ऊहापोह होत असे. त्यातून स्फूर्ती घेऊन या मुली मग झोपडपट्टीत राहणाऱ्या गरीब कुटुंबांना भेटण्यासाठी किंवा नीलरतन सरकार इस्पितळातील गरीब रुग्णांना मदत करण्यासाठी तत्परतेने धावून जात. सिस्टर टेरेसा या किशोरवयीन मुलींच्या अनावर उत्साहाला आणखी जोम प्राप्त करून देताना, स्वतःला विसरून इतरांची सेवा करण्यातल्या आनंदाची जाणीव देत असे. तथापि, कितीही ओढ लागली असली तरी त्या परिसराच्या कडक नियमांप्रमाणे ती त्या मुलींबरोबर स्वतः बाहेर जाऊ शकत नव्हती.

कोलकत्याला पूर्वीचा राजेशाही दिमाख किंवा लौकिक मिळण्यास बरेच प्रयास पडले आणि १९३० च्या सुमारास ते घडून आले. मूळच्या दलदलीच्या जमिनीवर वसलेले हे शहर केवळ व्यापाराच्या संधीच्या जोरावर पुढे आले. सतराव्या शतकातले हे खेडे प्रथम भरभराटीला आलेले गाव बनले. आणि त्यानंतरची वाटचाल त्याला राजधानीच्या दर्जापर्यंत घेऊन गेली. नंतर ते ब्रिटीश साम्राज्याचे आणि राजवटीचे दुसऱ्या क्रमांकाचे शहर बनले. एक एप्रिल १९१२ रोजी दिल्लीला राजधानी हलविली जाईपर्यंत कोलकत्याचे स्थान राजधानीचे होते. मात्र त्यापूर्वीच कोलकत्याचा राजेशाही दिमाख संपला होता. क्लाईव्ह ऑफ इंडियाच्या शब्दात सांगावयाचे तर "विश्वातले सगळ्यात विकृत शहर" असा कोलकत्याचा लौकिक बनला होता. भ्रष्टाचार, अनागोंदी आणि तत्त्वशून्यता यांचा पगडा सर्व मुलकी सेवेकऱ्यांवर बसला होता. आसपास घडलेल्या वाईट घटनांमुळे त्यांची मने निबर झाली होती. त्यातून जुलूम करण्याच्या सवयी लागल्या होत्या आणि कल्पनेतही कठीण असे ऐषारामी जीवन जगण्याच्या हव्यासापायी सर्वच लोकांना नाडण्याचे सत्र सुरू झाले होते.

१९०५ साली ब्रिटीशांनी फाळणी करून प्रशासकीय सोयीच्या दृष्टीने दोन प्रांत तयार केले. कोलकत्यातील सुशिक्षित बंगाल्यांमध्ये यामुळे प्रचंड संताप उफाळला. फाळणीमुळे कोलकता मूळ भूमीपासून वेगळे केले गेले. त्यामुळे पुरवठा आणि मागणीचे स्रोतही तुटले आणि त्यातून हिंदू-मुस्लीम दंगलीही पेटल्या. जणू १९४६ ची आधीची आवृत्ती. तरीही कोलकता हे लंडननंतरचे राष्ट्रकुलाचे दुसऱ्या क्रमांकाचे शहर राहिले आणि जगातले चौथ्या क्रमांकाचे. कोलकत्याचे इतिहासकार

जेफ्री मूर हाऊस यांनी लिहीले आहे, 'एका अर्थी कोलकत्याची कहाणी ही भारताची कहाणी आहे आणि तिसऱ्या जगाच्या कहाणीची छोटी आवृत्ती. का आणि कसे साम्राज्य निर्माण झाले आणि जेव्हा साम्राज्य समाप्त झाले तेव्हा काय घडले याची ही कहाणी आहे.' राजवाड्यांच्या या शहरास, आरोग्यास हितकारक वातावरण नसूनही, सर्वत्र दिसणारे महारोगी व भिकारी, दुर्गंधीने भरलेल्या झोपडपट्ट्या आणि आज, हजारो आंतरराष्ट्रीय पातळीवरील हजारो धर्मादाय कार्यकर्ते हे सारे असूनही, राजेशाही थाट कधीच पूर्णपणे लयास गेला नाही किंवा दुराचरण आणि दोषांबद्दलची दुष्कीर्तीही कधी लोप पावली नाही. कोलकता हे कृष्ण-विवर असलेले शहर पूर्वी मानले जावयाचे आणि या कृष्ण-विवरात१२३ ते १४६ गोरे लोक (नक्की आकडा वादग्रस्त आहे) संशयास्पद स्थितीत मरण पावले अशीही कथा आहे. अजूनही कलकत्याबद्दल भरभराटीच्या संस्कृतीचे शहर असे काही बोलले जात नाही.खरे तर तसे हे शहर आहे– तरीही. पहिल्या महायुद्धानंतर शहरात नाट्यमय बदल घडून आले. मोठ्या प्रमाणावर तरुण पिढी इंग्लंडहून परतली आणि जुन्या कोलकता समाजाच्या अनेक प्रथा-पंरपरा त्यांनी मोडीत काढल्याचे दिसले. आपापल्या कंपन्यांमध्ये कनिष्ठ पातळीवर काम करणाऱ्या व वेगवान आयुष्य जगणाऱ्या या तरुणांचा जीवनक्रम नव्यानेच उघडलेल्या फिर्पोच्या रेस्टॉरेंटभोवती केंद्रित झाला. नाविन्यपूर्णतेच्या आणि सनसनाटी आयुष्याच्या शोधात असणाऱ्या या तरुणांमध्ये फिर्पोचे रेस्टारेंट हा एक महत्त्वाचा केंद्रबिंदू झाला. तेथील जाझ बँड, अत्याधुनिक प्रकाशयोजना आणि आधुनिक फर्निचर या वातावरणाचा तरुणांना मोह पडला आणि तेथे जाणे म्हणजे सुखाच्या आयुष्याचा एक भाग असे एक प्रतीकच तयार झाले. कोलकत्यात सततच्या राजकीय अनाचाराने जुन्या कोलकतावासियांच्या संस्कृतीला धमकावले की कॉकटेल पार्ट्यांच्या फॅशनने हे समजणे कठीण वाटावे अशी परिस्थिती पहिल्या महायुद्धानंतर अवतरली. सर्व घटनांकडे बघता, १९३० च्या सुमारास हे स्पष्ट झाले की पैसा कमावणे खूप कष्टप्रद झाले, कामगारांचे पगार वाढतच चालले आणि राजेशाही आणि व्यापारी झगमगाट विझू लागला. ही उतरती कळा बघून युरोपियन लोक चिंतीत, नाखूष आणि नाराज झाले पण ते त्यापासून अलिप्तच राहिले.

किंपलिंगने कोलकत्याचे वर्णन 'भयानक रात्रीचे शहर' असे केले तेव्हा त्याला विशेषत्वाने थक्क करणारी बाब होती. कोलकत्याच्या गल्ल्या-बोळात दिसलेल्या युरेशियन (अँग्लो-इंडियन) वेश्यांच्या हालचाली. १९३० च्या सुमारास शहराचे रहिवासी असलेल्यांना आठवते की कोलकता शहरात तेव्हा नैतिकतेची पातळी खालावतच चाललेली होती. १९२० ते १९३९ या काळात कोलकत्त्यात राहिलेल्या रुमर गॉडेन या लेखिकेने या शहराविषयी बरेच काही लिहिले आहे. या शहराची काळीकुट्ट बाजू समजावून घेणे हा व्यवसाय बनवलेल्या फार थोड्या ब्रिटीश

लोकांपैकी ती एक होती. हे कोलकता शहर कसे आहे ते मदर टेरेसांच्या नजरेस पडायला सुरुवात होत होती.

१९३० मध्ये गॉडेनने एक नृत्यशाळा उघडली. केवळ ब्रिटीशच नव्हे तर अँग्लो इंडियन मुलींनाही ती नृत्य शिकवत होती. अशा प्रकारची कधी कल्पनाच न केलेल्या ब्रिटीशांनी गॉडेनला वाळीत टाकले. त्यानंतर, तिने लग्न केले. तिच्या श्रेणीतल्या इतर बायका क्लबमध्ये जात आणि दिवसभर कुचाळक्या करीत, चकाट्या पिटीत– असे आयुष्य घालवायची इच्छा नसलेल्या गॉडेनने आपल्यावर लादलेल्या एकाकीपणाचा आणि आपल्यातल्या निरीक्षण-क्षमतेचा उपयोग केला आणि लेखकाच्या नजरेतून शहर न्याहाळायला सुरुवात केली. तसे वरवर पाहता कोलकता शहर व्यवस्थित, टापटीप आहे असे दिसत असे. 'लोक संध्याकाळी बग्गीतून फेरफटका मारत– मोटारी हळूहळू वाढल्या– चौरिंगी हा मुख्य रस्ता होता. खूप रुंद अशा या रस्त्यावर बंगाल क्लब, आर्मी अँड नेव्ही स्टोअर्स, ग्रँड हॉटेल अशा राजेशाही दिमाखदार इमारती होत्या आणि मोकळे मोठे मैदान होते. मैदानाच्या कडेला फुलांची झाडे होती. वसंत ऋतूत जॅकारंडा आणि अकेशिया चहूबाजूंनी फुलून येत व फार मनोहारी सुंदर दृश्य दिसे. त्याखेरीज मैदानावर क्रिकेट आणि फुटबॉल खेळले जात.' असे गॉडेनने नमूद केले आहे.

'पण दुसऱ्या बाजूला कोलकता शहर तेवढेच भयानक आणि विचित्र शहर होते. अशी एक आख्यायिकाही त्यावेळी प्रचलित होती की अत्यंत गुणवान स्त्रीच्या पलंगाखाली/बिछान्याखाली कोलकत्याची एखादी बॅग नुसती ठेवली तरी ताबडतोब तिचे गुण मातीमोल होऊन जातील. मी तेथे असताना युरोपियन समाजात बायकांची अदलाबदल मोठ्या प्रमाणावर होत असे आणि सर्व प्रकारचा भ्रष्टाचार, लोकापवाद, गैरव्यवहार सर्वत्र चालत असे' हे सारे लिहून ठेवणाऱ्या गॉडेनने आपली मिश्र नृत्यशाळा 'धाडसीपणाची आणि प्रत्युतरादाखल केलेली कृती' म्हणूनच चालवली होती. ती बंद केल्यानंतर, आपल्या कादंबऱ्यांच्या तपशीलासाठी कोलकत्याच्या गल्लीबोळातून ती शोधक नजरेने बारीक-सारिक गोष्टी टिपत हिंडली होती. 'माझे लग्न झाल्यानंतर क्लब आणि पार्ट्यांच्या जीवनाशी मला जुळवून घेता आले नाही. चौरिंगी परिसरात मी एकटीच चालत जात असे. खाद्यपदार्थांच्या दुकानांचा मोहल्ला असलेल्या न्यू मार्केट भागात मी तासन्तास भटकत असे. बारक्यासारक्या गल्लीबोळांचे रोगट जाळे मला तेथे आढळले होते. पुढच्या बाजूला भव्य इमारती असलेल्या या भागाच्या परसदारी किती घाणेरडे वातावरण मला दिसून आले. पदपथावर राहत असलेले लोक... अगदी थोड्या फर्निचरसह दोन खोल्यात जीवनाचा पसारा मांडलेली युरेशियन कुटुंबे आणि ढळढळीत प्रकाश ओकणारा दिवा, कळकट भिंतींमध्ये खाद्यपदार्थ ठेवण्याचे फडताळ. हे सारेच फार घाणेरडे, गलिच्छ होते. रस्त्यांवर

जिकडे-तिकडे भीक मागणारे कुष्ठरोगी दिसत. देवी रोगाचे थैमान चालू असे आणि कचरापेटीत अनेक नवजात अर्भके सापडत. सगळ्यांत भयंकर म्हणजे कोणीही याबाबत काहीही करत नव्हते' असे गॉडेनने ६० वर्षांनंतर लिहून ठेवले आहे.

कोलकत्याच्या जीवनातील अमानुषता, स्वत:चे स्तोम कुरवाळणारे अहंमन्य क्लब आणि विवेकबुद्धीचा संपूर्ण अभाव इतरही लोकांनी पाहिलेला होताच. १९२४ साली ईस्ट इंडिया रेल्वेत कामासाठी आलेला रॉय निस्सेन याला कोलकत्यातील समाजजीवनात कसे वागायचे त्याचा लगेचच अंदाज आला. त्याने म्हटले आहे, 'शनिवारी रात्री अनेक मुली फक्त थेट ब्रिटनहून आलेल्या कर्मचाऱ्यांबरोबर (स्थानिकांबरोबर नव्हे) बाहेर पडत. छान छान दिसणाऱ्या या युरेशियन मुलींना आपल्या मोटारीत घेऊन हे ब्रिटीश लोक मैदानाभोवती फिरत. गाडीच्या मागच्या भागात त्यांचे प्रेमचाळे चालत. बॉसला दिसू नये अशा रीतीने हा प्रेमालाप चाले. ब्रिटनहून आलेल्या या कर्मचाऱ्यांना सुरुवातीची तीन वर्षे लग्न न करण्याची अट असे. युरेशियन मुलींबरोबरचे त्यांचे संबंध तसेही लग्नाच्या पातळीपर्यंत जाणारे नसतच. निस्सेनने पुढे म्हटले आहे की ब्रिटीश लोक आणि युरोपिअन मुली (म्हणजे तात्त्विकदृष्ट्या इंग्रज दांपत्यांची इंग्रज मुलगी या पातळीपेक्षा कमीच म्हणायचे) यांच्यातील संबंधसुद्धा लग्नाच्या पातळीवर क्वचितच पण गरोदरपणाच्या पातळीवर नेहमीच जात. तथापि, कोलकत्यात त्यावेळी हा एक साधा मामला मानला जात असे. अनेक बंगाली डॉक्टर पुढचे काम सफाईदारपणे पार पाडणारे होते. २००-३०० रुपये घेऊन ते गर्भपाताची व्यवस्था करीत. या प्रकरणात खरे दोषी मुलींचे आई-वडिलच होते. सरतेशेवटी, ब्रिटीश कर्मचारी गळाला लागेल आणि आपला जावई होईल अशा आशेने ते या संबंधांना प्रोत्साहनही देत.

मदर टेरेसांच्या कहाणीत मध्यवर्ती महत्त्व असलेला ब्रिटीश पत्रकार माल्कम म्युगरीज याला कोलकत्याच्या जीवनाचा १९३० च्या सुमारास पहिला अनुभव आला आणि तो चांगलाच त्रासदायक ठरला होता. त्याची पत्नी किटी आणि तीन मुले इंग्लंडमध्ये होती. कोलकत्यात पोहोचल्या पोहोचल्याच एका स्थानिक मुलीबरोबर त्याचे संबंध प्रस्थापित झाले. इतक्या वेगाने तो वाहावत गेला की त्याचे लग्नच धोक्यात आले होते. पण थोडक्यात तो बचावला. 'कोलकता स्टेटस्मन' या दैनिकात तो पत्रकार म्हणून काम करीत होता. चौरिंगी भागात या वृत्तपत्राचे कार्यालय होते. पत्रकार म्हणून त्याला भारतीय जीवनात स्वत:ला झोकून देता आले असते. तथापि, मोटार आणि ड्रायव्हर असलेला 'साहेब' म्हणून कोलकत्यातील जीवन आणि लोक यांच्यापासून अलिप्त राहण्यात तो यशस्वी झाला. मैदानावर सकाळी घोड्यावरून रपेट मारण्याचा त्याच्या सवयीमुळे या अलिप्ततेत भरच पडली. त्याच्या स्तंभात लिहिताना त्याने, 'एका प्रसंगात मी गुंतलो गेलो आणि तेही माझ्या

स्वतःच्या इच्छेपायी' असे कबुलीवजा वर्णन लिहिले आहे. एकदा तो मोटारीतून एका रात्रीच्या पार्टीला जात होता. आधीच उशीर झाला होता. त्यात, त्याच्या गाडीच्या ड्रायव्हरने एका इसमाला धडक दिली. क्षणार्धात बरेच लोक जमले आणि 'साहेबाला' (म्युगरीजला) त्यांनी घेरले. कोठे रुग्णवाहिकाही मिळेना. लगेच ड्रायव्हरने निपचित पडलेल्या त्या इसमाला उचलून मोटारीत घातले व इस्पितळात नेले. पार्टीसाठीच्या पेहेरावातील म्युगरीजला त्या कपड्यांमध्ये खूप अवघडल्यासारखे झाले होते. पण इस्पितळात गेल्यावर त्या इसमाच्या इलाजासाठी त्याने पैसे दिले. त्या इसमाला जोराचा धक्का बसण्याखेरीज फार काही झालेले नाही असे दिसल्यावर त्याचा जीव भांड्यात पडला. इस्पितळात अनेक अस्ताव्यस्त पसरलेली माणसे त्याला दिसली. एकाची तर मान कापली जाऊन रक्ताची धार लागली होती. आपला रुग्ण बराचसा सुरक्षित आहे हे पाहून नंतर म्युगरीज पार्टीला उशिरा पोचला. तेथे, कोलकत्यात अशा घटना कितीतरी होत असतात याबाबत पाहुणे मंडळी शांतपणे संध्याकाळभर चर्चा करत होती.

तथापि, काही लोक असेही होते की त्यांना या प्रश्नाची प्रचंड व्याप्ती जाणवली होती आणि त्यांची त्यासाठी काही करण्याची तयारीही होती. उदाहरणादाखल बोलायचे तर रेव्हरंड आणि श्रीमती अर्फोन रॉबर्टस् यांनी अशा आणिबाणीच्या गरजांच्या कहाण्या ऐकल्यामुळे १९१६ साली पश्चिम बंगालमधील मिशन इस्पितळाशी संपर्क साधला होता. श्रीमती रॉबर्टस् ही एक प्रशिक्षित नर्स होती. मात्र, पाश्चिमात्य पद्धतीचा औषधोपचार घेण्यास रुग्णांनी नकार दिल्यामुळे तिची पंचाईत झाली होती. बरेचदा कोणतीही मदत मागायला ते खूप उशीर करीत आणि मृत्यू ओढवून घेत. मिशन इस्पितळ भरपूर सावलीच्या झाडांपासून जवळच होते. त्यामुळे भिकारी, भरकटलेले लोक असे रुग्ण दिवसभर तेथे सावलीत पदपथावर बसून राहत आणि कधी कधी तेथेच आडवे होऊन या जगाचा निरोप घेत. श्रीमती रॉबर्टस्ला एक हिंदू वेडी बाई चांगलीच आठवत होती. कधी कधी तिच्या अंगावर एखादी चिंधीही नसे आणि घराबाहेर आरडाओरड करणे आणि मधूनच किंचाळणे असा तिचा उद्योग चाले. 'हिंदू धर्मात मला, कनवाळूपणा आढळला नाही. दाराशी भिकारी आला तर धर्म पाळण्यासाठी म्हणून लोक त्याला भीक घालत, एखादे नाणे व मूठभर तांदूळ देत. पण एखादा भिकारी अन्नाविना किंवा आजाराने दाराशी मूर्च्छित होऊन पडला तर ते काही करत नसत, त्याला हातसुद्धा लावत नसत. त्यांचा धर्म त्यासाठी त्यांना मनाई करतो असे वाटे. ते भीक सुद्धा घालत, कारण पुढील आयुष्यासाठी दुवा मिळत असे म्हणून. पण मदतीचा हात कधीच नाही.'

'सुईणीचे काम करताना मी असे खूप प्रकार पाहिले. बायकांच्या जीवनात भयानक कष्ट आणि यातना मला दिसल्या. अगदी पूर्णपणे हातपाय बांधून ठेवल्यागत.'

असे सांगून ती पुढे म्हणते, 'अपत्यहीन बाईला तर वाईटच जीवन भोगावे लागते असेच मला वाटते. अनेकींनी अपत्य नसल्यामुळे आत्महत्त्या केल्याचे मला ठाऊक आहे. जर नवऱ्याला त्याची बायको मुलगा देऊ शकली नाही तर सगळ्या बाजूने त्या बाईची किंमत शून्य. गावातल्या इतर बायकांनी शेरेबाजी केली किंवा टोमणे मारले म्हणून नवऱ्याने घरी येऊन बायकोचा छळ केल्याचे, तिला नरक-यातना सहन करायला लावण्याचे अनेक बायकांनी येऊन मजजवळ बोलून दाखवलेले आहे. झालेली मुलगी रात्रीत गूढरीत्या मरण पावली आणि पोलिसांनी चौकशी केली नाही असे कित्येक प्रसंग आहेत.' असेही श्रीमती रॉबर्टस्‌ने नमूद करून ठेवले आहे. ती व तिचा नवरा महारोगी आणि अंध यांच्यामध्ये काम करणाऱ्या मिशनऱ्यांच्या गटामध्ये होते. ती पुढे म्हणते, 'अर्थातच हे समाज-कार्य होते. पण हा केवळ प्रारंभ होता. त्याआधी, अंध लोकांसाठी काहीच काम केले गेले नव्हते. कोलकत्यात मदर टेरेसांनी गरिबांसाठी केलेले काम म्हणजे चर्चने पुढाकार घेऊन लोकांची काळजी घेतल्याचा परिणाम होता.

१९३० च्या नंतरचे कोलकता हे, आधीच वाईट गोष्टींनी पुरेपुरे भरलेले शहर बनले होते. त्यात, दुसऱ्या महायुद्धात इंग्लंड गुंतल्याने अधिकच भर पडली. हे महायुद्ध आपण लढत आहोत असे फार थोड्या भारतीयांना वाटत होते. खरे म्हणजे, अगदी बहुसंख्य नव्हे पण बऱ्याच लोकांचा, बंगालचे वीर सुभाषचंद्र बोस यांना पाठिंबा होता. सुभाषचंद्रांच्या इंडियन नॅशनल आर्मी उभारण्याच्या प्रयत्नाला लोकांची साथ होती. १९४३ मध्ये दोस्त राष्ट्रांविरुद्ध युद्ध जाहीर करताना इंडियन नॅशनल आर्मीचे पाठबळ सुभाषचंद्र बोस यांच्यामागे होते. पण कोलकत्याचे स्वत:चे गंभीर प्रश्न आ वासून उभे होतेच. १९४३ चा दुष्काळ कोलकत्याच्या इतिहासातील भीषण दुष्काळांपैकी एक मानला जातो. त्यामागे एक महत्त्वाचे कारण जपानी लोकांनी ब्रह्मदेश ताब्यात घेतला हे होते. अनेक वर्षे कमी-अधिक पिकांमुळे बंगालमध्ये दुष्काळ आणि अन्नधान्याची टंचाई भासत होती व त्यात जपानी लोकांच्या विजयामुळे बंगालला बाहेरून होणरा तांदूळ पुरवठा बंद झाला. बंगालमधील सहा कोटी रहिवाशांना पुरेल इतके धान्य पिकले नव्हते. आदल्याच वर्षी (१९२४मध्ये) प्रचंड पूर आणि तुफानी वादळाने हिवाळी भातपीक नष्ट करून टाकले होते. दरम्यान, सरकारी (मुख्यत: ब्रिटीश) अकार्यक्षमतेमुळे नफेखोरी आणि साठेबाजी यांना ऊत येऊन नैसर्गिक संकटाच्या व्याप्तीत सुलतानी भर पडली. त्यामुळे कोलकता शहरात अन्नासाठी वणवण फिरणाऱ्या भिकाऱ्यांच्या संख्येत वाढ होण्यास फारसा वेळ लागला नाही. भुकेल्यांची संख्या वाढते आहे असे म्हणेम्हणेस्तोवर अनावर जमावांचे लोंढे शहरात दिसू लागले आणि अनेकांनी उपनगरी रेल्वे स्थानकांवर तर बऱ्याच जणांनी पदपथावरच आश्रय घेतला. वादळाने जीवन

उद्‌ध्वस्त केल्यामुळे उपासमार घडू लागलेल्या शेतकऱ्यांनी आपले किडूक-मिडूक विकून सरळ कोलकत्याची वाट धरली कारण त्यांना कोठलाही पर्यायच उरला नव्हता. भावांच्या आश्रयाला येऊन अनेक वर्षे राहिलेल्या विधवांनाही घर सोडण्यास सांगितले गेले. नवऱ्यांनी आजारी बायकांचा त्याग केला आणि बायकांनी खायला मागणाऱ्या मुलांना वाऱ्यावर सोडून दिले. काहीतरी खायला मिळावे इतकी अन्नान्नदशा अनेकांच्या वाट्याला आली. एका बातमीदाराने वर्णन केलेल्या कुटुंबाची कहाणी सर्वत्र चर्चिली गेली. लोअर सेर्क्युलर रोडवर आसरा घेतलेल्या या कुटुंबाचा कर्ता पुरुष मेल्यागत पडला होता. त्याच्या तीन लहानग्यांसाठी त्याची बायको भाजीच्या साली शिजवत होती. ती इतकी कृश झाली होती की सदरहू बातमीदाराने, दहा फूट अंतरावरूनही आपण तिच्या फासळ्या मोजू शकलो असे म्हटले होते. ती पंचविशीची असावी पण तिची वक्ष:स्थळे जवळपास सपाटच झाली होती. खडखडीत वाळलेल्या त्वचेवर केवळ टिंबे दिसणारी स्तनाग्रे तिच्या शरीरातला सर्व रस आटून गेल्याचे दर्शवत होती.

अन्नासाठी व्याकुळ मुले दारोदार फिरून अन्नाचे काही कण वा कांजी मिळवण्यासाठी धडपडत होती. अशा वेळी काही धर्मादाय संस्थांनी पेज-गृहे सुरू केली. उपासमारीची भीषणता इतकी प्रखर होती की अनेकांनी आपली मुलेही विकण्याचा प्रयत्न केला. काहींनी तर कुत्र्याचे मांस खाण्यासही कमी केले नाही (मधूनच कुत्रीही मानवी प्रेतांचे लचके तोडताना आढळत होती.) अन्नासाठी कचरापेटी शोधणारेही पुष्कळ लोक होते. फेकून दिलेले अन्न हस्तगत करण्यासाठीही स्वत:ला झोकून देणारे लोक होते.

या साऱ्या दुष्काळाने किती लोकांचा बळी घेतला त्याचा नेमका आकडा आजवर ठाऊक झालेला नाही. कम्युनिस्टांच्या दाव्यानुसार, एक कोटी २० लाख लोक मरण पावले तर १९४४ च्या कोलकता विद्यापीठाच्या आकडेवारीनुसार ३५ लाख लोक दगावले. मूरहाऊस यांच्या लिखाणानुसार, 'या संकटाची सत्यता काहीही असो, पण कोलकत्याच्या इतिहासाचा काहीएक खुलासा नक्की होईल अशा रीतीने कोलकत्याच्या आत्म्यावर या संकटाने ओरखडे उमटवले.'

कोलकता असे भुकेच्या आगीने जळत असताना ब्रिटीश लोक वाद्ये वाजवत निवांत बसलेले नव्हते. तथापि, भारत-मंत्री एल. एस. आमेरी अत्यंत आत्मविश्वासपूर्ण आवाजात, लंडनमध्ये हाऊस ऑफ कॉमन्समध्ये सांगत होते, 'एकंदरीत धान्यटंचाई अशी काही तेथे नाही. या हंगामात भारतात गव्हाचे जोरदार पीक आलेले आहे. तथापि, वितरणात मात्र बरेच उलटेसुलटे गैरप्रकार घडलेले आहेत.'

ब्रिटीश पुरुष मंडळी मुख्यत्वेकरून सैन्यदलांमध्ये सेवा-चाकरी करीत असल्यामुळे त्यांना दिवसभराचा उद्योग होता. पण महिलांना मात्र दिवसभर काय करायचे असा प्रश्न पडलेला असे. एकंदरीत इंग्लंडहून भारतात आलेल्या बायकांना येथील

पुरुषप्रधान समाजाशी जुळवून घेणे कधीच सोपे गेले नाही. बाजारहाट, खरेदी, स्वयंपाक आणि दैनंदिन कामासाठी नोकर होते. मुलांना सांभाळायला आया होत्या त्यामुळे दिवसभरात त्यांनी करण्याजोगे काही शिल्लकच राहत नव्हते आणि उष्ण वातावरणामुळे बऱ्याचजणी आजारी पडल्या. त्यामुळे, अनेकजणांवर खऱ्या कसोटीच्या वेळी, खुशाल आळशीपणाचे आणि उच्चभ्रू सामाजिक आयुष्य जगत असल्याचे आणि युद्धाच्या वेळी काही योगदान देत नसल्याचे आरोप केले गेले. बंगालची चांगली माहिती असलेल्या रुमेर गॉडेनला १९४५ मध्ये याबाबत चौकशी करण्यास सांगितले गेले. तिने, 'बंगाल जर्नी : ए स्टोरी ऑफ द पार्ट प्लेड बाय वुमेन इन द प्रॉव्हिन्स, १९३९-४५', या नावाने आपला अहवाल दिला. इंग्रज बायकांना या अहवालाचा मोठाच आधार मिळाला. त्यात म्हटले होते, 'भयंकर उष्ण हवामान असूनही त्यात जीवन कसे व्यतीत करावे हे इंग्रज महिला शिकल्या. पूर्वी त्यांना उन्हाळ्यात थंड हवेच्या ठिकाणी पाठवले जात होते. मात्र, यावेळी त्यांनी उन्हाळ्याशी यशस्वी मुकाबला केला. यातील बऱ्याचजणी आठ-आठ वर्षे घरी (इंग्लंडमध्ये) गेलेल्या नाहीत. त्यांना भारतात अपत्य-प्राप्तीही झाली. कोठलीही तक्रार न करता त्यांनी भयानक आजारपणांचा सामना केला आहे.'

१९४० साली, रेड क्रॉसला पैशाची मदत करण्यासाठी बंगालच्या गव्हर्नरांच्या पत्नीने 'लेडी मेरी हर्बर्ट वुमेन्स वॉर फंड' ची स्थापना केली. पुढच्याच वर्षी (१९४१) 'कोलकता वुमेन्स वॉर कमिटी'ने एक पत्रक प्रसिद्ध केले त्यात सुमारे २० महिला स्वयंसेवी संघटनांनी आपल्याबद्दलची माहिती दिलेली होती. गॉडेनने लिहिले आहे, 'सिंगापूर पडल्यानंतरचे म्हणजे १९४२ हे वर्ष भारतासाठी फारच वाईट ठरले. हताश किंवा हतबल झालेले पुरुष, निर्वासित, जखमी, आजारी, मरणोन्मुख आणि भ्रमिष्ट अशा सर्व प्रकारे दमछाक झालेल्यांचा पूर शहरांकडे येत होता. घर निर्वासितांनी भरलेले असले तरी महिला मात्र तापदायक उन्हात, अर्धपोटी अवस्थेत शुश्रुषा करीत होत्या किंवा कोणाला तरी उपचारांसाठी नेत-आणत होत्या. युद्धविरोधी घोषणा, धास्तावणारे गोंधळाचे वातावरण आणि हिंसाचार अशा परिस्थितीत महिलांनी उपाहारगृहे चालविली आणि इस्पितळांमध्येही कर्मचारी म्हणून काम केले.'

मुख्यत्वेकरून, इंग्रजांच्या पुढाकाराने इंग्रज महिलांनी हाती घेतलेल्या कामांविषयी लिहीणे हे गॉडनचे काम होते. पण, या पेचप्रसंग समित्यांमध्येही बंगाली महिला वाढत्या संख्येने सहभागी होत होत्या हे सत्यच होते. जवळच्या ब्रह्मदेशाला जपानी सैन्याने धडक दिली होती त्यावेळी, कलकता शहरातून सतत धुरांचे लोट ठिकठिकाणांहून दिसत होते. काही ठिकाणचे धूर बॉम्बहल्ल्यांमुळे उद्भवलेले होते तर मोठ्या प्रमाणावरच्या मृत्यूंमुळे घाटांवर सतत सुरू असलेल्या अग्निसंस्कारांमधून बाकीचे

धुरांचे लोट उठत होते. सिस्टर टेरेसाच्या दृष्टीने युद्ध ही आत्यंतिक निराशेची बाब ठरली. बिघडत्या अन्नटंचाईच्या काळातही १९४२ पर्यंत ती एन्टॅलीत शिकवत होती. त्यानंतर तो संपूर्ण परिसर 'ब्रिटीश लष्करी रुग्णालय' म्हणून वापरण्यासाठी ताब्यात घेतला गेला. मुलींच्या सामायिक निवासाचे (डॉर्मिटरीज) रूपांतर इस्पितळाच्या वॉर्डमध्ये झाले आणि अनाथांसह बहुतेक सर्व विद्यार्थी बऱ्याच दूरवरच्या रूपांतरीत उपाहारगृहांमध्ये हलविले गेले. सिस्टर टेरेसा मात्र शहरातच राहिली. 'सेंट मेरीज'ची मुख्याध्यापिका आणि डॉटर्स ऑफ सेंट ॲनची प्रमुख अध्यापिका हे या काळात तिचे काम होते. कोलकत्याच्या कॉन्व्हेंट रस्त्यावरील एका इमारतीत हे काम ती पार पाडीत होती. तिच्या ऑर्डरच्या नियमांप्रमाणे बंदिस्तता पाळली जाणे आवश्यक होते म्हणजेच तिने बाहेर जाणे व पेचप्रसंगांच्या कार्यवाहीत सक्रिय सहभाग घेणे ऑर्डरला मंजूर नव्हते. पण लवकरच तिला अशा कामांमध्ये सहभागी होणे भाग पडले आणि भूगोल-इतिहासाबरोबरच धर्माची शिकवण देण्याचेही काम तिच्यावर येऊन पडले. 'इतक्या सुंदर पद्धतीने ती शिकवत असे की साऱ्याच गोष्टींमध्ये आम्हांला रस वाटू लागला.' असे तिच्या एका विद्यार्थ्याने नंतर बोलून दाखवले. याच सुमारास सिस्टर टेरेसाची भेट बेल्जियन जेसुईट फादर सेलेस्ट व्हॅन एक्सम यांच्याशी झाली. शाळा इतरत्र हलविण्याच्या काळात प्रवचन देण्यासाठी आणि ख्रिस्ताच्या अखेरच्या भोजनाच्या विधिंसाठी फादर एक्सम तेथे आले होते. ते सिस्टरचे धार्मिक सल्लागार बनले.

१९४१ सालापासूनच सिस्टर टेरेसा सोडॅलिटीतील मुलींना बरोबर घेऊन झोपडपट्ट्या आणि इस्पितळात जाऊ लागली होती असे दुसरे एक बेल्जियन धर्मगुरू फादर ज्युलियन हेन्री यांनी नमूद केले आहे. बहुधा, बंदिस्तपणाचे काटेकोर नियम न पाळण्याइतकी भीषण परिस्थिती आली आहे हे ओळखून तिने ही पाऊले उचलली असावीत. झोपडपट्ट्यांमधील घाणीचे साम्राज्य आणि गलिच्छपणा दाखवून ती मुलींना विचारी, 'या गरीब लोकांना मदत करण्यासाठी कोणी सेवाकार्य सुरू केले तर तुम्ही त्यात सहभागी होणार की नाही?' यावर साहजिकच मुली 'हो' असे उत्तर देत आणि त्यावर ती 'तुमच्या पालकांनी त्यास हरकत घेतली तर?' असेही विचारत असे. आपण जे काही आता पाहिले त्यावरून पालकांची संमती त्यासाठी मिळेल असे बऱ्याचशा मुलींना वाटत नसे. पण अनेक मुलींना मदर टेरेसांनी अशा प्रकारे चालना दिली. एन्टॅलीची माजी विद्यार्थिनी आणि बंगाली मध्यमवर्गीय कुटुंबातील सिस्टर फ्लॉरेन्सच्या खुलाशानुसार, 'मदर टेरेसा आमच्या मानसिक तयारीची चाचपणी करीत होत्या.'

युद्धकाळातील मोडतोड आणि विध्वंस तसेच दुष्काळ-त्रस्त कोलकत्यावर १९४६ च्या ऑगस्टमध्ये आणखी एक भीषण आपत्ती कोसळली. महायुद्धात

ब्रिटीश लोक विजयी झाले असले तरी जेता देश असे त्यांचे वर्णन करण्याजोगी स्थिती नव्हती. ब्रिटीशांची सत्ता आता संपत आल्यातच जमा होती आणि राजकीय फायद्या-तोट्यांची, सत्तेची गणिते मांडायला सुरुवात झाली होती. त्यात बंगालची भूमिका फार महत्त्वाची होती. हिंदुस्थान आणि पाकिस्तान अशी देशाची फाळणी करण्याबाबत जवाहरलाल नेहरू आणि महंमद अली जिना यांची बोलणी सुरू होती. संपूर्ण देश ब्रिटीशांनी हिंदू सरकारच्या ताब्यात दिलाच तर बंगाल हा स्वतंत्र देश म्हणून जाहीर केला जाईल या धमकीने अधिकच गुंतागुंत निर्माण झाली होती. १९३० च्या दांडी-यात्रेने आपल्या शांततापूर्ण अहिंसावादी भूमिकेची शक्ती महात्मा गांधींनी जगाला दाखवली होती. पण कोलकत्यात पेटत गेलेल्या हिंसाचारावर त्यांनाही नियंत्रण ठेवता आले नव्हते. नेहरूंबरोबरची बोलणी फलद्रुप होईनात तेव्हा जिना आणि मुस्लीम लीग यांनी शुक्रवार १६ ऑगस्ट हा दिवस थेट-कृती दिन म्हणून जाहीर केला आणि कोलकता प्रशासनाचे मुस्लीम नेते एच. एस. सुऱ्हावर्दी यांनी त्या दिवशी सुटी जाहीर केली. या सुटीमुळे प्रत्येकजण कामाच्या जबाबदारीतून मोकळा झाला आणि रस्त्यावर आला.

कोलकता शहर आधीच, निदर्शने-प्रतिनिदर्शने, संप आणि त्यापुढेही संपच या प्रकारांमुळे तणावग्रस्त बनले होते. त्यामुळे नेहमीप्रमाणे उत्तर भागात भोसकाभोसकी, लुटालूट आणि सोडा-वॉटर बॉम्ब यांचे राज्य होते. पण शुक्रवार हा ९१ टक्के आर्द्रता आणि ८८ अंश फॅरनहीट तपमानाचा दिवस शहरात हत्याकांड-दिन बनला. हिंदू आणि मुस्लीम दोन्हीही जमातींचे लोक एकतर जिवंत जाळल्यामुळे नाहीतर वर्मी वार झाल्याने नाहीतर अतिमारहाणीने मृत्युमखी पडले. हिंसाचार, लूटमार आणि असंख्य टोळ्यांचा हौदोस शनिवारपर्यंत चालू राहिला. रक्तपात आणि हत्याकांडाचे हे सत्र शमविण्यासाठी लष्कराला पाचारण करण्यात आले. शहरात जिकडे-तिकडे प्रेतांचे ढीग लागले होते आणि कॉलऱ्याच्या साथीची भीती निर्माण झाली. त्यापुढेही नऊ दिवस धमक्या, दहशतवाद आणि हत्याकांडे होत होती. त्यानंतर थोडीफार शांतता पसरली. किमान ५००० लोक मरण पावले आणि जरी एक लाख दहा हजार लोक जिवाच्या भीतीने कोलकता सोडून पळाले तरी सुमारे लाखभर लोक शहरातच इतरत्र पांगले. याखेरीज हजारो लोक जखमी झाले ते वेगळेच.

या अशा हिंसाचार आणि हत्याकांडाच्या वातावरणामुळे शहराला होणारा अन्न व इतर वस्तूंचा पुरवठा थांबला. बोर्डींग स्कूलमधील ३०० विद्यार्थिनींची जबाबदारी सिस्टर टेरेसावर होती. काहीही खायला न मिळाल्यामुळे अन्नाच्या शोधार्थ कॉन्व्हेंट बाहेर पडायची पाळी सिस्टर टेरेसावर आली. आपली मैत्रिण आणि चरित्रकर्ती एलीन ईगन हिला सांगताना सिस्टर म्हणाली, 'आम्हाला रस्त्यावर जाण्याची परवानगी

नव्हती. पण मी गेलेच. रस्त्यांवर भोसकलेल्या, मारहाण झालेल्या आणि रक्ताच्या वाळलेल्या थारोळ्यात वाकड्या-तिकड्या पडलेल्या प्रेतांचा खच दिसला. आम्ही आमच्या सुरक्षित भिंतींमागे होतो. रस्त्यांवर दंगली चालल्या आहेत हे आम्हाला माहित होते. आमच्या कंपाऊंडच्या भिंतींवरून उड्या मारून जाताना आम्हाला लोक दिसले. प्रथम एक हिंदू नंतर एक मुसलमान. मुस्लीमांची वस्ती असलेले मोती झिल एका बाजूला आणि भांड्यांचे, कमावावयाच्या कातड्याचे कारखाने असलेला हिंदूंचा टेंगरा भाग दुसऱ्या बाजूला यांच्यामध्ये आमचा परिसर येतो. प्रथम आम्ही एका हिंदूला आणि नंतर एका मुस्लीमाला आत घेतले व सुरक्षितरित्या पळून जाता यावे म्हणून त्यांना मदत केली. जेव्हा मी रस्त्यावर गेले तेव्हा दोघांच्याही मागे मृत्यू धावत होता.'

आपल्या काळ्या रंगाच्या खूप चुण्या असलेल्या, गळ्याभोवती पांढरा रुमाल बांधलेल्या आणि चेहऱ्यावरून काळा बुरखा घेतलेल्या वेशात सिस्टर टेरेसा १६ ऑगस्टला बाहेर पडली आणि आपल्या मुलींना जेवू घालण्यासाठी खूपसा तांदूळ घेऊन आली. पण, तिने काय पाहिले होते, क्रूर कत्तल आणि कल्पनेबाहेरचा द्वेष प्रचंड हत्याकांडांचा दिवस– ही प्रतिमा कधीही मनावरून पुसली जाणारी नव्हती. तेव्हाची ती दंगल शमली तरी तुरळक हिंदू आणि मुस्लीमांच्या हत्या चालूच राहिल्या.

त्यानंतर महिनाभराच्या आतच म्हणजे १० सप्टेंबरला या धुमसत्या शहरातून सिस्टर टेरेसा बाहेर पडू शकली. आपल्या विश्रांतीस्थळाकडे दार्जिलिंगला ती रवाना झाली. दार्जिलिंगपर्यंतच्या रेल्वे प्रवासात गेल्या काही रक्ताळलेल्या आठवड्यांमधील निर्घृण प्रतिमा तिच्या मनात आलटून-पालटून येत राहिल्या. कोलकत्यात येऊन दहा वर्षे उलटून गेली तरी जेव्हा जेव्हा आपला परिसर ओलांडून तिला पलिकडच्या शहरात यावे लागले तेव्हा वर्णनापलिकडचे दुःख आणि गरजा तिला दिसत राहिल्या. या गरजांची पूर्ती करणे आपल्याला शक्य नाही हे तिला माहित होते. सोडॅलिटी शाखेत आलेल्या तिच्या शाळेतील विद्यार्थिनींकडून गरीबी आणि गलिच्छता याबाबत तिला बरेच ऐकायला मिळाले होते. स्कोपेमध्ये असताना ज्याप्रकारे गरिबांची सेवा करण्याचा निश्चय तिने केला होता तसेच आताही तिला वाटत होते. आताच्या तिच्या विद्यार्थिनी नियमितपणे एका स्थानिक इस्पितळातली रुग्णांना भेटण्यास आणि मोती झीलमधील झोपडपट्ट्यांमध्ये गरिबांकडे सेवेसाठी जात असत. आपणाला जे काम करावयाची संधी मिळेल अशी आशा तिला एकदा वाटली होती ते काम करणाऱ्या विद्यार्थिनींना उत्तेजन, प्रोत्साहन देणे एवढेच तिला शक्य होते. याखेरीज, टिराना येथून तिच्या आईकडून तिला नियमितपणे येणाऱ्या पत्रांमधून, गरीबांसाठी आणि जगातील एकाकी लोकांसाठी भारतात जाण्याच्या तिच्या मूळ हेतूची आठवण

करून दिली जात असे. त्या बाबतीत तिच्यावर आईचा प्रभाव पडलेला होताच. तिचा नुकताच ३६ वा वाढदिवस पार पडला होता. अर्धे आयुष्य आपण पार केले असल्याची जाणीवही तिला झाली असण्याची शक्यता आहे. सधन कुटुंबातल्या मुलांना शिकवण्यात आपण दिवस घालवले तर गरीबांच्या जीवनावर आपला सेवेचा ठसा कसा उमटवता येणार याबाबतही तिच्या मनात विचार येत असावेत. एक पर्याय यापूर्वीच वापरून झाला होता. तिच्या आधीच्या मदर डी सेनॅकल यांनी मोती झीलमधील २० मुलींचे मन शिक्षणासाठी कॉन्व्हेंटमध्ये येण्यास वळवले होते. पण त्या मुलींचे रोजचे जीवन आणि कॉन्व्हेंटमधील वातावरण या दोन्हीत इतका विरोधाभास होता की तो प्रयोग टिकू शकला नाही. मदर टेरेसांनी घेतलेला शिक्षकी पेशा त्यागण्याचा निर्णय अतिशय महत्त्वाचा आहे. प्रत्यक्षातला विरोधाभास आणि आपल्या जीवनातली भविष्यातली दिशा यावर सखोल चिंतन झाल्यावर त्या या निर्णयाप्रत आल्या. मात्र त्यांनी स्वत: या प्रक्रियेचे वर्णन 'हाकेच्या आतमधली हाक' असे केले आहे.

'अशा प्रकारे ते घडून आले' असे त्यांनी आपले धार्मिक सल्लागार फादर ज्युलियन हेन्री यांच्याशी बोलताना नमूद केले. 'रेल्वेने दार्जिलिंगला जात असताना मी, देवाचा आवाज ऐकला' त्यावर फादर हेन्री यांनी विचारले, 'गाडीच्या खडखडाटात देवाचा आवाज कसा ऐकू आला?' त्यावर स्मितहास्य करीत त्या उत्तरल्या, 'तो देवाचाच आवाज होता याविषयी माझी खात्री आहे. देव मला उद्देशून बोलत होता हे नक्की. तो संदेश स्पष्ट, स्वच्छ होता. गरीबांमधे राहून त्यांना मदत करण्यासाठी मला कॉन्व्हेंट सोडावेच लागेल. काहीतरी केले पाहिजे, काहीतरी निश्चित केले पाहिजे, असा तो आदेश होता. मी कोठे असावयास हवे होते हे मला माहीत होते. पण तेथे कसे पोचावयाचे हे मला माहीत नव्हते.'

मदर टेरेसांनी वारंवार असे म्हटलेले आहे की आपला दिशा-बदल हा 'देवाने घडवून आणलेला आहे, मी नव्हे.' त्याहूनही अधिक महत्त्वाचे म्हणजे, 'हे देवाचे काम आहे, जगाला त्याचा फायदा होणार हे मला माहित आहे', यावरच त्यांनी अधिक भर दिला आहे. हे सारे पुढे एक गूढच बनले. त्याची उकल करू पाहता, मदर टेरेसांची ही भूमिका निर्णायकरीत्या महत्त्वाची ठरते. त्या स्वत: म्हणाल्या त्याप्रमाणे जर मदर टेरेसा 'केवळ देवाच्या हातातली एक पेन्सिल' असत्या तर त्या एकाच वेळी, सामान्य जोगीणीपेक्षाही (ननपेक्षा) अधिक विनम्र ठरतात आणि कोणत्याही जागतिक नेत्यापेक्षाही अधिक सामर्थ्यवान ठरतात. त्याचबरोबर, याचा अर्थ असाही निघतो की, दैवी प्रेरणेच्या शक्यतेवर विश्वास ठेवणाऱ्या कोणीही, मदर टेरेसांच्या कार्याची कोणतीही बाजू तपासण्यापूर्वी क्षणभर विचार केला पाहिजे की दैवी आदेशाच्या वैधतेबाबत शंका घेणे रास्त होईल काय? केवळ ख्रिश्चनत्वाच्या

भूमिकेतूनच याचा विचार केला पाहिजे असेही नाही. आपले घर म्हणून स्वीकारलेल्या या देशात काय करावयास हवे त्याची स्पष्ट कल्पना वा दृष्टी असलेल्या निश्चयी स्त्रीचे कार्य-यादृष्टीने त्याकडे पाहिले तरीही मदर टेरेसांची कर्तबगारी वा कर्तृत्व कोणत्याही प्रकारे कमी ठरेल काय? देवाशी थेट संपर्क नसतानाही आयुष्यात विशिष्ट हेतूने काम करीत राहणाऱ्या अनेक चांगल्या लोकांना त्यातून अननुभूत आनंद मिळत राहतो. हे लोक धार्मिक वृत्तीचे असतातच असे नाही. त्यामुळे त्यांची कामगिरी गौण ठरत नाही.

तरीही, शिस्तप्रियतेचा उपजत गुण असलेल्या सिस्टर टेरेसांना आधीच, चर्चची परवानगी अशा वेगळ्या कामासाठी मिळणे संभवनीय वाटत नव्हते. केवळ अंत:स्फूर्ती वा आव्हान-प्रेरणेने एखादी नन नेहमीच कार्य सोडून एखादे नवे कार्य आरंभण्यासाठी नव्या दिशेने जाऊ पाहत असेल तर चर्चकडून त्यासाठी सहजपणे परवानगी मिळणे शक्य नाही हे त्या जाणून होत्या. दार्जिलींगमध्ये विश्रांतीकाळात त्यांनी अत्यंत कळकळीने परमेश्वराची करुणा भाकली आणि आपल्याला जो अनुभव आला त्याबाबत कोलकत्याला परतल्यावर अगदी निकटवर्तीय अशा एकदोघी नन्सबरोबर चर्चा केली.

त्या, फादर एक्सम यांच्याकडेही गेल्या आणि 'आपली हाकेच्या आतमधली हाक' त्यांना सविस्तर समजावून सांगितली. त्या 'हाकेमुळे' सध्याचा शिक्षकी पेशा सोडून काहीतरी नवे सुरू करण्याची आवश्यकता आपल्याला का जाणवते तेही त्यांनी स्पष्ट केले. रस्त्यांवरील गरीबांसाठी मदत देऊ करणे तसेच आपण व आपले संभाव्य मदतनीस यांना, विशेष प्रतिज्ञेद्वारे गरीबांशी संबंध जोडावे लागणे हे आपले नवे कार्य असणार आहे याची स्पष्ट कल्पना त्यांना सुरुवातीपासून होती. फादर एक्सम यांनी या नव्या कल्पनेकडे सहानुभूतीने पाहिले. त्यांनी नंतर असेही बोलून दाखवले की, 'मदर (टेरेसा) ह्या काही अपवादात्मक व्यक्ती नव्हत्या. त्या एक सर्वसाधारण लोरेटो नन होत्या. एक अगदी सामान्य व्यक्ती. पण त्यांच्या ईश्वरावर त्यांचे नितांत प्रेम होते आणि त्यांच्या ह्या सामान्यपणामुळेच त्यांच्या 'हाकेची' अस्सलता सूचित होत होती आणि नंतर पुढे जे काही घडले त्याचे साध्या नैसर्गिक पद्धतीने स्पष्टीकरण करणे फार कठीण आहे.'

त्यांनी सिस्टर टेरेसांना दोन पर्याय सुचवले. एक म्हणजे सिस्टरने (टेरेसा) थेट रोमला पत्र पाठवावे आणि कॉंग्रीग्रेशन फॉर द प्रॉपॅगेशन ऑफ द फेथ यांना, आपल्यास लोरेटोमधून मुक्त करावे अशी परवानगी मागावी. दुसरा पर्याय म्हणजे कोलकता आर्कडिओसेसचे प्रमुख आर्चबिशप पेरियर यांच्याबरोबर या प्रश्नाची चर्चा करून त्यांचे सहकार्य मिळवावे. फादर एक्सम यांना स्वत:ला दुसरा पर्याय पसंत होता आणि सिस्टर त्याच्याशी सहमत झाल्या.

तथापि, फादर एक्सम यांनी शेवटी हा विषय काढला तेव्हा आर्चबिशप पेरियर यांना तो आवडला नाही. ईगन हिच्या वृत्तांतानुसार आर्चबिशप पेरियर अस्वस्थ झाले. मदर टेरेसांनी सरतेशेवटी, एक ऑर्डर सोडून दुसरा कसा स्थापन केला त्याचा संपूर्ण वृत्तांत ईगनने कथन केला आहे. त्यात ती म्हणते, मदरच्या निर्णयाचा लोरेटोवर कसा काय परिणाम होईल याबाबत त्यांना चिंता वाटली आणि कोलकत्याच्या रस्त्यांवर एकटी नन ही कल्पना त्यांना रुचली नाही. किमान एक वर्षभर तरी कोणताही निर्णय केला जाऊ नये असे त्यांनी ठरवले. त्यानंतर लवकरच, मदर सुपिरिअरला याबाबत माहिती दिल्यानंतर सिस्टर टेरेसाला कोलकत्याच्या उत्तरेकडे १३० मैलांवरील असनसोल या खाणींच्या शहरात पाठवण्यात आले. तेथे तिच्याकडे मुदपाकखाना आणि बाग यांचा कारभार सोपवण्यात आला आणि काही वेळ भूगोल शिकवण्याचीही मुभा देण्यात आली. हा काळ मनात प्रतिबिंबे उमटण्याचा होता आणि तिने अनेक पत्रे फादर व्हॅन एक्सम यांना लिहिली. फादर एक्समने त्यांचे वर्णन 'फार सुंदर पत्रे' असे केले आहे.

एक जानेवारी १९४७ ला हे प्रतिक्षेचे वर्ष सुरू झाले आणि या काळात सिस्टर टेरेसा कोलकत्याच्या बाहेरच होती. भारताच्या स्वातंत्र्याचे पहिले वर्षही याच काळात सुरू झाले. अखेर ब्रिटीशांनी भारत सोडला व मुस्लीम वस्तीचा पाकिस्तान व हिंदू वस्तीचा भारत अस्तित्वात आले. याच ऑगस्ट १९४७ मध्ये भारतीय उपखंडाच्या फाळणीनंतर उद्‌भवलेला रक्तपात आणि स्थलांतर पूर्वी कधी नव्हे एवढ्या मोठ्या प्रमाणावर घडून आले. या हिंसाचाराच्या भडक्यात किमान दहा लाख लोक ठार झाले. फाळणीच्या रेषेने बंगालचे हृदयच कापले आणि संपूर्ण समाज, शेते, परिसर दुभंगला गेला. त्यामुळे हिंसाचाराची सर्वाधिक तीव्रता बंगालने अनुभवली. त्यानंतर इतिहासातील सर्वात मोठे स्थलांतर घडून शीख, हिंदू भारतात आणि मुस्लीम पाकिस्तानात गेले. एक कोटी ६० लाख लोकांनी आपापली घरेदारे सोडली. काही आठवड्याच्या आत पश्चिम बंगालमध्ये ४० लाख निर्वासित आले. सूडाची हत्याकांडांची लाट शेजारच्या बिहारमध्येही पोचल्यानंतर, उपखंडाचा फारच थोडा भाग हत्याकांडापासून सुरक्षित राहिला.

दरम्यान, सिस्टर टेरेसाला ओळखणाऱ्या आणि न ओळखणाऱ्या अशा काही चर्चच्या व्यक्तींबरोबर आर्चबिशप पेरियर यांची खाजगी स्वरुपाची चर्चा झाली. त्यात, जेसुईटांचे भारतातील प्रमुख फादर जॉन जॅन्सेन्स यांचाही समावेश होता. गरीबांच्या मदतीसाठी कोलकत्याच्या रस्त्यांवर ननने राहणे फलद्रूप होऊ शकेल का हाच या चर्चेचा केंद्रबिंदू होता. असे नवे काम सुरू करण्यासाठी राजकीयदृष्ट्या अत्यंत नाजूक व धोकादायक असा काळ होता आणि चर्चचे नाव कलंकित होण्याची भीतीही होती. पण वर्षअखेरीस फादर जॅन्सेन्स अशा निष्कर्षाप्रत आले की सिस्टर

टेरेसाने किमान एखादे पाऊल पुढे टाकण्यासाठी म्हणून, कॉंग्रीगेशनमधून मुक्त करावे असे पत्र मदर जनरल ऑफ लोरेटो यांना लिहावे, मात्र ही शहाणपणाची कृती आहे किंवा ईश्वर हे घडवून आणत आहे याची खात्री न पटल्याने आर्चबिशप पेरियर साशंक होते. त्यांनी असा आग्रही पवित्रा घेतला की सिस्टर टेरेसाचे मदर जनरल ऑफ लोरेटो यांच्या नावे जाणारे पत्र आपल्याला काळजीपूर्वक तपासून पाहायला मिळावे. त्यावरच आपले सहकार्य अवलंबून राहील. त्यांनी ते पत्र पाहिले तेव्हा त्यातील 'एक्सक्लॉस्ट्रेशन' हा शब्द बदलण्याचा आग्रह धरला. कॉन्व्हेंटच्या कुंपणाबाहेर (परिसराबाहेर) नेऊन ठेवणे असा त्या शब्दाचा अर्थ होता. त्याच्या जागी 'सेक्युलरायझेशन' म्हणजे निधार्मिकतेच्या जगाकडे परत जाणे असा शब्द हवा हा त्यांचा आग्रह होता. हा केवळ तपशीलाचा भाग नव्हता. अशा फार महत्त्वाच्या शब्दबदलाचा अर्थ असा झाला असता की आपल्या नव्या आयुष्यात सिस्टर टेरेसा प्रतिज्ञाबद्ध-नन म्हणून गणली गेली नसती, केवळ एक साधारण स्त्री एवढेच तिचे अस्तित्व राहिले असते. या बदलाने तिला गंभीर स्वरुपाचा तडाखा बसला असता. फादर एक्सम यांनी तिच्या वतीने आर्चबिशप पेरियर यांच्याजवळ तिची भूमिका स्पष्ट करताना नमूद केले की प्रतिज्ञाबद्धतेशिवाय इतर तरुण मुलींना तिच्या या कार्याकडे आकर्षित करणे अतिशय अवघड होईल. तथापि, पेरीयर आपल्या भूमिकेवर ठाम होते आणि ईश्वरच निर्णय घेईल असे त्यांनी बजावले. तेव्हा सिस्टर टेरेसाने त्यांचे म्हणणे ऐकले आणि फक्त निधार्मिकतेसाठी म्हणून असा उल्लेख करून नव्याने पत्र लिहिले व डब्लिनला पाठवले.

फादर व्हॅन एक्सम यांनी ईगनला ही सर्व कहाणी सांगितली. त्यांच्या कथनाप्रमाणे राथफर्नहॅम येथील मदर जनरलने लगेचच टेरेसाला रोमच्या कॉंग्रीगेशनला पत्र पाठवण्याची अनुमती दिली पण त्यात एक्सक्लॉस्ट्रेशनचा उल्लेख करण्यास सांगितले. त्यामुळे उल्हसित होऊन सिस्टर टेरेसाने पोप पायस ११वे आणि कॉंग्रीगेशन यांच्या नावे पत्र तयार केले. त्यात तिने हे स्पष्ट केले की सर्वसंगपरित्याग आणि गरीबातल्या गरीबाच्या सेवेसाठी ईश्वराने तिला आदेश दिला असा तिचा विश्वास आहे.

पण पुन्हा एकदा, नवे पत्र वाचल्यावर आर्चबिशपने त्यातल्या 'एक्सक्लॉस्ट्रेशन' शब्दावर आक्षेप घेतला आणि 'सेक्युलरायझेशन' शब्द वापरल्याखेरीज पत्र पुढे पाठवावयास नकार दिला. पुन्हा एकदा सिस्टर टेरेसा नमली व तिने नवे पत्र तयार केले. १९४८ च्या फेब्रुवारीत पेरियरने दिल्लीच्या ॲपॉस्टॉलिक ननसिओकडे तिचे पत्र पाठवून ते रोमकडे रवाना करण्यास सांगितले. १९४८ च्या जुलै महिन्यात सिस्टर टेरेसाला एक वर्षाच्या एक्सक्लॉस्ट्रेशनचा निर्णय मंजूर करण्यात आल्याचे कळवण्यात आले. त्यासाठी ती प्रार्थना करीत होती पण मागण्याचे साहस करू

शकली नव्हती ते तिला मिळाले होते. तिचे हे पत्र रोमला कधीच पोहोचले नव्हते. मदर टेरेसांना ही गोष्ट १९७१ पर्यंत कळली नव्हती. दिल्लीच्या ननसिएचरला कोलकत्यातील वाईट परिस्थितीची पूर्ण जाणीव होती आणि मदर टेरेसांची नन म्हणून राहण्याची आत्यंतिक इच्छा जाणवल्यामुळे कदाचित एक्सक्लॉस्ट्रेशनच्या अटी मान्य करून त्यांनी रोमला ते पत्र रवाना न करता आपल्याच अधिकारात तिची विनंती मंजूर करून टाकली. एवढे मात्र नक्की की ते पत्र रोमला पोहोचले असते तर 'ठरलेल्या पद्धतीने (रूटीन मॅनर)' त्याकडे पाहिले गेले असते. दुसऱ्या शब्दांमध्ये सांगावयाचे तर ईगनच्या कथनाप्रमाणे, 'जर ती विनंती मान्य केली गेली असती तर ज्या शब्दांमध्ये ती मांडली गेली होती तेच शब्द प्रमाण धरून मंजुरी दिली गेली असती. इतक्या दूरवरच्या रोममध्ये, अशा प्रकरणामध्ये कोणी कशाला एखादा शब्द बदलण्याची तसदी घेत बसले असते? याला नशीब, योगायोग, मानवी प्रयत्न की देवाची इच्छा सुद्धा म्हणायचे

एलीन ईगनची टिप्पणी अशी की ही अशी काही 'प्रतिबंधक अनुकूलता' ठरली की त्यामुळे ते पत्र किंवा विनंती... व्हॅटिकनपर्यंत (रोमपर्यंत) पोहोचण्याची घटनाच त्यामुळे टळली. ह्या प्रतिबंधिक अनुकूलतेचा अर्थही ईगनने वर्णन केला आहे. येशूच्या आईच्या संदर्भात नेहमी त्याचा 'अपेक्षित महानता' अशा अर्थी वापर होतो. कॅथालिकांचा असा विश्वास आहे की तिच्या (येशूच्या आईच्या) पोटी मसीहा जन्म घेणार आहे या सत्य घटनेच्या अपेक्षेत मूळच्या पापापासून तिचे आपोआपच संरक्षण होते. (म्हणजेच मूलत: ते पाप असले तरी त्यातून एक महान घटना घडणार असल्यामुळे ते पाप राहत नाही.) तथापि, आणखीही अशी दाट शक्यता आहे की कोणत्याही सामाजिक अथवा मानवी कार्यासाठी स्वत:हून झोकून देण्याची तयारी असलेल्या कोणाचीही आत्यंतिक गरज वा इच्छा दिल्लीतील संबंधित लोक जाणून असावेत. किंवा आणखी एक शक्यता– दिल्लीहून पत्राचे उत्तर सात महिन्यांनी आले तरीही त्यावरची तारीख एप्रिलमधलीच होती याचा अर्थ मानवी स्वभावाचा किंवा भोंगळपणाचा भाग त्यामध्ये समाविष्ट असावा. महायुद्धापाठोपाठ भारतीय स्वातंत्र्य या एकूण गोंधळाच्या परिस्थितीत, हजारो कागदपत्रांमध्ये सिस्टर टेरेसाचे विनंती पत्र आणि त्याचे उत्तर दोन्हीही लपून राहिले असतील का? या साऱ्या घटनांच्या गूढ परिस्थितीला आणखी एक नवा पीळ १९६९ सालच्या मदर टेरेसांच्या कथनाने बसला आहे. माल्कम म्युगरीज यांच्याशी बोलताना त्या म्हणाल्या, 'होली फादरना मी ते पत्र लिहीले होते आणि उलट टपालाने मला १२ एप्रिलला त्याचे उत्तर मिळाले.' स्मरणशक्ती अद्भूत करामती दाखवते हेच खरे आणि त्यांच्या दृष्टीने, सात महिन्यांची ती दीर्घ व यातनामय प्रतीक्षा 'उलट टपालाने' या शब्दांनी कोंडून टाकली.

भारताची फाळणी ही इतिहासातील सर्वाधिक प्रलयंकारी घटना होती. ५० वर्षांनंतर आणि ४००० मैलांवरून बघता, थोडक्या काही ओळीतील फाळणीचे वर्णन करण्यामुळे त्याची भीषण तीव्रता धूसर होण्याचा धोका असतो. तरीसुद्धा फाळणीमुळे उद्‌भवलेली विस्थापितांची दुःखे आणि यातनांची तीव्रता कमी लेखणे शक्य नाही. तथापि, आपल्या दारी दिसणाऱ्या मानवी दुःखाच्या सांत्वनासाठी मदत करण्यासाठी कॉन्व्हेंटमधून आपल्याला मुक्त करण्याची इच्छा सिस्टर टेरेसांनी व्यक्त केली असती तरीही संपूर्णपणे धार्मिक कार्य सोडून दिल्याखेरीज त्यांना तशी परवानगी दिली गेली नसती. ही 'देवाची इच्छा' हे सिद्ध न करता येण्याजोगी गोष्ट त्यांना सिद्ध करावी लागली कारण केवळ पूर्वीचे काम सोडणे एवढीच त्यांची भूमिका नव्हती तर प्रतिज्ञाबद्ध राहून नवे काम अंगावर घेण्याची किंबहुना नवाच 'ऑर्डर' प्रस्थापित करण्याची त्यांची आग्रही भूमिका होती. या कारणासाठी आर्चबिशप पेरियर यांनी सिस्टर टेरेसाच्या आज्ञाधारकतेची परिक्षा पाहण्याचा प्रयत्न केला. एखाद्या ननला तिच्या स्वतःच्या भरवशावर सोडून देणे यातून एक वाईट पायंडा पडू शकत होता आणि कदाचित प्रस्थापित 'ऑर्डरचा' अधिकारही मोडला जाण्याची शक्यता होती. यादृष्टीने त्यांना चिंता वाटणे यात आश्चर्यजनक काहीच नव्हते. या परिस्थितीत त्यांना तिला दोष देता आला नसता आणि त्यामुळे देवाच्या इच्छेचे आपणही साक्षीदार आहोत यावर विश्वास ठेवण्यास त्यांना मदत झाली.

यानंतर शक्य तेवढ्या कमी कालावधीत ३८ वर्षांची सिस्टर टेरेसा, पायाभूत शुश्रुषा कौशल्ये शिकण्यासाठी पाटण्यातील मेडिकल मिशन सिस्टर्सकडे रवाना झाली. वास्तवता आणि व्यवहार्यता यांच्या अधिक जवळ जात तिने स्वस्त पांढरी कॉटन साडी हा आपला पेहराव केला. डॉटर्स ऑफ सेंट ॲन अशी पांढरी साडी वापरत. जगभर सर्वत्र तिच्या नव्या 'ऑर्डरचा' हा गणवेश व्हावयाचा होता. मेडीकल मिशन सिस्टर्स बव्हंशी अमेरिकन आणि युरोपियन स्त्रिया होत्या. सूतिकाशास्त्र आणि शल्यचिकित्सा या विशेषत्वांसह डॉक्टर्स तसेच नर्सेस, प्रयोगशाळा तंत्रज्ञ आणि आहारशास्त्रज्ञ अशा प्रशिक्षित स्त्रिया तेथे घडवल्या जात. नर्सेस प्रशिक्षण शाळेत शुश्रुषेच्या अनेक शाखांसाठी भारतीय मुलींनाही तेथे प्रशिक्षण दिले जात असे. त्यातल्या काही लोरेटो विद्यार्थिनीही होत्या.

आपल्या भावी जीवनात धार्मिकता कट्टरपणे रुजविण्याची गरज आहे हे सिस्टर टेरेसाच्या मनी पूर्णतः बिंबले होते आणि त्यामुळे ती पाटण्याला पोहोचली तेव्हा प्रार्थनेचे तास, तपश्चर्या आणि उपास यांच्यबाबत तिने काही निर्णय मनाशी पक्के केले होते. मेडिकल मिशन सिस्टर्सने तिला प्रत्यक्षात आणावयाच्या नियमांचे व कौशल्यांचे धडे दिले. त्यातील एक होता आहार– सर्वाधिक महत्त्वाचा. केवळ भात आणि मीठ एवढ्यावरच जगण्याचा बेत तिने निश्चित केला होता. त्यामागे, गरीब

जगतात तसे जीवन आचरण्याचा हेतू होता. पण पुरेशा प्रथिनांचा साधा तरीही समतोल आहार घेतला नाही तर आपण कर्तव्य पार पाडू शकणार नाही हे मेडिकल सिस्टर्सने तिला समजाविले. पुरेशी विश्रांती आणि वैयक्तिक स्वच्छतेची गरजही त्यांनी तिला पटवून दिली. गरिबांसाठीच्या प्रकल्पात आपल्या स्वत:च्या कठोर परिश्रमांचा अनुभव सांगताना मेडिकल सिस्टर्सनी प्रार्थनेचे काटेकोर नियम पाळण्यास अनुकूलता दर्शविली; पण रात्री ९ वाजल्यानंतर कोणतीही गोष्ट न करण्यास तिला बजावले. पांढरे सुती कपडे आणि बुरखे त्याही वापरत होत्या. पण ते रोज आणि दिवसातून दोनदा सुद्धा बदलले जात असत. डोके झाकण्यासाठीचे कापड किमान ठेवणे व त्याला स्टार्च न करणे याही गोष्टी सिस्टर टेरेसाला त्यांच्याकडून कळल्या. इंजेक्शन देणे, प्रसूतीक्रियेत मदत करणे आणि इस्पितळात बिछाने घालण्याची पद्धत अशा पायाभूत पद्धतींचे प्रशिक्षणही मेडिकल मिशन सिस्टर्सकडून तिला मिळाले.

आपल्या स्वत:ला 'देवाची इच्छा व हाकेमधील हाक' याबाबत सिद्ध करण्यास एकच वर्ष मिळाले आहे याची जाण सिस्टर टेरेसाला होती. त्यामुळे पाटण्यात तिला काही आठवडेच प्रशिक्षणासाठी देता आले. आपले नवे आयुष्य सुरू करण्यासाठी म्हणून ती एकटीच डिसेंबरमध्ये कोलकत्याला परतली.

■

संस्था-त्याग व पंथ-उभारणी

१९४८ च्या डिसेंबरमध्ये लिटल सिस्टर्स ऑफ द पुअर यांच्यासह सिस्टर टेरेसा कोलकत्याला येऊन प्रथम कामावर रुजू झाली. 'लिटर सिस्टर्स' हा गट सेंट जोसेफ्स होम चालवत असे. काही दिवसात वयोवृद्ध आणि गरीब अशा २०० हून अधिक लोकांची काळजी घेण्यात मदत केल्यानंतर सिस्टर टेरेसाने आपल्या नव्या जीवनपर्वास आरंभ केला. मोती झिलच्या तिच्या जुन्या शाळेजवळच्या झोपडपट्ट्या तिला चांगल्या माहीत होत्या. प्रत्येक पातळीवर या झोपडपट्ट्या मदतीसाठी आक्रंदत होत्या. हातात थोडाफार शिधा असलेल्या पिशव्या घेऊन ती निघाली आणि शहराच्या दुसऱ्या बाजूला तासभर चालली.

तिच्याभोवती लगेचच मुलांचा एक जथा झाला. सर्व मुले शिकण्यासाठी उत्सुक होती आणि तिला ज्याचे प्रशिक्षण मिळाले होते तेच तिने केले. शिकवले. पण आता तिच्याकडे बाके, फळा, पुस्तके काहीही नव्हते. त्यामुळे तिने एक लांब काठी घेतली आणि त्याद्वारे चिखलात अक्षरे काढली. त्यानंतर त्या लहान मुलांना तिने स्वच्छतेविषयी शिकवले आणि अर्थातच देवत्त्वाबद्दल. तिची झोप कमी वेळाची झाली होती कारण रात्री अनेकदा ती रस्त्यांवरून फिरत असे आणि झोपडपट्ट्यांमध्ये जाऊन स्वच्छता किंवा धुणे किंवा एखाद्या आजारी मुलाची शुश्रुषा करत असे.

आर्चबिशप पेरियर यांच्या विनंतीवरून, या काळात तिने एक दैनंदिनी (डायरी) ठेवली. त्यातली काही वाक्ये नेहमी उद्धृत केली जातात कारण तिच्या दृष्टीकोनातील संपूर्ण बदललेले स्वरुप त्यातून स्पष्टपणे आणि विनम्रपणे त्यातून व्यक्त होते. देवाप्रती तिची अपार निष्ठा आणि बांधिलकी कधीही बदलली नाही आणि तिला त्यावेळी सामना करावा लागत असलेली गरज आणि तातडी यामुळे ही निष्ठा, बांधिलकी अधिकच भक्कम झाली. 'देवा ईश्वरा! या लोकांना त्यांच्या गरिबीत आणि

यातनांमध्ये माझी काही मदत शक्य नसेल तर कमीत कमी मला त्यांच्याबरोबर मरू दे. तुझे प्रेम त्यांना दाखवणे शक्य होईल अशा रीतीने मला त्यांच्या सन्निध ठेव.' असे तिने लिहून ठेवले आहे. तथापि, तिची ही डायरी जतन केली गेलेली नाही असे दिसते. एलीन ईगनच्या म्हणण्याप्रमाणे, फादर एक्सम यांच्याकडे ती डायरी अनेक वर्षे होती. आपल्याला ती नष्ट करावयाची असल्यमुळे परत द्यावी अशी विनवणी करून तिने फादरकडून ती मागून घेतली. 'इतरांना कोणाला समजू नये अशा तिच्या भावना आणि स्वत:च्या प्रतिक्रिया तिने डायरीत उघड केल्या असाव्यात' असे ईगनने स्पष्ट केले आहे. भावी पिढी त्याकडे कोणत्या नजरेने पाहिल याविषयी चिंता वाटणाऱ्या कोणाच्याही दृष्टीने हा आश्चर्यकारक निर्णय नाही उलट तो मानवी स्वभावाला धरूनच आहे. बाकीच्या आपणा साऱ्यांप्रमाणेच संपूर्णत: मानव असलेल्या, शंका-कुशंकांनी युक्त मनाच्या आणि महत्त्वाकांक्षा-निर्धाराचे गुण असलेल्या मदर टेरेसांचे संतपण या गोष्टींमुळे कमी का लेखले जावे? अशी डायरी वाचण्यात लाखो लोकांना स्वारस्य वाटू शकते हे एकदा जाणवल्यानंतर आपले खाजगी आयुष्य खाजगीच रहावे अशी तिची इच्छा आपण समजू शकतो आणि डायरी नष्ट करण्याची कृती त्याचेच दुसरे रुप आहे. आपल्या स्वत:च्या प्रतिमेला एक विशिष्ट आकार देण्याची इच्छाही त्यातून सूचित होते. कदाचित संतपणाच्या पारंपारिक कल्पनांमध्ये हे बसणार नाही कारण संतपणात अहंपणाने (इगो) लुडबूड करणे अपेक्षित नाही.

लवकरच, सिस्टर टेरेसाने राहण्याच्या नव्या जागेचा शोध सुरू केला. लोरेटो सोडणे तसे सोपे नव्हते. पण तिने एक नवे अस्तित्व निर्माण करण्यासाठी ते केले, केवळ दुसऱ्या एका विद्यमान व्यवस्थेत (ऑर्डर) सामावून जाण्यासाठी हे धाडस नव्हते. सुरुवातीला तिच्या मनात अशी कल्पना होती की ज्यांना मदत करण्याचा आपला प्रयत्न चालू आहे त्या लोकांमध्येच म्हणजे झोपडपट्टीत आपण राहिले पाहिजे. पण फादर एक्सम यांनी, विनाकारणच त्यामुळे दमछाक होईल हे ओळखले व त्यापासून तिला परावृत्त केले. त्यांनी स्वत: स्थानिक समाजात चौकशी करून जागा शोधून दिली. मायकेल गोम्स या रोमन कॅथॉलिक भारतीयाचे १४, क्रीक लेन येथे मोठे तीनमजली घर होते. गोम्सचे दोन भाऊ १९४७ मध्ये पूर्व बंगालमध्ये तेथील ख्रिश्चन समाजाच्या मदतीसाठी स्थलांतरीत झाल्याने निम्मे घर रिकामेच होते. एकूण घराचे रूप फारसे सुंदर नसले तरी दुसऱ्या मजल्यावर एक मोठी खोली रिकामी होती ती त्याने देऊ केली. ना त्याला त्यासाठी भाडे हवे होते ना पैसा. १९४९ च्या फेब्रुवारीत सिस्टर टेरेसा तेथे राहावयास गेली. तिची पहिली पूर्ण वेळ मदतनीस चारूर मा ही एक विधवा होती. सेंट मेरीजमध्ये ती स्वयंपाकीण म्हणून होती आणि पुढे मरेपर्यंत ती मदर टेरेसांबरोबर राहिली.

त्यानंतर, मोती झिलमध्ये पाच रुपये महिना भाड्याने सिस्टर टेरेसाने मुलांना

शिकवण्यासाठी एक झोपडी घेतली. अनेक जुन्या धर्मगुरूंनी खाजगीत बोलताना, ती मूर्ख आहे असे आपल्याला वाटल्याचे बोलूनही दाखवले. पण बरीच गरीब आणि गलिच्छ दिसणारी मुले तिला शोधीत क्रीक लेनमधील तिच्या घरी आली हे बघता ती लोकप्रिय होती हे सिद्धच झाले. काही लोकांनी, ह्या ननचे अगदीच निराळ्या प्रकारचे कार्य ऐकून देणग्या-भेटवस्तूही द्यायला सुरुवात केली. मात्र गरजच इतकी अमर्याद होती की सिस्टर टेरेसाने इतरांनाही त्याकडे आकर्षित करण्याचे काम चालूच ठेवले.

याबाबत एक कहाणी सांगितली जाते. सिस्टर टेरेसा औषधांची लांबलचक यादी घेऊन एक औषध-विक्रेत्याकडे गेली आणि त्या विक्रेत्याने तिला, आपण मदत करू शकणार नसल्याचे सांगितले. तथापि, हार न मानता तिथेच थांबली आणि आपला जप सुरू केला. दिवसभरानंतर त्या विक्रेत्याने त्या यादीवर नव्याने नजर टाकली. 'तुम्हाला हवी असलेली औषधे ही येथे ठेवत आहे. आमच्या संस्थेच्या शुभेच्छांसह तुम्हांला ती अर्पण करतो' एवढेच तो उद्गारला.

गोम्सच्या घरात आल्यानंतर तिच्या पहिल्या नवख्या साथीदार तिच्या कार्यात सहभागी होण्यासाठी आल्या. ती मुख्याध्यापिका होती त्या शाळेतल्या या मुली होत्या आणि तिच्याविषयीचा त्यांचा प्रचंड आदर अद्यापही ओसंडून वाहत होता. त्यातली पहिली सुभाषिणी दास. शांत स्वभावाची ही मुलगी एका धनाढ्य बंगाली कुटुंबातून आलेली होती व सेंट मेरीजमध्ये वयाच्या नवव्या वर्षापासून वसतीगृहात राहत होती. आपल्या मुख्याध्यापिकेचा (सिस्टर टेरेसा) आपल्यावर खूपच प्रभाव आहे हे तिने कबूल करून टाकले आणि नंतर या अत्यादरापोटी, सिस्टर टेरेसाचे पूर्वाश्रमीचे नाव 'ॲग्नेस' स्वीकारले. मिशनरी ऑफ चॅरिटीची ती पहिली सिस्टर बनली आणि मदर टेरेसांच्या सर्वाधिक आदरणीय मदतनीसांपैकी एक म्हणून अनेक वर्षे राहिली. सिस्टर टेरेसांच्या वर्गांमधून खरे तर बऱ्याच वाटा निघत होत्या. तरीही काहींनी जुन्या प्रस्थापित व्यवस्थांमध्ये (ऑर्डर्स), म्हणून लोरेटो किंवा कार्मेलाईट, यात सहभागी होण्याचा निर्णय घेतला. सिस्टर टेरेसा म्हणजे निश्चितपणे खूपच लाघवी आणि चैतन्यपूर्ण शिक्षिका होती आणि केवळ औपचारिक वर्गांपुरते तिचे हे गुण मर्यादित नव्हते. १९४९ च्या मे महिन्यात तिला तीन अनुयायी मिळाल्या. नोव्हेंबरपर्यंत ही संख्या पाचवर गेली आणि १९५० च्या आरंभी सात. तिच्या कामाची बातमी इतक्या वेगाने सगळीकडे पसरली की लवकरच पूर्व पाकिस्तानातील ढाका (आता बांगलादेशमधील) येथली तिची पहिली कार्यकर्ती सिस्टर मार्गरिट मेरी रुजू झाली.

सिस्टर टेरेसाच्या सुरुवातीच्या कार्यकर्त्यांपैकी चौघींनी अंतिम परीक्षा होण्यापूर्वीच शेवटच्या वर्षाची शाळा सोडून दिली. त्यामुळे त्यांच्या पालकांना खूपच मनस्ताप

झाला. माध्यमिक शाळेचा डिप्लोमा न घेता मुली शाळा सोडतात या घटनेने त्यांना नैराश्य आले. सिस्टर फ्लॉरेन्सने त्याचे वर्णन केले आहे. 'पाटण्याला जाऊन परत आल्यावर लवकरच सिस्टर टेरेसा आमच्या घरी येऊन आईवडिलांशी आणि आमच्याशी बोलल्या. शाळेच्या वार्षिक परिक्षा देण्याची आमची तयारी चालू होती. म्हणून आमच्या आईवडिलांनी सांगितले की इतर कशाहीपेक्षा अभ्यास अधिक महत्त्वाचा होता. पण मदर म्हणाल्या, जितक्या लवकर तुम्ही याल तितके चांगले. त्या खूपच तरुण आणि जोशपूर्ण दिसत होत्या. त्यांनी आम्हाला प्रेरणा दिली. आम्ही त्यांच्या कामात सहभागी झालो.' पालकांच्या किमान एका गटाने आपल्या मुलींशी संपूर्ण संबंध तोडल्याचे जाहीर केले. झोपडपट्ट्यांमध्ये जाऊन गरीबांची सेवा करण्यासारखे क्रांतिकारी कार्य करण्यास मुलींना सांगितले जाते. तेही जवळजवळ अज्ञात अशा ईश्वराच्या वतीने आणि मुली खुशाल शाळा, अभ्यास, घरदार सोडून ते करायला जातात या साऱ्यामुळे पालक फारच अस्वस्थ झाले. सिस्टर टेरेसाने काही मुलींच्या अंतिम शालेय परिक्षेसाठी शिकवण्यासाठी वेळ काढण्याचा प्रयत्न करून पाहिला. त्याखेरीज सिस्टर गर्ट्रुड हिला वैद्यकीय अभ्यास पूर्ण करण्यास उत्तेजनही दिले. ती मिशनरी ऑफ चॅरिटीची पहिली डॉक्टर झाली. सुरुवातीच्या गटापैकी दोघांनीं नव्या जीवनाचा प्रयोग करून पाहिल्यानंतर माघार घेऊन, आपल्या आधीचाच जीवनक्रम सुरू केला. पण बहुतेक सर्वजणी टिकून राहिल्या आणि आजही मिशनरी ऑफ चॅरिटीमध्ये त्या कार्यरत आहेत.

मदर टेरेसा आणि त्यांच्या सुरुवातीच्या कार्यकर्त्यांबद्दल माहिती असलेला पत्रकार डेसमंड डॉईग म्हणतो, 'त्यांचे बोलणे खूपच प्रेरणादायी असले पाहिजे. भावनाप्रधान तरुण मुलींवर खूप प्रभाव टाकण्यासाठी मुद्दाम जाणीवपूर्वक योजलेले ते शब्द नसत तर देवाला आपली गरज आहे याची निश्चित कल्पना असलेल्या आणि देवाविषयीचे प्रेम ओसंडून वाहत असलेल्या महिलेच्या थेट अंत:करणातून येणारा तो बहर असे.' डॉईग हा भारतीय ख्रिश्चन अँग्लो-आयरिश दांपत्याचा मुलगा भारतातच जन्मला आणि वाढला होता. दुसऱ्या महायुद्धात तो गुरखा सेवेत होता. त्यानंतर, तो कोलकताा स्टेटस्‌मनमध्ये प्रथम आर्टिस्ट म्हणून आणि नंतर फिरता पत्रकार म्हणून काम करीत होता. याच नात्याने तो मदर टेरेसांना भेटला आणि त्यांच्याविषयी लिहू लागला त्यावेळी मदर टेरेसांचे नवे जीवन नुकते सुरू होत होते. डॉईग पुढे म्हणतो, 'एका कॅथॉलिक कार्यकर्त्याने आणि सरकारी पत्रकारमित्राने सर्वप्रथम मदर टेरेसांबाबत सूचना केली होती. तो पत्रकार मित्र म्हणाला होता– या महिलेकडे नीट बघ. ती म्हणजे असामान्य व्यक्तिमत्त्व आहे. ती पुढे संतपदाला पोचणार आहे.' मदर टेरेसांच्या कार्याला प्रसार-माध्यमांमध्ये प्रसिद्धी देणारा डॉईग हा पहिला भारतीय पत्रकार होता. त्याच्या दृष्टीने मदर ह्या नेहमीच एक विशेष व्यक्ती राहिल्या.

जशी कार्यकर्त्यांच्या संचात वाढ होत गेली तशी गोम्स कुटुंबाने अधिक जागा उपलब्ध करून दिली आणि या छोट्या गटाने आपल्या कार्याचा रोख बसगाड्या आणि ट्रामगाड्या यांच्याकडेही वळवला. १९४९ च्या अखेरीस मदर टेरेसांनी भारतीय नागरिकत्वासाठी अर्ज केला आणि ते त्यांना मिळाले देखील. आर्चबिशपांच्या आज्ञेनुसार, एक वर्षाचे त्यांचे एक्सक्लॉस्ट्रेशन संपले. त्यानंतर त्यांनी आपला नव्या सभेसाठीचा (काँग्रीगेशन) अर्ज रोमकडे पाठवला.

आपल्या नव्या घटनेत त्यांनी दिलेल्या स्पष्टीकरणात म्हटले आहे, 'गरीबातल्या गरीबांची सेवा करण्यासाठी स्वत:ला मुक्तपणे झोकून देऊन क्रुसावरील ख्रिस्ताची तहान भागवणे हा आमचा उद्देश आहे. आमच्या देवाची शिकवण आणि कार्य यानुसार हे उद्दिष्ट साध्य केले जाईल. म्हणजेच देवाच्या राज्याची घोषणा अशा एका विशेष पद्धतीने केली जाईल. सर्व लोकांना येशू ख्रिस्ताच्या आधिपत्याखाली आणणे हे आमचे विशेष कार्य राहिल. सर्व लोकांपेक्षाही अधिक म्हणजे ज्या लोकांची आम्ही सेवा करीत आहोत त्यांनाही येशूच्या सार्वभौमत्वाखाली आणले जाईल. आम्ही स्वत:ला 'मिशनरीज ऑफ चॅरिटी' असे जाहीर करत आहोत.'

सर्वप्रथम आणि सर्वांच्या वर ख्रिस्तासाठी आपण काम करीत आहोत यावर भर देण्यात कधीही मदर टेरेसांनी संकोच केला नाही. भारतीय इतिहासात 'मिशनरी' शब्दाने एक वेगळाच अर्थ ध्वनित केला जातो तरीही त्या शब्दासकट निवडलेले नावही काळजीपूर्वक आणि हेतूपूर्वक योजलेले आहे. अर्थातच, आपल्या कृतीमुळे ख्रिस्तासाठी अधिक धर्मांतरे घडवून आणता येतील अशी आशा त्यांना होती. घटनेत तसे स्पष्टपणे म्हणता येऊ शकले नव्हते. तरीही, केवळ आणि फक्त धर्मांतर हे कधीच अंतिम वा एकमेव उद्दिष्ट नव्हते.

यातनाग्रस्त ख्रिस्ताला गरीबातील गरिबाच्या रुपात पाहणाऱ्या सिस्टर्सना, सदैव त्याच्या सेवेसाठी सज्ज राहावयाचे होते. सुरुवातीपासून त्यांचा दिनक्रम काटेकोरपणे आखलेला होता. पहाटे ४.४० ला उठणे, ५ वाजता प्रार्थना, ५.४५वाजता प्रवचन व धर्मोपदेश. नंतर न्याहारी आणि स्वच्छता. सकाळी ८ ते १२ गरीब आणि गरजूंची सेवा, १२.३० वाजता दुपारचे भोजन व थोडी विश्रांती, दुपारी २.३० ते ३ थोडेफार वाचन-मनन, चहा आणि दुपारी ३.१५ ते ४.३० पूजा-अर्चा, त्यानंतर ७.३० पर्यंत गरिबांची सेवा, रात्रीचे भोजन, संध्याकाळी प्रार्थना, रात्री ९ वाजता आणि ९.४५ पासून झोप.

पण कदाचित, घटनेतील सर्वाधिक महत्त्वाची एक गोष्ट म्हणजे चौथी प्रतिज्ञा. 'गरिबातल्या गरीबाला सर्वस्वाने आणि मुक्तपणे सेवा देणे.' या जादा कलमाने त्यांना नन्सच्या इतर गटांहून वेगळे वैशिष्ट्य प्रदान केले होते कारण इतरजणींनी पूर्वी 'काहीतरी चांगले' करण्याचा प्रयत्न केला होता. पण बहुधा हा चौथ्या प्रतिज्ञेचा

मुळातला बदल फारच प्रभावी होता आणि त्यामुळे इतक्या मोठ्या प्रमाणावर आदर्शवादी लोक त्याकडे आकर्षित होऊन मदर टेरेसांबरोबर काम करावयास व जग बदलण्याच्या प्रयत्नास सज्ज झाले होते.

आर्चबिशप पेरियार यांनी मंजुरीसाठी ही घटना रोमकडे रवाना केली. ७ ऑक्टोबर १९५० रोजी पोप पायस (बारावे) यांनी ऑर्डर ऑफ मिशनरीज ऑफ चॅरिटीच्या स्थापनेला मंजुरी दिली. सिस्टर टेरेसाने लोरेटो सोडल्याला यावेळी एक वर्षाहून थोडा अधिक काळ झाला होता. या नव्या 'ऑर्डरच्या' प्रमुख मदर टेरेसा या तारखेपासून (७ ऑक्टोबर) पुढे जागतिक रंगमंचावरील व्यक्तिमत्त्व बनल्या.

मदर टेरेसांना मी आयुष्यात प्रथम भेटले ते ७ ऑक्टोबर १९९५ रोजी. नेहमीसारखी ती उकाड्याची कोलकत्याची सकाळ होती. अशा पवित्र आणि आदरणीय व्यक्तीला कसे अभिवादन करावयाचे ते नीटसे माहीत नसल्यामुळे, जातानाच रस्त्यावरील कोलकता फूल-बाजारात जाऊन परडीतले काही साधे लाल गुलाब निवडले. ते माझ्या हातून घेऊन त्या विक्रेत्या तरुणाने इतक्या झटकन त्याचा सुंदर, कलात्मक गुच्छ बनवला की मी बघतच राहिले. तेथून निघून मी मदर टेरेसांच्या घरी आले. आता हे घर ५४ ए, लोअर सर्क्युलर रोडवर आलेले होते. मी पर्यटक आहे हे सहजच ओळखता येण्याजोगे असल्यामुळे तेथे थांबून असलेल्या भिकाऱ्यांनी मला लगेचच घेरले. तशी ही गल्लीही आता सर्वांना माहित होणे आणि तेथे भिकाऱ्यांनी गर्दी करणे स्वाभाविकच दिसत होते. तेथून आत गेल्यावर मोठे हवेशीर आंगण लागले आणि एका बाजूला कोपऱ्यात व्हर्जिन मेरीचा पुतळा दिसला. मदर टेरेसांच्या सर्व कॉन्व्हेंटस्‌मध्ये मेरीचा असा पुतळा असतो. सामूहिक प्रार्थना सुरू होण्याची वेळ असल्याने इतरांसोबत मीही जिन्याने वर गेले. अचानक, जिन्याच्या वरच्या पायरीवर मदर टेरेसा मला ओलांडून पुढे जाऊ लागल्या. तेवढ्यात मी त्यांच्या हाती गुलाब आणि पंधरा वर्षांपूर्वी लिहिलेले माझे लहान मुलांच्या पुस्तकाची प्रत दिली. त्यांनी माझे आभार मानले, आशिर्वाद दिला, प्रार्थनागृहात (चॅपेल) येण्यास सांगितले. आणि आपल्या 'ऑर्डरला' पोपचे आशिर्वाद मिळाल्याचा उत्सव, स्वयंसेवक दिवसभर पूजाअर्चा करून साजरा करणार असल्याचे नमूद केले. 'मी तुझ्याशी नंतर बोलते, देवाची कृपा तुझ्यावर सदैव राहो' असे त्यांनी स्पष्ट केले. त्यामुळे मी युरोपियन अनवाणी स्वयंसेवकांच्या गटात सहभागी झाले. तपकिरी रंगाच्या प्रार्थनागृहात मिशनरीज ऑफ चॅरिटीच्या आखीव रांगांमागे हे स्वयंसेवक ओळीने उभे राहिले व प्रार्थना सुरू झाली. हा दिवस निवडताना त्याला काही विशेष महत्त्व आहे याची मला कल्पनाच नव्हती. चॅपेलच्या बाहेर लावलेल्या फळ्यावर, मदर टेरेसांच्या ऑर्डरला पोपनी मंजूरी दिली त्याला आज ४५ वर्षे होत असल्याचा मजकूर लिहिला होता. तो वाचल्यावर मला या दिवसाच्या महत्त्वाची जाणीव झाली.

१९५० पासूनच्या पुढच्या दशकात मिशनरीज ऑफ चॅरिटीची नाट्यमयरित्या भरभराट झाली. जसजशा जास्त सिस्टर्स येऊ लागल्या तसतशा मदर टेरेसांनी मोफत शाळा उघडल्या. मदरकडे शंभर मुले जमली की शाळेची इमारत उभारण्याचे कायदेशीर बंधन कोलकता महानगरपालिकेवर होते. घटना मंजूर झाली आणि मोफत शाळांची संख्या भरभर वाढत चालली त्यानंतर लगेचच क्रीक लेनहून आता अन्यत्र जाण्याची आणि आपल्या मदर हाऊससाठी मोठी जागा शोधून काढण्याची गरज सिस्टर्सना जाणवू लागली. देवाच्या कृपेचा भरपूर वरदहस्त मदर टेरेसांना अंतर्यामी इतका जाणवला होता की आता निराश, हतोत्साह होण्याचा प्रश्नच उरला नाही. त्यांनी आणि त्यांच्या सिस्टर्सनी फक्त या नव्या गरजेचा आपल्या प्रार्थनेत समावेश केला आणि पूर्वीप्रमाणेच काम चालू ठेवले. सेंट सिसिलियालाही उद्देशून मदर टेरेसांनी, ही गरज भागावी म्हणून विशेष प्रार्थना केली असे एका लेखकाने नमूद केले आहे.

सध्याची ५४ ए, सर्क्युलर रोड ही जागा कशी मिळाली त्याची कहाणीही बायबलमधील वचनांच्या भाषेत नेहमी सांगितली जाते. जणू त्या प्रार्थनेच्या प्रभावानेच ही जागा ताब्यात आल्याचे स्पष्ट करून सांगितले जाते आणि त्याचे असे झाले की... एक मुस्लीम पाकिस्तानात स्थलांतरीत होण्यासाठी तयारी करत होता. त्याला आपले भले-मोठे घर विकावयाचे होते. फादर हेन्री यांनी मदर टेरेसांच्या वतीने त्या घराबाबत त्या मुस्लीमाशी बोलणी केली. आर्चबिशप पेरियर यांनी पैशाची व्यवस्था केली. ज्या जमिनीवर हे घर उभे होते त्या जागेच्या किंमतीपेक्षाही कमी किंमतीचा प्रस्ताव फादर हेन्री यांनी मांडला; पण आश्चर्यकारकरीत्या हा प्रस्ताव स्वीकारला गेला. खरेच एक चमत्कार. किंवा, दुरुस्तीची गरज असलेल्या ह्या इमारतीसाठी मिळालेल्या किंमतीने तो अनामिक मुस्लीम खरोखरच संतुष्ट झाला काय? ही इमारतही अशा खास उच्चभ्रू वसाहतीतील नव्हती.

यानंतर लवरकच, निराश्रित मरणोन्मुख लोकांसाठी एक केंद्र सुरू करण्याचे मिशनरीज ऑफ चॅरिटीच्या या लहानशा गटाने ठरवले. याला कारणीभूत एक घटना ठरली. पदपथावर एक भयंकर आजारी महिला मदर टेरेसांना आढळली. उंदीर आणि झुरळे तिचा पाय खात होती आणि ती शक्तीहीन अबला काहीही करू शकत नव्हती. तिला इस्पितळात घेऊन जाण्याचा मदर टेरेसांचा प्रयत्न अयशस्वी ठरला. प्रत्येक इस्पितळात त्यांना नकारच मिळाला. आपल्या वज्रनिर्धारांचा चांगलाच परिणाम होतो हे जाणवू लागलेल्या मदर टेरेसांनी, या मरणासन्न बाईला इस्पितळात दाखल करून घेतले जाईपर्यंत आपण हलणार नाही असे निक्षून बजावले. अत्यंत हलाखीच्या परिस्थितीतील ही बाई अगदी मरायला टेकल्याइतकी आजारी होती. इस्पितळांमध्ये रुग्णांची इतकी गर्दी झाली होती की कॉरिडॉरमध्येही रुग्णांना ठेवले जात होते.

त्यामुळे कोठेही या महिलेला दाखल करून घेतले गेले नाही. सरतेशेवटी ती मरण पावली आणि तेही रस्त्यावरच. सनातनी हिंदूंच्या दृष्टीने मृत्यूशी अशुद्धता आणि प्रदूषण यांचा संबंध जोडलेला आहे. त्यामुळे प्रेत उचलण्याचे काम अस्पृश्यांकडे दिले गेले आहे. मरणोन्मुख गरीबांना, घर प्रदूषित होऊ नये म्हणून घराबाहेर नेऊन ठेवले जाते आणि ते अखेर रस्त्यावर मरण पावतात. म्हणूनच कृश आणि सुरकुतलेले अनेक देह मरण येण्याची वाट पाहत एकटे रस्त्यावर पडलेले भारतीय रस्त्यांवर आढळून येतात. वरील घटनेनंतर मदर टेरेसांनी कोलकता महानगरपालिकेच्या अधिकाऱ्यांची भेट घेतली आणि असे लोक जेथे झिडकारल्याविना, प्रेममय वातावरणात मरू शकतील अशी एखादी जागा शोधून देण्याची विनवणी त्यांना केली.

वस्त्यांना पाणीपुरवठा करण्याच्या संदर्भात अनेकदा भेट घेतलेली असल्यामुळे कोलकता महानगरपाकिलेच्या आरोग्य अधिकाऱ्यांना, मदर टेरेसा किती गंभीर आणि करारी आहेत हे अगोदरच माहित झालेले होते. एक लक्षणीय बाब म्हणजे, १९४८ ते १९६२ या काळात बंगालचे मुख्यमंत्री राहिलेल्या डॉ. बिधानचंद्र (बी. सी.) रॉयनाही भेटून मदर टेरेसांनी आपले अस्तित्व त्यांच्यावर बिंबवले होते. डॉ. रॉय स्वत: विसाव्या शतकाच्या सुरुवातीला लंडनमध्ये औषध-शास्त्र शिकलेले होते. ते महात्मा गांधी आणि नेहरूंचेही डॉक्टर होते. तसेच सकाळी रुग्णांना मोफत तपासत असत. पण त्यांना राजकारणातही बराच काळ स्वारस्य होते. १९२० च्या दशकात ते स्वराज पक्षात होते आणि ब्रिटीश काळात त्यांनी तुरुंगवासही पत्करला होता. १९३० नंतर ते दोन वेळा कोलकत्याचे महापौर होते. त्यांची खरी कारकीर्द मात्र स्वातंत्र्यानंतरच बहरली आणि मदर टेरेसांचाही सुरुवातीचा काळ तोच होता. आपल्या उपजत सहजप्रेरणेने चाणाक्ष मदरच्या हे लक्षात आले की डॉ. रॉय यांच्या सक्षम, हुशार आणि प्रभावशाली व्यक्तिमत्त्वाची आपल्याला बरीच मदत मिळू शकेल. सुरुवातीपासूनच राजकारणी आणि उद्योगातील नेत्यांबरोबरच्या व्यवहारात कधीही मदर टेरेसा दडपण घेत नसत. प्रभावशाली व्यक्तिमत्त्वाबरोबर संबंध विकसित करण्याचे महत्त्व त्यांनी ओळखले होते. त्यांनी २० वर्षे कॉन्व्हेंटमध्ये काढली हे पाहता ही बाब विचित्र वाटेल. पण कॉन्व्हेंटची मुख्याध्यापिका या नात्याने महत्त्वाच्या कॅथॉलिक धर्मगुरूंच्या संपर्कात त्या होत्या. शाळेत येणारे पालक त्यांच्याशी चर्चा करीत त्यातही बरेच पालक प्रभावशाली पुरुष वा महिला होत्याच. त्याच्या जोडीलाच, त्यांच्या स्वत:च्या आयुष्याची पहिली ८ वर्षे चळवळ्या कुटुंबात गेली होती. तेथे राजकारण आणि उद्योगांच्या हालचाली बरोबरीने पार पडत होत्या. वडिलांच्या राजकीय गुणवत्तेचा काही परिणाम त्यांच्यावरही त्या वयात झाला असावा.

या साऱ्या घटनांकडे पाहून, महानगरपालिकेने पूर्वीच्या यात्रेकरूंच्या वसतीगृहाचा वापर मरणोन्मुख निराश्रितांसाठी करू देण्याची तयारी दर्शविली. हिंदूंची मोठ्या

प्रमाणावर दैनंदिन वर्दळ असलेल्या भागात काली मंदिरापाशी हे वसतीगृह होते. ते पाहताक्षणी मदर टेरेसांनी त्याचा स्वीकार केला. दारू पिणे आणि जुगार खेळणे यासाठी गुंड, ठग आणि लोफर लोक त्या वसतीगृहाच्या जागेचा तेव्हा वापर करीत होते. तेथे सर्वत्र घाणीचे साम्राज्य होते. मदर टेरेसांनी ही जागा स्वीकारली कारण शहरातील बरेच मरणासन्न निराश्रित, कालीघाटावर मरण प्राप्त व्हावे म्हणून तेथे जात असत. धार्मिक प्रवृत्तीच्या हिंदूंच्या दृष्टीने अंत्यसंस्कारांसाठी ती एक पवित्र जागा होती. या वसतीगृहाची रचनाही आदर्श होती. दोन झोपण्याची मोठी दालने, वीज आणि स्वयंपाकासाठी गॅस कनेक्शन तसेच कपडे, पांघरुणे, गाद्या वाळत घालण्यासाठी मोठे बंदिस्त अंगण तेथे होते. डॉ. रॉय यांच्या पुतणीची या कामी महत्त्वाची मदत झाली. मदर टेरेसांच्या झोपडपट्टीतील कार्याबद्दल तिने बरेच ऐकले होते. ती आली आणि मृत्यूपर्यंत निष्ठावान सेविका म्हणून तेथे राहिली. मदर टेरेसांच्या विश्रांतीकाळात कालीघाटाची दैनंदिन कामकाजाची सूत्रे तिच्याचकडे असत.

यात्रेकरूंच्या या वसतीगृहाचे नाव मदर टेरेसांनी 'निर्मळ हृदय' असे एका बंगाली म्हणीवरून ठेवले. २२ ऑगस्ट १९५२ रोजी ते खुले करण्यात आले. इम्मॅक्युलेट हार्ट ऑफ मेरीच्या स्मृतीप्रित्यर्थ हा दिवस साजरा केला जातो. अशा 'योगायोगांना' मदर टेरेसांच्या लेखी एक अर्थ असतो. त्यांनी सुरू केलेल्या अनेक गोष्टींबाबत असे घडलेले आहे. याहीवेळी ते खुले केल्यानंतर तेथील काम कसे चालेल याची कोणतीही स्पष्ट योजना नव्हती. तेव्हापासून आजवर त्यात काहीही बदल झालेला नाही. पाश्चिमात्य देशांमध्ये मदर टेरेसांच्या कार्याचे निर्मळ हृदय हे प्रतीक मानले जाते. आयुष्याच्या शेवटच्या घटकांचे हे निवासस्थान आहे. मरताना थोडे फार अन्न आणि डोक्यावर छत त्या व्यक्तीच्या डोक्यावर असते, अशी ही जागा. मात्र हे मरायला टेकलेल्या लोकांचे रुग्णालय असे कधीच नव्हते. सुरुवातीला तेथे मदर टेरेसा येण्याला चांगलाच विरोध झाला. कारण पवित्र मंदिराच्या वास्तूरचनेत त्याचा समावेश होता. त्याविरुद्ध निदर्शनेही झाली. आपल्या धर्मस्थानाच्या इतक्या सन्निध काम करण्यास कॅथॉलिक सिस्टर्सना परवानगी दिल्यामुळे ब्राह्मण धर्मगुरू दिङ्मूढ झाले होते. तो करार तात्पुरत्या स्वरुपाचा असल्याने या कॅथॉलिकांना तेथून हाकलून लावावे असे सातत्याने अर्ज महापालिकेकडे पाठवले जात होते. पण काहीही घडले नाही. एका तरुण ब्राह्मण भटजीला क्षयरोग झाला तेव्हा मिशनरीज ऑफ चॅरिटीतर्फे त्याची निष्ठापूर्वक काळजी घेतली गेली त्यानंतरच त्याकडे पाहण्याचा दृष्टीकोन हळूहळू बदलू लागला. मुख्य म्हणजे ह्या भटजीनेही 'निर्मळ हृदय' ला कडाडून विरोध केला होता.

'निर्मळ हृदय'चा कारभार पाहण्यास सुरुवातीला मदर टेरेसांनी एक डॉक्टर

शोधण्याचा प्रयत्न केला. कॅथॉलिक समाजात चौकशी केल्यानंतर २२ वर्षांच्या मार्कस फर्नांडिसची 'सेवा' निश्चित झाली. डॉक्टर फर्नांडिसची बहीण लोरेटोची माजी विद्यार्थिनी होती. डॉ. फर्नांडिस स्वत: अभ्यासक्रम पूर्ण करीत असतानाच एका स्थानिक मोठ्या इस्पितळात काम करीत होता. पण शक्य होईल तेव्हा मदर टेरेसांना मदत करायला तो कबूल झाला.

तरुण आणि अननुभवी असला तरी डॉ. फर्नांडिसला 'निर्मळ हृदय'मधील औषधोपचाराचे स्वरूप गलथान आणि निष्काळजीपणाचे वाटले. चांगल्या दवाखान्यातील औषधोपचाराच्या विरोधात ते वाटे. रुग्णाच्या जगण्याची शक्यता वाढू शकते असे वाटल्यावरून त्याने अनेक सूचना मदर टेरेसांना केल्या. 'निर्मळ हृदय'मधील अनेक रुग्ण कॅन्सर, क्षयरोग वा हृदयाच्या आजाराने पिडीत नसून ते केवळ कुपोषणाचे बळी आहेत आणि डाळ-भात अधिक व्हिटॅमीन्स दिल्याने ते बरेही होऊ शकतात हे त्याने अनेकदा मदर टेरेसांच्या नजरेस आणले. रोग-निदानाची चांगली भूमिका आणि या लोकांसाठी स्वतंत्र विभाग मिळाला तर उपासमार होणारे रुग्ण तपासून तो त्यांना बरे करू शकेल असेही त्याने सुचवले. त्याच्या विधवा पत्नीने दिलेल्या खुलाशानुसार, 'त्या रुग्णांना व्हिटॅमिन्सचा उपचार द्यावा याबाबत तो मदरचे मन वळवू शकला नाही. मदर टेरेसांना त्या रुग्णांवर उपचार व्हावेत असे वाटतच नव्हते. त्या रुग्णांचा मृत्यू व्हावा अशीच त्यांची अपेक्षा होती. मरताना त्या रुग्णांनी 'ती (मदर टेरेसा) देवत्वाला पोचली आहे.' असे म्हणावे एवढीच त्यांची अपेक्षा होती. रुग्णांना औषधे मिळावीत यात त्यांना स्वारस्य नव्हते.'

मदर टेरेसांनी अशा प्रकारचे उद्गार इतरही काही प्रसंगी काढले आहेत. मरणोन्मुखांचे घर मानल्या जाणाऱ्या निर्मळ-हृदयला भेट दिलेल्या एका पाहुण्याने एक प्रसंग वर्णन केला आहे. १६ वर्षांच्या मरायला टेकलेल्या तरुणाचा जीव प्रयत्न करून वाचवता येईल असे सहकारी सिस्टर्सने सांगितल्यावर मदर टेरेसांनी त्या तरुणाला आशीर्वाद दिला आणि म्हणाल्या, 'काही काळजी करण्याचे कारण नाही. स्वर्गात जायला आजचा दिवस उत्तम आहे.' फ्रान्सिस मेघ मिशनरी ऑफ चॅरिटीमध्ये सहभागी होण्याच्या दृष्टीने मदर टेरेसांबरोबर काम करीत असे. हृदयातील बिघाडामुळे एका लहान मुलीला फ्रान्सिसने सर्व प्रयत्न करून इस्पितळात दाखल केले. त्यानंतर मदर तिला म्हणाल्या, 'तू तुझे काम केले आहेस. त्या मुलीला जागा मिळाली आहे. आता ती जगेल की मरेल ते देवाच्या हाती आहे. दुसरे काही नाही. त्याबद्दल चिंता करण्यासारखे काहीही नाही.'

डॉ. फर्नांडिस लंडन स्कूल ऑफ हायजीन अँड ट्रॉपिकल मेडिसीन येथे पदव्युत्तर शिक्षणासाठी जाण्यापूर्वी दोन वर्षे 'तात्पुरत्या आधारावर' (ॲड हॉकबेसीस) मदतनीस म्हणून काम करीत होता. आपल्या नव्या इंग्लिश पत्नीसह परतल्यानंतर,

त्याने मदर टेरेसांना, पुन्हा आपण सेवेसाठी तयार असल्याचे सांगितले. पण 'एवढ्या मोठ्या प्रमाणावर पैसा वाया जात असल्याचे आणि सोयी-सवलतींमध्ये सुधारणा होत नसल्याचे पाहून तो थक्कच झाला. विशेषत: अठरा महिन्यांपूर्वी देणगी म्हणून आलेले नवे कोरे महागडे एक्स-रे मशीन तसेच धूळ खात व गंज चढत पडलेले असल्याचे पाहून त्याचे मन पिळवटले. त्याने मदर टेरेसांना त्याबद्दल विचारले तेव्हा त्या एवढेच म्हणाल्या, 'त्याचा वापर करू शकणारा कोणी येथे नाही,' मदरने हे मशीन अथवा दुसरे काही उपकरण स्वत:हून कधी मागवलेही नसू शकेल, पण ते चालवण्यासाठी कोणा एखाद्याला नक्कीच प्रशिक्षित करता आले असते.

लंडनच्या त्याच इस्पितळात पॅट्रिशिया फर्नांडिस वैद्यकीय संख्याशास्त्रज्ञ म्हणून काम करीत होती. तिनेही आपली सेवा देऊ केली तेव्हा तिला, अमेरिकेहून देणगी म्हणून विमानाने पाठवल्या गेलेल्या औषधांचे गोदामातील साठे वेगवेगळे करून ठेवण्यात सांगण्यात आले. तिने म्हटले आहे, 'तेथे साराच गोंधळ होता. अमेरिकेहून आलेल्या औषधांची मोठाली खोकी फोडून औषधे वेगवेगळी करण्याचे काम माझ्याकडे होते. लोकांच्या जवळची औषधे जमवून ती मदर टेरेसांकडे पाठवण्याची चमकदार कल्पना अमेरिकेतील कोणाच्या तरी डोक्यात आली असावी. अर्थात त्यासाठी थोडाफार खर्चही केला गेला असणार. जेव्हा मी खोकी उघडली तेव्हा त्यात सडपातळ बनण्याच्या गोळ्या, रक्तदाबाच्या गोळ्या, ट्रॅंक्विलायझर्स आणि नैराश्य-प्रतिबंधक गोळ्या आढळल्या. त्यांची वैधता-तारीख निघून गेली होती. प्रत्यक्षात आम्हाला प्रतीजैविके, व्हिटॅमीन्स इत्यादी हवी होती. माझ्या पतीने हे त्यांच्या नजरेस आणले तेव्हा त्यांनी त्यात काही स्वारस्यच दाखवले नाही.'

सौ. फर्नांडिस मग काही काळ मदर टेरेसांच्या इतर प्रकल्पांमध्ये सहभागी झाल्या. 'मी मदर टेरेसांना पुष्कळ वेळा भेटले आणि त्या इतरत्र कोठेही जात नसल्या तरी आमच्या घरी अनेकदा आलेल्या होत्या. त्यांना त्वचेचा किरकोळ स्वरुपाचा त्रास होता आणि डॉ. फर्नांडिस (माझे पती) यांच्याकडून त्या त्यावर उपचार करून घेत होत्या. तथापि, औषधोपचार संपल्यावर माझ्या पतीने त्यांना बिल दिले ते देण्यास त्यांनी नकार दिला. यावेळी डॉ. फर्नांडिस यांनी, मदरबरोबर कोणत्याही प्रकारे संबंध ठेवले जाणार नाहीत असे त्यांना बजावले होते. माझ्या मते... ती अत्यंत निर्दय व कठोर स्वभावाची स्त्री असावी. माझ्या पतीचे त्यांच्याबरोबर अनेक विषयांवर मतभेद हाते आणि त्या कधीही कोणाचे ऐकून घेत नसत किंवा कोठल्याही बाबतीत सल्लामसलत करीत नसत.' असेही सौ. फर्नांडिस यांनी नमूद केले आहे. डॉ. फर्नांडिस यांनी पुढील आयुष्यात भारतात सर्वत्र वैद्यकीय आणि शिक्षण सेवा देणाऱ्या मिशनरी गटांना भरपूर मदत केली. पण मदर टेरेसांबाबत

आपले मत त्यांनी बदलले नाही. आणखीही पुष्कळ लोकांना आलेल्या अनुभवानुसार, 'आपल्या स्वत:च्या मार्गाने जाण्याबाबत त्या अत्यंत कठोरपणे व ठाम निर्धाराने वागत.'

मेजर ई. जॉन सॉमरसेट यांनी १९३९ ते १९६१ या काळात कोलकता मेडिकल कॉलेज इस्पितळात ऑप्थल्मॉलॉजीचे प्रोफेसर म्हणून काम केले. १९४७ नंतर भारतातच राहावयाचे ठरवल्यामुळे ते खाजगी रुग्णही स्वीकारू लागले. तथापि, लोकांनी आपली जनावरेही तपासण्यासाठी आणावीत म्हणून ते प्रोत्साहन देत व त्यासाठी पैसेही आकारत नसत. ते १९६१ साली निवृत्त होऊन इंग्लंडला परत गेले आणि १९७९ मध्ये त्यांनी आपल्या आठवणी लिहिल्या (अप्रकाशित). हे बाड त्यांनी लंडनमधील इंडिया ऑफीस लायब्ररी येथे जमा केले. त्यांच्या कथनानुसार, १९५० व त्यालगतच्या काळात वयोवृद्ध आणि दुर्बल-निराधार यांच्यासाठी कोलकत्यात पाच ते सहा धर्मादाय संस्था होत्या. त्या बव्हंशी अँग्लो-इंडियनांसाठी असत. 'मला विनंती केल्यावर मी त्याप्रमाणे तेथील रुग्ण-अर्थातच मोफत तपासत असे.' असे त्यांनी म्हटले आहे. मदर टेरेसा नावाची एक कॅथॉलिक ननही त्यांच्याकडे रुग्ण घेऊन येऊ लागली तेव्हा त्यात त्यांना विशेष वेगळे असे काही वाटले नाही.

त्यांनी आपल्या आठवणींमध्ये म्हटले आहे, कोलकत्यात मरणोन्मुख निराधारांची संख्या बरीच होती आणि मदर टेरेसा व त्यांच्या मदतनीस रस्त्यांवरून त्यांना उचलून समाधानाने मरता यावे अशी व्यवस्था करीत असत. त्यांनी लोकांसाठी खूप आणि चांगले कार्य केले पण त्याहून अधिक महत्त्व त्यांनी स्थानिक हिंदू लोकांपुढे ठेवलेल्या आदर्शाला आहे. आपल्या स्वत:च्या कुटुंबियांखेरीज हिंदू लोक इतर कोणाहीकडे बघण्यास तयार नसत. रस्त्यावर कोसळून पडलेल्या आणि मरणोन्मुख लोकांना तेथून उचलण्याचे कर्तव्य कोलकता महापालिकेचे आहे. त्याकडे महापालिका दुर्लक्ष करत असल्याचे मदर टेरेसांनी त्यांना दाखवून दिले. त्या अधूनमधून रुग्णवाहिकेतून अनेक मुलांना घेऊन माझ्याकडे येत. व्हिटॅमीन 'ए' च्या अभावामुळे या मुलांचे डोळे इतके बिघडलेले असत की डोळ्यात बुबुळ जेमतेम शिल्लक असे. तीन ते चार वर्षांच्या लहान बालकांना दूध प्यायला न दिल्याने हा अभाव निर्माण होतो. मी अनेकदा मदर टेरेसांना सांगितले की तुम्हाला हवी तेवढी मुले मी तपासीन आणि त्यासाठी आवश्यक तेवढा वेळ मी देईन. पण त्यासाठी मला आगाऊ सूचना द्यायला हवी आणि सकाळच्या वेळी अर्ध्या-अर्ध्या तासाचे रुग्ण-वाटप झालेले असते त्या दरम्यान मध्येच यावयाचे नाही. माझ्या स्वत:च्या रुग्णांचाही वेळ महत्त्वाचा होता आणि ठरवून घेतलेल्या वेळी तपासणीसाठी त्यांना बोलावले जावे अशी अपेक्षाही असे. पण मदर टेरेसांनी वेळ न कळवता-ठरवता अचानकपणे

येण्याचा परिपाठ चालूच ठेवला. त्या भलत्या वेळी येऊन टपकत असल्याने साऱ्यांचीच पंचाईत होई. त्यांचे कार्य माझ्यासाठी तरी उपद्रवच बनले होते.

तथापि, एकूण सर्वसाधारण:, १९५० च्या सुमारास कलकत्यात मदर टेरेसांबद्दल खूपच आदरभाव निर्माण झाला होता. पण केवळ अँग्लो-कॅथॉलिक समाजातून तो येत होता असे नव्हे तर सर्वत्र त्यांच्या कामाला मान्यता मिळत होती. ॲन ब्लेकी या इंग्लिश तरुणीने यासंदर्भात केलेले काम उल्लेखनीय आहे. ॲन ही एका अँग्लीकन पाद्र्याची मुलगी. ती शिक्षक म्हणून प्रशिक्षित होती आणि लग्नापूर्वी कॅथॉलिक बनली होती. तिचा नवरा जॉन एका ब्रिटीश-अमेरिकन तंबाखू कंपनीत वकील म्हणून काम करीत असे. १९५०च्या सुमारास हे दांपत्य कलकत्यात आले. एका मिशनच्या धर्मादाय दुकानात ती काम करत असे. गरोदरपणामुळे दुकानात वाकून काम करणे अशक्य झाल्याने ती काही स्वयंसेवा शोधत होती. १९५४ साली तिने एका लेखात, कचराकुंडीत फेकलेल्या एका नवजात अर्भकाला मदर टेरेसांनी कसे वाचवले त्याची कहाणी वाचली. त्याने भारावून जाऊन अशा प्रकारच्या कार्यात आपण मदत करावयाची असा निर्णय घेतला. जेव्हा ती मदर टेरेसांना भेटली तेव्हा आपल्या उर्वरित जीवनाला दिशा देऊ शकणारी व्यक्ती कोणी असेल तर मदरच अशी तिची खात्री झाली.

सुरुवातीला ब्लेकीची कामे मुख्यत: निधी-उभारणी आणि मुलांसाठी कपडे, अन्न, खेळणी वगैरे जमवणे अशी होती. आपला देश सोडून भारतात आलेल्या युरोपियन महिलांमध्ये मदत करू शकणाऱ्यांचा एक गट होता. कोलकत्यातील या महिलांकडे बराच वेळ असल्याने ब्लेकी त्यांच्याशी सहज संपर्क साधू शकत होती. मात्र त्या सर्वचजणी प्रत्यक्ष कामात सहभागी होण्यास उत्सुक नव्हत्या. कोलकत्याच्या एका गृहिणीने मला सांगितले की आपल्या आवडीच्या दृष्टीने हे अगदीच निराळे क्षेत्र आहे. ॲन ब्लॅकीने कॅथॉलिक नसलेल्या आपल्या काही मित्रांना या कार्याशी जोडण्याचा प्रयत्न केला तेव्हा मात्र काही जणींच्या भुवया उंचावल्या आणि 'हे खरंच असं होत नाही ना' अशी सूचनाही केली गेली.

१९६० नंतर इंग्लंडला परत जाईपर्यंत ॲन ब्लेकी ही सर्वाधिक निष्ठावान, कार्याची महती पटलेली आणि प्रभावशाली अशी समर्थक होती. त्यानंतरही तिने हे कार्य पुढे नेण्यासाठी अविश्रांत मेहनत घेतली. इंटरनॅशनल असोसिएशन ऑफ को-वर्कर्स स्थापन करण्यात तिची खूपच मदत झाली. थोडा काळ आपली प्रवक्तीही राहिलेल्या ब्लेकीबद्दल मदर टेरेसा म्हणत, 'ती माझेच दुसरे रुप आहे.' विशेषत: भाषणे देण्याच्या वेळी त्या एकमेकींना खूपच पूरक ठरत. मदर टेरेसांना सारे काही स्पष्टपणे जुळवून सांगण्याची हातोटी नव्हती पण सार्वजनिक व्यासपीठावर ब्लेकी मात्र सहजपणे श्रोत्यांशी सुसंगतवार संवाद साधू शके. 'कनवाळू कुष्ठरोग्याला स्पर्श

करा' ही अतिशय यशस्वी ठरलेली मोहीम सर्वप्रथम ब्लेकीने आयोजित केली होती. उत्तर कोलकत्यात टिटाघर येथील कुष्ठरोगी दवाखान्यांच्या उद्‌घाटनप्रसंगी ब्लेकीनेच भाषण केले होते.

इंग्रजांचाच भरणा जास्त असलेल्या युरोपियन बायकांची प्रवृत्ती मदरच्या कार्यासंबंधात महत्त्वाची आहे. यातल्या बऱ्याचजणी उच्चभ्रू वस्तीच्या अलीपूर भागात राहणाऱ्या होत्या. त्या नेहमी क्लब्जमध्ये जात असत आणि त्यांचे सामाजिक संबंध आपापसापुरतेच मर्यादित राहात. जर भारतीयांना भेटावयाचे झाले तर कामापुरते किंवा अधिकारी पातळीवरच त्यांचा असा संपर्क राही. विक्रम शेठच्या 'सुटेबल बॉय' या कादंबरीत होतकरू बंगाली कर्मचाऱ्याच्या घरी मेजवानीसाठी गेलेला ब्रिटीश अधिकारी बेसिल कॉक्स म्हणतो, 'असे बघा, तशी काही कोठे नाराजी दिसत नाही. पण चॅटर्जींसारखे लोक खरेच आमच्याबद्दल काय विचार करीत असतील याचे मला नवल वाटते... कितीही व काहीही म्हटले तरी आम्ही कोलकत्यात अद्यापही आहोतच. व्यापारीदृष्ट्या बघता, अर्थातच साऱ्या गोष्टी आम्हीच चालवतो आहोत.' ब्रिटीशांमधील, 'आपण श्रेष्ठ-सरस' हा भाव अद्यापही कायम असल्याचे शेठच्या या कादंबरीत थोडक्यात मांडले आहे. अर्थात, असे काही लोक आहेत की ज्यांच्यातील अनेकांना स्वातंत्र्योत्तर भारतात, आपल्या वैशिष्ट्यपूर्ण जीवनशैलीबद्दल अपराधीपणाची भावना मदर टेरेसांच्या कार्यामुळे जाणवली. स्वत:भोवतीच्या संरक्षक कोषातून बाहेर पडल्यावर त्यांना, पदोपदी झोपडपट्टीतील रहिवासी आणि भिकारी यांच्या गरीबीचा व नाडणुकीचा साक्षात्कार झाला. तसे ते निदान स्वत:शी म्हणू शकले, 'आपण मदर टेरेसाला मदत करू या' आणि नंतर ते टेनिस वा ब्रिज खेळायला गेले. आज धर्मादाय देणग्या देणाऱ्यांपैकी अनेकांची प्रवृत्ती यापेक्षा वेगळी आहे काय?

युद्धकाळात बॉम्बफेकी विमानाचा पायलट म्हणून काम केलेला लिओनार्ड चेशायर ह्या कॅथॉलिक धर्मांतरीताने आपले पुढील आयुष्य 'नाहीरे' वर्गाला मदत करण्यात घालवले. वसाहतवाद्यांमधील अपराधीपणाच्या जाणीवेबद्दल त्याने खोलवर विचार केलेला आहे. या देशात धर्मादाय कार्याची उभारणी चालू असताना, भारतात अधिक चेशायर होम्स उघडण्याची गरज आपल्याला का वाटली याबाबत तो म्हणतो, 'भारताला या क्षेत्रातील मदतीची गरज आहे या परिस्थितीच्या आवाहनाचा प्रतिध्वनी इतका रेटा देणारा होता की त्याकडे दुर्लक्ष करणे म्हणजे आपण चूक करीत आहोत असे वाटत होते. आपले आश्वासन पाळणे अत्यंत अवघड असले तरी आतून येणारा माझा सद्सद्‌विवेकबुद्धीचा आवाज, मी योग्य तेच करीत आहे असे सांगत होता. पण येथे दुसरीही एक बाजू होती. पूर्वी युद्धकाळात मी भारतात आलो होतो. त्यावेळी सामान्य लोकांशी माझा संपर्क आला नव्हता. तो त्यावेळी यायला पाहिजे होता हे मला माहित होते. पण माझा ग्रह असा झाला होता की इंग्लिश लोक

भारतात गेले ते तेथून काय बाहेर आणता येईल या इराद्यानेच; तेथील लोकांना आपण काही द्यावे असा काही दृष्टीकोन नव्हताच. प्रशासन, इंजिनिअरींग आणि तशा अनेक क्षेत्रांमध्ये आम्ही काय केले आणि (भारताला) दिले त्याचे महत्त्व मी बिल्कुल कमी लेखत नाही. पण गरीब आणि असहाय लोकांसाठी काय करता येणे शक्य होते ते आम्ही केलेच यावर माझा अजिबात विश्वास नाही.'

मदर टेरेसांना, ह्या अपराधीपणाच्या भावनेपोटी मदत करण्याची विशेषत: ब्रिटीशांना इच्छा आहे की कल्पना– समर्थनीय असो वा असमर्थनीय– कधीही पूर्णपणे नष्ट झालेली नव्हती. काही लोकांच्या दृष्टीने ही कल्पना प्रत्यक्ष पाऊले उचलण्यास उद्युक्त करणारी बाब होती. पण बऱ्याच भारतीयांना याचे दुःख आहे की भारत सरकार आणि भारतीय लोक यातनाग्रस्तांकडे दुर्लक्ष करतात असे भासविण्यासाठी ब्रिटीशांच्या मदत संकल्पनेचा पुरस्कार केला जातो. गरिबांना मदर करणारे फक्त पाश्चिमात्य लोकच आहेत आणि मदर टेरेसा व मिशनरीज ऑफ चॅरिटी हे त्याचे प्रतीक आहे असे चित्र पुढे येण्याचेही भारतीयांना दुःख होते. सत्य गोष्ट एवढीच की मदर टेरेसांना मदत करण्याची विशेषत: ब्रिटीशांची इच्छा आहे.

इतरही युरोपियन लोकांनी मदर टेरेसांना मदत केली ती पश्चात्ताप म्हणून किंवा त्यांच्याकडे त्यासाठी वेळ होता म्हणून नव्हे तर त्यांना केवळ हे जाणवले की येथे मदतीची गरज आहे आणि त्यासाठी कशी पाऊले उचलावयाची हे माहीत आहे. चेशायरचा एक खूप परिश्रम करणारा आणि महत्त्वाचा मदतनीस होता लॅरी डोनेली. व्यवसायाने इंजिनीअर असलेला डोनेली हा कॅथॉलिक होता आणि १९४८ पासून भारतात राहत होता. चेशायर होम्सच्या एका वृत्तांतात, 'कोलकत्यात यशस्वीरीत्या सर्व कामकाज चालवणारा बहाद्दर' असा त्याचा गौरव केला गेला आहे. बॅबकॉक अँड विलकॉक्स यांच्यासाठी डोनेली काम करीत असे. चेशायर इंडियन फाऊंडेशनचा तो दोन कठीण वर्षांसाठी व्यवस्थापकीय विश्वस्त होता आणि श्रीरामपूर येथील होमसाठी कोलकत्यात चांगलाच प्रचार-प्रसार त्याने घडवून आणला होता. १९५५ च्या सुमारास व्हाईट फादर्सनी त्याची मदर टेरेसांबरोबर गाठभेट घडवून आणली. मदरचा कामाचा उरक, उत्साह आणि सरळ रोखठोकपणा यामुळे तो इतका प्रभावित झाला की कोलकत्यात बाह्यरुग्णांसाठी उभारावयाच्या त्यांच्या पहिल्या दवाखान्यासाठी त्याने लगेच निधी जमवण्याचे काम सुरू केले.

केवळ हा दवाखाना नव्हे तर उद्घाटनप्रसंगी झालेला जल्लोष हा सारा मी अगदी खराखुरा मानते. लॉयोला डिस्पेन्सरी असे नाव असलेली ही इमारत एक मजलीच होती. एन्टॅलीच्या परिसरात सेंट थेरेसा चर्चच्या मागच्या बाजूला ती बांधली गेली आहे. व्हाईट फादर्सद्वारे चालविला जाणारा हा दवाखाना सुरुवातीच्या मंगळवारी व शुक्रवारी उघडा असे. हे सारे मला माहित आहे. कारण त्याच्या बांधकामाच्या

वेळी वीट न् वीट ठेवली जात असतानाची आणि उद्घाटनाचा जल्लोष असलेली ध्वनिचित्रफित (फिल्म) डोनेली कुटुंबियांनी तयार केलेली आहे व मी ती पाहिली आहे. अर्थातच उद्घाटनप्रसंगी मदर टेरेसा तेथे हजर होत्या. त्या तरुण आणि हसत असताना चित्रित केल्या गेल्या आहेत पण आजच्या त्यांच्या परिचित चेहऱ्यात व तेव्हाच्या चेहऱ्यात काही फार बदल वाटत नाही. इतर पाहुणे होते फादर ज्युलियन हेन्री आणि तरुण भारतीय आर्चबिशप कार्डीनल व्हॅलेरियन ग्रेशस. आपल्या लांब पांढऱ्या पायघोळ झग्यात फादर हेन्री फार तेजस्वी वाटतात. आता ही फिल्म व्हिडीओवर चित्रित केली गेली आहे. काही काळापासून ओळखत असलेल्या आणि जवळचे शेजारी म्हणूनही राहिलेल्या डोनेली कुटुंबाची पाहुणी म्हणून मला ती पाहण्यास बोलावले होते. ती संध्याकाळ भावनेच्या ओलाव्याने ओथंबलेली होती. त्या फिल्ममध्ये डेव्हिड डोनेली आठ वर्षांचा होता आणि दवाखाना उभारावयासाठी लागणाऱ्या दगड-विटा आदि सामानात वडिलांबरोबर खेळताना दिसला. कोलकत्यात आपण लहान असल्यापासून मदर टेरेसांना ओळखत होतो आणि त्यावेळी त्यांचे वागणुकीचे तंत्र वारंवार प्रत्यक्षच पाहावयास मिळाले असे त्याने मला रात्री जेवण्याच्या वेळी सांगितले. 'काकुळतीची भावना भरलेले डोळे रोखून त्या म्हणत, ''आम्हाला खरंच अमुक-अमुक-अमुक गोष्टींची गरज आहे, त्या कोठून मिळणार आहेत हे मला ठाऊक नाही.'' आणि तुम्ही खुर्चीला चिकटला आहात असा तुम्हाला भास होऊन, त्यांना हव्या असलेल्या कोणत्याही गोष्टींसाठी धनादेश लिहून देत आहात' असे घडत असल्याचे डेव्हिडने नमूद केले.

१९५० च्या दशकात पुढे, एकूण परिस्थितीत बदल घडवण्याच्या प्रयत्नात मदर टेरेसा एकट्याच युरोपियन नव्हत्या. स्यू रायडर ह्या निष्ठावान कॅथॉलिक महिलेला यावेळी मदर टेरेसांविषयी माहिती मिळाली होती. १९४५ मध्ये रायडरने नर्स म्हणून काम केले होते आणि छळ-छावण्यांमधील आपदग्रस्तांना सोडवण्यातही मदत केली होती. त्यांचे पुढचे मिशन आणि स्यू रायडर फाऊंडेशन याच कामातून विकसित झाले होते. लिओनार्ड चेशायरशी लग्न होण्याच्या २ वर्षे आधी म्हणजे १९५७ मध्ये त्या भारतात आल्या. त्यांनी मदर टेरेसांशी काहीएक प्रकारचे सहकार्य करण्याची सूचना केली. भविष्याबाबत पुरेशी आश्वस्त असल्याकारणाने मदर टेरेसांनी त्यांच्या सूचनेस अनुकूलता दर्शविली नाही. दोघींनी मिळून काही झोपडपट्ट्यांना भेटीही दिल्या आणि मिशनरी ऑफ चॅरिटीच्या काही सिस्टर्सचा उपयोग रायडर-चेशायर होम्ससाठी होण्याची शक्यताही निर्माण झाली होती. पण आपल्या संख्या-बळाची जाणीव असल्यामुळे संभाव्य विलीनीकरण घडून येईल असे काहीही करण्यात मदर टेरेसांना स्वारस्य नसल्याचे लवकरच स्पष्ट झाले. एकाच समस्येबाबत एकमेकींच्या दृष्टीकोनात मूलभूत फरक होता. आपल्या युद्धाच्या अनुभवावरून स्यू

रायडरना हे माहित झाले होते की मदतीची सर्वाधिक गरज रात्री असते आणि दोन वेगवेगळ्या जगात वावरण्यात काही अर्थ नसतो असे त्या मानीत. त्यामुळेच, जरी काही वेळ प्रार्थनेसाठी दिला तरी ज्यांना मदत देण्याचा प्रयत्न आपण करतो त्यांना तुम्ही थोडा वेळही सोडून देता कामा नये असे रायडरना प्रकर्षाने वाटे. तथापि, मदर टेरेसांनी नेहमीच, देवाच्या ठिकाणी आणि प्रार्थनेसाठी सिस्टर्सने कॉन्व्हेंटमध्ये परतलेच पाहिजे यावर आग्रही भर दिला होता.

दुसरे एक निवृत्त ब्रिटीश मेजर डडले गार्डीनर म्हणून होते. पदपथावर राहणारे बेकार आणि निराश्रित यापैकी जितक्या जास्तीत जास्त जणांना दिवसभर किमान एक चांगले भोजन देता यावे यासाठी मेजर गार्डीनर २० वर्षे संपर्क साधण्याचे काम करीत असत. स्वत:च्या कार्याचा उदोउदो होऊ नये याकडे मेजरचा कटाक्ष असे. लष्करी शिस्त आणि धर्मगुरूचा प्रामाणिकपणा, सार्वभौमता यांचे मिश्रण त्यांच्या कार्यपद्धतीत होते. ते खूप धार्मिक वृत्तीचे होते पण आपल्या संपूर्ण आयुष्यात देवाचा अजूनही शोध आपण घेत आहोत असे ते म्हणत. कोणत्याही धार्मिक समाजात सहभागी होण्यास आपण योग्य आहोत असे त्यांनी कधीही मानले नाही त्याचे एक कारण ही देवविषयक अनिश्चितता होती. तरीही, मदर टेरेसा आणि त्यांची मिशनरीज ऑफ चॅरिटी यांच्यासारखीच बांधिलकी त्यांना हवी होती.

ते मदर टेरेसांचा द्वेष करीत. एकदा मात्र त्यांनी मदर टेरेसांचे वर्णन, 'माझी प्रिय मैत्रीण आणि प्रेरणा-स्त्रोत' असे केले कारण, 'त्यांच्या (मदरच्या) जोशपूर्ण कार्याच्या केंद्रस्थानी देवावरील संपूर्ण आणि निखालस विश्वास होता. देवावरचा त्यांचा विश्वास साधासुधा आहे, त्यात धर्मशास्त्रविषयक विविध रंग-छटांचा कसलाही पसारा नाही. त्यांचे देवावर प्रेम आणि विश्वास आहे आणि त्याने (देवाने) कोलकत्यात चमत्कार घडवून आणण्यासाठी मदरचा वापर केला आहे. इतकी प्रचंड गरिबी येथे असताना देवाने मानवी यातना आणि मानवी उपेक्षा बघायला नको म्हणून आपले डोळे बंद करून घेतले आहेत की काय अशी शंका एखाद्याला येण्याजोगी परिस्थिती कोलकत्यात आहे. येथे देवाने हे चमत्कार घडवून आणले आहेत' असे मेजर गार्डीनर म्हणतात. त्यांची (मेजरची) उंची सहा फूट दोन इंच होती. ते मदर टेरेसांना 'साधी छोटी नन' मानत; पण 'त्या माझ्यावर वर्चस्व गाजवतात... हो खरंच वर्चस्व गाजवतात.' अशी कबुली त्यांनी दिली. ते पुढे म्हणतात, 'मी कठोरपणे बोलत नाही. पण एखाद्या गोष्टीची आत्यंतिक गरज वाटली तर त्या त्याबद्दल आग्रह धरतात आणि एखाद्याला वाटते की आपण प्रत्यक्ष देवाशीच वाद घालतो आहे. हा विषम झगडा आहे. मी (त्यांच्यापुढे) शरणागती पत्करतो.'

डडले गार्डीनरचे बालपण एकाकी गेले व त्यातला काही भाग भारतात गेला होता. मोठे झाल्यानंतर ते लष्करात दाखल झाले आणि तीन वर्षे त्यांनी, प्रथम

मलायात व नंतर ब्रह्मदेशात (आताचे म्यानमार) युद्धकैदी म्हणून काढली. १९५७ साली ते लष्करातून निवृत्त झाले आणि आईवडील युद्धात मारले गेल्यामुळे, भारतात परतण्याचे त्यांनी ठरवले. 'भारताने माझ्या भाव-भावना व्यापल्या होत्या. कोलकता देखील, इतके घाणेरडे, अस्ताव्यस्त पसरणारे, विषण्ण-खिन्न करून टाकणारे कोलकता शहर त्याच्या आवाजाने, वासाने, अंदाधुंद गोंधळाने, चिरडून टाकणाऱ्या गरीबीने आपल्या ज्ञानेंद्रियांवर हल्लाच चढवते. तेही माझ्या अंत:करणात रुतले होते' असे नमूद करून ते कोलकत्यातस आले. १९५८ साली लोअर सर्क्युलर रोडवर त्यांनी अन्नछत्र सुरू केले. फक्त ५५ लोकांसाठी. १५ वर्षांनंतर या प्रकल्पात ५८०० स्त्री-पुरुष व मुले जेवत होती व साल्व्हेशन आर्मी त्याची व्यवस्था पाहत होती. मेजर गार्डीनर मदर टेरेसांप्रमाणेच एका साध्या खोलीत राहत असत व ती साल्व्हेशन आर्मीने त्यांना दिली होती. आपल्यात काही वैयक्तिक चुंबकीय शक्ती असल्याचे ते नाकारत पण त्यांचा उत्साह व क्षमता, मनोधारणा नेहमीच वादातीत होती. प्रत्येक सकाळी ते अन्नाची तपासणी करीत आणि त्यात हवी तेवढी व्हिटॅमीन्स आहेत, पावडरींचे मिश्रण बरोबर आहे याची खात्री करून घेत. दुपारी ते एका मागची दारे खुली असलेल्या जीपमधून बाहेर पडत. गरम, वाफेभरल्या अन्नाचे वाटप शहरभर पसरलेल्या विविध अन्नकेंद्रांमध्ये जाऊन ते स्वत: बघत. किमान पाच तास हा कार्यक्रम चाले. रात्री उशिरा ते शरीराने थकून पण समाधानाने मन काठोकाठ भरलेल्या अवस्थेत घरी परतत.

त्यांच्या सुजलेल्या पायातील वेदना वाढत जात होत्या. इतरही काही विकार त्रासदायक होते, पण अन्न-वाटप करण्याच्या आपल्या वचनात एकही दिवस खंड पडत नाही याचा त्यांना विलक्षण अभिमान होता. मदर टेरेसांप्रमाणेच काहीही मागण्याची त्यांना लाज वाटत नसे आणि त्यांनी काही मोठ्या संस्थांना भेटून त्यांच्याकडील शिल्लक भात व रस्सा रोज आपल्याला गरीबांना वाटण्यासाठी द्यावा यासाठी त्यांचे मन वळवले होते. त्यांनी स्वत:पुढे त्यांच्या दृष्टीने अगदी साधे ध्येय ठेवले होते. 'रोज, त्यांच्यापैकी शक्य होईल तेवढ्या लोकांना जेवू घालणे' आणि तरीही ते त्यांच्यासाठी साधेही नव्हते. सोपेही नव्हते. ते आपल्या आठवणींमध्ये म्हणतात, 'असं बघा, मदर टेरेसांकडे त्यांच्या नियोजनात मदत करण्यास देव आहे, त्यांच्या यशस्वी कामगिरीबद्दल चर्चा करायला देव आहे, त्यांची निराशा वाटून घ्यायला देव आहे. माझ्या दृष्टीने खरोखरच प्रमाणिकपणे, आपले देवाबरोबर घनिष्ट संबंध विकसित झाले असल्याचे कधीही वाटलेलेच नाही. मदर टेरेसांना नेमकी ही गोष्ट चांगली साधली आहे. याचाच परिणाम म्हणून माझे आयुष्य एकाकीपणात गेले आहे. जसजसा मी वयाने वाढत जात आहे आणि थोडी थोडी शिथिलता येत आहे, मला वाटते कधीही न संपणाऱ्या चक्रात मी अडकलो आहे.

भुकेल्या हजारो लोकांना रोज मी जेवू घालतो त्या माझ्या जबाबदारीच्या जाणीवेत मी अडकून पडलो आहे.' दयाळू देवाला एवढ्या मोठ्या प्रमाणावर गरीबी का हवी आहे हे समजण्यातले स्वत:चे अपयश ही गार्डीनरची समस्या होती. ही गरीबी का अस्तित्वात आहे यासाठी कोणतेही साधे स्पष्टीकरण त्यांच्या दृष्टीने नव्हते. मदर टेरेसा म्हणत, 'आपले देवाबद्दलचे प्रेम व्यक्त करण्यासाठी गरीबातले गरीब हे साधन आहेत' पण देव मानणारे मेजर गार्डीनर तसे कधीही म्हणू शकत नव्हते. त्यांनाही अगदी नेमके याच लोकांपर्यंत पोहोचावयाचे होते– गरीबातले गरीब. पण त्यांचा हेतू अगदी स्वच्छपणे, 'त्यांची' भूक भागवण्याचा होता, ख्रिस्ताला मदत करण्याचा नाही.

गार्डीनर, कधीही आधार देणारे वा आश्रयदाते नव्हते. हवेहवेसे वाटणे वा प्रेम वाटणे ही मानवी गरज, ते स्वत:च्या एकाकी-निष्प्रेम बालपणापासून चांगलेच समजून होते. कधीकधी आपल्याला स्त्री-सहवासाची आत्यंतिक इच्छा जाणवल्याची कबुलीही त्यांनी दिली होती. त्यांच्या आई-वडिलांचा मिश्र विवाह मंजूर नसल्याने आजी-आजोबांकडूनही त्यांच्यावर एकाकीपणा लादला गेला होता म्हणून धार्मिक वेडाचाही त्यांना तिटकाराच होता. त्यामुळे 'आपल्या स्वत:चा धर्म कोठलाही असो, बहुतेक लोक सत्य-शोधनासाठी चाचपडत, धडपडत असतात, आयुष्याचा हेतू आणि अर्थ शोधत असतात' असे त्यांचे मत बनले होते. डेव्हिड फ्रॉस्टने ब्रिटीश टेलिव्हिजनसाठी १९४७ साली मेजर गार्डीनर यांच्यावर, 'एंजल विथ अ बुशी बुशी बिअर्ड' हा लघुपट काढला व साल्व्हेशन आर्मीने त्यात सहभागही दिला तरी फारच थोड्या लोकांना गार्डीनर यांच्याबद्दल थोडीफार माहिती आहे. त्यांच्या निधनाच्या बातमीला फारशी प्रसिद्धी मिळाली नाही व अंत्यसंस्काराच्या वेळी हाताच्या बोटावर मोजता येण्याइतकेच लोक हजर होते का? स्वत:ला नेहमी कमी लेखणाऱ्या गार्डीनर यांनी एक उत्तर दिले आहे, 'मदर टेरेसांविरुद्धच्या लोकप्रियता चाचणीत मी स्पर्धा करू शकणार नाही. माझे खातेही उघडणार नाही. मी कोलकत्यात करीत असलेले कार्य, मदर टेरेसांच्या विविध गरज-क्षेत्रांच्या झेपेपुढे, कल्पनाशून्यच आहे.' पण खरे तर मदर टेरेसांनी स्वत:च मान्य केल्याप्रमाणे, गरीबांना जेवू घालण्याच्या त्यांच्या निग्रही निर्धाराने अनेकांना खरोखरच मोठा फरक जाणवलेला आहे. कदाचित, मदर टेरेसांचा प्रभाव आणि त्याच्या जोडीला त्यांचा ठामपणा यांचाच अभाव गार्डीनर यांच्यात असावा. किंवा त्यांच्याकडे मदर टेरेसांसारखा मदतनीस आणि स्वयंसेवक यांचा मोठा गट नसेल. त्यांच्या मृत्यूनंतर त्यांचे कार्य चालू ठेवणारा असा कोणी निष्ठावान समर्थक नसावा. एकूण साऱ्या घटनांकडे पाहता, त्यांच्या मृत्यूनंतर त्यांचे कार्य तसेच संपून गेले हे खरे.

दरम्यान, मदर टेरेसांभावेतीचे कार्याचे मोहोळ वाढतच चालले होते. 'निर्मळ

हृदय' नंतर त्यांचे पुढचे प्रमुख कार्य मुलांसाठी घर अथवा शिशु-भवन उभारणे हे होते. १९५५ साली ते खुले झाले. याही घराला मोठे अंगण आणि रुंद दरवाजा होता. अन्यत्र गेलेल्या एका मुस्लीमाचे हे घर मदर टेरेसांच्या घराच्या अगदी जवळ होते. सुरुवातीला हे घर भाड्याने घेण्यात मदरना यश आले आणि लवकरच बेघर, त्यागलेल्या, आजारी आणि निर्धन मुलांनी ते भरून गेले. १९५८ पर्यंत ९० मुलांसाठी तेथे सोय झाली. सुरुवातीला मदर टेरेसांनी प्रत्येक मुलामागे ३३ रु. या दराने सरकारी अनुदान स्वीकारले. पण काही महिन्यानंतर त्यांनी ते नाकारण्याचा निर्णय घेतला. अधिक मुलांना सामावून घेण्यासाठी मदरनी प्रत्येक मुलामागे १७ रु. खर्च करण्यास पसंती दिली. तथापि, सरकारने, प्रत्येक मुलामागे पूर्ण ३३ रु. खर्च करण्याचा आग्रह धरला. असा ताठरपणा काही कामाचा नसल्याचा अनुभव मदरना आला. या प्रश्नावर अगदी वेगळ्याच तऱ्हेने त्यांना निंदकांचे युक्तीवाद नेहमी ऐकावे लागले. त्यावर, अशा पुष्कळ मुलांना मदतीची गरज असल्याचे त्यांनी सांगितले व आपला निर्णय ठाम ठेवला.

१९५६ च्या सुरुवातीला, दवाखान्यापर्यंत पोहोचू न शकणाऱ्या रुग्णांच्या मदतीसाठी पहिला फिरता दवाखाना काढला. न्यूयॉर्कमधील कॅथॉलिक रिलीफ सर्व्हिसतर्फे साध्या व्हॅनचे रुपांतर फिरत्या दवाखान्यात करण्यासाठी पाच हजार अमेरिकन डॉलर मिळाले. शहरातील सर्वाधिक गरीबांच्या वस्त्यांमध्ये जेथे मोफत वैद्यकीय सेवा फारच अपुरी पडत असे तेथे हा फिरता दवाखाना जात असे. एकदोघा डॉक्टरांनी सिस्टर्सच्या मदतीसाठी आपली सेवा देऊ केली आणि शिशु-भवनमध्ये एक लहानशी प्रयोगशाळाही सुरू करण्यात आली.

मरणोन्मुखांसाठी केंद्र, शिशु-भवन, प्रार्थना-गृह, फिरते दवाखाने आणि शाळा यासह मिशनरीज ऑफ चॅरिटीच्या एकूण कामाच्या व्यापाचा आराखडा जवळजवळ पक्का झाला. पण आत्यंतिक गरजेचे आणखी एक क्षेत्र भारतात होते आणि कोलकताही त्यापासून अलग नव्हते ते म्हणजे कुष्ठरोग. कोलकत्यात एक कुष्ठरोग इस्पितळ होते पण ते बंद पडले. शहरातील ३० हजारहून अधिक कुष्ठरोग्यांना कोठल्याही उपचाराची सोय राहिली नाही आणि त्यांच्याकडे भीती आणि तिरस्कार या मिश्र भावनांनीच पाहिले जात होते. बायबलच्या निर्माण-काळापासून १९५० च्या पुढेही या भावनांमध्ये काही बदल नव्हता. या कुष्ठरोग्यांच्या मदतीसाठी मदर टेरेसांनी आणखी एक फिरता दवाखाना सुरू केला. निळ्या रंगाच्या या व्हॅनमध्ये सहा लोक, औषधे, रोगबीजनाशके, कागदपत्रे आणि अन्न एवढे सामावले जात असे.

मदर टेरेसा आता निदान स्थानिक वृत्तपत्रांसाठी तरी झपाट्याने बातमीचा विषय बनत चालल्या होत्या. स्थानिक पातळीवर अनेक इंग्रजी वृत्तपत्रेही होती. कोलकता

स्टेटसमनने २७ सप्टेंबर १९५७ रोजी दुसऱ्या व्हॅनसह आर्चबिशप पेरियर आणि मदर टेरेसा यांचे छायाचित्र प्रसिद्ध केले. यासोबतच्या बातमीत म्हटले होते, 'बुधवारी मदर टेरेसा यांच्या फिरत्या कुष्ठरोग दवाखान्याचे उद्‌घाटन कोलकत्याच्या आर्चबिशप हीज ग्रेस आदरणीय रेव्हरंड डॉ. फर्डीनांड पेरियर यांच्या हस्ते लोअर सर्क्युलर रोडवरील शिशुभवन येथे झाले. औषधे आणि उपकरणांसह सज्ज असा हा फिरता दवाखाना आठवड्यात चार केंद्रांना भेट देईल. हावडा, तिलजाला, धाप्पा आणि मोती झिल येथील वस्त्यांमध्ये हा फिरता दवाखाना जाणार आहे. कुष्ठरोगावरील उपचारांसाठी मदर टेरेसा आणि त्यांच्या सिस्टर्स ऑफ चॅरिटी यांच्याकडे लोकांनी विनंती केल्यावरून ही व्यवस्था करण्यात आली आहे.' एक वर्षाच्या आत, हा फिरता कुष्ठरोग दवाखाना त्या त्या भागातील लोकांच्या विनंतीवरून आठ केंद्रांवर जाऊ लागला होता.

अर्थात मदर टेरेसा आणि वृत्तपत्रे यांच्यातील जे खास आणि विशेष प्रकारचे संबंध विकसित झाले त्याची सुरुवात या स्टेट्समनमधील वृत्तांतानेच झाली असे म्हणता यावयाचे नाही. याच्या काही वर्षे आधी फादर व्हॅन एक्सम यांनी स्टेटसमनमध्ये एक जाहिरात दिली होती व त्यात महिलांच्या एका छोट्या गटाच्या कार्याचे वर्णन केले होते. त्या जाहिरातीच्या प्रतिसादात पहिली १०० रुपयांची देणगी बी. सी. रॉय यांच्याकडून आली होती. त्यापुढच्या लेखांमुळे वा प्रकटीकरणामुळे विविध प्रकारची मदत सातत्याने येऊ लागली होती. मदर टेरेसांनी रॉय यांना इतके भारून टाकले होते की १९६२ साली त्यांना त्यांच्या वयाच्या ८० व्या वर्षी कसे वाटते हे एका पत्रकाराने विचारले तेव्हा स्वत:विषयी किंवा आपल्या राजकीय सहकाऱ्यांविषयी काही न बोलता ते मदर टेरेसांबद्दलच बोलत राहिले. 'मी माझ्या कार्यालयाकडे जाण्यासाठी पायऱ्या चढत असताना, गरीबांच्या सेवेसाठी आपले आयुष्य वाहणाऱ्या मदर टेरेसांबद्दल विचार करीत होतो' असे त्यांनी नमूद केले. स्टेटसमनने ह्या बातमीला महत्त्व देऊन प्रथमच मदर टेरेसांबाबतचे वृत्त पहिल्या पानावर प्रकाशित केले.

जसजशी मदर टेरेसांची कीर्ती लोकांपर्यंत वाढत्या श्रेणीने पोचत गेली तसतशी भारतीय समर्थकांची संख्या वाढत गेली. इंग्लंडमध्ये स्थायिक झालेले आंतरराष्ट्रीय ख्यातीचे उद्योगपती लॉर्ड स्वराज पॉल यांच्या पत्नी अरुणा, ह्या लोरेटो शाळेत शिकलेल्या होत्या. त्यामुळे नन्सबद्दल त्यांच्या मनात एक नैसर्गिक प्रकारची सहानुभूती होती. त्या स्वत:ही एक शिक्षिका होत्या. त्यामुळे त्यांनी प्रथम शिशु-भवनशी संबंध जोडणे क्रमप्राप्त होते. येथे अल्प साधनसंपत्तीनिशी अनाथ आणि त्यागलेल्या मुलांना शिक्षण देण्यासाठी प्रयत्न केले जातात हे त्यांना माहित होते. शिशु-भवनमध्ये ख्रिसमस पार्टी आयोजित करण्यास त्यांनी मदत केली. त्यांनी

स्वत:ला मुले झाल्यानंतर मुलांच्या वाढदिवशी शिशु-भवनमध्ये पार्टी देण्याचा त्यांचा प्रघात झाला. त्या आपल्या मुलांनाही तेथे घेऊन येत कारण आपण किती सुस्थितीत आहोत हे आपल्या मुलांना कळावे असा त्यांचा प्रयास होता. याखेरीज पॉल कुटुंबियांची एक औषध-निर्मिती कंपनी होती त्यामार्फत अरुणाबाईंना औषधे देणगी म्हणून देणे शक्य होत होते. एका कापड कारखान्याशी त्यांचे चांगले संबंध असल्यामुळे वर्षातून एकदा सर्व नन्ससाठी नव्या कोऱ्या साड्या विणून घेण्याचीही त्यांची पद्धत होती. 'मदर टेरेसांचा मला सर्वात अधिक भावलेला गुण महणजे त्या कधीही थकलेल्या, कंटाळलेल्या वा त्रस्त झालेल्या दिसत नसत. ही एक फार मोठी प्रेरणा होती. प्रवासाच्या आधीच्या दिवसांमध्ये त्या नेहमी प्रत्येकासाठी वेळ देत' असेही लेडी पॉलने नमूद केले आहे.

१९५० ते १९६० हे दशक मदर टेरेसांसाठी अनन्यसाधारणच ठरले. त्या मदत करण्याच्या लायकीच्या आहेत हे डोनेली, ब्लेकी, बी. सी. रॉय, अरुणा पॉल व इतर अनेकांना पटण्यामागे त्यांची अशी कोणी क्षमता असेल? त्यांचा उत्साह की कठोर परिश्रम की साधेपणा की काटेकोरपणा की निखालस निश्चितता की व्रजनिर्धार की करिष्मा? एका गुणाकडे अंगुलीनिर्देश करणे कठीण आहे पण, अनेक नैसर्गिक नेत्यांप्रमाणे, त्यांचा स्पष्ट दृष्टीकोनाचा निर्धार हा मुख्यत: लक्ष वेधून घेणारा व प्रत्यक्ष कार्याला चालना देणारा गुण दिसतो. त्याच्यापुढे कसलाही विरोध टिकू शकला नाही. त्यांच्या कार्याची व्याप्ती आणि प्रमाण जसे वाढत गेले तशी केंद्रीकरणाची आणि ताठरपणाची गरजही वाढली. येथे विवादाच्या बीजांनी मूळ धरले. कदाचित त्याला पर्यायही नव्हता.

■

विकास-विस्तार

मदर टेरेसांशी संबंध जोडले जाण्याची शक्यता जगात सर्वांत कमी असलेले शहर म्हणून लास वेगासचेच नाव घ्यावे लागेल. पण १९६० साली जेव्हा तीस वर्षांहून अधिक काळात मदर टेरेसांनी प्रथमच भारताबाहेर पाऊल टाकले तेव्हा त्या लास-वेगासला निघाल्या होत्या.

त्या नुकत्या ५० वर्षांच्या झाल्या होत्या. त्यांच्या संस्थेमागे ११९ सिस्टर्सचे पाठबळ होते. त्यापैकी फक्त तीनजणी भारतीय होत्या आणि त्यांना आपला संदेश पुढे पसरवावयाचा होता. कॅनन कायद्याप्रमाणे, नव्या संस्थांना पुढील विस्तारासाठी परवानगी मिळाण्याआधी दहा वर्षे प्रतीक्षा करावी लागत होती. मदर टेरेसांच्या दृष्टीने ही अमर्याद प्रतीक्षा वाटत होती. कारण दहा वर्षे पूर्ण होण्याच्या आतच त्यांनी सिस्टर्सचा एक गट शेजारच्या बिहार राज्यातील रांची येथे पाठवला होता. तेथून त्यांना मिशनरीज ऑफ चॅरिटीत सहभागी होण्यासाठी आदिवासींमधील अनेक मुली मिळाल्या होत्या. त्यानंतर राजधानी दिल्ली येथे आणि १९६० साली उत्तर प्रदेशात झाशी आणि आग्रा येथे मदरनी फाऊंडेशन्स सुरू केली होती.

पण १९६० च्या हिवाळ्यात त्यांनी प्रथमच भारताबाहेर नजर वळवली आणि नॅशनल कौन्सिल फॉर कॅथॉलिक वुमेनच्या लास वेगास येथे होणाऱ्या राष्ट्रीय मेळाव्यात भाषण करण्याचे निमंत्रण स्वीकारले. आपली पहिली अनुयायी सिस्टर ॲग्नेस हिच्याकडे कारभार सोपवून त्या लास वेगासला गेल्या. तेथून अमेरिकेच्या इतर भागात आणि युरोपमध्ये प्रवास करण्याची योजना आखली. निधी-उभारणी हा उद्देश असला तरी किमान आपल्या कार्याबद्दल किंवा लोकांच्या यातनामय जीवनाबद्दल पुरेशी जाणीव निर्माण करणे हाही भाग त्यात होता. १९६० पर्यंत त्यांच्या कार्याची प्रसिद्धी झालेली असल्याने त्या अगदी अप्रसिद्ध व्यक्ती नव्हत्या. १९५८च्या

फेब्रुवारीच्या ‘ज्युबिली’ या अमेरिकन नियतकालिकाच्या मुखपृष्ठावर त्यांचे छायाचित्र प्रसिद्ध झाले होते. द चर्च अँड हर पीपल यांचे हे फोटो नियतकालिक होते व मदरची छबी तेथे झळकण्यामागे एलीन इगनचा पुढाकार होता. जरी सर्व अमेरिकन लोकांपुढे जाणारे हे नियतकालिक नव्हते तरी तेथील कॅथॉलिक समाजापुढे ते जातच होते. अमेरिकेतील कॅथॉलिकांची संख्या २३ टक्के असल्याने जवळपास चार अमेरिकनात एक कॅथॉलिक असे हे प्रमाण पडते. लॉस एंजेलिस विमानतळावर त्यांना त्यांची मैत्रिण कॅथरीन ब्रॅकन भेटली. कोलकत्यातील अमेरिकन व्यापार कचेरीत काम करताना कॅथरीनने मदर टेरेसांकरिता स्वयंसेवक म्हणून सेवा केलेली होती.

मदर पूर्वी कधीही जाहीररित्या बोललेल्या नव्हत्या पण त्याचा तोट्याऐवजी फायदा होणार हे लगेच सिद्ध झाले. लेखी भाषण सराईतपणे देणाऱ्यांपैकी त्या नव्हत्या पण त्यापेक्षाही त्या अधिक काही, अगदी नैसर्गिक होत्या. आपण सिस्टर्ससह काय काम करीत आहोत ते आणि भारतातील मुलांच्या गरजा याबाबत तेथील ३००० जणांच्या श्रोतृ वर्गाला माहिती देण्यासाठी पूर्वतयारीचीही गरज नव्हती. कोणाही श्रोत्यांची मने हेलावून जातील अशा हालअपेष्टांच्या पुरेशा कहाण्या गेल्या १० वर्षांत त्यांच्याजवळ जमा झाल्या होत्या. पुढील ३० वर्षात अनेक वेळा पुन्हा जे बोलावे लागणार होते तेच त्यांनी तेथे सांगितले. आपण पैसे मागणार नाही कारण आपल्याला ते मागण्याची गरज नाही. आपण संपूर्णपणे देवाच्या दयाळूपणावर विसंबून आहोत पण देवासाठी काहीतरी सुंदर, चांगले करण्याची संधी आपणास मी देत आहे असे त्यांनी तेथे स्पष्ट केले. देणगी म्हणून थेट पैसे मागण्याऐवजी, निधी उभारणीची ही फारच प्रभावशाली पद्धत होती हे त्यांना भाषणानंतर लगेचच अनुभवास आले. मेळाव्यातील एका बूथवर त्या बसल्या तेव्हा त्यांच्या झोळीत पैसे न टाकता पुढे जाणे बहुतेक लोकांना शक्य झाले नाही. त्यांची झोळी वारंवार रिकामी होत राहिली, वारंवार भरत राहिली.

या दौऱ्यात एलीन इगन त्यांच्याबरोबर होती. तिने दिलेल्या वृत्तांतानुसार, रस्त्यावरून जाताना दिसलेल्या नाईट क्लब्ज आणि जुगार-गृहांबाबत मदरने चकार शब्दही काढला नाही. उलट स्मृती म्हणून त्यांनी, नेवाडा वाळवंटातील लांब कॅक्टस्च्या काट्यांसह असलेल्या पानांचा मुगुटासारखा दिसणारा आकार-गुच्छ घेतला आणि कोलकत्यातील प्रार्थनागृहात ख्रिस्ताच्या क्रुसावरील आकृतीच्या डोक्यावर ठेवला.

लास वेगासहून मदर, इलिनॉईस राज्यातील पिओरिया येथे गेल्या. तेथील कॅथॉलिक महिलांना मिशनरीज ऑफ चॅरिटीच्या कार्याची बरीचशी माहिती होती. खरे म्हणजे, गेली दोन वर्षे मदर टेरेसांच्या मदर अँड चाईल्ड क्लिनिक्सला त्यांनीच

पुरस्कृत केलेले होते. नंतर त्यांनी शिकागो येथे भाषण केले आणि त्या वॉशिंग्टनला गेल्या. तेथेही भरपूर पैसा जमा झाला. वॉशिंग्टनमध्ये मदर टेरेसांची केनेडी कुटुंबियांशी भेट ठरली होती. सिनेटर जॉन एफ. केनेडी हे त्यावेळी अध्यक्षपदाचे उमेदवार होते. तथापि, केनेडी कुटुंबियांची त्यांची भेट झाली नाही.

न्यूयॉर्कमध्ये त्या कॅथॉलिक अतिथीगृहात राहिल्या. तेथे त्यांची मदर ॲना डेंगेल यांच्याशी गाठभेट झाली. डेंगेलबाई ऑस्ट्रियात जन्मलेल्या होत्या. पाटण्यात मदर टेरेसांचे वैद्यकीय प्रशिक्षण मेडिकल मिशन सिस्टर्समध्ये झाले होते त्या संस्थेची स्थापना डेंगेलबाईंनी केली होती. नंतर मदर टेरेसांनी, आपल्याला निधीची आत्यंतिक महत्त्वाची मदत केलेल्या कॅथॉलिक रिलीफ सर्व्हिसेसच्या कार्यालयाला भेट दिली. बिशप फुलटोन जे. शीन हे प्रॉपॅगेशन ऑफ द फेथच्या अमेरिकन शाखेचे प्रमुख होते. परकी मिशन्ससाठीची ही संघटना आहे. त्यांनाही मदर टेरेसा भेटल्या. बिशप शीन हे रेडिओ-टिव्हीवरून धार्मिक प्रवचने देत असत. याशिवाय अनेक कॅथॉलिक गटांबरोबर मदरची चर्चा झाली. पण या दौऱ्यातली सगळ्यात महत्त्वाची त्यांची भेट जागतिक आरोग्य संघटनेच्या (हू) लोकांबरोबर झाली. 'हू' चे संचालक मार्कोलिनो कँड्यू यांच्याबरोबरच्या चर्चेत मदरनी, भारतातील कुष्ठरोगी आणि त्यांची मुले यांच्या गरजा विशद केल्या. भारतात परत गेल्यानंतर जर मदरनी हेच मदतीचे आवाहन भारत सरकारच्या मार्फत केले तर 'हू' तर्फे वैद्यकीय साधनांचा पुरवठा केला जाईल असे श्री. कंड्यू यांनी स्पष्ट केले.

न्यूयॉर्कहून मदर टेरेसा लंडनला पोहोचल्या तेव्हा आठवडाभर तेथे पाऊस पडत राहिला. कॅथॉलिक रिलीफ सर्व्हिसेसने मदरच्या दिमतीला एक मोटार दिली त्यामुळे त्या अनेकजणांना भेटू शकल्या. तेथे एका संध्याकाळी भारतीय हाय कमिशनर विजयालक्ष्मी पंडीत यांच्या निवासस्थानी त्यांना आमंत्रित करण्यात आले. विजयालक्ष्मी ह्या पंतप्रधान नेहरूंच्या भगिनी होत्या. त्यांनी मदरना स्वयंसेवा क्षेत्रात कार्याचा विस्तार करण्यास प्रोत्साहन दिले. 'गांधींच्या तत्त्वज्ञानानुसार असे कार्य सतत वाढत राहिल' अशी आशा विजयालक्ष्मी यांनी व्यक्त केली. स्वयंसेवी मदत संस्था म्हणून काम करणाऱ्या 'ऑक्सफॅम'च्या प्रतिनिधीलाही मदर भेटल्या. बीबीसीवर पत्रकार डेरेक हार्ट यांनी मदरची टेलिव्हिजनवरील पहिलीवहिली मुलाखत घेतली. लेडी हॅमिल्टन यांनी या मुलाखतीचा कार्यक्रम आयोजित केला होता.

यानंतरचा दौऱ्याचा टप्पा होता जर्मनी. अमेरिकेचा वा इंग्लंडपेक्षा येथे मदर टेरेसांना ओळखणारे बरेच लोक होते. परदेशी मदत पाठवणाऱ्या मिसरॉर या कॅथॉलिक संस्थेने 'वेल्टेलेंड' (जागतिक दुःख) या आपल्या नियतकालिकात आदल्याच वर्षी मदर टेरेसांवर लिहिलेला एक मोठा लेख छापला होता. कोलकत्यातील रस्त्यांवर डोळे विस्फारलेल्या भुकेल्या लोकांचे तसेच 'निर्मळ हृदय' मधील

मरणोन्मुख पण डोळे बंद अशा अवस्थेतील लोकांचे फोटो त्या लेखासोबत छापलेले होते. 'एर्डक्रीस' ह्या आणखी एका फोटो-नियतकालिकाने कालिघाटावरील अस्वस्थ करणारे फोटो छापले होते. अतिशय थंडीच्या एका दिवशी त्या फ्रँकफुर्ट विमानतळावर उतरल्या तेव्हा आपल्या सुती साडीभोवती त्यांनी केवळ एक खरबरीत लोकरी ब्लँकेट पांघरलेले होते. तेथे त्यांच्या स्वागताकरता वृत्तपत्रांच्या फोटोग्राफर्सचा एक जथा आढळला. साध्या वेशभूषेतल्या मदर ही फोटोग्राफर्ससाठी आगळी-वेगळी संधी ठरली.

ज्या प्रकारे शक्य होईल त्या प्रकारे मदर टेरेसांना मदत करण्यास मिसरॉर संस्था उत्सुक होती. दिल्ली येथे मरणोन्मुख लोकांसाठी एक नवे केंद्र सुरू करण्याचे मदरच्या मनात होते आणि त्यासाठी त्यांनी जागाही घेतली होती. मिसरॉरने त्याला तात्काळ मंजुरी दिली. खरे तर, विकसनशील जगातील स्वयं-सहाय्य प्रकल्पांनाच निधी देण्याचे तत्त्व मिसरॉरने अंगिकारले होते. पण दिल्ली प्रकल्पाला संमती देताना मिसरॉरच्या प्रतिनिधीने विचारले की मिशनरीज ऑफ चॅरिटीतील कोणी, त्या प्रकल्पाचे हिशेब मिसरॉरकडे पाठवू शकेल काय? तेव्हा मदर टेरेसांनी त्यांना स्वच्छपणे सांगून टाकले की आर्थिक गोष्टींच्या गुंतागुंतीच्या कागदपत्रांवर वेळ खर्च करणे सिस्टर्सना शक्य नाही. मात्र प्रत्येक पैसा मरणोन्मुखांच्या केंद्रावरच खर्चला जाईल असे आपले खात्रीलायक आश्वासन आहे. मदरबरोबर यावेळी ईगन होती. तिने आपल्या वृत्तांतात असे म्हटले आहे की असंख्य पुरस्कर्त्यांना वेगवेगळे अहवाल पाठवणे हे इतके वेळखाऊ काम आहे की त्यामुळे गरीबांचे नुकसान होईल असे मदरचे मत बनले होते. 'प्रत्येक देणगी नेमकेपणाने नोंदवली जाईल आणि पोच पाठवली जाईल आणि चालू असलेल्या केंद्रांच्या कार्यवाहीच्या किंवा नवी केंद्रे सुरू करावयाच्या साधनसामग्रीत ती देणगी समाविष्ट केली जाईल.' असे त्या सांगत होत्या. तथापि, असंख्य पुरस्कर्त्यांना वेगवेगळे अहवाल पाठवणे आणि हिशेबाचा एक आराखडा तयार ठेवणे ही दोन्ही कामे एकसमान नसल्याचेही मत मदरने व्यक्त केले.

या दोघींनी जर्मनी सोडण्यापूर्वी मदर टेरेसांनी ईगनची सूचना स्वीकारून पूर्वीची छळ-छावणी डचावला भेट दिली. 'डचावमध्ये घडलेल्या मृत्यूंचे आणि मोठ्या प्रमाणावर लोकांचे हाल केले गेल्याचा तपशील ऐकून मदर टेरेसा कितीतरी वेळ मूक उभ्या होत्या. नंतर त्यांनी एकच शब्द उच्चारला, ''कलोसियम''आपल्या काळातील 'कलोसियम' असे त्यांना म्हणावयाचे असावे. अधर्मी लोकांनी कित्येक निष्पाप-निरपराधी मृत्यूच्या खाईत लोटले. किती लाख लोक जीव गमावून बसले. 'आपण अधिक वाईटाकडे जात आहोत-चांगल्याकडे नव्हे' असेही वाक्य मदरने उच्चारले.

जर्मनीनंतर मदर टेरेसांनी स्वित्झर्लंडमध्ये काही दिवस घालवले व त्या रोमला

पोहोचल्या. तेथे त्यांच्या अगोदर त्यांची कीर्ती पोहोचली होती. पोप जॉन तेविसावे यांच्याकडे एक औपचारिक आणि जवळजवळ व्यक्तीगतच अशा स्वरुपाचा अर्ज मदरना करावयाचा होता. मिशनरीज ऑफ चॅरिटी ही सोसायटी ऑफ पाँटीफिकल राईट म्हणून जाहीर व्हावी यासाठी हा अर्ज होता. त्याचे महत्त्व असे होते की त्याला का एकदा मान्यता मिळाली तर सिस्टर्सना इतर देशात जाऊन काम करण्याची मुभा मिळाली असती. त्या आपले निवेदन घेऊन पोपच्या मॅग्निफिशियंट पॅलेसमध्ये गेल्या. सॅक्रेड काँग्रीगेशन फार द प्रॉपॅगेशन ऑफ द फेथ, प्रॉपोगंडा फिडे या संस्थांचे हे घर. तेथे त्या लाल रंगाच्या आलिशान सेटीवर बसल्या. ग्रेगरी कार्डीनल अगागीयानियन आणि आर्चबिशप पिएत्रो सिगीसमंडी यांच्याशी त्यांची चर्चा व्हावयाची होती.

प्रॉपोगंडा फिडे ही संस्था ग्रेगरी १५ वे यांनी १६२२ मध्ये स्थापन केली. रोमच्या पियाझा डी स्पॅग्नाच्या उजव्या बाजूच्या कोपऱ्यात ती उभी आहे. वर्षभरात, कोणत्याही दिवसात या चौकात पर्यटकांची गर्दी असते. पर्यटकांपैकी बरेचसे बसून असतात किंवा चालत असतात किंवा अठराव्या शतकातील स्पॅनिश स्टेप्सभोवती पैसे खर्च करीत असतात. इमारतीच्या दर्शनी भागाच्या एका बाजूला जियान लोरेंझो बर्निनी याची कलाकुसार आहे तर दुसऱ्या बाजूला फ्रान्सेस्को बोरोमिनी याची आणि थेट समोर आहे व्हर्जिन मेरीचा पुतळा पण एका भल्यामोठ्या स्तंभावर सर्वात वर. १८५४ मध्येय इमॅक्युलेट कन्सेप्शनच्या तत्त्वप्रणालीचा जाहीर उच्चार पोप पायस नववे यांनी केला त्याच्या स्मृतीप्रित्यर्थ हा पुतळा उभारण्यात आला आहे. तेव्हापासून दरवर्षी डिसेंबरला पोप या स्तंभाशेजारी उभे राहून प्रार्थना करतात. कॉलेमिओ डी प्रॉपगंडा फिडेच्या काटकोनात स्पॅनिश राजदूतावासाची सुंदर इमारत आहे. ध्वज आणि मोठ्या आवाराच्या मागच्या बाजूला ती इमारत आहे. जगातला सर्वात जुना राजदूतावास आणि अद्यापही वापरात असलेला. १५ व्या शतकात ही वास्तू उभी झाली. इटलीचे विलीनीकरण खूप नंतरचे. संगमरवरी फरशांची जमीन असलेली मोठाली दालने, स्पॅनिश राजांची तैलचित्रे आणि बर्निनी याची कलाकुसर त्यात आहे. बर्निनीचे स्वत:चेही एक तैलचित्र तेथे आहे. बर्निनीचे वर्णन 'संतापलेला आत्मा' (एन्रेज्ड सोल) असे केले जात होते.

योगायोगांच्या मालिकेनंतर मला येथे (रोमला) येण्याचे आमंत्रण १९९६ साली मिळाले. सध्याच्या पोपच्या दृष्टीने मदर टेरेसा यांचे महत्त्व याबाबत मी स्पेनचे विद्यमान राजदूत पेड्रो लोपेझ आगिरीबेंगो यांच्याशी चर्चा केली. माझ्या प्रश्नांवर मुत्सद्याकडून मुत्सद्दी उत्तरांखेरीज मी आणखी काय अपेक्षा करू शकत होते? तथापि, रोममध्ये मी ज्यांच्याशी बोलले त्यातील प्रत्येकजण काही, मदर टेरेसा आणि विद्यमान पोप जॉन पाल (दुसरे) यांच्यात काही संगनमत असल्याचे मानणारा नव्हता. मला असे वारंवार सांगण्यात आले की पोपची प्रचंड बुद्धिमत्ता आणि

तत्त्वज्ञान पाहता, इतिहासाच्या नोंदणीत मदर टेरेसा त्यांच्यापेक्षा खूपच मागे राहतील. पेड्रो आगिरीबेंगो यांनी देशाची सेवा करताना अनेक पदे भूषविली होती व त्यात येरुशलेमचाही समावेश होता. तेथे ते स्पेनचे पहिले राजदूत होते. प्रसन्न आणि सुसंस्कृत व्यक्तिमत्त्वाचे पेट्रो माझ्याशी बोलताना म्हणाले, 'विशेषत: या पोपसाठी मदरना आगळे-वेगळे महत्त्व आहे. कारण धर्मादाय किंबहुना दयाळू वृत्तीने जगाकडे पाहण्याचा दृष्टीकोन त्या देतात. मिशनऱ्यांबाबत असलेल्या पारंपारिक धर्मांतराचा दृष्टीकोन नव्हे. मुत्सद्देगिरी वा राजकीय चातुर्याच्या अभावाने आज जग गोंधळलेल्या अवस्थेत दिसते. अशा जगात नव्या कल्पना रुजवण्याचे कार्य दोघांचेही असल्याकारणाने इतिहास त्यांच्यात दुवा जोडेल असे वाटते. जगाच्या समस्यांना उत्तरे देण्याचे निश्चित मार्ग देऊ करणारे आणि नैतिक नेतृत्त्व देऊ शकणारे असे हे दोघेजण आहेत.'

मदर टेरेसांच्या या युरोप दौऱ्यामध्ये कॅथॉलिक चर्चच्या दृष्टीने त्यांच्या सुप्त सामर्थ्याचे महत्त्व लगेचच मान्य करण्यात आले असा श्री. आगिरीबेंगो यांना विश्वास होता. व्हॅटिकनकडून मदरना नक्कीच, अजूनही सल्ला, मार्गदर्शन मिळते आणि प्रॉपोगंडा फिडेला दिलेल्या पहिल्या भेटीपासून हे सुरू आहे. अर्थात, लोक त्यांना कोणत्याही गोष्टींच्या आयोजनात मदत करतात. त्यांना भेटणाऱ्यांनाही आपल्याकडे वळवतात आणि त्या सापळ्यांमध्ये अडकू नयेत याकडेही लक्ष देतात. त्या म्हणजे एक सामर्थ्यवान 'ॲसेट' आहेत असेही श्री आगिरीबेंगो यांनी नमूद केले.

१९६० मध्ये रोमला आल्यावर मदर टेरेसांनी, ३० वर्षांच्या खंडानंतर आपला मोठा भाऊ लाझारची भेट घेतली. त्यावेळी लाझार ५३ वर्षांचा होता व पालेर्मो येथे राहत होता. तेथील एका औषधे बनवण्याच्या कंपनीचा प्रतिनिधी म्हणून तो काम करीत होता. मारिया नावाच्या एका इटालियन मुलीशी त्याचे लग्न झाले होते. त्याला १० वर्षांची एक मुलगी होती. १९३९ मध्ये इटलीने अल्बेनियावर कब्जा केल्यानंतर तो इटालियन सैन्यात दाखल झाला होता. दुसऱ्या महायुद्धानंतर टिराना येथील लष्करी लवादाने त्याच्या अनुपस्थितीत त्याला देहदंडाची शिक्षा सुनावली होती. तो अल्बेनियाला कधीच परतू शकला नाही आणि १९८१ मध्ये वयाच्या ७४ व्या वर्षी मरण पावला. मदर टेरेसांची बहीण एजने १९३२ मध्येच स्कोपे सोडले होते. प्रथम, सर्बो-क्रोटमधून अल्बेनियन असे भाषांतर करण्याचे काम ती करीत होती व नंतर रेडिओवर अनाऊन्सर म्हणून. दोन वर्षानंतर तिची आई तिच्यासोबत आली.

लाझारबरोबर ॲग्नेसने (मदर टेरेसा) टिराना येथे त्यांची आई व बहीण यांची काय दशा झाली असावी त्याबाबत चर्चा केली. पण सतत व्हिसा नाकारला गेल्याने लाझार किंवा ॲग्नेस यांच्यापुढे आई-बहिणीची माहिती मिळण्याचा काही मार्गच उरला नव्हता. लाझारचे लागेबांधे हीच कदाचित व्हिसा मिळण्यातली धोंड असावी. एकाकी, गरीबीत जीवन कंठणाऱ्या त्या मायलेकींना कोणतीही मदत करण्याचा मार्ग आतात, कम्युनिस्टांच्या

अधिकपत्याखाली अल्बेनिया गेल्यामुळे बंदच झाला होता. कम्युनिस्ट राजवटीखालील या नास्तिक देशात सूडबुद्धीचा अंमलही होताच आणि बाहेरून आत व आतून बाहेर अशा वाहतुकीसाठी सीमाही बंद झाल्या होत्या. (१९४८ पासून युगोस्लावियापासूनही अल्बेनिया अलग झाला होता.) अधिकाऱ्यांनी अल्बेनियात प्रवेश दिलेली शेवटची व्यक्ती म्हणजे एका धार्मिक पंथाची प्रतिनिधी होती.

१९६५ च्या फेब्रुवारी महिन्यात पोप पॉल सहावे यांनी मदर टेरेसांच्या काँग्रीगेशनला सोसायटी ऑफ पाँटीफिकल राईट म्हणून जाहीर करण्यास परवानगी दिली. मदरने अर्ज केल्यानंतर चार वर्षांहून अधिक काळ लोटला होता. मदर टेरेसांनी या परवानगीचे वर्णन 'सर्वात मोठा चमत्कार' असे केले. 'कारण एक नियम म्हणूनच, काँग्रीगेशनचा दर्जा इतक्या थोडक्या काळात उंचावून पाँटीफिकल ऑर्डर पातळीला पोचत नाही. त्यासाठी नेहमीच खूप वर्षे जावी लागतात. अगदी तीस, चाळीससुद्धा... आपल्या काँग्रीगेशन आणि कार्याबद्दल होली फादरना खूप प्रेम आणि आपुलकी, आदरभाव वाटतो हेच त्यावरून दिसते' असेही त्यांनी नमूद केले. तथापि, परवानगी मिळाल्याच्या आधीच, आपली पहिली सिस्टर्सची तुकडी कोठे जाणार याची तयारी मदरनी करून ठेवली होती आणि तेथील माहिती घेण्यासाठी ती तिकडे गेलेलीही होती. व्हेनेझुएलामधील बार्कीसिमेटोचे आर्चबिशप यांची त्यासंदर्भात नवी दिल्लीच्या पॅपल इंटरनर्सिओचे आर्चबिशप जेम्स रॉबर्ट नॉक्स यांच्याशी बोलणीही झालेली होती. आपल्या देशातील अति-गरीब लोकांमध्ये राहू शकणाऱ्या ननच्या एका गटाची गरज बार्कीसिमेटोच्या आर्चबिशपनी व्यक्त केली होती कारण, तेथे वैद्यकीय सोयी-सुविधा, शिक्षण आणि नागरी जीवनातील प्रत्येक सोय यांची गरज होती. आर्चबिशप नॉक्स ऑस्ट्रेलियन होते आणि भारतात त्यांनी दहा वर्षे काढली होती. मदर टेरेसा आणि मिशनरीज ऑफ चॅरिटी यांचे ते समर्थक होते. आर्चबिशप नॉक्स हायस्कूल ही त्यांच्या नावाची संध्याकाळची शाळा मदर टेरेसांनी, माध्यमिक शिक्षणापासून वंचित अशा मुलांसाठी सुरू केली होती.

१९६४ च्या युकारिस्ट काँग्रेससाठी पोप पॉल सहावे यांची मुंबई भेट श्री. नॉक्स यांनीच आयोजित केली होती. त्यावेळी पोप यांच्यासाठी मुद्दाम आणवलेली पांढरी कॅडिलॅक गोडी त्यांनी मदर टेरेसांना देऊन टाकली. ती गाडी रुग्णवाहिकेत रूपांतरित होऊ शकत नसल्यामुळे मदरनी धर्मादाय कारणासाठी विकून टाकली व चार लाख ६० हजार रुपये. (अंदाजे एक लाख अमेरिकी डॉलर्स) त्यातून मिळाले. आता, जेव्हा व्हेनेझुएलातील गरीबांच्या सेवेसाठी आपण कोणाची शिफारस कराल असे नॉक्सला विचारले असता ते आपल्या सहकाऱ्यांना म्हणाले, या कामासाठी आदर्श उमेदवार आपल्याला ठाऊक आहे.

आणि म्हणून १९६५ च्या जुलैत, भारताबाहेरचे पहिले मिशनरीज ऑफ

चॅरिटी होम व्हेनेझुएलातील कोकोरोटे येथे उघडले गेले. भारताच्या विविध भागात कार्यरत असलेल्या अनेक संस्थांच्या धर्तीवरच याही होमचा कारभार चालणार होता. सर्व संस्थांची उभारणी बव्हंशी कोलकता पद्धतीची होती. भारतातल्या कार्याचा विस्तार आता पंजाब, बिहारमधील भागलपूर आणि महाराष्ट्रात अमरावती येथपर्यंत झालेला होता. १९६३ मध्ये पाटणा व मध्यप्रदेश, १९६४ मध्ये दार्जिलिंग, जमशेदपूर, गोवा आणि केरळात त्रिवेंद्रम (आता तिरुअनंतपूरम) येथेही होम्स उघडण्यात आली होती. या साऱ्यांमधली सर्वाधिक महत्त्वाची घटना म्हणजे पश्चिम बंगालच्या असनसोल येथे नवा कुष्ठरोग सेवेचा फिरता दवाखाना चालू होणे. यातूनच पुढे कुष्ठरोग्यांचे शांतीनगर नावाचे गावच तेथे वसले.

व्हेनेझुएलातील कोकोरोटे हे छोटे गाव मदर टेरेसांनी आपल्या कार्याचा तळ म्हणून निवडण्यामागे एक महत्त्वाचे कारण तेथून जवळच चर्च होते व धर्मगुरू तेथे नियमितपणे प्रार्थना-प्रवचन करीत असत. धर्मगुरूंचे वापरात नसलेले निवासस्थान आता कॉन्व्हेंटमध्ये रूपांतरित केले गेले. एक वर्षाच्या आता सर्व व्यवस्था केली गेली. मात्र एक अडचण होती. भारताबाहेर, पुरेशी रुपयांमधली रक्कम घेऊन जाऊ देण्यास भारत सरकार परवानगी देणार नव्हते. सुदैवाने ब्रुकलीनच्या कॅथॉलिक महिला पुढे सरसावल्या व तारण रकमा देऊन या कार्याला त्यांनी पुरस्कृत (स्पॉन्सर) केले. चार सिस्टर्सना प्रणेत्या म्हणून निवडण्यात आले. आणि काही महिन्यातच आणखी तिघी भारतीय सिस्टर्स कोलकत्यातून बाहेर पडल्या. या सिस्टर्सपुढे कामाची व गरजांची कमी नव्हतीच आणि त्यांना सारखी मागणी होतीच.

पुढील काही वर्षात परदेशात अनेक ठिकाणी मिशनरीज ऑफ चॅरिटी होम्स उघडली गेली. १९६७ च्या डिसेंबरमध्ये श्रीलंकेत कोलंबो, ऑगस्ट १९६८ मध्ये रोममधील झोपडपट्टी, सप्टेंबर १९६८ मध्ये टांझानियात 'टाबोरा' येथेही सुरुवात झाली. टाबोरा येथील जागा व्हाईट सिस्टर्सने दिली होती. व्हाईट सिस्टर्सने आफ्रिकेसाठी तसे खूप काही केले होते. पण त्याची कार्यपद्धती इतर 'ऑर्डर'च्या तुलनेत फारशी वेगळी नसल्याने त्यांना आपले कार्य चालू ठेवण्यास लोकच मिळेनासे झाले. त्यामुळे व्हाईट सिस्टर्सला वाईट दिवस येऊ लागले होते. या कारणाने त्यांनी आपली जागा मिशनरीज ऑफ चॅरिटीला देऊ केली व टाबोराचे केंद्र सुरू झाले. यानंतर १९६९ च्या सप्टेंबरमध्ये ऑस्ट्रेलियात बौर्क येथे मिशनरीज ऑफ चॅरिटीने मूळच्या रहिवाशांसाठी केंद्र सुरू केले. येथून पुढे आणि १९७० नंतर तर अधिकच वेगाने, जगात सरासरी सहा महिन्यांच्या अंतराने कोठे ना कोठे तरी केंद्रे सुरू होत राहिली.

याचवेळी मदर टेरेसांचे कॉंग्रीगेशन आणखी एका दिशेने विस्तारायला सुरूवात होत होती. १९६३ च्या मार्च महिन्यात कोलकत्याच्या आर्चबिशपने आणखी एका

नव्या शाखेला आशिर्वाद दिले. 'मिशनरी ब्रदर्स ऑफ चॅरिटी' सुरुवातीला हा १२ मुले आणि एक धर्मगुरू यांचा गट शिशु-भवनाच्या पहिल्या मजल्यावर राहात होता. रेल्वेने कोलकत्याच्या आलेल्या बेघर आणि भुकेल्या मुलांमध्ये काम करणे ही या गटाची मुख्य जबाबदारी होती. कोलकत्याला येऊन पोहोचलेल्या मुलांना केरकचरा आणि कागदाचे कपटे गोळा करणे एवढेच काम मिळे. सियाल्दा आणि हावडा या स्टेशनांभोवती भंगीकाम करणे एवढीच पुढे त्यांची मजल जाई. या मुलांसाठी 'ब्रदर्स' ची शाळा सुरू झाली. १९६६ च्या सुरुवातीच्या काळात प्रभावी व्यक्तिमत्त्वाचे ऑस्ट्रेलियन फादर इयान ट्रॅव्हर्स-बॉल एस.जे. यांनी जेसुईट पंथ सोडून 'ब्रदर्स'... ची धुरा त्यांच्या खांद्यावर घेतली. ३८ वर्षांच्या फादर इयानने यासाठी नवे ब्रदर अँड्र्यू असे नाव घेतले. मदर टेरेसा ब्रदर्सच्या प्रमुख बनू शकत नव्हत्या करण पुरुषांच्या काँग्रीगेशनच्या प्रमुखपदी महिला राहण्यास चर्चची परवानगी नव्हती.

आपल्या 'ऑर्डर'चा त्याग केल्यापासून, ब्रदर अँड्र्यू यांनी मदर टेरेसा यांच्या तुलनेत सुरुवातीपासूनच कमी औपचारिकता 'ब्रदर्स' च्या कार्यपद्धतीत ठेवली होती. 'ब्रदर्स' साठी गणवेश नव्हता. (सर्व ब्रदर्स जीन व टी-शर्ट घालत) आणि ब्रदर अँड्र्यू नेहमीच दुसऱ्याकडे अधिकार सोपवण्यास उत्सुक असत. याखेरीज 'ब्रदर्स' मध्ये केंद्रीकरणही खूपच कमी होते. काही ब्रदर्सना परदेशात प्रशिक्षण मिळाले होते आणि त्यांना कोलकत्यात वेळ घालवण्याची गरज नव्हती. जेथे कोठे काम करीत असतील तेथे त्यांना अंतिम प्रतिज्ञाबद्धता पार पाडता येऊ शकत होती. एकंदरीत पाहता दोन्ही संघटना, स्वतंत्र घटनांसह, एकमेकांना पूरकच होत्या. पण जेव्हा मदर टेरेसांनी ब्रदर अँड्र्यू यांचे मत न विचारता 'ब्रदर्स'ची ध्यान-चिंतन शाखा स्थापन केली तेव्हा गंभीर मतभेदाचा प्रश्न उभा राहिला. त्यांच्या कृतीमुळे फूट पडल्यासारखे चित्र निर्माण झाले. ब्रदर अँड्र्यू यांनी या नव्या शाखेबरोबर जाण्यास नकार दिला तेव्हा ध्यान-चिंतन शाखा 'ब्रदर्स' पासून वेगळी करण्यात येऊन थेट रोमन वरिष्ठ ख्रिस्ती धर्माधिकाऱ्यांच्या देखरेखीखाली ठेवण्यात आली.

ब्रदर अँड्र्यूने 'ब्रदर्स' चे प्रमुखपद स्वीकारताच स्वयंसेकांची संख्या वाढण्यास प्रारंभ झाला. तसेच त्यांची कामाची व्याप्तीही वाढली. उदाहरणार्थ त्यांनी 'निर्मळ हृदय' मधील पुरुषांच्या वार्डची जबाबदारी पेलली. ते शिशु-भवन सोडून कोलकत्यातील किड्डरपोर येथे तीन मजली इमारतीत गेले. कुष्ठरोग्यांच्या सेवेत विशेषत: टिटाघर केंद्रातील कामात 'ब्रदर्स' ने सक्रीय सहभाग घेतला. कोलकत्यापासून एक तास प्रवासाच्या अंतरावर टिटाघर केंद्र होते. त्याच्या एका बाजूला रेल्वे-लाईन तर दुसऱ्या बाजूला महापालिकेचे सांडपाणी-प्रक्रिया केंद्र होते. कालिघाटाच्या 'निर्मळ हृदय' केंद्रातून कुष्ठरोग्यांना हलवण्याचे आश्वासन मदर टेरेसांनी दिले होते. त्याप्रमाणे

१९५८ मध्येच टिटाघरच्या, पूर्वीपासून आस्तित्वात असलेल्या कुष्ठरोगी केंद्रात त्यांनी काम सुरू केले होते. दोन वर्षांनंतर टिटाघर पालिका अधिकाऱ्यांनी मदरना कायमस्वरूपी कुष्ठरोगी-धाम आणि उपचार-सोयी यासाठी एक भूखंड दिला होता. १९७५ मध्ये मदर टेरेसांच्या रौप्यमहोत्सव सोहळ्यात 'ब्रदर्स'ने कुष्ठरोगी केंद्र चालवण्याची जबाबदारी घेतली. 'ब्रदर्स'च्या स्थापनेनंतर एका तपाने (१२ वर्षांनी) हे घडून आले. या केंद्राचे नावही 'गांधीजी प्रेम निवास' असे ठेवण्यात आले आणि गांधीजींच्या जन्मदिनी २ ऑक्टोबरलाच त्याचे उद्‌घाटन झाले. चाणाक्षपणे ही तारीख निवडल्याने मदर टेरेसांना महात्मा गांधींचा सन्मान करणे तर शक्य झालेच; पण बंगालचे राज्यपाल ए. एल. डायस हेही सपत्नीक या कार्यक्रमास आले व त्यांनी रुग्णांची विचारपूसही केली.

टिटाघर हे एक सततच्या वर्दळीचे व्यापारी केंद्र आहे. लेव्हल क्रॉसिंगपासून मी अनेक गरीब लोकांच्या घरांसमोरून चालत गेले तेव्हा अनेक मुले शेणाच्या गोवऱ्या थापून वाळत घालत असलेली मला दिसली. या गोवऱ्या चुलीत इंधन म्हणून वापरता येतात. आज 'ब्रदर्स' पैकी अनेकजण डॉक्टर आणि वैद्यकीय मदतनीस आहेत आणि रेल्वे लाईनच्या बाजूला असलेल्या इस्पितळात उपचार आवश्यक असलेल्या सुमारे ३०० रुग्णांची सेवा करीत आहेत. रेल्वेलाईनच्या आजूबाजूला सुमारे ४०० पुनर्वसित कुष्ठरोगी राहतात. त्या सर्वांना पादत्राणे बनवणे, साड्या विणणे आणि शेतीकाम यांचे प्रशिक्षण मिळाले आहे. आज ते पूर्णपणे स्वत:च्या पायावर उभे आहेत. येथे भाजीचा मळा, माशांच्या पैदाशीचा तलाव, डुक्करखाना आणि पोल्ट्री असे विविध उद्योग स्वच्छता यआणि नीटनेटकेपणाच्या वातावरणात सुरू आहेत. धुराने लपेटलेल्या गावातली जणू मरूभूमी. अनेक विकसनशील देशात कुष्ठरोग ही एक मोठी समस्या आजही आहे. पण तुलनात्मकदृष्ट्या स्वस्त बहु-दवा रोगचिकीत्सेमुळे (मल्टी ड्रग थेरपी) कुष्ठरोग आता आटोक्यात येणे शक्य झाले आहे. भारतातली मूळची गरज प्रचंड असताना, मदर टेरेसा सुरुवातीपासूनच जगाच्या इतर भागात विस्तार करण्याबाबत आणि सिस्टर्सना तेथे पाठवण्याबाबत इतक्या आग्रही कशासाठी होत्या? एवढ्या मोठ्या लोकसंख्येचा विचार करून मदरने या कार्यास आरंभ केला होता त्यापेक्षाही भारतातले प्रमाण जास्तच निघाले आणि तरीही परदेशात विस्तार करण्याचा निर्धार मदरने केला होता. युरोपच्या पहिल्या दौऱ्याने त्यांची प्रवासाची भूक चेतवली असे म्हणणे योग्य होणार नाही. कदाचित तसे झालेही असेल. पण त्या दौऱ्यावर निघण्यापूर्वीच, आपल्या कार्य-प्रसाराची गरज काय याचा त्यांनी द्रष्टेपणाने विचार केलेला होता. त्यांनी पाँटीफिकल राईटसाठी केलेल्या अर्जात तो अनुस्यूत आहे. त्या दौऱ्याहून त्या कोलकत्याला परतल्या तेव्हा सुप्त का असेना; पण आपण एका अवाढव्य प्रतिसादाचे मोहोळ

हलवून हलवून उठवत आहोत याची त्यांना स्पष्ट जाण असलीच पाहिजे. याला विश्वास म्हणा अगर आत्मविश्वास; त्यांच्या मनात कधीकाळी शंका आल्या असतील तर त्या आता हद्दपार झाल्या होत्या. या वेळेस मदर टेरेसांच्या कार्याने विलक्षण गती पकडली होती. त्यांच्या कार्याबद्दल त्यांना अनेक आंतरराष्ट्रीय पातळीवरची पारितोषिके मिळायला सुरुवात झाली आणि त्यापैकी बऱ्याच पारितोषिकांशी मोठाल्या रकमाही निगडित होत्या. सप्टेंबर १९६२ मध्ये भारताच्या राष्ट्रपतींकडून पद्मश्री मिळाली तर फिलीपिन्सच्या दिवंगत अध्यक्षांच्या सन्मानार्थ आंतरराष्ट्रीय सामंजस्यासाठी दिले जाणारे मॅगसेसे ॲवार्डही दिले गेले. मॅगसेसे ॲवार्डसोबत ५० हजार रुपये रोख (सुमारे ८७७ डॉलर्स) पारितोषिकही होते. त्यांच्याकडे चालून आलेल्या अनेक सन्मान व पारितोषिकांपैकी ही सुरुवातीची होती. १९६० नंतरचे ते दशक होते आणि आदर्शवादाची दमदार भावना सर्वत्र होती. इतर कोणाहीपेक्षा मदर टेरेसांनी तो चांगला जोपासला होता. जगातल्या वाईट गोष्टींमधून चांगले काहीतरी घडवण्याचे प्रत्यक्ष काम करणारी कोणी एक व्यक्ती येथे आहे असे स्पष्टच दिसत होते. काहीतरी करण्याच्या नुसत्या गप्पा करणाऱ्यांच्या गर्दीत हे उठून दिसत होते.

१९६० चे दशक ज्यांनी पाहिले आहे त्यांनी हे लक्षात ठेवले पाहिजे की विशेषत: तरुणांमध्ये त्यावेळी अस्थिरता, संभ्रम-गोंधळ आणि प्रायोगिकतेतून सत्य-शोधन असे काहीही ठोस प्रत्यक्षात नसल्याचे वातावरण होते. यातून काहीवेळा, नव्या आश्चर्यकारक औषधाचा शोध लागल्याचा दावा आणि त्यातून घडलेली भीषण थॅलीडोमाईड शोकांतिका; कधी मार्शल मॅकलुहानसारख्या कॅनेडीयन प्रोफेसरने धार्मिक नेता वा गुरू म्हणून नव्याने जगाचे दर्शन घडविण्याची दिलेली ऑफर किंवा कधी, स्वत:ला महर्षी म्हणवून घेणाऱ्या भारतीय गूढविद्या-प्रसारकाचा प्रचार अशा घटना त्या काळात घडून वातावरण गढूळ बनत चालले होते. सर्वच काळांमध्ये पालकांच्या पिढीच्या विरोधी प्रतिक्रिया उमटत असतात. पण विशेषत: १९६० च्या दशकात आधीच्या काळातील फसव्या निष्कर्षांना स्पष्ट शब्दात फेटाळून लावण्यावर आणि स्वत:साठी निश्चितता व दिलासा शोधण्यावर अधिक जोर होता. यावे सर्वात आदर्श उदाहरण चार गायक असलेल्या बीटल्सच्या, संगीतातून शांती शोधण्याचा प्रयत्न म्हणता येईल. हा शोध त्यांना आणि अनेक इतर हिप्पींना अखेर, आध्यात्मिकतेचा केंद्रबिंदू असलेल्या भारतातच, घेऊन गेला. माल्कम म्युगरीजने अनेकांना जाहीररित्या, हा चांगुलपणा किंवा संतपणाचा किंवा नैतिक सत्याचा शोध व्यक्तिगतच असतो असे आवाहन केलेले आहे.

म्युगरीज १९६० च्या दशकात केवळ, परमेश्वराविषयी काहीही समजणे काहीही शक्य नाही एवढेच बोलत नसे तर धर्माचीही थट्टा-मस्करी करीत असे. मात्र, धर्म शोधण्याचा त्याचाही आटापिटा त्यावेळी सुरू होता. १९०३ साली क्रॉयडॉन

येथे जन्म झालेला म्युगरीज, आपण सत्य-शोधनाचा खराखुरा प्रयत्न करीत आहोत असे गंभीरपणे म्हणत असे. तरुणपणी, धर्मगुरू बनण्याचीही आकांक्षा त्याला होती. त्याच्याविषयी मन:पूर्वक सहानुभूती असलेला त्याचा चरित्रकार रिचर्ड इनग्राम्स याने रंगविलेल्या चित्रानुसार, आपल्या सद्सद्विवेकबुद्धीशी म्युगरीज बराच काळपर्यंत झगडत होता. लहान वयापासूनच त्याचा ख्रिश्चन धर्मतत्त्वांकडे कल होता. उगाचच धर्माविषयी गोंधळाचे प्रश्न उभे करणाऱ्यांपैकी तो नव्हता. पण नंतर पुढच्या आयुष्यात योग्य वाटले तेव्हा तो ख्रिश्चनत्वाकडे वळला. मँचेस्टर गार्डीयन या वृत्तपत्रात काम करीत असताना पत्रकार म्हणून त्याने नाव कमावले आणि १९३४ मध्ये तो भारतात कलकत्ता-स्टेट्समनमध्ये येऊन दाखल झाला. ही त्याची दुसरी भारत-भेट होती. भारतातून परतल्यावर 'इव्हिनिंग स्टँडर्ड' या वृत्तपत्रासाठी त्याने काम केले. लंडनच्या साहित्य-वर्तुळात किंवा साहित्यिक जीवनात म्हणा हवे तर, तो चांगलाच रुळला. लेखक म्हणून त्याला आता स्वत:ची एक शैली सापडली होती आणि महिलांमध्येही नियमितपणे वावरून तो चांगलाच लोकप्रिय झाला होता. त्याचा सहकारी पत्रकार बर्नार्ड लेविन म्हणतो, 'या दशकात इतक्या निरनिराळ्या गोष्टी फैलावत गेल्या की एका विशिष्ट अशा विचारप्रणालीचा ठसा उमटला असे या दशकाबाबत म्हणता यावयाचे नाही. उलट वेगवेगळे तुकडे पडण्याचाच अनुभव जास्त.' म्युगरीज... हे या दशकाच्या एकूण स्वरुपाचे उत्तम उदाहरण ठरेल. अनेक गोष्टी तो करत होता. सुरुवातीला तो जितका पापी वाटला तेवढाच अंती संतही ठरला. त्यांच्या संत-पदाची औपचारिक घोषणा होण्यास थोडाफार कालावधी जाणे वा उशीर होणे अपेक्षित होते. तरीही ''आशिर्वाद प्राप्त माल्कम'' (ब्लेस्ड माल्कम) म्हणून स्वर्गात त्याची जागा नक्की झाली आहे अशा अपेक्षेत अनेकजण वावरत होते. काहींच्या मते, ती प्रक्रिया सुरू झाली आहे. त्याच्याभोवती प्रकाश-वलये दिसू लागली आहेत.

१९६८ मध्ये बी. बी. सी.च्या धार्मिक प्रसारण विभागाचे प्रमुख ऑलीव्हर हुनकीन यांनी स्वत:हून म्युगरीजला भेटायला बोलावले. भारतातील एक अप्रसिद्ध ननची छोटीशी मुलाखत टेलिव्हिजनवर घेशील का असे विचारण्यासाठी हे आमंत्रण होते. हुनकीन यांच्या म्हणण्यानुसार, 'ससेक्समधील रॉबर्टसब्रिज येथील आपल्या घरून निघून तो येथे आला तेव्हा थोडा नाखूष– नाराजच दिसत होता. अगदीच अल्प सूचनेद्वारे त्याला यावे लागले होते आणि मदर टेरेसांना पुढील मंगळवारी दुपारी एक तासच देणे शक्य होते. परंतू पूर्वीच्या कार्यक्रमांमधून मी म्युगरीजला पेश केलेले असल्याने, या दोघांची जोडी एक लक्षवेधक कार्यक्रम देणार हे मला माहित होते.'

याआधी, म्युगरीजने मदर टेरेसांबद्दल काहीच ऐकलेले नव्हते. पण हुनकीन

यांनी मदरची चरित्रवजा टिप्पणी दिली ती त्याने पूर्ण वाचून काढली आणि छोट्याशा धार्मिक वास्तूत मुलाखतीचे छायाचित्रण करण्यासाठी यायला तो तयार झाला. या मुलाखतीत बुद्धिचातुर्याचे खास आविष्कार वगैरे काही दिसले नाहीत. मदर टेरेसांची छोटी मूर्ती आणि सुरकुत्या दिसू लागलेला चेहरा होता. म्युगरीजने अपेक्षित प्रश्न विचारले तेव्हा मदर थोड्या थबकत उत्तरे देत होत्या. त्या थोड्याशा नर्व्हसही दिसत होत्या. हा विशेष विभाग तुम्ही सर्वप्रथम केव्हा सुरू केलात? काही शंका अगर पश्चात्ताप वगैरे होतो का? अशा स्वरूपाचे हे प्रश्न होते. म्युगरीजने नंतर दिलेल्या स्पष्टीकरणानुसार, कोणाहीबरोबर, कोणत्याही वेळी वापरता येतील अशा सर्व-उद्देशीय प्रश्नांचा संच तयार करणे तसे सोपेच असते. 'मदर टेरेसांची सर्व उत्तरे संपूर्णपणे साधी आणि संपूर्णतया खरी होती. इतकी की आवश्यक तो अर्धा तासाचा मुलाखतीचा कालावधी पार पाडताना मला अस्वस्थसे वाटू लागले होते. अशा कार्यक्रमाचा खरा गाभा वादग्रस्ततेचा असतो. पण मदर टेरेसांसारख्या संपूर्ण पक्केपणाने वा निश्चिततेने परिपूर्ण लोकांच्या बाबतीत वादग्रस्ततेचा प्रश्नच उद्‌भवत नाही. ही मुलाखत इतकी सर्वसाधारण छापाची झाली की ती प्रक्षेपित करावी की नाही असा प्रश्न पडला होता' हे म्युगरीजने नमूद केले. बीबीसीच्या रविवार-रात्रीच्या 'मिटिंग-पॉईंट' या मालिके अंतर्गत ती १९६८ च्या मे महिन्यात प्रक्षेपित झाली.

नंतर, या मुलाखतीतील दोन पात्रांचे (म्हणजे म्युगरीज व मदर) असाधारण वैयक्तिक रसायन दिसून आले वगैरे टीका करणारेही निघाले. पण सर्वसाधारण लोकांना ती मुलाखत इतकी आवडली की मदरचे गरीब व आजारी लोकांसाठीचे कार्य ऐकून लोकांनी दहा दिवसात नऊ हजार पौंड मदत पाठवली आणि तेही मदतीची याचना मुलाखतीत कोठेही नसताना. दुसऱ्या एका दाव्यानुसार, या एकाच मुलाखतीने २५ हजार पौंड जमवून दिले. या कार्यक्रमाबाबत आलेल्या पत्रांपैकी बरीचशी थेट म्युगरीजकडेच गेली. मदर टेरेसांचे शब्द आपल्या अंतःकरणाला इतके भिडले की तसे आजवर कोणाचे भिडलेले नाहीत अशा प्रकारचे अभिप्राय या पत्रांमध्ये होते. बावरलेल्या बीबीसीच्या कार्याधिकाऱ्यांनी हा कार्यक्रम लवकरच पुन्हा प्रक्षेपित करण्याचा निर्णय घेतला. यावेळी त्याहूनही अधिक प्रतिसाद लाभला. १९६० च्या दशकातला निश्चिततेचा शोध घेण्याचा प्रयत्न आणि ते वातावरण यांचाच हा स्वच्छ पुरावा होता. कारण तसे प्रयत्न इतर मार्गांनी चालू होते. उदाहरणार्थ धार्मिक प्रार्थनागीत किंवा बायबलमधील स्तवने पॉप पद्धतीने सादर करण्याचे प्रयत्न धार्मिक प्रक्षेपणात झाले होते किंवा आस्तिकांच्या मुलाखतीही सादर झाल्या होत्या. पण निश्चिततेचा शोध समाधानकारकरीत्या घेतल्या गेल्याचे या कार्यक्रमांच्या प्रतिसादातून दिसले नव्हते.

म्युगरीज मुलाखतीनंतर बोलताना स्वतःच म्हणाला होता की 'काहीतरी विशेष

लक्षात राहण्याजोगे असे चित्रित केले गेले ते सत्य आणि जिवंत भासावे एवढ्याच रीतीने आणि नेहमीच्याच पद्धतीने कॅमेरा फिरला असे मी गृहीत धरले होते.' तरीही तो भारावला गेला होताच. मदर त्या खोलीत येताक्षणीच आपण भारावलो असल्याचे त्याला जाणवले होते. 'माझ्या दृष्टीने अशा काही खास प्रसंगांपैकी तो एक होता की जेव्हा अद्यापपर्यंत अपरिचित असा एक चेहरा आजवर पाहिलेल्या सर्व चेहऱ्यांपेक्षा अगदी वेगळा आणि लक्षात राहणारा निघाला. त्यामुळे मात्र आयुष्यभर तो ओळखीचाच राहिला.'

त्यानंतर लगेचच, मदर टेरेसा प्रत्यक्ष काम करीत असताना चित्रित करण्यासाठी कोलकत्याला एक छायाचित्रण-पथक पाठविण्याचा यशस्वी आग्रह त्याने बीबीसीला केला. १९६९ च्या वसंत ऋतुत म्युगरीज, निर्माता पीटर शाफर आणि पारितोषिक विजेता कॅमेरामन केन मॅकमिलन भारतात तीन धार्मिक लघुपट तयार करण्यास आले. (यातील मॅकमिलनच्या केनेथ क्लार्कच्या "सिव्हिलायझेशन" या मालिकेतील छायाचित्रणाला टीकाकारांनी खूपच गौरविले आहे.) सुरुवातीला मदर टेरेसा जरी बोलल्या नाहीत तरीही वेस्टमिन्स्टरचे आर्चबिशप कार्डीनल हीनन यांनी, सहकार्य देण्यासाठी मदरचे मन वळवले. 'जर हा टीव्ही कार्यक्रम लोकांना अधिक चांगल्या तऱ्हेने प्रेम करण्यास मदत करणार असेल तर मला ते मान्य आहे.' असे मदरनी म्युगरीजला सांगितले. त्यानंतर त्यांनी ब्रिटीश पथकाला संपूर्ण सहकार्य दिले.

चित्रीकरणाचा वृत्तांत देताना म्युगरीजने म्हटले आहे, मॅकमिलन आणि साऊंड रेकॉर्डिस्ट आपापली उपकरणे आणि यंत्रे योग्य जागी लावण्यात गुंतले होते तेव्हा मदरनी प्रार्थनागृहापर्यंत जाऊन प्रार्थना करून येऊ असे सुचवले. 'मी लगेच कबूल झालो... शेजारी बसून आम्ही प्रार्थना केली.' अशा रीतीने आपण स्वत:च बनवत असलेल्या चित्रीकरणाच्या गूढाचा म्युगरीज एक भाग बनला. त्यावेळी कोणत्या प्रार्थना म्हटल्या गेल्या कोणास ठाऊक. पण प्रार्थनागृहातून ते दोघे परतले आणि चित्रीकरणाला प्रारंभ झाला. ते अपूर्व दृश्य चित्रित करायला मॅकमिलन जागेवर हवा होता.

नंतरचे पाच दिवस दैवी संरक्षणाच्या परीकथेसारख्या अद्भूत बुरख्यात लपले आहेत. ५० मिनीटांचा लघुपट केवळ पाच दिवसात बनला, एरवी त्याला २ ते ३ महिने लागते. म्युगरीजच्या मते हे सारे चमत्काराच्याच पातळीवर जाते. दुसरे म्हणजे या चित्रीकरणात कसलाही अडथळा न येता सहजपणे ते पार पडले. सर्व काम वेगाने झाले आणि नेहमीचे काम अडणे वा पेचप्रसंग अजिबातच उद्भवले नाहीत. अपवादात्मक गतीने पार पडलेले 'हे सारे, चित्रीकरणाचा अनुभव असणाऱ्यांना कळेल की एक चमत्कारच होता.' असेही म्युगरीजने बोलून दाखवले.

पण ज्याच्यावर अजूनही चर्चा चालू आहे असा प्रत्यक्ष चमत्कार, निर्मळ-

हृदयमधील इमारतीच्या आत प्रसंग चित्रित करताना घडून आलेला आहे. मॅकमिलनला सुरुवातीला हे चित्रीकरण करणे गैरसोयीचे वाटत होते. 'हे मरणासन्न लोकांचे केंद्र भिंतीतल्या उंचावरच्या व छोट्या खिडक्यांमुळे पुरेसे प्रकाशमय होत नव्हते. अंधूक उजेडात चित्रीकरण शक्य नव्हते असे म्युगरीजनेच म्हटले आहे. 'म्युग... ची खेळी' या लेखात बर्नार्ड लेविनने म्हटले आहे, म्युगरीजचा सत्याकडे पाहण्याचा दृष्टीकोन वेगळाच असतो. तो फारसे काही अडथळे आहेत असे मानतच नाही. 'लहान?' या खिडक्या वरच्या बाजूने गोलाकार आहेत. त्यातल्या बहुतेकांचे तीन भाग पडतात. त्या अंदाजे साडेतीन फूट उंच आणि तीन फूट रूंद आहेत. 'भिंतीत त्या उंचावर आहेत?' वरचे छत कमी उंच असल्याने उंचावर काही नाही असेच म्हणावे लागेल. पण एका बाजूच्या खिडक्या रुग्णांपासून तीन फूट उंचावर आहेत. अशा प्रकारची चर्चा चित्रीकरणसंदर्भात चालू होती. अशा चर्चेत अनेकदा सत्याकडे दुर्लक्ष होते. म्युगरीजला मात्र, छायाचित्रणातील पहिला खराखुरा चमत्कार आपण पाहिल्याची खात्री होती. तो लिहितो, 'संतांच्या डोळ्यामागे कलावंत प्रकाशवलय दाखवतात त्या प्रकारचे हे प्रेम प्रकाशमय होते. छायाचित्रणाच्या फिल्मवर हे डोक्यामागचे तेजोवलय दाखवता येणे यात मला आश्चर्यकारक काहीही वाटत नाही. अतिन्द्रियता हे नैसर्गिकतेचेच अमर्याद प्रमाण आहे म्हणजेच सर्वात दूरवरचे क्षितीज ही अनंतकालीन प्रतिमा आहे.'

या साऱ्या घटना बघता, मरणोन्मुखांच्या केंद्रात चित्रीकरण करणे अशक्य आहे यावर मॅकमिलन अडून बसला होता. चित्रीकरण पथकाजवळ एक छोटा दिवा होता आणि हाती असलेल्या वेळात त्या जागेत पुरेसा प्रकाश निर्माण करणे अशक्य होते. त्याने स्वत:च दिलेल्या वृत्तांतात, कोडॅक कंपनीने बनवलेल्या नव्या फिल्म आपल्या हाती काही दिवसांपूर्वीच आल्या होत्या असे म्हटले आहे. त्यांना त्या फिल्मची चाचणी घेण्यासही वेळ मिळाला नव्हता. पण आता या प्रकाशाच्या अडचणीमुळे त्यांनी या नव्या फिल्म वापरण्याचा निर्णय घेतला. 'म्हणून आम्ही ते चित्रीकरण पार पाडले. त्यानंतर अनेक आठवड्यांनी म्हणजे एक किंवा दोन महिन्यांनंतर एलींग स्टुडिओच्या रशेस थिएटरमध्ये आम्ही काम करीत बसलो होतो. कामादरम्यान, मरणोन्मुख केंद्राचे चित्रीकरणाचे तुकडे पुढे आले. आणि आम्ही आश्चर्यचकित झालो. प्रत्येक तपशील स्पष्टपणे पाहता येत होता. आणि मी म्हणालो, 'हे चक्रावून टाकणारेच आहे. अगदी वेगळेच व छान'' आणि मी काय म्हणणार होतो तुम्हांला सांगू– थ्री चीअर्स फॉर कोडॅक. पण मला ते बोलण्याची संधी मिळाली नाही. कारण पुढच्या रांगेत बसलेला माल्कम (म्युगरीज) वळून म्हणाला, 'हा दैवी प्रकाश आहे! तो मदर टेरेसांचा प्रभाव आहे. मुला... हा दैवी प्रकाश आहे हे तुझ्या लक्षात पुढे येईलच.' आणि तीन ते चार दिवसांनी लंडनच्या वृत्तपत्रांच्या पत्रकारांचे मला फोन

आले. ते मला विचारत होते, 'माल्कम म्युगरीजबरोबर तू नुकताच भारतातून परतला आहेस असे आम्ही ऐकतोय आणि तू स्वत: चमत्कार पाहिलास म्हणे.'

चित्रीकरण पूर्ण झाल्यानंतर म्युगरीज इंग्लंडला परतला तो 'चमत्कार' पुढेही चालूच असल्याचा अनुभव घेतच. फिल्म अगदी योग्य आकारात होती आणि त्यावर संकलन वा संपादकीय संस्कार करण्याची फारशी गरजही राहिली नव्हती. त्यानंतर काही दिवसांनी त्याला मदरचे पत्र आले. त्यात त्यांनी म्हटले होते, 'लघुपट बनवण्यास मान्यता दिली हा केवढा मोठा त्याग होता हे मी तुम्हाला सांगू शकत नाही. पण त्याला 'हो' म्हटले याचा आता मला आनंद होत आहे कारण त्यामुळे आपण देवाच्या अधिक जवळ आलो. देवासाठी काहीतरी सुंदर करायला कधीच उशीर होत नसतो याची जगाला जाणीव करून देण्यासाठी तुम्ही तुमच्या परीने प्रयत्न करत राहा.'

या कृष्ण-धवल लघुपटाचे हेच शीर्षक बनले. प्रथम हा लघुपट १९६९ च्या डिसेंबरमध्ये दाखवला गेला. भारतातील गरिबी दर्शविणारा असा पहिलाच मोठा प्रसंग आहे आणि दुर्दैवाने ते तुम्हाला सहजगत्या कोठेही बघायला मिळते. अशक्त, कृश लोक रस्त्याच्या कडेला प्रातर्विधीसाठी बसलेले आहेत असा अगदी जवळून (क्लोज-अप) घेतलेला भाग प्रथम दाखवला जातो. त्याखेरीज वाहतुकीचा भला मोठा कोलाहल आणि रोंरावत जाणाऱ्या मालमोटारी. त्यानंतर लोअर सर्क्युलर रोडवरील मदरच्या घराकडे कॅमेरा वळतो. 'अबुल हसन यांना मते द्या' आणि हातोडी-विळा-कोयत्याचे फराटे हे बाजूला दिसतात. नन्स धर्मगीते गाताना दिसतात आणि नवशिक्या संन्यासिनी धर्मविधी करताना आणि टोपल्या उचलताना दिसतात. लघुपटातला पहिला आवाज म्युगरीजचा आहे. तो त्यात म्हणतो, 'ते कोलकत्यातील सर्वाधिक गरीब झोपडपट्ट्यांमधील एका वस्तीत राहतात. त्यांच्या दृष्टीने ते तेथे आहेत हे नैसर्गिकच आहे.'

बाजूबाजूला एकमेकांशेजारी ह्या दोन चित्रचौकटी मांडल्या आहेत. जरी लोअर सर्क्युलर रोड हा अत्याधुनिक उच्चभ्रू वस्तीचा भाग नसला तरी तो शहरातल्या सर्वाधिक घाणेरड्या झोपडपट्टीचाही भाग नाही. हा शहराच्या 'सामाजिक सेवेचा टापू' आहे आणि मेनॉनाईटस्, साल्व्हेशन आर्मी आणि इतर संस्थांची मुख्य केंद्रे येथे आहेत. इनग्राम्सने नमूद केलेल्या वृत्तांतानुसार, 'त्या प्रकारच्या तपशीलाबाबत म्युगरीज कधीही काळजी घेणारा नव्हता. इनग्राम्सचा असा विश्वास होता की मदर टेरेसांप्रती आपल्या भावनात्मक प्रतिसादाबाबत म्युगरीज पूर्णपणे प्रामाणिक होता. तसेच जगात सर्वत्र असे महत्त्वाचे कार्य करणाऱ्या शेकडो मदर टेरेसा असू शकतील. त्यामुळेच म्युगरीजच्या लघुपटाचे महत्त्व फार जास्त लेखणे कठीण आहे. 'मदर टेरेसांच्या रुपाने मूर्तीमंत विनयशीलताच झळकत असल्याने पडद्यावर

त्यांचे दर्शन सुखावणारे ठरते आणि त्यांच्याबद्दल काहीही खोटेनाटे मनात येत नाही. त्या एक प्रतीकच बनतात आणि म्हणूनच म्युगरीजही एक प्रतीक बनतो. विसाव्या शतकात चांगुलपणाचा शोध घेणारा माणूस असे म्युगरीजचे प्रतीक भासते. या लघुपटाचा परिणाम प्रचंड आहे आणि त्यात म्युगरीजच्या प्रवृत्तीचा वाटाही अर्थातच बराच मोठा आहे. उदाहरणार्थ : बीबीसीचा टेलिव्हिजन पत्रकार जॉन सिंप्सन हाही म्युगरीजच्या वागणुकीने बदलून गेला. तो आपले काम उत्तम रीतीने पार पाडीत असे. म्युगरीज या कामात व्यक्तीगतरीत्या इतका गुंतून गेला की आपल्या स्वत:च्याच प्रश्नांची स्वत:साठीच उत्तरे शोधण्याचा त्याचा प्रयत्न होता आणि सर्वसाधारणपणे पत्रकारांची प्रवृत्ती अशी असत नाही. पण त्यामुळे या लघुपटाच्या परिणामकारकतेची व्याप्ती खूपच वाढली हे सिंप्सनने पाहिले. यातल्या उपरोधपूर्ण किंवा विरोधाभासाचा भाग असा की म्युगरीजने लवकरच आपला टेलिव्हिजन बद्दलचा तिटकारा, वीट जाहीर केला. 'आपल्या भ्रष्टाचाराच्या प्रवृत्तींचे ते भांडारच आहे' असे जाहीर करून त्याने आपला टीव्ही सेट सर्वांसमक्ष रस्त्यावर फेकून दिला. इनग्राम्सच्या म्हणण्याप्रमाणे, 'सेक्स'बाबत म्युगरीजच्या संदर्भात घडले तसेच टेलिव्हिजनबाबतही. स्त्रियांच्या सहवासाचा आनंद काठोकाठ किंवा आकंठ अनुभवल्यानंतर म्युगरीजने अचानक ते सारे सोडून दिले आणि 'सेक्स' चे वर्णन 'कल्पनाविलास' 'भ्रष्टाचार' असे करीत तो त्यांची निंदा करू लागला. आता टेलिव्हिजनबद्दलही त्याची तशीच भावना झाली.

त्या लघुपटाचा निर्माता पीटर शाफर स्वत:ला कधीही धार्मिक व्यक्ती म्हणवून घेत नसे. पण हा लघुपट तयार केल्यानंतर आपल्या आयुष्यावर कायमस्वरूपी बदल झाल्याचे त्याने स्पष्टपणे बोलून दाखवले. तो म्हणाला, 'मला आयुष्यात भेटलेल्या सर्वात महान व्यक्तींपैकी त्या (मदर टेरेसा) एक होत्या. अतिशय वास्तववादी आणि आवळून धरलेले जहाज चालवणाऱ्या. नन म्हणून त्या औरच वाटाल्या इतक्या चांगल्या आहेत. त्यांचे व्यक्तिमत्त्व इतके मोठे आहे की माझ्या मनातल्या आधीच्या सर्व पूर्वकल्पना खिडकीवाटे पार निघून गेल्या.' शाफर हा स्वत: 'चमत्कार' प्रकरणाबाबत स्वत:चे मत व्यक्त करायला तयार नाही. पण मॅकमिलन हा तांत्रिकदृष्ट्या अत्यंत बुद्धीमान कॅमेरामन आहे व त्याचे प्रकाश-परिणामाचे समंजस्य, अनुभव अफाट आहे हे तो मान्य करतो. कोडॅकची ती नवी फिल्म वापरताना आणि त्यासाठी आवश्यक ती नवी रसायने वापरताना, त्या फिल्मच्या पाकिटावर छापलेली माहिती व सूचना मॅकमिलनने प्रत्यक्षात आणल्या होत्या. पण फिल्म धुताना त्याने आवश्यकतेपेक्षा जास्त म्हणजे कमाल पातळीवरचे 'एक्स्पोजर' दिले होते हेही शाफरने नमूद केले. अर्थात त्यामुळेच 'चमत्कार' घडला हे शाफर मान्य करीत नाही कारण तीच फिल्म (कोडॅक कंपनीची) कैरोतील एका

नाईटक्लबच्या दृष्यांकनासाठी वापरली तेव्हा इतका चांगला परिणाम दिसून आला नव्हता. 'माझा तो लघुपट होता याबद्दल मी कृतज्ञ आहे इतकेच मला ठाऊक आहे. पण मदर टेरेसा जगापुढे आल्या त्या माझ्या लघुपटामुळे असा दावा मी करू शकत नाही. तो लघुपट त्यांचाच होता. त्यांचे स्वत;चे वलय त्यामागे नसते तरे हे सारे घडूनच आले नसते. योग्य दिशेने जाणारे असे काहीतरी निश्चितच त्यांच्यामध्ये आहे' असे त्याने स्पष्टपणे म्हटले आहे.

(असा दृष्टीकोन बाळगणारा शाफर काही महिन्यानंतर पुन्हा मदर टेरेसांना भेटला. यावेळी त्या साऊथहॉल येथे एक केंद्र सुरू करण्यासाठी इंग्लंडला आलेल्या होत्या. उद्‌घाटनानिमित्त आयोजित प्रार्थनासभेसाठी त्यांनी काहीजणांना आमंत्रित केले होते. त्यात, म्युगरीज, शाफर आणि कार्डीनल हीनन यांचाही समावेश होता. पण श्री. हीनन यांनी आपण कामात व्यस्त आहोत व येऊ शकणार नाही आपला प्रतिनिधी पाठवतो असे उत्तर मदरना पाठवले. शाफरच्या म्हणण्याप्रमाणे, मदर टेरेसांनी श्री. हीनन यांना उलट पत्र पाठवले आणि त्यात म्हटले की, 'येशू ख्रिस्त येथे असणार आहे अशा वेळी तुम्ही येऊ शकत नाही ही दुर्भाग्याची बाब आहे.' कार्डीनल हीनन यांचे मन कळवळले आणि मग या उद्‌घाटनाला जाताना त्यांनी शाफरला हा किस्सा संपूर्ण सांगितला.)

मदर टेरेसांमधील 'काहीतरी' वेगळेपणा जाणवणारा शाफर एकटा नव्हता. मिशनरीज ऑफ चॅरिटीत प्रवेश घेण्यासाठी तरुण मुलींना प्रवृत्त करणारा काय परिणाम त्या लघुपटाने साधला हे माहित होणे अशक्य आहे. कारण कॅथॉलिक वर्तुळात मदर टेरेसा सर्वांनाच चांगल्या माहित होत्या. तरीही १९७० मध्ये तरुण मुलींची 'चॅरिटी'त जाण्यासाठी झुंबड उडाली होती. त्या एका वर्षात १३९ नव्या मुली सोसायटीत दाखल झाल्या. एकूण सिस्टर्सची संख्या ५८५ झाली होती. त्यातील ३३२ पूर्णपणे सेवाकार्यात झोकून दिलेल्या प्रतिज्ञाबद्ध नन्स होत्या. १७५ नवशिक्या संन्यासिनी होत्या व ७८ जणी उमेदवार होत्या. पाकिस्तान, श्रीलंका, नेपाळ, मलेशिया, युगोस्लाविया, जर्मनी, माल्टा, फ्रान्स, मॉरीटेनिया, आयर्लंड, व्हेनेझुएला आणि इटली तसेच भारताच्या विविध प्रांतातून आलेल्या या मुली होत्या.

मदर टेरेसांसाठी चमत्कार-कर्ती म्हणून राहणे किती महत्त्वाचे होते? आजही एखाद्या संताला, खरे सांगायचे तर, देवाचा आशिर्वाद आपल्यामागे असल्याचे सिद्ध करण्यासाठी दोन चमत्कार घडवून दाखवावे लागतात किंवा चमत्कारांना आपणच कारणीभूत असल्याचे सिद्ध करावे लागते. अधिकृतपणे संत होण्यासाठी देवाचा आशिर्वाद सिद्ध झाल्यावर आणखी दोन चमत्कारांची गरज लागते. 'हौतात्म्यापेक्षा' जर 'गुणांवर' आधारित संतपण सिद्ध करावयाचे असेल तर आणखी काही चमत्कार घडण्याची गरज असते. आणि एवढ्यावर हे सारे प्रकरण थांबत नाही. कारण

पात्रतेचे निकष बाजूला ठेवण्याचा निर्णय पोपला घेता येऊ शकतो. मदर टेरेसांना वेळेच्या आधीच संतपद बहाल होण्यासाठी म्हणून म्युगरीजची धडपड नव्हती. विज्ञानाकडे सर्व उत्तरे आहेत, धर्माकडे नव्हेत असा त्यावेळी एक समज प्रचलित होता व त्याचे खंडन करण्याचा म्युगरीजचा प्रयत्न होता. पण चमत्काराची कहाणी महत्त्वाची होती कारण त्यामुळे पुढील वीस वर्षांची कार्यक्रम-पत्रिकाच जणू निश्चित केली गेली. या २० वर्षांच्या काळात हळूहळू एक समज होत गेला की देवाचा हात मदर टेरेसांना दिशा दाखवित आहे आणि त्या जे काही करीत आहेत त्याबाबत प्रश्न विचारणे अस्वीकारार्ह आहे. पीटर शाफरने मला हे समजावून सांगितले की कोणी एखादा आपल्या कार्याला बाधा आणत आहे असे मदरना वाटल्यास देवानेच त्याच्याकडे बोट दाखवले आहे अशा तऱ्हेने त्याचा उल्लेख केला जाई. देवानेच आपल्याला ही दिशा दाखवली आहे याबद्दलची सिस्टर्सची निष्ठा इतकी ठाम होती की त्यामुळे, थोड्याफार डळमळीत मनोभूमिकेच्या अनेकजणींना, आपण जे काही करतो आहोत त्यामागे काही उच्च हेतू असणारच असा पक्का विश्वास वाटून त्याही कार्यप्रवृत्त होत. वारंवार येणारे कपडे, औषधे किंवा पैसा हा जणू देवाने दिलेले प्रार्थनेचे फळ असे समजले जात होते. निष्ठा अधिकाधिक पक्के होण्यामागे ते कारण होते. एकदा तर न्यूयॉर्कमध्ये कडक हिवाळ्यात बर्फ फोडण्याचा नांगरही मिळाला होता. निष्ठा हा असा एक मूलभूत पाया होता की मिशनरीज ऑफ चॅरिटी प्रत्येकच गोष्ट या आधारावर करीत. म्युगरीजच्या लघुपटाचे खरे महत्त्व हे होते की या मूलभूत पायाला त्यातून विश्वास प्रदान झाला. आव्हान देणे, प्रश्न विचारणे वा शंका काढणे म्हणजे फार उच्च पदाला–अधिकाराला विरोध करणे. विनाशकाले विपरित बुद्धी या न्यायाने कट्टर नास्तिकच असे काही करील. ख्रिस्टोफर हिचेन्स ज्याला 'टीका-मुक्त प्रसिद्धीचा नायगारा' म्हणतो ती मदर टेरेसांना या साऱ्या गोष्टींद्वारे मिळाली. त्याची सुरुवात म्युगरीजच्या लघुपटापासून झाली आणि 'पृथ्वीतलावरील सर्वात कमी टीकाप्राप्त मानव' अशी त्यांची कीर्ती होण्यास मदत झाली.

दोन वर्षानंतर म्युगरीजने एक पुस्तक लिहीले. लघुपटाप्रमाणेच या पुस्तकाचेही नाव, 'देवासाठी काहीतरी सुंदर' असेच त्याने ठेवले. लघुपटाचा काही भाग त्याने या पुस्तकात समाविष्ट केला व त्यात अनेक कृष्ण-धवल छायाचित्रे वापरली. पण त्याची काहीशी लांबलचक प्रस्तावना आणि उपोद्घात यामध्ये आपल्या धार्मिक स्थानाबद्दल त्याने स्वत:ला दूषणे दिली आहेत. मुलाखतकार म्युगरीजपेक्षा लेखक म्युगरीज येथे मोठ्या भूमिकेत आहे. आपल्या मनातील शंका आणि चलबिचल यामुळे कॅथॉलिक चर्चमध्ये आपले स्वागत होणे त्यावेळी कसे अशक्य बनले आणि तरीही आपण त्यासाठी किती जीव टाकत होतो हे सारे त्याने वाचकांपुढे मांडले आहे. 'त्यांना (मदरना) आनंदित करण्यापेक्षा मी स्वत:च काही गोष्टी केल्या

पाहिजेत. मला ते इतके तीव्रपणे जाणवते की चर्चमध्ये सहभागी होण्याच्या बाबतीत त्यांचे मार्गदर्शन स्वीकारण्याच्या उतावीळपणासारखेच ते सारे असेल.' असे त्याचे शब्द आहेत. धर्माच्या अमर्याद उपकारक हेतूंबद्दल लिहिताना म्युगरीजने म्हटले आहे की, उत्साही, इच्छापूर्ती, जिज्ञासा, धनसंपत्तीचा लोभ, द्वेष अशा अनेक धर्मपालन हेतूंपैकी लोकांना एकत्र आणणारा, त्यांच्यात प्रेमळ कुटुंबासारखे वातावरण निर्माण करणारा पूजा हा एकमेव हेतू आहे. वर्ग, जात, मालमत्ता, बुद्धीकौशल्य या साऱ्यांचे संघर्ष आणि भेद नष्ट करणारा हा हेतू आहे. स्वर्गातला पिता आणि त्याचा हाडामांसाचा पुत्र यांच्यापुढे लोकांना गुडघे टेकवण्यास भाग पाडणारा असा हा हेतू आहे.

हे पुस्तक प्रचंड लोकप्रिय ठरले. गेल्या तीस वर्षात त्याच्या तीन लाखांहून अधिक प्रती खपल्या. २० वेळा ते पुनर्मुद्रित (आवृत्त्या) करावे लागेल आणि १३ भाषांमध्ये त्याचा अनुवाद केला गेला. म्युगरीजने या पुस्तकाची रॉयल्टी मदर टेरेसांना दान केली आणि १९९० मध्ये त्याच्या मृत्यूच्या वेळी ती रक्कम ६० हजार पौंडांच्याही वर होती.

तथापि, या जाहीर टीकेमुळे काही लोक चिंतातूर झाले. त्यात कॉलीन मॉरीस या बीबीसी समालोचकाचाही समावेश होता. बीबीसीत येण्याआधी कॉलीन आफ्रिकेत मिशनरी म्हणून काम करीत होता. तो म्हणतो, 'म्युगरीज म्हणजे धार्मिक समालोचकाचे एक विडंबनच होते. स्वत:शीच क्लेशकारक असा संघर्ष तो सतत करीत होता. तो संघर्ष मुळातच खरोखरी अस्सल होता की त्याचा अभिनय सुरू होता हे सांगणे कठीण आहे.'

कॉलीन मॉरीस नंतर धार्मिक प्रक्षेपण विभागाचा प्रमुख झाला. 'ऑब्झर्व्हर' मध्ये त्याने लिहिले आहे, 'आधुनिक जगात देव संकल्पना जिवंत वा सळसळती ठेवण्याची वैयक्तिक जबाबदारी बाळगणे वा चालू ठेवणे हे कोणालाही एक दु:खद ओझेच ठरेल. अगदी म्युगरीजलाही.'

देवाच्या राज्याचा त्याचा शोध पाहणे खरेच चित्तवेधक होते. तथापि, आता ते त्याला आढळल्यानंतर, तो, ख्रिश्चनत्वाचा सर्वाधिक विक्षिप्त प्रदर्शक बनण्याचा धोका आहे हे वाईट आहे. वेडावाकडा चेहरा, हवेत हात फैलावून आपला आतमधला संताप व्यक्त करणे, जगापासून अलिप्त राहणे, खोडसाळ युगाचा अंत व्हावा अशी आंतरिक इच्छा व्यक्त करणे आदि गोष्टी म्युगरीज करतो. ज्या माध्यमावर त्याचे जीवन अवलंबून आहे त्याच माध्यमाविषयी तो वाईट बोलतो आणि प्लेटोच्या अनुयायांप्रमाणे त्याच्याभोवती जमलेल्या लोकांकडून, ते त्याच्यावर प्रेम करीत आहेत याचे आश्वासन मागतो. 'का?' त्याची किंकाळी वर जाते. स्वर्गातून उलट प्रत्युत्तर मागणारी– 'का खरोखरच?'

माल्कम म्युगरीज आणि ॲग्नेस बोयाझिऊ यांच्यातील संबंध जोशपूर्ण असू शकेल. पण म्युगरीजच्या गतजीवनातील एक तुकडा असा होता की मदर टेरेसांना बहुधा त्याबाबत काहीही माहित नसावे. पण इतर कॅथॉलिक अल्बेनियन विसरलेले नव्हते आणि ते मदरना माहित होते तर साऱ्या संबंधांनाच कात्री लागली असती. १९४९ साली अल्बेनियातील कम्युनिस्ट सरकारची सत्ता उलथून टाकण्यासाठी ब्रिटीश-अमेरिकन संयुक्त घातपाती मोहीम हाती घेण्यात आली. तथापि, ही मोहीम वाईटरीत्या अयशस्वी ठरली. अनेक अल्बेनियन तरुणांना या मोहीमेत समाविष्ट करून घेण्यात आले होते. माल्टामध्ये प्रशिक्षण देऊन नंतर त्यांना, त्यांचे मित्र व नातेवाईक असलेल्या भागात पॅराशूटद्वारे पुढील कारवाईसाठी उतरवण्यात आले. कम्युनिस्ट राजवट उलथून टाकण्यासाठी स्थानिकांचा पाठिंबा मिळवणे हे त्या कारवाईचे ध्येय होते. तथापि, या सर्व अल्बेनियन तरुणांना जमिनीवर उतरल्यावर लगेचच पकडण्यात आले आणि गुप्तहेर व द्रोही ठरवून त्यांच्यावर कारवाई करण्यात आली. एजंट्स्नी संपर्क साधलेल्या शेकडो अल्बेनियन कुटुंबांचीही धरपकड होऊन त्यांना तुरुंगात डांबण्यात आले. या अयशस्वी मोहिमेचाच एक परिणाम म्हणून होझा यांनी देशभर ते क्राँक्रीट खंदक तयार करून ठेवले. नंतर असे आढळून आले की किम फिल्बी ह्या रशियन हेराने या साऱ्या लोकांचा विश्वासघात केला.

ह्या अयशस्वी मोहिमेच्या संदर्भात आणखी एक विश्वासघात उघडकीस आला. अर्थात हा दुसऱ्याच प्रकारचा विश्वासघात होता व त्याचा संबंध माल्कम म्युगरीजशी होता असे 'अल्बेनियन कॅथॉलिक बुलेटिन' मध्ये साफेटी एस. जुका यांनी लिहिले आहे. ब्रिटीश-अमेरिकन मोहीमेची पूर्वतयारी पूर्ण होत आली असतानाच, ब्रिटीश सरकारी अधिकाऱ्यांनी, कम्युनिस्ट-विरोधी, लोकशाहीवादी अल्बेनियन नॅशनल कमिटीच्या सदस्यांना लंडनमध्ये मेजवानी देण्याचे ठरवले. लंडनच्या ख्यातनाम लेखक आणि बुद्धिवंतांपुढे समितीस आणणे हा मेजवानीचा उद्देश होता. त्यातून समितीची प्रसिद्धी होईल अशी आशा होती. लॉर्ड निकोलस बेथेल यांनी पुढची कहाणी सांगितली आहे. 'अल्बेनिया हा कोणत्याही दृष्टीने हास्यास्पद देशच आहे आणि शक्य असेल तेवढ्या लवकर ग्रीस आणि युगोस्लाविया यांच्यात त्याची वाटणी करून टाकली पाहिजे असे माल्कम म्युगरीजने या पार्टीच्या वेळी जोरजोरात ओरडून सांगितले आणि मेजवानीचा बेरंग करून टाकला.'

'अल्बेनियन कॅथॉलिक बुलेटीन' मधील लेखात म्हटल्याप्रमाणे, म्युगरीजची शेरेबाजी निश्चितच खळबळ माजवणारी आणि उद्विग्न करणारी होती. फिल्बीपेक्षाही म्युगरीजचा विश्वासघात अधिक वाईट होता. अथेन्सस्थित पॅट व्हिन्नी या ब्रिटीश गुप्तचार प्रतिनिधीने फिल्बी आणि म्युगरीज ही दोन्ही व्यक्तिमत्त्वे बरीचशी सारखीच

असल्याचे मत व्यक्त केले. हे दोघेही कडवट, उपरोधिक आणि बौद्धिक उर्मटपणा दाखवणारे असल्याचेही तो म्हणाला.

अशा छोट्या-मोठ्या प्रसंगांनीच इतिहास घडत जातो. अनेक कम्युनिस्ट विरोधी अल्बेनियनांची कैद आणि मृत्यूला कारणीभूत ठरलेली माहिती देणाऱ्या रशियन गुप्तहेरांच्या कृतीपेक्षा, म्युगरीजचे निर्लज्ज उद्‌गार अधिक वाईट असा निष्कर्ष काढण्याबाबत इतिहास नि:पक्षपातीपणे पाहील का हा खरा प्रश्न आहे.

■

प्रस्थापना

'समथिंग ब्युटीफूल फॉर गॉड(देवासाठी काहीतरी सुंदर)' नंतरचे दशक मदर टेरेसांना १९७९ सालच्या नोबेल शांतता पुरस्काराकडे घेऊन गेले. हे बघायला तसे गतगोष्टींचे अवलोकन म्हणून सोपे आहे. १९६० पासूनच्या दशकात जणू त्यांचा संदेश स्वीकारण्यास जग तयार असल्यासारखा मदर टेरेसांनी नव्या कार्यांचा सपाटा लावला होता. १९७० पासूनच्या दशकात आंतरराष्ट्रीय पातळीवरील मान्यतेने त्यांचे स्थान अधिकच बळकट केले आणि त्याहीपुढची झेप घेण्यास त्यांना प्रोत्साहन मिळाले.

माल्कम म्युगरीजने मदर टेरेसांना जगातील सर्वोच्च व्यक्ती बनवण्यासाठी व्यक्तीगतरीत्या मोहीमच सुरू केली. कॅथॉलिक चर्च या संस्थेला त्याचा अद्यापही विरोध होता आणि १९८२ पर्यंत त्याला प्रत्यक्षात त्यात स्वीकारलेही गेले नव्हते. लघुपटावरील आपल्या पुस्तकाच्या प्रकाशप्रसंगी, मदर टेरेसांची स्व-कथनाची नऊ पाने पुस्तकात समाविष्ट करण्यासंबंधी त्याने आपल्या स्वतःच्या कारणांचा खुलासा केला. 'मदर टेरेसा स्वतःबद्दल किंवा स्वतःच्या कार्याबद्दल कधीही लिहिणार नाहीत... जेव्हा त्यांचा नोबेल पारितोषिकासाठी विचार केला जाईल तेव्हा त्यांच्या स्वतःच्या शब्दात काहीतरी तर छापले गेलेले असावे' असे तो म्हणाला. तथापि, नोबेल पारितोषिक मिळाले तेव्हा वाटले तेवढ्या सरळपणे ते आलेले नव्हते. नोबेल समितीने मदरचे नाव सुचवलेले तीन प्रस्ताव-अर्ज फेटाळून लावलेले होते.

जेव्हा इतर लोक या ना त्या पारितोषिक समितीकडे मदरच्या वतीने अर्ज सादर करण्यात गुंतले होते तेव्हा ६० वर्षांच्या मदर टेरेसा आपल्या विकास कार्यक्रमात मग्न होत्या. १९७० पासूनच्या दशकात सतत नवी नवी केंद्रे उघडली जात होती; १९७० मध्ये ऑस्ट्रेलियातील मेलबोर्न आणि प्रथमच पश्चिम आशियातील जॉर्डनमध्ये

अम्मान येथे. १९७० च्या डिसेंबरमध्ये इंग्लंडमध्ये युरोप-अमेरिकेतून येणाऱ्या नवशिक्या मुलींच्या प्रशिक्षणासाठी एक केंद्र उघडले गेले. सहाच महिन्यानंतर लंडनच्या पॅडींग्टन डिस्ट्रीक्टमध्ये एक नवे केंद्र सुरू केले गेले. यानंतर दोन वर्षांनी इंग्लंडच्या वार्तापत्रात, 'मदर टेरेसांचे गाझामध्ये नवे साहस' असे वृत्त प्रकाशित झाले. त्यांनी तेथे चार सिस्टर्स पाठवल्या कारण, 'गाझामधील लोक अरेबिक भाषा बोलतात, तरीही इस्त्रायलच्या मोठ्या अडथळ्यामुळे इतर सर्व अरब देशांपासून गाझा वेगळे झाले आहे. या मूक एकाकी वास्तव्यामुळे तेथील लोकांवर (मानसिकदृष्ट्या) फारच परिणाम होतो आहे आणि नकारात्मक जीवन जगण्याची पाळी त्यांच्यावर आली आहे. भवितव्य नाही, धैर्य नाही, आपली खेडी, मालमत्ता, जमिनी त्यांनी गमावल्या आहेत. सिस्टर्ससाठी साचून पडलेले काम, अंत नाही एवढे मोठे आहे.' जानेवारी १९७१ पासून आंतरराष्ट्रीय पारितोषिके आणि पुरस्कारांची रिमझिमती बरसात सुरू झाली. त्यातील पहिले पोप जॉन (तेविसावे) शांतता पारितोषिक हे पोप पॉल सहावे यांच्या हस्ते मिळाले. त्या वर्षाच्या अखेरीस, तीन वेगवेगळ्या अमेरिकन संस्थांनी त्यांना पारितोषिके देण्याची आपली इच्छा त्यांच्याकडे व्यक्त केली. न्यूयॉर्क राज्याच्या ब्राँक्स जिल्ह्यातील नव्या केंद्रातील आपल्या सिस्टर्सना स्थिरस्थावर करून देण्यासाठी त्यांना अमेरिकेत जावयाचे होतेच. तथापि, भारतातील एका पेचप्रसंगाने त्यांना बांधून ठेवले व नजिकच्या भविष्यात अमेरिकेचा दौरा करता येईल का याची शंका येण्याइतपत परिस्थिती बदलली.

कोलकत्याच्या साधनसामग्रीवर क्षमतेपेक्षाही जास्त ताण पडला होता आणि १९७१ च्या मध्यात तर शहराच्या इतिहासातील सर्वात वाईट आघात त्यावर झाला. उपासमार आणि दमछाक यामुळे मरणाच्या पंथाला लागलेले लक्षावधी बेघर निर्वासित बांगलादेशातून तेथे येऊ लागले. पूर्व आणि पश्चिम पाकिस्तानातील प्रदीर्घ काळापासूनच्या मतभेदांचा स्फोट होऊन कडवट आणि रक्तलांच्छित यादवी युद्धाचा भडका उडाला. त्यात ३० लाख लोक ठार झाले आणि त्यातूनच निर्माण झालेल्या बांगलादेशाच्या निर्वासितांचा असह्य भार कोलकत्यावर पडला. त्या वेळच्या पूर्व पाकिस्तानात १९७० साली मोठे वादळ होऊन समुद्राच्या मोठ्या लाटांमध्ये तीन लाखाहून अधिक लोक वाहून गेले व आणिबाणीची परिस्थिती उद्‌भवली. त्यानंतर लगेचच आपसात मारामाऱ्या, चकमकी सुरू होऊन मोठ्या प्रमाणावर भीषण आणि नृशंस हत्या झाल्या. निर्वासितांनी हताश होऊन भारताकडे धाव घेतली. जगातल्या सर्वात गरीब प्रांतांपैकी एक मानल्या जाणाऱ्या बंगालमध्ये ते येऊन पोचले. सांडपाण्याच्या पाईपांमध्ये आश्रय मिळाला तरी ते स्वत:ला नशीबवान समजत होते इतकी परिस्थिती ढासळलेली होती. कोलकत्याबाहेरच्या साल्ट लेक भागात ते जमा झाले होते. पूर्वी ही जागा म्हणजे पाणथळ किंवा दलदलसदृश सरोवरच होते.

कोलकता महापालिकेचाच त्या भागात घरबांधणीचा इरादा पक्का होत होता कारण शहरात लोकसंख्या वाढीने घराची टंचाई निर्माण झालेलीच होती. कॉलरा, अतिसार, देवी या रोगांच्या साथीने लोक हैराण होऊन भयावह स्थिती उद्‌भवलेली होती. जगभरातील सर्व स्वयंसेवी संस्थांकडून या संकटाच्या सामन्यासाठी खास मदत पथके तसेच अन्नधान्य, औषधे, टारपुलीन, बांधकाम साहित्य, मालमोटारी आणि कार्यकर्ते कोलकत्यात आले होते. मदर टेरेसा आणि त्यांच्या मिशनरीज ऑफ चॅरिटीने अनेक किरकोळ आणि घाण साफ करण्याच्या कामांची जबाबदारी घेतली होती. इस्पितळांचे तंबू स्वच्छ करणे आणि आजारी व मरणासन्नांची काळजी घेणे यांचाही त्यात समावेश होता. याचवेळी अमेरिकन सिनेटच्या निर्वासित समितीचे अध्यक्ष या नात्याने सिनेटर एडवर्ड केनेडी कोलकत्याला भेट द्यावयास आले तेव्हा मदर टेरेसांशी त्यांची भेट झाली. केनेडींच्या या दौऱ्यात सरकारी कार्यक्रम अत्यंत काटेकोरपणे आखलेला होता पण साल्ट लेक येथील मोठ्या निर्वासित छावणीला भेट देण्यास त्यांना सांगण्यात आले होते. तेथे डेसमंड डॉईग होते. त्यांनी (डॉईग) आपल्या वृत्तांतात म्हटले आहे, 'जेथे जेथे श्री. केनेडी गेले तेथे तेथे त्यांच्याभोवती अधिकारी आणि लोकांचे कोंडाळे होते. त्यामुळे त्यांना फार काही पाहणे कठीणच झाले. पण अचानक त्यांची नजर कशावर तरी गेली. कॉलरा वॉर्डमधून आलेले कपडे एक सिस्टर धूत होती. ती सिस्टर ॲग्नेस होती आणि केनेडींनी तिला विचारले, 'माझ्याशी हस्तांदोलन करशील का?' त्यावर तिने माझे हात स्वच्छ नाहीत असे सांगितले. पण केनेडींनी पुढे होऊन तिचा हात हातात घेतला आणि म्हटले, 'ते जितके अस्वच्छ असतील तितका अधिक माझा सन्मान होईल.' फार सुंदर आणि आश्चर्यकारक काम तुम्ही करीत आहात. हा प्रसंग मी कधीच विसरू शकणार नाही.'

सप्टेंबरपर्यंत पेचप्रसंगाच्या स्थितीत फारसा बदल झालेला नव्हता. मदर टेरेसा मात्र आपल्या नेहमीच्या पद्धतीने ठाम निर्णय घेऊन अंमलात आणीत होत्या असे सांगून ईगन पुढे म्हणते, सरतेशेवटी मदरने अमेरिकेला जाण्याचा निर्णय घेतला. तीन महिन्यात तीन अमेरिकन संस्थांची पारितोषिके मिळण्यातून अमेरिकन समाजाच्या किती विविध थरांमध्ये मदरच्या कार्याचा व त्यांचा ठसा उमटला होता हे अधोरेखित होते. केवळ कॅथॉलिक डेमोक्रॅट केनेडींचेच कुटुंब नव्हे तर रिपब्लिकन अध्यक्ष रिचर्ड निक्सन यांचाही समावेश त्यांच्या समर्थकात आणि प्रशंसकांमध्ये होता. तथापि, बोस्टनमध्ये दिले जाणारे गुड सॅमरीटन अवॉर्ड स्वीकारायला स्वत: न जाण्याचा निर्णय त्यांनी घेतला व आपल्याबदली ईगनला त्यासाठी पाठवले. वॉशिंग्टनमधील पदवीदान कार्यक्रमात सन्माननीय डॉक्टरेट ऑफ ह्यूमेन लेटर्स स्वीकारण्यास त्यांनी मान्यता दिली. पुढील वर्षांमध्ये ज्या अनेक सन्माननीय पदव्या त्यांना दिल्या

जावयाच्या होत्या त्याची ही सुरुवात होती. वॉशिंग्टन डी. सी. मध्ये जोसेफ पी. केनेडी ज्युनिअर फाऊंडेशनचे आंतरराष्ट्रीय परितोषिकही त्यांनी स्वीकारले. माजी अध्यक्ष कै. जॉन. एफ. केनेडींच्या सर्वात मोठ्या भावाच्या नावे हे परितोषिक होते. हे जोसेफ केनेडी दुसऱ्या महायुद्धात ठार झाले होते. 'आपल्या सद्सद्विवेकबुद्धीच्या निवडी' अशा आशयाचे नाव असलेल्या परिषदेमध्ये ही आंतरराष्ट्रीय पारितोषिके प्रदान केली गेली. यावेळी त्यांना 'जीवनाचे पावित्र्य' याबाबत आपले विचार मांडण्याची संधी मिळाली. कोलकत्यात त्यांना ठिकठिकाणी अल्प (कालीन) वा नासलेली जीवने वारंवार बघावयास मिळाली होती, त्याचा त्यांनी उल्लेख केला. पूर्व पाकिस्तानातून आलेल्या लक्षावधी निर्वासितांचा अस्तित्वाचाच लढा सुरू आहे. त्यापैकी प्रत्येकात दैवी अंश आहे असेच आपण मान्य केले पाहिजे आणि म्हणूनच त्या प्रत्येकावर प्रेम केले पाहिजे आणि मदतही केलीच पाहिजे असे त्यांनी उपस्थितांना बजावले.

ही पारितोषिके आणि ब्राँक्समध्ये केंद्राचे उद्घाटन याबरोबरच माल्कम म्युगरीजच्या पुस्तकाचे अमेरिकेत प्रकाशनही आयोजित करण्यात आले होते. या साऱ्याने प्रसिद्धी माध्यमांचे लक्ष या दोघांवर एकवटले. न्यूयॉर्कच्या स्टुडिओत डेव्हिड फ्रॉस्टने या दोघांची मुलाखत घेतली. ईगनने दिलेल्या वृत्तांतानुसार, जगाचा निर्माता आणि निर्मिती (क्रिएटर अँड क्रिएचर) यांच्यातील अविश्रांत नाट्याचा एक भाग म्हणजे दुःख किंवा यातना अशा प्रकारचा म्युगरीजकडून झालेला उल्लेख पचवणे फ्रॉस्टला फारच जड गेल्याचे स्पष्टपणे जाणवले. हे नाट्य जीवनाला समृद्ध बनवते आणि जीवन अधिक लक्षवेधक बनते या वाक्याने फ्रॉस्ट गोंधळून गेला. 'टुडे' या कार्यक्रमात बार्बरा वाल्टर्सने घेतलेली त्यांची मुलाखत मदरना फारशी विधायक वाटली नाही. देशभरच्या लक्षावधी लोकांनी ती पाहिली. वाल्टर्स ही अत्यंत नीटनेटकी, सुसंस्कृत आणि सफाईदार मुलाखतकार म्हणून नावाजलेली होती. तथापि, ईगनने तिच्यावर टीका करताना म्हटले, 'तिची ही काही सर्वोत्कृष्ट कामगिरी वाटली नाही. मदर टेरेसांचे वर्णन तिने "एक मानवतावादी– परोपकारी व्यक्ती" असे केले आणि सहा मिनीटे भरून काढण्यासाठी सपक, ठरलेल्या पद्धतीचे प्रश्न विचारले, त्याची सरधोपट उत्तरे मदरकडून काढून घेतली.' ईगनच्या शेरेबाजीवरून एखाद्याला आश्चर्यच वाटेल की कोणत्या प्रकारच्या प्रश्नांनी वाल्टर्सला 'सर्वोत्कृष्ट' ठरवता आले असते? मदर टेरेसा ह्या म्युगरीजसारख्या मुलाखतकारांच्या धार्मिकता आणि पूज्यबुद्धीला सरावलेल्या असल्याने, वाल्टर्सने आदर दाखवला पण उत्साह फारसा दाखवला नाही यामुळे ईगन निराश झाली असण्याची शक्यता आहे. जर मदर टेरेसांनी अशी अट घातली असती की आपण फक्त धार्मिक कार्यक्रमातच उपस्थित होऊ तर कदाचित पूजनीयतेच्या सुरात संभाषण वा मुलाखत चालण्याची

हमी देता आली असती. पण आपला संदेश शक्य होईल तेवढ्या जास्तीत जास्त जनतेपर्यंत पोचावा अशी त्यांची इच्छा असल्याकारणाने त्यांनी हा जुगार खेळला व नियमित स्वरुपाच्या कार्यक्रमात मुलाखत दिली. हे अलिखित नियम १९९० पर्यंत कोणीही खऱ्या अर्थाने मोडले नाहीत.

१९७२ च्या जानेवारीपर्यंत हे स्पष्ट झाले की ज्या कसोटीतून बांगलादेश अवतरला त्यातून आणखी एका देशाच्या जन्माखेरीज इतरही बरेच काही उफाळून वर आले आहे. आंतरराष्ट्रीय रोमन कॅथॉलिक मदत संघटना कॅरीटासने जाहीर केलेल्या आकडेवारीनुसार, भारताने त्यांचा पराभव करण्यापूर्वी पाकिस्तानी सैनिकांनी बांगलादेशातील चार हजार महिलांवर बलात्कार केले. काही लोकांच्या अंदाजानुसार, बलात्कारित महिलांची संख्या दोन लाख इतकी मोठी आहे. १४ जानेवारीला मदर टेरेसांनी जाहीर केले की इतर दहा नन्सना घेऊन आपण बांगलादेशला जात आहोत. त्यात, त्यांची अगदी सुरुवातीपासूनची सहकारी सिस्टर मार्गरिट मेरीचाही समावेश होता आणि मेरीचे कुटुंब ढाक्क्याचे होते.

अधिकृत निवेदनाप्रमाणे, पाकिस्तानी सैनिकांच्या अत्याचारांना बळी पडलेल्या आणि त्यामुळे गरोदरपण लादल्या गेलेल्या अनेक महिलांना मदतीचा हात देणे हा प्रकल्प राबवण्याचे पहिले ध्येय होते. मदरचे पथक खुलना, पाबना, राजशाही आणि ढाक्का येथे गेले. स्वत:हून मदत मागायला फारशा मुली आल्या नाहीत हे मदर टेरेसांनी मान्य केले. 'पण एक गोष्ट मी त्यांना बजावून सांगितली की यातून जन्म घेणारी सर्व अपत्ये आम्ही घेऊ आणि त्यांच्यासाठी घरेही शोधू. हत्या ही हत्याच असते जरी बाळाचा जन्म झाला नसला, तरी.'

ज्या महिला पुढे येण्यास तयार होतील त्यांच्यासाठी केंद्र म्हणून स्थानिक बिशपने ढाक्क्यातील एक ३०० वर्षांचे जुने कॉन्व्हेंट मिशनरीज ऑफ चॅरिटीला देऊ केले. यापैकी जास्तीत जास्त अपत्यांना दत्तक म्हणून देण्याचा प्रयत्नही मिशनरीजने केला. हजारो बलात्कारित महिलांपैकी साऱ्यांनाच गर्भधारणा झालेली नव्हती. इतर काहीजणींनी गर्भपात करण्याचा प्रयत्न केला. एका अपवादात्मक प्रकरणात संबंधित मुलीने एका बाळाला जन्म दिला आणि तिच्या कुटुंबाने समजूतदारपणा दाखवून त्या कुमारी मातेला आपल्यात सामावून घेतले. परंतु एका मुस्लीम बलात्कारित मुलीचे भवितव्य मात्र खरोखरच अंध:कारमय होते. इस्लामच्या वचनाप्रमाणे हा सर्वाधिक गंभीर गुन्ह्यांपैकी एक मानला जातो. सरतेशेवटी, ते जुने कॉन्व्हेंट शिशु-भवनमध्ये रुपांतरित करण्यात आले. त्यागलेल्या तसेच अनाथ बालकांचे ते घर बनले. इतर कुपोषित मुलांनाही तेथे आसरा मिळाला.

मानवाच्या अमानुषतेच्या इतिहासातील या ताज्या भयानक प्रकरणाने ऑस्ट्रेलियन लेखक जर्मेन ग्रीर यांनी वेगळाच अर्थ काढून मदर टेरेसा यांच्यावर जोरदार टीका

केली. मदर टेरेसांवर टीका करणाऱ्या पहिल्या आणि घणाघाती टीकाकारांमध्ये ग्रीर यांचा समावेश होतो. १९७२ च्या हिवाळ्यात 'मानवतेच्या सेवेबद्दल' आणखी एक पारितोषिक स्वीकारण्यासाठी जात असताना विमानाच्या पहिल्या वर्गात मदर टेरेसांबरोबर ग्रीर हेही सहप्रवासी होते. तेही त्याच कार्यक्रमाला उपस्थित राहण्यासाठी जात होते. नंतर काही वर्षांनी ग्रीर यांनी लिहीले की, आपल्या संबंधाचा वापर करून मदर टेरेसांनी बरीच शक्ती जमविली आहे. '१९७२ मध्ये पाकिस्तानकडून मुक्त झालेल्या ढाक्क्यात मदर टेरेसा दोन दिवसांनी पोचल्या. तेव्हा लष्कराच्या खंदकांमध्ये ३००० नग्न स्त्रिया आढळल्या. त्या स्त्रियांनी गळफास लावून घेऊ नये म्हणून त्यांच्या अंगावरच्या साड्या काढून घेण्यात आल्या होत्या. त्यातील गर्भवतींचा गर्भपात करण्याची गरज होती. मदर टेरेसांनी त्यांना कोणताही पर्याय न देता द्वेषाची अपत्ये जन्माला घालण्यास सांगितले. मदर टेरेसांच्या विश्वात, इतरांच्या नैतिक प्राधान्यांना काहीही स्थान नाही. यातनाग्रस्त महिलांना निवड करण्यास सांगण्याचा प्रश्नच नाही.'

ग्रीर यांना अधिकही काही सांगावयाचे होतेच. उशिरा गर्भधारणेची गुंतागुंत असलेल्या महिला किंवा गर्भपात झालेल्या महिला दवाखान्यांमध्ये आल्या तेव्हा गर्भपाताचा प्रयत्न केल्याचा आरोप ठेवून मदर टेरेसांच्या नन्सनी त्यांना प्रवेश दिला नाही असा त्यांचा (महिलांचा) दावा असल्याने धर्मनिरपेक्ष मदत करणाऱ्या कार्यकर्त्यांनी मला सांगितले आहे. उशिरा गर्भधारणा झालेल्या महिलांची शारीरिक पिळवणूक व कुपोषण ही कारणे होती. बंगाली अनाथ मुले परदेशी पाठवण्यावर बांगलादेशच्या नव्या सरकारने बंदी घातली होती. तथापि, मदर टेरेसा ह्या एकच व्यक्ती अशा होत्या की काही ना काही पद्धतीने त्यांनी बंगाली अर्भके परदेशी पाठवली आणि ही सर्व बाळे अर्थातच, कॅथॉलिक होम्समध्ये पाठवली गेली.

त्यानंतर ग्रीर यांनी मलाही लिहून कळवले, 'फॅमिली प्लॅनिंग असोसिएशन ऑफ इंडियाच्या लोकांनी (या घटनांबद्दल) मला हे सांगितले आहे. त्यात मदरचे नाव घेऊ नका असेही त्यांनी बजावले आहे. मदरची वाईट प्रसिद्धी होऊ नये यासाठी ही सूचना होती.'

हे स्पष्टच होते की मदर टेरेसांना, 'सर्व अर्भके ताब्यात घेणे आणि त्यांच्यासाठी घरे शोधणे' अक्षरश: अशक्यच होते. काही अर्भकांचा जन्मताच श्वास कोंडून मृत्यू झाला व कदाचित गर्भपात प्रक्रियेतील हलगर्जीपणाने वा गबाळेपणामुळे अपंग झालेली बाळे दुसऱ्या एका संस्थेकडे वाढवण्यासाठी दिली गेली. पण त्या नव्या देशात बिगर-सरकारी संस्था नसल्यामुळे कोणीतरी तातडीने पुढाकार घेणे आवश्यक होते. नव्या पंतप्रधानांनी, अशा दुर्दैवी महिलांच्या पुनर्वसनासाठी एक मंडळ स्थापन केले. दुर्दैवाला बळी पडलेल्या काहीजणींच्या गर्भपाताची व्यवस्था या मंडळाने

केली. पाच महिने किंवा त्यापेक्षा कमी दिवस गेलेल्या महिलांसाठी या सेवा उपलब्ध होत्या आणि अनेक स्वयंसेवी स्कँडिनेव्हियन डॉक्टर ती सेवा-केंद्रे चालवीत होते. मात्र ज्या महिलांना पाच महिने उलटून गेले होते त्यांच्यासाठी मंडळाने प्रसूतीच्या सोयी उपलब्ध करून दिल्या. त्यानंतर या अर्भकांना दत्तक म्हणून पाठवण्याची व्यवस्था शक्य तेथे करून देण्यात आली. बरीचशी दत्तक बाळे स्कँडीनेव्हियन देशांमध्ये पाठवली गेली.

बांगलादेश पेचप्रसंगाच्या सुरुवातीला, भारताच्या पंतप्रधान इंदिरा गांधी यांनी, आपण निर्वासितांना परत न पाठवता, आपल्या अधिकारात शक्य तेवढे सारे करून परिस्थिती हाताळली जाईल असे जाहीर केले होते. तेव्हा मदर टेरेसांनी इंदिराजींच्या या निर्णयाची खूपच प्रशंसा केली. लाखो पाकिस्तानी निर्वासित स्वीकारणे आणि त्यांची काळजी घेणे हे भारताला भूषणावह आहे. आपली दारे निर्वासितांसाठी उघडी ठेवण्याची भारतीय पंतप्रधानांची कृती ख्रिस्ताच्या कार्यासारखी आहे या शब्दात मदर टेरेसांनी भारताचे कौतुक केले. आंतरराष्ट्रीय सामंजस्यासाठीचा पंडीत जवाहरलाल नेहरू पुरस्कार १९७२ च्या नोव्हेंबरमध्ये मदर टेरेसांना देण्यात आला तेव्हा भारत सरकारला मदर टेरेसांची गरज असण्यावर शिक्कामोर्तब झाले. तीन वर्षे आधीच त्यांना हा पुरस्कार जाहीर झाला होता.

१९७३ च्या एप्रिलमध्ये 'धर्मातील प्रगती'साठी पहिला टेंपलटन पुरस्कार स्वीकारण्यासाठी मदर लंडनला गेल्या. प्रिन्स फिलीप यांच्या हस्ते तो देण्यात आला. अमेरिकन उद्योगपती जॉन टेंपलटन यांनी आपल्या नावाचा हा पुरस्कार सुरू केला होता. समाजात इतकी उलथापालथ झालेली असताना, मानवाला धर्माकडून काही मार्गदर्शन मिळताना दिसत नाही आणि बहुसंख्य मानवजात, कोणत्याही प्रतिबिंबाविना दिशा-बदल तसाच स्वीकारते आहे याबद्दल टेंपलटन यांना चिंता वाटत होती. त्यांचा हा पुरस्कार धर्मातील प्रगतीसाठी होता. संतपण किंवा फक्त चांगल्या कार्यासाठी असा नव्हता. धार्मिक पेशा उत्तेजनापूर्ण, जोशपूर्ण आणि विविधांगी आहे हे समजण्यासाठी तरुण पिढीला प्रेरणा मिळावी यासाठी हा आपला पुरस्कार आहे हे साऱ्यांना समजेल अशी आशा त्यांनी व्यक्त केली.

टेंपलटन यांना स्वत:ला हा पुरस्कार 'धर्मासाठी सर्जनशील गती-दाता (पेससेटर)' ठरावा अशी इच्छा होती. धार्मिक विचार आणि सामंजस्य यात एक आगळा-वेगळा प्रघात पडावा यासाठी हा पुरस्कार असल्याचेही त्यांनी बोलून दाखवले. जगातील प्रमुख पंथांच्या नऊ प्रतिनिधींच्या पॅनलने ह्या पुरस्कारासाठी मदरची निवड केली. या नऊ प्रतिनिधींनी हे स्पष्ट केले की ३४ हजार पौंडांच्या या पुरस्कारासाठी मोठ्या प्रमाणावर नामांकने आली होती. पण निवड करताना आम्हाला म्युगरीज यांचे पुस्तक आणि लघुपट प्रेरणादायी ठरले.

लंडनच्या गाईडहॉलमध्ये हा पुरस्कार-प्रदान सोहळा झाला तेव्हा अनेक पंथांचे, विचारांचे नेते उपस्थित होते. लंडनचे महापौर लॉर्ड माईस कार्यक्रमाच्या अध्यक्षस्थानी होते. सर्व पारंपारिक धार्मिक तत्त्वप्रणालींचे अडथळे ओलांडून पुढे गेलेला हा पुरस्कार एकमेव असा आहे असे सांगून लॉर्ड माईस पुढे म्हणाले, जागतिक पातळीवरील धर्मांच्या आपसातील संबंधांमध्ये आपले स्वारस्य टिकवून ठेवणारी मंडळी येथे परीक्षक म्हणून आली आहेत.

अशा अ-साधारण, बहुपंथीय पुरस्काराच्या प्रथम प्रदान-सोहळ्यात वैश्विक किंवा सबंध कॅथॉलिक चर्चविषयक विचारमंथन पुरस्कार-विजेत्याकडून व्यक्त होईल असा विचार करणाऱ्यांची मात्र निराशा झाली. मदर टेरेसांची सहजप्रेरणा नेहमीच येशूबद्दल आणि त्यांच्या येशूप्रती असलेल्या श्रद्धेबद्दल बोलण्याची होती. धर्माच्या संदर्भात इतर कोणत्याही विषयाबद्दल त्यांनी बोलणे म्हणजे थट्टाच झाली असती. नंतरच्या पुरस्कार विजेत्यांनीही त्यांच्याच सूत्राने पुढे आपले विचार व्यक्त केले. त्यात चक कोल्सन आणि बिली ग्रॅहॅम यांचाही समावेश होता. लंडनच्या सर्वाधिक खपाच्या डेली एक्स्प्रेसमध्ये 'जगासाठी आशा असलेली नन' या शीर्षकाखाली वृत्तांत प्रसिद्ध झाला आणि टेलिव्हिजनच्या बातम्यांमध्ये हा पुरस्कार आणि मदर टेरेसा यांचा प्रामुख्याने समावेश होता.

तथापि, याच सुमारास एक फटफजितीचा प्रकार घडला त्याबाबत मिशनरीज ऑफ चॅरिटीने जाहीररीत्या कधीही खुलासा केला नाही. १९७१ मध्ये मदर टेरेसांनी आपल्या काही नन्स बेलफास्ट येथे एक केंद्र उघडण्यासाठी पाठवल्या. त्यावेळी तेथील वातावरण अल्पसंख्य कॅथॉलिक आणि बहुसंख्य प्रॉटेस्टंट यांच्या संघर्षाने तप्त होते. १८ महिन्यांनंतर काम अर्धेच टाकून या नन्स अचानक आणि नाट्यमयरीतीने बेलफास्टमधून घाईने निघून गेल्या.

उत्तर आयर्लंडमध्ये आपल्या अल्पशा वास्तव्यात मदर टेरेसा एक दंतकथाच बनल्या. एका कहाणीनुसार, रेव्हरंड इयान पायस्ले यांच्याशी त्यांचे फोनवर एक तास संभाषण झाले पण त्यातून या तणावग्रस्त प्रांतात शांतता प्रस्थापित होण्यास काहीही मदत झाली नाही. बेलफास्टच्या सीमेवरील रोमन कॅथॉलिक भाग बेलीमर्फी येथील प्रमुख रोमन कॅथॉलिक धर्मगुरू फादर डेस्मंड विल्सन म्हणाले,

'बेलफास्टमध्ये अनेक प्रकारे जीवनातली धार्मिकता वाईट पद्धतीने संपुष्टात आलेली आहे. अपमान व हेटाळणी करण्याच्या उद्देशानेच लोक ज्या भागाला 'कॅथॉलिक घेट्टो' संबोधतात त्या भागात मदर टेरेसांच्या सिस्टर्सवर लोकांचे लक्ष केंद्रित झाले होते. त्यांच्याबरोबर काम करण्यासाठी अनेक लोकांना एका बहाण्याची गरज होती. या सिस्टर्सना तेथून बाहेर काढण्यास जो कोणी जबाबदार असेल त्याने क्रूर आणि उद्धट आणि अनावश्यक पद्धतीने ही कृती केली आहे यात शंका

घेण्याची गरज नाही. ती व्यक्ती मदर टेरेसा होती की आणखी कोणी हा काही प्रश्न नाही. खरी समस्या हीच आहे की चर्चमध्ये अद्यापही अशा गोष्टी घडतात.'

बेलफास्टमध्ये नेमके काय घडले ते कधीही कळू शकणार नाही. पण एक प्रकारची नाराजी तेथे नेहमीच दिसून आली आणि भारतातून आयर्लंडमध्ये मिशनरी सिस्टर्स याव्यात याबद्दल ती नाराजी होती. यात शंकाच नाही की स्थानिक चर्च पदाधिकाऱ्यांपैकी कोणीतरी मदर टेरेसांना, त्यांचे स्वागत होणार नाही असे समजावून सांगितले आणि त्या त्वरेने तेथून आपल्या सिस्टर्स काढून घेत्या झाल्या. फारच थोड्या लोकांना खऱ्या कारणाचा खुलासा झाला होता आणि दिसते असे की मदरने त्यांना तोंड न उघडण्याविषयी बजावले असावे.

१९७४ च्या जूनमध्ये 'मास्टर एट मॅजिस्ट्रा' पारितोषिक स्वीकारण्यासाठी मदर पुन्हा अमेरिकेला गेल्या. ऑगस्ट १९७५ मध्ये संयुक्त राष्ट्रसंघाच्या अन्न आणि शेती संघटनेने (फाओ) 'सेरेस' हे पदक मदरना बहाल केले. या पदकाच्या एका बाजूला मदरची प्रतिमा कोरली होती तर दुसऱ्या बाजूला कुपोषित बालकाला कवटाळण्यासाठी दोन हात समोर आले आहेत असे चित्र होते. या पदकावरील मदरची प्रतिमा प्रख्यात ब्रिटीश कलावंत मिचेल रिझेलो याने कोरलेली होती.

मदर टेरेसांचे 'गरीबातले गरीब आणि भुकेले लोक यांच्यावरील आदर्श प्रेम आणि चिंता' यांची दखल घेऊन त्यांनी केलेल्या कार्यास मान्यता देण्यासाठी हे पदक दिले गेले. याद्वारे जणू मदर टेरेसा आणि भूमाता 'सेरेस' यांचा जो दुवा सांधला गेला तो फार अन्वर्थक होता. मिशनरीज ऑफ चॅरिटीला याचा थेट फायदा झाला नाही; पण या पदकाच्या विक्रीतून आलेल्या उत्पन्नाचा उपयोग तिसऱ्या जगातील 'फाओ' प्रकल्पांसाठी पैसा पुरवण्यासाठी केला गेला. १९७५ मध्येच मदर टेरेसांना कोलकत्याच्या इंपिरियल केमिकल इंडस्ट्रीज या उद्योगसमूहाकडून एक महत्त्वाची भेट मिळाली. कंपनीच्या तिलजुला येथील प्रचंड पण वापरात नसलेल्या इमारतींसह मोठे आवार प्रेमाची भेट म्हणून मिळाले. कोलकत्याच्या ब्रिज नंबर फोरच्या लगत असलेल्या या इमारत समूहाला मिशनरीज ऑफ चॅरिटीने 'प्रेम-धन' असे नाव दिले. त्याचा वापर परदेशातून येणाऱ्या स्वयंसेवकांच्या राहण्यासह अनेक प्रकारे केला गेला.

अधिक पारितोषिके त्यातून अधिक वृत्तपत्रातून प्रसिद्धी आणि प्रसिद्धीतून पुन्हा नवीन पारितोषिके-पुरस्कार हे चक्र चालूच होते. अर्थातच आलेल्या अनेक अनुभवांमधून 'मानवी संबंधाच्या-स्वारस्याच्या वेचक कहाण्या' (ह्युमन इंटरेस्ट स्टोरीज) निवडण्याचे काम डेसमंड डॉईग करीत होता. त्यातील बऱ्याचशा कहाण्या लोकांपर्यंत पोहोचण्यासाठी इत्यंभूत तपशील डॉईगच्या प्रयत्नांनी शाबूत राहिला. १९६७ मध्ये कोलकत्यात ज्युनियर स्टेटस्मन हे वृत्त-नियतकालिक सुरू झाले त्याचा डॉईग संस्थापक

संपादक बनला. 'जेएस' या आद्याक्षरांनीच हे नियतकालिक विख्यात झाले. १९७६ मध्ये 'जेएस' बंद पडले. त्यातला डॉईगचा सहकारी जग सुरैया याने केलेले वर्णन : या नियतकालिकात 'बीटल्स' चा आश्चर्यकारक झपाटा यापासून ते मदर टेरेसांची मोहीम अशा सर्व विषयांवरील लेख असत. वाचकांना बहुविध जगाची माहिती देण्याचा प्रयत्न त्यातून होत असे. ज्या कोणाला आपण तरुण आहोत असे वाटेल त्या सर्वांसाठी हे नियतकालिक होते. तसे सर्व वयांच्या वाचकांसाठी हे नियतकालिक होते. पंतप्रधान इंदिरा गांधींची सून व संजय गांधींची विधवा पत्नी मेनका गांधी यांच्या मते, 'जेएस' मधला गट अतिशय जोमदार व शक्तीमान होता. तेरा वर्षांच्या मुलापासून पुढील सर्व तरुण पिढीवर 'जेएस' चा प्रभाव पडला होता. त्यातून अनेक आदर्श व्यक्ती प्रकाशात आल्या. अगदी गायक आणि नर्तकसुद्धा. त्यांचा त्या पिढीवर खूपच ठसा उमटला होता. सर्व देशभर त्याचा खप होता आणि मदर टेरेसांबद्दल त्यात नियमितरीत्या काही ना काही मजकूर प्रसिद्ध होत असे. एका अर्थी 'जेएस'नेच मदर टेरेसांचा सर्वत्र बोलबाला झाला. मेनका गांधी म्हणाल्या, 'आम्हा भारतीयांना नेहमी आदर्शाची पूजा (हिरो-वर्शिप) करण्याची गरज असते. आपल्यामध्ये संत आहेत ही भावना आम्हाला आवडते. म्हणूनच आमचे ३३२ देव आहेत. भारतात बिगर-सरकारी संस्था (एनजीओज) फारशा नसल्याच्या या काळात मदर टेरेसा ही एक खूप चांगली व्यक्ती आहे असे सर्वांना वाटले.'

१९७५ मध्ये डॉईगने मदरचे एक छोटेसे चित्र प्रसिद्ध केले आणि इंदिरा गांधींनी त्यासाठी प्रस्तावना लिहावी म्हणून त्यांचे मत वळवले. त्यावेळी इंदिरा गांधींनी मदरची तुलना टागोरांशी केली. इंदिराजी म्हणतात, ''टागोरांनी लिहिले आहे, 'गरीबातले गरीब, निर्धन आणि सर्वस्व गमावलेले जेथे राहतात, तेथे तुझे पाय असतात.' ती अशी जागा आहे जेथे मदर टेरेसा आढळतील.'' त्याआधी तीनच महिने श्रीमती गांधींच्या सरकारने आणीबाणी जाहीर केली होती. त्या काळात देशभरात, हजारो, लाखो लोकांची जबरदस्तीने आणि बेछूटपणे नसबंदी करण्यात आली होती. अशा प्रकारांबद्दल मदर टेरेसांचा कडवा विरोध होता कारण, कुटुंब नियोजन फक्त नैसर्गिक पद्धतीनेच त्यांना मंजूर होते. अशा मूलभूत प्रकारच्या सर्वच बाबतीत मतभेद असतानाही मदर टेरेसांनी पंतप्रधानांबरोबर सर्वाधिक जिव्हाळापूर्ण मैत्री जपली होती.

उकिरड्यांवर फेकलेल्या नवजात अर्भकांना ताब्यात घेऊन ती परदेशातील सधन आणि सुखी कुटुंबांना दत्तक देणाऱ्या मदर टेरेसांनी अंत:करणाला भिडणाऱ्या मानवी प्रयत्नांची (ह्युमन इंटरेस्ट स्टोरी) क्वचित आढळणारी कहाणी स्वत:च घडवून आणली होती. कोलकत्यातील शिशु-भवनाच्या पहिल्या मजल्यावरील बाल्कनीतून समोर दिसणाऱ्या क्षेत्रातून अशी नवजात अर्भके मोठ्या प्रमाणावर

मिळाल्याचा आणि नीट काळजी घेऊन त्यांना परदेशात पाठवल्याचा तपशील मला एका भारतीय मोफत सेवेकऱ्याने सांगितला होता. एक युरोपियन नन विविध देशांच्या अध्यक्षांशी आणि पंतप्रधानांशी मैत्री जोडते, स्वत:ला प्रत्येक सुख आणि सोय नाकारते, उद्योगपतीला हेवा वाटावा अशा उत्साहाने कामे करवून घेते आणि देवाच्या आदेशाप्रमाणे हे सारे घडून येत असल्याचा दावा करते, ती नन मुळातच एक जबरदस्त व्यक्तिमत्त्व असले पाहिजे. १९७५ पर्यंत मिशनरीज ऑफ चॅरिटीची जगभर मिळून मरणासन्नांसाठी ३२ केंद्रे, कुष्ठरोग्यांसाठी ६७ घरे आणि लहान मुलांसाठी २८ भवने निर्माण झालेली होती. मदरची कहाणी म्हणजे एक छान गाथा आहे असे 'टाईम' नियतकालिकाच्या संपादकाने १९७५ च्या डिसेंबरमध्ये नमूद केले आणि त्यांच्या कार्याची मुखपृष्ठ-प्रसिद्धी (कव्हर स्टोरी) केली.

यासाठी मदरना फोटोची पोज द्यावी लागली. त्या फोटोपासून मुखपृष्ठाचे चित्र रंगवून तयार केले गेले. मदरने स्वत:च केलेल्या खुलाशानुसार, फोटो-पोजसाठी बसण्यापूर्वी सकाळच्या प्रार्थनेत त्यांनी देवाचे खास आशिर्वाद मागितले होते. 'फोटोग्राफरने घेतलेल्या प्रत्येक छायाचित्राच्या बदल्यात नरकातून एक आत्मा मुक्त करावा' अशी विनवणी त्यांनी देवाकडे केली होती. 'आपल्यातील संत' या शीर्षकाच्या त्या लेखात म्हटले होते, मदर टेरेसांच्या स्वत:च्या दैदिप्यमान वलयामुळे त्यांना एखादी पदवी बहाल करावी असे अनेकांना वाटेल आणि त्या खचितच ते फेटाळून लावतील. या अनेकांच्या मते त्या 'विद्यमान सजीव संत' आहेत.' तथापि, संतांची प्रवृत्ती सर्वसामान्य लोकांसारखी वागण्याची नसते. शिकागो विद्यापीठाचे चर्च इतिहासकार मार्टिन मार्टी यांचा दाखला द्यायचा तर, 'संत हा एक विशोभित मनुष्य असतो. आपली संस्कृती योग्य मानून वा नॉर्मल ठरवून त्याप्रमाणे वागणारी व्यक्ती अनुकरणीय वा आदर्श म्हणून असू शकत नाही.' शिकागोच्या कॅथॉलिक थिऑलॉजिकल युनियनचे फादर कॅरोल स्टुमेलर यांनी या गोष्टीची सहमती दर्शवताना सांगितले, 'माथेफिरू, खुळे आणि प्रतिभाशाली (जिनीअस) जसे सामान्यांपेक्षा अगदी बाह्य सीमारेषेवर असतात तेथेच संतही असतात. ते साचा वा ठसा (मोल्ड) मोडून टाकतात.

हा टाईममधला लेख चांगलाच परिणामकारक होता. मदर टेरेसांमधले संतपण, संयोजकत्व आणि गरीबांबद्दलची अपार कणव हे सारे त्यात गृहित धरलेले होते. आणि या साऱ्या गुणसमुच्चयामुळे त्या अनेक बाबतीत एकमेव ठरल्या. तरीही लेखकाने मदर टेरेसांसारखे दृढ विश्वास आणि कळकळ असलेले इतर अनेक स्त्री-पुरुष जगात असल्याचे ठामपणे नमूद केले होते. या लेखाच्या उत्तरार्धात, अशाच संतत्वपूर्ण स्त्री पुरुषांचे कार्य, दृढ विश्वास यांचे वर्णन केले होते. मात्र मदर टेरेसांप्रमाणे या लोकांचे नाव घरोघरी पोहोचलेले नव्हते. कॅथॉलिक वर्कर मूव्हमेंटच्या

संस्थापिका डोरोथी डे; फ्रान्समधील प्रॉटेस्टंट मोनास्ट्री ऑफ ताईझचे संस्थापक ब्रदर रॉजर शुट्झ; हाँगकाँगमध्ये कार्यरत नॉर्वेजियन मेडिकल मिशनरी ॲनी स्काऊ; येरुशलेम येथील श्वेस्टर सेल्मा मेयर; होस्पाईस मूव्हमेंटचे अँग्लीकन संस्थापक डॉ. सिसेली सॉंडर्स; कॉप्टीक साधू मट्टा एल मेसकीन किंवा मॅथ्यू द पुअर ही नावे लेखकाने उदाहरणादाखल मांडली होती.

आंतरराष्ट्रीय पातळीवरील प्रशंसा आणि मान्यता अशी वाढत्या श्रेणीत असतानाच असे अनेकजण होते– विशेषत: म्युगरीज, की ज्यांना, अद्यापही मदर टेरेसांची महती पुरेशा सन्मानाने सजविली गेली नाही असे वाटत होते. त्यामुळे जगातील सर्वोच्च अशा नोबेल शांतता पुरस्कारासाठी त्यांच्या नावाचा प्रस्ताव मांडण्यास हे सारे उच्चरवाने झगडत होते. कॅनडाचे माजी पंतप्रधान लेस्टर बी पिअर्सन यांना १९५७ साली नोबेल पुरस्कार मिळाला होता. त्यांनी १९७२ मध्ये मदर टेरेसांचे नाव सुचवले आणि म्युगरीजने अतिरिक्त कागदपत्रे सादर केली. त्या वर्षी मदरना हा पुरस्कार मिळाला नाही. परंतु नॉर्वेजियन समितीस सातत्याने मदरबद्दलची माहिती व कागदपत्रे सादर करण्याचे काम म्युगरीजने अथकपणे चालूच ठेवले. १९७५ मध्ये पुन्हा मदर टेरेसांना नामांकन मिळाले. यावेळी त्यांना नामांकन मिळण्यामागे अतिशय जबरदस्त असा गट होता. त्याचे प्रमुख रेव्हरंड ऑन. शर्ले विल्यम्स हे इंग्लंड सरकारमधले मंत्री होते. त्याला अनुमोदन युनोचे पर्यावरण कार्यक्रमविषयक प्रमुख मॉरीस स्ट्रॉंग (कॅनडा) यांनी दिले होते. याशिवाय नामांकनाला दुजोरा देणाऱ्यांमध्ये सिनेटर एडवर्ड केनेडी, जागतिक बँकेचे अध्यक्ष (१९६८-८१) रॉबर्ट मॅक्नामारा आणि इतर तीन अमेरिकन सिनेटर्स मार्क हॅटफिल्ड, ह्युबर्ट हंफ्री, पीट डोमेनिसी यांचा समावेश होता. हे सर्वजण मदर टेरेसांच्या कोलकत्यातील कार्याशी चांगलेच परिचित होते. नॅशनल कौन्सिल ऑफ कॅथॉलिक वुमेन आणी अमेरिकन नॅशनल कौन्सिल ऑफ द चर्चेस ऑफ ख्राईस्ट यांच्यावर अनेक संघटनांनी मदरचे जोरदार समर्थन करणारी पत्रे लिहीली. आंतरराष्ट्रीय वृत्तपत्रांमध्ये मदर टेरेसांचे नामांकन सर्वत्र प्रसिद्ध झाले तेव्हा अनेक लोकांनी मदर टेरेसांनाच नोबेल पारितोषिक देण्याबद्दल समितीला आवाहन करणारी पत्रे लिहीली. आदिस अबाबाचे महापौर आणि युनोच्या डिझास्टर रिलीफ ऑर्गनायझेशनचे प्रमुख फारुक बेरकोल तसेच इतर अनेक मदत संघटनांचे प्रमुख यांनीही पत्रे लिहीली. असेही सांगितले जाते की स्पेनमधील निम्म्याहून अधिक नन्सनी नोबेल पारितोषिकासाठी मदर टेरेसांना पाठिंबा दर्शवणारी पत्रे लिहीली होती.

तथापि, पुन्हा १९७५ मध्येही त्यांना 'नोबेल' मिळाले नाहीच. यावेळी रशियन शास्त्रज्ञ आणि मानवी हक्क पुरस्कर्ते आंद्रे साखारोव्ह यांना ते दिले गेले. १९७७ मध्ये लेखिका लेडी बार्बरा वॉर्ड यांनी मदर टेरेसांचे नामांकनपत्र पुन्हा सादर केले

आणि रॉबर्ट मॅक्नामारा यांनी त्याला अनुमोदन दिले. लेडी वॉर्ड यांनी पर्यावरणाच्या प्रश्नाला आपले जीवन वाहिले होते. जेव्हा या तिसऱ्या वेळीही मदरना नोबेल न मिळता तिसऱ्याच एकाला ते दिले गेले तेव्हा मदर उद्‌गारल्या, 'नोबेल पारितोषिकाने मला चांगलेच हसविले आहे. येशूला जेव्हा योग्य वेळ वाटेल तेव्हाच ते मिळेल. आपण सर्वांनी कुष्ठरोग्यांसाठी २०० घरे बांधण्याचे ठरवले आहे. ते ठरल्याप्रमाणे घडले तर आपल्या लोकांना प्रार्थना करावी लागेल.'

नोबेल शांतता पारितोषिकासाठी नामांकन सुचवण्याचा अधिकार सात प्रकारच्या लोकांना आहे. हेगमधील आंतरराष्ट्रीय लवाद न्यायालयाचे सदस्य, नॉर्वेच्या संसदेच्या नोबेल समितीचे आजी-माजी सदस्य आणि नॉर्वेच्या नोबेल इन्स्टियूटतर्फे नियुक्त सल्लागार, पोलिटिकल सायन्स आणि ज्युरीसप्रुडन्स, इतिहास आणि तत्त्वज्ञान यांचे विद्यापीठातील प्राध्यापक आणि ज्या व्यक्तींना नोबेल पारितोषिक मिळालेले आहे त्या व्यक्ती. चौथ्या आणि अंतिम वेळी मदर टेरेसांचा प्रस्ताव सुचवणाऱ्या माणसाचे नाव कधीच उजेडात आले नाही. पण सर्वात जास्त शक्यता रॉबर्ट मॅक्नामारा यांचीच आहे. १९६० पासून मॅक्नामारा मदरना ओळखत होते आणि शांततेसाठी अन्न या कार्यक्रमांतर्गत अमेरिकेने निर्यात केलेले प्रचंड प्रमाणावरील अन्न व दुग्धजन्य पदार्थ यांचा पुरवठा त्यांनी मदरच्या संघटनेचा वापर करून घडवून आणला होता. साधारणत: हा पुरवठा सरकार ते सरकार या पातळीवर चालतो पण मॅक्नामारांचे मत असे होते की गरिबांच्या अगदी निकट असलेल्या मिशनरीज ऑफ चॅरिटीसारख्या संस्थांना थेट पुरवठा होऊ शकला तर गरिबांची सेवा चांगल्या प्रकारे होऊ शकते. १५ वर्षांहून अधिक काळ मदर टेरेसा करीत असलेले कार्य पाहून मॅक्नामारा फारच प्रभावित झाले होते आणि म्हणून १९७५ मध्ये त्यांनी 'नोबेल' साठी मदरचे नामांकन अनुमोदित केले होते. 'त्यांच्या कार्याच्या संघटनात्मक सांगाड्यापेक्षाही अधिक महत्त्वाची गोष्ट म्हणजे त्यातून दिला जाणारा संदेश आहे. केवळ शत्रुत्त्व वा लढाई, चकमकी यांचा अभाव म्हणजे खरीखुरी शांतता नव्हे. व्यक्ती-व्यक्तींने एकमेकांना न्याय व कणव यांची वागणूक देणे वा सामाजिक व्यवस्थेतून येणारी स्वस्थता हीच खरी शांतता. मानवी संघर्षांचा लांबलचक इतिहास हेच सांगतो की सत्यता पूरेपूर मान्य केली नाही तर जागतिक शांततेची शक्यता धोकादायकरीत्या ठिसूळ राहिल. गरीबातल्या गरीब, निर्धन लोकांबद्दल मदर टेरेसांना वाटणाऱ्या चिंतेतून ही सत्यता फार प्रकर्षाने द्दग्गोचर होते' असे श्री मॅक्नामारा यांची नमूद केले.

१६ ऑक्टोबर १९७९ रोजी नोबेल समितीने त्या वर्षीच्या शांतता पारितोषिकाची मानकरी मदर टेरेसा असल्याचे जाहीर केले. त्यांना ते आधी का जाहीर झाले नाही व त्याच वर्षी का मिळाले याबाबत बाकी काहीही ठाऊक नाही. कारण ही निवड करताना अगदी वेगवेगळी मतेही व्यक्त झालेली असतील तरीही ती बैठकीच्या

कामकाजात समाविष्ट केली जात नाहीत वा त्याची कोठे वाच्यताही होत नाही. समितीच्या बैठकीतील कामकाज गुप्त ठेवले जाते आणि फक्त निर्णय जाहीर होतो– तोही झाल्यावर लगेचच. कोलकत्यात 'नोबेल' चे वृत्त कळताच मदरभोवती गर्दीच झाली. पत्रकार आणि फोटोग्राफर्स लगेचच मदर हाऊसमध्ये आले. 'गरीबांच्या नावाने मी हे पारितोषिक स्वीकारते' अशी प्रतिक्रिया मदरने त्यांच्याजवळ व्यक्त केली. 'गरीब-जगताची दखल वा मान्यता म्हणजे हे पारितोषिक होय... गरीबांची सेवा केल्याने मी त्याचीच (येशूची) सेवा करते आहे' असेही त्यांनी नमूद केले. त्यानंतर टेलीग्राम्स यायला सुरुवात झाली. जगातल्या बहुतेक साऱ्या नेत्यांकडून सुमारे ५०० च्या वर टेलीग्राम्स आले. त्यानंतर कितीतरी दिवस मदरचे अभिनंदन करणारी पत्रे येत राहिली किंवा लोक स्वत: येऊन गेले. स्टेटस्मनमध्ये भल्यामोठ्या टाईपात 'कोलकत्यात आनंद ओसंडून वाहिला' असे शीर्षक होते. सहा दशकानंतर नोबेल पारितोषिक पश्चिम बंगालमध्ये आल्याबद्दल त्यात अभिमान व्यक्त करण्यात आला होता. पश्चिम बंगालचे कम्युनिस्ट मुख्यमंत्री ज्योती बसू यांनी मदरच्या सन्मानार्थ स्वागत-समारंभ आयोजित केला व त्यात जाहीरपणे बोलून दाखवले, 'आजवर तुम्ही बंगालच्या मदर होतात, आता तुम्ही जगाच्या मदर झाल्या आहात.' कोलकता महापालिकेने त्यांच्या सन्मानार्थ मोठा मेळावा भरवला. भारत सरकारने तर स्वागत समारंभ आयोजित केलाच शिवाय त्याच्या जोडीला एक डाक-तिकीटही जारी केले. भारत सरकारच्या स्वागत समारंभात मदरची तुलना महात्मा गांधींशी केली गेली. त्यावेळी काढल्या गेलेल्या गौरवोद्गारात म्हटले होते, 'मदरने भारताची जी सेवा केली आहे त्याची नोंद करण्यास एखादा शेक्सपिअर किंवा मिल्टनच हवा. मानवतेची मदरनी केलेली एकूण सेवा खरोखरी अतुलनीय आहे.'

१९७९च्या डिसेंबरमध्ये मदर टेरेसा ओस्लो (नॉर्वेची राजधानी) येथे नोबेल पारितोषिक स्वीकारण्यास गेल्या. एक सन्मानपदक आणि ९० हजार पौंडाचा धनादेश असे या पारितोषिकाचे स्वरुप होते. त्याखेरीज नॉर्वेतील तरुणांनी जमवलेली ३६ हजार पौंडांची देणगीही मिळाली. त्याशिवाय या पारितोषिकानिमित्त दिल्या जावयाच्या मेजवानीवर ३ हजार पौंड खर्च व्हावयाचे होते. पण मदरने, ज्यांना खरेच अन्नाची-जेवणाची गरज आहे त्यांच्यासाठी म्हणून आपल्याला ही रोख ३ हजार पौंडांची रक्कमच मिळावी अशी मागणी केली ती मान्य झाली. इहवादी जगताच्या आत्मसंतुष्टतेला त्यांच्या या भूमिकेने जणू छेदच दिला. त्या दिवशी कमालीची थंडी होती. प्रेक्षकातले जवळपास सर्वच जण फरचे कोट आणि हॅट यात स्वत:ला लपेटून होते. आपल्या साडीवर काळा कोट आणि डोक्याला करड्या रंगाचा रुमाल बांधून मदर त्या इमारतीत आल्या. पण व्यासपीठावर जाताना त्यांनी कोट-रुमाल काढून टाकले. पारितोषिक प्रदान कार्यक्रम ओस्लो विद्यापिठाच्या औला मॅग्ना

सभागृहात पार पडला. सभागृह महत्त्वाच्या व्यक्तींनी पूर्ण भरले होते. राजे ओलव (पाचवे), राजपुत्र हॅरॉल्ड व राजकन्या सोनिया हे त्यातले प्रमुख होते. विविध रंगाच्या फुलांनी स्टेज शृंगारले होते. सिंफनी ऑर्केस्ट्रा ग्रेग धून वाजवत होता. नॉर्वेजियन नोबेल समितीचे अध्यक्ष प्रोफेसर जॉन सॅनेस यांनी आपल्या भाषणात, दु:खितांच्या जगाच्या मदर टेरेसा कशा तारणहार बनल्या त्याचा तपशील दिला. ते पुढे म्हणाले, '१९७९ हे वर्ष शांततापूर्ण नव्हते. देश, लोक आणि तत्त्वज्ञान यांचे आपसात झगडे आणि संघर्ष झाले. अमानुषता आणि क्रूरता यांचे टोकाचे प्रदर्शन या संघर्षामध्ये झाले; आपण युद्धे पाहिली व हिंसाचाराचे अनिर्बंध थैमान पाहिले; धर्मवेडेपणा आणि मनुष्यद्वेष हातात हात घालून जाताना पाहिले; मानवी आयुष्य आणि प्रतिष्ठा यांचा अवमान आपण पाहिला; नॉर्वेजियन नोबेल समितीने त्यामुळेच, मदर टेरेसांची, विशेषत: यंदाच्या वर्षातली निवड योग्य आणि आदर्श ठरवली आहे. फ्रिटीऑफ नॅन्सेन याचे शब्द "एखाद्याला शेजाऱ्याचे प्रेम, हेच खरे धोरण" हे जगाला बजावून सांगण्यासाठी ही निवड आहे.'

मदर टेरेसांनी प्रथम सभागृहाला प्रार्थना करावयास लावली. त्यानंतर त्यांनी आपल्या भाषणात सांगितले, 'गर्भपात हा आज शांततेचा सर्वात मोठा नाशकर्ता आहे... कारण ते थेट युद्ध आहे. थेट हत्त्या आहे. स्वत: आईनेच केलेला थेट खून आहे.' आपल्या सिस्टर्सनी दवाखाने, इस्पितळे, पोलिस ठाणी येथे जाऊन हजारो प्राण वाचवले. 'कृपया अर्भकाला मारून टाकू नका; आम्ही ते अर्भक घेऊ-सांभाळू' अशी विनवणी करून करून आम्ही या बालकांचा जीव वाचवला आहे. आणि आम्ही दुसरीही एक गोष्ट करीत आहोत तीही अशीच सुंदर आहे. आम्ही आमच्या भिकाऱ्यांना, कुष्ठरोग्यांना, झोपडपट्टीवासियांना, रस्त्यावरच्या लोकांना एक गोष्ट शिकवित आहोत. नैसर्गिक कुटुंब नियोजन. महिन्यातल्या ज्या काळात स्त्रीमध्ये गर्भधारणेला अनुकूल वातावरण असते त्यावेळेस समागम टाळा असे आम्ही या लोकांना शिकवतो. त्यामुळे गेल्या सहा महिन्यात, एरवी नक्की जन्मले असते असे ६१ हजार २७३ जीव कमी झाले आहेत. गरीब लोक खरेच मोठे असतात. ते आपल्याला खूप सुंदर सुंदर गोष्टी शिकवू शकतात. एक दिवस एकजण आम्हाला धन्यवाद देण्यास आला आणि म्हणाला, 'तुम्ही लोक, ज्यांनी पावित्र्य सिद्ध केले आहे, तुम्हीच आम्हाला कुटुंब नियोजन शिकवण्यासाठी सर्वोत्कृष्ट आहात. कारण एकमेकावरील प्रेमापोटी स्वयं-नियंत्रण ठेवणे म्हणजेच कुटुंब नियोजन हे आम्हाला आता कळले आहे. किती सुंदर वाक्य आहे हे त्या माणसाचे!'

पारितोषिक-प्रदान कार्यक्रमानंतर पत्रकार परिषद झाली. त्यात एका पत्रकाराने मदरना, अल्बेनियातील धार्मिक छळवादाबद्दल प्रश्न केला. अमेरिकेत राहणाऱ्या अनेक अल्बेनियन लोकांना, या विषयावर मदरने आपल्याला तोंडघशी पाडल्यासारखे

वाटत होते. अल्बेनियन यातनाग्रस्तांच्यासाठी मदरने आपला आवाज का उठवला नाही असे विचारणारी अनेक पत्रे अल्बेनियात कॅथॉलिक बुलेटिनमध्ये प्रसिद्ध झाली होती. पत्रकाराच्या प्रश्नावर मदर एवढेच उत्तरल्या, 'तेथे (अल्बेनियात) काय घडत आहे याची कल्पना नसल्याने आता काय उत्तर द्यावे हे मला माहित नाही. मी फक्त एकच गोष्ट सांगू शकते. माझ्या हृदयात माझे अल्बेनियन लोक सदैव असतात.'

तथापि, आपली आई आणि बहीण यांना अल्बेनियातून बाहेर काढण्याचे मदरने केलेले अनेक प्रयत्न हा, तेथे काय चालू आहे हे माहित असण्याचा पुरेसा सबळ पुरावा होता. त्याचप्रमाणे १९७९ साली, अल्बेनियाचे दिवंगत राजे झोग यांची विधवा पत्नी राणी जेराल्डीन हिचीही मदरची न्यूयॉर्कमध्ये भेट झालेली होती. पण मदरचे समर्थक त्यांच्या बाजूने बोलताना म्हणाले, 'कोणत्याही राजकीय घडामोडींशी संबंध येण्यापासून त्या चार हात दूर राहतात. त्यांच्या प्राथमिक जीवनध्येयाशी

राजकीय घडामोडी कोठेही सुसंगत नाहीत.' मात्र यात मदरच्या समर्थकांचा अप्रमाणिकपणा दिसतो. कारण, भलेही वादग्रस्त असेना का, पण महिलांचा गर्भपाताचा हक्क आजच्या युगातला सर्वाधिक ज्वलंत राजकीय संघर्षांपैकी एक आहे या सत्याकडे या लोकांचे दुर्लक्षच होते.

मदरचे भाषण चांगलेच वादग्रस्त ठरले. पण त्यातून त्यांनी एक प्रकारे सूचनाच दिली होती की हा एक विषय असा आहे की ज्यावर आपण बोटचेपे धोरण स्वीकारणार नाही, आपले विचार स्पष्टपणाने मांडण्याची संधी आपण कधीही सोडणार नाही. पण, एका बाजूने, नैसर्गिक कुटुंब नियोजनाला त्यांनी मान्यता दिलेली होती. जर जगाची लोकसंख्या कमी राहिली तर जग अधिक चांगली जागा बनेल अशी काही लोकांची नैतिक निष्ठा होती. ती मदरप्रमाणेच अतिशय ठाम होती. ही निष्ठा आणि तिचा ठामपणा मदरने कधीही समजून घेतला नाही. मिशनरीज ऑफ चॅरिटीसाठी खऱ्या अर्थाने हे एक नवे युग होते.

■

विश्वभ्रमण

ओस्लोमध्ये मदर टेरेसांसोबत असणाऱ्या चारजणींपैकी दोघी सिस्टर अॅग्नेस व सिस्टर गर्टुड या मिशनरीज ऑफ चॅरिटी आणि त्यांच्या अनुयायी होत्या. इतर दोघी 'सह-कर्मचारी' अॅन ब्लेकी आणि जॅकेलीन डी डेकर या निष्ठावान मदतनीसांच्या सर्वसाधारण पथकातील होत्या. १९६० पासून मदर टेरेसांना जगभरातील अनेक 'सह-कर्मचारी' वाढत्या संख्येने लाभल्या आणि त्यांची खरीखुरी व अतिरिक्त मदत सर्वत्रच झाली. मार्च १९६९ मध्ये 'सह-कर्मचारी' संघटनेला पोपची मान्यता मिळाली. या संघटनेची सुरुवात कोलकत्याच्या मेरियन सोसायटीत अॅन ब्लेकी आणि इतरांनी केली होती. त्याची प्रगती खूपच झपाट्याने होऊन पोपची मान्यताही त्याला मिळाली. अॅन आणि जॉन ब्लेकी तोपर्यंत इंग्लंडला परतले होते. पोप पॉल सहावे यांना 'घटना' सादर करण्याच्या वेळी हे दोघे मदर टेरेसांसोबत रोमला गेले होते. पोपने या तिघांनाही आशिर्वाद दिले. मिशनरीज ऑफ चॅरिटीशी जोडल्या गेलेल्या ऑल द वर्ल्ड अॅफिलिएटेडमधील संघटना म्हणून मदर टेरेसांच्या 'सह-कर्मचारी'ला मान्यता दिली. अॅन ब्लेकीला 'इंटरनॅशनल लिंक' हा किताब देण्यात आला. अशा प्रकारे, नोबेल पारितोषिक प्राप्त होण्याच्या दहा वर्षे आधीच, संदेशाच्या जागतिकीकरणाचे महत्त्व समजून घेतले गेले होते. काही महिन्यानंतर, पॅटी कुम्प हिला अमेरिकन शाखेचे अध्यक्ष नेमले गेले. विमानातील प्रवाशांची देखभाल करण्यासाठी सेविका म्हणून पॅटी पूर्वी काम करत असे. एका डॉक्टरबरोबर लग्न करून मिनिसोटा राज्यात ती आपल्या चार दत्तक मुलांसह राहत असे. १९५८ मध्ये 'ज्युबिली' मध्ये प्रसिद्ध झालेला लेख वाचला तेव्हा पॅटीला प्रथम मदर टेरेसांविषयी माहिती झाली होती.

एखाद्या धार्मिक समाजाशी संबंधित अशी ही काही पहिली सर्वसाधारण

लोकांची संघटना नव्हती. यापूर्वी थर्ड ऑर्डर ऑफ सेंट फ्रान्सिस ही फ्रान्सिस्कन्सशी जोडलेली संघटना होती आणि थर्ड ऑर्डर ऑफ सेंट बेनेडिक्टशी ही बेनेडिक्टाईन्सशी जोडलेली. पण मदर टेरेसांची 'सह-कर्मचारी' काही वेगळीच होती. आधीच्या दोन्ही फक्त कॅथॉलिक पंथाशी जोडलेल्या होत्या. पण 'सह-कर्मचारी' मात्र सर्वच धर्म, पंथ आणि संप्रदायांशी जोडली गेली होती. दुसरे म्हणजे, सर्वांशीच जोडले गेलेले असल्यामुळे केवळ आकारानेसुद्धा ही संघटना इतरांपेक्षा खूपच मोठी होती. याहूनही अधिक म्हणजे मदर टेरेसांना काहीतरी नवे, एकदम वेगळे, एकमेव असे काही तरी निर्माण करण्याची इच्छा व आशा होती. निधी आणि इतर सामान गोळा करण्यासाठी कटिबद्ध व चांगल्या वर्तनाच्या महिलांची संख्या एवढेच मदर टेरेसांना नको होते. कारण तशा प्रकारची संस्था लवकरच महिलांचा भोजन-क्लब बनेल, मूळ ध्येय दृष्टीआडच जाईल आणि सोडवावयाच्या खऱ्या समस्यांसाठी ही संस्था सर्वथैव अयोग्य बनेल एवढी पुरेशी दूरदृष्टी मदर टेरेसांची होतीच. खरे म्हणजे या संघटनेच्या बैठकींमध्ये कोणतेही खाद्यपदार्थ वा पेये दिली जावयाची नव्हती, फक्त पाणी चालत होते. कसेही पाहिले तरी पैसा व सामान-सुमान देव देणारच याबद्दल मदर नेहमीप्रमाणेच निश्चिंत होत्या. 'ईश्वरीअंश असलेले भांडार' यादृष्टीने गरीब लोक, त्यांची दुःखे आणि आजारी लोक यांच्याकडे पाहण्याचे सामंजस्य असलेले धार्मिक प्रवृत्तीचे कुटुंब अशी प्रतिमा या संघटनेबद्दल मदरच्या मनात होती. त्याच्या कार्याचा मूळ गाभा 'प्रार्थना' हा होता आणि घटनेनुसार, मिशनरीज ऑफ चॅरिटीच्या लोकांबरोबर रोज दोनदा 'सह-कर्मचारी' ने प्रार्थना करावी असा दंडक होता. एका प्रार्थनेत 'देवाचे राजदूत' अशा गरीबांची सेवा करण्यासाठी सहज-बळ लाभो अशी याचना केली होती. प्रत्यक्ष नाव 'सह-कर्मचारी' महात्मा गांधींच्या कल्पनेशी साधर्म्य राखणारे होते. प्रत्यक्ष गांधीजींशी कधीही भेट झाली नसली तरी मदर टेरेसांना महात्माजींबद्दल खूपच आदर होता. आपल्या मदतनीसांना महात्माजी सह-कर्मचारी म्हणत. गरीबांबरोबर राहणारे, त्यांच्या सारखेच, घरीच कातलेल्या सुताचे कापड घालणारे गांधीजी हे मदरचे आदर-स्थान होते.

स्वतः मदर टेरेसांनीच 'सह-कर्मचारी' ही 'सर्वात विस्कळीत संघटना' असे भलेही म्हटले असो, पण ॲन ब्लेकी नियमितपणे 'इंटरनॅशनल न्यूजलेटर' प्रसिद्ध करीत असे. टाईप केलेल्या मजकुराच्या मायमोग्राफ मशीनवर प्रती काढून त्या जगभर वितरीत केल्या जात. ब्रदर्स आणि सिस्टर्सच्या कार्याचे वर्णन त्यात असे. १९७० ते १९८५ पर्यंतच्या काळात, सर्वसाधारण टाईप केलेल्या मजकुराचे पिन मारून एकत्र ठेवलेले कागद असे त्या न्यूजलेटरचे स्वरुप होते. नंतर मात्र गुळगुळीत कागदावर व उत्तम छपाईचे दोन रंगी ब्रोशर असे त्याचे रूप बनले. जॅकेलिन डे डेकर या दुखणेकरी बेल्जियन महिलेने एक अभिनव कल्पना सह-

कर्मचारीमध्ये आणली. 'आजारी व यातनाग्रस्त सह-कर्मचारी' असे तिचे थोडक्यात वर्णन करता येईल. त्यानुसार 'आजारी व यातनाग्रस्त सह-कर्मचारी' एका सिस्टर वा ब्रदरला इतके प्रेम देई की दुसऱ्याचे दुःख वा यातना तो वा ती स्वतःकडे घेई व त्याचा/तिच्या कामात सहभागी होत असे. 'हा प्रकार म्हणजे आवाहन आणि अधिकार किंवा हक्क असा दोन्ही मिळून आहे' असा खुलास डे डेकरने केला. 'आजारी व यातनाग्रस्त सह-कर्मचारी' म्हणजे मिशनरीज ऑफ चॅरिटीचा धार्मिक प्रेरणास्रोत असल्याचेही वर्णन तिने केले. मदर टेरेसांनी स्वतः नेहमीच वेदना-यातनांशी संबंध जोडण्यावर भर दिलेला होता. त्यांनी १९७३ मध्ये लिहिले होते, 'यातनाग्रस्तांच्या यातना-वेदना स्वीकारण्यामागे एक शक्ती आहे. ही शक्ती संबंध जगच बदलून टाकू शकेल. हा दुवा जोडण्यासाठी अनेकांना आवाहन केले गेले पाहिजे.'

जगभरातील सर्व सह-कर्मचाऱ्यांच्या प्रयत्नांनी १९७० ते १९९० या काळात आपल्या सिस्टर्सच्या कार्याचा विस्तार करणे मदर टेरेसांना शक्य झाले यात काही संशय नाही. फिरत्या दवाखान्यांचा जणू प्राणच अशा रुग्णवाहिका (ॲम्ब्युलन्सेस) मोठ्या संख्येने भारतात पाठवण्याचे काम 'सह-कर्मचारी' ने केले. लघुपट दाखवणे, वाद्यवृंद आणि मूक नाट्यांचे (नाताळातील) आयोजन, पुस्तके-निवेदने यांची विक्री आणि मदर टेरेसांबरोबरच्या संभाषणांच्या ध्वनिफिती उपलब्ध करून देणे याचा जगभर प्रचार-प्रसार या 'सह-कर्मचाऱ्यांनी' केला. १९८२ सालच्या एका वृत्तांतानुसार, ब्रिटीश सह-कर्मचाऱ्यांनी दर महिन्याला ब्रेडच्या आट्यासाठी दहा हजार पौंड, कुष्ठरोग्यांच्या उपचारासाठी दहा लाख डॅपसोन गोळ्या कोलकत्याला पाठविल्या. अनेक देशांमधील गरिबांसाठी ख्रिसमस-भोजनासाठी म्हणून अनेक वर्षे ते वर्षाला दहा हजार पौंड पाठवत होते. याखेरीज, लंडन आणि लिव्हरपूल येथील मिशनरीज ऑफ चॅरिटीच्या चार केंद्रांवर, त्यांनी शेकडो देणग्या आणि भेटवस्तू जमा केल्या होत्या.

सह-कर्मचाऱ्यांनी, भारतातील उपाशी मुलांच्या मदतीसाठी परदेशातील शाळकरी मुलांना आवाहन केल्यावर हजारो मुलांनी पैसे, जुने कपडे आणि खेळणी दिली. तसेच शाळेत केक समारंभ केले, नको असलेल्या वस्तूंची विक्री करून तो पैसा भारतात पाठवला. इंग्लंडमध्ये, 'ब्रेड-मोहीम' ही कल्पना विशेष यशस्वी ठरली. शाळकरी मुलांनी इतक्या पेनी गोळा केल्या की भारतातील झोपडपट्टीतील ५००० शाळकरी मुलांना दररोज ब्रेड स्लाईस देणे सहज शक्य झाले. अर्थातच ही रक्कम ब्रेड बनवण्यासाठी आटा खरेदी करायला उपयोगी पडली पण इंग्लिश पद्धतीप्रमाणे 'तयार आणि प्रक्रियापूर्ण ब्रेडची स्लाईस भारतातील मुलांसाठी' असे त्याचे वर्णन करण्यात आले. या कार्यक्रमाला इतके यश मिळाले की जर्मनीत मुलांनी 'आपला

छोटा त्याग' करण्याची कल्पना लगेच स्वीकारली आणि भारतातील मुलांना व्हिटॅमीनच्या गोळ्या मिळाल्या. डेन्मार्कमध्ये हजारो मुलांनी भारतातील मुलांसाठी 'एक पेला दुधाचा' ही कल्पना उचलून धरली व भुकटी स्वरुपात दुधाची देणगी त्यातून मिळाली. त्याखेरीज, सह-कर्मचाऱ्यांनी अनेक चर्चमध्ये कायम-स्वरूपी देणगी-पेट्या ठेवल्या. आजही त्यातून भारतीय मुलांना मोठी मदत मिळते. अमेरिकन लोकांची दानशूरता वर्षागणिक वाढत गेली. अनेक वर्षेपर्यंत त्यातून वर्षाकाठी दहा लाख डॉलर्सहून अधिक रकमेच्या देणग्या जमा होत असल्याचे एलीन ईगनने म्हटले आहे. जर्मनीत देणग्या गोळा होत होत वर्षाला १५ लाखहून अधिक डॉलर्स जमा होतात. आयर्लंड, हॉलंड, बेल्जियम, फ्रान्स, डेन्मार्क, स्वीडन, इटली, ऑस्ट्रेलिया आणि इतर देशांमधूनही येणाऱ्या देणगी रकमा अमेरिका-जर्मनीपेक्षा कमी असल्या तरीही लहान नसतात. या देशांमध्येही सह-कर्मचारी शाखा स्थापन झालेल्या आहेत.

मिशनरीज ऑफ चॅरिटीकडे एवढा मोठा निधीचा ओघ येण्यामागील एक कारण अर्थातच नन्सची साधीसुधी राहणी आणि कडक नियम-पालन आहे. साऱ्या संस्थांमधील वरकड खर्च (ओव्हरहेडस्) एकूण खर्चाच्या दोन टक्क्यांहून अधिक नसतात. प्रत्येक सिस्टरला कपड्यांच्या दोन जोड्या आहेत आणि जेवण्याखाण्याचा खर्च महिन्याला चार पौंडांपेक्षा जास्त नाही. लोकांनी त्यावर विश्वास टाकला. जमणाऱ्या रकमेपैकी जास्तीत जास्त रक्कम थेट 'कार्यासाठीच' वापरली जाते यावर लोकांचा विश्वास बसला. इतर धर्मादाय संस्थांसारखे पैशाचे गैर-वापर नाहीत हे माहित झाल्याने देणग्यांचा ओघ चालू आहे. पण प्रश्न असा की 'कार्यासाठीच' म्हणजे कार्याच्या कोणत्या भागावर? हे नक्कीच आहे की सिस्टर्सना त्यांच्या स्वत:साठी, त्यांच्या जगण्यासाठी फार काही लागतच नाही आणि जे काही अन्न त्यांच्या पोटात जाते ते देणगी म्हणूनच आलेले असते. काही पैसा अर्थातच इमारतींच्या देखभालीवर आणि इतर सर्वसाधारण जीवनावश्यक बाबींवर खर्चला जातो. त्यातही शक्य तेवढी काटकसर केली जातेच. मात्र जसजशी संख्या वाढत गेली तसतसा नन्सच्या शिक्षण-प्रशिक्षणाचा खर्च वाढत गेला आहे. १९७० सालच्या जून महिन्यातील 'न्यूजलेटर' मध्ये नव्या मुलींच्या पुरस्कारासाठी एक आवाहन करण्यात आले. गरीब आणि निराधारांसाठीचे आपले कार्य पार पाडणे शक्य व्हावे यासाठी नन्स आणि सिस्टर्सना पुढील शिक्षण देण्यासाठी मदत हवी. देणग्या ताबडतोब पाठवाव्यात असे हे आवाहन होते. प्रत्येक मुलीमागे वर्षाला ३५ पौंड खर्चाचा अंदाज त्यात व्यक्त करण्यात आला होता. मिशनरीज ऑफ चॅरिटीची नेहमीची भाषा इंग्रजी असून ती शिकवण्यासाठी नियमितपणे स्वयंसेवकांना बोलावले जाते.

१९८० च्या लगेच नंतर इंग्लंडमध्ये सुमारे २० हजार सह-कर्मचारी होते. नक्की आकडा कळणे कठीण होते पण अंदाज हा एवढा होता. न्यूजलेटरच्या १८ हजार प्रती वितरीत होत होत्या. पण अनेक सह-कर्मचाऱ्यांकडे प्रत्येकी एक प्रत असली तरी त्या प्रत्येकीबरोबर एक गट होता. या गटांची नावे गर्ल-गाईड, ब्राऊनी-पॅक, नीटर्स किंवा शाळा-गट अशी असत. स्यू रायडर्स होम्स या आणखी कॅथॉजिक संस्थेच्या चार हजार स्वयंसेवकांच्या संख्येशी तुलना करता, मदर टेरेसांच्या यशाची व्याप्ती मनोमन मान्य करावी लागते. विशेष म्हणजे स्यू रायडरही आंतरराष्ट्रीय पातळीवरील संस्था आणि त्याच्या संस्थापिका जोशपूर्ण व्यक्तीमत्त्वाच्या मानल्या जातात. आणि तरीही १९७५ पासून पुढे, सह-कर्मचारी पैसा गोळा करणार नाहीत वा पैशासाठी प्रयत्नही करणार नाहीत असे निग्रहपूर्वक स्पष्ट करीत होत्या. धर्मादाय ख्रिसमस कार्डची विक्री करण्यासाठी त्यांनी बंदी घातली. देणग्या अर्थात दुसऱ्या प्रकारात मोडत होत्या आणि शाळकरी मुलांना देणगी देण्यासाठीची 'ब्रेड-पोस्टर्स' ही १९८० च्या पुढे वापरात होती. सरतेशेवटी, १९९३ मध्ये मदर टेरेसांनी अचानकपणे आणि कोणतीही पूर्वसूचना न देता सबंध सह-कर्मचारी संरचना बंद करून टाकली. ॲन ब्लेकी त्यावेळी गंभीररीत्या आजारी होत्या. मात्र सह-कर्मचारी ही इंग्लंडमध्ये नोंदलेली धर्मादाय संस्था असल्याने त्यांना हिशेब सादर करण्याची गरज होती. मदर टेरेसांनी त्यावेळी भविष्यातील सर्व देणग्या थेट सिस्टर्सकडे जातील अशी घोषणा केली.

लंडनमधील कॅथॉलिक मेडिया ऑफिसला या प्रकाराची काहीच कल्पना नव्हती, त्यामुळे हजारो सह-कर्मचाऱ्यांप्रमाणे ते कार्यालयही गोंधळलेले होते. स्पष्ट उलगडा न झाल्याने पत्रकारांनी या कार्यालयात गर्दी केली होती. याचबरोबर सह-कर्मचाऱ्यांची बँक खातीही बंद केली गेली. हे कार्यालयातील प्रशासकीय सेवक, मेळावे किंवा न्यूजलेटर्स यापैकी काहीच शिल्लक उरले नाही. काहीजणांच्या म्हणण्याप्रमाणे, सह-कर्मचारी संघटना प्रचंड विस्तारली आणि प्रशासकीयदृष्ट्या हाताबाहेर गेली. इतर लोकांच्या म्हणण्याप्रमाणे, मानवी पातळीवर जबाबदार राहण्याची आवश्यकता त्यांना वाटली नाही. सह-कर्मचाऱ्यांच्या द्वारे येणारा पैसा वर्षागणिक वाढतच गेला हे सत्य असूनही त्यांना ही आवश्यकता जाणवली नाही. कोणत्या संघटनेचा सदस्य न बनताही सह-कर्मचारी होणे शक्य आहे तसेच प्रार्थना सभांद्वारा कार्याशी संबंध ठेवण्याची इच्छा असणाऱ्यांना तसे करणे शक्यही होते. त्यासाठी फार प्रवास करण्याची वा हिशेब ठेवण्याची गरज नव्हती.

२२ जुलै १९९४ रोजी मदरने या सगळ्यांना उद्देशून लिहिले, 'एखाद्या देशात किंवा जगातही सह-कर्मचारी एकमेकांशी मैत्री चालू ठेवू शकतात. मैत्री ही देवाची देणगी आहे. पण दूरवरच्या अंतरावरील लोकांची मैत्री खाजगी पातळीवर ठेवता

येईल जशी इतर मित्रांशी ठेवता येते. म्हणूनच अशी मैत्री ठेवण्यासाठी सह-कर्मचाऱ्यांचे राष्ट्रीय वा आंतरराष्ट्रीय पातळीवरील मेळावे भरण्याची गरज नाही. दोन वर्षांनंतरही मदर यासंदर्भात आपल्या सह-कर्मचाऱ्यांना त्यांनी पत्रे पाठवली होती. त्यात त्यांनी म्हटले होते, 'माझा निर्णय स्वीकारणे ज्यांना अद्यापही जड जात आहे त्यांच्यासाठी प्रार्थना करा. कारण सह-कर्मचाऱ्यांसाठीची देवाची इच्छा, यादृष्टीने ते अद्यापही त्या निर्णयाकडे पाहू शकत नाहीत.'

कदाचित, एखादी दुय्यम संघटना आपल्या स्वत:च्या संघटनेच्या बरोबरीने वाढू देण्याबाबत त्यांना आशंका वाटत असावी. आपल्याच संघटनेच्या शिस्तीने ही दुसरी संघटना कधीही चालू शकणार नाही असेही त्यांना वाटले असेल. आपल्या स्वत:च्या मिशनरीज ऑफ चॅरिटीव्यतिरिक्त इतर कोणत्याही संस्थेच्या उभारणीस नकार हा त्यांच्या शाळा-इस्पितळे उभारण्याबाबतच्या वृत्तीशी संपूर्णपणे सुसंगतच आहे. आपण आणि गोर-गरिबांसाठीची आपली सहज-उपलब्धता, यांच्या आड काहीही येऊ नये हेच त्यांना हवे आहे. १९९३ पासून त्यांना सह-कर्मचाऱ्यांचीही गरज राहिली नाही. मदर टेरेसांच्या कार्याच्या प्रसिद्धीची यापुढे गरज नव्हती. शिक्षक हव्या असणाऱ्या शाळा थेट स्थानिक सिस्टर्सशी संपर्क साधू शकत होत्या. व्यक्तीगत पातळीवरचे उपकारकर्ते वा आश्रयदाते रुग्णवाहिकांची देणगी देऊ शकत होते. मिशनरीज ऑफ चॅरिटीने स्वत:ची अशी गती निर्माण केली होती आणि ईश्वराकडून साऱ्या गरजा व्यवस्थित भागवल्या जात होत्याच. अशा वेळी लोकांचा एखादा प्रचंड गट वस्तूंच्या आणि पैशाच्या देणग्यांसाठी कार्य करीत राहणे हा विरोधाभासच होता.

'सह-कर्मचारी' संघटना जवळजवळ २५ वर्षे फोफावत गेली होती. पण अभावाची आवश्यक पातळी आणि कार्यक्षम राहण्याची इच्छा यांचा मेळ घालणे अधिकाधिक कठीण होत चालल्याचा अनुभव अनेकांना आला. इंग्लंडमधल्या एका धर्मादाय कार्यकर्त्याने १९९५ साली म्हटले आहे, 'सर्वाधिक अत्यावश्यकतेमुळे नवा व्यक्तिगत संगणक खरेदी करण्यासाठी त्यांचे मन वळवणे किती कठीण आहे याची तुम्हाला कल्पना नाही. कारण तांदूळ आणि औषधे यांच्या खरेदीवर पैसा खर्चण्यावरच त्यांची दृष्टी एकाग्र झाली आहे. पण योग्य संघटनेशिवाय तांदूळ वा औषधे वितरीत करणे तुम्हाला शक्य नाही. खरे की नाही? आम्हाला दातांच्या अगदी कण्या कराव्या लागतात.'

२५ वर्षात सह-कर्मचाऱ्यांनी आपल्या कार्याने किती आर्थिक मदत गोळा केली त्याचा अंदाज करणे अशक्य आहे. सह-कर्मचारी देऊ शकतील त्या आध्यात्मिक प्रेरणेपुढे प्रत्यक्ष मदत दुय्यमच आहे असे आग्रही प्रतिपादन मदरने अनेक वेळा केले होते. इतर कोणाकडे ज्यासाठी वेळ नाही अशा छोट्या छोट्या गोष्टी सह-कर्मचाऱ्यांनी

करावयात असे त्यांनी सांगितले होते. या छोट्या गोष्टींमध्ये इस्पितळात, तुरुंगात, शारिरीक व मानसिकदृष्ट्या अपंग असलेल्यांसाठीची केंद्रे यामध्ये दाखल होणाऱ्यांशी नाते जोडणे, मयताच्या नातेवाईकांचे सांत्वन करणे आणि मित्र येईल म्हणून वाट पाहत असलेल्या वयोवृद्धांशी बोलणे यांचा समावेश होता. मुख्यतः प्रार्थनामय वातावरणात भेटी-गाठी घेणारे, गरजवंत शेजाऱ्यांची विचारपूस करणारे, संघटनेपेक्षा कौटुंबिक वातावरण तयार करू शकणारे आणि कदाचित अटळपणे, याखेरीज भलत्याच दिशेने वातावरण जात असल्यास संघटना बरखास्त करणारे सह-कर्मचारी हवेत अशी मदरची धारणा होती. इतर काही नसले तरी अत्यंत प्रभावीपणे किमान सद्सद्विवेकबुद्धी जागृत करणे हे काम सह-कर्मचाऱ्यांनी केले.

नोबेल पारितोषिकानंतर एक वर्षाने मदरना भारतातील सर्वोच्च नागरी किताब भारत-रत्न जाहीर झाला. त्यापाठोपाठ सह-कर्मचाऱ्यांकडून आमंत्रण वा विनंती नसूनही उद्योगपती आणि राजकीय पुढाऱ्यांची ५४ ए, लोअर सर्क्युलर रोडवर रीघ लागली. मदरना भेटण्याची घाई या सर्व बड्या लोकांना झाली होती. भारतीय आणि युरोपियन व्यक्ती, अनेक कंपन्या मदरना देणग्या द्यायला पुढे सरसावल्या. बाटा शू कंपनीने कुष्ठरोग्यांना जोडे बनवण्यासाठी लेदरची देणगी दिली. इंग्लंडमधील 'हेल्प द एजेड'ने जेवणासाठी आणि विशिष्ट प्रकल्पासाठी रक्कम दिली. रोटरी क्लब आणि जगातून सर्वच थरातून काही ना काही मदत देण्यासाठी साऱ्यांचेच हात पुढे झाले. सैनिकांकडूनही मदतीचा प्रस्ताव आला. या साऱ्या उच्चपदस्थांमध्ये डॅफने रे ह्या महिलेचाही समावेश होता. वेस्टमिन्स्टर शाळेच्या मुख्याध्यापकांची डॅफने ही पत्नी. ही शाळा इंग्लंडमधील सर्वाधिक प्रसिद्ध पब्लिक स्कूलपैकी नावाजलेली एक. सहा मुलांची आई असलेल्या डॅफनेने आपल्या मुलांना कोलकत्यातील झोपडपट्टीत जाऊन काम करायला सांगितले. ही गोष्ट बातमी न बनती तरच नवल.

डॅफने रे १९७७ साली कॅथॉलिक ख्रिश्चन झाली. एका जुळ्याचा गर्भपात झाल्यावर उरलेल्या जुळ्याचाही गर्भपात करून घेण्याचा सल्ला डॉक्टरांनी तिला दिला. कारण गर्भावस्था तशीच चालू ठेवण्यातले धोके फारच मोठे होते. तथापि, तिला एक कॅथॉलिक प्रसूती-तज्ज्ञ भेटला आणि तिला कोठलीही गुंतागुंत न होता जुळे झाले. प्रत्यक्षात म्हणजे गर्भावस्थेत ते तिळे होते असे आढळून आले. ती म्हणाली, 'ती फारच छान, भन्नाट मुले आहेत. ती होऊ नयेत असा सल्ला जेव्हा माझ्या गळी उतरवण्यात आला होता... तेव्हा मी कदाचित विषही घेतले असते. तुम्ही त्यांना आपोआप मारून टाकू शकत नाही. तुम्हाला दिलेले आयुष्य तुम्ही सांभाळलेच पाहिजे.'

डॅफने रे चा जन्म श्रीलंकेत झाला होता. १९७९ च्या सप्टेंबरमध्ये आपल्या आशियाई मुलांकडे ती ओढली गेली. जीवनाबद्दलच्या आपल्या भूमिकेचा खुलासा

करताना ती म्हणाली, मृत्यूच्या कल्पनेने मी खूपच गलबलून जाते. लोक काही गोष्टी का म्हणून करतात हे मला सांगताच येणार नाही. भर समुद्रातून बोटीतून जाण्याची कल्पना मी कधीही करू शकणार नाही. बोटीकडे नुसते पाहिले तरीही मला आजाऱ्यासारखे वाटते. मृत्यू हा फार आध्यात्मिक समय आहे. एकदा का तुमचा जन्म झाला की एक गोष्ट जीवनात अगदी निश्चित होते ती म्हणजे तुमचा मृत्यूही होणार.

गरज असलेल्या लोकांची संख्या इंग्लंडमध्ये भरपूर असताना भारतातील गरजूंना मदत करण्यासाठी आपण तिकडे कशा गेलात या प्रश्नावर डॅफनेने हे स्पष्ट केले की, इथल्या (इंग्लंडमधल्या) कोणातरी समृद्ध, अति-खादाड पण बिघडलेल्याला, लाडावलेल्याला मदत करण्यापेक्षा भारतातील गरजूंना मदत करणे मला सोपे वाटते. खादाड किंवा हावरटामध्ये ख्रिस्ताला पाहण्याऐवजी उपाशी माणसात तो पाहणे मला सोपे वाटते.

मदर टेरेसांच्या मरणासन्न वॉर्डमध्ये कृश अंगकाठीची डॅफने दिसणे हे अगदी वेगळेच दृश्य होते. मिशनरीज ऑफ चॅरिटीला एकूण तीन वेळा डॅफनेने मदत केली. त्यात देणगी म्हणून मिळालेल्या मोठ्या प्रमाणावर औषधे, रोग्याला द्रवरूप अन्न थेट शिरेतून देण्याची साधने, मेलॉनिन ड्रेसिंग्ज आणि त्वचेत इंजेक्शन देण्याच्या सुया यांचा समावेश होता. आपल्या अनुभवांवर आधारित 'लव्ह अंटील इट हर्टस्' हे पुस्तक तिने लिहिले. पण त्यानंतर अचानकच तिने मदर टेरेसांना मदत करणे थांबवले आणि तुलनेने खूप छोट्या अशा भारतीय समाजांना-संघटनांना मदत देणे सुरू केले. ते अद्यापही चालू आहे. हे आपण का केले याची जाहीर वाच्यता करण्यास नाखूष असलेल्या डॅफनेने, फारशी प्रसिद्धी नसलेल्या छोट्या संस्थांसाठी आपली मदत बहुमोल ठरते असे आपल्याला वाटत असल्याचे नमूद केले आहे. नोबेल पारितोषिक मिळाल्याने मदर टेरेसांना प्रचंड प्रमाणावर आंतरराष्ट्रीय प्रसिद्धी मिळाली व छोट्या संस्थांना त्या प्रसिद्धीचा फायदा नसल्याचाही खुलासा तिने केला.

तथापि, तिचे पूर्वायुष्य आणि पुस्तक या दोन्हीतून तिचे मन बदलण्याचे संकेत मिळतात. वस्तुत: डॅफनेला डॉक्टर व्हावयाचे होते. पण त्याऐवजी तिने चर्चची देखरेख करण्याविषयक धर्मशास्त्राचा पदव्युत्तर डिप्लोमा घेतला. सहाव्या मुलाच्या जन्मानंतर तिने, असाध्य रोगाने ग्रस्त आणि मरणोन्मुख लोकांच्या केंद्रात दोन वर्षेपर्यंत अर्ध-वेळ सेवा केली. अशा तऱ्हेने मरणोन्मुख लोकांचा शक्य त्या सर्वोत्तम सेवा व मदत देण्याचा प्रत्यक्ष अनुभव तिला प्राप्त झाला होता. तिने भारतात जे काही पाहिले त्याने ती उद्विग्नच झाली. उदाहरणार्थ एकदा वापरून फेकावयाची इंजेक्शनची सुईही भारतात चाळीस-पन्नास वेळा वापरली जात होती. गर्भपाताला तिचा कडवा विरोध होता आणि नको असलेल्या अर्भकांचा जीव वाचवण्यास

आपण मदत करावी असे तिला प्रकर्षाने वाटे. मदर टेरेसांनी तिला थोडा काळ गर्भपात-केंद्रांना भेटी देण्याचे काम दिले. गर्भपाताच्या प्रयत्नातून कसेतरी बचावलेल्या आणि एखाद्या पौंडांहून थोडेसे अधिक वजन असलेल्या त्या छोट्या जीवाला वाचवण्याचा प्रयत्न करणे हाही डॅफनेच्या कामाचा भाग होता. हे काम करण्यावर तिचा ठाम विश्वास होता. पण शिशु-भवनमध्ये अवांछित गर्भधारणेबाबत वेगळीच भूमिका अंगीकारत असल्याचा अनुभव तिला आला. तिने तिच्या पुस्तकात केलेल्या निवेदनाप्रमाणे, अविवाहित भारतीय मुलीला गर्भधारणा होणे हा एक प्रचंड लोकापवाद ठरत असे. अशा मुलीला अस्पृश्याहूनही वाईट वागणूक मिळत असे आणि अशा परिस्थितीत गर्भपात हा अनेकदा अनिवार्य ठरत असे. म्हणून कधीकधी अशा मुली मदतीसाठी मिशनरीज ऑफ चॅरिटीकडे धाव घेत असत. तेथील नन्स या मुलींना त्यांचे दिवस भरेपर्यंत वरच्या मजल्यावर ठेवण्यास तयार होत आणि मोफत प्रसुतीनंतर ते मूल दत्तक देण्यासाठी ठेवून घेण्यासही तयार असत. याच्या बदल्यात त्या मुलींना रोजच्या कामकाजात मदत करावी लागत असे. ही सेवा व त्याबदली कामात सहभाग एकूण पाहता रास्त दिसत होते. पण त्याचा अनुभव घेतलेल्या काही मुलींनी असे नमूद केले आहे की नैतिकदृष्ट्या या नन्स निश्चितपणे वरचढ असल्यामुळे त्यांच्याकडून या मुलींना सर्वात हीन दर्जाच्या नोकरांप्रमाणे वागवले जात असे आणि सेवकांच्या क्वार्टर्समध्ये मानसिक त्रास भोगावा लागत असे.

कॅलिफोर्नियाचे माजी गव्हर्नर जेरी ब्राऊन हे असे व्यक्तिमत्त्व होते की त्यांनी कोलकत्यात हजर असताना वृत्तपत्रातून खात्रीपूर्वक आणि भरपूर प्रसिद्धी मदरना मिळवून दिली. तीन आठवडे ब्राऊनने मदर टेरेसांप्रती असलेल्या निष्ठेने काम केले. त्यानंतर, १९८० साली पश्चिम बर्लीनमधील मेळाव्यात रुपसुंदर नटी मारिया इचेलने, आपल्या टीव्हीवरील कार्यक्रमाद्वारे मिळालेले २ लाख ८० हजार डॉलर्सचे उत्पन्न देणगी म्हणून मदर टेरेसांना दिले. १९८० पासून पुढे १९९५ पर्यंत सर्व प्रकारचे राजकीय पुढारी आणि उद्योगपती जगभरातून येऊन मदरना पैसा अर्पण करीत असत. जागतिक नेते वा देशांचे होऊ घातलेले प्रमुख आले नाहीत असा एखादाच महिना क्वचितच जात असे. धार्मिक बाबतीत मदरच्या पारंपारिक अर्थनिष्पत्तीचे स्वागत करून पोपतर्फेही त्यांना विविध परिषदांमध्ये भाषणे देण्याची आमंत्रणे वाढत्या संख्येने येऊ लागली होती. १९७८ पासूनचे पोप जॉन पॉल (दुसरे) यांनी मदरना, जेथे कोठेही शक्य असेल आणि जेथे कोठे संधी असेल तेथे त्यांची मते मांडण्याचे आवाहन केले होते. या पोपचे मदरशी चांगले संबंध विकसित झालेले होते. नोबेल पारितोषिक विजेत्या म्हणून त्यांना काय सांगावयाचे आहे ते ऐकण्यास जगभरातील पत्रकार गर्दी करीत. परकी देशातील राजधानीला अथवा वस्तीबाहेरच्या भागांना किंवा निर्वासित छावण्यांना मदरची भेट या बातम्या नियमितपणे वृत्तपत्रांतून

प्रसिद्ध होऊ लागल्या होत्या. आपली मते मांडायला यामुळे त्यांना असे काही अभूतपूर्व व्यासपीठ उपलब्ध झाले की फारच थोड्या कॅथॉलिक वा इतर पंथांच्या धार्मिक नेत्यांना तसे मिळाले असेल आणि इतर कोणत्याही मदर सुपीरिअरला तर नाहीच नाही.

१९८० साली त्यांची दोन दिवसांनी स्कोपे भेट तेथील स्थानिक पदाधिकाऱ्यांची पाहुणी म्हणून आयोजित करण्यात आली होती. नोबेल विजेती म्हणून मॅसिडोनियन सरकारी अधिकाऱ्यांबरोबर त्यांच्या बैठका झाल्या. 'स्कोपेची ख्यातकीर्त नागरिक' म्हणून त्यांचा जाहीर सन्मान केला गेला. काही महिन्यांपूर्वीच झॅग्रेबच्या नव्या शहरात मदर टेरेसांनी वयोवृद्ध बेघरांसाठी एक केंद्र (होम) सुरू केले होते. कम्युनिस्ट देशात प्रथमच त्यांच्या "ऑर्डरची" सेवा सुरू होत होती. आपल्या जन्मगावी त्यांनी १९७० साली भेट दिली होती. तेथील बिशपना भेटल्यावर मॅसीडोनियाच्या रेडक्रॉस केंद्रातील कार्यक्रमास त्या उपस्थित राहिल्या आणि लेटनीस येथील थडग्यापाशी जाऊन प्रार्थना केली होती. त्यांच्या बालपणापासून त्याला महत्त्व होते. परंतू भूकंपाने त्यांचे घर वा रस्ता यापैकी काहीही शिल्लक राहिलेले नसल्याने त्या निराश झाल्या होत्या.

नोबेल पारितोषिक मिळाल्यानंतरही आपल्या जीवनपद्धतीत काहीच फरक पडणार नाही असे त्यांनी कितीही निक्षून सांगितले तरी प्रवास करण्याचे दडपण त्यांच्यावर वाढतच गेले आणि त्या तो आनंदाने करतात असेही दिसून आले. वर्षातून दहा महिने त्या कोलकत्याबाहेर गेल्याचेही प्रसंग आले. पोपच्या विनंतीवरून त्यांनी, ग्वाटेमालात कौटुंबिक जीवन या विषयावरील परिषदेत भाषण केले. याच दौऱ्यात त्यांनी अत्यंत गरीब राष्ट्र बनलेल्या हैती या कॅरेबियन बेटालाही भेट दिली. ज्याँ क्लॉद दुव्हॅलीयर आणि त्यांची नवी पत्नी मिशेली बेनेट दुव्हॅलियर यांचे हैतीवर राज्य होते. हैतीमध्ये पहिले मिशनरीज ऑफ चॅरिटी होम १९७७ साली सुरू झाले आणि १९७९ साली दुसरे; मदरना आणखीही काही होम्स तेथे सुरू करण्याची आत्यंतिक इच्छा होती. हैतीनंतर काही महिन्यांनी त्यांनी इजिप्तला भेट दिली. तेथे कैरोतल्या गृहीणींना त्यांनी 'खूप-खूप मुले होऊ द्या' असे आवाहन केले. तेथील सरकारच्या दृष्टीने हा चांगला संदेश नव्हता कारण इजिप्शियन टेलीव्हिजनने तेव्हा नुकतीच सहा महिन्यांची कार्टून-मालिका संपवली होती. या मालिकेतून लोकसंख्यावाढ रोखण्याचा संदेश दिला गेला होता. मुलांची संख्या मर्यादित ठवण्याचे आवाहन तेथील कुटुंबांना केले गेले होते. अध्यक्ष अन्वर सादत यांच्या पत्नी जिहान सादत त्यावेळी इजिप्तच्या कुटुंब नियोजन परिषदेच्या मानद अध्यक्षा होत्या. लोकसंख्येत, वर्षाला दहा लाख या वेगाने होणारी वाढ रोखण्यासाठी परिषदेचे आटोकाट प्रयत्न सुरू होते.

गेल्या दोन दशकातील क्रियाशील जीवनात,सततचा प्रवास आणि उच्च

पातळीवरील बैठका यांचा किती परिणाम मदर टेरेसांच्या जीवन-पद्धतीवर झाला? नोबेल पारितोषिक मिळाले तेव्हा मिशनरीज ऑफ चॅरिटीची एकूण केंद्रांची संख्या १५८ होती. त्यानंतरच्या वर्षात १४ नवी केंद्रे बांगलादेश, बेल्जियम (दोन), पापुआ न्यू गिनी, नेपाळ, इथिओपिया, फ्रान्स, युगोस्लाविया, स्पेन, अर्जेंटिना, फ्लोरिडा, चिली आणि रोम (दोन) येथे सुरू झाली. १९८१ मध्ये १८ नवी होम्स उघडली गेली. १९८२ मध्ये बारा, १९८३ मध्ये १४. १९८० च्या दशकाच्या सुरुवातीला मिशनरीज ऑफ चॅरिटीच्या १४० झोपडपट्टी शाळा होत्या. ३०४ केंद्रांवर सुमारे ५० हजार लोकांना रोज भोजन देण्याचा कार्यक्रम चालू होता. चार हजार मुले असलेली ७० होम्स चालू होती व अंदाजे १००० मुले दत्तक जात होती. १९८२ मध्ये मरणोन्मुख निराश्रितांसाठी ८१ केंद्रांवर तेरा हजार लोकांना सामावून घेतलेले होते; १२ हजार गरीब महिलांना रोजीरोटी मिळविण्याचे शिक्षण दिलेले होते. आणि ६० लाख लोकांना ६७० फिरत्या दवाखान्यांद्वारे उपचार मिळत होते. हे काही लहानसहान यश नव्हते पण प्रामुख्याने ते भारतात मिळालेले होते. जगभरात सर्वत्र तरुण मुली मदर टेरेसांकडे येण्यास गर्दी करीत होत्या. काही मदरच्या दंतकथेसारख्या व्यक्तिमत्वाने भारल्यामुळे तर काहीजणी त्यांच्या कार्याने प्रभावित होऊन. याचाच अर्थ या मुलींकडे बघण्यास किंवा त्यांचे कार्य पाहण्यास मदर टेरेसांना जगभर प्रवास करण्याची गरज होती.

पण त्यांच्या कामाचा पसारा वा ओझे नाट्यमयरीत्या वाढूनही इतर कोणाकडे ते सोपवणे मदरना आवडत नव्हते. त्यांना स्वत:ला भेटायला येणाऱ्यांचे जग आता झुंडीसारखे वाढत चालले होते. जर येणारे पाहुणे उद्योगपती वा राजकीय पुढारी असतील तर खिशात चेक घेऊन येणाऱ्या या लोकांचे मदरशिवाय इतर कोणाला भेटून समाधान होत नसे आणि बरेचदा त्यांना मदरबरोबर स्वत:चे छायाचित्र काढून घ्यावयाचे असे. मदर टेरेसांना रात्रीच्या झोपेचा ३ ते ४ तास इतकाच वेळ उरला. पहाटे चारला उठल्यावर त्यांची सकाळी सहा वाजता प्रार्थना असे. सकाळी ८ ते ११ त्या स्टेशन वॅगनमधून कोलकत्याच्या केंद्रावर जात, सिस्टर्सशी बोलत व त्यांना कामात मदत करीत. नंतर परत मुख्यालयात येऊन दुपारचे भोजन, नंतर प्रार्थना आणि थोडे कार्यालयीन काम, संध्याकाळी ६ च्या प्रार्थनेनंतर होम्सकडे दुसरी फेरी, नंतर रात्रीचे भोजन. बाकीचे सारे लोक झोपायला जात तेव्हा मदर पत्रव्यवहाराकडे वळत. त्यांच्या अनेक गुणांपैकी एक म्हणजे काहीही विचारायला त्या कधीही बिचकल्या-घाबरल्या नाहीत. जगातल्या मान्यवर राजकीय नेत्यांशी वागताना आपण फार थोर असल्याच्या अभिनिवेशात त्या कधी वावरल्या नाहीत. त्यांची तीव्र इच्छा शक्ती आणि निर्धार आता अधिकच धारदार होऊन समोर येत होते. आयुष्याच्या पहिल्या ४० वर्षात जणू हे दोन्ही सुप्तावस्थेतच पडलेले होते.

मदर टेरेसांच्या वाढत्या वयातील एक अतिशय लक्षणीय बाजू म्हणजे त्यांची काम करण्याची क्षमता वाढून 'झपाटा' पातळीच्याही पुढे गेली होती. १९८२ साली त्या पश्चिम बैरुतमधील स्फोटक परिस्थितीत तेथे पोचल्या. इस्रायली तोफखान्याच्या भडिमाराने तेथील अनेक इस्पितळांना दणके दिले होते. एका नाट्यमय सुटका-कार्यात या ७२ वर्षांच्या ननने ३७ अर्धपोटी-उपाशी मुलांना रेड क्रॉसच्या गाड्यांच्या ताफ्यात घालून पूर्व बैरुतमध्ये आणले व तेथे त्या मुलांना काळजी घेणाऱ्या नन्सच्या हवाली केले. कल्पनातीत अशा या कार्याकडे जग थक्क होऊन बघत राहिले. ही मुले एका निर्वासित छावणीतील आसरागृहाच्या घाणेरड्या जागेत अडकून पडली होती. पॅलेस्टिनी गनिमांना बैरूतमधून बाहेर घालवण्यासाठी इस्रायली फौजांनी या छावणीवर व त्याच्या आसपाच्या भागावर रात्रंदिवस तोफांचा भडिमार चालवला होता. त्यावेळी आंतरराष्ट्रीय रेड-क्रॉसचा एक अधिकारी म्हणाला, 'त्यांची कार्यशक्ती आणि कार्यक्षमता पाहून प्रत्येकजण थक्क झाला. त्यांनी समस्या पाहिली, गुडघे टेकले. प्रार्थना केली आणि काही सेकंदातच उठून हव्या असलेल्या गोष्टी पुरवल्या जाव्यात म्हणून यादी तयार केली. त्यात नॅपीज, प्लॅस्टिक चड्ड्या, चेंबर पॉटस् यांचा समावेश होता. प्रश्न हा आहे की युद्धाच्या वेळी सर्वात जास्त लक्ष एकवटले जाते ते जखमी आणि मृतांवर. पण आंधळे, बहिरे, मानसिकदृष्ट्या अपंग आणि वेड्यांकडे दुर्लक्ष होते आणि सगळ्यात जास्त गरज त्यावेळी त्यांच्याकडे लक्ष देण्याची असते. मदर टेरेसांना हे सत्य अचूकपणे कळलेले होते.'

१९८४ साली मध्यप्रदेशातल्या भोपाळमध्ये औद्योगिक विश्वातले भयानक संकट ओढवले. युनियन कार्बाईडच्या मालकीच्या एका उपकंपनीच्या कीटकनाशक कारखान्यात विषारी वायूची गळती होऊन अडीच हजार लोक जागीच मरण पावले. विषारी वायूने हजारो लोक गुदमरले आणि त्यापैकी अनेकांच्या आरोग्याची कायमची हानी झाली. भोपाळमध्ये राज्य सरकारच्या अधिकाऱ्यांनी सांगितले की 'जमिनीखालच्या टाक्यांमध्ये साठवलेल्या विषारी वायूची गळती होऊन हा प्रकार घडला. तेथे अद्यापही असलेला मिथील आयसोसायनेट हा विषारी वायूचा साठा निकामी करण्यासाठी शहरातील लोकांना सुरक्षित ठिकाणी हलवण्याची गरज आहे. मात्र त्या दृष्टीने कोणतीही योजना तयार नाही.' मदर टेरेसांनी लगेचच भोपाळकडे धाव घेतली. विमानतळावर त्यांना वायू-पिडीत लोकांच्या नातेवाईकांचा मोठा जमाव आढळला. मदरने त्यांना, 'क्षमा करा, क्षमा करा' असा हितोपदेश केला. पण त्याने लोकक्षोभ फारसा कमी झाला नाही. नंतर मदर टेरेसांनी विविध इस्पितळांना भेटी दिल्या त्यावेळी सांगितले, 'या भयानक शोकांतिकेत सर्वात जास्त गरज असलेल्या लोकांना प्रेम देण्यासाठी आणि त्यांची देखभाल करण्यासाठी मी येथे आले आहे' पाच वर्षांनंतर कारखान्याच्या अमेरिकन मालकांनी भारत सरकाला ४७ कोटी

डॉलर्सची भरपाई देण्यास मान्यता दिली. त्याबदल्यात कंपनी आणि तिच्या अध्यक्षांविरुद्ध फौजदारी कारवाई न करण्यास भारताने मान्यता दिली.

एडस्‌च्या रुग्णांबाबतही अशाच आपुलकीच्या भावनेने वागून त्यांनी दु:खितांच्या वेदना हलक्या करण्याचे काम केले. एडस्‌चे नामकरण त्यांनी 'पश्चिमेकडील नवा कुष्ठरोग' असे केले. न्यूयॉर्कच्या ग्रिनीच गावी त्यांनी मरणोन्मुखांसाठी एक केंद्र उघडले आणि एडस्‌च्या रुग्णांची सेवा-देखभाल करण्यासाठी चार नन्स तेथे ठेवल्या. हिंसक गुन्ह्यांसाठी नऊ वर्षांची सक्तमजुरीची शिक्षा झालेल्या तिघा तरुणांना न्यूयॉर्कबाहेरच्या कुप्रसिद्ध सिंग-सिंग तुरुंगातून मुक्त करावे म्हणून त्यांनी जोरदार मोहीम चालवून त्यांची सुटका करवली. अमेरिकन वृत्तपत्रात ही बातमी मोठमोठ्या मथळ्यांनिशी प्रसिद्ध झाली. अँटोनिओ रिव्हेरा, जिमी माटोस आणि डॅरील मॉनसेट अशी नावे असलेल्या या तिघाही कैद्यांना एडस् झाला होता. त्यांना इस्पितळात हलवावे यासाठी अनेकवार प्रयत्न होऊनही ते असफल ठरले आणि तुरुंगातच त्यांना निश्चित व यातनामय मृत्यू येणार हेही पक्के झाले. पण मदरने त्या तिघांची त्यांच्या कोठडीत जाऊन भेट घेतली आणि लगेचच न्यूयॉर्कचे गव्हर्नर मारिओ क्युओमो यांना फोन लावला. 'केवळ देवासाठी, या तिघांना शांतपणे मृत्यू येऊ द्या.' असे मदरने त्यांना विनवले. क्युओमो यांनी अशीच आवाहने आधी फेटाळून लावली होती. पण मदरच्या कळवळून केलेल्या विनंतीला मान देऊन त्यांनी या तिघा कैद्यांच्या सुटकेचा आदेश २४ तासात काढला. त्यांना तेथून ग्रिनीचच्या मरणोन्मुख केंद्रात हलविले गेले. मदर टेरेसांच्या शब्दात सांगावयाचे तर, 'हे गरीब दुर्दैवी तरुण आता शांततेने जगून मृत्यूला सामोरे जातील अशी आम्हाला आशा आहे. आम्ही त्यांची मनोभावे देखभाल करू कारण या दु:खितांच्या, पीडाग्रस्तांच्या रुपात प्रत्येकजण येशूच आहे. या लोकांच्या प्रकरणात कोण अपराधी वगैरे निकाल देण्यासाठी आम्ही बसलेलो नाही. आमचे कार्य या लोकांच्या जीवनातले अंतिम दिवस सुसह्य बनवण्याचे आहे आणि ते पार पाडण्यासाठी कटिबद्ध, निष्ठावान सिस्टर्स आमच्याकडे आहेत.'

अँथनी बर्जेस या कादंबरीकाराने वृत्तपत्रात एक लेख लिहीला व त्यात सेंट क्लेअर्स इस्तितळात वैद्यकीय बाबींसाठी नियुक्त केलेल्या डॉक्टरचे अभिप्राय व शेरे नमूद केले आहेत. त्या डॉक्टरचे नाव टेरी माईल्स. इस्पितळातील सिस्टर्सच्या निष्पाप निरागसतेने तो मनातून हादरलाच. एडस् म्हणजे काय आजार आहे हे त्या सिस्टर्सना ठाऊकच नव्हते. 'आपण छातीवर वागवत असलेली क्रूसावरील येशूच्या मूर्तीचा क्रॉस तुम्हाला वाचवू शकणार नाही' असा इशारा त्याने त्यांना दिला. मदर टेरेसा म्हणत होत्या, 'देवच संरक्षण करील'. बर्जेसने पुढे नमूद केले आहे, 'देव कधीच ज्ञान वा नैपुण्य देत नाही. खरे तर देव एकटा कधीही पुरेसा ठरत नाही.'

बर्जेसने, पावित्र्य म्हणजे काय? त्याचे स्वरूप कसे? असे प्रश्न विचारले आहेत. पावित्र्याच्या संकल्पनेत वाईटाचे वा कुकर्माचे अस्तित्व स्वीकारण्याची मुळातच तयारी नसते. मात्र वाईटाचे अस्तित्व आहेच आणि जगाला ते टोलवत आहे हे चर्चने अनेकवार आणि आग्रहपूर्वक सांगितले आहे. न्यूयॉर्कमध्ये वाईट गोष्टींनी धुमाकूळ घातला आहे. तथापि, टेरेसांचा समाज त्याकडे एक आजारपण म्हणून पाहतो व प्रेमळ शब्द व थोडेसे गरम सूप यांनी त्याचे शांतवन होऊ शकते असेही मानतो.

१९८५ मध्ये आफ्रिकन लोकांच्या उपासमारीच्या कहाण्या आणि छायाचित्रे बघून सर्व जगालाच धक्का बसला. इथिओपियाच्या राजधानीतील गरीब लोकवस्तीचा भाग आणि दुष्काळग्रस्त वोल्लो प्रांतात पूर्वीपासूनच मदर टेरेसांच्या नन्स काम करीत होत्या. गरीबांसाठी जेवण्याचा कार्यक्रम आणि इस्पितळ हे चालूच होते. वृद्ध, आंधळे आणि असाध्य रोगाने पिडीत या लोकांची काळजी या नन्स घेत. दुष्काळाच्या सर्वाधिक तीव्र छायेत मदरने इथिओपियाचा दौरा केला. त्याचवेळी पॉप गायक गेल्डॉफचाही तेथे दौरा झाला.

या दोघांची तेथे झालेली भेट हा एक छान वृत्तांत ठरला पण टॅब्लॉईड आकाराच्या वृत्तपत्रांसाठी सनसनाटी असे त्यात काही नव्हते. एक संत आणि एक दुराचरणी यांची भेट असेही अनेक ठिकाणी त्याचे वर्णन छापून आले. गेल्डॉफ हा कॅथॉलिक कुटुंबात जन्मलेला होता आणि धर्मगुरूंकडे त्याचे शिक्षण झाले होते. मात्र धर्मगुरुंचा त्याला नंतर इतका तिटकारा, वीट आला की तो त्यांच्याबद्दल अनेक शेलकी विशेषणे वापरल्याखेरीज एक वाक्यही बोलू शकत नसे. आफ्रिकेतील गरीबांसाठी दशलक्षावधी डॉलर्स जमा करण्याच्या त्याच्या यशामुळे जगभरातील धर्मादाय संस्था अंतर्बाह्य भांबावून गेल्या होत्या. जगभरातील नावाजलेले रॉक गट एकत्र आणून त्याने 'बँड-एड' पथक तयार केले होते. त्यानंतर १९८५ मध्ये इथिओपियाला जाऊन गरीब लोकांसाठी पैसा उभा करण्याच्या कामासाठी त्याचे मन वळवण्यात आले. जानेवारी १९८५ मध्ये अदिस-अबाबा विमानतळावरील लाऊंजमध्ये बसल्या असताना त्याने मदर टेरेसांना पाहिले. 'नवल वाटण्याइतकी त्यांची मूर्ती छोटी होती' असे सांगून गेल्डॉफ म्हणतो, 'त्यांना अभिवादन करण्यासाठी मी गेलो तेव्हा मी त्यांच्यापुढे फारच धिप्पाड म्हणजे दोनेक फुटांनी तरी उंच दिसत होतो. सुरकुत्या पडलेला चेहरा आणि खूप दमणूक झालेल्या अशा त्या दिसत होत्या. मला सर्वात जास्त जर धक्का कशाचा बसला असेल तर ते त्यांचे पाय बघून. त्यांच्या अंगावरची वस्त्रे नीटनेटकी व स्वच्छ होती परंतू त्यांच्या पायातले सँडल्स मात्र धोपटलेल्या चामड्याच्या तुकड्यांसारखे होते व त्यातून पाय बाहेर डोकावत होते. वेडेवाकडे आणि जुन्या वृक्षांच्या मुळांसारखे आकार बिघडलेले. मी त्यांचे

चुंबन घेण्यास वाकलो कारण ख्रिश्चन पद्धतीप्रमाणे तेच करणे इष्ट होते. पण त्यांनी डोके इतके झटकन हलवले की त्यांच्या डोक्यावरील पदराचेच चुंबन मला घ्यावे लागले. मी त्यामुळे बावचळून गेलो. नंतर मला कळले की त्या फक्त कुष्ठरोग्यांनाच चुंबन घेऊ देतात.'

यापाठोपाठ लगेचच तेथे छायाचित्रकारांची या विजोड जोडीला एकत्र टिपण्याची धांदल उडाली. मदर टेरेसांनी गेल्डॉफला आफ्रिकेत मिशनरीज ऑफ चॅरिटीने केलेल्या कार्याची माहिती सांगितली आणि गेल्डॉफने 'बूमटाऊन रॅटस्' या आपल्या वाद्यवृंदाने भारतात कार्यक्रम केल्याचे सांगितले. मदरच्या मिशनच्या फायद्यासाठी, आपण पुढच्या वेळी भारतात आल्यावर आनंदाने एक मैफल करू असेही त्याने नमूद केले. पण मदरने त्याला तेथेच नकार देताना सांगितले, 'निधी-उभारणी कार्यक्रमाची आपल्याला गरज नाही. देव त्याची व्यवस्था करील' त्यानंतर कोणत्या प्रकारे देव व्यवस्था करतो त्याचे स्पष्ट प्रात्यक्षिकच गेल्डॉफला बघायला मिळाले. टेलिव्हिजनच्या कॅमेऱ्यांनी या डिपार्चर लाऊंजमध्ये फिल्म घ्यायला सुरुवात केली तेव्हा मदर टेरेसांनी हाती आलेली संधी सोडली नाही. विमानतळाच्या रस्त्यावर आपण जुन्या मोठाल्या इमारतींचा परिसर पाहिला, बाहेरून तो रिकामा असल्याचे दिसते, आणि अनाथालय सुरू करण्यासाठी तो परिसर आपल्याला मिळू शकेल काय हे आपल्याला माहित करून घ्यावयाचे आहे असे मदर टेरेसांनी यावेळी बोलून दाखवले. त्यांनी आपला या इमारतींबाबतचा 'गृहपाठ' (होमवर्क) तयार केलेला होता हे लगेचच दिसून आले. कारण त्या परिसराबाबत त्यांना संपूर्ण माहिती होती. एक मंत्री या कार्यक्रमाला हजर होते आणि त्यांना मदरच्या या प्रस्तावाला 'नाही' म्हणजे शक्यच झाले नाही. अखेर त्यांनी मदरच्या अनाथालयासाठी योग्य जागा शोधण्याचा प्रयत्न करू असे आश्वासन दिले आणि तत्क्षणीच मदरने 'दोन अनाथालये, दोन अनाथालये' अशी पुष्टी जोडली ती त्यांना मान्य करावी लागली.

गेल्डॉफवर मदरच्या भेटीच्या पहिल्या क्षणापासून चांगलाच प्रभाव पडला होता. 'त्या म्हणजे मला मूर्तीमंत नैतिक चांगुलपणा वाटल्या. अर्थात त्यांच्याबद्दल स्वर्गीय वा दैवी स्वरुपातले असे काही किंवा दुसऱ्या कोठल्यातरी जगतातला अद्‌भूतपणा असा काही मला जाणवला नाही. ज्या प्रकारे त्या पत्रकारांशी बोलल्या त्यावरून, एखादा अमेरिकन उच्चाधिकारी संपर्क तज्ज्ञ जसा कुशलतेने संपर्क माध्यमांना हाताळेल तशी हुशारी मला जाणवली. "अरे मुला, मी एक साधीसुधी कृश म्हातारी आहे, बेटा" अशा प्रकारचे संभाषण करण्यात त्या तरबेज आहेत. त्या फारच बुद्धीमान कोटीतल्या आहेत. खोटा खोटा आव आणलेला सभ्यपणा किंवा उसना शालीनपणा दाखवणाऱ्या त्या नाहीत. त्या आपल्या मनातील हेतूंबाबत इतक्या निश्चित आणि ठाम आहेत की त्याकडे त्या जराही दुर्लक्ष होऊ देत नाहीत.

पण एक गोष्ट नि:संशय की त्या संपूर्णपणे निस्वार्थी आहेत; ही इथली किंवा ती तिथली परिस्थिती दुसऱ्याच्या मदतीसाठी कशी उपयोगात आणता येईल याच ध्येयाने त्यांचा क्षणनक्षण व्यापलेला असतो.' असे गेल्डॉफने सविस्तरपणे नमूद केले आहे.

या दशकाच्या अखेरीला मदर टेरेसांनी, आत्यंतिक मदतीची गरज असलेले क्षेत्र पूर्व-युरोप हे ओळखले. १९८६ मध्ये चेर्नोबिल आण्विक केंद्रातील दुर्घटनेनंतर त्या रशियात गेल्या. त्यानंतर पुन्हा पुढच्या वर्षी, सरकारी रशियन शांतता समितीच्या आमंत्रणावरून त्या तेथे जाऊन आल्या. रशियात आपली शाखा उघडण्याची आशा त्यांना होती. अखेर १९८८ मध्ये २२ डिसेंबरला त्यांच्या चार नन्सनी, मॉस्कोतील एका इस्पितळात आर्मेनियन भूकंपग्रस्तांची सेवा सुरू केली. मॉस्को येथील सेवा ही अभूतपूर्व ठरली कारण क्रांतीनंतर सर्व स्वयंसेवी संघटना बरखास्त करण्यात आल्या होत्या आणि धार्मिक पंथांना (ऑर्डर्स) बंदी घालण्यात आली होती. १९१८ नंतर प्रथमच एखाद्या धार्मिक चळवळीला केंद्र सुरू करण्याची परवानगी दिली गेली होती आणि ही चळवळ होती मिशनरीज ऑफ चॅरिटी.

मॉस्को येथील ब्रिटीश राजदूत रॉडरिक ब्रेथवेट (काळ १९८८-९२) यांची पत्नी जिल हिला नंतरच्याच वर्षी नन्सची माहिती झाली. 'कोठेही फारसा गाजावाजा न करता, आपल्याकडे कोणाचे लक्ष जाऊ नये याची काळजी घेत या नन्स आपले सेवाकार्य बजावत होत्या. पण त्यांच्याबद्दल वृत्तपत्रात एक छोटीशी बातमी वाचून मी त्या कोठे आहेत हे शोधून काढले.' असे सांगून जिल म्हणाली, 'शहराच्या पूर्वेला असलेल्या एका मोडकळीस आलेल्या इमारतीत त्या आढळल्या. तळमजल्यावर राहून वरच्या दोन मजल्यांवरील मरणोन्मुख वृद्ध लोकांची सेवा त्या तेथे करीत होत्या. इमारतीची अवस्था वाईट होती. इतर कोठल्या मदत-संघटना जशा पाश्चिमात्य वस्तूंचा त्या त्या देशात जसा पाऊसच पाडतात तसे मिशनरीज ऑफ चॅरिटीतर्फे येथे होत नव्हते. मोठ्या प्रमाणावर पैसाही येत नव्हता किंवा धर्मांतराचेही काम चालू नव्हते. काहीही नवे सुरू करण्यास रशिया ही एक कठीण जागा आहे. मात्र, पायापासून कळसापर्यंत किंवा तळापासून शिखरापर्यंत हळूहळू काही उभारत जाण्याचा त्यांचा दृष्टीकोन बरोबर आहे.' येथे काम करणाऱ्या नन्सची प्रमुख बेल्जियन सिस्टर चॅंटल होती. तिची फारसा गाजावाजा न करता काम करण्याची कार्यक्षमता आणि चटपटीतपणा लक्ष वेधून घेणारा होता. सर जॉर्ज सोल्टी आणि शिकागो सिंफनी ऑर्केस्ट्रा यांना मॉस्कोत एक संगीताचा कार्यक्रम करून त्याचे उत्पन्न धर्मादाय संस्थेला देण्याची इच्छा होती. सिस्टर चॅंटलने मिशनरीज ऑफ चॅरिटीचे नाव सुचवले. 'कारण तुम्ही मदत करू इच्छिता थेट त्याच लोकांना हे उत्पन्न जाईल हे त्यांच्याबाबत तुम्हाला ठाऊक असते.' सिस्टर चॅंटलने नंतर सिस्टर्ससाठी एक

मोटार घेण्यासाठी लोकांकडून निधी जमवला. काही काळानंतर सिस्टर चँटलच्या नन्स या तळमजल्यावरून बाहेर पडल्या आणि एकेकाळी ऑस्ट्रीयन बिल्डर्स वापरत असलेल्या पोर्टाकेबिन या इमारतीत राहावयास गेल्या. काही अपंग मुलांसाठी त्यांनी दुसरीही एक इमारत घेतली. पण स्थानिक अधिकाऱ्यांना कधीही कमी न लेखता, त्यांना योग्य ते महत्त्व देण्याचाच सातत्याने प्रयत्न करूनही सिस्टर्सपुढे व्हिसा आणि इतर शहरांमध्ये शाखा उघडण्याबाबत अडचणी येत राहिल्या. त्यानंतर मदर स्वत: येऊन वरिष्ठ अधिकाऱ्यांशी बोलल्या आणि हे प्रश्न सुटले. जिल ब्रेथवेटच्या म्हणण्यानुसार, 'पूर्वी माझा नन्सशी कसलाही संबंध आलेला नव्हता, पण मिशनरीज ऑफ चॅरिटी खूपच प्रभावी वाटल्या. त्यांनी त्यांच्या स्वत:च्या सामर्थ्याचाच चांगला प्रत्यय दिला.'

१९८८ मध्ये मदर टेरेसांनी लंडनला भेट दिली. मात्र त्याचे परिणाम चांगलेच झाले असे काही म्हणता यावयाचे नाही. मिशनरीज ऑफ चॅरिटीचा इंग्लंडमधील इतिहास कधीही संपूर्णपणे संस्थेला अनुकूल अशा प्रकारे घडलेला नाही. १९७१ मध्ये तेथे उघडलेले पहिले निर्धन-परित्यक्ता महिलांसाठीचे वसतीगृह १९८० साली जळून खाक झाले व नऊ महिला भाजून मृत्यूमुखी पडल्या. आगीच्या वेळी सुरक्षितपणे बाहेर पडण्याचे मार्ग वा व्यवस्था या इमारतीत नव्हती. बेघरांसाठीच्या धर्मादाय वसतीगृहांना याबाबतीत कायद्यातून सूट देण्यात आली होती पण एरवी इतर ठिकाणी मात्र त्याचा आग्रह धरला जात असे. पण मृत्युमुखी पडलेल्यांच्याबाबत नवाच विवाद उद्‌भवला. कारण स्थानिक नगरपालिकेने म्हटले की या इमारतीत दहाच जणांना झोपण्यासाठी परवानगी दिली असताना प्रत्यक्षात तेथे २१ जण राहत होते. १९८३ साली लिव्हरपूरमध्ये बेघर महिलांसाठीच्या वसतीगृहाचीही अशीच काहीतरी समस्या उद्‌भवली व मदर टेरेसांना स्वत:ला ती सोडवावी लागली. लिव्हरपूरच्या नगरसेवकांनी सांगितले की त्यांच्या स्वत:च्या कल्याण-गृहांनी या बेघर महिलांची देखभाल केली पाहिजे. नगरसेवक आणि रोमन कॅथॉलिक चर्च प्रतिनिधींशी बोलणी केल्यानंतर, रात्रीच्या वेळी राहण्यासाठी या इमारतीचा वापर न करण्यास सिस्टर्सनी संमती दिली. मात्र गरजूंसाठी दिवसभराची सेवा देण्यावर त्यांनी लक्ष एकवटले.

एप्रिल १९८८ मध्ये मदर टेरेसा लंडनला आल्या. पंतप्रधान मार्गारेट थॅचर यांच्याबरोबरची त्यांची भेट बरीच गाजली. थॅचरबाईंनी आईच्या भूमिकेतून या मानवी समस्येबाबत दृष्टीकोन अंगीकारावा असा आग्रह मदरने धरला. वॉटर्लूच्या 'कार्डबोर्ड सिटी' येथे लंडनच्या बेघर लोकांबरोबर विचारविनिमय केल्यानंतर पत्रकारांशी बोलताना मदर म्हणाल्या, 'येथे लोकांना मोठ्या प्रमाणावर दु:ख-भोग वाट्याला आला आहे. कोणीही काळजी करणारे नाही आणि समाजाने नाकारले आहे अशा

लोकांना एकटेपणा भेडसावतो आहे, अधिक वेदनादायक एकाकीपणा सहन करावा लागतो आहे. या जीवघेण्या थंडीत केवळ एक पुठ्ठा आपल्या लोकांना पांघरण्यासाठी मिळतो हे बघून मला गलबलून येत आहे. पुठ्याच्या एका पेटीत ते राहतात हे मला ते शवपेटीत असल्यासारखेच वाटते. काय बोलावे हेच मला सुचत नाही. माझ्या डोळ्यातून अश्रूंची धारच लागली. गरीब देशातल्या गरीबीपेक्षा श्रीमंत देशातली गरीबी दूर करणे मला फारच कठीण वाटते.' राजधानीतील बेघर लोकांसाठी एक नवे वसतीगृह उभारण्यास आपल्याला पंतप्रधानांनी मदत करावी अशी याचना त्यांनी केली. जर आपल्याला अशी एखादी इमारत मिळाली नाही तर आपण सर्व बेघरांना वेस्टमिन्स्टरच्या ग्रेट हॉलमध्ये झोपण्यासाठी आणू असा इशारा त्यांनी दिला. पंतप्रधानांच्या कार्यालयातून त्याला उत्तर देण्यात आले की थॅचरबाईंनी ४० मिनीटे सारे ऐकून घेतलेले आहे व लंडनमध्येही स्वयंसेवी संस्था काम करीत आहेत.

मदर टेरेसांच्या भेटीच्या या वेळी इतरही वाद उद्‌भवले. लिबरल कॅथॉलिक खासदार डेव्हिड एल्टन यांनी याचवेळी गर्भपातासाठीची कमाल मर्यादा २८ आठवड्यांवरून १८ आठवड्यांवर आणण्याचे विधेयक नव्या चर्चेसाठी संसदेत आणले होते. मदर टेरेसांनी श्रीमती थॅचर यांना भूमिका बदलण्याचे आणि या विधेयकास पाठिंबा देण्याचे कळकळीचे आवाहन केले पण ते व्यर्थ गेले. या दौऱ्यात डेव्हिड एल्टनने मदर टेरेसांसाठी ड्रायव्हरची भूमिका बजावली होती. तो म्हणाला, 'या निर्णायक क्षणी अत्यंत व्यक्तीगत पातळीवरील त्यांचा हस्तक्षेप निर्णायक ठरणार हे आम्हाला माहीत आहे.' इंग्लंडमध्ये असताना मदर टेरेसांना, ऑक्सफर्ड येथील ग्लोबल सर्व्हायव्हर कॉन्फरन्समध्ये भाषण करावयाचे होते. तेथे त्यांनी श्रोतृ-समुदायाला सरळ सांगूनच टाकले की संतती नियमनाचा वापर करणाऱ्या जोडप्यांना 'माझी-मुले' दत्तक दिली जाणार नाहीत.

मदर टेरेसांची थॅचरबाईंशी भेट झाल्याच्या दुसऱ्याच दिवशी 'डेली मिरर' दैनिक आणि त्याचा मालक रॉबर्ट मॅक्सवेल यांच्या घोटाळ्यात मदर अडकल्या. मदर पूर्वी कधीही मॅक्सवेलला भेटलेल्या नव्हत्या आणि त्यांची भेटही आदल्याच दिवशी ठरवली गेली होती. मॅक्सवेल हा येनकेनप्रकारे स्वत:ची प्रसिद्धी करून त्याचा गैरफायदा घेणाऱ्यांपैकी होता. त्याच्या कार्याशी नाव जोडले गेल्याने पुढे मदर टेरेसांचीच स्वत:ची प्रतिमा थोडीशी डागाळली. तथापि, त्याच्या बँकर्सना आणि वकिलांना जेथे त्याच्याबरोबर नियमितपणे काम करत असूनसुद्धा त्याच्या या वृत्तीचा पुरेसा अंदाज आला नाही तेथे, मदरने त्याला आधीच का ओळखले नाही हा प्रश्न गैरवाजवी किंवा रास्त न ठरणारा आहे. मॅक्सवेलने 'डेली मिररमधून' आपल्या 'चाणाक्ष वाचकांना' आवाहन केले की मिशनरीज ऑफ चॅरिटीच्या नव्या केंद्रासाठी त्यांनी सढळ हाताने मदत करावी. इकडे, नवे केंद्र कोठे असावे किंवा आहे याची

पाहणी करण्यास मदर टेरेसा 'मिरर'च्या महिला संपादिका ख्रिस्तीना ॲपलकार्ट यांच्याबरोबर गेल्या. एकूण ही कल्पना दोघांनाही भावलेली होती. मॅक्सवेल स्वत: प्रसिद्धी-सन्मुख नव्हे, प्रेमीच होता. आणि मदर टेरेसांना सरकारी कामकाजाच्या दौऱ्यांनी आवळलेले घर नको असे या आवाहनाच्या निमित्ताने मॅक्सवेलची मदरबरोबरची अनेक छायाचित्रे प्रसिद्ध झाली. डेली मिररच्या वाचकांनी केलेली एकूण मदत एक लाख ६९ हजार पौंड भरली. जास्त व्याज मिळणाऱ्या खात्यात ही रक्कम ठेवली गेली आणि काही काळाने मॅक्सवेलच्या मृत्यूच्या वेळी ती २ लाख ६२ हजार पौंड एवढी झाली. 'स्कॉटिश डेली रेकॉर्ड'च्या वाचकांनी आणखी ९० हजार पौंडाची मदत दिली. या रकमेतून दोन केंद्रे सहजपणे चालू करता येण्याजोगी होती.

नंतरच्या काही वर्षांमध्ये मदर टेरेसांनी अनेकवार असा तक्रारीचा सूर काढला आहे की ब्रिटनमधील बेघरांना सत्ताधाऱ्यांनीच तोंडघशी पाडलेले आहे. तिसऱ्या जगातील निराधार लोकांसाठी काम करण्यापेक्षा ब्रिटनमधील गरीबांना जो नाकारण्याचा अनुभव येतो तो अधिक दु:खदायक आहे. १९९० मध्ये पत्रकारांशी बोलताना त्यांनी (मदरनी), बेघरांसाठी योग्य जागा शोधण्यात प्रगती न झाल्याबद्दलची आपली निराशा स्पष्ट शब्दात व्यक्त केली होती. 'मी सर्वोच्च पदांवरील लोकांशीही बोलले पण काहीही घडलेले नाही... काहीतरी करण्याचे आश्वासन अनेकांनी दिले पण आम्हाला केंद्रासाठी जागा मिळालेली नाही' असे त्यांनी बोलून दाखवले.

मॅक्सवेलच्या मृत्यूपर्यंत, काहीही प्रत्यक्षात घडलेले नव्हते. एक अंदाज असाही व्यक्त केला गेला की लोकांनी दिलेला निधी मॅक्सवेलने आपल्या वैयक्तिक वापरासाठी घेतला. तथापि, 'मिरर'च्या प्रवक्त्याने हे ठामपणे सांगून टाकले की जो काही उशीर होतो आहे तो मदरच्या नन्सना योग्य जमीन किंवा इमारत मिळाली नसल्याने चालला आहे. जमा झालेला निधी कोठेही बेपत्ता झाला नसून तो सुरक्षितपणे राखला गेलेला आहे. आपल्या आयुष्यात जी काही पावले उचलली त्याबाबत मदर टेरेसांना कधीही, कोठल्याही प्रकारच्या शंका-कुशंका, संशय कधीही नव्हता. तथापि, मॅक्सवेलच्या धुरीणत्वाखाली जमा झालेल्या पैशाचा वापर आणि त्याच्या मृत्यूनंतर त्याबाबत त्याच्यावर त्या पैशाच्या अफरातफरीचा आरोप या साऱ्या घटनांनी मदरला खूपच खेद झाला. सरतेशेवटी पहिले आवाहन केल्याला पाच वर्षे उलटून गेल्यानंतर, ३५ खोल्यांचे एक वसतीगृह लंडनमध्ये उघडले गेले. मदर त्याच्या उद्घाटनासाठी आल्या होत्या व त्यांनी कनवाळूपणाबद्दल 'मिरर'च्या वाचकांचे आभार मानले.

१९९० च्या सुरुवातीपासूनचा पुढचा काळ मदरसाठी सुखावह नव्हताच. मिळणारी प्रसिद्धी आणि जागतिक पेचप्रसंगांची संख्या यात कोठेही कमी नव्हती. तथापि, १९८० पासून त्यांची स्वत:ची प्रकृती ढासळावयास लागली. सप्टेंबरमध्ये

त्यांना हृदयविकाराचा तीव्र झटका आला तो खरा तर प्राणांतिकच ठरणारा होता. हृदयाच्या विकाराची पहिली लक्षणे दिसल्यानंतर जवळपास १५ वर्षे उलटून गेल्यावर ही घटना घडली होती. कोलकत्यातच डिसेंबरमध्ये त्यांच्या हृदयावर शस्त्रक्रिया करण्यात आली व त्यात पेसमेकर बसवण्यात आले. दोन वर्षांनंतर कॅलिफोर्नियातील ला जोला येथील प्रतिष्ठित स्क्रिप्स क्लिनिक अँड रिसर्च फाऊंडेशनमध्ये हृदयरोग आणि बॅक्टेरियल न्यूमोनिया यासाठी त्यांच्यावर उपचार करण्यात आले. नंतर मेक्सिकोमधील तिजुआना येथे त्या आजारी झाल्या व रक्ताची एक शीर उघडण्यासाठी बलून अँजिओप्लास्टीचा उपचार त्यांना घ्यावा लागला. पण वाढता अशक्तपणाही त्यांना प्रवास करण्यापासून रोखू शकला नाही. त्याचा परिणाम होत १९९३ साली रोममध्ये त्या पडल्या आणि त्यांच्या बरगड्या मोडल्या. जुलैमध्ये त्यांना श्वासाचा त्रास व थकव्यामुळे मुंबईतल्या इस्पितळात दोन दिवस दाखल करावे लागले आणि त्यानंतर महिनाभराने आणखी एक पारितोषिक स्वीकारण्यासाठी दिल्लीत आल्या असताना त्या जुन्या मलेरियाच्या दुखण्याने पुन्हा गंभीर आजारी झाल्या. त्यात हृदय आणि फुफ्फुसाच्याही त्रासांमुळे गुंतागुंत वाढली. यावेळी त्यांना ऑल इंडिया इन्स्टिट्यूट ऑफ मेडिकल सायन्सेसमध्ये हलविण्यात आले. तेथील कारोनरी केअर युनिटमधील उपचारांमुळे तब्येत सुधारून लवकरच त्या घरी परतल्या. त्यानंतर केवळ महिनाभरानेच त्यांना कोलकत्यातील इस्पितळात दाखल व्हावे लागले. हृदयाच्या वाहिनीची कोंडी झाल्याचे उपचार करणाऱ्या डॉक्टरांनी सांगितले. त्या मृत्यूच्या दारातच जाऊन परत आल्याचेही त्यांनी स्पष्ट केले.

१९९० मध्ये मदर टेरेसांनी पोपला प्रकृती अस्वास्थ्यामुळे राजीनामा देण्याची इच्छा कळवली. तथापि, पुढच्या कारभाराची सूत्रे हाती घेण्यासाठी कोणालाही तयार केले गेले नव्हते आणि संस्थापिका जिवंत असतानाच तिचा उत्तराधिकारी निवडणे नन्सना अशक्य होऊन बसले. कारण? मदर टेरेसांना त्यांच्या स्वत:च्या वलयांकित व्यक्तिमत्वाबद्दल दोष देणे तसे तर्ककर्कश्श वाटेल पण टीकाकारांच्या मते, आंतरराष्ट्रीय निधी आवक खात्रीशीरदृष्ट्या सुरू राहण्यासाठी मदर टेरेसांनी सर्वोच्चपदी राहणेही तितकेच निर्णायक होते. याचबरोबर हेही सत्य आहे की, खुल्या लोकशाही पद्धतीने दैनंदिन कारभार चालवला गेला असता तर आलेल्या उत्तराधिकाऱ्याला मदर टेरेसा तेथे असूनही त्यांचा धाक वाटला असता का आणि आधीपासूनच संस्था ताब्यात घेण्याचा प्रयत्न तेथे झाला नसता का? काही अनुयायांनी तर आपले नाव न सांगण्याच्या इच्छेसह हेही बोलून दाखवले की एखादा उत्तराधिकारी तयार होऊन स्वीकारणे आम्हाला जड जाणे हे सर्वात गंभीर अपयश होते. एखादी संस्था एवढी जागतिक पातळीवर पैसा व गुडविलने मोठी होऊ शकणे आणि तरीही ती पुढे सुरळितरित्या चालण्याची तयारी केलेली नसणे ह्या दोन्ही गोष्टी दूरदृष्टी नसल्याच्या

आणि अहंमन्य आत्मकेंद्रितता असल्याच्या निदर्शक आहेत. कॉन्फरन्स ऑफ मेजर रिलिजिअस सुपिरिअर्सच्या एका सदस्यानेही नाव जाहीर न करण्याच्या अटीवर बोलून दाखवले की चर्चमधल्या अनेक लोकांच्या मते, एखादा नवा, तरुण आणि अधिक सक्रिय असा नेता हवा आहे कारण त्यांनी (मदरनी) केलेले चांगले कार्य त्यांच्या प्रकृती-अस्वास्थ्यामुळे मातीमोल होण्याचा धोका आहे. व्हॅटिकनमध्ये काम करणाऱ्या दुसऱ्या एका सिस्टरने म्हटले की मदरनी आधीच राजीनामा दिला असता तर त्यांना शासन आणि शिक्षण यासारख्या अंतर्गत बाबीत लक्ष घालणे शक्य झाले असते आणि नंतर त्यांच्या वाट्याला आलेली टीका टाळणेही शक्य झाले असते.

तब्येत खराब असो वा नसो, नव्या नव्या आव्हानांना, पेचप्रसंगांना त्या सामोऱ्या जात राहिल्या. उदाहरणार्थ, निकोला सेसेस्कूच्या राजवटीत त्यागलेल्या अपंग मुलांना मदत करण्यासाठी नन्सचे पथक पाठवणे. जागतिक नेत्यांकडून त्यांना देणग्याही सतत येतच राहिल्या. पॅलेस्टाईन मुक्ती संघटनेचे नेते यावर अराफत यांनी स्वत: कोलकत्याला येऊन १९९० साली मदरना ५० हजार डॉलर्सच्या देणगीचा चेक दिला. आज अशा मोठ्या देणगीमागची कारणे सांगण्यास ते नकार देतात.

पण १९९० पासून पुढे मदर टेरेसांची कार्यपद्धती टीकेचा विषय बनू लागली. प्रथम जर्मेन ग्रीर याने 'इंडिपेंडंट मॅगझिन'च्या मागच्या पानावरील आपल्या नव्या 'हिरोज अँड व्हिलन्स' या स्तंभांत बांगलादेशातील २० वर्षांपूर्वीच्या घटनांचा संदर्भ देऊन लिखाण केले. आपल्या 'हिरों'बद्दल लिहू इच्छिणाऱ्या लोकांची कधीही कमतरता नव्हतीच. पण आपले खलनायक कोण हे जाहीर करायला तयार असलेल्यांची संख्या कमी कमीच होत आहे. ग्रीरचा लेख प्रसिद्ध झाला तेव्हा उमटलेल्या प्रतिक्रिया अगदी जाणवण्याजोग्या होत्या. त्यानंतर, मदर टेरेसांच्या जीवनावर आधारित चित्रपटात मदरची भूमिका ग्लेन्डा जॅकसन करणार असल्याची घोषणा झाली. ग्लेन्डा ५४ वर्षांची होती व भावनाप्रधान अशा अगणित सेक्स फिल्मची नित्रतारका असा तिचा लौकिक होता. 'सिटी ऑफ जॉय' चा लेखक डॉमिनिक लॅपिएर याने मदरवरील चित्रपटाची आखणी केली होती. या प्रकल्पासाठी व्हॅटिकनशी (पोपशी) लॅपिएरने वर्षभर सल्ला-मसलत करून या आखणीला अंतिम रूप दिले होते. लॅपिएरच्या म्हणण्यानुसार, मदर टेरेसांचा मृत्यू होण्याआधीच असा चित्रपट निघावा याबाबत पोप जॉन पॉल (दुसरे) यांचा आग्रह आणि प्रोत्साहन होते. कारण मदरचा मृत्यू झाल्यानंतर त्यांच्यावर चित्रपट काढण्यासाठी साऱ्यांनाच मोह होईल व कोणीही कसलाही विचार न करता त्यासाठी पुढे सरसावेल. तथापि, पोप कितीही उत्सुक असले तरी आपण त्यासाठी सहकार्य देणे इष्ट नाही हे जाणून मदर टेरेसांनी नकार दिला.

कदाचित, सहज जाणवण्याजोगा नसेलही, पण मदर टेरेसा वृद्ध होण्याआधीची

त्यांची छबी चित्रपटाद्वारे पकडून वा जतन करून ठेवण्याच्या पोपच्या हेतूमध्ये निश्चितपणे एक अर्थ होता. त्याचा परिणाम झालाच आणि त्यातून मानवी मनोव्यापारांची चित्रविचित्रता दृक्‌गोचरही झाली. मी स्वत: रोमला भेट दिली तेव्हा मला हे फारच स्पष्टपणे जाणवले की मदर टेरेसांनी केलेली मानवतेची सेवा अतुलनीय खरीच, मात्र पोपना आता २१ व्या शतकासाठी तरुण, अधिक क्रियाशील महिला, कॅथॉलिक पंथाच्या दृष्टीने आदर्श नन्स म्हणून हव्या होत्या. कॅथॉलिक वृत्तपत्रातील एका पत्रकाराने मला सांगितले, 'व्हॅटिकनच्या दृष्टीने प्रसार-माध्यमांमध्ये सन्माननीय व्यक्ती म्हणून व्हावयाचा तेवढा मदरचा गौरव झालेला आहे. आता ते, सर्व पंथ, संप्रदायांना सांभाळून घेऊन काम करू शकणाऱ्या व अधिक बाह्यानुवर्ती विशाल दृष्टीकोनाच्या जोशपूर्ण तरुणींच्या शोधात आहेत. नॉर्थ अमेरिकन ऑर्डरमध्ये काम करणाऱ्या मेरी ॲन ग्लँडनसारख्या नन्स किंवा व्यावसायिक दृष्टीकोनाने काम करू शकणाऱ्या महिला त्यांना हव्या आहेत. मेरी ॲन ग्लँडन ही 'वुमेन्स इश्यूज' मध्ये काम करणाऱ्या व्हॅटिकनच्या पथकात आहे.' रोममध्ये १९९६ साली 'वुमेन इन चर्च टुडे' हे पुस्तक प्रसिद्ध झाले त्यात मदर टेरेसांचे नावसुद्धा नमूद केलेले नाही.

इंग्लंडमध्ये वाढत्या नियमितपणाने वृत्तपत्रांमध्ये प्रसिद्ध होऊ लागलेल्या वृत्तांतामध्ये, आता त्यांच्या कार्याविषयीचे नवे उल्लेख गौण महत्त्वाचे असत. 'संडे टाईम्स' मध्ये गॅरी स्मिथचे एक विदग्ध व्यंगचित्र प्रसिद्ध झाले. 'मदर टेरेसा विमानतळावर एकट्याच बसल्या आहेत. आजूबाजूला बॅगा आहेत, एक पत्रकार त्यांना मदतीचा हात पुढे करतो, "होय मी खरोखर गोंधळात पडले आहे, माझ्या सिस्टर्स मला मदत करण्यास यावयाच्या होत्या व त्या आलेल्या नाहीत" असे सांगून मदर म्हणतात, "माझ्याकडे बघ. येथे कोणीही मदत करावयास नसलेल्या मदर टेरेसा."'

कदाचित, मदरने आयुष्यात कधीही हे उद्‌गार काढले नसतील. पण मुख्य मुद्दा, त्यांच्याबद्दलच्या बातम्यांमध्ये तरल स्वरुपाचा बदल, हा आहे. काही वर्षांपूर्वी ह्या हयात संताबद्दलच्या कोणत्याही वृत्ताचा शेवट इतक्या उघडपणे त्यांच्या 'इगो'चा उल्लेख करून झाला नसता.

■

टीकास्त्र

आठ नोव्हेंबर १९९४ रोजी चॅनल फोर टेलिव्हिजनच्या ड्यूटी ऑफिसरला संध्याकाळी सुमारे २०० लोकांनी घेराव घातला आणि पहाटेपर्यंत तो त्या कोंडाळ्यात अडकून पडला होता. लेखक आणि प्रक्षेपक तारीक अलीने तयार केलेला 'हेल्स एंजल' (नरकाचा दूत) हा अर्ध्या तासाचा लघुपट पाहिल्यावर आपली त्यावरची प्रतिक्रिया नोंदवण्यासाठी या २०० लोकांनी ड्यूटी ऑफिसरला कोंडीत पकडले होते. त्याच्या समोरच्या स्वीचबोर्डवरही त्यांनी हल्ला केला होता. या प्रकरणातला दूत होता मदर टेरेसा आणि ब्रिटीश प्रसार-माध्यमांनी बऱ्याच आधीपासून त्याची जाहिरात केली होती. या वादग्रस्त कार्यक्रमाने बरीच खळबळ उडवून दिली.

या कार्यक्रमात सादरकर्त्या सूत्रधार ख्रिस्टोफर हिचेन्सने मदर टेरेसांवर असा आरोप केला होता की गरिबांचे प्राण वाचवण्याऐवजी मदरना जागतिक नेत्यांबरोबरच्या आपल्या संबंधांमध्येच जास्त स्वारस्य होते. ज्या कोणाचे या पृथ्वीतलावर राज्य नाही त्याच्यासाठी सहजपणे मदर टेरेसा राजे-रजवाडे, सम्राट आणि बड्या सत्तांबरोबर संबंध ठेवून आहेत अशी शेरेबाजीही त्याने केली. भारतीय उपखंडात लोकांसाठी नवी इस्पितळे बांधण्याऐवजी मदरने कोट्यावधी पौंड कॉन्व्हेंटस्वर खर्च केले. तसेच राजकारण खेळत राहणाऱ्या पोपच्या फिरत्या राजदूत म्हणूनही मदर टेरेसा काम करतात असा आरोप करून हिचेन्स शेवटी म्हणाला, 'ईश्वरमुक्त आणि दुसऱ्याचे चांगले न इच्छिणाऱ्यांच्या जगात, स्वत:ला विसरून जाणाऱ्यांची तसेच निस्वार्थी-जनहितवादी आणि अंत:करणाने निर्मळ असणाऱ्यांची प्रशंसा लोकांनी करणे अटळ असू शकते. पण अशी व्यक्ती तत्त्वहीन, ज्ञानप्रसाराच्या प्रगतीतला अडथळा आणि पृथ्वीवरील सत्तांचा नोकर म्हणून काम करीत आहे हे दिसून येण्यासाठी आपल्या भ्रमाचा भोपळा फुटायला हवा. असा भ्रम आपल्याला का होतो याचे स्पष्टीकरण

बुद्धी संपूर्णतया गुंग होणे एवढेच आहे. चॅनेल फोरला फोन करणारे सर्वच नव्हे पण बहुतेकजण या कार्यक्रमामुळे अस्वस्थ, भयभीत वा थक्क झाले होते. या कार्यक्रमाचे वर्णन त्यांनी अवमानकारक, दुःखदायक, अपमानास्पद, अश्लील व बीभत्स, असत्य, केविलवाणा व रोगट मनोवृत्तीचा, घृणास्पद, तिरस्करणीय, लांछनास्पद, पूर्वग्रहदूषित, भ्याड, अन्याय्य, विकृत मनोवृत्तीचा, धक्कादायक, सैतानी वृत्तीचा आणि राक्षसी पद्धतीचा असे केले. फोन करणाऱ्या काही जणांनी पुन्हा चॅनेल फोरचे कार्यक्रम पाहणार नाही किंवा कार्यक्रमात दाखवल्या जाणाऱ्या जाहिरातींमधील सर्व उत्पादनांवर बहिष्कार घातला जाईल अशा धमक्याही दिल्या. ज्या वृद्धेने केवळ चांगले कार्यच केलेले आहे आणि जी स्वतःची बाजू मांडू शकत नाही तिच्यावर या कार्यक्रमाने घोर अन्याय केल्याचे बोलून दाखवले. पण मग काहीजण असेही होते की माहितीपर, ताजातवाना, खात्री पटवणारा आणि सुसंबद्ध कार्यक्रम दाखवल्याबद्दल चॅनेल फोरची त्यांनी प्रशंसाही केली. चॅनेल फोरने या कार्यक्रमाचे समर्थन जोरकसपणे करताना सांगितले की चालू वर्तमानातल्या बातम्यांच्या पद्धतीचा लघुपट बनवण्याचा आमचा कधीही इरादा नव्हता. कार्यक्रम आवडला असे सांगणारे फोन क्वचितच येतात हेही यासंदर्भात ध्यानात घ्यायला हवे.

वृत्तपत्रांमधून या कार्यक्रमाबाबतची चर्चा आणि वादविवाद अनेक आठवडे चालू होते. कार्यक्रम जेवढा व्यक्तीगत स्वरुपाचा होता तशाच प्रकारची व्यक्तीगत टीका सतत होत राहिली. त्यातल्या बऱ्याच प्रतिक्रिया कडवट होत्या. एका फोनकर्त्याने 'या कार्यक्रमात' ''ज्यू'' दिसला असा शेरा मारला. त्याचा रोख अर्थातच चॅनेल फोरचा प्रमुख अधिकारी मायकेल ग्रेड याच्यावर होता. हिचेन्सची तुलना बॅलियल बोल्शविक आणि ऑक्सफर्डमध्ये शिक्षण झालेला पूर्वीचा मार्क्सवादी क्रांतिकारी अली अशी केली गेली. 'द टाईम्स' मध्ये लॉर्ड रीस मॉग यांनी लिहिले, 'कोलकत्याच्या गरीबाला आपल्या जेवणासाठी मायकेल ग्रेडकडे बघावे लागत नाही हे नशिब.' मदर टेरेसांच्या बाजूने बोलण्यास रोमन कॅथॉलिक संस्था सरसावल्या. कार्डीनल बेसिल ह्यूमने, 'खऱ्याखुऱ्या पावित्र्यासाठी'' विख्यात असलेल्या महिलेचे 'कुरूप, बेढब, विचित्र व्यंगचित्र' रेखाटणारा लघुपट अशी हेटाळणी केली. व्हिक्टोरिया गिलीकने गर्भपात-विरोधी मोहीम प्रभावीपणे राबवलेली होती. अली आणि ग्रेड यांच्याकडे बोट दाखवणारा अप्रत्यक्ष उल्लेख करताना तिने, 'हा विकृत, आडमुठा व भ्याड असा मुस्लीम-ज्युईश कट' असे वर्णन केले. कॅथॉलिक लेखक पॉल जॉन्सन म्हणाला, 'डाव्या फळीच्या प्रचारपंडितांच्या एका गटाचा हा अतिक्रूर, खोटारडा हल्ला आहे... अत्यंत वेड्यावाकड्या पद्धतीने लघुपटातले प्रसंग आणि छुप्या टीकेचा प्रच्छन्न वापर एकत्रितपणे करून त्याद्वारे हुकूमशहा, गुन्हेगार-गुंड आणि सामूहिक हत्याकार यांना मदर टेरेसा पाठिंबा देत असल्याचे या लघुपटात

सूचित केले आहे... ब्रिटीश टीव्हीवर याहून अधिक एकांगी वा असमतोल असा कार्यक्रम आपण कधीही पाहिलेला नाही. चॅनेल फोर आणि मायकेल ग्रेड यांनी हा कार्यक्रम प्रसारित करून आणि त्यासाठी पैसे घेऊन हा न्यायावर अत्याचार केला आहे. जर कायदेशीर आणि मानवी दृष्टीकोनातून शक्य असेल तर त्यांच्याविरुद्ध गुन्हा दाखल केलाच पाहिजे. आणखी कोणावर तरी त्यांची द्वेषाची नजर वळण्यापूर्वी त्यांना थांबवले पाहिजे.'

'द टाईम्स' या वाचकांच्या पत्रव्यवहारात प्रसिद्ध झालेल्या पत्रात रेव्हरंड अँड्र्यू डी बेरी यांनी, चिकित्सा न करताच मदर टेरेसांचे समर्थन करणाऱ्यांना ते तसे कसे करू शकतात असा प्रश्न विचारला आहे. डी बेरी यांची मदरशी १५ वर्षांपूर्वी गाठ पडली होती. एचएम प्रिझन वॉर्मवूड स्क्रब्जला तेव्हा मदरनी भेट दिली होती व डी बेरी तेव्हा तेथे प्रशिक्षणार्थी धर्मगुरू होते. तुरुंगातील सहकाऱ्यांपुढे भाषण करताना डी बेरी यांनी मदरच्या भाषणाचा दाखला देताना सांगितले की, 'मी कोलकत्याच्या महिलांना बजावते, तुम्हाला हवी तेवढी मुले होऊ द्या' असे मदर म्हणाल्या होत्या. ते शब्द माझ्या स्मृतीत कोरले गेले आहेत. भारतातल्या रस्त्यांवर मरणोन्मुख पडलेल्यांपैकी काही जण नक्कीच मदरचा सल्ला मानलेल्या बायकांची मुले आहेत.

अनेकजणांनी या चर्चेचे/वादविवादाचे स्वागत केले. 'गार्डीयन'चे टीव्ही समालोचक ह्युघ हर्बर्ट यांनी लिहीले, 'टेरेसा पंथाची चिकीत्सा करणारी हिचेन्सची कृती बरोबर आहे. दैवतासारखी पूजा आपल्यासाठी वाईट आहे. जिवंत माणसाला संतपद बहाल करणे त्याहूनही वाईट. आत्मसंतुष्टांनी स्वत:ची स्तुती करणे हे प्रभंजकाला नेहमीचेच असते तरीही तो नकळत किंवा अजाणता, आपल्या क्रेडिट कार्ड धर्मादाय देणग्या किंमतीत कमी असल्याची जाणीव करून देतोच. म्हणून हिचेन्ससारखा आपल्या स्वत:च्या आनंदासाठी कोठेही भ्रमण करणारा पत्रकार हा मदर टेरेसांनाच एकप्रकारे साथ देतो.' 'द टाइम्स' मध्ये रुमर गॉडेनने, 'बदनामी करणे जितके सोपे आहे तितकेच यश साध्य करणे कठीण असते.' अशी मल्लीनाथी केली.

हा कार्यक्रम बघणाऱ्या १६ लाख प्रेक्षकांपैकी १३० संतप्त प्रेक्षक औपचारिक तक्रार नोंदवण्यास इंडिपेंडंट टेलिव्हिजन कमिशनकडे गेले. पण शेवटी कमिशनने तक्रार फेटाळली. त्याबाबत कमिशनने हे स्पष्ट केले की गरीबांमधील आपल्या चांगल्या कार्याबाबत मदर टेरेसांची प्रसिद्धी जगभर झालेली आहे. पण याचा अर्थ असा नव्हे की त्या जे काही करतात आणि म्हणतात त्यावर टीकाच होऊ नये. पॉल जॉन्सननेही याच प्रश्नाला स्पर्श केला आहे पण त्याने वेगळाच निष्कर्ष काढला आहे. तो म्हणतो, 'जर मदर टेरेसांसारख्या सर्वोत्कृष्ट चांगल्या महिलेवर अशी टीका होत असेल तर मग कोण सुरक्षित आहे? कदाचित, खुल्या समाजात कोणीही सुरक्षित नाही. विशेषत: जेथे मोठाल्या रकमांचा संबंध येईल तेथे!'

या कार्यक्रमाची संकल्पना 'बांडुंग'या निर्मात्या कंपनीला एक पत्र आल्यानंतर विकसित झाली. हे पत्र लंडनमध्ये राहणारे एक बंगाली डॉक्टर अरूप चॅटर्जी यांनी पाठवले होते. डॉ. चॅटर्जींचा जन्म आणि बालपण, शिक्षण सारे कोलकत्यात झाले होते. मदर टेरेसांचे प्रत्यक्ष कार्य आणि पाश्चिमात्य जगातील त्यांची धार्मिक प्रतिमा या दोन्हीतील फरक प्रचंड आहे अशा समजुतीने डॉ. चॅटर्जी दुखावले गेले होते. 'मदरची मालमत्ता तिसऱ्या जगातील सरकारांपेक्षाही मोठी आहे हे आपण विसरता कामा नये. खुद्द कोलकत्यात मदर टेरेसा हे एक जवळपास नगण्य व्यक्तिमत्त्व आहे आणि पश्चिमेत या गोष्टी अविश्वसनीयच वाटतील अशी माझी खात्री आहे.' असे नमूद करून डॉ. चॅटर्जी पुढे म्हणाले, 'सत्य जगापुढे मांडण्याची गरज आहे. सत्य हे आहे की कोलकता आणि मदर टेरेसा हे समानार्थी नाहीत. सांस्कृतिक आणि राजकीयदृष्ट्या कोलकत्याला फार मोठी परंपरा आहे. तसेच मदर टेरेसा हे कथा-कादंबऱ्यातच बसणारे काल्पनिक अशा प्रकारचे व्यक्तिमत्त्व आहे. सत्याचा आणखी एक तपशील म्हणजे, कोलकत्यात मोठ्या प्रमाणावर लोक राहतात. त्यातले बरेचसे काळे आणि थोडेफार गोरे आहेत. दोन्हीत धार्मिक व निधर्मी वृत्तीचे आहेत आणि मदर टेरेसा करीत आहेत त्यापेक्षा खूप जास्त, कार्य करणारे लोक आहेत– त्यांचे नावही कोठे ऐकू येत नाही.'

बांडुंग कंपनीचे अधिकारी तारीक अली यांच्याकडे पत्र पाठवताना डॉ. चॅटर्जी यांनी रोखठोक पवित्रा घेतला. १९५५ मध्ये इंडोनेशियातील बांडुंग या गावी अफ्रिकन आणि आशियाई देशांची बैठक होऊन अलिप्त राष्ट्र चळवळ सुरू झाली होती. त्यापासून स्फूर्ती घेऊन या कंपनीचे नाव बांडुंग असे ठेवण्यात आले होते. आपल्या दहा वर्षांच्या आयुष्यात बांडुंग कंपनीने, कोलकत्याची पाश्चिमात्य जगात वाईट प्रतिमा नियमितपणे साकारली जात असल्याबद्दल मूळ कोलकतावासियांची दु:खे आपल्या कार्यक्रमांमधून मांडली होती. १९९१ साली प्रक्षेपित झालेल्या या कंपनीच्या कार्यक्रमात, कोलकता हे दु:खाचे आगर असल्याबद्दलच्या प्रतिमेच्या विरोधात कोलकतावासियांच्या तीव्र भावना तो कार्यक्रम पाहणाऱ्या कोणालाही जाणवल्या असत्या. 'द सिटी ऑफ जॉय' या नावाचा तो लघुपट रोलँड जॉफी यांनी डॉमिनिक लॅपिएरच्या पुस्तकावर आधारित तयार केला होता व त्याचे चित्रीकरण कोलकत्यात झाले होते.

आपल्या शहराबद्दल मूळ बंगाली लोकांना ही अवमानाची जाणीव का होते हे समजणे फारसे कठीण नाही. तथापि, त्यावेळी प्रश्न अधिक व्यापक आहेत असे अली यांना वाटत होते आणि मदर टेरेसांवरील नवा कार्यक्रम सादर करण्यासाठी व्यापक पाया असलेल्या पत्रकाराचा शोध ते घेत होते. त्यांची नजर हिचेन्सवर पडण्यामागे एक कारण होते. दोन वर्षांपूर्वी हिचेन्सने "घौल ऑफ कलकत्ता" अशा

शीर्षकाचा एक लेख लिहिला होता. (घौल म्हणजे पूर्वेकडील देशातील एक काल्पनिक नरभक्षक सैतान). त्यात त्याने मदर टेरेसांवर टीकास्त्र सोडताना कसलीही कसर बाकी ठेवली नव्हती. १९८० मध्ये एकदा हिचेन्स मदर टेरेसांना भेटला होता. 'द लेदरी ओल्ड सेंट' असे या लेखात त्याने मदरचे वर्णन केलेले होते. ('लेदरी' शब्दाचा अर्थ– चामड्यासारखा चिवट असा होतो.) त्या लेखात त्याने लिहिले आहे, 'शहरातल्या कमी दिमाखदार अशा भागातून मी जात होतो. बोस रस्त्यावरच्या मिशनरीज ऑफ चॅरिटीमध्ये मी गेलो. या ठिकाणी समोरच्या दरवाजाच्या वर मला संस्थेचे ध्येयवाक्य दिसले. "जो सुधारणांवर प्रेम करतो तो ज्ञानावर प्रेम करतो"(१९९५ साली हे घर तेथून हलवण्यात आले.) तेथे मदर टेरेसांबरोबर एक चक्कर मारून माहिती घ्यावी म्हणून मी आत गेलो. तेथे मदरची आगळी-वेगळी शैली मला स्वत:लाच बघायला मिळाली. तेथे एक अनाथालय होते आणि त्यामुळे माझे मत एकदम, क्षणार्धात प्रतिकूल झाले. मी नर्सेसबद्दल काही चांगले बोलण्याच्या विचारात होतो तोच मदर टेरेसांनी जणू घोषणाच केली "हे बघा, कोलकत्यात आम्ही गर्भपात व संतती नियमनाविरुद्ध या प्रकारे लढा देतो." मदरच्या या जाहीर केलेल्या हेतूने काहीसे या धर्मादाय कार्याचे महत्त्व कमी झाले आणि पितळ उघडे पडल्यासारखा, प्रचाराचाच भाग अधिक नजरेत भरला.'

'हेल्स एंजल' कार्यक्रमात हिचेन्सने आणखीही काही भाग दाखवला. मोठ्या प्रमाणावर लोकांनी तो पाहिला हे खरेच होते. वृद्ध होत चाललेल्या मदरवरील अनाकर्षक माहिती, जप करताना वाकलेल्या मदर तसेच हैतीचे माजी हुकूमशहा 'बेबी डॉक' दुव्हॅलीयार यांच्याबरोबरचे संबंध, एन्वर होझाच्या विधवा पत्नीशी भेट (एन्वर हा अल्बेनियाचा कडवा कम्युनिस्ट हुकूमशहा होता) आणि इतर संशयास्पद आंतरराष्ट्रीय उद्योगपतीबरोबर बातचीत असे बरेच काही या लघुपटात होते. तो त्यात पुढे म्हणतो, "टेरेसांचा पंथ आता बहु-राष्ट्रीय मिशनरी पंथ आहे व त्यांची उलाढाल कोट्यावधींची आहे. जर कोलकत्यात लक्ष केंद्रित केले तर त्यातून एखादे प्रचंड मोठे इस्पितळ उभे राहू शकते, कदाचित त्यातून जाणवण्याजोगा असा फरकही पडू शकतो. पण मदर टेरेसांनी त्याऐवजी आपला सेवेचा तुरळक प्रसार होईल हेच निवडले आहे. इस्पितळापेक्षा आपले कॉन्व्हेंट आणि तत्त्वज्ञानाचे बाडच त्यांना अधिक महत्त्वाचे वाटते.' गॅरीच्या व्यंगचित्रासहित केलेल्या उल्लेखांमध्ये त्याने 'आपल्या अंदाजाप्रमाणे त्या कुमारिका असाव्यात' असेही वाक्य घातले पण नंतर त्याबद्दल खेद प्रकट केला व पुन्हा ते शब्द उच्चारले नाहीत.

कोलकत्यातील मान्यवर लोक मदर टेरेसांच्या समर्थनार्थ पुढे सरसावले. मात्र त्या लघुपटाचे आजवर भारतात प्रक्षेपण झालेले नाही. याचे एक कारण हिचेन्सने वापरलेले संग्रहालयातील लघुपटाचे तुकडे विक्रीच्या दृष्टीने खूप महागडे आहेत.

त्यांच्या प्रती खाजगीरीत्या उपलब्ध आहेत. मदर टेरेसांनी स्वत: हा लघुपट पाहिलेला नाही. मात्र, त्या नकारात्मक शेरेबाजीचा आपल्यावर काहीही परिणाम झालेला नाही हे त्यांनी ठामपणे नमूद केले. तरीही त्यांनी 'आनंद बझार पत्रिका' या लोकप्रिय दैनिकाला दिलेल्या मुलाखतीत आपल्या स्वत:च्या कार्याचे समर्थन केले. मदर टेरेसांची मुलाखत हा अपवादात्मक प्रसंग असे. मदर त्यांना म्हणाल्या, 'कसे जगावयाचे याचा निर्णय तुम्हीच घ्यावयाचा असतो. माझा जेवढा संबंध येईल त्यापुरते मी असेच म्हणेन की आपल्याला कार्य चालूच ठेवावयाचे आहे हे मला माहित आहे. निर्माता तारीक अली व सूत्रधार हिचेन्स यांना आपण ''क्षमा केली आहे''.' त्यांच्या 'क्षमा' या शेऱ्यावर हिचेन्सने उपरोधिक प्रतिक्रिया व्यक्त केली. हिचेन्सचा लघुपट दाखवला गेला त्याच्या दुसऱ्या दिवशी मदरने आपली नियोजित तैवान भेट रद्द केली. त्यासाठी त्यांनी कोठलेही कारण दिले नाही. रोममध्ये व्हॅटिकन येथील तैवानी राजदूताला त्यांनी एवढेच कळवले की त्या तैवानला जाऊ शकत नसल्याने त्यांना व्हिसा लागणार नाही.

या कार्यक्रमावरील 'राईट टू रिप्लाय' (प्रत्युत्तराचा हक्क) या कार्यक्रमात हिचेन्सवर जोरदार टीका केली गेली. अलिकडच्या काळात कोलकत्याला गेलेला नसताना हा कार्यक्रम बनवला. तसेच मदरच्या बाजूचा युक्तीवाद 'हेल्स एंजल' मध्ये समाविष्ट केला नाही यासाठी ही टीका होती. आपल्या लघुपटात हा समतोल न राखल्याबद्दलच्या आरोपांना उत्तर देताना हिचेन्सने स्वत:चे समर्थन केले. 'आपण फक्त एक आलेख मांडत होतो. मदरवर टीका करणारे आजवरचे प्रसारमाध्यमांमधील पहिले प्रक्षेपण आम्ही केलेले आहे. आम्ही त्यांच्याविरुद्धच कार्यक्रम तयार केलेला होता. त्याखेरीज आणखी काही करावयाचे होते असा ढोंगीपणा आम्ही केलेला नाही.' केवळ गरिबांची सेवाच करावयाची आणि त्यांची आयुष्ये बदलण्यासाठी कसलीही मदत करावयाची नाही याबाबत टीकाकारांनी मदरवर झोड उठवली आणि त्याचे पडसाद मदरच्या प्रतिसादात उमटलेले दिसतात. 'यापेक्षा वेगळे काही करण्याचे ढोंग मी करत नाही' असे मदर म्हणतात. एखादा यावर असेही म्हणू शकेल की गरीबांवर एक निबंध निर्माण करण्याचा मदर टेरेसांचा प्रयत्न आहे, संपूर्ण पुस्तक नव्हे.

'राईट टू रिप्लाय' कार्यक्रमात मिशनरीजची कन्या कॅथरीन स्पिक सहभागी झाली होती. तिने पूर्वी मदर टेरेसांवर लिहिले होते. या कार्यक्रमात ती म्हणाली, मदर टेरेसांच्या बाजूने मांडण्यासारखे वैध मुद्दे आहेत पण ते परिणामकारकपणे मांडले गेले नाहीत कारण टीकेची झोड प्रखर असल्याने ते झाकोळल्यासारखे झाले. खासदार डेव्हिड एल्टन म्हणाले, मदर टेरेसा विसाव्या शतकातल्या अनोख्या व्यक्तिमत्त्वांपैकी एक आहेत आणि 'हेल्स...' कार्यक्रम वाईट संकल्पनेने तयार

केलेला होता. 'कॅथॉलिक हेराल्ड'ची तेव्हाची संपादक ख्रिस्तीना ओडन म्हणाली, धार्मिक वा सांस्कृतिक अशा कोणत्याही क्षेत्रातील मानदंडाची बौद्धिक मापनाने चौकशी-तपासणी करणे आपल्याला अपेक्षित आहे. इतरांच्या मतांचा आढावा घेत ही तपासणी व्हायला हवी आणि सत्य व आकडेवारीची जोडही त्याला हवी. 'पण तुमच्याकडे असलेले लोक फक्त लेखक, पत्रकार आणि छायालेखक (कॅमेरामेन) असेच होते.'

येथे हे एकूण प्रकरण थांबावयास हवे होते. लघुपट बनवला गेला आणि तो दाखवला गेला. यामधल्या काळात इतर काही माफक सुरातले टीकेचे आवाज तेवढे ऐकू आले. डॉ. रॉबीन फॉक्स हे छातीच्या रोगांचे तज्ज्ञ 'लॅन्सेट' या प्रभावी वैद्यकीय नियतकालिकाचे संपादक होते. त्यांनी, मदर टेरेसांच्या कोलकत्यातील मरणोन्मुख सेवा केंद्रातील वाईट वैद्यकीय सोयी-सुविधांवर कडाडून टीका केली आणि वेदनांवर परिणामकारक वेदनाशामके दिली जात नसल्याची तक्रार केली. याउलट स्वत: मदर टेरेसांना सर्वात अत्याधुनिक सेवा उपलब्ध होते. अगदी अमेरिकेत आणि पेसमेकर बसवण्याच्या हृदय-शस्त्रक्रियेसकट, असा आरोप त्यांनी केला. 'द टाईम्स' चा पूर्वीचा स्तंभलेखक आणि धार्मिक बाबींविषयक पत्रकार क्लिफर्ड लाँगले याने एक विचार-प्रवर्तक लेख लिहीला. त्यात मदर टेरेसांच्या मरणोन्मुखांबद्दच्या आस्थेतील धोक्यांचे विवेचन केले आणि रुग्णाला वेदना होऊ देणे हेच त्या साध्य करतात असे नमूद केले. अनेक आरोग्यसेवकांनी खासगीरीत्या हे बोलून दाखवले की मदर टेरेसा एकीकडे गरिबीची चिंता करतात, दुसरीकडे महिलांना मुले होण्यावर नियंत्रण ठेवण्यास मदत करायला हवी ती चिंता मात्र टाळतात. ५० वर्षांनंतर आता मदर टेरेसांचे कार्य किती मौल्यवान याबद्दल सर्वसाधारणपणे नव्याने चर्चा होते आणि परस्परविरोधी भावनांवर ताठर भूमिकाच घेतल्या जातात.

त्या कार्यक्रमानंतर काही आठवड्यांनी भारतीय वृत्तपत्रांमधील कात्रणांचा एक गठ्ठा मला हिंदू विवेक केंद्राने पाठवला. या विषयात मला रस असल्याचे त्यांना समजल्यावरून त्यांनी ही कृती केली. (हिंदू विवेक केंद्राने आपले स्वत:ची उद्दिष्टे मला कळवली. त्यानुसार, सामाजिक-राजकीय संदर्भात हिंदुत्वाचा अभ्यास वाढवण्याचा प्रयत्न करणे... हिंदुत्वाच्या बाजूचे आणि विरोधी साहित्य असलेले संदर्भ ग्रंथालय उभारणे आणि विद्वानांना संशोधन करण्यासाठी उत्तेजन देणे हे त्यांचे ध्येय होते. 'आमचे केंद्र निश्चितपणे कोणाच्याही विरोधात नाही' असे त्यांनी नमूद केले होते. (लेखकाला पत्र १ जानेवारी १९९६ रोजी)). कात्रणे वाचताना भारतीय वृत्तपत्रात (विशेषत: ब्रिटीश वृत्तपत्रांशी तुलना करताना) मला सबळ, सकारण युक्तिवाद आढळले. मदर टेरेसांबाबत जे मुद्दे आता वादग्रस्त बनले आहेत त्यावर चर्चा,

वादविवाद होण्याजोगी स्थिती आहे असे वाटत असणाऱ्यांचे हे युक्तिवाद होते. माझ्यासारखे असे अनेक भारतीय पत्रकार होते की ज्यांना वाटत होते, मिशनरीज ऑफ चॅरिटीचे बरेचसे कार्य फारच प्रशंसनीय आहे हे निश्चित. तथापि, वैद्यकीय दर्जा, कुटुंबनियोजनाच्या पद्धती, गर्भपात आणि दत्तक-दान, इतिहासातले आणि आजचे मिशनरीज कार्याचे ध्येय, मदत कार्याची भावी दिशा अशा विषयांवर सखोल चर्चा होऊच नये असा त्याचा अर्थ नाही. हिचेन्सच्या लघुपटानंतर तर आता ही तपासणी कधी नव्हे इतकी आवश्यक बनली आहे. कदाचित गरीबांना मदत करण्याचे अधिक चांगले मार्ग आहेत, ते एकविसाव्या शतकाच्या गरजांना अधिक साजेसे आहेत. नाहीतर मग मदर टेरेसांनी परिपूर्ण उदाहरण घालून दिलेल्या जुन्या पद्धतीची ख्रिश्चन धर्मादायता (चॅरिटी) कधीच हटवली जावयाची नाही.

अचानकच, मदर टेरेसा आणि त्यांचे कार्य ही अनेक लोकांसाठी, जगात चांगले काही करण्याबाबतचे विचार तपासून पाहण्याची कसोटी ठरली असे चित्र दिसू लागले. मदर टेरेसा म्हणजे एक सामर्थ्यवान व्यक्ती आहेत आणि जगाला त्याची दखल घ्यावीच लागेल. मग असे असूनही इतके सारे लोक त्यांच्याबाबत असे अस्वस्थ का होतात? कोणत्या कार्यवाहीने फरक घडून आला आहे? विकसनशील जगाच्या जोडीने विकसित जग कसे काम करत राहू शकेल? गरीबीचे चक्र मोडण्यासाठी महिला कोणती भूमिका बजावू शकतील? मरणोन्मुखाच्या मदतीसाठी धार्मिकता काय कामगिरी बजावू शकेल? व्यावसायिक सल्लागार, नर्सेस, समाजसेविका आणि इतरही बरेच काही करीत असलेल्या नन्सचे भवितव्य काय? जुन्या पंथांना आता कामाची आत्यंतिक फिकीर पडली असताना आणि वयोवृद्ध सिस्टर्सच्या देखभालींचा गंभीर प्रश्न समोर असताना नन्सचे भवितव्य काय असणार आहे? सरळ नजरेत भरणारा प्रामाणिकपणा, निष्ठा आणि निर्धार यापलिकडच्या मदर टेरेसांच्या व्यक्तिमत्वाचा धांडोळा घेणे फार कठीण आहे. विशेषतः इतक्या कालावधीनंतर आणि इतक्या अंतरावरून. तरीसुद्धा मी शेवटी असे म्हणेन की ५० वर्षांच्या कालावधीतील त्यांचे कार्य आणि त्यांची इतरांबरोबरची वागणूक यांची छाननी करून एखाद्याला अनेक प्रश्नांचा उलगडा होऊ शकेल आणि कदाचित त्यातूनच, मदर टेरेसांना आपले प्रेम, वेळ, पैसा देणाऱ्या हजारो लोकांना वाटलेल्या आकर्षणाचे गूढ व त्याचा आधार किंवा पाया शोधला जाऊ शकेल.

■

औषध-उपचार

माझ्या नवी दिल्ली भेटीतील एक आठवण सर्वांवर कडी करणारी आहे. दोन डोक्यांच्या त्या लहानग्या जीवाबद्दल मी विचार केला नाही असे फारच थोडे दिवस तेव्हापासूनचे निघतील.

सुमारे सहा महिन्यांचे ते मूल खालच्या थंड, सिमेंटच्या जमिनीवर, मागचे डोके उशीवर अशा अवस्थेत पडलेले होते. दुसरा चेहरा कसा विकसित झालेला आहे ते मला दिसू शकले नाही. पण वरचा चेहरा पुरेशा स्पष्टपणे मला पाहता आला आणि त्याच्या कपाळावर मध्यभागी एक खुली जखम होती. एकाच धडातून दोन्ही डोकी निघालेली होती आणि शरीर म्हणजे एक वाकडा मांसाचा गोळा. मी त्या जागेवर खिळूनच राहिले. मानवतेच्या त्या भीषण अपघातावरून माझी नजर हटेचना.

'तिला दुखत असेल ना?' मी मिशनरीज ऑफ चॅरिटीच्या सिस्टरला विचारले. ही सिस्टर मला नवी दिल्लीतील अनाथालय दाखवित होती. 'अर्थातच' सिस्टर उद्‌गारली! 'ती आपली डोकी कधी उचलूच शकत नाही. ती इतकी जड आहेत की त्यांची हालचाल करणे तिला शक्यच नाही. पण देवाच्याच हाती सर्व काही आहे. या बाळासाठी कोणतेही इस्पितळ काहीही करू शकणार नाही... निसर्ग त्याच्या मार्गाने जाणार.' मग मी चौकशी केली, 'या मुलीच्या आईचे काय?' या माझ्या प्रश्नावर सिस्टर म्हणाली, 'तिला नक्कीच धक्का बसला असणार. ती कोण आहे, कशी आहे हे कोणाला तरी माहित आहे काय?' जर ते माहित असेल तर निदान मला तरी ते कोणी सांगितलेले नाही. एकूणच आईला फारसे महत्त्व नाही. ही केस अशी नव्हती की त्याविषयी त्यांना बोलावेसे वाटावे. आणि संभाषणाचा रोख झटकन पश्चिमेतील गरीबीकडे वळला. सिस्टरच्या म्हणण्यानुसार, पश्चिमेतील गरीबी फारच गंभीर स्वरुपाची आहे कारण ती भावनिक गरीबी होती.

हे दुःखदायक, दोन डोक्यांचे मूल माझे लक्ष मिशनरीज ऑफ चॅरिटीच्या भूमिकेच्या गाभ्यापर्यंत केंद्रित करते झाले. यात काही शंकाच नाही की मिशनरीज ऑफ चॅरिटीचा संबंध आला नसता तर जन्म होताक्षणीच ते मूल मरण पावले असते. जेथे कोठे ते टाकून दिलेले असेल मग ती कचराकुंडी असो वा रस्ता, त्या अर्भकाचा मृत्यू तेथेच अटळपणे झाला असता. हे स्पष्टच दिसत होते की नन्सने त्या मुलीला दूध पाजले होते. ती कृश दिसत असली तरी अशक्त नव्हती आणि दुधाशिवाय इतका काळ जगलीही नसती. आणि तिला प्रेम दिले गेले होते. पण प्रेम शब्दाचा अर्थ आपल्या लेखी काय? मला त्या अनाथालयात फिरवले गेले तेव्हा अनेक प्रश्न मनात उभे राहिले. तेथील पलंगांवर मला खेळणी का दिसली नाहीत, भिंतींवर चित्रे का आढळली नाहीत, कोणत्याही मुलासाठी गाडी का दिसली नाही? त्यातली बरीचशी मुले अशा पिळवटलेल्या धडाची आणि आकार बिघडलेली होती की एखाद्या स्वारस्याच्या वस्तूकडे नजर लावून पडण्याखेरीज त्यांना काही करणेही शक्य होत नव्हते. सिस्टरने मला सांगितले की ती दोन डोक्यांची मुलगी लवकरच मरण पावेल आणि खरोखर मी हे लिहीत असेपर्यंत तिचे जीवन संपलेलेही असेल. आणि मृत्यू येईपर्यंत किती यातना त्या लहानग्या जीवाला सोसाव्या लागल्या असतील आणि कशासाठी? जर तिला वेदना होत असतील तर त्यासाठी वेदनाशामके तिला का दिली गेली नाहीत आणि एवढ्या इस्पितळात प्रशिक्षित नर्सेसकडून तिची देखभाल का झाली नाही?

त्यानंतर मी अनेक डॉक्टरांशी या विषयावर बोलले. एक धड-दोन डोकी याप्रकारची अर्भके ही इंग्लंडमध्ये दुर्मिळ घटना मानली जाते. कदाचित पाचसहा वर्षांत एखादेच मूल असे जन्माला येत असते. राष्ट्रीय आकडेवारी संबंधीचे कार्यालय अशा मुलांच्या जन्माची तारीख वा इतर कोणतीही माहिती जाहीर करण्यास तयारच नसते कारण त्यातून त्या अर्भकाच्या मात्यापित्यांची माहिती बाहेर फुटते. आज, इंग्लंडमध्ये सर्व गर्भवती महिलांची सुरुवातीच्या अवस्थांमध्ये नियमितरीत्या तपासणी होते आणि जर अशी स्थिती आढळली तर गर्भपाताची सोय, अर्थातच सक्तीविरहित, उपलब्ध करून दिली जाते. दोन डोक्यांच्या अर्भकाच्या जन्मवेळी आईचे सिझेरियन करण्याची गरज असते आणि त्यावरही गर्भाशयाला खूपच गंभीर इजा होण्याची शक्यता दाट असते. मानसिक अवस्थेचा विचार यात केलेला नाही. भारतातील प्रसिद्ध सयामी जुळे गंगा-जमनाला दोन स्वतंत्र डोकी व शरीरे असली तरी दोन मूत्रपिंडे, दोन हृदये, एक यकृत, एक गर्भाशय, एक समान मूत्रविसर्जन अवयव आणि दोन पाय आहेत. ज्या देशात मुलींची अर्भकावस्थेत हत्त्या करण्याचे प्रकार अद्यापही घडतात तेथे गंगा-जमनाला जगू दिले गेले हे आश्चर्यकारकच आहे. पण हे आक्रित घडले. आता त्यांची वये विशीच्याही बरीच पुढे आहेत आणि

खेड्यापाड्यांमधील जत्रा, उत्सव येथे स्वत:चे प्रदर्शन करून त्या पैसा मिळवतात. त्यांचा काकाच त्यांचा व्यवस्थापकही आहे आणि दरडोई दोन ते पाच रुपये देणाऱ्या मूर्ख व बेशरम लोकांना त्याच्या पुतण्या खाताना व धुणी धुताना दाखवल्या जातात. पण दोन डोक्यांचे अर्भक तर अशा भयंकर आयुष्याचीही आशा धरू शकत नाही.

कोणतीही उत्तरे साधी नाहीत पण प्रश्न कायमच राहतो; लहान वा मोठा कोणताही आजारी माणूस घ्यावयाचा आणि त्याला मदत, शुश्रुषा देऊ करायची मात्र समाजाची क्षमता सर्वोच्च पातळीची सेवा-शुश्रुषा देण्याची असूनही तुम्ही ती देऊ शकत नाही आणि तरीही हे तुम्ही करता हा पुरेसा प्रतिसाद म्हणता येईल काय? जरी ज्ञानाची संस्था अस्तित्वात असली तरी त्याचा वापर करण्याची गरज नाही अशी समजूत करून घेणे हा उद्धटपणाचा एक नमुना आहे काय? माझ्यापेक्षा खूपच जास्त पात्रता असलेल्या लोकांबरोबर अनेकवेळा ही समस्या सोडवण्याचा मी प्रयत्न करून पाहिला. उदाहरणार्थ, जसे मी एका कॅथॉलिक बिशपला म्हटले, किमान तुम्ही रस्ता पार करा आणि काहीतरी मदत करा. बिशप म्हणाले, होय. पण जर समरीटनने वारंवार रस्ता पार करून अधिकाधिक लोकांना मदत केली, अपघातापेक्षाही ठरवून हे घडले तर अपघातग्रस्तांना मदत करण्यासाठी एक संस्थाच उभी राहील आणि मग घेतली जाणारी काळजी जगातल्या सर्वोच्च दर्जाची राहवयास हवी.

दुसऱ्या बाजूला, कॉलेज ऑफ पेडियाट्रीक्स अँड चाईल्ड हेल्थचे अध्यक्ष प्रोफेसर डेव्हिड बॉम हे वेगळ्याच पद्धतीने या प्रश्नाकडे पाहणारे आहेत. ते कॉलेजच्या संशोधन शाखेचे संचालक आहेत आणि इंग्लंडमधल्या मरणोन्मुख बालक इस्पितळ व मदत कार्यक्रमातील एक मान्यवर आहेत. ते म्हणाले, सर्वोत्तम काळजी घेण्याच्या इतक्या बाजू आहेत की तुम्ही कधीही काहीही न करण्याची शक्यता आहे... मदर टेरेसांची दृष्टी अशी होती की तुम्ही एखाद्या अर्भकाच्या शेजारून पुढे जाऊच शकत नाही. तुम्ही त्याला उचलता आणि जर ही कल्पना रुजू लागली तर... समतोल वृत्तीने वागण्याच्या दृष्टीने ही फारच कठीण अवस्था असते. पण मी ती कल्पना करू शकतो आणि त्याचा साधकबाधक विचार न करताही सांगतो की ते थांबवणे शक्यच नाही. त्यांची मोहीम याबाबत पुढचा संपूर्ण विचार करत बसण्याची नाही. ते कोठून येत आहेत वगैरेही विचार त्यात असू शकतील. हाच सर्वात योग्य किंवा आदर्श प्रकार आहे.

बॉमच्या मते, भारताला सर्वात जास्त गरज एखाद्या नव्या खूप मोठ्या, प्रचंड इस्पितळाची नाही. हिचेन्सने जो, 'तिसऱ्या जगातील सर्वात चांगले व शिक्षणाची सोय असलेले इस्पितळ' असा उल्लेख केला होता तशीच काही आत्यंतिक गरज असल्याचे बॉमना वाटत नाही. प्रो. बॉम भारतात आले होते व मदरना भेटलेही होते. थायलंडच्या ग्रामीण भागातील एका संशोधन केंद्रात त्यांनी अनेक वर्षे काम केलेले

आहे. भारतात द्विधा मनस्थिती निर्माण करणारा खरा प्रश्न बॉमना भेडसावला तो असा की, राष्ट्रव्यापी पोषणाचा आणि खेड्यापाड्यांमध्ये लसीकरणाचा असे दोन कार्यक्रम राबवण्याची इतकी आत्यंतिक गरज असताना भारताला अशी अत्याधुनिक, तंत्रज्ञानाने परिपूर्ण, सुसज्ज इस्पितळे परवडू शकतील का? तरीही अधिकारपदांवर असणारे लोक वारंवार एकच निष्कर्ष काढतात की भारतातील सर्वोच्च डॉक्टर्स देशातच राहण्यासाठी म्हणून अशी इस्पितळे असणे आवश्यक आहेत. आंतरराष्ट्रीय वैद्यकीय पातळीवरील उच्च वर्तुळात सहज सामावून जाण्याचा आत्मविश्वास असलेले हे डॉक्टर्स देशाच्या सेवेत येण्यासाठी ही इस्पितळे असणे गरजेचे मानले जाते. बॉम यांना त्यात शहाणपणाचा विचार आहे असे वाटते. 'तरीही आमच्या पार्श्वभूमीकडे बघता, मी भारतात अवयवारोपण शस्त्रक्रिया करीत बसणार नाही कारण तेवढ्याच खर्चात, एखादा डॉक्टर चांगल्या नियोजनाने व्यापक समाजासाठी भरपूर व आवाक्याबाहेरच्या आरोग्य-सेवा देऊ शकेल.' इतरही काही उच्च प्राधान्यांची क्षेत्रे आहेत. मात्र असे कार्यक्रम प्रत्यक्षात पार पाडले जाण्याजोगे आहेत असे चित्र रंगवणे फार कठीण आहे. रोगप्रतिबंधक लसीकरण कार्यक्रम यशस्वीरीत्या राबवण्याला ठळक मथळ्याने गौरवले जाण्याची शक्यता नाही. एकीकडे मोठे अत्याधुनिक इस्पितळ आणि खेड्यांमध्ये उपासमार असे चित्र असू नये. खरे तर जागोजागी जाऊन कोणत्या मुलांना व्हिटॅमीन डी अभावी त्रास होतो, कोणाला कमी ऐकू येते हे शोधून काढणारे लोक हीच खरी गरज आहे. कदाचित जाणीवेपेक्षा नेणीवेच्या पातळीवरील तो निर्णय असेल पण मदर टेरेसांनी केवळ इमारती उभ्या करण्याच्या विरोधात घेतलेला पवित्रा भारताच्या दृष्टीने अतिशय न्यायोचित निर्णय आहे.

१९७० नंतर लगेचच घडलेली एक छोटी घटना, आपल्या 'ऑर्डर'मध्ये वैद्यकीय आस्थापना न ठेवण्याची मदर टेरेसांची भूमिका सहजपणे विशद करून जाते. ॲन किंग हॉल ही सुरुवातीला एक पत्रकार होती. विकलांग मुलांवरील उपचारांच्या एका क्रांतिकारी पद्धतीविषयी लिहिण्यात तिला खूपच रस वाटत होता. मिसेस एस्ट्रीड डेनच्या कामाने ॲन इतकी प्रभावित झाली की नंतरच्या वर्षांमध्ये ती त्यात स्वत: गुंतत गेली आणि सरतेशेवटी त्या कामात पूर्णवेळ सहभागी झाली. अर्थात तिचे बरेचसे काम प्रशासकीय स्वरुपाचे होते. मिसेस डेनने अर्भकांमध्ये आणि शिशूंमध्ये उपजत आणि नंतर आलेली व्यंगे वा विकृती दुरुस्त करण्यासाठी न्यूमॅन-न्यूरोड व्यायामांवर आधारित एक पद्धत विकसित केली होती. ही विकलांगता कायमची दूर झाली नाही तरी आठवड्यातून तीनदा केवळ दहा मिनीटे नियमित उपचार घेतल्याने असा विश्वास निर्माण होतो की अपंगता गौण वाटू लागते असा अनेक वर्षांचा अनुभव सांगत होता. गंभीर स्वरुपाचे मानसिक दोष असलेली मुलेही आनंदी आणि चांगल्या समन्वयाने वागू लागतात असे या उपचार-पद्धतीवरून

दिसून आले होते. ॲन किंग हॉलच्या म्हणण्यानुसार 'मिसेस डेनच्या अनेक कल्पना आज सर्वत्र स्वीकारल्या गेल्या आहेत आणि त्यात अगदी शेवटचा उपाय म्हणून कृत्रिम आधारांवर विसंबण्याचाही समावेश होता.' तथापि, १९७० च्या सुमारास मिसेस डेनच्या लक्षात आले की आपली दृष्टी अधू होत चालल्याने फार काळ आपण हे काम चालवू शकणार नाही. मिसेस डेन ह्या कॅथॉलिक धर्मांतरीत होत्या आणि त्या प्रशिक्षित फिजाओथेरपीस्ट नव्हत्या. आपले कार्य पुढे चालवू शकेल अशा व्यक्तीचा शोध घेण्यास त्यांनी सुरुवात केली. आपल्या उपचार-पद्धतीचा फोटोंच्या रुपाने त्यांनी एक मोठा संग्रह तयार केला होता. हा मौल्यवान संग्रह पुढच्या पिढ्यांना उपयुक्त ठरेल असे त्यांना वाटत होते. १९७० मध्ये मदर टेरेसा लंडनला आल्या. मिसेस डेन आणि ॲन किंग हॉलला भेटल्या आणि कोलकत्यात येऊन या जोडीने एक उपचार केंद्र सुरू करावे असे सुचवले. असे केंद्र सुरू झाल्यास आपल्याकडील अनेक विकलांग आणि विकृतीयुक्त मुलांवर उपचार करण्यास सिस्टर्स मदत करू शकतील असे मदर टेरेसांना वाटत होते.

१९७३ च्या जानेवारीत मिसेस डेन व ॲन ह्या कोलकत्याला पोचल्या. लंडनचे केंद्र जरी बंद झालेले होते, तरीही आपल्या कल्पना कोलकत्यात पुढेही चालवल्या जातील या आशेने त्यांनी हा प्रवास केला होता. त्याबाबत खेदाने बोलताना ॲन म्हणाली, 'तो सारा घोळच झाला. प्रथम शिशु-भवनमध्ये काम करण्यासाठी त्यांना एक खोली देण्यात आली. ते काही खास असे उपचार-केंद्र नव्हते. नंतर कोलकत्याच्या बिशपने दिलेल्या एका घराचा त्यांनी वापर केला. मिसेस डेनना काही सिस्टर्स कायम-स्वरुपी हव्या होत्या. कारण आपल्या पद्धती सिस्टर्सना प्रथम शिकवाव्या लागणार होत्या आणि या प्रशिक्षणासाठी काही वेळही जाऊ द्यावा लागणार होता. पण मदर टेरेसा अशा प्रकारे काम करीत नव्हत्या. त्या सर्वच गोष्टी लवचिक आणि हव्या तशा कोठेही वळवता येण्याजोग्या पद्धतीने करतात.' 'आम्ही ३० सिस्टर्सना अंशतः प्रशिक्षण दिले आणि त्यातील काहीजणी जरी कमी बुद्धीच्या असल्या तरी जास्त काळ त्यांना प्रशिक्षण देता आले नाही हा खरा प्रश्न होता. कारण या मुलींना दुसरे काहीतरी काम करण्यासाठी आमच्याकडून काढून घेण्यात आले.' हे प्रयोग १९७४ च्या ऑगस्टपर्यंत होत राहिले. त्यानंतर मिसेस डेन व ॲन इंग्लंडला स्वगृही परत आल्या. आपल्या उपचार-पद्धती पुढे बंदच पडणार यामुळे निराश होऊन ॲनने जड अंतःकरणाने कोलकत्याचा निरोप घेतला. दहा वर्षांनंतर ॲन परत भारतात आली व त्या उपचार-पद्धतीने मूळ धरले नाही यामुळे दुःखित झाली. 'जर योग्यरीत्या बीजारोपण होऊ शकले असते तर त्याने नक्कीच मूळ धरले असते' असे तिने खेदपूर्वक नमूद केले.

ॲन किंग हॉल, जरी कॅथॉलिक नसली तरी निष्ठावान 'सह-कर्मचारी' आणि

मदर टेरेसांच्या भूमिकेतील मूल्यांवर ठाम विश्वास ठेवणारी होती. ती म्हणते, आता त्याकडे वळून पाहिले तर, त्या कामासाठी मदर टेरेसा ह्या चुकीच्या व्यक्ती होत्या हे स्पष्टपणे जाणवते. कारण आपल्या स्वत:च्याखेरीज इतर कोणत्याही इमारती त्यांना नको असतात. तसेच दीर्घ-कालीन तत्त्वावर आपल्या सिस्टर्सना इतर काही करू देण्याची त्यांची तयारी नाही कारण 'देवाच्या प्रेमापासून' सिस्टर्स दूर जाण्याची शक्यता त्यांना मान्यच नाही. मदरने हे जाणले होते की बहुतेक सिस्टर्सना दीर्घ-कालीन प्रकल्पांसाठी दिलेला नकार, काही ठिकाणी टीका झाली तरी, अंतिमत: एक प्रकारचे बळच ठरते. 'यापैकी बऱ्याचशा सिस्टर्स वयाने लहान मुलीच आहेत. त्यांच्या जीवनात उत्सुकता आणि अचानक नवे काही येणे हे नेहमीच महत्त्वाचे असते. त्यांना, आपल्याला कोठे पाठवले जात आहे हे कधीही माहित नसते; एक दिवस बंगलोरमध्ये तर दुसऱ्या दिवशी मुंबईमध्ये आणि पुढे काय घडणार हे आधी कधीही माहित न होण्याची भावना, त्यांच्यासाठी फारच महत्त्वाची ठरते. मदर टेरेसांनी हे अंत:प्रेरणेने जाणले असेल पण त्यांचे (सिस्टर्सचे) डोळे नवे काही पाहायला मिळणार या भावनेने कसे लुकलुकतात हे तुम्ही पाहण्याजोगे आहे.'

१९९४ मध्ये औषधे आणि उपचार यांचा उपयोग आपल्या संघटनेत करण्याबाबतच्या मदर टेरेसांच्या भूमिकेवर जाहीररीत्या वाद झाला. 'लॅन्सेट' या वैद्यकीय नियतकालिकाचे संपादक डॉ. रॉबीन फॉक्स आपल्या पत्नीसह भारताच्या दौऱ्यावर होते. त्यांनी 'निर्मळ हृदय' ला भेट दिली. कोलकत्यातील त्यांच्या डॉक्टर मित्राच्या सूचनेवरून ते 'निर्मळ-हृदय'मध्ये आले. हा डॉक्टर मित्र नियमितपणे तेथे स्वयंसेवक म्हणूनही काम करीत असे. डॉ. व मिसेस फॉक्सने कालिघाटचे कामकाज पाहण्यात एक दिवस घालवला. त्यांच्या हस्ते तेथील रुग्णांना अन्नदान केले गेले कारण त्यांना स्वत:ला तेथील सर्वच गोष्टी पाहावयाच्या होत्या. 'इतका प्रदीर्घ काळ हे केंद्र चालू असल्यामुळे, मरणोन्मुखांची देखभाल कशी करावी याचा एक आदर्श नमुनाच आपल्याला पाहावयाला मिळेल अशी माझी अपेक्षा होती.' असे त्यांनी नमूद केले. त्यांची निराशा खूपच तीव्रतेची होती. सुरुवातीला त्यांनी त्याबद्दल काही न लिहिण्याचे ठरवले होते पण तरीही त्यांना त्यावाचून राहावेना. या अस्वस्थतेतून निघालेला त्याचा लेख विशेषत: त्यांच्या शांत, संयमित परखडपणाबद्दल धक्कादायकच ठरला. त्यांच्या अपेक्षेपेक्षाही जास्त सविस्तरपणे त्याबाबत पडसाद, प्रतिसाद उमटले. हा लेख प्रसिद्ध होताना डॉ. फॉक्सना (हिचेन्सच्या) 'हेल्स एंजल' बद्दल माहित नव्हते. पण उठलेल्या वादाच्या मोहोळानंतर ते म्हणाले, 'मी ते पुन्हा लिहीन.'

प्रथमत: तेथील वैद्यकीय सेवा शुश्रुषेचा दर्जा अगदीच गलथान, अव्यवस्थित आढळला. रोगनिदान न करताच सिस्टर्स आणि स्वयंसेवकांना निर्णय घ्यावे लागत

होते. सुसाध्य आणि असाध्य रोग्यांमध्ये फरक करता येण्याजोगे साधे नियम व पद्धती सिस्टर्स व स्वयंसेवक यांना माहित करून देता येतील का असा प्रश्न डॉ. फॉक्सनी विचारला. या साध्या सोप्या नियम-पद्धतींनी वैद्यकीय पद्धतीचे प्रशिक्षण नसणाऱ्यांनाही साधारणपणे अचूक रोगनिदान करता येऊ शकते, त्यातून, कोणती औषधे वापरता येऊ शकतात याचाही निर्णय घेता येतो. याच पद्धतीने भारतातील प्राथमिक आरोग्य सेवा चालवली जात आहे. ही सेवा म्हणजे उच्च दर्जाचे प्रशिक्षण नसलेल्यांनाही, नेहमी आढळणाऱ्या आरोग्याच्या तक्रारींचे निदान आणि त्यावर साधेसोपे पण परिणामकारक उपचार हे शिकवणे होय. तथापि, अशी सूसूत्र भूमिका व दृष्टीकोन, मदरच्या 'होम्स'च्या चौकटीपेक्षा फारच भिन्न वा सर्वस्वी वेगळा होता. नियोजनापेक्षा पुरवठा मदर टेरेसांना अधिक पसंत होता. आधिभौतिकतेकडे झुकणारी कोणतीही गोष्ट टाळणे याच दृष्टीने त्यांचे नियम बनवले गेले होते.

डॉ. फॉक्सच्या मते, ज्याप्रकारे त्या जागेचे (निर्मळ हृदयचे) नियोजन-आयोजन होत होते, त्यात चुकांनाच आमंत्रण होते आणि या चुका प्राणघातक ठरू शकणाऱ्या होत्या. डॉ. फॉक्सनी मला सांगितले की एका तरुणाचे रोगनिदान मेनिंजायटीस असे केले गेले. वस्तुतः त्याचा मृत्यू सेरेब्रल मलेरियाने झाला. 'कोणीतरी त्याच्या रक्ताच्या पापुद्र्याकडे तर बघायला हवे होते. येथे जे काही घडते ते दैवयोगावर, नशिबावर अवलंबून असते. ती एखादी डच वा जपानी नर्स असेल वा अगदी साधा स्वयंसेवकही असेल की जो सुरुवातीला रोगाचे वा व्याधीचे मूल्यमापन किंवा निदान करतो आणि त्यांना लगेचच सेरेब्रल मलेरियाचा विचारही शिवलेला नसेल.'

डॉ. फॉक्सने इतरही बरीच टीका केली. लॅन्सेटमध्ये त्यांनी 'मदर टेरेसांच्या होमला तुम्ही पैसे दिलेत की त्याचा उपयोग थोड्याफारही चैनीसाठी वा महत्त्वाच्या उपयुक्ततेसाठी होईल अशी अपेक्षा करू नका' असे लिहिले. त्यांचा रोख एका इलेक्ट्रिक ब्लेंडरवर होता. आपले अन्न गिळायला त्रास होणाऱ्यांसाठी देणगी म्हणून हा ब्लेंडर आला होता. त्याद्वारे अन्न चूर्णासारखे करून मग गिळताना त्रास होत नसे. जेथे डोक्याचा आणि मानेचा कॅन्सर बऱ्याच प्रमाणात आढळून येतो अशा देशामध्ये तर हे संयुक्तिक आणि सुसंगतच मानायला हवे. या कॅन्सरचे सरळसोट दिसणारे कारण म्हणजे तंबाखूचा सढळ वापर, खाण्यासाठी आणि धूम्रपानासाठी होतो हे होय. 'त्यांच्या तत्त्वज्ञानात हे बसत नाही असे मला सांगितले गेले... मला सगळ्यात मोठा धक्का बसला... तो साधेपणावर भर इतका की त्यातून गैरसोयच मोठ्या प्रमाणावर होते. गरीबांना सवय असलेली परिस्थिती कायम राहू शकते आणि रुग्ण अधिकाधिक स्वस्थही राहू शकतो अशा अनेक बाबी आहेत. सरतेशेवटी, वेदना कमी करण्याच्या दृष्टीने सिस्टर्सची क्षमता किती आहे? छोट्याशा दौऱ्यात त्यांच्या धार्मिक दृष्टीकोनाची शक्ती किती हे मला आजमावता आले नाही; पण

तेथील विहित उपचारपद्धतीत वेदना-निवारकांचाही समावेश नव्हता हे समजल्यावर मी अस्वस्थ झालो. एकीकडे रोग-निदानाकडे दुर्लक्ष आणि दुसरीकडे प्राथमिक वेदना-निवारकांचा अभाव या दोन्हींमुळे मदर टेरेसांचा दृष्टीकोन सरळसरळ वैद्यकीय सोयींपेक्षा वेगळाच दिसला. यातले मला काय पसंत पडणार हे अर्थातच मला माहित आहे असेही डॉ. फॉक्सने नमूद केले.'

नंतर 'लॅन्सेट' मध्ये या विषयावर वाचकांची पत्रे प्रसिद्ध झाली. त्यातील एक, तज्ज्ञ कॅन्सर नर्सचे होते. भारतात जागतिक आरोग्य संघटनेच्या संयुक्त प्रकल्पात या नर्सने पाच वर्षे काम केलेले होते व त्यानंतर १९९० मध्ये 'कॅन्सर रिलीफ इंडिया (सी आर आय) ही धर्मादाय संस्था सुरू केली होती. दोन उद्दिष्टांसाठी 'सीआरआय' काम करीत असे. रोगाची तीव्रता कमी करणारी काळजी घेणे आणि वेदनाशमन संबंधात डॉक्टर्स व नर्सेसला शिक्षण देणे हा एक भाग होता. दुसरे उद्दिष्ट रुग्णांसाठी वेदनाशामके, साधने आणि दवाखाने यांची तरतूद वा संख्या वाढवणे हा होता. या नर्सचे नाव गिली बर्न. निधी-संकलनाचे काम करून प्रशिक्षण तसेच संबंधित प्रकाशनांचे हिंदीत भाषांतर आणि काही उपकरणे या अत्यंत महत्त्वाच्या गोष्टी गिली बर्नने साध्य केल्या होत्या. ती मदर टेरेसांना भेटलेली नव्हती आणि मदरच्या होम्समध्ये ब्रिटीश इस्पितळातल्या पद्धतींचा वापर होत नव्हता हे तिने मान्यही केलेले होते. तथापि, भारतीय इस्पितळांना पुरेशा प्रमाणात आणि लगेच परिणाम साधणारी (स्ट्राँग) वेदनाशामके मिळण्यात किती अडचणी येतात हे समजावून न घेतल्याबद्दल गिली बर्नने डॉ. फॉक्सना धारेवर धरले. '१९९४ साली सुद्धा कॅन्सरच्या बऱ्याच रुग्णांना योग्य ती औषधे मिळू शकत नव्हती. एवढेच नव्हे तर त्या औषधांबद्दल डॉक्टरांनाही फारसे ज्ञान नव्हते. काही रुग्णांच्या बाबतीत वेदना-व्यवस्थापनाचीही जाण नव्हती आणि साधनांच्या अभावी परिस्थिती अधिकच बिकट होत असे' असेही गिली बर्नने लिहीले आहे. 'रुग्णांना किमान प्रेमळपणाची वागणूक देण्याबाबत तरी मदर टेरेसांचे कौतुकच करावयास हवे' असेही तिने नमूद केले आहे.

या क्षेत्रात काम करणाऱ्या अनेकांना मी भेटले, त्यांच्याप्रमाणेच गिली बर्नला विलक्षण अंत:स्फूर्ती होती. उत्कृष्ट प्रकारचे प्रशिक्षण आणि अनुभव याबरोबरच तिची खरीखुरी कळकळ दिसून येते. मेरी क्युरी कॅन्सर केअरसाठीची फिरती नर्स-शिक्षिका आणि मॅकमिलन नर्स या दोन्ही ठिकाणच्या अनुभवांची समृद्धी तिच्या कामात दिसते. ती खूपच आनंदी वृत्तीची आहे. गेल्या काही वर्षांमधील प्रत्येक वर्षाचे अनेक महिने तिने भारतात घालवले आहेत आणि भारतीय संस्कृती आणि विचारधारा यांचे तिला चांगलेच आकलन झालेले आहे. अशा प्रकारे तिने अनेक प्रकारच्या समस्या ओळखून त्या हळूहळू दूर करण्याचा आपल्या परीने प्रयत्न चालवला आहे. वेदना-शमनात डॉक्टर्स आणि नर्सेस या दोघांनाही शिक्षण-

प्रशिक्षण नसणे ही एक विशेष कठीण अशी समस्या आहे. त्यातही नर्सेसना गौण व दुय्यमपणाची वागणूक असल्याने त्या याबाबतीत अजाणच राहिल्या आहेत. जाणकारासारखे ज्ञान असल्यामुळे गिली बर्नला अनेक भारतीय लोक डॉक्टरच मानतात.

भारतात, नर्सेसना क्लीनरपेक्षा जरासा वरच्या दर्जाचे नेहमीच मानले जाते. फार तर मदतनीस म्हणूनच त्यांची गणना केली जात असल्यामुळे त्या स्वत:हून पुढाकार घेण्याची अपेक्षाच नसते. यात औषधांची टंचाई आणि कॅन्सरने मरायला टेकलेल्यालाही जलद, परिणामकारक, कडक (स्ट्राँग) औषधे देण्यावर राज्य सरकारचे नियम-कायदे यामुळे परिस्थिती आणखीच बिघडली आहे. १९८९ पर्यंत पोटात घ्यावयाच्या मॉर्फिन गोळ्या भारतात उपलब्ध नव्हत्या. भारतात किमान ८० टक्के कॅन्सर रुग्ण प्रत्यक्ष उपचारांसाठी येतात तेव्हा त्यांच्या रोगाने खूपच पुढची मजल मारलेली असते आणि त्यातून संपूर्णपणे बरे होणे अशक्यच असते. 'सर्वात जास्त कॅन्सर रुग्णांचे रोग-निदान इतके उशीरा होते की ते बरे होणे अशक्यच असते आणि ते इस्पितळात वेदनांनी तळमळत मृत्यूला सामोरे जात असतात. दुसऱ्या बाजूला, काही रुग्णांना अयोग्य पद्धतीने बरीच जास्त औषधे दिलेली असतात. मृत्यूच्या जवळ गेलेले अनेक कॅन्सर रुग्ण कुटुंबाविना, वेदनांकडे दुर्लक्ष केले जाऊन आणि प्रेम, दयासुद्धा वाट्याला न येता यातनांमध्ये जीवन संपवत असलेले मी पाहिले आहेत.'

'लॅन्सेट' ला लिहिलेल्या पत्रानंतर काही दिवसातच भारतातील अनेक ठिकाणी गिली बर्न गेली. वेदनांची तीव्रता कमी कशी करावयाची त्याची काळजी घेण्यास शिकवत आणि आपल्या संस्थेने निधी दिलेल्या केंद्रांना प्रोत्साहन देत तिचा हा दौरा झाला. मदर टेरेसांचे इतके जोरदार समर्थन, आपल्या पत्रात केलेल्या गिलीने कालिघाट येथील मदरच्या 'मरणोन्मुख सेवा-केंद्राला' भेट देण्याचे ठरवले. नंतर तिने तिच्या 'सीआरआय' च्या अहवालात लिहिले, 'या भेटीने माझे खूपच प्रबोधन झाले. तेथील सेवेत असलेल्या एका ननशी मी बोलले. एका वेळी किती रुग्णांची काळजी घेतली जाते ते नेमकेपणाने सांगणे तिला शक्य नव्हते. पण तेथील एकूण अंदाज घेता, सुमारे १०० स्त्री-पुरुष केंद्रात दाखल झालेले असावेत असे दिसले. सर्व रुग्णांची डोकी उवा असू नयेत या दृष्टीने भादरलेली होती. काहीजण अगदी स्पष्टपणे मनोरुग्ण असल्याचे दिसले आणि नन्सच्या प्रमुखाने, सध्या कोणीही कॅन्संर रुग्ण केंद्रात नसल्याचे सांगितले. आठवड्यातून दोनदा किंवा तीनदा एक डॉक्टर केंद्रात येतो. वेदनाग्रस्त रुग्णांना पॅरॅसिटेमॉल किंवा आयब्युप्रुफेन गोळ्या दिल्या जातात. रुग्णांच्या सेवेतील दोन स्वयंसेवक मला तेथे दिसले. स्ट्रेचरसारख्या छोट्या अंथरुणावर रुग्णांना ठेवले जाते.'

फारशी समाधानानकारक व्यवस्था नसल्याचे तिच्या शेवटच्या परिच्छेदावरून

दिसते. त्यात गिली बर्न म्हणते, 'डॉ. फॉक्सने 'लॅन्सेट' मध्ये जे लिहीले आहे, त्यातल्या काही भावनांचा प्रतिध्वनी, केंद्र बघितल्यावर माझ्याही मनात उमटला असे मला जाणवले.' प्रथमत: डॉ. फॉक्सच्या लेखावरून ती अत्यंत संतप्त झाली होती. आता मात्र, काही अडचणी समजावून घेतल्यानंतरही, तिला काही वेगळेच वाटू लागले होते. 'कालिघाटमधील अनेक (अंदाजे दोन-तृतीयांश लोक) जणांना नंतर घरी जाण्यास परवानगी दिली जाईल तेव्हा ते बोडक्या डोक्याने घरी जातील. भारतीय महिलेसाठी डोक्यावरचे केस हे सर्वात महत्त्वाच्या सौंदर्य-लक्षणांपैकी एक असते.'

मदर टेरेसांच्या केंद्रांवर वर्षभर मदत करणाऱ्या हजारो मदतनिसांपैकी फारच थोडे आपल्या देशात परतल्यावर वैद्यकीय काळजीबातच्या उच्च दर्जाविषयी लिहितात. जरी जवळपास सर्वच देशांचे प्रतिनिधी तेथे येत असले तरीही प्रामुख्याले इंग्लंड-अमेरिकेतील विशीनंतरचे तरुण भारतीय उपखंडाच्या प्रवासाच्या अगोदर किंवा नंतर सेवा-कार्य बजावतात. विद्यापीठात शिक्षणाला जाण्यापूर्वी किंवा गेल्यानंतर, अर्थपूर्ण अनुभवाच्या दृष्टीने हा शोध ते घेतात. एका ब्रिटीश उपहासात्मक स्तंभलेखकाच्या शब्दात, अनेकजण शाळासमाप्तीनंतर वजन कमी करण्यासाठी मदर टेरेसांकडे येतात. विशीनंतर बारीक होण्यासाठीच्या दोन हुकमी पद्धती म्हणजे एकतर भारतात जाणे किंवा साखरपुडा करून घेणे, पहिली पद्धत सोपी आहे. लंडनच्या 'इव्हिनिंग स्टँडर्ड' या वृत्तपत्रात १९९५ साली 'इंडियन समर ऑफ द सेंटली स्लोन्स' या मथळ्याच्या लेखात इसेंडा मॅक्सटोन ग्रॅहॅम हिने हा शेरा मारला आहे. 'सर्वांगीण भारतीय मुलगी बनण्यासाठी तुम्ही, तुमच्या प्रवासाच्या कोणत्याही टप्प्यात, मदर टेरेसांसाठी काम केलेच पाहिजे... इंग्लंडमधील खाजगी टेनिस कोर्टवर सुरक्षित आयुष्य जगलेल्या मुलीची सद्सद्विवेकबुद्धी अचानकच काट्याने टोचली जाते. ही बोच शांत करण्यासाठी मरणोन्मुख व्यक्तीच्या भोवताली कंटाळवाणी, हलकी कामे करणे हाच एक मार्ग आहे. तेथे थोडासाच वेळ थांबावे अशी इच्छा अनावर होते पण तेवढ्याही काळात खऱ्या आयुष्यातील शक्य तेवढ्या दु:खांचे पूर्ण ज्ञान एखाद्याला वा स्वत:ला होऊन जाते.' असे तिने पुढे म्हटले आहे. लेडी जॉर्जिना मरे आणि कादंबरीकार जोना ट्रोलॉपची मुलगी अँटोनियो पॉटर या दोघी इतर अनेक इंग्लिश स्वयंसेवकांप्रमाणेच चांगले काहीतरी करण्याच्या आशेने मदर टेरेसांकडेच गेल्या होत्या असे मॅक्सटोन ग्रॅहॅमने नमूद केले आहे. फादर अलेक्झांडर शेख्रुक यांच्याकडून रोमन कॅथॉलिक पंथात धर्मांतरीत होण्यास तयार असलेल्यांना मदर टेरेसांकडे काम करण्यास पाठवण्यात आले होते व परतल्यानंतर त्यांचा त्यागाचा आनंद ओसंडून वाहत होता. फादर शेख्रुक मिशनरीज ऑफ चॅरिटीला चांगले ओळखणारे धर्मगुरू होते असेही ग्रॅहॅमने म्हटले आहे.

स्वयंसेवकांमध्ये एक गोष्ट नक्की असायची ती म्हणजे सेवावृत्तीचे सामंजस्य. त्यांच्यातले सर्वच नव्हे तरी बरेच जण तरुण, सुंदर, सोनेरी केसांचे व गोरेपान असे असायचे. गेल्या दहा-पंधरा वर्षात त्यांना 'स्लोन रेंजर्स' असे नामाभिधान प्राप्त झालेले आहे. इंग्लिश समाजातील उच्चभ्रू वर्गातील तरुण मुलीही त्यात मोठ्या संख्येने दिसत असत. त्यांच्यातल्या बऱ्याच जणांच्या कुटुंबांच्या भारताशी निगडीत जुन्या आठवणी असत. कोणाचे आजोबा कदाचित भारतीय मुलकी सेवेत (आयसीएस) किंवा चहा उद्योगाशी संबंधित असे असतात. या मुलींच्या दृष्टीने भारत नेहमीच अतीव आकर्षणाचा स्रोत असतो. रेशमी वा सुती वस्त्रांद्वारेही कधी कधी हे आकर्षण प्रतिबिंबित होते, किंवा 'इंडियन करीज' च्या लहानपणच्या आठवणी त्यांच्या जिभेला सुखावतात वा खेळलेल्या जिमखान्याची याद येते. अधिकृत 'स्लोन रेंजर हँडबुक' नुसार ती एक खोलवरची आणि नेणीवेच्या पातळीवरची भावना दिसते. 'किपलिंग हा स्लोन आदिवासी कवी आहे.' पण स्वयंसेवकांची पार्श्वभूमी खूपच वेगवेगळ्या प्रकारची असते. मरणोन्मुख काळजी केंद्रात माझी, इसेक्सहून आलेल्या एक भारतीय मुलाची भेट झाली. भारतात परत यावे व मदर टेरेसांसाठी काम करावे असे आपल्याला नेहमीच वाटत होते असे त्याने बोलून दाखवले. हीच भावना प्रत्येक अमेरिकन आणि कॅथॉलिक युरोपमधील बऱ्याच विद्यार्थी-विद्यार्थिनींची होती. त्यात आपले कुटुंब सोडून आलेल्या अनेक वयस्कर महिलाही होत्या.

बहुतेक सारे मदतनीस मग ते कोठूनही आलेले असोत, निवासस्थानी कोलकत्यातील स्वस्त, हॉटेलांमध्ये राहत. दमट वातावरण, रंगांचे पोपडे उडालेल्या भिंती व झुरळांचा मुक्त वावर अशा प्रकारची स्वस्त हॉटेल्स सदर स्ट्रीटवर भरपूर होती. त्यात वायएमसीए किंवा मॉडर्न लॉज ही या लोकांची विशेष पसंतीची ठिकाणे होती. तेथून ते पहाटे ५.३० वाजता मदर हाऊसला पोचत व ५.५० च्या प्रार्थनेसाठी तयार राहात. स्वयंसेवकांच्या प्रमुख सिस्टरकडून त्यांना एक कार्ड दिले जाते व कोठे काम करावयाचे ते सांगितले जाते. पण साधारणत: ते आपली आवड-निवड सांगू शकतात. मदर हाऊसपासून सुमारे २०० मीटर अंतरावर रस्त्याच्या वरच्या अंगाला असलेल्या शिशुभवनपासून काम सुरू करण्यास बऱ्याच जणांना रस असतो. ट्रामने थोड्याच अंतरावर असलेल्या 'प्रेम-दान' येथे मनोरुग्णांना मदत करायला बाकीचे जातात. काही जणांना कालिघाट येथे पाठवले जाते. फार थोडे लोक सियाल्ढा येथील दवाखान्यात जाण्यास उत्सुक असतात. तेथील काम कितीही महत्त्वाचे असले तरी मानवी संपर्काची शक्यता तेथे कमी असते. भारताच्या इतर भागात काम करण्यास तयार असलेल्यांची संख्या अगदी मूठभर असते. कारण तेथे स्वयंसेवकांची गरज जास्त असली तरी कोलकत्यासारखे वलय नसते. प्रत्यक्ष मदर टेरेसांबरोबर काम करावयास मिळण्याची शक्यता इतर ठिकाणी बरीच कमी असते

आणि स्वयंसेवकांना त्यांच्याबरोबर काम करणे हे जास्त महत्त्वाचे वाटते. प्रार्थनेनंतर मदर हाऊसमधील पार्लरमध्ये न्याहारी दिली जाते. मी तेथे असताना एक केळ, चहा आणि रोल असा नाश्ता मिळाला. न्याहारीनंतर ८ वाजता कामाकडे कूच ते दुपारपर्यंत व नंतर संध्याकाळी ३ ते ६ वाजेपर्यंत पुन्हा काम. संध्याकाळी पूजेसाठी बहुतेक सर्वजण मदर हाऊसमध्ये परत येतात. गुरुवार हा पूर्ण सुटीचा दिवस. कोणीही स्वयंसेवक गुरुवारी कोणतेही काम करीत नाही.

आगाऊ काहीही सांगितले जात नाही. पण जरी थोडीफार पूर्वसूचना मिळाली तरी मरणोन्मुखांच्या केंद्रात प्रथमच काम करताना बऱ्याचजणांना शारीरिकदृष्ट्या थकवा, आजारी पडल्यासारखी कणकण वगैरे जाणवते. तेथील कुजलेले मांस, लघवी, मल-विष्ठा आणि जंतुनाशके या साऱ्यांचा उग्र दर्प यामुळे मळमळणे वा कणकण यांची भावना होत राहते. ब्रिटनमधील एक सह-कर्मचारी अपेक्षित कंटाळवाण्या कामांची एक तपशीलवार यादी पाठवतो. त्यात जखमा धुणे वा मलमपट्टी, कान-सफाई, हाता-पायाची नखे काढणे, दाढी व कटींग, रुग्णांना अन्न भरवणे, दात घासून देणे, कडक वा दुसऱ्या स्नायूंचे तेलाने मर्दन आणि रुग्णांना उभे करून चालवणे वगैरेंचा समावेश असतो.

मदर टेरेसांच्या बिनपगारी स्वयंसेवकांना जाणवणारी एक अडचण म्हणजे, पगारी नोकर (मासीज) वा रुग्णांशी संपर्क साधण्यातली असमर्थता. सर्व होम्समध्ये हे मासीज स्वयंपाक करतात. बरीचशी स्वच्छता ठेवतात आणि इतरही अनेक कामे करतात. मी ज्या मासीजना पाहिले ते काही फार उत्साहाने काम करणारे वाटले नाहीत. तथापि, एखाद्या बालकाचे ढुंगण पुसण्यासाठी वापरले जाणारे अस्वच्छ कापड लगेचच दुसऱ्या रुग्णाचे नाक पुसण्यासाठी वापरले जाताना पाहून मी आश्चर्याने 'आ' वासला त्याकडे मात्र त्यांचे लक्ष गेले. तेथे देखरेख करणारी (सुपरव्हिजन) कोणी सिस्टर वगैरे नव्हती पण इंग्लिश बोलणाऱ्या एका स्वयंसेवकाने खुलासाही केला की एका पलंगावर ठेवलेल्या चार ते पाच अर्भकांना आंघोळीसाठी नेले जावयाचे होते. त्यांच्या अंगावर लंगोटसुद्धा नव्हता. मासीजची वागणूक थोडी कडक वाटली. तरी शेकडो स्वयंसेवक त्यांच्या हाताखाली येतात व जातात हे आपण समजून घेतले पाहिजे.

कोलकत्याला येणारा निर्वासितांना लोंढा बराच असल्याने बंगाली भाषा शिकवण्याचाही काही उपयोग नाही. कोलकत्यातील ४० टक्क्यांहून अधिक रहिवासी बंगालीखेरीज इतर भाषा बोलतात. आणि शहरातील औद्योगिक कामगारांपैकी ६० टक्क्यांहून अधिकजण इतर राज्यांमधील स्थलांतरीत आहेत. इंग्लिश स्वयंसेवक मेरी लुडोन कालीघाट येथे काम करीत होती, तिला पाहिले काम क्षयरोगाने मरायला टेकलेल्या महिलेला आंघोळ घालण्याचे दिले गेले. मेरीने सांगितले, तिला खूपच

यातना होत होत्या आणि ती इतकी वाळली होती की हाताची त्वचा वळ्या पडून लोंबू लागली होती. तिचे नाव मला कोणीच सांगू शकले नाही तेव्हा मीच तिला माझे नाव सांगितले. तिला कसे उचलावयाचे किंवा धरायचे हे मला कोणीही सांगितले तेव्हा मीच माझ्या सुचलेल्या पद्धतीने तिला धरले तेव्हा ती यातनांनी रडू लागली. माझ्या तोंडून 'सॉरी' शब्द निघाला. आयुष्याच्या शेवटच्या तासात यातनांनी मरत असलेल्या महिलेला, घाबरलेल्या आणि काम जमत नसलेल्या परक्या स्त्रीने (म्हणजे मी) आंघोळ घातली तेव्हा तिच्या भाषेत क्षमायाचनासुद्धा करता आली नाही याची तीव्र शरम मला तेव्हापासून आजतागायत वाटत आली आहे.

भारतीय संस्कृतीत आंघोळीला सर्वाधिक महत्त्व असेल; पण एका इंग्लिश महिलेला आलेला अनुभव ती कधीच विसरणार नाही. मरायला टेकलेल्या अशाच एका महिलेला तिची इच्छा नसताना दोन नन्स उचलून घेऊन गेल्या. टाईल्स लावलेल्या जमिनीवर तिला ठेवले आणि नळीने थंडगार पाण्याने तिला अक्षरश: धुवून काढले. वेदनांनी ती महिला किंकाळत होती. तो आवाज कानातून जाणे कधीही शक्य नाही. असा अनुभव ख्रिस ओराम रेसनने, १९८४ साली भारतात आल्यानंतरचा आपला सुरुवातीचा म्हणून सांगितला. ऑक्सफर्ड येथे मिचेल सोबेल इस्पितळात तिने समाजसेविका म्हणून एक वर्षाचा अनुभव घेतला होता. तिचा संबंध आलेल्या अनेक तरुण स्वयंसेवकांनी पूर्वी कधीही कोणाला मरताना पाहिलेले नव्हते आणि कोणी समजावून सांगण्यास नसल्यामुळे त्यांना मृत्यूचा बराच मोठा मानसिक धक्का बसला. ओराम रेसनने मृत्यू कसा येतो हे बघितले होते पण इतर गोष्टींनी मात्र तिला धक्काच बसला. 'मरायला टेकलेल्या महिलेचे हात एका ननने प्रार्थना-आविर्भावात धरलेले होते आणि हा जबरदस्तीच्या ख्रिश्चन मृत्यूचा प्रकार मला बिलकूल आवडला नाही. दुसऱ्या एका प्रसंगात, एक भारतीय महिला आरडाओरडा करत, हातवारे करून माझे लक्ष वेधून घेत होती आणि मला असा सल्ला दिला गेला की 'ती तशी उगाचच गडबड करीत असते. त्याकडे लक्ष देऊ नका.' तिचे अंथरुण खूप मळलेले होते व ते धुवून काढावे यासाठी तिचा आटापिटा चाललेला होता.' असे रेसनने नमूद केले. एका प्रसंगाने तिचा पुरता भ्रमनिरास झाला. त्याबाबत ती म्हणाली, मी एक अंथरुण घालत होते आणि एका महिलेने तिच्या उशीखाली पोळीचा एक तुकडा ठेवला होता हे मी पाहिले. नंतर आपल्याला खायला काही मिळावयाचे नाही अशा समजुतीने तिने न्याहारीतून वाचवलेला हा तुकडा ठेवला होता. जेव्हा सिस्टरने तो तुकडा पाहिला तेव्हा तो उचलून तिने फेकून दिला. सिस्टरच्या कृत्याने कणव वा दयाळूपणाचा मागमूसही येथे दिसत नाही असे मला प्रकर्षाने जाणवले. रुग्णांची योग्य ती देखभालही नाही वा त्यांच्याबद्दल कनवाळूपणाही नाही तेव्हा पृथ्वीतलावर आता काय बाकी आहे असे मला वाटून

गेले. तेथे लोकांना पुष्कळसा भात दिला जात असे. ओराम रेसन दोन दिवसांनी तेथून बाहेर पडली. आता ती इंग्लंडमध्ये समुपदेशक (काऊन्सेलर) म्हणून काम करते.

आणखी एक स्वयंसेविका अशाच प्रकारच्या अनुभवांनंतर थोड्याच काळात तेथून बाहेर पडली आणि मिशनरी ब्रदर्ससाठी हावडा येथे काम करू लागली. तिचे नाव फ्लोरा मॅकडोनेल. कलावंत असलेली फ्लोरा २२ वर्षीय पदवीधर होती. ती एक महिन्यासाठी कोलकत्याला आली होती. विशेषत: उन्हाळ्यात येणाऱ्या अप्रशिक्षित स्वयंसेवकांपैकी बऱ्याच जणांना 'मोकळ्या वर्षात करावयाची हीच एक गोष्ट' असे वाटत असल्याचे मत फ्लोराने व्यक्त केले. अतिकामाने आणि ताणामुळे प्रमुख सिस्टरने तेथील वातावरण तणावपूर्ण करून टाकले होते. 'अधुनमधून बेशुद्धीत जात असलेल्या आणि तसे मरायला टेकलेल्या एका महिलेचा हात मी धरला होता. सिस्टर ल्यूक म्हणाली, 'काय करते आहेस? ती जवळपास मेलेलीच आहे' त्यानंतर मी तेथून बाहेर पडले. तीच सारी प्रेमाने काळजी घेण्याची भाषा... मदर टेरेसांची मनोभूमिका समजून घेतली जात नाहीय आणि ही जागा प्रेमाने भरलेली नाही असे मला वाटले. लोकांना आराम वाटावा यासाठी वेळच दिला जात नाही. त्याऐवजी घाणेरडी, कंटाळवाणी कामे केली जात आहेत. 'निर्मळ हृदय' मधील रुग्णांना खरोखर खूपच खालच्या पातळीवरची, अप्रतिष्ठेची वागणूक दिली जात आहे. गाईच्या गोठ्यासारखीच परिस्थिती तेथे आहे. स्वच्छता असते आणि स्नानही घातले जाते पण माणसांऐवजी गाईसारखी वागणूक तेथे दिली जाते.'

मदर टेरेसांच्या वैद्यकीय सेवेवरील सर्वात गंभीर स्वरुपाची टीका तेथील साधनांच्या वापराबद्दलची आहे. एकदा वापरून फेकून द्यावयाच्या सुया आणि सिरींजेस (डिस्पोजेबल) प्रत्यक्षात अक्षरश: शेकडो वेळा वापरल्या जातात. काहीवेळा त्या थंड पाण्याने धुतल्या जातात, पण प्रत्येक वेळेस नाही. मिशनरीज ऑफ चॅरिटीत पूर्वी काम केलेल्या एकीने मला, थोडक्या सुयांनिशी पाचशे मुलांना पोलिओची लस टोचण्यास आपण स्वत: जबाबदार असल्याचे सांगितले. तिने त्या मुलांना पोलिओपासून वाचवले पण एडस्सह इतर कोठला भयानक रोग आपण अजाणता त्या मुलांमध्ये पोचवला असण्याची शक्यता तिला मानसिकदृष्ट्या छळत होती.

वेंडी बेनब्रिज ही शुश्रुषा करणारी सिस्टर प्लायमाऊथमध्ये काम करीत होती. विशिष्ट हेतूने बनवलेल्या या २० खाटांच्या इस्पितळात मरणोन्मुखांच्या यातना कमी करणे आणि नातेवाईकांसाठी तो मृत्यू सुसह्य बनवणे अशी शुश्रुषा केली जात असे. १९९० मध्ये वेंडी आणि तिच्या मैत्रीणीने वार्षिक रजा भारतात स्वयंसेवक म्हणून घालवण्याचे ठरवले. त्यांच्या प्लायमाऊथच्या इस्पितळात वेदना-शमनाची काळजीपूर्वक तपासणी केली जात असे आणि त्रासदायक लक्षणांवर लक्षपूर्वक

उपचार केले जात असत.तसेच एकेक रुग्ण आणि त्याने स्वत:च्या जगण्यासंबंधीची पुरेशी काळजी घेणे याकडेही लक्ष पुरवले जात असे. वेंडीचा कालिघाटमधील मरणोन्मुख केंद्रात पहिल्याच दिवशी सिस्टर ल्युकशी सामना झाला. १५ वर्षे हे केंद्र सांभाळणाऱ्या अँग्लो-इंडियन ल्यूकच्या एकूण वागणुकीने वेंडी जणू बधिरच झाली.

पाश्चिमात्य जगाच्या तुलनेत येथे ड्रेसिंग्ज मर्यादित आणि नेहमीच अपुरी असत. उपकरणे वापरानंतर धुवून नंतर स्पिरीटमध्ये ठेवली जात. एकदा वापरून नंतर फेकून द्यावयाच्या सुया व सिरींजेस अनेकदा वापरली जात. बऱ्याच व्याधींवर प्रतिजैवके, वेदनाशामके आणि व्हिटॅमीन्स हीच औषधे म्हणून वापरली जात, फिरत्या चाकाच्या खुर्च्या वगैरे (व्हीलचेअर्स) नव्हत्या आणि अरुंद लोखंडी पलंगावर एक ब्लँकेट व उशी ह्या शारीरिक आरामाच्या सोयी होत्या. दोन पलंगांमधले अंतर १५ इंच असे. काही बेडपॅन होते पण टॉयलेट पेपर कोठेही उपलब्ध नव्हता. स्वच्छतागृह म्हणजे खुले गटार होते व ते स्नानगृहापलिकडे होते. बादलीभर पाणी ओतून कचरा दूर लोटला जात असे.

'आणि तरीही एवढ्या नाट्यमय विरोधाभास असूनही स्मित आणि हास्य ही संपर्काची आणि उपचाराची नेहमी वापरली जाणारे साधने होती. गंभीर परिस्थितीत सिस्टर्स, स्वयंसेवक आणि रुग्ण यांच्यात बराच आनंद निर्माण केला जात होता. आलिंगन वा स्पर्श किंवा थाप याद्वारे भावनिक स्वास्थ्य मिळवले जात असे.' असे नमूद करून वेंडी म्हणाली, 'मी व माझी मैत्रीण 'मृदू' किंवा 'सौम्य' मृत्यू बघून हेलावून गेलो. कदाचित धार्मिक मार्गदर्शनाने जीवनाचा त्याग करणे सुकर होत असावे. आम्ही पाश्चिमात्य जगातील नर्सेस होतो. किती शांतपणे आणि चिंतामुक्त अवस्थेत रुग्णाचा मृत्यू झाला हे आम्ही आमच्या डोळ्यांनी पाहिले. प्रत्यक्ष मृत्यूची क्रिया शांततेने आणि कष्टाविना किंवा वेदनाशामकांशिवाय घडून आली. शरीरांतर्गत स्रावांची कमतरता भरून काढण्याची अतिरिक्त शक्ती धार्मिकतेत आहे/असावी असे दिसून आले.'

रोझ बिलींग्टन ही धार्मिकतेच्या प्रभावाचा अनुभव येणारी आणखी एक स्वयंसेविका ठरली. माल्कम म्युगरीजची रोझ ही धर्मकन्या (मानलेली मुलगी) आणि लॉर्ड लाँगफोर्ड यांची नात. शालेय आणि विद्यापीठ शिक्षणाच्या मधल्या काळात १९९४ मध्ये तिने मदर टेरेसांसाठी काही आठवडे काम केले. उच्चभ्रू घराण्यातील तिच्यासारख्या 'खास' विशेषाधिकारी विद्यार्थ्यांवर 'मदतीसाठी भारतात जाण्याबद्दल' होण्यारी टीका तिला ठाऊक होती. आपल्या अनुभवांबाबत नंतर तिने एक लेख लिहीला. तिच्या कामात पाश्चिमात्य साम्राज्यवादाचा, चुका शोधण्याचा गुण भारतातल्या एका मैत्रीणीला कसा जाणवला हे तिने या लेखात लिहीले आणि त्यावरच्या

आपल्या स्वत:च्या भावनाही शब्दांकित केल्या. जर आपण एखाद्या विकास संस्थेसाठी काम करीत असतो तर तुलनेने दुबळ्या देशावर आपण पाश्चिमात्य साम्राज्यवादाची मानके लादली असती असे नमूद करून ती पुढे म्हणते, 'पण शिशुभवन येथे मला अत्यंत मोकळेपणाचा अनुभव आला कारण मी जे काही करते आहे ते बरोबरच आहे याबद्दल मला संपूर्ण विश्वास होता. जर मी पोलिओ झालेल्या एखाद्या मुलाला उचलून खिडकीबाहेरचे दृश्य दाखवू शकले किंवा त्याला हसवू शकले तर आपली मदतच होणार आहे हे मला माहित होते. चांगले काम करणे किती सोपे आहे याचा मला आश्चर्यकारक अनुभव आला.'

पंचवीस वर्षाच्या एका महिलेबाबतच आपल्या प्रतिक्रिया बिलींग्टनने अत्यंत प्रामणिकपणे नोंदवल्या. त्यात ती म्हणते, शरीरचा बराचसा आकार बिघडलेला अशी दिसणारी ही महिला तिच्या कॉटवर दिवसभर फक्त स्तब्ध पडून राहू शकत होती. तिचे हातपाय कडक व वक्र झालेले होते. तिचे डोके लहान आणि वेड्यावाकड्या आकारातले होते. तिच्या सर्व अंगावर केस होते आणि दात तुटलेले आणि वाकडेतिकडे होते. तिला जिवंत ठेवण्यात काही अर्थ नाही असा भयानक विचार माझ्या मनात येऊन गेला. ती बोलू शकत नव्हती, हालू शकत नव्हती आणि तिला काही समजतही नव्हते, आणि मग अचानकच तिचे मोठाले पिंगट डोळे एकदम चमकू लागले आणि तिने उत्साहात किंचाळल्यागत आवाज काढला, डोके मागे वळवले. मी मागे वळून पाहिले तेव्हा फिजोओथेरपीस्ट येताना मला दिसला. जिचे अस्तित्व मला निरर्थक वाटले होते त्या या महिलेने आपला पाहुणा बरोब्बर ओळखला होता आणि तिला त्याचा आगमनाचा आनंद झाला होता. एखाद्याचे जीवन चालू राहावे की नाही हे ठरवण्याइतका उर्मटपणा पुन्हा यापुढे माझ्याकडून कधीही होणार नाही असे मला वाटते.

बिलींग्टन आणि तिच्यासारख्या शेकडो लोकांसाठी, चांगले काही करण्याची इच्छा कृतीत उतरवताना अपराधीपणा वा संदिग्धतेची भावना हेतूमध्ये न ठेवण्याने त्यांची आयुष्येच बदलून जात असल्याचा अनुभव मोलाचा ठरला आहे. केवळ महिला स्वयंसेवकांना याचा फायदा मिळाला आहे असे नाही. इंग्लंडमधला डॅमियन फर्निस म्हणतो, 'मी जेव्हा कोलकत्याला गेलो तेव्हा मी बराच शिकलेला आणि अननुभवी होतो. असे बरेचजण असतात. आपण समाजाचे काही देणे लागतो अशा भावनेने काहीजण स्वयंस्फूर्तीने सेवा करतात. अर्थात मुख्य प्रेरणा बरेचदा सद्सद्विवेकबुद्धी जागृत करणे हीच असते. तेव्हा, माझ्याही बाबतीत तेच कारण असावे असे मी समजतो. मी एवढाच फरक मानू शकतो की मी प्रयास केला त्यापेक्षा मला जास्त मिळाले.' नंतर तो इंग्लंडमध्ये परतला. एक वर्षाने त्याला क्षयरोग झाला. त्यातून तो बरा झाला आणि कविता करू लागला. त्यातली एक त्याने मदर टेरेसांसाठी

लिहिली, 'दॅट शी माईट लाईक'. भारतात त्याने घालवलेल्या दिवसांचा प्रतिसाद म्हणून त्याची ही कविता होती.

सायमन वेनस्टॉक ही लंडनमधला एकेकाळचा जाहिरात क्षेत्रातला कार्यकारी अधिकारी. भारतीय धार्मिकतेपेक्षा योघर्टच्या व्यापारी पद्धतीच्या जाहिरातीतल्या चमच्याच्या दांडीत किती गुण भरलेले आहेत यात त्याला जास्त रस होता. १९८८ च्या उन्हाळ्यामध्ये त्याच्या वाचनात लेबानीज कवी व तत्त्वज्ञ खलील जिब्रानचे 'द प्रॉफेट' आले. त्यातील दातृत्त्व व त्यागाच्या कल्पनेने भारून त्याने आपल्या कामाचा त्याग केला आणि मदर टेरेसांबरोबर काम करण्यास तो भारतात आला. 'जिब्रान यांच्या लेखनातील अर्थ मूर्तीमंत रुपाने प्रकट झालेला मला मदर या एकाच व्यक्तीत दिसला' असे त्याने नमूद केले आहे. भारतातील वास्तव्यात त्याने घेतलेली छायाचित्रे नंतर त्याने 'द बुक ऑफ गिव्हिंग– ए ट्रिब्यूट टू मदर टेरेसा' या पुस्तकात प्रसिद्ध केली. 'मी काही विशेष धार्मिक व्यक्ती नाही' असे त्याने प्रस्तावनेत म्हटले आहे. 'धार्मिक नसल्यामुळे माझ्या अनुभवांच्या लक्षणीय महत्त्वाबाबत मी अद्यापही झगडतोच आहे. तरीही हे पुस्तक प्रत्यक्षात आल्याने आपल्यावर आशिर्वादाचा वरदहस्त आहे असेच मला वाटते आहे' असे त्याने म्हटले आहे.

अर्थातच अशा निवेदनांमुळे, मदर टेरेसा जगातील युवकांना प्रोत्साहन का देतात याचे प्रमुख कारण कळून येते. त्यातील अनेकजण खरे तर इतका थोडा काळ तेथे राहतात की त्यांची खरीखुरी मदत होणे शक्यच नाही. तथापि, ही तरुण मंडळी उपयोगाची आहेत की या कामाला योग्य नाहीत असा कोणताही भेदभाव करण्यास मदर नकारच देतात. जगभरातून कोलकत्याला येऊन थडकणाऱ्या या तरुणांबद्दल, मग ते कॅथॉलिक असोत वा ख्रिश्चन वा ख्रिश्चनेतर, मला कौतुकच वाटते असेही मदरने सह-कर्मचाऱ्यांना उद्देशून लिहिलेल्या वार्तापत्रात म्हटले आहे. रोज ते प्रार्थनेसाठी आणि पूजेसाठी येतात. दिवसभरात ते गरीबांच्या सेवेसाठी जातात आणि त्यांच्यापैकी एकहीजण घरी परतताना पूर्वीसारखा राहिलेला नसतो असेही मदरने नमूद केले. सिस्टर बेथनी स्वयंसेवकांबद्दल म्हणाली, 'देव त्यांच्यावर किती अलोट कृपा करतो हे पाहणे फार सुंदर आहे. त्यांच्यातील काहीजण येथे नास्तिक म्हणून आले असतात पण परत जाताना ते तसे राहिलेले नसतात.' यातूनच या तरुणांच्या प्रशिक्षणावर वेळ वा पैसा गुंतवला जात नाही याचे थोडेफार स्पष्टीकरण मिळते. स्वयंसेवकांपैकी अनेकजणांना आल्याआल्याच मरायला टेकलेल्या कुष्ठरोगी पुरुष वा महिलेला आंघोळ घालायला सांगितल्याने मानसिक धक्का का बसतो याचेही स्पष्टीकरण बेथनीच्या उद्गारांमधून मिळते. या स्वयंसेवकांना स्वत:ला रोग न होण्यासाठी तयारी करण्याचा वा टाळण्याबाबतचा सल्ला दिला जात नाही. त्यात पुन्हा आंघोळ ज्याला घालावयाची त्याला कुष्ठरोग असो वा इतर कोणताही रोग पण

त्याच्याशी संवाद साधणे स्वयंसेवकाला संपूर्णतया अशक्यच असते.

अधूनमधून स्वयंसेवक-डॉक्टर म्हणून येणाऱ्या डॉ. निकोलस कोहेन या ब्रिटीशाशी मी या साऱ्या बाबींविषयी चर्चा केली. तो म्हणाला, 'स्पर्श– हे एक चांगले तत्त्व आहे असे मदरना वाटते. अर्थातच जगभर सर्वत्र हेच काम करण्यासाठी स्वयंसेवकांची जागा सिस्टर्स घेतात.' डॉ. कोहेन यांचे शिक्षण-प्रशिक्षण लंडनमध्ये झाले होते आणि कोलकत्यात येण्यापूर्वी आठ वर्षे त्यांनी बांगलादेशात काम केलेले होते. साथीच्या रोगांचे तज्ज्ञ म्हणून डॉ. कोहेनचे खूपच नाव झालेले होते. स्वयंसेवकांनी 'रोग्याच्या प्रत्यक्ष जवळ' जावे यासाठी त्यांना प्रशिक्षण देऊन तयार करण्याचा प्रयत्न डॉ. कोहेन यांनी केला होता. इंजेक्शन देण्यासारख्या साध्या साध्या गोष्टी स्वयंसेवकांनी पार पाडाव्यात यासाठी डॉ. कोहेन यांनी बरीच धडपड केली होती. काहीजण स्वत:ला अपघातानेच इजा करून घेत असलेले त्यांनी पाहिले होते. ते धोकादायक आहे हेही त्यांना मान्य होते आणि अद्याप सोडवता न आलेल्या समस्या आहेत याचीही त्यांना मनोमन पूर्ण जाणीव होते. उदाहरणार्थ– काही स्वयंसेवकांना क्षयरोग होऊ शकत नाही. मात्र मदर टेरेसा रस्त्यावरून उचलून आणलेल्या लोकांची काळजी घेत, पाठीशी कोणी आहे असे रोग्याला वाटण्याइतके वातावरण निर्माण करीत आणि प्रेम देत ते इतरत्र कोठेही नाही याची डॉ. कोहेनना पूर्ण कल्पना होती. नव्हे, हे सारे मदरच्या पद्धतीचा एक अविभाज्य भाग होता हेही ते ठामपणे जाणून होते. 'त्याला तसा पर्याय नाही. या रोग्यांना सुसज्ज इस्पितळातील उपचार मिळणार नव्हते. त्यामुळे मदरने जे काही करून दाखवले त्याने सबंध जगच स्तिमित झाले आहे. इतरही लोकांनी बराचसा तोच कित्ता गिरविलेला आहे आणि ते महत्त्वाचे आहे, मग औषधे दिली जावोत अगर दिली न जावोत. तसेही, आधुनिक औषध-योजनेत लाखोंनी चुका घडून आलेल्या आहेतच' असे डॉ. कोहेनने नमूद केले.

प्रेक्षणीय स्थळे पाहण्याच्या सहलींमध्ये सुमारे ३० जपानी वा स्पॅनिश लोकांच्या जथ्याला 'निर्मळ हृदय' हेही स्थळ दाखवले गेल्याचे डॉ. कोहेनने पाहिले होते. शांत प्रकृतीच्या गरिबांच्या खाजगी एकांताला आणि रुग्ण म्हणून असलेल्या प्रतिष्ठेला बाध आणणारी ही गोष्ट त्यांना बिलकूल आवडली नाही तरी त्यामागे असलेला हेतू त्यांना समजला. विश्वासाला साक्षीदार देणारी ती गोष्ट होती. 'हा खरे म्हणजे, "तुम्ही हे मान्य करणार का?" असा प्रश्न आहे कारण मी नेमके ते करतो. वैद्यकीयदृष्ट्या मी कमी कमी ठरत जातो. अर्थातच, मी खूप काही म्हणजे बरेच काही नक्की करू शकतो. पण प्रत्येक वैद्यकीय स्वरुपाच्या कृतीला त्यानंतरचे योग्य ते उपचारही करण्याची गरज असते. उदाहरणार्थ 'निर्मळ हृदय' मध्ये औषधे देण्याच्या दोन संधी तुम्हाला मिळतात. पण बहुतेक औषधे दिवसातून चारदा दररोज द्यावयाची आवश्यकता

असते. (ते शक्य नसेल तर) मग माझ्यात आणि जपानी पर्यटकांमध्ये खऱ्या अर्थी काही फरकच राहत नाही. म्हणून ते मला त्याप्रकारे अयोग्य वाटत नाही' असे त्यांनी नमूद केले.

अर्थातच, जवळ येऊन ठेपलेला मृत्यू टाळण्यासाठी आपला हस्तक्षेप आवश्यक वाटला तर डॉ. कोहेन ती जबाबदारी पार पाडतात. पण ते तेथे बराच काळ राहिलेले होते आणि मदर टेरेसांचे तत्त्वज्ञान त्यांनी आत्मसात केलेही होते. एकाकीपणा हा एक सर्वात मोठ्या रोगांपैकी एक असल्याचे मदरचे मत त्यांनाही मान्य होते. येथेच त्यांची खरी मदत होऊ शकते असे त्यांना वाटते. 'मी रुग्णांसोबत बसू शकतो. रुग्णांची भाषा बोलू शकतो, सह-कर्मचारी आणि स्वयंसेवक हे करू शकत नाहीत' असे त्यांनी स्पष्ट बोलून दाखवले. डॉ. कोहेनना विकसनशील जगाचा विस्तृत अनुभव होता. तसेच परदेशात असलेल्या मदरच्या अनेक होम्समध्ये ते जाऊन आलेले होते. त्यांना नेहमीच एक गोष्ट प्रत्ययाला येते ती म्हणजे, 'तेथे काम करणाऱ्या सर्व लोकांमध्ये असलेली आनंद आणि प्रेमाची भावना. जगात कोठेही ही अत्यंत दुर्मिळ अशी बाब आहे. त्यातून तुम्हाला शांतता लाभते आणि कोणत्याही व्यक्तिगत पारितोषिकाशिवाय आपण काही करू शकतो ही भावना दृग्गोचर होते. ही अतिशय सामर्थ्यशाली भावना आहे. एकदा का तुम्ही तेथे असला की तुम्ही एका बंधूभावाचे अविभाज्य अंग बनता. तुम्ही तुमच्याकडून सर्वोत्तम योगदान देता पण त्याची न्यायपरीक्षा केली जात नाही. केवळ लोकांची-रुग्णांची काळजी घ्या. त्याचे न्यायदान करावयाचे नाही ही कल्पना मला खूप आवडली' असे डॉ. कोहेन नमूद करतात.

मिशनरीज ऑफ चॅरिटीमध्ये वैद्यकीय उपचार-सेवेचा अभाव पाहून भ्रमनिरास झालेले अनेक स्वयंसेवक कोलकत्यातील दुसरे एक इंग्लिश डॉक्टर जॅक प्रेगर यांच्याकडे जातात. जॅक हा ज्यू असून त्याने कॅथॉलिक पंथ स्वीकारलेला आहे. आता उतरत्या वयात त्याला आपली ज्युईश पाळेमुळे आठवत आहेत. कधीकधी प्रेगरकडील लोक मदर टेरेसांकडे कामासाठी जातात. जर एखादा स्वयंसेवक प्रेगरकडे आला असेल आणि त्याला अधिक धार्मिक पद्धतीचा अनुभव हवा असेल तर त्यासाठी त्याला/तिला मदरकडेच जाण्याची वेळ येते. जस्टीन लाँग या अनुभवी नर्सने सहा महिने प्रेगरकडे काम केलेले होते. 'डॉ. जॅक आणि मदर टेरेसा एकमेकांना चांगलेच पूरक आहेत असे मला वाटते.' असे मत जस्टीनने व्यक्त केले. ती पुढे म्हणाली, 'अनेक आयरिश नर्सेस मदर टेरेसांकडे काम सुरू करतात आणि नंतर सोडून देतात कारण आपल्याला व्यावसायिक पद्धतीने काम करावे लागेल अशी त्यांची अपेक्षा असते आणि तसे त्यांना करता येत नाही. विशेषत: रुग्ण बरा होण्याजोगा असेल तर व्यावसायिक पद्धतीने काम न करणे अधिकच अवघड जाते.

जे व्यावसायिक पद्धतीने काम करण्यासाठी टिकून राहतात त्यांना, त्यांचे नैतिक कर्तव्य पार पाडावयाचे आहे अशी जाणीव असते. मदर टेरेसांसाठी काम करणारा प्रत्येक जण अधिक गुणवान आहे कारण भावनिक काळजी घेण्याच्या खूप मोठ्या अपेक्षा तेथे केल्या जातात.' जस्टीनला अधिक काम करण्याचे नैतिक दडपण खूप जाणवल्यामुळे ती प्रेगरसाठी काम करीत होती.

१९३० साली जन्मलेले डॉ. प्रेगर औषध-योजना या विषयाकडे खूपच उशिरा वळले. त्याआधी ऑक्सफर्ड येथे तत्त्वज्ञान, राज्यशास्त्र आणि इकॉनॉमिक्स या विषयांचा अभ्यास त्यांनी केला होता. त्यांनी नंतर वेल्स भागात शेती केली आणि त्यावेळी त्यांचा पहिला विवाह झाला. त्यानंतर त्यांनी डॉक्टरकीचा पेशा करण्याचा आणि विकसनशील जगातील गरिबांना मदत करण्याचा निर्णय घेतला. वय वाढलेले असल्यामुळे बहुतांश ब्रिटीश विद्यापीठांनी त्यांना डॉक्टरकीच्या अभ्यासक्रमासाठी प्रवेश दिला नाही. पण डब्लिन येथील रॉयल कॉलेज ऑफ सर्जन्समधून ते वयाच्या ४२व्या वर्षी पदवीधर झाले. त्यानंतर लगेचच म्हणजे १९७२ च्या उन्हाळ्यात ते नव्याने स्वतंत्र बनलेल्या आणि कमालीचे दारिद्र्य असलेल्या बांगलादेशची राजधानी ढाक्का येथे आले. त्यांना खरे तर तेथील काहीच माहिती नव्हती. तथापि, रेडिओवर, मदतकार्यासाठी डॉक्टर व नर्सेस हव्या असल्याचे आवाहन ऐकून ते तेथे पोचले. म्युगरीजचा लघुपट, 'समथिंग ब्युटिफूल फॉर गॉड' ने आपल्याला प्रेरणा दिल्याचे त्यांनी स्वतः मला सांगितले.

आयरिश धर्मादाय संस्था 'कन्सर्न' साठी त्यांनी ढाक्क्यात काम करायला सुरुवात केली. पण काही आठवड्यांच्या आतच शहरातील वाईट गोष्टींबद्दल त्यांनी जाहीररीत्या टीका करायला मागेपुढे पाहिले नाही. या वाईट बाबींमध्ये भ्रष्टाचार, अमानुषता, वृथा दुःखभोग, सरकारी साठेबाजी आणि सर्वत्र भुरट्या चोऱ्या-उचलेगिरी यांना ऊत आला होता. एवढेच नव्हे तर अलिकडच्या यादवीत पाकिस्तानी सैन्याला पाठिंबा देणारे बिहारी व मुस्लीम यांना भयानक क्रूरतेने वागवले जात होते. सुरुवातीपासूनच जगाला माहित होऊ न देता एवढ्या मोठ्या प्रमाणावर मानवी यातना-भोग पाहात बसण्यास प्रेगर तयार नव्हते. लंडनमध्ये कार्यालय असलेल्या 'मायनॉरिटी राईटस् ग्रुप' साठी त्यांनी एक दस्तावेज तयार केला. 'द सिच्युएशन इन द बिहारी कँपस् बांगलादेशात काम करणाऱ्या डॉक्टरकडून' असे त्याचे शीर्षक होते. कॅथॉलिक वृत्तपत्र 'टॅब्लेट'ला अधूनमधून त्यांच्याकडून संतप्त वृत्त-टिप्पणी पाठवली जात असे. एकीकडे कॅथॉलिक कॅथेड्रलमधून बाहेर येणारे छान पोशाखांमधील सुखवस्तू अनुयायी व दुसरीकडे बिहारी छावण्यांमधून मोठ्या प्रमाणावर गरीब व निर्धन लोक यामुळे समाजाची होणारी अप्रतिष्ठा हा त्यांच्या वृत्त-टिप्पणीचा विषय असे. हा प्रचंड विरोधाभास पश्चिम बंगाल चर्चच्या पदाधिकाऱ्यांना सहन कसा होतो यावर त्यांचा रोख असे.

त्यांच्या एका ननने चालवलेला 'गरीबांना अन्न' कार्यक्रम कसा चालला आहे त्याच्या तपासणीसाठी मदर टेरेसा ढाक्का येथे आल्या तेव्हा त्यांची डॉ. प्रेगरशी प्रथमच भेट झाली. डॉ. प्रेगरने त्यापूर्वी ननने चालवलेला कार्यक्रम पाहिला होता व त्यातून त्यांना प्रेरणाही मिळाली होती. मदर टेरेसांच्या भेटीने तर ते भारावूनच गेले. त्यांनी एका कॅथॉलिक धर्मगुरू मित्राला पत्रात लिहूनच टाकले. 'मदर आणि त्यांच्या नन्सने एका गूढ सत्यावर अद्‌भूत पकड मिळवली आहे आणि जेवढा जास्त काळ मी विचार करतो तितके ते अधिकाधिक जाणवत राहते.' ते ढाक्क्यातील मुलांच्या इस्पितळात काम करीत असत. त्याच्या जोडीला मिशनरीज ऑफ चॅरिटीला ते मदत करीत होते. मुख्यत्वेकरून गरीबांना अन्न कार्यक्रमात त्यांनी दोन वर्षे आपला सहभाग कायम ठेवला. १९७५ पर्यंत त्यांची तीन कामे चालू होती. स्विस वेल्फेअर असोसिएशनच्या तेरे देस होम्सच्या इस्पितळात मेडीकल ऑफिसर म्हणून; दुसरे म्हणजे कमलापूर रेल्वे स्थानकावर गरीबांसाठी त्यांनी दवाखाना चालू केला होता; तिसरे म्हणजे इंटरनॅशनल बॉईज टाऊनकडून मिळालेल्या निधीतून अनाथ मुलांसाठी त्यांनी एक छावणी उघडली होती. लवकरच, त्यांचे मदर टेरेसांबरोबर मतभेद होण्यास सुरूवात झाली. 'मदर टेरेसा आणि त्यांच्या सिस्टर्स हाती घेऊ शकतील असे वाटल्यावरून मी विविध प्रकरच्या प्रकल्पांची एक यादी तयार केली होती. कार्याचा विशेषत: वैद्यकीय कार्याचा विस्तार बिहारी मुस्लीमांच्या छावण्यांमध्ये करण्यासारखे हे प्रकल्प होते. मदरने राजकीय कारणांसाठी त्यातला प्रत्येक प्रस्ताव फेटाळून लावला. बांगलादेश सरकारबरोबर वितुष्ट येऊ नये यादृष्टीने त्यांचा हा विरोध होता. तेथे छावण्यांमध्ये मोठ्या प्रमाणावर उपासमार होत होती. त्याचबरोबर रोगांचा विशेषत: देवी, धनुर्वाताचा मोठ्या प्रमाणावर प्रादुर्भाव झालेला होता. युद्ध हारलेल्यांच्या बाजूने लढल्यामुळे सर्वच माता इस्तितळांमध्ये जाण्याबाबत भयभीत झालेल्या होत्या. साऱ्या वातावरणाच्या मुख्य बळी महिला आणि मुलेच ठरत होती.'

त्यानंतर १९७७ प्रेगर यांनी बांगलादेशी अर्भके परदेशातील धनवानांना विकण्याच्या अफवा ह्या खऱ्या गोष्टी असल्याचे उजेडात आणले (या साऱ्या अफवांचा संबंध एकट्या मदर टेरेसांशी जोडला जात असे) प्रथमत: या आरोपांवर विश्वास ठेवण्यास ते स्वत:च राजी नव्हते. पण वेश्याव्यवसाय, कामवासना चाळवणारे अश्लील चित्रपट आणि अशा अनेक अनैतिक वाईट मार्गांसाठी अर्भके पळवणाऱ्या टोळीचा ठोस पुरावा हाती आला तेव्हा त्याविरुद्ध लढण्याचा त्यांनी निर्णय घेतला. पुढील शहानिशा करताना हे उघड झाले की मदर टेरेसांनी दत्तक म्हणून पाठवलेली दोन अर्भके त्यांनाही माहित नसलेल्या कुटुंबांकडे गेली आणि प्रत्यक्षात ही कुटुंबेच अस्तित्वात नव्हती. डॉ. प्रेगरचा या प्रकरणात चौकशी वा तपासाच्या निमित्ताने

सहभाग आढळल्याने त्यांची बांगलादेशातून हकालपट्टी झाली आणि अधिकाऱ्यांबरोबर त्यांची नंतर वाद-प्रकरणेही उद्‌भवली. पण सत्य वा न्याय यांच्याशी तडजोड करणाऱ्यांपैकी ते नव्हते. 'एक वैद्यकीय अधिकारी म्हणून काम करणे अपेक्षित असताना, हे प्रकरण वैद्यकीय क्षेत्राबाहेर नेणारे आहे हे मी समजूच शकत नाही. या गरीब लोकांकडे पाहा. आपली मुले गमावणे ही त्यांच्यासाठी अतीव मानसिक पिळवणुकीची घटना आहे. मी तरी असे मानतो की मी काहीतरी करू शकत असेन तर मी ते केलेच पाहिजे.' असे त्यांनी नमूद केले.

डॉ. प्रेगरने दोन वर्षांपर्यंत लढा दिला आणि अंतिमत: लाच देण्यापेक्षा इंग्लंडमध्ये परतणेच पसंत केले. पण काही महिन्यातच ते पुन्हा परदेशी गेले. यावेळी त्यांचा देश होता भारत-कोलकता. मदर टेरेसांच्या ब्रदर्स ऑफ चॅरिटीचे सर्वसाधारण स्वयंसेवक हा त्यांच्या कामाचा एक भाग होता. दुसरा भाग म्हणजे हावडा ब्रिजजवळच्या उड्डाण पुलाखाली त्यांनी निर्धन, अनाथांसाठी एक तात्पुरता दवाखाना सुरू केला. मिशनरीज ऑफ चॅरिटीची कार्यपद्धती सुधारण्याच्या त्यांच्या सूचनांकडे लक्ष न दिले गेल्याने ते अधिकाधिक स्वत:साठीच काम करू लागले. रोगाची शीघ्रगतीने लागण होण्याची शक्यता माहित असल्यामुळे क्षयरोगी आणि इतर रोगी यांना वेगवेगळे ठेवण्याचे आवाहन त्यांनी केले होते. 'क्षयरोगी केवळ इतरांबरोबर चालत-बोलत होते एवढेच नसून ते एकत्रितपणे जेवणही घेत असत आणि तीच भांडीही वापरतात. या रोग्यांपासून इतरांकडे या रोगाचे जंतू फैलावून प्रसार वाढू नये म्हणून वेगळा वॉर्ड तयार करण्यास मी मदरना विनविले पण ते कधीही झाले नाही' असेही त्यांनी नमूद केले.

आता यावेळीही पुन्हा त्यांचे अधिकाऱ्यांबरोबर वाद सुरू झाले. ते काम करीत असलेल्या भागाचा विकास करण्याचा निर्णय कोलकता म्युनिसिपल विकास प्राधिकरणाने घेतला. त्यानुसार त्यांनी तेथे उंच कुंपण (रेलिंग) घातले. त्यामुळे तेथे ठाण मांडून बसणाऱ्या शेकडो अनाथांना तेथे जाणेच अशक्य झाले. याचवेळी मिडलटोन रो येथील सेंट थॉमस चर्चच्या धर्मगुरूंनी डॉ. प्रेगर यांना चर्चच्या फाटकाजवळची जागा देऊ केली. औषधांचा साठा आणि रुग्णांच्या नोंदी ठेवावयाच्या दृष्टीने ही जागा चांगली होती. डॉ. प्रेगरची वायएमसीएची जागा अगदीच जवळ असल्याने ही जागा फारच सोयीची ठरली. अनाथांना ओळखीचा पुरावाही देता येण्याचे नाट्यपूर्ण पाऊल उचलणे त्यांना शक्य झाले. अनाथांच्या बाबतीत ते बहुधा प्रथमच घडत असावे. प्रेगर आणि त्यांचे एक साहाय्यक त्यांनी प्रत्येक रुग्णाचे अनुक्रमणिकेचे नावासकट कार्ड बनवायला सुरुवात केली. या रुग्णांचा वैद्यकीय इतिहासही तयार होत होता आणि कसा का होईना पण पत्ताही उपलब्ध होण्याचे काम त्यातून सुरू झाले. 'हावडा ब्रिजच्या खाली उत्तरेकडे', 'तिसऱ्या दिव्याच्या खांबाखाली' अशा प्रकारचे

का होईना, रुग्णांचे पत्ते नोंदले गेले होते. डॉ. प्रेगर यांचे त्यावेळचे मदतनीस फ्रान्सेस मेघ हे पूर्वी मदर टेरेसांकडे काम केलेले होते. त्यांनी सांगितले, 'मदर टेरेसा नोंदी ठेवत नसत. पण आम्हाला असे दिसून आले की त्यांची (रुग्णांची) नावे नोंदली जाणे ही त्या व्यक्तीसाठी एक वैयक्तिक पातळीवरची सुरुवात होती. त्यांची ओळख अधिकृतरीत्या होण्याच्या दृष्टीने कदाचित कधीही पूर्वी असे काही घडले नव्हते आणि आता ते त्या ओळख पटवण्याच्या अगदी नजीक येऊन ठेपले होते.'

अर्थातच, मिडलटोन रो भागात व आसपास डॉ. प्रेगरचे हे नवे केंद्र असल्याचे गरीब व गरजूंनी मानल्यास त्यात आश्चर्य काहीच नव्हते. आणि अधिकाधिक ही माहिती पसरत गेली. तसे वैद्यकीय सेवासल्ला आणि अन्न यासाठी अनेक रुग्ण यायला सुरुवात झाली. अल्पकालावधीतच मिडलटोन रो हे नवे जॅक प्रेगरचे रस्त्यावरील रुग्णसेवा केंद्र बनले. रात्री सारे सामसुम होई आणि दवाखान्याची सामग्री कुलुपबंद राही. तरीही या आधुनिक भागातील इतर रहिवाशांना त्यांच्यामध्ये इंग्लिश डॉक्टरने चालविलेले हे पदपथावरचे केंद्र बिलकुल आवडले नव्हते. तसेच सेंट थॉमस येथील धर्मगुरूही त्यासाठी अनुकुल नव्हते. त्यांनी डॉ. प्रेगरला सामानाची खोली ही त्यासाठीच वापरली पाहिजे आणि त्याचा दवाखाना म्हणून उपयोग केला जाऊ नये अशी ताकीदही दिली. या केंद्रात गॅस मिटर्स बसवले जाणार असल्याची वार्ता कळवून धर्मगुरूंनी त्यापासून रुग्णांना धोका पोहोचू शकतो असा इशाराही दिला. चर्च अधिकाऱ्यांच्या आणि स्थानिक रहिवाशांच्या या भूमिकेमुळे डॉ. प्रेगरला त्याच रस्त्यावर आणखी काही यार्ड अंतरावर आपला दवाखाना हलवणे भाग पडले.

अशा रितीने अत्यंत सभ्य आणि मृदुभाषी अशा डॉ. जॅक प्रेगरला पुन्हा तीच लढाई पुन्हा तशाच आजारी व निर्धन लोकांसाठी लढावी लागली. मात्र ढाक्याऐवजी यावेळी ही लढाई त्याला भारतात लढावी लागली. १९८० च्या सप्टेंबर महिन्यात त्याने तेथेही लढा दिला. पण त्याला त्याची 'कोलकता रेस्क्यु' ही संस्था औपचारिकरीत्या किमान मान्यताप्राप्त होण्यासाठी दहा (१० वर्षे) वर्षे वाट पाहावी लागली. या संस्थेचे दोन पदपथावरचे दवाखाने, एक फिरता दवाखाना, दोन मूलभूत शिक्षण केंद्रे आणि एक व्यावसायिक प्रशिक्षण केंद्र असा व्याप आहे. तेथे कोलकत्यातील आणि आसपासच्या गरीब व अनाथांना त्या त्या सेवा उपलब्ध होतात. ही संस्था अद्यापही 'परकीय चलन नियंत्रण कायद्याखाली' नोंदलेली नाही. त्याच्या नोंदणीनंतर प्रत्येक वेळेस परवानगी न मागता आणि आगाऊ प्रत्येक रुपयाचा हिशोब न देता परकीय मदत आणणे शक्य होईल. त्या कसोटीच्या दहा वर्षात डॉ. प्रेगरला अधिकाऱ्यांचा सातत्याने जाच सहन करावा लागला. त्याची पत्रेही नियमितरित्या पकडून उघडली जात व वाचली जात आणि त्यांना न्यायालयाच्या कारवाईलाही तोंड देण्याची वेळ आली. दोन आठवडे तुरुंगात गेले. या अनुभवामुळे ते किमान

चार महिने गंभीररित्या आजारी पडले. हा मजकूर लिहित असेपर्यंत अद्यापही भारतीय अधिकाऱ्यांनी त्यांची श्रेणी वा स्थान नियमित चौकटीत बसवलेले नव्हते. कोलकता पोलिसांनी डॉ. प्रेगरना तेथे राहू न देण्याचे दिलेले एक कारण म्हणजे ते मिशनरी कार्यकर्ता होते हे होय. अनेक भारतीयांनी 'मिशनरी' या शब्दावर नेहमीच अविश्वास दाखविला आहे. कारण परकीय निधी येऊन त्याचा वापर धर्मांतरासाठी केला जातो या शंकेने हिंदू लोक भयभीत झालेले आहेत. आणखी एक भीती अशी आहे की नागरी भागातील धर्मादाय कार्याकडे भिकारी खेचले जातात व खेड्यापाड्यातूनही तेथे येऊ लागतात. या दोन्ही प्रकारच्या चिंता खरेतर मदर टेरेसांनाही लागू होतात पण त्यांना त्याचा, त्याचप्रकारे त्रास झालेला नाही. तिसरे कारण अर्थातच केवळ डॉ. प्रेगरपुरते मर्यादित आहे. ते म्हणजे विद्यमान आरोग्य सेवा तरतुदी पूर्णपणे अपुऱ्या आहेत असे डॉ. प्रेगरसारख्या कोणा व्यक्तीनी जगापुढे मांडत राहणे हे पश्चिम बंगालच्या अधिकाऱ्यांना अजिबात आवडलेले नाही. मदर टेरेसांनी कधीही सत्तेतील लोकांवर टीका केली नाही. आणि डॉ. प्रेगर यांच्या अडचणींच्या काळात त्यांच्यापासून स्वत:ला नेहमीच दूर ठेवले. डॉ. प्रेगरनी याचे वर्णन 'फार चांगल्या राजकीय कारणांसाठी' असे केले आहे. 'माझ्यासारख्या गडबड करणाऱ्या इसमाबरोबर जर त्या मिसळल्या असत्या तर त्यांनाही माझ्यासारखेच त्रास भोगावे लागले असते.' अशी त्यांची प्रतिक्रिया होती. पश्चिम बंगालचे आरोग्यमंत्री प्रशांत सुर यांचे वाक्य 'कोलकत्यात कसलीही समस्या नाही आणि डॉ. प्रेगर येथे राहण्याची काहीही गरज नाही' बरेच काही सांगून जाते.

केवळ भारतीयांनाच हे वाटले असे नाही. बी.बी.सी.चा ख्यातनाम पत्रकार मार्क टुली याने १९८२ च्या फेब्रुवारीत प्रेगरना हकालपट्टी वा तुरुंगवास या धोक्यांचा सामना करावा लागत असताना, त्यांची मुलाखत घेतली. १९९५ मध्ये माझ्याशी बोलताना मार्क टुली म्हणाला, 'बेकायदेशीररीत्या स्थलांतरित झालेला भारतीय डॉक्टर जर बंधाऱ्याच्या जवळ रस्त्यावरच दवाखाना थाटून बसत असेल तर फारच थोड्या लंडनवासियांना ते चालेल. मग फरक कोठे आहे?'

मार्कने डॉ. प्रेगरची मुलाखत घेतली की कोलकत्याच्या भव्य चमकदार ओबेरॉय हॉटेलच्या जलतरण तलावाशेजारच्या बागेत? त्याचा प्रारंभ काही फारसा चांगला झाला नाही. 'तुम्हाला भारत सोडण्याचे एकदा नव्हे, तीनदा आदेश दिले गेले. ते स्वीकारण्यास नकार देऊन तुम्ही याप्रकारे कायद्याचा भंग केला आहे. कायदा तर मोडला... तुम्ही हा देश सोडत का नाही?' मार्कचा प्रश्न.

'त्यांच्याकडे माझा पासपोर्ट आहे. जर देश सोडण्याचे मी मान्य केले तर ते मला माझा पासपोर्ट परत देतील. ते काहीतरी मार्ग शोधण्याचा प्रयत्न करीत आहेत.' प्रेगरचे उत्तर. झोपडपट्ट्यांमधील सध्याची परिस्थिती लपविण्याची पश्चिम

बंगाल सरकारची इच्छा असल्याचा आरोप त्यांनी केला. त्यावर मार्कने प्रतिवाद केला. 'पण मदर टेरेसांचे लोक तेथे कार्य करीत आहेत...'

प्रेगर उत्तरले, 'फक्त भारतीय सिस्टर्स त्या औषध घेऊन जातात. औषधांच्या बॅगमध्ये गोळ्या असतात ''तापासाठी – दिवसातून तीनदा घ्या'' असे लेबल त्यावर असते. त्या ॲस्पिरीनच्या गोळ्या असू शकतील. त्यामुळे रक्तस्राव होतो. रुग्णांना अगदी वेगळ्याच अशा काही औषधाची गरज असू शकते.'

टुली : तर मग तुम्ही, तुमचा अप्रशिक्षित कर्मचारी-वर्ग आणि मर्यादित निधी-सामग्रीनिशी मदर टेरेसांहून जास्त चांगले काम करीत आहात? तुम्ही उपचार करीत असलेल्या लोकांना संपूर्ण औषध-योजनेची गरज आहे, तुम्ही जे काही करता त्याच्याशी दुरान्वयानेही संबंधित राहत नाही ना?

प्रेगर : 'माझ्या योजना फेटाळल्या गेल्या आहेत. पण मदर टेरेसांना जमीन दिली गेली आहे ती या लोकांसाठी वापरली जाऊ शकते.'

टुली : 'तुम्हाला सरकारकडून मदतीची गरज आहे. तुम्ही येथेच थांबण्याचा आग्रह का धरला आहे? तुम्ही तो सोडून का देत नाही?'

प्रेगर : 'माझी एकूण स्थिती अजिबात आशादायक नाही (होपलेस) पण प्रयत्न सोडण्यासाठी ते कारण नाही. माझे कामच असे आहे की त्यात गुणवत्ता आहे.'

१९८० पासूनच्या दशकात डॉ. प्रेगरचा भारतीय अधिकाऱ्यांशी नोंदणीसाठी सतत संघर्ष सुरू होता. 'कोलकता रेस्क्यू' ही त्यांची संस्था त्याही काळात अनौपचारिकरीत्या आपले कार्य बजावत होती. नोंदणी करणे प्रेगर यांच्या दृष्टीने परकीय मदत मिळण्यासाठी आवश्यक होते. त्यांच्याबाबत अनेक लघुपट तयार केले गेले होते. त्यातल्या एकामध्ये, आपल्या या कार्याबाबत त्यांची संतप्रवृत्ती नसल्याचे अगदी स्पष्टपणे प्रतीत झालेले होते. मात्र भारतीय आणि बांगलादेशी गरिबांप्रती त्यांची संपूर्ण बांधिलकी होती आणि त्यातून त्यांनी बरेच फटकेही खाल्ले होते. आपल्या निष्ठायुक्त कार्यपद्धतीने त्यांनी, मदर टेरेसांप्रमाणेच स्वतःच्या अनुयायातही चैतन्य आणि निष्ठा प्रज्वलित केलेली होती. १९९१ साली त्यांच्यावर लघुपट काढणाऱ्या बेथ होलगेटने तर जाहीरच केले होते की, 'मला भेटलेल्यांमध्ये डॉ. प्रेगर सर्वाधिक छाप पाडणारे व्यक्तिमत्त्व होते. केवळ दिसण्यात नव्हे तर त्यांचा निखळ प्रामाणिकपणा आणि तडजोडीस वा काहीही खपवून घेण्यास ठाम नकार तसेच भौतिक संपत्तीबाबत पूर्ण अनासक्ती या गुणांची पडणारी छाप अमिट आहे. प्रत्येक व्यक्तीच्या हक्कांबाबत त्यांना मूलभूत स्वरुपाचा आणि ठाम विश्वास आहे. माणसाचा अवयव निकामी झालेला असल्यास त्याबाबत काय करावयाचे यात त्यांना स्वारस्य आहे. मानवाच्या आत्म्याबाबत आणि किती लोकांना उपचार दिले अशा आकडेवारीबाबत त्यांना काही स्वारस्य नाही.'

१९९३ मध्ये ब्रिटीश सरकारने गरीबांच्या सेवेबद्दल त्यांचा सन्मान केला आणि डब्लिनमधील रॉयल कॉलेज ऑफ सर्जन्सतर्फे त्यांना पदक देऊन गौरविण्यात आले. मदर टेरेसांबरोबरच्या मतभेदांची तीव्रता सौम्य करण्याचा त्यांनी नेहमीच प्रयत्न केला कारण, कधीकधी रुग्णांबाबत आणीबाणीची परिस्थिती उद्‌भवते तेव्हा जेथे एखाद्या रुग्णाला इस्पितळात स्वीकारलेच जात नाही किंवा खाट उपलब्ध नसते तेव्हा त्या रुग्णाबाबत मदर टेरेसांची होम्स उपयोगाची ठरू शकत होती. रुग्णाच्या इस्पितळातील उपचारांसाठी अर्थातच डॉ. प्रेगरची संस्था खर्च करीत असे. त्यांच्या एका स्वयंसेवकाच्या म्हणण्यानुसार, 'अशा आणीबाणीच्या वेळी संबंधित रुग्ण डॉ. प्रेगरकडून आला आहे हे मिशनरीज ऑफ चॅरिटीला न सांगणेच सगळ्यात चांगले.' मग असा रुग्ण चर्चबाहेर कोठेतरी पडलेला आढळला अशा प्रकारे त्याच्याविषयीच्या संदर्भातील टिप्पणी प्रेगरऐवजी दुसराच कोणी लिहून घेत असे. डॉ. प्रेगरने त्यांच्या चरित्राची एक प्रत मला १९९१ मध्ये दिली आणि हाताने टाईप केलेली दुरुस्तीची स्लिप दाखवून हे निदर्शनास आणले की 'मदर टेरेसांबरोबर झालेली चकमक' या शब्दांना काहीही आधार नाही. 'मदर टेरेसांबरोबर अगदीच क्वचित बैठक होई आणि तेव्हाही अत्यंत सभ्य वातावरणात चर्चा होई' असाही या दुरुस्तीत उल्लेख आहे.

आणि तरीही एका नामवंत अस्थिरोगतज्ज्ञाच्या प्रश्नावर सिस्टर ल्यूकने दिलेल्या उत्तराची डॉ. प्रेगर वाईट पद्धतीने खिल्ली उडवीत. कालिघाटमध्ये या तज्ज्ञाने विचारले होते, 'वेदना थांबवण्यासाठी तुम्ही काय करता' सिस्टर ल्युक उत्तरली 'आम्ही त्यासाठी प्रार्थना करतो.' तिने मला सांगितले होते की बरेचसे रुग्ण कुत्र्यांसारखे रस्त्यावर जगलेले असतात, निदान मृत्यूसमयी तरी त्यांची स्थिती चांगली असते. डॉ. प्रेगरना, क्षयरोगाचा प्रसार अगदी सहजपणे होऊ शकणाऱ्या सवयी आणि प्रथांमुळे खूपच अस्वस्थ वाटत असे. ४१ वर्षे वयाच्या एका क्षयरोग्याचे, 'आता जगण्याची आशाच उरली नसल्याचे' पत्र डॉ. प्रेगरने मला दाखवले होते. त्या पत्रासोबत नबो-जीवन येथील ब्रदर्समधून त्या रुग्णाला डिसचार्ज दिला जात असल्याचे पत्रही होते. ''कोणत्याही सर्वसामान्य रुग्णाला ही औषधे विकत घेणे अशक्यच आहे. त्याला अशा निर्वात पोकळीत डिसचार्ज दिला गेला होता की तेथून त्याच्यापासून इतरांना क्षयरोगाची लागण होत राहणार आणि तो स्वत: मरणार. अशा हजारो केसेस रोजच्या घडत आहेत'' असेही प्रेगर यांनी बोलून दाखवले.

क्षयरोगाबद्दल डॉ. प्रेगर इतके हळवे होण्यामागे काहीएक कारणही आहे. अलिकडेच जागतिक आरोग्य संघटनेने (हू) औषधाला दाद न देणाऱ्या एका क्षयरोगाविषयी जगाला धोक्याचा इशारा दिला आहे. या प्रकारच्या क्षयरोगात शरीरातील पेशी चीजसारख्या दिसू लागतात आणि त्यातून जगातले कोट्यावधी

लोक मरण्याचा विलक्षण धोका उद्‌भवू शकणार आहे. या नव्या क्षयरोगाचे जिवाणू हवेतून प्रसारित होणारे असल्यामुळे ते अतिशय वेगवानपणे संसर्गजन्य राहतील, जणू 'पंख असेलली एडस्‌ची साथ' असे जागतिक आरोग्य संघटनेच्या प्रवक्त्याने त्याचे वर्णन केले आहे. ही औषधाला दाद न देणारी जिवाणूची वा जंतूंची जात उद्‌भवण्याचे कारण असे की क्षयरोगाची लागण झालेले लोक जगातील सर्वाधिक गरीब अशा वर्गातले आहेत आणि प्रतिजैविकांचा कालावधी पूर्ण न केल्यामुळे कोणकोणते धोके उद्‌भवू शकतात याची कसलीही कल्पना नसलेले हे लोक आहेत. जर सहा महिन्याच्या उपचार कालावधीत रुग्णाने जर मधेच उपचार सोडून दिले तर हे जिवाणू जिवंत राहतात आणि त्यांची रोगापासून बचावण्याची क्षमता विकसित होत जाते. डॉ. ज्योएल अल्मेडा हे जागतिक आरोग्य संघटनेच्या जागतिक क्षयरोग कार्यक्रमाचे वैद्यकीय अधिकारी आहेत. ते म्हणतात, 'जर बहु-औषध-प्रतिकारक जिवाणू वरचढ ठरले तर आपण प्रतिजैविके-पूर्व युगापर्यंत मागे खेचले जाऊ. त्यावेळी आपल्याला जे काही करता येईल ते फक्त प्रार्थना आणि आरोग्य केंद्रातून लोकांना परत पाठवणे एवढ्यापुरतेच असेल. मागच्या शतकात आपण हेच केले होते.'

अर्थात बरे वाटत असलेल्या रुग्णांचा मागोवा घेणे बिगर सरकारी संघटनांसाठीही कठीण आहे. विशेषत: त्याच्या नोंदी ठेवल्या गेल्या नसल्यास बरे वाटणाऱ्या रुग्णांनी औषध घेण्याचे थांबवले आहे की नाही या दृष्टीनेच अशा संघटनांना त्यांचा मागोवा घेणे अपेक्षित आहे. पण केवळ औषधे देत राहणे, त्याची नंतरची तपासणी न करणे आणि उपचार कालावधी पूर्ण न करणे या दृष्टीने सरकारे व खाजगी डॉक्टर्सही तेवढेच जबाबदार आहेत. तथापि, डॉट्स या नावाची एक उपचार पद्धती आहे. (डायरेक्टली ऑब्झवर्ड ट्रिटमेंटस् शॉर्ट कोर्स) गेले वीसहून अधिक वर्षे जागतिक आरोग्य संघटना या 'डॉट्स'चा पुरस्कार करीत आहे. रुग्णांनी प्रतिजैविकांचा कोर्स पुरा करावा यासाठी आरोग्यसेवक किंवा इतरांनी खात्रीपूर्वक व्यवस्था करावी असा डॉट्सचा ढाचा आहे. या व्यवस्थेत कधी ही जबाबदारी एखाद्या कॅफे मालकाची असते म्हणजेच आपल्या नेहमीच्या कॉफीच्या कप बरोबरच रुग्ण त्या गोळ्या घेतो आहे की नाही याकडे त्यांनी लक्ष पुरवावयाचे असते. किंवा मग एखादा बातमीदार वा पत्रकार जो रुग्णाकडे नियमितरित्या लक्ष देऊ शकणारा आहे किंवा मग एखादा स्वयंसेवक थेट घरात जाऊन रुग्णाने पूर्ण आणि वेळीच औषधे घेतलेली आहेत की नाहीत हे स्वत: बघू शकतो. यातून रुग्णाला स्वत:ला बरे वाटल्यानंतर दवाखान्यात येता येण्याची जबाबदारी रहात नाही. जेथे जेथे डॉट्सचा प्रयत्न झाला तेथील परिणाम फारच उत्साहवर्धक आहेत. (बांगलादेश, नेपाळ, मोझांबिक, न्यूयॉर्क शहर आणि चीन येथे रुग्ण बरे होण्याचे प्रमाण दुप्पट झालेले

आढळते.) कोलकता हे जगातले सर्वाधिक वाईट अवस्था असलेले एक शहर आहे. तेथील क्षयरोग्यांची संख्या किमान साठ हजार आहे. ज्यांच्यापर्यंत नकळत जंतू पोहोचलेले आहेत वा अद्याप लक्षण दिसलेली नाहीत अशा संभाव्य क्षयरोग्यांची संख्या मोजदादीच्या पलीकडची आहे.

क्षयरोगाचे पूर्ण उच्चाटन करण्याचा प्रयत्न जो वर्ग करीत आहे त्याच्या पुढील समस्या वैद्यकीय स्वरुपाची नाही तर ती राजकीय स्वरुपाची आहे कारण औषधे अस्तित्वात आहेत, स्वस्त आहेत आणि परिणामकारकही आहेत. परंतु क्षयरोग हा विनाकारण मृत्यू घडवून आणत आहे हे मान्य करण्याची खरी गरज आहे. एच.आय.व्ही. बाधित लोक मृत्युमुखी पडण्याची संख्या बरीच आहे. तथापि क्षयरोगाची लागण माणसाला मृत्यूपर्यंत नेईल अशी स्थिती नाही. तरीसुद्धा एडस्‌मुळे होणाऱ्या मृत्यूपेक्षा क्षयरोगाने मरणाऱ्यांची संख्या बरीच जास्त आहे. जागतिक आरोग्य संघटनेच्या प्रवक्त्याने म्हटल्याप्रमाणे, 'खरेखुरे आव्हान लोकांनीच सरकारकडे क्षयरोगावरील चांगले उपचार मागणे हे आहे. परंतु मोठमोठ्या धर्मादाय संस्थाही लोकांना मदत करण्याच्या खऱ्याखुऱ्या भूमिकेतून पुढे होत नाहीत. या प्रश्नावर मदर टेरेसांनी आपला आवाज उठवणे ही आमची खरी गरज आहे कारण उपलब्ध असलेली औषधे घेणे आणि त्यांचा परिणामकारक वापर करणे यासाठी जगाची नैतिक सद्सद्विवेकबुद्धी जागृत करण्याची गरज आहे. हे एक राजकीय आव्हान आहे. पण मदर टेरेसांनी अद्याप त्याबाबत काहीच निर्णय घेतलेला नाही.'

रॉबीन फॉक्स आणि डेव्हिड बॉम या दोघांनीही हे निदर्शनास आणलेले आहे की क्षयरोगावरील उपचार आणि मोठी नवी इस्पितळे बांधणे याचा अर्थाअर्थी काहीही संबंध नाही. फॉक्स म्हणाले, 'क्षयरोगासाठी रोगनिदान व उपचार लागतात. रुग्णशय्येवर पडून राहण्याच्या अवस्थेच्या खूपच आधी हे घडावे लागेल आणि त्यासाठीचा सर्वोत्तम मार्ग म्हणजे समाजात छोट्या छोट्या केंद्रांची यंत्रणा उभारणे हा आहे. उदाहरणार्थ : खेड्यापाड्यांमधे एखादी नर्स आणि एखादा वैद्यकीय मदतनीस एक साधी प्रयोगशाळा आणि साधे क्ष-किरण यंत्रणा चालवून लोकांना वैद्यकीय सेवा देऊ शकेल. त्या रुग्णांपैकी ज्याला खरी गरज असेल त्यालाच एखाद्या मध्यवर्ती दवाखान्याकडे पाठवले जाऊ शकेल.' बॉम यांनीही खरी गरज लघुपातळीवरील आणि ग्रामीण भागात असल्यावर भर दिलेला आहे. फार काही भारावून जाण्याजोगी ही सुचना नाही.

क्षयरोग आणि एड्‌स या दुहेरी साथी आहेत. त्या एकमेकांच्या विरोधातील आहेत आणि क्षयरोगाच्या/सूक्ष्म जंतुंचा पुनरुद्‌भव भारतात एड्‌सला मोठ्या प्रमाणावर चालना देऊ शकणारा ठरेल. एड्‌स प्रतिबंधक कार्यक्रम गेली दहा वर्षे राबवूनही भारतामध्ये जगातल्या कोणत्याही देशापेक्षा अधिक एचआयव्हीबाधित व्यक्ती आहेत.

सुमारे तीस लाख लोक एचआयव्ही ग्रस्त असल्याचा अंदाज आहे. आणि २००५ सालापर्यंत सबंध अफ्रिका खंडातील लागण झालेल्या संख्येपेक्षा भारतातील एचआयव्हीग्रस्तांची संख्या जास्त असेल. भारतातील कार्यक्रमात एकपत्नी व्रताची 'जाहिरात' करण्यासाठी कामसूत्रमधील जुन्या चित्रांचा सढळ वापर केला गेला होता. तथापि, त्याचे गांभीर्य अजून खोलपर्यंत झिरपत गेलेले दिसत नाही. 'नेचर मेडिसिन' या वैद्यकीय नियतकालिकातील एका लेखानुसार, 'बेफिकिरी, दुर्लक्ष, निष्काळजीपणा, भ्रष्टाचार आणि निष्ठेचा अभाव हे दुर्गुण भारतात सर्व पातळींवर दिसून येतात. या सर्व दुर्गुणांची जोरदार साथ मिळते आहे.' भारताच्या राष्ट्रीय एड्स नियंत्रण संघटनेचे प्रकल्प संचालक शिवलाल यांनी अशी स्पष्ट कबुली दिली, 'आम्ही संकटात आलेले आहोत. धोकादायक गटांकडून हे जंतू सर्वसामान्य लोकांपर्यत पोहोचलेले आहेत.' एचआयव्हीचा प्रसार वाढण्यामागे एक मोठा घटक, भारत सरकारचे स्वत:चे धरसोडीचे धोरण कारणीभूत आहे. तुरुंगामध्ये संतती प्रतिबंधक साधने वितरित न करणे हा त्याचा एक भाग आहे. तसेच अंमली पदार्थ वापरणाऱ्यांना सुया न पुरवणे आणि एड्सच्या रुग्णांना मोफत औषधे न पुरवणे हेही याच धोरणाचा भाग आहे. संतती प्रतिबंधक साधने विकण्याच्या अर्ध-सोवळ्या प्रवृत्तीचाही काही उपयोग झालेला नाही.

भारतामध्ये एचआयव्हीचा प्रसार हा मुख्यत्वेकरून विवाहेतर संबंधांमधून आणि भिन्नलिंगी संभोगातून दिसून येत असला तरी आता या देशात समलिंगी संभोग करणाऱ्यांची संख्या कमी नसल्याचे दिसून आले आहे. अशा पुरुषांच्या संबंधांच्या कहाण्या पुष्कळ ठिकाणी माहित झालेल्या आहेत. एड्सच्या शंभर रोग्यांपैकी किमान एकाची समलिंगी संभोगातून लागण झालेली आढळून येते. एक प्रकारच्या एड्सबाबत मदर टेरेसा निश्चितपणे काही ना काही मदत करू शकतील अशी परिस्थिती दिसून आलेली आहे. कारण आईकडून बाळाला एड्सची लागण झाल्याच्या बऱ्याच केसेस गरिबांच्या किंवा अती गरिबांच्या घरांमध्ये आढळून येतात. पुष्कळदा ही छोटी मुले प्रत्यक्ष एचआयव्हीग्रस्त असूनही लागण झालेली असल्याचे दिसत नाहीत. त्यांच्या शिशुपणात व बालपणात हे जंतु प्रकट होत नाहीत; पण याचाच अर्थ या रोगाची आणि नैतिकतेची नवीच आव्हाने भयानक रितीने पेलावी लागणार आहेत. देशातला असला-नसला सर्व पैसा या समस्येसाठी वापरला जाऊ शकतो आणि अत्याधुनिक तंत्रज्ञानाने रोगाची ही स्थिती ओळखली जाऊ शकते. एका डॉक्टरच्या म्हणण्यानुसार हे सारे भयानक भविष्य आहे. मदर टेरेसांच्या निकटवर्तीयांकडून मला असे सांगण्यात आले की भारतातला एड्सचा प्रश्न अतिशय मोठा आणि सतत चिंता करण्याजोगा असा मदरना वाटत आलेला आहे आणि यातूनच १९९५ च्या ख्रिसमच्या सुमारास भारतातील पहिले 'निव्वळ एड्स संबंधित' केंद्र उघडण्याची तयारी त्यांनी चालवली आहे. अमेरिका आणि हैती या देशांमध्ये त्यांनीही निव्वळ

एड्सविषयक बरीच केंद्रे उघडलेली आहेत. त्यांना भेटण्याच्या दृष्टीने हा संभाषणातला सर्वात चांगला आणि महत्त्वाचा विषय मला वाटत होता. मदर टेरेसांनी मला सांगितले, 'जगातील सर्वात जास्त एड्सचे रुग्ण भारतात असतील हे मला समजले आहे. पण त्यासाठी कोणतेही औषध नाही. आईकडुन तो येतो आणि बाळ जन्मत:च तो घेवुन जातो.' यावर मी विचारले, 'यावर काय करता येईल?' त्या उत्तरल्या, 'काहीही नाही. ही देवाची इच्छा आहे. ते शांततेने मरण पावतील.' मी मदरना अशी सूचना केली की वैद्यकीय संशोधनातून एक दिवस याचा उपाय निघेलच. त्या उत्तरल्या, 'हा माणसाने शोधावयाचा मार्ग आहे. ते आपल्याला जेव्हा जमेल तेव्हा जमवू. आपण आपले दिवस प्रार्थनेतच व्यतीत करावयाचे आहेत.' त्यांचे शेरे अनावश्यकरित्या नकारात्मक भासतात खरे, तथापि भारत सरकार किती डळमळीत वा निर्णय घेता न येण्याच्या क्षमतेचे आहे हेही बघणे उद्‌बोधक ठरेल. उदा. १९९७ मध्ये संपणाऱ्या पंचवार्षिक योजनेत १९९५ साली जागतिक बँकेकडून मिळालेल्या एड्सविरोधी लढ्यासाठीच्या कर्जाचा जेमतेम १/३ हिस्सा वापरला गेला होता. आठ कोटी सत्तर लाख डॉलर्सचे हे कर्ज होते आणि मूलभूत एड्स संशोधनाला भारतात अत्यंत कमी प्राधान्य दिले गेले होते.

क्षयरोग आणि एड्स या दोन्ही संकटांबाबत मदर टेरेसांचा प्रतिसाद इतर अनेक विषयांप्रमाणेच विरोधाभासाचा होता. एड्स ही स्वत:च्या करणीने समलिंगी संभोगवाल्यांनी ओढवून घेतलेली व्याधी आणि त्यासाठी आपण काही मदत करण्याची गरज नाही अशा भूमिकेतून त्यांनी त्यापासून दूर राहणे अपेक्षित होते. पण एड्सग्रस्तांना शांततेने, प्रेममय वातावरणात प्रतिष्ठाप्राप्त मृत्यू यावा यासाठी प्रयत्न करणाऱ्यांमध्ये त्या आघाडीवर होत्या. त्यांची केंद्रे (होम्स) सोयी-सवलतींपासून दूरच होती. तेथे टीव्ही वा इतर सुखसोयी नव्हत्या किंवा सर्वोत्कृष्ट वैद्यकीय सोयीही नव्हत्या. पण एखाद्या पेचप्रसंगाला सामोरे जाण्याच्या प्रतिसादाबाबत ही केंद्रे आगळी-वेगळी ठरली होती व त्यातून मदरना प्रशंसा प्राप्त झालेली होती. दुसऱ्या बाजूने पाहता अशी संकटे वा पेचप्रसंग कायमच राहत, त्यांची सोडवणूक होत नव्हती आणि मूळ कारणंचा शोध न लागल्यास परिस्थिती नाट्यमयरीत्या ढासळतही असे. एड्स हा रोग असा होता की सर्वसाधारणत: लोकांना लैंगिक शिक्षण देणे आणि विशेषत: संततीनियमनाची साधने वापरण्यास शिकवणे असा त्याचा अर्थ होता. असुरक्षितरीत्या संभोग करण्याने एड्सच्या जंतुंचा वेगाने प्रसार होतो हे शिक्षण लोकांना देण्याची गरज होती. जर कोणामध्ये काहीतरी कोठेतरी चांगले काम करण्याची शक्ती असेल तर नक्कीच कोणाला आजारी पडण्यापासून वाचवणे किंवा आजाराला प्रतिबंध करणे हेच अधिक चांगले होते. न की, एखादी व्यक्ती आजारी पडल्यावर त्याच्या शांत मृत्युसाठी मदत करणे.

प्रचंड मोठे वा अत्याधुनिक इस्पितळ काढणे हे क्षमतेच्या बाहेरचे असेल किंवा मिशनरीज ऑफ चॅरिटीच्या देवाने दिलेल्या सामर्थ्याच्या पलिकडचे असेल. तथापि, अनेक भारतीय डॉक्टर्सचा मदर टेरेसांना कल्पकतेने उपयोग करून घेता आला असता. उदाहरणार्थ बिर्लांनी नॅशनल लायब्ररी ॲव्हेन्यूवर बांधलेल्या भव्य हार्ट रिसर्च सेंटरसारखे केंद्र उभारणे. मिशनरीज ऑफ चॅरिटीच्या आवाक्याबाहेरचे असू शकेल. तथापि, सारेच देवाच्या दयेवर सोडून देणे हे वैद्यकीय सेवेच्या तत्त्वाच्या विरुद्धच आहे. दिल्लीच्या नामवंत ऑल इंडिया इन्स्टिट्यूट ऑफ मेडिकल लायन्सेसच्या हिमॅटोलॉजी विभागाचे प्रमुख आणि प्रोफेसर डॉ. मनोरमा भार्गव यांच्या मते, नवी, छोटी सुमारे ५० खाटांची इस्पितळे सुरू होणे ही भारतातील अगदी तातडीची आणि अत्यावश्यक अशी गरज आहे. त्या म्हणतात, 'वैद्यकीय पेशात आता हे सर्वत्र मान्य झालेले आहे की नेहमी देवच निर्णय घेतो असे नाही. वैद्यकशास्त्र जीव वाचवण्यात निश्चितपणे काही भूमिका बजावू शकते. आता मदर टेरेसांची अशी प्रतिमा तयार झालेली आहे की त्या कोणत्याही डॉक्टरला फोन करून विचारू शकतात, 'मला एक विशिष्ट प्रकारचे नवे इस्पितळ सुरू करावयाचे आहे, तेथे तुम्ही मोफत काम करण्यासाठी काही वेळ देऊ शकाल ना?' आणि त्याला नकार देणे फारच अवघड आहे. भारतातल्या कोणत्याही डॉक्टरला हे जाणवेल. पण मदर टेरेसांनी हे केलेले नाही.'

भारतात मिशनरीज ऑफ चॅरिटीचे जे काही कार्य मला बघायला मिळाले त्याने मी अस्वस्थ का झाले? रस्त्यावरून कोणीही आत यावे आणि लोक मरत असलेले पाहावे हा निष्काळजीपणाचा वा बेफिकीरीचा भाग मला आवडला नाही. दोन पौंड वा त्यापेक्षाही कमी वजनाची बाळे मला दाखवली गेली. तेथील व्यवस्थाही मला आवडली नाही. कदाचित गर्भपातातून उद्‌भवलेली ती अर्भके अशा काही परिस्थितीत जपली जात होती (इंटेन्सिव्ह केअर) की ती परिस्थिती निर्जंतुकतेपासून खूपच दूर होती हेही मला बरोबर वाटले नाही. मी तेथून दूर तर गेले तथापि, त्या बाळांना वाचवण्यात यश मिळवल्याचा अभिमानयुक्त दावा तेथील सिस्टरने केला तो मला खेदजनक वाटला. दिल्ली, कोलकता आणि अल्बेनिया येथील मिशनरीज ऑफ चॅरिटीच्या तीन अनाथालयांना मी भेटी दिल्या पण अगदी मूलभूत स्वरुपाच्या प्रेरणांचा तिन्ही ठिकाणी असा काही अभाव होता की माझे हृदय शतशः विदीर्ण झाले. यातील सर्वात वाईट स्थिती कोलकत्याची होती. साठीच्या पुढची एक अमेरिकन महिला शिक्षिका तेथे स्वयंसेवक म्हणून काम करीत होती. तेथील कपाटांमध्ये खेळणी होती. पण त्या शिक्षिकेच्या निवेदनानुसार धार्मिक साहित्य वगळता तेथील रुग्णांना वाचून दाखवण्याजोगे इतर काहीही नव्हते.

मात्र, मदर टेरेसा जे काही करत नाहीत म्हणून त्यांच्यावर टीका करणे श्रेयस्कर

ठरणार नाही; त्यापेक्षा त्या जे काही करीत आहेत त्याबद्दल त्यांची प्रशंसा करणे अधिक चांगले नाही काय? त्या स्वत: नेहमीच म्हणतात की आपण वैद्यकीय किंवा सामाजिक नव्हे तर धार्मिक संस्था/संप्रदाय (ऑर्डर) चालवत आहोत. मग त्या वैद्यकीय उपचार वा औषध-योजना या क्षेत्रात लुडबुड करीत आहेत काय? सिस्टर्सपैकी एक-दोघीजणी डॉक्टर आहेत, पण इतर कोणालाही वैद्यकीय प्रशिक्षणासाठी पाठवण्याचा प्रयत्न केला जात नाही. आणि जरी मिशनरीज ऑफ चॅरिटीमध्ये एखादी डॉक्टर सहभागी झाली तरीही तिचा उपयोग डॉक्टर म्हणून करून घेण्याची शाश्वती मदर टेरेसा देत नाहीत. एकदा त्यांनी एका मदतनिसाला, कोणत्याही क्षेत्रातील गुणवत्तेचा वापर करण्याचे महत्त्व सांगताना, बायबलमधील दृष्टान्तकथा वर्णन केली होती; जर डॉक्टर म्हणून एखाद्याला प्रशिक्षण मिळाले असेल तर त्याची गुणवत्ता त्या क्षेत्रात संपूर्णपणे डॉक्टर म्हणून वापरली जावी. पण मिशनरीज ऑफ चॅरिटीत नव्हे असे त्यांनी नमूद केले होते. मार्क टुलीला भारताविषयी खूपच माहिती आहे. तो म्हणतो, मदरचे प्रकर्षाने जाणवणारे वेगळेपण असे की त्यांनी स्वत:ला आणखी एखाद्या वैद्यकीय संस्थेत गुंतवून घेतलेले नाही. या देशात तसे गुंतलेले बरेचजण आहेत. आंतरराष्ट्रीय धर्मादाय संस्थेचे एक प्रमुख अशाच प्रकारच्या कार्यात बरीच वर्षे काम करीत आहेत. त्यांनी वेगळाच मुद्दा मांडला. ते म्हणतात, 'या कार्यात तुम्ही केवळ हौशी व्यक्ती म्हणून उतरू शकत नाही. असे प्रसंग अनेकदा येतात की तुम्ही फक्त प्रेम आणि आराम एवढेच देऊ शकता. पण त्याहून अधिक तुम्ही अधिक देऊ शकत असाल तर ते तुमचे कर्तव्यच ठरते.'

मदर टेरेसांच्या सगळ्याच अधिकृत चरित्रांमध्ये, त्यांनी सुरुवात करतानाच कृमी-कीटक-माशांचा बुजबुजाट झालेल्या रोगट महिलेला आंघोळ कशी घातली याचे वर्णन आहे. मदरची मैत्रीण आणि चरित्रकार नवीन चावला भारतीय मुलकी सेवेतील सेवक होती. त्यांनी म्हटले आहे, 'मदरनी मला अनेक प्रसंगी सांगितले आहे, "जर हा देह ख्रिस्ताचा आहे असा आपला विश्वास नसला तर हे काम करणे आपल्याला शक्य होणार नाही... उपासमारीने जर्जर आणि अनाथ अशा लोकांच्या जीर्ण देहांमध्ये आपण ख्रिस्ताला स्पर्श करतो." अनेक स्वयंसेवकांनाही मदर आवाहन करतात, 'त्यांना स्पर्श करा. आंघोळी घाला, खाऊ घाला, जगाला ख्रिस्त द्या आणि ते करताना तुमचे स्वत:चे हात वापरा.' स्पर्श करण्याच्या क्षमतेला बरेच सविस्तर अध्याहृत अर्थ आहेत आणि 'अस्पृश्यता' ही संकल्पना अत्यंत खरीखुरी असलेल्या भारतात तर या स्पर्शाला विशेषच महत्त्व प्राप्त होते. प्रकृती सुधारणा घडवून आणण्यापेक्षाही जास्त महत्त्व स्पर्शाला आहे.

एक तपाहून अधिक काळ सह-कर्मचारी राहिलेल्या आणि अलिकडेच प्रगल्भ स्वयंसेवक बनलेल्या मेरी कॉक्सची माझी भेट झाली. कालिघाट येथील तिच्या

कामाच्या अनुभवांबाबत विचारता ती म्हणाली, 'भारतीयांसाठी, शरीराला तेलाची मालिश अत्यंत महत्त्वाची ठरते आणि ख्रिश्चनत्वाच्या दृष्टीने शरीराला स्पर्श करणे हा तत्त्वाचाच एक भाग आहे. या ख्रिश्चनत्वाच्या दृष्टीनेच अनेक तरुण मुले-मुली याकडे आकर्षित होतात. ते करीत असलेल्या कामात हातमोजे वापरणे निषिद्ध आहे.' सहा मुलांची आई म्हणून सुरक्षेच्या दृष्टीने सर्जिकल हातमोजे वापरावेसे तुला वाटत नाही काय? या प्रश्नावर मेरी उत्तरली, 'नाही. अनेकजण तिच्यासाठी प्रार्थना करीत आहेत हे माहित असल्यामुळे मला सुरक्षित वाटलेले आहे. मी आई असल्या कारणाने शरीराला स्पर्श करण्यास सरावलेली आहे. त्यामुळे मला अजिबात भीती वाटत नाही. मी घरी परतते तेव्हा माझ्या हाताला फार तर खपल्या, उवांची अंडी वा किरकोळ जंतू लागलेले असतात.'

आणि तरीही, एचआयव्ही, एड्स आणि औषधांना दाद न देणारे क्षयरोगाचे जंतू यांची वाढ, प्रादुर्भाव बघता, विशीच्या आतील अजाण, भाबड्या युवकांना या धोक्यांना सामोरे सोडणे न्याय्य आहे काय? आपण स्पर्श करीत असलेला देह ख्रिस्ताचा आहे अशा विश्वासाने त्यांनी या धोक्यांपुढे उभे राहणे उचित होईल काय? मी जेव्हा कालिघाटला गेले तेव्हा उंच भिंतीवर हाताने लिहिलेला संदेश वाचावयास उत्सुक होते. केव्हा हातमोजे वापरावे, शरीरातील स्राव व जखमांमधून निघणारे प्रवाही पदार्थ हाताला लागल्यास ते केव्हा धुवावे हे जाणून घेण्यात मला स्वारस्य होते. एका इंग्लिश मुलीने मला सांगितले की तेथे नवी सूचना लावलेली आहे. उंचावर असल्यामुळे ते वाचणे अशक्यच होते. पण ती मुलगी म्हणाली, 'येथे कोठेही हातमोजे नसतात.' त्या मुलीने मला एक घाणेरडा, मळलेला ॲप्रन दाखवला. त्या ॲप्रनच्या खिशात काल वापरलेल्या कागदांचा व घाण साफ करावयाच्या कापडांचा एक झुबका होता. दुसऱ्या एका भिंतीवर दुसरा एक स्वयंसेवक जाड, त्रिमितीसदृश अक्षरांमध्ये मोठ्या कष्टाने एक संदेश रंगवत होता. हा संदेश सर्वत्र पसरावा अशी मदर टेरेसांना खरीखुरी आस होती– 'तुमचा जीर्ण देह माझ्या हातांनी बरा होऊ दे.'

■

धर्म आणि शास्त्र

सत्य घटनेवर आधारित 'डेड मॅन वॉकिंग' या अलिकडच्या चित्रपटात हेलन प्रियान या अमेरिकन सिस्टरचे जीवन चितारण्यात आलेले आहे. त्यातले सुरुवातीचे एक दृश्य परिणामकारक आहे. आपल्यासमोर बसलेल्या ननला तुरुंगाचा धर्माधिकारी फटकारतो. 'तू पायघोळ अंगरखा घातलेला नाहीस.' धामधूमीच्या जगापासून दूर चर्चच्या चार भिंतींच्या आत २० वर्षे जीवन व्यतीत केलेल्या सिस्टर हेलनला एक दिवस जाणवते की न्यूऑर्लिन्समधील 'नाहीरे' वर्गासाठी आपण काही योगदान देणे हाच आपल्या दृष्टीने सर्वोत्तम मार्ग आहे. 'एका माणसावर प्रेम करण्यापेक्षा दुसऱ्या मार्गाने अनेकांना प्रेम देणे शक्य आहे' आणि यात कोठे आणि कसे राहावयाचे याबाबतच्या काही दुःखदायक निर्णयांचा अंतर्भाव आहे. ती कबूल करते की खऱ्याखुऱ्या जगाच्या तोलामोलाने किंवा बरोबरीने वागण्यास संघर्ष करावा लागणार आहे. पण आपल्या स्वत:ला अगदी अस्सल सेवा द्यावयाची असेल तर पुढे जाण्याचा एक मार्ग म्हणजे सारे जग वापरते तसे कपडे वापरणे हा आहे.

१९६२-६५ या काळातील दुसऱ्या व्हॅटिकन कौन्सिलच्या निर्णयामुळे ती व तिच्यासारख्या इतर सिस्टर्सना अशा कठीण, बरेचदा त्रासदायक पर्यायांमधून निवड करावी लागत होती. पोप जॉन (तेविसावे) यांनी जगातल्या बिशपांची एक बैठक रोम येथे घेतली होती. ही परिषद चार दिवस चालली आणि रोमन कॅथॉलिक चर्चच्या इतिहासात महत्त्वाचे बदल घडवून आणणारी ठरली. सर्वसाधारणपणे चर्चचे आणि विशेषत्वाने धार्मिक गटांचे आधुनिकीकरण करणे हे या बैठकीसाठी पोपचे उद्दिष्ट होते. ते कसे करायचे याबाबतही त्यांचे विचार पक्के होते. 'खिडक्या उघडून आणि नवी ताजी हवा आत येऊ देऊन.'

या 'व्हॅटिकन दोन' मध्ये घेण्यात आलेल्या अनेक निर्णयांनी नन्स आणि

धार्मिक क्षेत्रातील महिला कार्यकर्त्यांवर बराच मोठा परिणाम झाला. यापैकी बऱ्याच जणी खूप जुन्या-पुराण्या, अगदी शेकडो वर्षांपूर्वी तयार झालेल्या संस्थांमध्ये व साचेबद्ध कार्यपद्धतीत भिनलेल्या वातावरणात होत्या. त्यांना स्वत:ला नव्या वातावरणासाठी तयार होण्यास सांगितले गेले. हे नवीनीकरण खूप वेगवेगळ्या प्रकारे व्हावयाचे होते; पण त्यामागचा उद्देश अगदी स्पष्ट होता. कॉन्व्हेंन्टस् अधिक लोकशाहीवादी आणि जीवनपद्धतीत खुली होणार होती. प्रार्थना-समय अधिक लवचिक आणि कमी औपचारिक व्हावयाचा होता. 'मदर' शब्दाच्या वापरासह सर्व श्रेणी आणि वर्गवारीचा भेद यापुढे आवश्यक ठरणार नव्हता. 'व्हॅटिकन दोन' पूर्वी सर्व कॉन्व्हेंटस्‌मधील व्यवस्था अगदी काटेकोरपणे श्रेणी-वर्गवारीबरहुकुम आचरणात आणली जात असे. यातून चमकदार नेतृत्वाच्या कल्पनेला प्रोत्साहन मिळत होते पण वैयक्तिक वैशिष्ट्यांना फारसा वाव राहत नसे. प्रांतिक वा विभागीय श्रेष्ठ हा एका देशातल्या संस्थेचा प्रमुख (हेड ऑफ ॲन ऑर्डर) प्रचंड सत्ता उपभोगू शकत असे आणि सर्व प्रकारच्या मार्गांनी ही सत्ता अधिकाधिक भक्कम होत असे. २० वर्षांपूर्वी एका कॉन्व्हेंटमध्ये सुरुवात करतानाच्या आठवणी एका इंग्लिश सिस्टरने मला सांगितल्या. 'सुपिरिअरसाठी एक दरवाजा होता आणि आम्हा बाकी सर्वांसाठी दुसरा आणि सुपिरिअर नेहमीच चहात, एक खास चांदीचा चमचा घालत असे. अनेक प्रकारचे धार्मिक गट, ज्यांना सर्वोच्च जमाती मानले जात असे, त्यांच्यासाठी दोन पातळींवरून प्रवेश होता. एक गायकवृंद आणि दुसरा सर्वसामान्य सिस्टर. जर आपण सुशिक्षित असाल तर तुम्ही नवख्या नन ठरता म्हणजे मग शिक्षिका बनता आणि त्यानंतर मदर. ज्यांचे फारसे शिक्षण झाले नाही त्यांनाही संधी मिळू शकत होती आणि त्यांना सिस्टर म्हटले जावयाचे. मात्र त्यांना सारे घरगुती स्वरुपाचे काम करावे लागे आणि बोर्डींग शाळा चालू राहण्यासाठीची सर्व कामे करावी लागत. हे दोन्ही स्तर अगदी भिन्न होते. ही यंत्रणा जेसुईट जीवन-पद्धतीवर आधारित होती व त्यात अधिकारानुरुप वर्गवारी मान्य केलेली होती. सर्वोत्तम पद्धतीने ती राबवली गेली तेव्हा उपजत गुणवत्ताप्राप्त लोकांसाठी त्याचा यशस्वीरीत्या वापर झाला पण त्यातून सत्तेचा गैरवापर होण्याची शक्यता होतीच.'

समाजाप्रती आपल्या कर्तव्यात नव्या दृष्टीकोनाने काम चालू आहे हे दर्शवण्याचा एक मार्ग प्रतिज्ञाबद्ध नन्सना उपलब्ध होता तो म्हणजे आपला जुना, अव्यवहार्य पोशाख टाकून देऊन नवा धारण करणे. ज्यांना मदत करावयाची त्यांच्यात या नन्सप्रती आत्मीयता निर्माण होण्यात पोशाखाचा– पायघोळ अंगरख्याचा– अडसर होता– अगदी प्रतिष्ठेचे प्रतीक म्हणूनसुद्धा हे अंगरखे त्रासदायक होतेच. सिस्टर्सना काही साधी बंधने पाळून, त्यांचा स्वत:चा पोशाख निवडू देणे हे आज नक्कीच महत्त्वाचे असल्याचे जाणवते. कारण त्यातून केवळ व्यक्तिगतताच फुलून येते

एवढेच नसून गुणवत्तेचे पूर्ण बिंब त्या व्यक्तीच्या अंगभूत कौशल्याने विकसित होऊ शकते. याउलट, गुप्ततेला प्रोत्साहन दिल्याने एखादी प्रतिमा भलेही शुद्ध राहील पण त्यातून उद्‌भवू शकणारे धोकेच जास्त आहेत आणि व्यक्तिमत्त्वाचे आतले पदर विकसित न होणे हे नुकसान त्यातून घडून येऊ शकते. त्यातून इच्छा (शक्ती) दुय्यम स्थानावर, गौण पातळीवर जाण्याचाही धोका आहे. 'व्हॅटिकन दोन'च्या बैठकीने ही इच्छाशक्ती खुली करण्याचाच प्रयत्न चालवला होता.

अशा रीतीने, स्वत:च्या कपड्यांच्या निवडीचे स्वातंत्र्य हे तसे क्षुल्लकही नाही आणि केवळ प्रतीकात्मक तर नाहीच नाही असे दिसून आले. मदर टेरेसांच्या बाबतीत गणवेश (हा अंगरखा नाहीय) कायम ठेवण्याचा निर्णय व्यवहार्य पातळीवरचाच आहे आणि पोप जॉन पॉल (दुसरे) यांनी त्याची प्रशंसा केली आहे. वस्तुत: नन्सनी धार्मिक स्वरुपाचे पायघोळ अंगरखे घातलेच पाहिजेत अशी या पोप महाशयांची ठाम धारणा आहे. पोप बनल्यानंतर लगेचच त्यांनी नन्ससाठी पारंपारिक पोशाख कायम ठेवण्यावर आग्रहपूर्वक भर दिला होता आणि अद्यापपर्यंत त्या मतापासून ते दूर गेलेले नाहीत. परंतु मदर टेरेसांच्या आधिपत्याखालील नन्सबाबत त्यांची भूमिका खूपच उदारमतवादी लक्षणे दाखवणारी आहे असेच म्हटले पाहिजे. नन्सच्या जीवनपद्धतीबाबत 'व्हॅटिकन दोन'च्या घोषणांचा मदरच्या भारतातील कार्याशी कोठे फारसा संबंधच नसल्याचे एकूण वातावरण दिसते. मदर टेरेसांच्या घडणीचा काळ १९२० ते १९४० असा होता; १९४६ मध्ये त्यांनी कॉन्व्हेंट सोडले तेव्हा त्यांच्या आयुष्यातले धर्मविषयक निर्णय घेऊन झालेले होते, त्यांचा दृष्टीकोन स्वच्छ झालेला होता आणि एककल्ली मनस्वीपणाने (सिंगल माईंडेडनेस) त्या आपल्या निर्णयांना चिकटून राहिल्या व त्यातून अशक्य वाटणाऱ्या गोष्टीही घडून आल्या, त्यांच्या निश्चयापुढे पुरुष धर्मगुरूंचेही काही चालले नाही. आणि हा फक्त स्त्रीदाक्षिण्याचा वा स्त्रीवादी प्रतिसाद नव्हता. प्रार्थना म्हणण्यासाठी पुरुषच धर्मगुरू हवेत असे म्हणणाऱ्या मदर टेरेसा पहिल्या होत्या आणि महिला धर्मगुरूंना त्यांचा असलेला विरोध नेहमीच निखळ-निर्भेळ होता. मेरीच्या पावित्र्याबाबतचा आपला विश्वास वेळोवेळी व्यक्त करण्यास त्या कधी चुकल्या नाहीत. ख्रिश्चन धर्माच्या एकूण कहाणीत मेरीला असलेले स्थान व तिची खास भूमिका यांचा उल्लेख त्या सतत करीत व तिच्यापेक्षा अधिक चांगला धर्मगुरू असूच शकत नाही हेही त्यांनी वारंवार बोलून दाखवले होते.

मिशनरीज ऑफ चॅरिटीच्या जीवन-पद्धतीतील प्रत्येक गोष्ट ही प्रेमळ स्त्रीत्वाचा आदर्श जपणारी आहे. पुरुषांना प्रमाण मानून त्याच्या आधीन राहणारी आणि स्वत:च्या इच्छा मारणारी पारंपारिक स्त्रीवादी भूमिका मिशनरीज ऑफ चॅरिटीने आदर्श मानलेली होती. १९५९ चा चित्रपट 'द नन्स स्टोरी'मध्ये ऑड्रे हेपबर्नने साकारलेली सुंदर भूमिका हे मिशनरीज ऑफ चॅरिटीच्या जीवन-पद्धतीचे सारच जणू.

पायघोळ अंगरख्यातील गोरी स्त्री जगातील दुर्दैवी लोकांच्या गरजांसाठी सेवा-रत आहे ही प्रतिमा पाश्चिमात्य प्रसारमाध्यमांना विशेष आवडते. मदर टेरेसा यांनी वापरलेले शब्द याच प्रतिमेला बळकटी देतात. त्या व त्यांच्या सिस्टर्स स्वत:ला, क्रूसावरील ख्रिस्ताची पत्नी मानतात. पतीसाठी पत्नी ज्या प्रेमाचा आविष्कार दाखवते तसेच पण अधिक कडक हे नाते आहे. एका शेऱ्यावर त्यांनी व्यक्त केलेली प्रतिक्रिया पुरेशी बोलकी आहे. अशा नात्याच्या प्रेमाबद्दल इतका समजुतदारपणा दाखवण्यासाठी आपण विवाहितच असायला पाहिजे या उद्‌गारांवर मदर उत्तरल्या, 'होय मी विवाहित आहे, पण कधी कधी त्याच्याकडे पाहून हसणे मला खूपच अवघड जाते. कारण तो खूप काही मागू शकणारा आहे.' विसाव्या शतकातल्या अखेरच्या भागातील अनेक नन्सना ख्रिस्ताची वधू हे त्यांचे वर्णन केवळ कालबाह्यच नव्हे तर अतिशय मूर्खपणाचे किंवा हास्यास्पद वाटते. क्रिफर्ड लाँगले यांनी लिहिले आहे, '५० वर्षांपूर्वी एखाद्या धार्मिक संप्रदायातील नन तिच्या कायमस्वरूपी कुमारी राहण्याबाबतच्या प्रतिज्ञेचा अर्थ समजून घेणारी असावी असे अपेक्षित होते. कारण येशू ख्रिस्ताशी तिचा गूढ पद्धतीने विवाहच होत असे हे केवळ शुद्ध चारित्र्यासाठी घडत असे. अशुद्ध विचार हे फार गंभीर पाप मानले जात असे. तथापि, तरुण महिलेच्या कल्पनाशक्तीत काही विचार अपरिहार्य होते तरीही या व्यवसायाच्या प्रतिज्ञा अंतिमरित्या घेत असताना लग्नसमारंभासारखेच वधूस श्वेतवस्त्र परिधान करावे लागत असे.' रॉय हॅन्सेन याच्या 'मेरीएट इन एक्स्टसी' या अमेरिकन कांदबरीत तरुण मुलगी ख्रिस्ताचा विचार करतानांच त्याच्या जखमा अंगावर वागवू लागते... असे दाखवले आहे.

असे असूनही मदर टेरेसा स्वत: इतक्या सामर्थ्यवान आणि अधिकारी व्यक्ती बनल्या आहेत की कोणाही पुरुषांबरोबर वा धर्मगुरूंबरोबर वावरत असताना आपल्या संप्रदायाच्या वा हाऊसच्या अंतर्गत कारभारात हस्तक्षेप करू नका असे त्या या पुरुष मंडळींना सहजपणे बजावतात. फादर एदुआर्द ल ज्योली या आपल्या धार्मिक सल्लागाराशी बोलताना त्या एकदा म्हणाल्या, 'काही धर्मगुरुंना माझ्या येथील गोष्टी-पद्धती यात बदल हवा आहे. उदा. आमच्या सामाईक खोल्यांमध्ये पडदे लावलेच गेले पाहिजेत असे त्यांनी मला सांगितले. मला ते नको आहे. ज्या गरिबांची आम्ही सेवा करतो त्यांच्याकडे पडदे नाहीत. बऱ्याचशा नन्स शेतकरी कुटुंबातून आलेल्या आहेत त्यांच्याकडेही पडदे नसतात. त्यांच्या स्वत:च्या घरी त्यांना जो आराम नाही तो आराम त्यांना इथे देणे हे घडणारच नाही.'

तसेच आपल्या नन्सना काय शिकवावे याबाबतचा सल्ला कोणीही आपल्याला देण्याची गरज नाही, असे त्या ठामपणे बजावतात. मिशनरीज ऑफ चॅरिटीमध्ये टेलिव्हिजन नाही ही काही आश्चर्याची बाब नाही. सरतेशेवटी ऐषारामासाठी येथे

फारसा वेळच नाही. त्याहूनही अधिक कदाचित विचित्र वाटावे अशी बाब म्हणजे जगातील, चॅरिटीच्या कुठल्याही केंद्रात वृत्तपत्रे वा इतर कुठलेही साहित्य वाचनासाठी ठेवले जात नाही. दैनंदिन जीवनातील फालतू समस्या ज्यांना भेडसावत असतात त्यांना सगळ्या गोष्टींची नीट माहिती ठेवण्याचे महत्त्व जाणून घ्यावे लागते. मदर टेरेसांचा विश्वास असा आहे की देवावर आणि प्रार्थनेवर मनोभावे विश्वास ठेवण्याचा हा प्रश्न आहे आणि मग तुम्हाला माहितीसाठी म्हणून वृत्तपत्रांची गरज लागत नाही. मदर टेरेसांचे काम करण्यासाठी ननला संपूर्ण साधेपणा आणि निष्ठायुक्त विश्वास हवा. चॅरिटीच्या कोणत्याही मिशनरीला प्रत्येक वर्षी फार थोडी पुस्तके बघायला मिळत असतात. त्यातीलही बहुतेक जुन्या वळणाची तसेच धर्माचरण व ईश्वरनिष्ठा या विषयांना वाहिलेली असतात. उदा. १९५० चे पुस्तक 'ख्रिस्त– द लाईफ ऑफ द मॉंक' लेखक ॲबट मार्मियॉन किंवा ब्रदर चार्ल्स द फॉकॉल्ड याचे 'सीडस् ऑफ द डेझर्ट' अशीही पुस्तके असतात. संत आणि इतर पूज्य आदरणीय लोकांची पुस्तके वाचणे आणि अभ्यासणे चांगले असते असे मदर टेरेसांनी म्हटले आहे. 'पण आपली कृती आणि आपले काम याद्वारेच आपल्याला शिकण्याची गरज असलेले सर्व काही देव शिकवतोच असे आम्हाला जाणवलेले आहे' हेही त्यांनी नमूद केले.

१९९५ साली जेव्हा मी कालिघाट येथे गेले तेव्हा तेथील प्रमुख सिस्टर डोलोरेज हीनेही याच विषयावर पुढे सांगितले की, 'आम्ही धार्मिक वाचनासाठी वेळ काढण्याचा प्रयत्न करीत असतो. ज्या संतांनी समाजाला खूप मदत केली आहे त्यांची पुस्तके वाचणे आम्हाला खूप आवडते. त्याखेरीज ब्लेस्ड मदर 'अवरलेडी' या बाबतचे कोणतेही लिखाण वाचायला मला आवडते. मदर्सपैकी ती सर्वोत्तम आहे. पण प्रत्यक्षात मला फार काही पुस्तके वाचायची गरजच पडत नाही कारण सतत इतरांकडून मला शिकायला मिळत असतेच.' मिशनरीज ऑफ चॅरिटीच्या एका माजी कार्यकर्तीने मला सांगितले की, 'ज्यांची सेवा करावयाची आहे त्या गरिबांपेक्षा आपल्या सिस्टर्सना अधिक शिक्षण मिळावे हे मदर टेरेसांना अजिबात पटत नाही.'

१९८० मध्ये व्हॅटीकन रेडिओवरून दिलेल्या मुलाखतीत मदर टेरेसांनी आपली मते अगदी स्पष्ट शब्दांत व्यक्त केली आहेत. 'माझ्यापुरते तरी श्रद्धा हा विषय जगण्याचा असून बोलण्याचा नाही.' असे त्यांनी नमूद केले होते. सॉं पॅट्रीक लोव्हेट या मुलाखतकाराला मदरनी या वेळेस स्पष्ट बजावले, 'जर तुम्ही श्रद्धा ही गोष्ट देणगी म्हणून स्वीकारली तर का असा प्रश्न तुम्हाला म्हणून विचारावासा वाटत नाही. एकदा का तुम्ही प्रश्न उभे करायला सुरुवात केली की तुम्ही जे काही पाहात आहात त्यावर तुमचा विश्वास राहात नाही. कोणत्याही गोष्टीला ''असे का''

म्हणून विचारण्याची आमची पद्धती नाही.' अर्थात मदर टेरेसांना विद्यापीठाची पदवी असलेल्या नन्स नको आहेत कारण फार विचार केल्याने मनात अनेक गोष्टींची सरमिसळ होऊन गोंधळ अधिक वाढतो यावर त्यांचा विश्वास आहे. आय.बी.व्ही.एम.च्या सिस्टर लॅव्हिनिया बायरन यांच्या मते मात्र, महिला जे काही कार्य करू शकतात त्यातील शिकवणे हे समाजाला बदलवून टाकू शकते. कारण त्याद्वारे मुलांना चौकस बनवण्यास शिकवले जाते. महिलांमध्ये शिक्षणाचा अभिमानपूर्ण इतिहास आहे. त्यातही धार्मिक बाबींमध्ये विशेषत्वाने हा इतिहास जाणवतो. पण मदर टेरेसा मात्र या शिक्षणप्राप्त स्त्रियांकडे ढुंकूनही पहायला तयार नाहीत. यातूनच लोरेटोमध्ये त्यांना कधीही स्थान का मिळू शकले नाही याचा खुलासा दडलेला आहे. लॅव्हिनिया बायरन म्हणते, 'मदर टेरेसांनी आय.बी.व्ही.एम. सोडले ही आमच्यासाठी फार शरमेची गोष्ट आहे. जर त्या येथे राहिल्या असत्या तर आम्ही सध्या आमच्याजवळ नसलेल्या अनेक गोष्टी एकमेकींना देऊ शकलो असतो. आमच्या बुद्धीचा वापर त्यांना करता आला असता. उच्चशिक्षित आणि राजकीयदृष्ट्या अधिक प्रेरित अशा प्रकारचा व्यावसायिक सफाईदारपणा आमच्याकडून त्यांना लाभला असता. ''धार्मिक संप्रदायांच्या एकूण/खजिन्यांचा विचार केला तर बंडखोर आणि कणखर विचारसरणीच्या महिलांच्या कहाण्या भरपूर संख्येने आढळतील. धर्मगुरुंना आव्हान दिलेल्या, पोपशी संघर्ष केलेल्या आणि समाजाचे संकेत धुडकावून लावलेल्या अशा अनेक महिला आहेत. सर्वात अधिक म्हणजे इतर महिलांच्या शिक्षणामध्ये महिलांचे धार्मिक आयुष्य लक्षणीय ठरण्याच्या अनेक घटना आहेत.'' अमेरिकन लेखक जोआन चिट्टीस्टर ओएसबी यांनी म्हटले आहे, 'आजवरच्या धार्मिक जीवनाचीच एक अनोखी भेट म्हणजे स्त्रीत्व आहे. स्त्रिया नेहमी पुरुषांच्या तुलनेत दुय्यम भूमिकेतच जगतात. असे असूनही सहजसुंदरतेचे प्रतिक स्त्रीत्व हेच आहे. आपल्या सद्सद्विवेकबुद्धीने आपण ते पाहू शकतो.'

मदर टेरेसांना चांगले ओळखणाऱ्या आणि त्यांच्या नवख्या सिस्टर्सच्या शिक्षणाबाबत काम केलेल्या एका धर्मगुरूंशी मी वरील विषयावर चर्चा केली. ते म्हणाले, प्रथम म्हणजे शिक्षणासंबंधी सिस्टर्सच्या निर्णयांचा तुम्ही आदर केलाच पाहिजे. कारण याबाबत त्या नियमित अनुभवातून मत व्यक्त करू शकतील आणि गरजांनुरुप त्यांना तसे अनुभव येतही राहतील. त्याचबरोबर मदरना काय हवे याबाबतही त्यांना दक्ष राहूनच विचार करावा लागेल. मिशनरीज ऑफ चॅरिटीमध्ये सहभागी होऊ इच्छिणारे लोक प्रथमत: दोनतीन आठवडे तरी सर्वसाधारण स्वरुपाचेच राहतात कारण या आणि पाहा एवढेच काम त्यांना त्यावेळी करता येते. एवढे घडल्यानंतर ह्या नव्या कार्यकर्तीला कॉन्व्हेंटची व कार्याची जाणीव होते आणि सिस्टर्सही तिच्यातील कार्य-शक्तीचा किंवा इच्छाशक्तीचा अंदाज घेत राहतात. त्यानंतर तिला सहा

महिन्यांचा कालावधी आकांक्षापूर्तीसाठी, त्यानंतर एक वर्षाचा कालावधी पुढील अनुभवासाठी मिळतो. या दीड वर्षानंतर साधी शपथ घेण्यापूर्वीचे, दोन वर्षांचे नवखेपणा घालवणारे प्रशिक्षण तिला मिळते. या साध्या शपथा तिला दरवर्षी घ्याव्या लागतात. सहाव्या वर्षात तिला साऱ्या चक्रातून आलटून पालटून अनुभव मिळत राहतील आणि त्यानंतर आयुष्य वेचण्याच्या चार अंतिम शपथा घ्याव्या लागतात. 'आता यातून, या प्रकारच्या आयुष्याला आपण पात्र आहोत की नाही हे उघडपणेच दिसून येते. जी मुलगी त्या तयारीची नसेल ती हे सारे सोडूनच देते.'

या वर्षांमध्ये प्रशिक्षणार्थी सिस्टर म्हणून तिला इतर संप्रदायांमध्ये शिकवतात तसे धर्मशास्त्राचे वा बायबल-धर्मग्रंथ यांचे फारसे शिक्षण दिले जात नाही. निळे काठ नसलेली पांढरी वस्त्रेच तिला परिधान करता येतात. चर्चच्या इतिहासाचा प्रारंभिक भाग आणि पंथाची शिकवण तसेच ख्रिस्ती संस्कारांची आधारभूत पातळी असे थोडेफार ज्ञान प्रशिक्षणार्थीला दिले जाते. त्यातही एखाद्या मिशनरी ऑफ चॅरिटीच्या जीवनावर मुख्य भर दिला जातो. मदरच्या करिष्म्याचे काय? मदरनी सिस्टर्सना लिहिलेल्या पत्रांचे वाचन त्यांना करावे लागते. मात्र सुरुवातीपासूनच त्यांना बाहेर पडून ख्रिस्ताच्या शिकवणीसाठी काम करावे लागते आणि गरीबांमध्ये काम केल्याने त्यांच्या जीवनाविषयी प्रत्यक्ष माहिती थेट पद्धतीने मिळते. प्रत्यक्ष काम आणि धार्मिक ज्ञान यांच्यातला समतोल योग्य पद्धतीने राखला जातो. या प्रशिक्षणार्थ्यांना धर्मशास्त्राचे खूप जास्त धडे देणे उपयोगाचे नाही. कारण पाश्चिमात्त्य धर्मशास्त्राच्या कारणमीमांसेचा मोठा भाग शिकवला जाणे हे प्रति-उत्पादकतेला प्रोत्साहन देणारे ठरते. कारण मग मूलभूत गोष्टींबद्दलच शंका-कुशंका, प्रश्न उभे व्हायला लागतात. महिलांना धर्माचार्याची दीक्षा देण्याचा समारंभ घ्या– लोकांना त्यावर चर्चा करणे खूपच आवडते पण ही चर्चा फिजूल आहे कारण यातून निष्पन्न काहीच होत नाही. सरतेशेवटी तरुण सिस्टर्स त्यातून अधिकच गोंधळतात. एवढेच नव्हे तर त्यातून कामातही अडथळे निर्माण होऊन ते योग्य प्रकारे पार पडत नाही.

या संप्रदायाबद्दल इतकी माहिती असणाऱ्याकडून इतकी खात्रीशीर ग्वाही मिळूनही मला याचेच नवल वाटत राहिले की विसाव्या शतकाच्या मध्यात स्थापन झालेल्या संप्रदायात शैक्षणिक प्राधान्ये इतकी दूर लोटण्याचे कारण काय? मदर टेरेसांच्या ब्रदर्स आणि सिस्टर्सबरोबर पाच महिन्यांचा काळ घालवलेल्या जेसुईट धर्मगुरुंनाही या व्यवस्थेबाबत फारसे समाधान नाही. धार्मिक बाजूने पाहता कोलकत्यातील मदर हाऊसमधील गरजांसाठी सुद्धा फक्त दोनच धर्मगुरू आहेत. या हाऊसमध्ये ३०० सिस्टर्स राहतात. हा दुर्बलपणा आहे काय? आमच्या मते हा गंभीर प्रकार आहे. त्यांच्या सर्वाधिक आत्मीयतेच्या केंद्रातही धार्मिक आणि व्यावसायिक पातळीवर, प्रेमाने शीगोशीग भरलेले हे आत्मे दुर्बल आणि लहान ठरतात.

व्हॅटिकनमधील 'संतत्व' या विषयावरच्या एका तज्ज्ञ महिलेलाही काही शंका आहेत. 'त्यांना (मदरना) लोरेटो सोडण्याची गरज का भासली याची ती एक खूण आहे असे मला वाटते... मदर टेरेसांचा संपूर्ण अनुभव हा एकदम नव्या आणि वेगळ्या अशा काही गोष्टींच्या संस्थापिकेचा अनुभव आहे. त्यात खंड पडण्याची गरज आहे. मला वाटते, त्यांच्या व्यक्तिमत्त्वाची मोहिनी काही नव्या प्रकारची आहे.' असे सांगून त्या म्हणाल्या, तथापि मदरच्या सिस्टर्सच्या शिक्षणाविषयी मला चिंता वाटते. धार्मिक आयुष्य स्वीकारणाऱ्या प्रत्येकाला बायबल व धर्मग्रंथाच्या अभ्यासाच्या भक्कम पायाची गरज आहे असे मी म्हणेन. त्यात धर्मशास्त्राचा भरपूर भाग हवा त्याचप्रमाणे सार्वजनिकरीत्या पूजा आणि कार्यक्रम होणाऱ्या चर्चमधील ठराविक विधी-सोपस्कारांचाही भाग हवा म्हणजे चर्चचे सार्वजनिक प्रतिनिधीत्व करणे शक्य होईल. चर्चच्या प्रत्येक सदस्याकडे ही पात्रता असली पाहिजे आणि विशेषत: धार्मिक प्रतिष्ठानांमध्ये असलेल्यांकडे तर ही पात्रता नक्कीच हवी. काही सिस्टर्सना नर्सेस वा समाजसेविका म्हणून शिक्षण मिळणार की काय ते मला भारतीय वातावरणाच्या संदर्भात ठामपणे सांगता यावयाचे नाही. पण जर मरणोन्मुख एडस् रुग्णांसाठी एखादे केंद्र सिस्टर्स चालवणार असतील तर कदाचित त्यांच्यापैकी काहीजणींना प्रत्यक्षात नर्सची भूमिका बजावावी लागेल. किमान औषधोपचार आणि सेवा-शुश्रुषा यापुरती तरी.'

'सर्व धर्मतत्त्वांच्या दृष्टीने अत्यंत ठोस अशी धार्मिक संरचना आणि व्यावसायिक प्रशिक्षणाची चौकट तयार करणे मला गरजेचे वाटते.' असे सांगून त्या म्हणाल्या, 'मानवाच्या मानसशास्त्रीय विकासाच्या संपूर्ण वर्तुळाचा विचार करून मग त्यावर धार्मिक जीवनाची मुळे रोवली जातात. मदर टेरेसांच्या सिस्टर्सचे काम अतिशय कठीण स्वरुपाचे आहे आणि त्यांच्या जीवनपद्धतीत आधुनिक सोयी-सवलतींचा वापर वा फायदा करून घेण्याचा समावेशही नाही. माझ्या मते सुरुवातीपासून त्या जसे जीवन जगतात तसे दीर्घकाळ जगत राहण्यासाठी त्या त्या व्यक्तीकडे शारिरीक, मानसिक, भावनिक आणि धार्मिक सामर्थ्य हवेच. दात्या मनोवृत्तीने, आनंदी स्वभावाने, निष्ठायुक्त जीवन जगणे आणि धार्मिक दान देत राहणे फार अवघड काम आहे. यातला औत्सुक्याचा भाग आणि सत्य म्हणून तो बाजूला ठेवून देणे अशक्य आहे. असा भाग म्हणजे स्वत: मदर टेरेसा यांचे पूर्ण शिक्षण झालेले आहे. केवळ त्या शिकलेल्या आहेत एवढेच नव्हे तर त्या वारंवार प्रवासालाही जातात आणि जगातील सर्वाधिक सामर्थ्यवान नेते आणि मतांवर प्रभाव पाडू शकणारे समर्थ लोक यांच्याशी नियमितरीत्या संपर्क साधण्याचा मार्गही त्यांच्यासाठी खुला आहे.'

माझ्या हे लवकरच ध्यानात आले की आजच्या महिलेसाठी शिक्षणाचे मोल याबाबतची ही कोरडी, सैद्धांतिक, निरुपयोगी अशी चर्चा नाही. व्हॅटिकनतर्फे प्रसृत

सूचनांमध्ये त्यातील शब्दयोजनेबद्दल सखोल विचार केला गेलेला आहे. केवळ उदासी वा खिन्नता इतकेच नव्हे तर संपूर्णपणे नाउमेद, नैराश्य इथपर्यंतचा विचार केला गेलेला आहे. व्हॅटिकनमधील त्या संत-तज्ज्ञ पुढे म्हणाल्या, 'अत्यंत गरीब लोकांसाठी आणि लोकांमध्ये जे काही कार्य हे लोक (सिस्टर्स वगैरे) करतात त्यात शारिरीक आणि मानसिक शक्ती पूर्णपणे वापरली जाते. शारिरीकदृष्ट्या ते अत्यंत कठीण आहे आणि मानवीदृष्ट्या, कदाचित काहीही मोबदला न मिळणारे असे आहे. कमीत कमी एकांत कमीत कमी खाजगीपणा आणि कमीत कमी मोकळा वेळ यांचा वाईट परिणाम, तुम्ही शारिरीकदृष्ट्या थकला असला की होऊ लागतो. विशेषत: एखाद्या महिलेचे वय वाढू लागले की तिला हे जास्त प्रकर्षाने जाणवते आणि मग दुसऱ्या कशानेही नवी ऊर्जा तुमच्यात पुनर्जागृत होत नाही. काही प्रकारच्या प्रार्थनांनी तुम्ही पुनर्प्रस्थापित होता. मौन वा शांतपणा हा एकांतवासाचाच विभाग आहे. जर शांतता असेल तर नवचैतन्य पुनर्प्रस्थापित होऊ शकेल. पण जर प्रार्थनाकाळही व्यस्तच असेल तर मात्र माझ्या दृष्टीने हे फारच कठीण आहे. जर धार्मिक संरचना वाढत जाणार नसेल तर त्याला श्रद्धेच्या वा विश्वासाच्या खूप खोलवर जाणाऱ्या मुळांची गरज असते. मानसशास्त्रीयदृष्ट्या बघता, नैराश्य आले तर त्या अनुभवात जगणे आणि त्यातून बाहेर येणे हे फारच कठीण असते.'

अर्थातच नैराश्य, नाउमेद यामुळे खचलेल्या किती महिलांनी-लोकांनी संप्रदाय सोडून दिला त्याची आकडेवारी उपलब्ध नाही यात काहीच आश्चर्य नाही. पण सुमारे २० वर्षांनंतर स्वत:ला मुश्किलीने आणि दु:खाने सोडवून घेणारी एक माजी मिशनरी ऑफ चॅरिटी मला म्हणाली, 'मी बाहेर पडल्यानंतर इतरही अनेक जण बाहेर पडण्याची तयारी करीत होते पण त्याचा उल्लेख तेथे कधीही करावयाचा नव्हता. जर तेथे अधिक खुलेपणाने वारंवार चर्चा केली जात असली तर ते सोडून बाहेर पडणे अनावश्यक होते.' ही सिस्टर इंग्रजी भाषा बोलू शकणारी होती. तेथे किती गुणवत्ताप्राप्त मुलींना दडपले जाते आणि आपल्या तेथील इतक्या वर्षांमध्ये सामोरे जाव्या लागलेल्या अडचणी यांची सविस्तर माहिती तिने मला दिली. ती पुढे म्हणाली, 'तुम्ही तरुण असता तेव्हा सर्व काही जिंकू शकू असे तुम्हाला वाटत असते, पण पस्तिशीनंतर तुम्ही प्रत्येक गोष्टीबद्दल असे प्रश्न विचारणे सुरू करता आणि तेथेच तुम्हाला समर्थन वा पाठिंब्याचा अभाव जाणवतो. मी परदेशात प्रमुख म्हणून काम करीत असताना माझ्या गटात एक महिला ४२ वर्षांची होती. तिची तब्येत बरी नाही हे मी पाहत होते आणि तिला डॉक्टरकडे पाठवावयास हवे हेही दिसतच होते. नन्सकडून चालवल्या जाणाऱ्या एका इस्पितळाशी मी संपर्क साधला व तिला तेथे पाठवले. तिला नैराश्याने पुरते ग्रासले होते. जेव्हा मदर टेरेसांना हे

दिसले तेव्हा त्यांना ते आवडले नाही आणि तिला मानसोपचारतज्ज्ञाकडे का पाठवले अशी विचारणाही त्यांनी केली. त्या महिलेला त्यांनी भारतात परत धाडले.'

प्रार्थनाकाळ 'व्यस्त' याचा अर्थ ही जुनी संकल्पना आहे. सर्वजण एकत्र येणे आणि सर्वांनी मिळून किंवा प्रत्येकजणाने एकाच गोष्टीचा उच्चार करणे म्हणजे प्रार्थना. काही तरुण, कमी शिक्षण झालेल्या सिस्टर्सच्या दृष्टीने हा खूप छान, सुखावणारा प्रकार असू शकेल. मात्र वयाने मोठे झालेल्या तसेच अधिक विचार करणाऱ्या नन्सच्या दृष्टीने यातून काही समस्या निर्माण होतात. 'जेव्हा घंटी वाजते तेव्हा हातातली आयुधे टाका आणि जा' ही कल्पना माजी मिशनरी ऑफ चॅरिटी सिस्टरला खूपच गैरसोयीची-अडथळ्याची वाटते. ती म्हणाली, 'उदाहरणार्थ एका भुकेल्या मुलाला मी अफ्रिकेत असताना खाऊ घालत होते. जर घंटी वाजली तर मला तेथून हलावे लागत असे आणि ठरलेली पद्धत पाळावी लागत असे. हा एक मोठा झगडाच असे कारण लोकांमधील ख्रिस्ताविषयी जर आपण बोलत असू तर हातातला ख्रिस्त सोडून दुसरा ख्रिस्त शोधावयास का जायचे? जर 'तो' सर्वत्रच आहे तर मग हे कशासाठी करावयाचे?' या तरुणीने या मुद्यांवर युक्तीवाद केल्यावर, तो कितीही विधायक का असेना, तिला नेहमीच बंडखोर म्हटले गेले आणि तरीही, वयाच्या आठव्या वर्षापासून तिला नेहमीच गरीबांबरोबर काम करावेसे वाटले होते. विद्यापीठात पहिले वर्ष घालवल्यानंतर तो अभ्यासक्रम सोडून देऊन ती मिशनरीज ऑफ चॅरिटीकडे वळली होती. 'मला असे वाटले की मला कोठून तरी इकडे येण्याचे जोरदार आवाहन केले जात आहे. आता मला हे इतक्या दिवसांनंतर समजले आहे की इतर संप्रदायांनी म्हटले असते, "तुझा अभ्यासक्रम संपव आणि मग काही अनुभव घे. आताच इतक्या तरुणपणी, लहान वयात निर्णय घेऊ नकोस." पण मदर टेरेसा या पद्धतीने विचार करीत नाहीत.'

भारतातल्या एका ज्येष्ठ ननने मला अशी माहिती दिली की इतर तरुण विद्यार्थ्यांना महाविद्यालयात असतानाच मिशनरीज ऑफ चॅरिटीकडे खेचले गेल्यासारखे वाटते असा आपल्याला अनुभव आहे. त्या मुलांना असे सांगितले जाते (मदर टेरेसांकडून) की 'जर देव तुम्हाला बोलावत असेल तर तुम्हाला ते कळेलच, म्हणून आताच या.' मदर टेरेसांची नन होऊ इच्छिणाऱ्या एका सुंदर स्कँडिनेव्हीयन मुलीची कहाणीही मला ऐकायला मिळाली. पित्याच्या इच्छेविरुद्ध तिला मदर टेरेसांकडे यावयाचे होते. तिचे वडील मदर टेरेसांकडे निषेध नोंदवायला गेले तेव्हा म्हणाले, आपल्या मुलीसाठी हा पेशा पूर्णतः चुकीचाच ठरणार आहे तेव्हा त्यावर मदर उत्तरल्या, 'देवाला सर्वोत्तम असे काही का मिळू नये.'

अनेक वर्षे झगडून नंतर मदर टेरेसांची साथ सोडणारी ती इंग्रजी बोलणारी सिस्टर म्हणाली, 'सिस्टर्स विचारपूर्वक निर्णय घेऊन मग कृती करतात हे प्रकर्षाने

जाणवण्याजोगे आहे. त्या गटागटाने जाऊन कामे पार पाडतात. त्यांची जीवनपद्धती खरोखरी अत्यंत साधीसुधी आहे आणि जेथे तेथे लोकांना गरज भासते तेथे तेथे त्या असतात. एरवी महिलांनी वा सिस्टर्सनी जाऊन गरीब वस्तीत राहणे फारच कठीण आहे हे मला माहिती आहे. त्यांचा एक गट असतो म्हणून त्या हे करू शकतात.' अर्थात सरतेशेवटी, कामाच्या दृष्टीने प्रार्थना हा पर्याय नव्हता आणि कधीही होऊ शकत नाही. तसेच 'व्हॅटिकन-दोन' पूर्व अशा जीवनपद्धतीला मदर टेरेसा चिकटून राहिल्याने संस्थात्मक आणि अधिकारविषयक वातावरण समस्याग्रस्त बनले. कामाच्या दृष्टीने हा अडथळाच होता असेही या सिस्टरने नमूद केले. स्वत:चे अनुभव सांगताना ती म्हणाली, 'महिन्यातून एकदा आणि ख्रिसमस-ईस्टर एवढीच पत्रे मी लिहू शकत असे. तीही फक्त कुटुंबियांनाच. पत्रे अडवली जात, फोडली जात आणि वाचलीही जात आणि मी जेव्हा तक्रार केली तेव्हा मला सुनावण्यात आले, ''याच प्रकारे आमचे काम चालते.'' अर्थात हा प्रश्न विश्वासाचा आणि आपल्या स्वत:च्या बांधिलकीचा होता. पण विश्वास फक्त एकाच दिशेने जाणारा होता.' ह्या अंध आज्ञाधारकतेला आकार देण्याचा प्रयत्न ''व्हॅटिकन-कौन्सिल-दोन'' ने ३० वर्षांपूर्वी केला होता. अर्थात ही अंध-आज्ञाधारकता आजची नाही. अलिकडेच लेखक पॉल जॉन्सनने अर्थात वेगळ्याच संदर्भात म्हटले आहे, 'अनेक धार्मिक संप्रदायांचे सदस्य मला माहित आहेत आणि मी त्यांच्याशी प्रतिज्ञांबाबत बोललेलो आहे. त्या सर्वांनी मला सांगितले आहे, पावित्र्य आणि गरीबीच्या शपथा-प्रतिज्ञा पाळावयास सोप्या आहेत आणि सोप्या बनतही जातात... अधिकाधिक कठीण जाणारी प्रतिज्ञा आज्ञाधारकतेची आहे. उघडपणे आपल्यापेक्षा कमी बौद्धिक कुवतीच्या वरिष्ठांकडून येणारे मूर्खपणाचे आदेश कसल्याही निषेधाविना हरकतीविना पाळणे हे फारच कठीण आहे. जसजसे आपण वयाने वाढत जाऊ तसतसे हे जुलूम अधिक जाचत राहतात.'

'त्या' माजी ननच्या मते, ही जुन्या वळणाची ताठर आज्ञाधारकता स्थापना कालाचाच एक भाग म्हणून आली आहे. 'मदर टेरेसांच्या पहिल्या अनुयायी ह्या लोरेटोच्या शालेय विद्यार्थिनीच होत्या. विद्यार्थिनी-शिक्षिका हे नाते तसेच पुढे चाललेले आहे. त्या शालेय-विद्यार्थिनींची खरीखुरी वाढ झालेलीच नाही. काही फार चांगल्या महिला असलेली ही एक खूप मोठी संस्था आहे पण मदर टेरेसांची सर्वोत्तम मैत्रीण बनू शकेल अशी कोणी एकही नाही.' असेही तिने स्पष्ट केले. याच संदर्भात, 'मदर' हा अत्यंत जुना शब्द टिकून राहिला कारण त्याद्वारे बालिशपणा अवलंबून असणे आणि स्वत: विचार न करण्यास मान्यता या साऱ्या गोष्टी अगदी स्पष्टपणे व्यक्त होऊ शकतात असे नमूद करून ती म्हणाली, हा शब्द आता फारसा कोठे धार्मिक व्यवहारांमध्येही वापरला जात नाही.

सरतेशेवटी संप्रदाय सोडण्यासाठी अखेरीस या सिस्टरने औपचारिक व आवश्यक

पाऊले उचलली तेव्हा आजवर न दिसलेली संप्रदायाची ती बाजूही तिला दिसून आली. 'येथून बाहेर पडणे मला अतिशय कठीण झाले पण मला माझ्या युरोपमधील कुटुंबाचा पाठिंबा होता. आशियाई लोकांना नेहमीच असा पाठिंबा मिळणे शक्य होत नाही.' असे तिने नमूद केले. प्रथम तिने अनुपस्थितीच्या रजेचा अर्ज दिला. पुढच्या कार्यवाहीसाठी हे कायदेशीर पाऊल उचलणे आवश्यक होते. 'पण मला कधीही औपचारिक पत्र दिले गेले नाही. मदर टेरेसा मला म्हणाल्या, एकतर तू आमच्याबरोबर आहेस किंवा आमच्या विरुद्ध आहेस. अखेर मला यासंदर्भात वकिलाचाच सल्ला घ्यावा लागला.' अखेरीस तिला आवश्यक ती परवानगी मिळाली. स्थानिक चर्चच्या पदाधिकाऱ्यांशी तिच्या कुटुंबाचे चांगले संबंध होते याचा तिला फायदा झाला आणि तिला प्रतिज्ञाबद्धतेतून मुक्त करण्यात आले. पण तिने जेव्हा अभ्यासाला सुरुवात केली व स्वावलंबनासाठी एक छोटी नोकरी पत्करली तेव्हा तिला मदरकडून दुसरे पत्र आले. 'गरिबातल्या गरीबाची सेवा करण्याची प्रतिज्ञा मी केलेली होती, त्यामुळे मी आता पैसा मिळवावयाचा नाही अशी ताकीद त्यांनी (मदरनी) त्या पत्रातून मला दिली होती. त्यांच्या काही लोकांनी मला भेटून ती साडी पुन्हा परिधान करण्याबाबतही बजावले. मी जणू घटस्फोटच घेत आहे अशा प्रकारे माझ्यावर प्रश्नांचा मारा झाला.' असेही तिने विशद केले आहे.

'सरतेशेवटी मला निर्णय घ्यावाच लागला. येथे काही चांगल्या महिला असल्यामुळे खरोखरच मी ख्रिस्ताबरोबर राहून नुकसान करून घेणे आणि एक ना एक दिवस संप्रदाय नीट मार्गी लागणे या दोन्हीसाठी माझी तयारी आहे काय हा खरा प्रश्न होता. अखेरीस मला असे जाणवले की असे वाटणाऱ्या गोष्टी घडणार नाहीत आणि मला तेथून बाहेर पडावे लागेल.' असे तीने पुढे लिहून ठेवले आहे. अर्थातच मदर टेरेसांच्याकडे इतक्या मोठ्या प्रमाणावर तरुण मुली आकर्षित होण्याचे एक कारण असे आहे की कोणताही निर्णय न घेण्याची सुरक्षित स्थिती तेथे विद्यमान असते. वर उल्लेखिलेल्या हुशार सिस्टरला जसे काही प्रश्नांनी व निर्णयांनी भंडावून सोडले तसे काही तरुण मुलींपुढे प्रश्न उभे असत नाहीत. मदर टेरेसांचे सरळसोट व्यक्तीमत्त्व आणि अस्तित्व या अप्रगल्भ मनांवर चांगलीच मोहिनी घालते. त्यापुढे निर्णय घेण्याचे आव्हान त्यांना फारच कठीण वाटू शकते. 'व्हॅटिकन-दोन' ने दिलेल्या मोठ्या स्वातंत्र्यामुळे नन्सच्या संख्येत वाढ झालेली दिसत नाही. याचे एक कारण आधुनिक जग महिलांना कोणत्याही प्रकारची कायम स्वरुपी शपथ वा प्रतिज्ञा न घेता स्वतंत्र जीवन जगण्याची वा काळजी करण्याची बरीच मोठी संधी देत असते. खरे म्हणजे, पाश्चिमात्त्य जगात, विशेषत: अमेरिकेत नन्सची संख्या १९९० साली निम्याहून अधिक खाली आली होती. १९७० मध्ये हीच संख्या दहा लाखांचा विक्रम नोंदवून गेली आहे. फक्त तिसऱ्या जगात या पेशामध्ये येणाऱ्यांची

संख्या अद्याप टिकून आहे. निवडीबरोबर जबाबदारीही येते आणि जबाबदार निवड करण्यासाठी शिक्षणाचा आधार असणे आवश्यक आहे. हे सारे एकत्रितच असते. जो संप्रदाय निश्चिततेची अथवा शाश्वततेची हमी देत नाही अशा ठिकाणी जाण्याचा निर्णय घेणाऱ्या मुली आपल्यातील अधिकाधिक गुणवत्तेचा शोध घेत राहतील. 'आपल्या जाणीव आणि नेणिवेद्वारे जबाबदार व्यक्ती म्हणून खुलेपणाने जगण्याची आपली स्वत:ची क्षमता असली पाहिजे. त्यासाठी आपल्या चौकटी आपल्यालाच आखता आल्या पाहिजेत. हे खरे आपल्या स्वत:ला आतूनच माहीत होत जायला हवे. मला ते अधिक समाधानकारक वाटते.' असे स्पष्टीकरण दुसऱ्या एक अधिक खुल्या संप्रदायात राहणाऱ्या सिस्टरने दिले आहे.

एखाद्या व्रताप्रमाणे कडक आचरण हेही भारावून टाकणारे असू शकते. जगातल्या अनेक आदर्शवादी तरुणांना मदर टेरेसांच्या पंथाचे आकर्षण वाटण्याचे एक कारण हे कडक आचरण आहे. आंतरराष्ट्रीय पातळीवररील अनेक मोठ्या धर्मादाय संस्थांकडे जाण्याऐवजी ही मुले या कडक आचरण-व्रतामुळे मदर टेरेसांकडे खेचली जातात. त्याच्या जोडीला, त्यांचा संदेशही आहे. 'देवाचे प्रेम अमर्याद आहे.' मदर टेरेसांनी स्वत: कोलकत्यात नवख्या नन्सपुढे दिलेल्या भाषणात आवाहन केले होते की, 'देवाचे प्रेम पुढे नेण्यातला तुम्ही एक घटक व्हा. जर तुमच्यात ती वृत्ती नसेल तर तुमचे सामान आवरा आणि आपल्या घरी निघून जा. येथे थांबण्याची आवश्यकता नाही.' तेव्हा त्यातील किती मुलींनी आपापले सामान आवरले व तया घरी गेल्या हे कळणे अशक्य आहे. तसेच मिशनरीज ऑफ चॅरिटीमध्ये नवे लोक येण्याचे थांबले का हेही कळू शकणार नाही. मात्र इतर संप्रदायांमधील वरिष्ठांच्या मते अनेक मुलींनी मिशनरीज ऑफ चॅरिटीकडे न जाण्याचा निर्णय घेतलेला आहे.

हा खरे तर समतोलाचा प्रश्न आहे. सायन येथील एक सिस्टर मार्गारेट शेफर्ड हिच्या मते, तुम्ही वास्तववादी आहात की आदर्शवादी हे ठरवणे महत्त्वाचे आहे. तिच्या दृष्टीने सिस्टर्स रहात असलेल्या घरातील रेडिएटर काढून नेणे हे, ज्यांना मदत करण्यासाठी त्या राहातात त्या गरिबांसाठी कोठल्याही अर्थाने फायदेशीर नाही. 'गरिबांना उदार हस्ते मदत करणे हे अधिक घातकही ठरू शकते...' गरिबांकडून आपण हे शिकत आहोत की गरिबांना कोणत्या पद्धतीने प्रतिसाद दिला म्हणजे त्यांना, आपण सारे एकत्र असल्याचे समजेल. आपल्यापैकी काहीजण भावनिकदृष्ट्या गरीब आहेत तर काहीजण शैक्षणिकदृष्ट्या. अर्थातच आपण स्वत:ला हवे ते नाकारू शकतो वा त्यापासून वंचित ठेवू शकतो. पण मला स्वत:ला उत्तम शिक्षण घेण्याची संधी मिळाली म्हणून मी श्रीमंत व्यक्ती आहे; हे आपण ओळखले पाहिजे आणि स्वत:ला गरीब समजून वागावयाचे बंद केले पाहिजे. आपण गरिबांच्या सोबत जगू शकतो; पण आपण वास्तववादी असलेच पाहिजे.' असेही तिने बोलून दाखवले.

'इन्कल्चुरेशन' म्हणजे तेथल्या संस्कृतीशी जुळवून घेऊन त्याप्रमाणे वागण्याबाबतची बरीचशी चर्चा अत्याधुनिकतेशी जोडलेली आहे. पाश्चिमात्य धार्मिक गटांनी तिसऱ्याजगात जाणे आणि तेथे अस्तित्वात असलेल्या साध्या जीवनपद्धतीचा अंगिकार करणे यावरच ही चर्चा केंद्रित असते. पण मदर टेरेसांबाबत ही समस्या अगदी उलट बनली आहे. जर मिशनरीज ऑफ चॅरिटी पश्चिमेत काम करीत असतील तर त्यांनी कोणत्या मर्यादेपर्यंत हे 'संस्कृती-रोपण' करून घ्यावे. 'अमेरिकेत वॉशिंग मशीनचा वापर करणे त्यांच्या गरिबीच्या विरोधातील ठरेल काय? अमेरिकेत रस्त्यावरच्या महिलांना आसऱ्याचे छप्पर असेल तर त्यांना राहायला घर आणि दोन वेळचे अन्न मिळण्याच्या खात्रीशीर व्यवस्थेवर त्यांनी संतुष्ट राहावयाचे काय? जर लोकांकडे समाजसेवी संस्थांचे नैपुण्य आणि ज्ञान असेल तर कामाचे प्रशिक्षण अथवा मानसशास्त्रीय प्रशिक्षण द्यावे का म्हणजे ते उत्पादक किंवा स्वतंत्र नागरिक बनू शकतील काय?' असे सारेच प्रश्न व्हॅटिकनच्या माझ्या स्रोताने विचारले. 'जर लोक आणखी २० वर्षे जगणार असतील तर कोणाबरोबर तरी ही एक गोष्ट करणे अधिक चांगले असे माझे मत आहे. प्रश्न असा आहे की मिशनरीज ऑफ चॅरिटीपुढे इतर काही पर्याय आहेत काय. किमान काही देशात तरी?' असाही प्रश्न त्याने माझ्यापुढे ठेवला.

सन फ्रान्सिस्कोमध्ये स्थानिक लोकांच्या औदार्यामुळे पूर्वीचे एक कॉन्व्हेंट सिस्टर्ससाठी तयार केले गेले तेव्हा कडक व्रतासारख्या अत्यंत काटेकोर नियमांबबात वृत्तपत्रात मोठाले मथळे झळकले. स्थानिक बिशपच्या निमंत्रणानुसार मदर टेरेसा या कॉन्व्हेंटच्या उद्‌घाटनासाठी आल्या. त्या एकूण वातावरणाबाबत खूपच नकारात्मक भूमिका घेऊन म्हणाल्या, ही इमारत फारच मोठी आणि अतिशय शानदार-सुरेख आहे. मदरच्या या भाषणाच्या परिणामस्वरुप तेथील गाद्या, गालिचे आणि फर्निचरचा काही भाग खिडकीतून सरळ खाली रस्त्यावर फेकून दिला गेला. गरम आणि गार पाणी देण्याची सोय करणारा बॉयलर काढून टाकण्यात आला. तेथे हजर असलेल्यांपैकी एका सिस्टरला, ज्या प्रकारे या गोष्टी घडल्या त्यामुळे वैतागच आला. तिने त्यातल्या त्यात संयमी भाषेत आपली प्रतिक्रिया व्यक्त केली, 'टीव्ही कॅमेऱ्यांच्या पुढे हे तमाशे करण्यापेक्षा इतर कोणत्याही वेगळ्या प्रकारे हे करता आले असते. विशेषत: जेव्हा लोकांनी तुमच्यासाठी त्याग केलेले आहेत हे तरी ध्यानात घेतले गेले पाहिजे. थोडे तारतम्य बाळगून किंवा काळजी घेऊन ते करता आले असते.' याखेरीज आणखीही काही कहाण्या अगदी रोम येथील नव्या नन्सच्या प्रशिक्षण केंद्रातसुद्धा घडलेल्या आहेत. एकदा सिस्टर्स टोमॅटोची प्रचंड आवक झाल्याने चक्रावून गेल्या. शेजारी-पाजारी प्रत्येक ठिकाणीच टोमॅटोचे प्रचंड पीक आल्याने सुपीरिअरने असे ठरवले की सिस्टर्सनी हिवाळ्यासाठी म्हणून टोमॅटो राखून ठेवावेत.

'जेव्हा मदर टेरेसा पाहण्यासाठी आल्या तेव्हा त्यांना कॅन्ड टोमॅटो दिसले. त्यांचा पारा चढला. मिशनरीज ऑफ चॅरिटी कोणतीही गोष्ट साठवून ठेवत नाहीत. उलट देवाच्या दयेवरच फक्त त्या अवलंबून राहातात' असेही मदरने यावेळी बोलून दाखवले.

धार्मिक महिलांच्या कडक व्रताचरणाबद्दल सर्वाधिक प्रसिद्ध गट 'पुअर क्लेअर्स' आहे. ८०० वर्षांपूर्वी सेंट क्लेअरने हा संप्रदाय स्थापन केलेला आहे. सेंट क्लेअर ही इटालियन मुलगी होती. आसिसीच्या सेंट फ्रान्सिसची ती शिष्या किंवा अनुयायी होती. नंतर तिने हा स्वतःचा संप्रदाय (ऑर्डर) स्थापन केला. त्या अद्यापही जमिनीपर्यंत लोंबणारा पायघोळ तपकिरी अंगरखा परिधान करतात आणि अत्यंत साधे प्रार्थनामय आयुष्य जगतात. मिशनरीज ऑफ चॅरिटी जसे फक्त देवाच्या दयेवरच 'जगतात' तसाच 'पुअर क्लेअर्स'चाही विश्वास व आचरण आहे. 'मात्र ही अंधश्रद्धा नाही... पण लोकांना पूर्ण खात्री वा निश्चिती आहे की नाही याबद्दल माझ्या मनात संभ्रम, संशय आहे. आम्हाला त्यात काहीतरी भूमिका बजावावीच लागेल.' असे एका पुअर क्लेअरने स्पष्टपणे नमूद केले. अनेक लोक विस्तृत प्रकारच्या समस्या त्यांच्याकडे घेऊन येत असल्यामुळे, जगासाठी प्रार्थना करण्याच्या दृष्टीने आधुनिक जग काय आहे ते प्रथम समजून घेतले पाहिजे यावर त्यांचा भर आहे. मी भेट दिलेल्या पुअर क्लेअर कॉन्व्हेंटच्या नवख्या नन्स प्रशिक्षण कार्यक्रमाचे संचालक माझ्याशी बोलताना म्हणाले, सध्या आम्ही ज्या नवख्या नन्सना प्रवेश देतो त्या वयाने तिशीच्या पुढील असतात आणि बहुतेकजणींकडे विद्यापीठाची पदवीही असते. अशा प्रकारच्या आयुष्यासाठी त्यांच्याजवळ मानसिक कणखरपणा आहे की नाही हे तपासण्यासाठी आम्ही त्यांना आधीच एका व्यावसायिक केंद्रात मानसशास्त्रीय मूल्यमापनासाठी पाठवतो. लोकांनी आपापल्या मनांना खाद्य द्यावे, विशेषतः सांस्कृतिक बाबींसह जीवनातील विस्तृत प्रकारच्या गोष्टींवर विचार करावा यासाठी आम्ही त्यांना प्रोत्साहन देतो. आमच्याकडे टेलिव्हिजन संच आहेत, वृत्तपत्रे आहेत, रेडिओ आहे कारण जगात काय काय चालले आहे, त्याचा सामना करण्याच्या दृष्टीने ते माहित असणे महत्त्वाचे आहे. सारे जग कवेत घेणे आणि... प्रत्येक गोष्टीत देव पाहण्याचा प्रयत्न करणे असे हे सारे आहे. आमच्या मालकीचे काहीच नाही आणि आम्ही गरिबीचे जीवन जगतो, पण केवळ कडक व्रताचरण हवे म्हणून आम्ही सारे नाकारत बसत नाही.

नवख्या नन्सच्या प्रशिक्षण संचालिका म्हणाल्या, आमच्या येथे आज्ञाधारकता म्हणजे प्रमुखाने सिस्टर्सना, हे करा, ते करू नका असे सांगण्याचा प्रकार नाही. 'ही ऐकण्याची प्रक्रिया आहे आणि सारा वेळ आम्ही देवाची इच्छा काय आहे हे समजावून घेण्याचा प्रयत्न करतो. माझ्या मते, हे करा किंवा ते करू नका असे सांगणे हा बालिशपणाच आहे. कारण कधीकधी एखादा प्रश्न सोडवण्याचे दोन

उत्तम उपाय तुमच्यापुढे असतात. एकसुरी ठोकताळे अशा वेळी उपयोगी पडत नाहीत कारण आपण सारेच किती वेगवेगळे आहोत.'

इंग्लंडमधील समरिटन्स आणि पुअर क्लेअर्स यांच्या कामात साम्यस्थळे बरीच आहेत. दु:खात वा संकटात सापडलेले लोक त्यांची मदत मागतात आणि सिस्टर्स त्यांना मदत आणि सल्ला देण्याचा प्रयत्न करतात. 'आम्ही त्यांच्याबरोबर राहण्याचा प्रयत्न करतो आणि त्यांच्यासह प्रार्थना करतो आणि लोकांच्या दु:खात सहभागी होतो.' पण हे काम कुशलतेने करावयाचे आहे आणि पुअर क्लेअर्स आपले ज्ञान अद्ययावत करण्यात नियमितपणे सल्लामसलतीच्या अभ्यासक्रमांना उपस्थित राहत असतात. 'देव तुम्हाला मदत करील पण तुम्हीसुद्धा तुमचे मन-बुद्धी वापरली पाहिजे. अशी अपेक्षा तो करतो.' माझी माहितगार वाटाडी जीवनाच्या गुंतागुंतीबद्दल जागरुक होती. तिला बऱ्याच दु:खांची जाणीव होती. 'मानवी जीवनाच्या उलाघालीत आपण सर्वच जण झगडतो आहोत असे मला वाटते. काही काही वेळा तुम्हाला असे वाटते की या सर्व मानवी भावना किंवा संवेदनांच्या गुंतागुंतीचा सामना करावा लागला नसता तर किती छान झाले असते. पण तेच तर मानवी मन आहे, होय की नाही, आणि साधी उत्तरे देण्यातली असमर्थताही-अशक्यताही.' ही वाटाडी आणि तिचा सहकारी यांना वारंवार नैतिक स्वरुपाचे तीव्र व द्विधा मनस्थितीचे प्रश्न भेडसावत असतात. विशेषत: एडस् आणि रोमन कॅथॉलिक चर्चने बंदी घातलेल्या संतती-प्रतिबंधक साधनांचा (कंडोम्स) वापर यांच्याशी संबंधित समस्येवर त्यांची मनस्थिती दुभंगते. ती सरळच मला म्हणाली, 'जीवन वाचवण्याला जर सर्वात जास्त नैतिक मूल्य दिले गेल असेल तर प्रेमात पडलेल्या आणि एकत्र राहणाऱ्या दोघांना, "तुम्ही स्वत:ला जीवघेण्या रोगापासून अजिबात वाचवावयाचे नाही. (कंडोम वापरू नका)" असे बजावण्यात अर्थच नाही.' तिच्या या विचारांमधून मला हे स्पष्टपणे जाणवले की इतकी सखोल आणि ठाम बांधिलकी वा निष्ठा असलेल्या या महिलेबाबत कडक व्रताचरणाचा काही संबंध जोडता सुद्धा येणार नाही. तिच्यासाठी आरामदायी बिछाना आहे की नाही आणि तिला खायला पुरेसे मिळते की नाही याचा संबंध तिच्या कामाच्या कठोरतेबाबत उद्‌भवतच नाही. तिच्या सद्‌सद्‌विवेकबुद्धीनेच ती आरामदायक राहणीपासून दूर राहणार. अचूक उत्तरासाठी सतत शोध घेणे तिला मानसिक अस्वस्थपणाकडेच नेणारे होते. झोपण्यासाठी मऊ अंथरुण नसणे वा बघायला टेलिव्हिजन नसणे यापेक्षाही अचूक उत्तरांचा शोध तिला जास्त त्रस्त करीत होता. पण ती आणि तिच्या सारख्या इतरांना हेही समजलेले होते की त्या चर्च आणि समाज यांच्या दरम्यानच्या धारदार कडेवर जीवन जगत आहेत. किंवा जोआन चिट्टीसरच्या शब्दात बोलावयाचे तर जगात देवत्त्वाच्या अस्तित्वाचा कोरडेपणा दृग्गोचर होऊ लागला आहे.

१९९० नंतर व्यावसायिकतेची गरज आणखी एका सुशिक्षित सिस्टरने फार प्रभावीपणे मांडली होती. १९८९ मध्ये पदच्युत हुकूमशहा निकोलाय सेसेस्क्यू यांच्या अत्याचारांच्या कहाण्या जगापुढे मांडल्या जाण्यास सुरुवात होत असतानाच ही सिस्टर रुमानियात पोहोचलेली होती. ढासळणाऱ्या आणि बंद पडत असलेल्या अनेक संस्थांमध्ये अनाथ, अपंग करून सोडलेल्या शेकडो उपाशी वा मरणोन्मुख मुलांची छायाचित्रे प्रसिद्ध झाली आणि जगाला जबरदस्त धक्का बसला. तेव्हा ही सिस्टर तेथे होती. आपल्या जवळपासच मिशनरीज ऑफ चॅरिटीचा एक गट काम करीत आहे हे तिला ठाऊक होते आणि ती तेथे पोचली. 'या टाकून दिलेल्या मुलांच्या सेवेत एक इंग्लिश, एक पोलिश आणि एक भारतीय सिस्टर मग्न होत्या. त्याखेरीज विशेष काळजी घ्यावी लागणारे वृद्ध आणि अत्यंत वाईट अपंगत्व असलेली मुले सारे एकाच घरात राहत होते. सेवेकऱ्यांपैकी कोणालाही व्यावसायिक स्वरुपाचे प्रशिक्षण नव्हते किंवा तेथे काम कसे करावयाची त्याची प्राथमिक तयारीही नव्हती. इंग्लिश मिशनरी ऑफ चॅरिटीला मुलांच्या आक्रमक प्रवृत्तीला तोंड देताना नाकी नऊ येत होते. हे काम तिला न झेपण्याइतके कठीण वाटत होते. अर्थात, रुमानियात सेवेकऱ्यांची तातडीची गरज म्हणून होतीच यात वाद नाही. पण ते केवळ सारवासारवी करून भेगा बुजवण्याचे काम नव्हते. एक वेळ अशी होती की आम्ही ते केले असते पण यापुढे नाही. आमच्या तरुण सिस्टर्सपैकी प्रत्येकीला कशाचे तरी प्रशिक्षण दिले जाईल आणि स्त्री म्हणून तिला विकसित केले जाईल. आमच्या अनुभवावरून आम्ही हे शिकलो आहोत की मानवी मनाचा विकास पावित्र्यासाठी जेवढा महत्त्वाचा आहे तेवढाच श्रद्धा आणि विश्वासासाठीही महत्त्वाचा आहे.'

सिस्टर टेरेसांना ब्रिटेनला या मिशनरी ऑफ चॅरिटी हाऊसमध्ये दिसलेल्या तणावाचे खूपच वाईट वाटले. एकमेकांशी संपर्क साधण्यातही सिस्टर्सना बऱ्याच अडचणी येत होत्या आणि एकंदरीत परिस्थिती इतकी भीषण-भयानक झालेली होती की त्यामुळे सारेच भ्रमनिरास घडून आलेले होते. 'इतक्या वेगवेगळ्या गरजांचे एकत्रित मिश्रण कसे करता येते हे मी विचारले तेव्हा सिस्टर-इन-चार्ज म्हणाली, "हे पुरेसे नाही हे मला ठाऊक आहे. काय करावे हे मला खरंचच माहित नाही. पण चालले आहे ते बरोबर नाही हे मला समजलेले आहे." या सिस्टर्स मानसिकदृष्ट्या खचण्याच्या उंबरठ्यावरच होत्या आणि तेथे मानवी मनाची म्हणून काही काळजी घेतली जाण्याची शक्यताच नव्हती. जेव्हा लोकांचे इतके खच्चीकरण झाले असेल ते खचितच चांगले नसते आणि येथे तर ते साध्या तारतम्याच्याही विरोधातच होते.'

इतर मदत-कार्य करणाऱ्या कार्यकर्त्यांशी बोलताना याच कहाणीचे प्रतिसाद ऐकू आले. दक्षिण अमेरिका खंडात काम करणाऱ्या आणि इंग्रजी बोलता येणाऱ्या

एका कॅथॉलिक कार्यकर्तीने तिला स्वत:ला ज्या विलक्षण परिस्थितीतून जावे लागले त्याचे वर्णन केले. ती म्हणाली, 'मिशनरीज ऑफ चॅरिटीच्या जमैका येथील होममध्ये आर्च बिशप ऑफ किंग्स्टन यांनी नेले. तेथील मदत-साहाय्य आणि कल्याण कार्याकडे मी बघावे असे अपेक्षित होते. माझ्या मते तेथील वातावरण स्वीकारार्हही नव्हते वा प्रतिष्ठितपणाचेही नव्हते. एका दांपत्याची तर मला कणवच आली. वयाने सत्तरीच्याही पुढे असलेल्या या दांपत्याला वेगवेगळे ठेवले होते. त्यांची झोपण्याचीही व्यवस्था वेगवेगळ्या डॉर्मिटरीजमध्ये करण्यात आली होती. एकमेकांसन्निध झोपण्याची परवानगी द्यावी अशी आर्जवे त्यांनी अनेकवार केली. या दांपत्यापैकी पत्नी आंधळी होती. तिने एकदा माझ्यासमोरच आर्चबिशपला, "किमान माझे कपडे तरी माझ्या हातात द्या ना" अशी विनंती केली. ती बराच वेळ ओरडत राहिली. व आपला परकर शोधत राहिली. पण सिस्टरने तिला, आम्हाला तुमचे कपडे वेगळे वेगळे करून ठेवायला वेळ नाही असे बजावले. प्रत्येकाचे कपडे उचलून धुण्यासाठी नेले गेले होते. पण या महिलेला जे काही कपडे हातात दिले तेच नेसावे लागले. या दांपत्यासाठी एखादी वेगळी खोली देता येणार नाही काय असे मी विचारल्यावर, हे दोघे आता 'त्या' वयाच्या बरेच पुढे आहेत असे एका वरिष्ठ सिस्टरने बोलून दाखवले. या मदतकर्तीच्या मनावर एकूण ठसा उमटला तो ओंगळ घाणेरडेपणाचा आणि मानवी संबंध अतिसामान्य लेखण्याचा. मिशनरीज ऑफ चॅरिटीद्वारा ज्या उच्च प्रकारच्या काळजीची अपेक्षा तिने केली होती त्यातले तेथे काही नव्हते.'

मदर टेरेसांच्या पंथाचा देशाबाहेरचा विस्तार जर १९६० पूर्वीच्या काळातील असेल तर त्यांचे धर्मशास्त्रही त्याच काळातले ठरते. अनेक कॅथॉलिक शालेय विद्यार्थ्यांना धार्मिक पाठांची प्रश्नोत्तरे अशीच पाठवली जातात. "शरीर व आत्मा यापैकी मी जास्त काळजी कशाची घेतली पाहिजे?" या प्रश्नावर उत्तम हमखास असते, "माझ्या आत्म्याची." मात्र एका सिस्टरने स्पष्ट केले की, 'आता मात्र अधिक पावित्र्यपूर्ण धर्मशास्त्रीय शिकवणीकडे आपण वळलो आहोत. शरीर-आत्मा फरक किंवा द्वैत कल्पना जुन्या कॅथॉलिक धर्मशास्त्रात होत्या. त्या जुन्या शास्त्रात देह वा शरीराला आत्म्याच्या तुलनेत गौण महत्त्व दिले जावयाचे, शारिरीक गरजांची वा इच्छांची तुलना नकारात्मक पद्धतीने आणि मानवतेच्या दृष्टीने पापाचरण म्हणून गणली जावयाची आणि वेदना-यातना यांचे गौरवीकरण केले जावयाचे. आधुनिक धर्मशास्त्रावेत्ते या द्वैत-तत्त्वाच्या विरोधात बोलतात आणि वेदना-यातना वा दुःखाचे गौरवीकरण करीत नाहीत. यातना वा दुःखे वाईट आहेत, त्यांच्यात चांगले असे काहीच नसते याची मान्यतापूर्ण दखल आता घेतली जाते. जर काही एक विशिष्ट हेतू वा उद्देश त्यामागे असेल तरच दुःख वा यातनांना भरीव-ठोस महत्त्व दिले

जाते.' सिस्टर टेरेसा ब्रिटनने पुढे हेही नमूद केले की, 'तुम्ही तुमची पापे, दुःख येथे इहलोकीच भोगली पाहिजेत म्हणजे तुम्हाला स्वर्गात सुख लाभेल अशी जुनी धर्मशास्त्राची शिकवण होती. आताच्या शिकवणीप्रमाणे, तुम्ही स्वर्गाच्या राजवटीसाठी येथे आणि आताच काम करा आणि मृत्यूची वाट पाहत बसू नका. उदारमतवादी धर्मशास्त्री म्हणतात, दुःख वा यातना भोगणाऱ्या लोकांना आपण क्रुसावरून खाली उतरवलेच पाहिजे, आणखी खिळे ठोकत बसायला नको कारण सरतेशेवटी ते अधिक पवित्र होतील.'

क्लिफर्ड लाँगले यांना मदर टेरेसांबाबत बोलते करण्यात अखेर यश मिळाले. मिशनरीज ऑफ चॅरिटीमध्ये देह-आत्मा द्वैत विचाराबाबत अद्याप वाद असल्याचे लाँगले यांनीच शोधून काढले होते आणि त्यातून नवे प्रश्न उभे ठाकत होते. माझ्याशी बोलताना त्यांनी कबूलही केले की मदर टेरेसांबाबतचा अविश्वास वा संशय जाहीररित्या बोलून दाखवावाच असे वाटण्याइतकी तीव्र आपली भावना झाली होती. 'लॅन्सेट' मधील टीका आणि मदरच्या राजकीय प्रवृत्तींवर हिचेन्सचा जोरदार हल्ला यापाठोपाठच लाँगले यांचा लेख प्रसिद्ध झाल्याने त्याकडे मोठ्या प्रमाणावर लक्ष वेधले गेले. 'दैनिक टेलिग्राफ' मध्ये लिहिताना लाँगले यांनी एका धोक्याची जाणीव करून दिली. दैवी शक्तीबरोबरचा एखादा गूढ मिलाफ निर्माण करण्याचा प्रयत्न सर्वस्वी स्त्रियांच्या निष्क्रियतेवर आणि त्यांच्या आधीन ठेवल्यास, मानवताच पूर्णपणे नाकारली जाण्याचा धोका होऊ शकतो असे त्यांचे प्रतिपादन होते.

जे काही चांगले ते सर्व देवाचे आणि जे काही वाईट ते सर्व पार्थिव देहाचे असे म्हटल्याने लगेचच ते मॅनिकेअन द्वैतवादाशी साधर्म्य दाखवू लागते. साऱ्या वाईटात अर्थातच इच्छा, स्वार्थ, अहंकार (इगो) आणि सारी आकर्षणे, भावना यांचा समावेश होईल.

मानसशास्त्रीय आणि मनोविकृतीचिकित्सा शास्त्राची सखोल दृष्टी यांनाच वरील विधानाने छेद दिल्यासारखे होते. गुणवत्तेच्या तुलनेचा तर उल्लेखच करावयास नको. या द्वैतवादाचा एक गर्भित अर्थ असाही निघतो की लोकांमधले फरक हे देवानेच दिलेले आहेत आणि व्यक्तीगतता ही दडपून टाकण्यापेक्षा जोपासावी लागते. व्यक्तीतील मानवतेचे सर्व गुणदोष काढून टाकून तिला दैवीपणासाठी तयार करणे यातून पावित्र्य साधले जात नाही, उलट सर्व मानवता शाबूत ठेवून त्यात परिपूर्णता आणणे यातून ते साध्य होणार आहे. यातना आणि देव यासाठीच्या प्रवृत्तींसाठी मानवतेच्या प्रवृत्तीचाच सखोल परिणाम होऊ शकणार आहे. मरणोन्मुखांसाठी केलेल्या प्रार्थनाच देवाला विशेषत्त्वाने प्रिय आहेत असे केवळ बोलल्याने आरामाची भावना निर्माण होत नाही. हे लोक लवकरच स्वर्गात देवाबरोबर असतील आणि ज्यांना ज्यांना दुःख वा यातना भोगाव्या लागतात त्या सर्वांबरोबर देव असतो असा युक्तीवाद लाँगले यांनी आपल्या लेखात केला.

पण मरणोन्मुखी व्यक्ती हे जीवनाचे प्रतिक किंवा दु:ख-यातना हेच ध्येय धरणे एवढे मात्र नक्कीच अस्वास्थ्यकारक मानायला हवे. मरणोन्मुख व्यक्तीचा मदर टेरेसा नक्कीच आदर किंवा सन्मान करतात यात शंका नाही आणि ज्यांनी ज्यांनी त्यांना, त्यांच्या भावना व्यक्त करताना पाहिले आहे ते तर त्यामुळे सद्‌गदितच होतात. तथापि, मदरना असा प्रश्न विचारला पाहिजे की मॅनिकेअन द्वैतवादाचा त्यांच्यावरील पगडा, दुसऱ्या बाजूकडे लंबक सरण्याअगोदरपासून आहे काय? मरणोन्मुखांची या देहातून सुटका होण्याच्या बेतात असल्याने त्यांना एवढे महत्त्व दिले जाते का? आणि त्यांना, याच कारणाने अशी वागणूक दिली जात आहे काय? (अन्यथा त्यांना असे सन्मानपूर्वक वागवले गेले असते काय?)

मरणोन्मुखांच्या केंद्राच्या प्रवेशद्वारावर 'मी आता माझ्या स्वर्गाच्या वाटेवर आहे.' असे वाक्य झळकते. पण मदर टेरेसांनी म्हटले आहे, 'स्वर्गाला जाणे कोणासही शक्य आहे. स्वर्ग हे आपले घर आहे. लोक मला मृत्यू आणि त्यापुढच्या जीवनाकडे आपण पाहता का, असे विचारतात आणि मी त्यांना उत्तर देते... "अर्थातच, कारण मी आपल्या घरी जावयास निघाली आहे... स्वर्गात आपण आपल्या अंत:करणाने आत्म्यासह त्याच्यावर (देवावर) प्रेम करू शकणार आहोत कारण मृत्यू होतो म्हणजे आपण फक्त आपला देह त्यागतो. आपले अंत:करण आणि आत्मा कायमचाच अस्तित्वात आहे." मदरनी १९९६ साली लेन्टमधील सह-कर्मचाऱ्यांना लिहिलेल्या पत्रात म्हटले आहे, 'येशूबरोबर आपलेही उत्थान होणार याकडे आपण लक्ष ठेवून आहोत; पण आपल्यापैकी प्रत्येकाला वेदना, दु:ख, यातना, आजारपण आणि मृत्यू यामधून जावयाचे आहे. पुनरुत्थानाच्या आश्वासनामुळे आपणास घाबरून जाण्याचे कोणतेही कारण नाही. आपण साऱ्या यातना देवाची देणगी म्हणून स्वीकारू शकतो. आपण थोडेफार अश्रू ढाळू. पण आतमध्ये आपल्याला शांतता आणि अथांग आनंदाची भावना आलेली असेल.' प्रार्थनेच्या माध्यमातून शक्तीमान दुवा म्हणून वापर केल्यास, यातना निरर्थक ठरत नाहीत असा मदर टेरेसांना विश्वास होता आणि अनेक कॅथॉलिकांनाही ते मान्य होऊ शकेल. खरोखर, पोप जॉन पॉल (दुसरे) यांनीही म्हटले आहे, की यातना उदात्त आणि आवश्यक असू शकतात. मात्र काहीवेळा मदर जे काही बोलल्या आहेत ते याच्या खूपच पुढे जाते. १९८८ मध्ये चित्रीकरण झालेल्या मुलाखतीत त्या म्हणाल्या, 'यातना ही एक भेट वा देणगी आहे कारण ख्रिस्ताच्या यातनांमध्ये भागीदार होण्यासाठी याची तुम्हाला मदत होते.' आपल्या म्हणण्याच्या समर्थनार्थ त्यांनी एका कॅन्सरग्रस्त महिलेचा दाखला दिला. या महिलेचा कॅन्सर अंतिम टप्प्यात होता आणि तिला खूपच यातना होत होत्या. ह्या यातना म्हणजे देवाच्या खूप जवळ असल्याचे लक्षण आणि क्रूसावरील ख्रिस्ताच्या दु:खातील भागीदारी आहे असे

मदरने या महिलेला समजावले. 'येशूच्या तू इतक्या जवळ आहेस की तो जणू तुझे चुंबन घेतो आहे. हे फार सुंदर आहे.' या मदरच्या वाक्यावर ती महिला उत्तरली, 'मग कृपया येशूला माझे चुंबन घेऊ नको म्हणून सांगाना.' विशेष म्हणजे मदरने स्वत:च ही गोष्ट सांगितली आहे.

आजारी आणि यातनाग्रस्त सह-कर्मचाऱ्यांच्या महत्त्वाबाबत बोलताना मदर टेरेसांनी म्हटले आहे की, 'तुम्ही काम करायला जाऊ शकत नाही तर मी तुमच्यासाठी काम करीन आणि तुम्ही यातना भोगा. माझ्याकडे एक व्यक्ती अशी आहे जी माझ्यासाठी हे करते आणि तिने यापूर्वी अनेकदा ही कार्यवाही पार पाडलेली आहे. माझ्यासाठी ती प्रत्येक कारवाई पार पाडते आणि मी तिच्यासाठी जागोजागी धावत जाते. तिला भयंकर यातना सोसाव्या लागतात पण ती माझ्यासाठी प्रत्येक पाऊल उचलते. प्रत्येक गोष्ट एकत्रितरीत्या वाटून घेण्याचे आमच्यातले सामंजस्य आहे. हाच तो दुवा किंवा बंध आहे. तिच्या यातनांशी व माझा काम आणि प्रार्थनांशी. सुंदर. प्रत्येक सिस्टरसाठी एक आजारी माणूस प्रार्थना करणारे आहे.' मदर टेरेसांनी हे सारे तत्त्वज्ञान जिला ऐकवले त्या नवीन चावलाने त्यांना विचारले, 'म्हणजे तुम्हाला जादा शक्ती मिळते आणि ती तुम्ही तुमच्या कामात वापरता असेच ना?' त्यावर मदर उत्तरल्या 'बरोबर! आणि त्यांनाही तुमच्या प्रार्थनांनी, तुमच्या कार्याने आणि आपण करीत असलेल्या त्यागाने शक्ती मिळते. सुंदर.'

मरणोन्मुख लोकांची काळजी मदर टेरेसा घेतात त्यात पारंपारिक शांतवनाचा समावेश मुख्यत्वाने आहे. मध्ययुगीन काळात धार्मिक संप्रदायांनी यात्रेकरूंसाठी जसे निवास वा आसरे तयार केले तशीच बरीचशी ही व्यवस्था होती किंवा प्राचीन काळी जी गरीब-गृहे चालवली जात त्यांच्याशी मदर टेरेसांच्या कालिघाट केंद्राचे साधर्म्य जास्त आढळते. १९ व्या शतकात रोमन कॅथॉलिक सिस्टर्सच्या गटांनी पुन्हा या कल्पनेचा पाठपुरावा करीत मरणोन्मुखांसाठी आधार-केंद्रे सुरू केली. आयरिश सिस्टर्स ऑफ चॅरिटीची संस्थापिका आणि १९०५ मध्ये हॅकनी येथे सेंट जोसेफ्स होस्पाईस सुरू करणाऱ्या मदर मेरी आईकनहेड यांना आधुनिक काळातील मरणोन्मुख मदत चळवळीत महत्त्वाचे स्थान दिले जाते. मदर आईकनहेड यांनी आपली उमदेवारी फ्रान्सेस टेरेसा बुल यांच्याबरोबर यॉर्कमधील बार कॉन्व्हेंट येथे केली होती. तथापि, शालेय विद्यार्थ्यांच्या कोठल्याही, कोणत्याही गटाला माझ्याप्रमाणेच, मरणोन्मुख लोकांची काळजी व सेवा सर्वाधिक कोणी केली असे विचारा. तुम्हाला अगदी छातीठोकपणे, ठामपणे 'मदर टेरेसा' असे उत्तर दिले जाईल. डेम सिसिली सॉंडर्स नव्हे किंवा सिस्टर फ्रान्सेस डॉमिनिका नव्हे. खरे तर या दोघीही अत्यंत धार्मिक वृत्तीच्या होत्या आणि मरणोन्मुख लोकांची काळजी घेण्यातल्या सीमारेषा नाट्यमयरीत्या जास्तीत जास्त ताणण्याचे कार्य त्यांनी केले. किंवा अगदी एलिझाबेथ कुबलर-रॉस

यांच्यासारखी मृत्यू आणि मरणोन्मुखांची काळजी यावर सातत्याने लिहीणारी कॅथॉलिक लेखिकाही मदर टेरेसांपुढे थिटी पडल्यासारखी दिसते. कारण?

सिसिली सॉंडर्स १९१८ मध्ये एका उच्च-मध्यमवर्गीय इंग्लिश कुटुंबात जन्मली. ऑक्सफर्डमध्ये शिकली आणि नंतर दुसरे महायुद्ध सुरू झाले तेव्हा नर्स म्हणून तिने प्रशिक्षण घेतले. पण सततच्या पाठीच्या दुखण्यामुळे ती नर्स म्हणून काम करू शकली नाही पण धर्मार्थ साहित्याच्या-वस्तूंच्या वाटपात ती सहकारी झाली. याचवेळी, ख्रिस्तावरील वैयक्तिक श्रद्धेने मोक्ष मिळतो असे समजणाऱ्या पंथांची (इव्हानजेलिस्ट) ती कडवी पुरस्कर्ती झाली. या नव्या उत्साहपूर्ण आवेशात आपल्या जीवनाचा सदुपयोग कसा होईल याची तीव्र इच्छा तिच्या मनात उद्भवली. जोमदार-प्रेमळ व्यक्तीमत्त्वाची सिसिली लोकांच्या भावनांना भरभरून प्रतिसाद देई. १९४७ च्या हिवाळ्यात सेंट थॉमस इस्पितळाच्या कॅन्सर विभागात काम करताना तिची एकाशी भेट झाली. या भेटीने तिच्या कार्याला जणू दिशाच लाभली. त्याचे नाव डेव्हिड टास्मा. डेव्हिड हा परमेश्वराविषयी काहीही समजणे शक्य नाही असे मानणारा अज्ञेयवादी होता. वॉर्सामधील अतिशय गरीब वस्तीत राहणारा डेव्हिड १९४३ च्या उठावाच्या वेळी तेथून बाहेर निसटला. या देशात कोणाशीही कसलेही संबंध त्याचे नव्हते आणि अशा स्थितीत तो दुर्धर कॅन्सरने आजारी पडला. त्याची काळजी घेण्यासाठी समाजसेविका म्हणून सिसिलीची नियुक्ती करण्यात आली. जरी एकमेकांपाशी त्यांचा अगदीच थोडा वेळ जात असे आणि दोघांचीही धार्मिक व इतर पार्श्वभूमी संपूर्णत: भिन्न होती तरीही त्यांचे संबंध अल्पकाळातच खूप जिव्हाळ्याचे आणि प्रेमळ बनले. जेव्हा डेव्हिडचा मृत्यू झाला तेव्हा 'घराची खिडकी' बनण्यासाठी त्याने ५०० डॉलर तिच्या नावाने ठेवल्याचे निष्पन्न झाले. मरणोन्मुख लोकांची चांगली सेवा घेण्याबद्दल त्या दोघांची अनेकदा चर्चा झाली होती. त्यामुळे मरायला टेकलेल्या लोकांच्या सेवेसाठी केंद्र सुरू करणारे ते बीज ठरले. अशा केंद्रात केवळ अधिक कुशल आणि सातत्यपूर्ण वेदनाशमन सेवा रुग्णांना द्यावयाची एवढाच भाग नसून धार्मिक, भावनिक आणि सामाजिक मदतही दिली जात असे. हे केंद्र पूर्ण तयारीनिशी उभारण्यासाठी तिला आणखी १९ वर्षे लागली.

सॉंडर्सने डॉक्टरकीचे शिक्षण घ्यायचे ठरवले आणि वयाच्या ३९ व्या वर्षी त्यासाठी पात्रताही मिळवली आणि नंतर १९५८ साली सेंट जोसेफ्स होस्पाईसमध्ये ती कामाला गेली. पूर्व लंडनमध्ये हॅकनी येथे हे होस्पाईस आहे. तेथे रुग्णांच्या स्वास्थ्याबाबतच्या तक्रारी ऐकून तिने आपले ज्ञान अद्ययावत करून घेतले. मध्य लंडनमधील सेंट ल्यूक्स या मरणोन्मुख केंद्रात स्वयंसेविका असल्यापासून आरोग्यविषयक तक्रारी व माहिती तिला मिळत होती. तिच्या या कल्पना सुधारल्या गेल्या सेंट जोसेफ्स होस्पाईसमध्ये. वैद्यकीय व्यवसायात नाट्यमय बदल घडून येण्याचा हा

काळ होता. १९५० ते १९६५ या काळात अनेक नवनवी औषधे उपलब्ध झाली. चिंतानाशके (ट्रँक्वीलायझर्स), कृत्रिम उत्तेजके (स्टेरॉईडस, खिन्नता नाशके (अँटी-डिप्रेसंटस्) याचबरोबर प्रतिजैविके आणि जीवरक्षक शस्त्रक्रिया यांचाही वापर वाढू लागला. डॉ. सॉंडर्सने आपल्या पूर्वीच्या कामातून पोटात नियमीतरीत्या औषधे देण्याचे आणि बेशुद्धावस्था येऊ न देण्याचे महत्त्व शिकून घेतले होते. 'वैद्यकीय पेशाचा विद्यार्थी म्हणून आम्हाला 'प्रयत्न करा आणि परिस्थिती शक्य तेवढा जास्त वेळ काबूत ठेवा' असे शिकवले गेले होते. तरीही एक मोठे गूढ म्हणजे नियमितपणे औषधे देण्यातून व्यसन लागते हे होते. नेहमीच्या पद्धतीने वेदनांपासून सुटका (रुटीन पेन रिलीफ) न मिळणे म्हणजे विजेचा झटका बसल्यासारखे होते आणि तुमची विचित्र घालमेल सुरू होते.' असे तिने बोलून दाखवले. १९६० पासून पुढे माणसांचे सरासरी आयुष्यमानही चांगलेच वाढले. साथीच्या रोगातून मृत्यूचे प्रमाणही कमी झाले आणि त्याच्या जोडीने मृत्यू आणि मरणोन्मुखता या शब्दांबाबत खुलेपणाने बोलता येण्यासारखी परिस्थितीही निर्माण होत गेली. बहुधा प्रथमच, वयोवृद्ध लोकही कोठे, केव्हा व कसा मृत्यू यावा या प्रश्नांना सामोरे जाऊ लागले. या अशा वातावरणात मग स्वयंस्फूर्त दयामरण चळवळही १९६० पासून पुढे विकसित होऊ लागली. कॅन्सर-पीडीत वयोवृद्धांच्या वाईट यातनांबाबत जागृती होऊन त्यातील एक प्रतिसाद म्हणून दयामरणाच्या पर्यायाबाबत विचार होऊ लागला. मृत्यू येणारच असला तर तो सन्मानपूर्वक यावा अशी खात्रीशीर व्यवस्था निर्माण होणारा प्रतिसाद म्हणून मरणोन्मुखांच्या अंतसेवेची चळवळ यातून बाळसे धरू लागली.

१९६७ च्या जूनमध्ये सेंट ख्रिस्तोफर्स होस्पाईस (मरणोन्मुखांसाठीचे केंद्र वा इस्पितळ) अखेरीस आग्नेय लंडनमध्ये उघडले गेले. सिसिलीने त्यासाठी किमान सात वर्षे तपशीलवार नियोजन आणि निधी-उभारणी चालवली होती. त्यातील मध्यवर्ती कल्पना म्हणजे सखोल रुजलेली धार्मिकता, अधिक मिळू शकणारी सर्वोत्कृष्ट सेवा व औषधयोजना यांचा मिलाफ होता. या सेवांमध्ये रक्त-बदल (ब्लड ट्रान्सफ्युजन), रासायनिक प्रक्रिया (केमोथेरपी), शीरेतून ठिबक-पुरवठा (इंट्राव्हेनस ड्रिप्स) आणि कदाचित सर्वाधिक महत्त्वाचे कार्यक्षमतेचा आराम. मात्र हे सारे फक्त लक्षणांचेच नियंत्रण होते. (सिस्टम कंट्रोल); याहून जास्त काही हस्तक्षेप करणे वा उच्च तंत्रज्ञान गरजेचे असेल तर रुग्णाला इस्पितळातच दाखल करावे लागत होते. या केंद्रातला धार्मिक आधार जरी डॉ. सॉंडर्सच्या एकूण व्यक्तिमत्त्वातून फुलून आलेला दिसत असला तरीही डेव्हिड टास्मा याच्याकडून ती इतके नक्कीच शिकली होती की ख्रिस्तावरील तिची स्वत:ची अढळ श्रद्धा इतर प्रत्येकाबद्दल आवश्यक बाब धरता येणार नाही. डेव्हिड टास्मा यांनी देवासाठीचा आपला स्वत:चा रस्ता शोधून काढला याबद्दल तिची खात्री पटली होती. 'त्याच्याबद्दल मी चिंता करू

शकेन असे मला कधीच वाटले नाही... किंबहुना ख्रिस्ताबद्दल माहिती नाही असा दुसरा कोणीही मरण पावला तरीही मला चिंता करण्याजोगे काही वाटले नाही. ख्रिस्तोफर केंद्राजवळ छोटेसे प्रार्थनागृह (चॅपेल) आहे. पण १९९२ साली सेंट ख्रिस्तोफर्सच्या मिशन स्टेटमेंटमध्ये ख्रिश्चन हा शब्दही वापरलेला नाही. त्याऐवजी आपापल्या आयुष्यात निष्ठा आणि अर्थ शोधणाऱ्या लोकांबाबत माहिती/उल्लेख आहे. सेंट ख्रिस्तोफर होस्पाईस सुरू झाला तेव्हा जसा ख्रिश्चन होता तसा तो पुढे न राहिल्याबद्दल कदाचित सिसिलीला वाईटही वाटले असू शकेल. 'पण जगही कोठे तसे राहिले आहे आणि आपणही याच जगाचा भाग आहोत व ख्रिश्चनत्वही साऱ्यातून तावून सुलाखून निघालेलेच बरे' असे तिने नमूद केले आहे.'

जगभरातील असाध्य रोगग्रस्तांसाठीच्या उपचारांवर आणि रुग्णसेवेवर सेंट ख्रिस्तोफर्सचा जबरदस्त परिणाम झालेला आहे १९८० सालापासून पुढे सेंट ख्रिस्तोफर्सतर्फे आंतरराष्ट्रीय परिषदांची मालिकाच पार पडलेली आहे. कित्येक वेळा तर ३८ देशांचे प्रतिनिधी त्यासाठी उपस्थित राहिलेले आहेत. तेथे विकसित झालेल्या कल्पनांमध्ये जगभर सर्वत्र तज्ज्ञ व विशेषज्ञ लोक सहभागी झालेले आहेत. याखेरीज वर्षभरात सुमारे ३००० हून अधिक व्यावसायिक सेंट ख्रिस्तोफरला भेट देतात. आरोग्य प्रशासक, डॉक्टर्स, नर्सेस आणि अभ्यासक या साऱ्यांचाच त्यात समावेश आहे. त्यांच्या भेटी कधी एक दिवसाच्या, कधी आठवडाभराच्या तर कधी महिनाभराच्या असतात. सुरुवातीपासूनच त्याचे स्वरुप एक शैक्षणिक केंद्र, माहिती-सेवा आणि प्रशासकीय प्रकल्प असे असून त्याच्या जोडीला मरणोन्मुखांसाठी सेवा-केंद्र हा आद्य व पायाभूत हेतू तेथे पूर्णत्वाने आजही पार पाडला जातोच. मात्र सिसिली साँडर्सचा ज्या आग्रही संदेशावर भर आहे तो म्हणजे, 'काही आधारभूत तत्त्वे आहेत... तुमच्या स्वत:च्या आस्थापनेत आणि संस्कृतीत त्यांचा सुसंगत अर्थ लावा. म्हणून तर मरणोन्मुखांसाठीची केंद्रे आणि वेदना-शमन किंवा मन:शांती सेवा यांची जगभर एवढी वाढ झाली. त्याद्वारे आपण एकमेकांपासून बरेच काही शिकलोही आहोत.'

डॉ. लुझिटो डिसूझा हे मुंबईतील टाटा स्मृती इस्पितळात गॅस्ट्रो-इंटस्टिनल विभागाचे प्रमुख आहेत. पहिल्या भारतीय मरणोन्मुख सेवा केंद्राचे ते प्रवर्तक आहेत. डेम सिसिली आणि सेंट ख्रिस्तोफर यांचे ऋण ते मोकळेपणी मान्य करतात. सेंट ख्रिस्तोफर येथे १९८० साली पहिल्या परिषदेत बोलताना ते म्हणाले, 'सर्व विकसनशील देशांच्या अशा विशिष्ट समस्या आहेत. भूक-दारिद्र्य त्याचप्रमाणे प्रत्यक्ष शारीरिक वेदना यांचा उल्लेख करावा लागेल. भारतात दर आठ माणसांमध्ये एकाला कर्करोग होतो आणि ८० टक्के लोक खूप उशीर झाल्यानंतर उपचारासाठी धावाधाव करू लागतात. मग अशा वेळी मन:शांती किंवा वेदनारहित मृत्यूसाठी सेवा एवढेच मानवी भूमिकेतून करण्याजोगे पर्याय शिल्लक राहतात. म्हातारे आणि

दुर्बल होणे निश्चितपणे वाईट आहे; पण म्हातारे असणे, बराच पुढे गेलेला कॅन्सर असणे आणि गरीब व भुकेले असणे तसेच काळजी घेण्यास कोणीही नसणे ही मानवी दु:खाची परमावधी आहे.'

१९८६ च्या नोव्हेंबरमध्ये परदेशांमधून बराचसा पैसा जमवून आणि आश्रम चालवण्याच्या खर्चाची तरतूद पुरेशा गुंतवणुकीमार्फत करून शांती अवेदना आश्रम दहा खाटांनिशी सुरू करण्यात आला. १९९२ मध्ये ही संख्या ५० खाटांवर गेली. प्रत्येक खाटेवरून समुद्राचे दृश्य दिसेल अशी व्यवस्था करण्यात आली होती. तेथे वर्षाला ५०० रुग्णांची काळजी घेतली जाऊ शकली. कुटुंबाना या कामी मदत करण्यास प्रोत्साहन दिले गेले आणि कुटुंबांनाही तेथे राहण्याची जागा उपलब्ध करून देण्यात आली. गोव्यातही अशीच मरणोन्मुख सेवेसाठी एक शाखा उघडण्यात आली आणि इतरत्र शाखा उघडण्याचे प्रयत्न सुरू आहेत.

डेम सिसिली हे एक सरळमार्गी आणि निग्रही व्यक्तिमत्त्व आहे. उंच बांधा, रुपेरी केस असलेली सिसिली जेथे हजर असेल त्या समुदायावर सहजपणे छाप पाडू शकते. पण तिने जाणीवपूर्वक आपल्याच तोडीच्या व बरोबरीच्या लोकांची साथ निवडली आहे आणि व्यक्तीपूजेसारखा एखादा संप्रदाय वा गट निर्माण होऊ देण्यास सततच निर्धाराने यशस्वीपणे विरोध केला आहे. अर्थातच ज्या न्याय प्रशंसेला ती पात्र आहे ती मान्यता तिने कधी नाकारलेली नाही. उदाहरणार्थ १९८२ मध्ये धार्मिक प्रगतीसाठीचे ९० हजार डॉलर्सचे टेंपलटन पारितोषिक तिने स्वीकारले. पण, तिला ओळखणारे लोक जे काही वर्णन करतात त्यानुसार, आपल्या स्वत:पेक्षा सेंट ख्रिस्तोफर आणि मरणोन्मुखांची सेवा-काळजी याच बाबींना ती जास्त महत्त्व देते. एकजणाने 'सॉंडर्स दिन' जाहीर करण्याचा प्रयत्न केला त्यावर तिने त्याला चांगलेच फटकारले. तसेच कोणत्याही मरणोन्मुख सेवा-केंद्राला सिसिली सॉंडर्स होस्पाईस असे म्हणण्यास स्पष्ट शब्दात परवानगी नाकारली. 'कारण मला हे सांगावे लागते याची मला लाज वाटते, मला मदर टेरेसासारखी पंथ-प्रमुख व्यक्ती बनायचे नाही... अशा केंद्रांची मालिका स्थापन करण्याचा आमचा कधीही हेतू नव्हता. आम्ही एक केंद्र सुरू करणार व इतरांनी त्याचे अनुकरण करीत जावे असेच मला वाटते.' असे तिने नमूद केले. अमेरिकेतील नॅशनल होस्पाईस ऑर्गनायझेशनपैकी कोणाला तरी तो स्वत: लिहित असलेले पुस्तक एलिझाबेथ कुबलर-रॉस, मदर टेरसा आणि सिसिली या तिघींना अर्पण करायची इच्छा होती तेव्हा पहिल्या दोघींनी आपली स्वत:ची छायाचित्रे पाठवून त्याला उपकृत केले. सिसिलीने सेंट ख्रिस्तोफरचे छायाचित्र पाठवून लिहिले, 'संपूर्ण समाजाने हे घडवून आणले आहे, मी नव्हे.' आपल्या मार्गदर्शक पुस्तिकेत वाचून जे पर्यटक सेंट ख्रिस्तोफरला 'स्थळ' म्हणून भेट देण्यास येतात त्यांना सभ्यपणे सांगून प्रवेश नाकारला जातो.

सिसिलीला सर्वाधिक प्राधान्यक्रमाची बाब म्हणजे वेदनांपासून सुटका ही वाटते. 'जर तुम्ही शारिरीक वेदनांमुळेच ढवळून निघाला असाल तर धार्मिक प्रार्थना-प्रवचनांकडे लक्ष देणे फारच कठीण होऊन बसते. त्यामुळेच रुग्णांची श्वासाबाबतच्या त्रासातून सुटका करण्यास प्रचंड महत्त्व आहे. स्वत:चे भान पूर्ण ठेवून त्यांना शांतपणे कुटुंबियाना भेटता येण्याइतकेच महत्त्व त्यांची वेदनांपासून मुक्तता होण्याला आहे. आयुष्याच्या अखेरीस, सहजतेने शारीरिक हालचाली होण्याची त्यांची ताकद वा क्षमता त्यांना उपयोगात आणता आली पाहिजे. व्यक्तिगत संबंधात पुनर्वसनाची खूप शक्ती असते आणि स्वत:चा खोलवर शोध घेण्याची धार्मिक तृष्णाही. अलिकडच्या काळात धार्मिक गोष्टींबद्दल फारसे कोणीही बोलत नाही. पण अंतर्मनाच्या पातळीवर आपण मृत्यूकडे सरकत असल्याची खात्री झालेली असते तर आयुष्याची गोळा बेरीज मांडण्याचा हा काळ असतो. कोठे जाणार आहोत हे माहिती नसले तरीही आपले सामानसुमान भरून आवरून ठेवणे उत्तम.' असे तिने नमूद केले. पण वेदनांनी तळमळत असताना धार्मिक वा आध्यात्मिक प्रवास करणे तुम्हाला शक्य होइल काय? होय– तिचा विश्वास आहे की हे घडू शकते. 'पण सहन करणे शक्य आहे असे दु:ख फक्त तुमचे स्वत:चे असले पाहिजे. कधीही आपले दु:ख देवाला देऊ नका. माझ्या मते, ते फार भयंकर आहे. रुग्णाला वेदनांपासून मुक्ती देण्याऐवजी तुझे दु:ख देवाला दे असे कोणालाही म्हणजे म्हणजे ख्रिश्चन देखभालीच्या कल्पनांचे अगदी दुसरे, उलट बाजूचे टोक आहे. खोलवरचे दु:ख म्हणजे बव्हंशी तुम्ही बरेच काही केले असल्याची इच्छा असते. यातना वा दु:खाला विशिष्ट काही एक हेतू असतो असे मला वाटत नाही. फक्त ते लोकांना अगदी पायाभूत किंवा आधारभूत पातळीवर आणून सोडते हे नक्की. ह्या यातना किंवा दु:खाबद्दल माझे अगदी साधे तत्त्व आहे. प्रयत्न करा आणि त्यापासून मुक्तता मिळवा. युक्तीवाद करावयाचाच म्हणून काही आपण असे म्हणत नाही की ह्या यातना तुम्हाला किंवा त्यांना काय करतात ते बघूच. उलट आपण असे म्हणतो, की हे दु:ख वा वेदना नको म्हणून काय करता येईल हे आपण पाहू आणि नंतर ते काय करू शकतील ते बघू. ते धैर्य, सहनशक्ती आणि सौंदर्य यांनी भरलेले असेल. एकदा का वेदना संपल्या की नव्या नव्या अनेक गोष्टी घडत राहतात.' असेही तिने पुढे स्पष्ट केले.

मृत्यूच्या दारी पोचलेल्या व्यक्तींची आध्यात्मिकता एकदम उंचावर पोचलेली असते याची सिसिली सॉंडर्सला जाणीव आहे. 'कारण तुम्ही अधिक मूळ गाभ्याकडे गेलेली व्यक्ती असता. त्याचबरोबर हेही खरे की मृत्यू हा एक अत्याचार आहे. मरणाकडे जात असलेली व्यक्ती शांत मुद्रेची दिसेल पण ते स्मितहास्य असणार नाही, ते केवळ मांसपेशी शिथिल करणे असेल. मृत्यू हा भावनाप्रधान भाग असू

शकतो जर तुम्ही म्हणालात तर. आणि फारच थोडे मरणोन्मुख लोक आपले धर्म बदलतात किंवा नाट्यमय धर्मांतर करतात. मात्र प्रत्यक्ष परिस्थितीशी लढायची वेळ आली की लोक निमूटपणे खऱ्या गोष्टी स्वीकारतात.' असे ते बोलून दाखवतात. हेही सॉंडर्सने नमूद केले. या साऱ्याहून अधिक म्हणजे सेंट ख्रिस्तोफर आणि त्या धर्तीवर सुरू झालेली अनेक होस्पाईस यांचा मुख्य भर मृत्यूवर नाही. 'मरण्यापर्यंतचे जीवन यासाठी हे मरणोन्मुखांचे केंद्र असते आणि अपेक्षेपेक्षा जास्त आणि चांगला काळ तो असू शकतो.' असे स्पष्ट करून ती म्हणाली, 'तेथील लोक जीवनाची निवड करीत आहेत. ते मृत्यूच्या आधीन होईपर्यंत जीवनाची निवड करीत आहेत. मदर टेरेसा आमच्यापेक्षा खूप अधिक प्रमाणात मृत्यूची निवड करीत आहेत.'

मृत्यूच्या महत्त्वाबाबत बोलताना मदर टेरेसा म्हणतात, 'मानवी आयुष्यातील सर्वात मोठी घटना माझ्यासाठी मृत्यू हीच आहे. शांततेने मृत्यू यावा, प्रतिष्ठापूर्ण वातावरणात मृत्यू यावा, कारण तो अनंत काळासाठी असतो.' कालिघाट येथील केंद्रात मरण पावणारे फार थोडे लोक ख्रिश्चन असतात. तेथील एकूण जामानिमा आणि वातावरण ख्रिश्चन धर्माशी जुळणारे वाटले तरी मदर टेरेसांनी हे स्पष्ट केलेले आहे की जेथे त्या व्यक्तीचा धर्म माहित झाला असेल त्याप्रमाणे मुस्लीम किंवा हिंदू पद्धतीने अंत्यविधी अचूकपणे पार पाडले जातात. त्यांच्या देखभालीखाली असलेल्यांना आपण धर्मांतरीत करून घेता काय या प्रश्नावर त्यांनी असेही उत्तर दिले की, आपल्याला हिंदूंचे रुपांतर अधिक चांगल्या हिंदूंमध्ये, मुस्लीमांचे अधिक चांगल्या मुस्लीमांमध्ये तसेच ख्रिश्चनांचे अधिक चांगल्या ख्रिश्चनांमध्ये व्हावे असे वाटते. समाजाचे विशेष उद्दिष्ट म्हणजे झोपडपट्टीतील गरीबांचे धर्मांतर आणि पवित्रीकरण होण्यासाठी झगडणे... हे घडून येण्यासाठी कठोर, अमर्याद, अथक परिश्रम, परिणामाशिवाय, खर्चाचा विचार न करता झगडणे... धर्मांतर आणि पवित्रीकरण हे देवाचे कार्य आहे. पण देवाने मिशनरीज ऑफ चॅरिटीजची मोठ्या दयाळूपणाने त्याच्या स्वत:च्या कार्यात मदत करण्यासाठी केली आहे. मिशनरीज ऑफ चॅरिटीकडे स्वत:ची अशी विशेष गुणवत्ता नसतानाही ख्रिस्ताचा प्रकाश झोपडपट्टीतील अंधाऱ्या खोपटांकडे नेण्यास त्यांच्यावर विशेष मेहेरबानी झाली आहे.'

कालिघाट येथील किमान तीन रुग्णांच्या बाबतीत मला असे कळले की त्यांना हवे आहे की नाही याकडे लक्ष न देता त्यांच्या गळ्यात जपमाळ व मणी घालण्यात आले. तसेच मदरच्या संस्थांमध्ये बाप्तिस्मा दिल्या जाण्याबाबतही कळले. 'अर्थातच असे घडते. ज्यांना ख्रिश्चनत्वाबद्दल सहानुभूती वाटते त्यांना यातून खूपच संतोष होतो आणि ज्यांना अशी आत्मीयता नाही त्यांचे या गोष्टींमुळे काय नुकसान होणार?' असेच स्पष्टीकरण मला देण्यात आले. मिशनरीज ऑफ चॅरिटीमध्ये प्रवेश करण्याच्या उंबरठ्यावर असलेल्या एका स्वयंसेवकाने एका मरणोन्मुख तरुण

मुलीने त्या वेदनांमध्ये आपल्याला बाप्तिस्मा देण्याबाबत कळकळून विनवल्याची कहाणीच सांगितली. 'म्हणून मी तेथील पाण्यात फुललेली काही कमळे काढली आणि त्यांचा वापर केला... योग्य ते शब्द उच्चारले. हे कधीही कुणाला सांगू नकोस असे मला सांगण्यात आले आणि त्याला काही महत्त्व आहे असे मला कधीही वाटले नाही' असेही त्याने नमूद केले.

ढोबळमानाने पाहता, मी स्वत: हा दृष्टीकोन स्वीकारला होता. या पुस्तकासाठी संशोधन करताना मी सतत असाच विश्वास बाळगला होता की देव म्हणून जे काही मला वाटते त्यापर्यंत जाण्यास अनेक मार्ग आहेत. एखाद्या व्यक्तीच्या धर्माच्या बाह्यांगाला फारसे काही महत्त्व नाही असे मला वाटते. माझी मुलाखत घेण्याऱ्या धर्मगुरुलाही मी सुरुवातीलाच हे स्पष्ट करून सांगितले होते. रोममध्ये एका आधुनिक कॉन्व्हेंटच्या रम्य परिसरात कॅथॉलिक सिस्टर्सच्या एका गटाशी गप्पा मारताना मी या संशोधनाबद्दल त्यांच्याशी बोलले. वेगवेगळ्या देशातील या सिस्टर्स होत्या आणि मी विस्ताराने माझे संशोधन समजावून देत असतानाच सिस्टर्सपैकी एकीने मला रोखले. 'ॲन, तू ज्यू आहेस. धर्मांतर ही एक अशी गोष्ट आहे की ज्यावर तू अधिक परिश्रमाने माहिती मिळवली पाहिजेस, कारण शतकानुशतके गरीब बिचाऱ्या ज्यूंवर धर्मांतर लादले गेलेले आहे.' असे तिने मला बजावले. १८४२ मध्ये स्थापन झालेल्या सिस्टर्स ऑफ सायन या गटाची ही सिस्टर होती. इतर ज्यूंना धर्मांतरीत करून घेण्याच्या आशेने स्वत: धर्मांतर केलेल्या एका ज्यूने या गटाची स्थापना केली होती. मात्र आता त्याचे सारेच रूप आमुलाग्र बदलले असून ज्यू आणि ख्रिश्चनांमधील दुव्याचा साक्षीदार म्हणून सिस्टर्सना विचारले जाते. मध्य रोममधील माझ्या हॉटेलकडे परतताना मी बागेतून आणि यानीकुलम टेकडीवरून उतरून गेले तेव्हा वस्तुनिष्ठतेसाठीचे माझे प्रयत्न निरर्थक ठरणार की काय असे आश्चर्य मला वाटत राहिले.

मरणोन्मुख लोकांच्या देखभालीसाठी आज अनेकजण कार्यरत असून प्रत्येकाकडे देण्याजोगे काही विशेष असे आहे. त्या साऱ्यांची नोंद करणे या पुस्तकाच्या कक्षेच्या बरेच बाहेरचे काम आहे. तसेच भारतासाठी योग्य तो ढाचा आवश्यक आहे असे सुचविण्याचाही माझा इरादा नाही. पण मदर टेरेसा आणि त्यांचे कार्य यांचा संदर्भ एखाद्या विशिष्ट प्रकारे स्पष्ट होण्यासाठी आणखीही काय काय यासंदर्भात साध्य करण्यात आले आहे ते पाहणे महत्त्वाचे ठरेल. लिव्हरपूलमध्ये फादर फ्रँक ओ लिअरी यांनी कॅथॉलिक होस्पाईस बांधताना मध्यभागी छोटे प्रार्थनगृह आणि त्याभोवती खोल्या अशी 'ख्रिस्टोसेंट्रीक' रचना केली आहे. सर्वव्यापी उत्साहाचे वातावरण आहे, कुटुंब, मित्र व पाळीव प्राणी यांनी तेथे यावे म्हणून प्रोत्साहन दिले जाते, वैद्यकीय दर्जा उच्च म्हटला पाहिजे असा आणि रुग्णाच्या वापरासाठी अत्याधुनिक

हायड्रोथेरपी पूल तेथे आहे. फादर ओ लिअरी यांनी १९६२ मध्ये मदर टेरेसांच्या कालिघाट होमला भेट दिली होती. त्यांच्या प्रभावामुळेच आपण आपले आयुष्य हे लिव्हरपूलचे केंद्र तयार करण्यासाठी वेचले यावर ते भर देतात. कोलकता भेटीनंतर ३० वर्षांनी त्यांचे हे केंद्र प्रत्यक्षात उभे झाले आहे. अशाच प्रकारची अनेक केंद्रे दक्षिण अमेरिकेत उभी झाली आहेत व ती या केंद्राशी संलग्न आहेत. दुसरे प्रमुख केंद्र म्हणजे स्यू रायडर फौंडेशनची जगभरातील ८० होम्स. त्यातील २२ इंग्लंडमध्ये आहेत. संस्थापिका स्यू रायडरचा धार्मिक दृष्टीकोन, निर्धार आणि उत्साह तसाच कायम राखून ही केंद्रे मरणोन्मुख आणि विकलांगांची सेवा बजावतात. बर्नाडेट क्लिअरी यांनी 'रेनबो' ट्रस्ट स्थापन केलेला आहे. अगदी अलिकडच्या काळातील आणि सर्वात छोट्या अशा या ट्रस्टची मुलांसाठी दोन होम्स आहेत. त्याचा आकार मुद्दाम पाहण्याचे काही कारण नाही. जीवाला धोकादायक व शेवटाकडे नेणाऱ्या असाध्य रोगाबाबत विशेषत्वाने देखभाल करण्याची गरज आता अधोरेखित झाली आहे. ही देखभाल जीवनाभिमुख आणि वेदनामुक्तीसाठी असावी, शारिरीक व धार्मिक गरजा भागवणारी असावी आणि मृत्यूनंतरही पुढील मदत चालू ठेवणारी असावी यादृष्टीने त्यावर लक्ष केंद्रित करण्यात आलेले आहेच.

१९७८ मध्ये सिस्टर फ्रान्सेस डॉमिनिका हिला अचानकपणे एका मैत्रिणीची मुलगी– हेलनच्या सेवेसाठी तात्पुरत्या सेवेत रुजू व्हावे लागले. हेलनच्या मेंदूत ट्यूमर झाल्याचे आढळल्याने सिस्टर फ्रान्सेसला तातडीने तेथे दाखल व्हावे लागले. अँग्लिकन सोसायटी ऑफ ऑल सेंटस् येथे सुपिरिअर जनरल असलेल्या सिस्टर फ्रान्सेसची आजारी मुलांसाठीची नर्स म्हणूनही नोंद झालेली होती. हेलनच्या मेंदूतील ट्यूमर जरी शस्त्रक्रियेने बाहेर काढला गेला तरीही तिच्या मेंदूचे पुन्हा कधीही भरून न येऊ शकणारे नुकसान झाले होते. अडीच वर्षांची हेलन संपूर्णतया असहाय्य झाली होती. तिला ना बोलता येत होते ना बसता; तिच्या हालचालींवरही ती नियंत्रण ठेवू शकत नव्हती. जगातील पहिले मुलांसाठीचे दया-देखभाल केंद्र (होस्पाईस) 'हेलन-हाऊस' या शोकांतिकेतून जन्माला आले. कारण... पालक, मुले आणि त्यांचे कुटुंबीय यांची आजवर न भागलेली गरज सिस्टर फ्रान्सेसला जाणवली.

अत्यंत आजारी मुलाच्या दृष्टीने इस्पितळ हे एक अत्यंत अयोग्य ठिकाण आहे. अशा मुलांसाठी खरी गरज छानशा, प्रेमळ आधारभूत वातावरणाची असते. तसेच तेथे वेदनांच्या नियंत्रणाची वा निर्मूलनाची व्यवस्थाही हवी असते. त्रासदायक लक्षणे दिसू नयेत वा शिल्लक राहू नयेत यासाठीही तयारी असावी लागते कारण या लक्षणांनी खूपच त्रास होतो आणि चिंताही पोखरत राहते. सिस्टर फ्रान्सेस आणि डेम सिसिली या दोघींनाही, आपल्या जास्तीत जास्त रुग्णांनी (म्हणजे लहान मुलांनी) शक्य तेवढा जास्तीत जास्त वेळ त्यांच्या घरातच काढला पाहिजे असे मन:पूर्वक

वाटते. ही मुले देखभाल केंद्रात (होस्पाईसमध्ये) शक्य तेवढा अल्पकाळ यावीत किंवा अगदी त्यांच्या अंत-समयीच यावीत अशी या दोघांची फार मनापासूनची इच्छा असते. हे केंद्र चालवण्याचा उद्देश असा की तेथे येणाऱ्या प्रत्येक मुलाचा मृत्यू अगदी हलकेपणाने आणि वेदनामुक्त पद्धतीने व्हावा, शक्य असल्यास आई-वडिलांच्या बाहूंमध्ये, कदाचित त्यांच्यासोबत एका मोठ्या बिछान्यात पडून राहून व्हावा म्हणजे अंतिम क्षणापर्यंत ते मूल कुटुंबाशी जोडलेले राहील. 'हेलन-हाऊस' हे छोटे केंद्र आहे. तेथे एकावेळी आठच मुलांची व्यवस्था होऊ शकते. तेथे प्रत्येक मुलाला स्वतंत्र खोली दिली जाते. पालकांना आपल्या रुग्ण मुलाच्या खोलीतच झोपण्याची किंवा मग हवे असल्यास स्वतंत्र फ्लॅट वापरण्याची निवड उपलब्ध असते. मुलांची व्यवस्था पाहणाऱ्या पथकात, नर्सेस, शिक्षक, बालमंदिरातील नर्स, समाजसेविका, फिजीओथेरपीस्ट, क्रीडावैद्य, इस्पितळाचा धर्मगुरू आणि इतरांचा समावेश असतो. याखेरीज, रुग्णाचा मृत्यू झाल्यावरही होस्पाईसची भूमिका संपलेली नसते हे ध्यानी धरून एक सांत्वन पथकही हजर असते. सिस्टर्स ऑफ द सोसायटी ऑफ ऑल सेंट्स, सिस्टर फ्रान्सेस कम्युनिटीतर्फेही कोणीतरी उपस्थित असते. सिस्टर फ्रान्सेसने हे मान्य केले की देवावर पूर्ण विश्वास असलेले लोक या प्रकारच्या कामाकडे सहज-प्रवृत्तीने वळतात कारण त्यामुळे दु:ख सुसह्य होते. 'पण लोकांचा देवावर विश्वास आहे काय हे मी कधीच विचारत नाही, देव स्वत:ची काळजी घेऊ शकतो असे मला वाटते.'

१९८२ सालच्या नोव्हेंबरमध्ये ऑक्सफर्ड येथे हेलन-हाऊस सुरू झाले. मरणोन्मुख मुलांसाठी किती चांगली देखभाल सेवा देता येऊ शकते याचे उदाहरणच जणू यातून घालून दिले गेले. त्यामुळे त्यांची मोठ्या प्रमाणावर पुनरावृत्ती सर्वत्र घडून आली. आता इंग्लंडमध्ये अशी दहा होम्स आहेत आणि कॅनडामध्ये एक, ऑस्ट्रेलियात तीन केंद्रे वेगवेगळ्या नावांनी सुरू होतील कारण स्थानिक पातळीवर जसा पुढाकार घेतला जाईल तशी नावे त्यांना मिळतील. अशा केंद्रांची संख्या वाढणे हे सिस्टर फ्रान्सेसमुळे शक्य झाले आहे. कारण आपल्याजवळ निष्पाप मुलांच्या मृत्यूबाबत कोणतेही स्पष्टीकरण नाही याची खुल्या दिलाने प्रामाणिकपणे कबुली तिने दिलीच पण असे का व्हावे असा प्रश्नही विचारण्यास ती तयार आहे. एका छानसा सूर्यप्रकाश असलेल्या दिवशी हेलन हाऊसमध्ये बोलताना ती मला म्हणाली, जसजसा काळ जातो आहे तसातसा वेदना कमी-कमी होत जाण्याचा अर्थ मला समजून येऊ लागला आहे असे मला वाटते; पण या साऱ्यात देव तेथे हजर आहे हे मी जाणते. त्याची केवळ उपस्थिती यातना वा दु:ख नाहीसे करीत नाही पण त्यांच्याशी लढण्यास तो या कुटुंबांना शक्ती, धैर्य, प्रेम देतो. मात्र ते मूल आजारी का आहे याची कारणे या स्पष्टीकरणांमधून मिळत नाही. तसेच या चिमुकल्याच्या

मृत्यूमुळे तुमची जीवने बदलली याचाही खुलासा त्यातून होत नाही. लहान मुलांना दिली जाणारी सर्व पारंपारिक स्पष्टीकरणे वा कारणे जसे ख्रिस्ताला आणखी एक छोटा दूत हवा आहे वगैरे– पुरेशी समाधानकारक नसतात. एखाद्या लहान मुलाला यातना वा वेदना का भोगाव्या लागतात व ते का मरण पावते हे तुम्ही कधीच स्पष्ट करून सांगू शकत नाही.

कॅन्सरने हळूहळू मरणाकडे खेचला जात असलेल्या एका लहानग्याची गोष्ट सिस्टर फ्रान्ससने मला सांगितली. ख्रिस्ताने क्रूसावर फारच यातना भोगल्या असे सांगून त्या मुलाला वेदना सहन कर म्हणजे सारे काही ठीक होईल असे समजावले जात होते. त्यावर त्या मुलाने फटकारल्यासारखा जाब विचारला, 'येशू तर तीन तासपर्यंतच क्रूसावर लटकत होता आणि मी गेली पाच वर्षे हा असा आजारी का आहे?' या समस्येने साऱ्यांनाच खूप छळले. सिस्टर फ्रान्सेस म्हणाली, 'मी क्रूसाच्या पायथ्याशी जरी उभी असते तरीही माझ्या अंगावर शहारे आले असते असे मला वाटते... ते कधीही सुंदर दृश्य असू शकत नाही. कदाचित मी आणि मदर टेरेसा यांच्यातला मुख्य फरक तोच असेल. तुम्ही मृत्यूबाबत धार्मिक वृत्तीचे वा भावनाप्रधान होऊच शकत नाही आणि तेथेच तो धोका आहे. ते केवळ भयानक वा भयंकर आहे. आपल्या नातेवाईकाला वेदना भोगाव्या लागतात हे पाहणे अतीव दुःखदायक आहे. तुमचा देवावरचा विश्वास कितीही प्रगाढ असला तरीही, तेथे वेदनाच आहेत आणि आपण वेदना सोसणाऱ्यापासून विलग आहोत. (आपण काहीही करू शकत नाही.) हेही दाहक सत्यच असते. पण तुम्हाला एक प्रश्न सतत विचारावाच लागतो, असे का?... असे का? ... असे का? आणि त्याचे एकच उत्तर आहे असे मला वाटते, देव म्हणत आहे, "मी या साऱ्यामध्ये आहे आणि तुम्हीही या साऱ्यातच असलेले चांगले..." कोणाही मनुष्याकडे याची उत्तरे नाहीत आणि याला उत्तर आहे असे आपण म्हणू तर आपल्या बरोबरच्या सहकारी मानवांचा आपण विश्वासघात करीत असतो.'

वेदनाशामक औषधे ही एक अतिशय नवी तज्ज्ञता (स्पेशालिटी) आहे. १९८७ च्या नोव्हेंबरमध्ये जनरल इंटर्नल मेडिसिनमधील एक उप-विशेषता वा उप-तज्ज्ञता म्हणून रॉयल कॉलेज ऑफ फिजीशियन्सने त्याला मान्यता दिली. या क्षेत्रातील काही डॉक्टर्स या विषयाचा विकास केवळ 'लक्षणशास्त्र' म्हणून होऊ नये अशी खात्रीशीर व्यवस्था करण्याबाबत गांभीर्याने उत्सुक आहेत. व्यक्तीगत पातळीवर रुग्णाला आपण निरोगी होत आहोत असे भरीवपणे वाटण्याइतकी परिस्थिती या नव्या तज्ज्ञतेने निर्माण करावी अशी अपेक्षा आहे. कदाचित, काळोखाची सृजन-क्षमता म्हणजेच यातना हे ओळखलेल्या मदर टेरेसांना, आधुनिक देखभाल चळवळीस काहीतरी सुचवावयाचेही असावे; हा प्रश्न, भर कशावर द्यावयाचा असा आहे पण

त्यासाठी अनेक घटक त्यांच्या त्यांच्या जागी कार्यरत असायला हवेत. मात्र या वादविषयात स्वत:ची अमूल्य भर टाकणाऱ्या मदर टेरेसांची अडचण एकच आहे– भाषेची. त्या बोलतात ती कॉन्व्हेंटची भाषा १९२८ साली त्या राथफर्नहॅम येथे शिकलेल्या आहेत. (म्हणजेच त्या धार्मिक परिभाषेत मुद्दा मांडतात– वैद्यकीय स्वरुपाच्या भाषेत नव्हे.) डॉ. एफ. कियार्नी हे डब्लिनमधील अवर लेडीज होस्पाईस येथे वेदनाशमन औषधे विषयाचे सल्लागार आहेत. त्यांनी म्हटले आहे, 'फक्त लक्षणांवर नियंत्रण मिळवणे पुरेसे नाही. तो केवळ आरंभ असतो... मृत्यू-प्रक्रियेशी जोडलेल्या यातनांना काही अर्थ वा मूल्य नाही असे मी आता मानत नाही. ह्या यातना थांबाव्या किंवा त्यापासून सुटका व्हावी यासाठी आपल्याला शक्य ते सारे केलेच पाहिजे अशा मताशी मी पूर्णपणे सहमत आहे. तथापि, रुग्णाला यातना सहन कराव्या लागतात त्या काळात अनेक चांगल्या संधीही हुकतात. रुग्णाच्या त्या अनुभवात खोल कुठेतरी अतिशय मौल्यवान असे काहीतरी दडलेले असते असा माझा विश्वास आहे. जर वेदना-शमनतेबरोबरच हे 'मौल्यवान' असे काहीतरी त्याचवेळी शोधून काढण्यासाठी आपण रुग्णाची तयारी करून न घेतल्यास या चांगल्या संधी वाया जातात. आजारपणाचे एक निरुपयोगी व वाईट परिणाम नव्हे– वेदना व यातना– जे शक्य होणार असेल तर दूर करणे गरजेचेच असते. पण अशा अनुभवात एक प्रकारचे अंत:सामर्थ्य किंवा बीजरुप शक्ती किंवा सुप्त गुण (पोटेन्शियल) असतात त्या व्यक्तीच्या प्रकृती-सुधारणेसाठी त्याचवेळी हे सुप्त काहीतरी आवश्यक असते.'

विसाव्या शतकातील धर्मापुढे, निष्पाप लोकांना भोग का भोगावे लागतात हे स्पष्ट करण्याशिवाय दुसरा कोणताही मूलभूत प्रश्न वा रागस्या नाही. दुसऱ्या महायुद्धात छळ-छावण्यांमध्ये लक्षावधी लोकांना ठार मारण्यात आले त्या नरसंहारानंतर कोणत्याही धर्माचे धर्मगुरू वा धर्मशास्त्रवेत्ते "न्यायी ईश्वराच्या" गप्पा कशा मारू शकतात? काही ज्यू धार्मिक विचारवंतांनी असा एक निष्कर्ष काढला आहे की जेव्हा आपण उत्तरे शोधून काढू शकत नाही तेव्हा जीवन सुसह्य करण्यासाठी, काही उत्तरे आपल्या बुद्धीच्या पलिकडचीच असतात हे आपण ओळखले पाहिजे. आणि या मुद्यावर तरी, इतर कोणाही इतकाच भाष्य करण्याचा अधिकार वा कारण ज्यू धर्मशास्त्र्यांना आहेच. अखेरीस बायबलमधील जॉबचीच कहाणी हे उत्तर ठरू शकते. निष्पाप माणसांना दु:ख वा पीडा का भोगावी लागते असा प्रश्न जॉब विचारतो. त्याचा निष्कर्ष अखेरीस असा की 'माणसाच्या दृष्टीकोनातच बदल व्हावा अशी देवाची मागणी आहे, हा दृष्टीकोनातील बदल म्हणजे काय तर मानवी ज्ञानाच्या मर्यादांची कबुली आणि सरतेशेवटी, विश्वाच्या अफाट पसाऱ्यात मानवी अस्तित्वाचे स्थान अत्यंत क्षुल्लक वा नगण्य असल्याचे भान येणे.' ही स्थिती आपल्याला

आकलनच होऊ शकत नाही अशा शोकांतिकांच्या संदर्भात विश्वास व श्रद्धा यांचीच मागणी करते वा कास धरायला लावते. आणि मदर टेरेसांची भूमिका फारशी वेगळी नाही हे येथेच लक्षात येऊ लागते. खरे म्हणजे ज्यू धर्म किंवा ख्रिश्चन शिकवणच ही आहे की जीवन ही देवाची देणगी आहे त्यावर विश्वास ठेवावयाचीच वेळ येते. केवळ श्रद्धा पुरेशी नाही यापलिकडे विचार करण्यावर भर देणारी ज्यू धर्मशास्त्रवेत्त्यांची शिकवण बरोबर आहे की नाही. 'व्यवहार्य खुलासा एवढाच की नरसंहार आणि इतर सर्व सैतानी-वाईट गोष्टी आपल्या सर्वांना आव्हान देत असतात. वाईट संघर्ष करायची वेळ येते तेव्हा कोणत्याही तडजोडीविना, वेळ न दवडता आणि अजिबात न कचरता, त्याला विरोध केला पाहिजे. जो एक जीव वाचवतो तो संपूर्ण जगच वाचवतो ही संपूर्ण एकसंध निष्ठाच संपूर्ण वाईटाचा सामना करताना अर्थपूर्ण ठरू शकते. वाईटाचे आव्हान आपल्याला संपूर्णतया आणि कसल्याही तडजोडीशिवाय नैतिक कृती करण्यास भाग पाडते हे निश्चित आहे आणि वाईटाचा प्रतिकार करण्यासाठी जग बदलवण्याच्या गरजेत या निश्चितीची मुळे आहेत... जगात वाईटाचे अस्तित्व का असते हे जरी आपण अखेरपर्यंत समजावून सांगू शकत नसलो तरी त्याचा सक्रिय प्रतिकार मानवांनी करण्याच्या गरजेवर आपण सहमत होऊ शकतो.'

डॉ. रॉबीन फॉक्सने 'लॅन्सेट'मध्ये लिहिले आहे, 'मरणोन्मुखांची देखभाल चळवळ यापेक्षा मदर टेरेसांची भूमिका अगदी स्पष्टपणे वेगळी आहे– मी काय निवडते ते मला माहित आहे.' मात्र डॉ. फॉक्स यांचा निष्कर्ष अंगावर शहारे आणणारा आहे. त्यांच्या निष्कर्षातला अतीव दु:खाचा भाग हा की भारतातील अनेकांना अद्यापही निवड करण्याचे स्वातंत्र्य नाही. काही धैर्यवान लोक यात बदल घडवून आणण्यासाठी यापूर्वीच कामास लागले आहेत.

■

वाद-विवाद

कोरसा हे दक्षिण अल्बेनियातील एक चित्तवेधक आणि जगातील अनेक धर्मपंथांचे रहिवासी असलेले गाव. त्याला १५ व्या शतकापासून समृद्ध ऐतिहासिक जोडही आहे. समुद्रसपाटीपासून तीन हजार फूट उंचीवरचे हे गाव मोरावा पर्वताच्या खालच्या अंगाला येते. हिवाळ्यात येथे भयंकर थंडी पडते. ग्रीसची सीमा येथून अर्ध्या तासाच्या प्रवासानंतर लागते. कम्युनिस्ट राजवटीत कोरसाचा बाहेरच्या जगाशी कसलाही संपर्क राहिला नव्हता. असे असले तरी आता ग्रीसशी असलेले संबंध अधिक घनिष्ट होऊ शकत नाहीत अशी स्थिती आहे. जवळपास प्रत्येक कुटुंबाचा एक नातेवाईक तरी सीमेपलिकडे काम करीत आहे आणि ते जुने चर्च आता वैभवाने झळाळत आहे. १९३० नंतर कोरसातून अमेरिकेकडे जो लोकांचा ओघ सुरू झाला त्याने शहराला उतरती कळा लागल्याचे स्पष्ट दिसले तरीही सुंदर, टुमदार आणि बाल्कनी असलेली घरे हेच सांगतात की एके काळी भरभराटीला आलेल्या ह्या गावात सळसळती संस्कृती नांदत असे. अल्बेनियन राष्ट्रवादी चळवळीने सारा गाव व्यापला होता आणि देशातील पहिली मुलींची शाळा तसेच १८८७ साली अल्बेनियन भाषा वापरणारी शाळा याच गावी होती.

कम्युनिस्ट गेल्यानंतरचे कोरसा विविध धर्मांचे रणांगण बनले आहे. गावाच्या मध्यभागी देशातल्या सर्वात जुन्यांपैकी एक मशिद आहे. ती सध्या लोकांसाठी बंद आहे पण डागडुजी आणि पुनर्स्थापना करण्याचे काम तुर्कस्थान सरकारच्या खर्चाने तेथे सुरू आहे. विशेषाधिकारी परकी पाहुणी म्हणून मशिदीच्या आतील भागातले नाजूक रंगकाम मला दाखववायला तेथील अधिकारी उत्सुक होता. तेथून जवळच एक सुंदर, भव्य, नवे चर्च आहे. रविवारी सकाळच्या प्रार्थनेसाठी इतर ५०० जगणांच्या गर्दीत मीही जशी जागा मिळेल तशी उभी होते. बाकी चर्चमधील सर्व

बसण्याच्या जागा व्यापल्या गेल्या होत्या. अल्बेनियातील सर्वोच्च श्रेणीचे ग्रीक धर्मगुरू आर्चबिशप जियानो लेटोस यांचे प्रवचन त्यादिवशी होते. ऑर्गनच्या साथीने काही छान गीते गायली गेली. येथून पुढे शहराच्या बाहेर एक भव्य, चकचकीत नवी इमारत सेव्हन्थ डे ॲडव्हेन्टीस्टने उभी केली आहे. ते केवळ चर्च नसून समाजमंदिरही आहे आणि तेथे मोफत शिक्षण व काही समाजसेवा अशी कामे चालतात. तेथून परतत असताना रस्त्यातच, एक वेळ ख्रिस्ताला मानणारा प्रॉटेस्टंट अमेरिकन स्वत:हून माझ्याशी बोलायला आला. तो पूर्वी बँकर होता आणि देवाचे कार्य करण्यास अल्बेनियाला गेलेच पाहिजे असा स्वप्नात आदेश मिळाल्याने तो तेथे आला होता आणि मीही मिशनरीच असणार अशी त्याने समजूत करून घेतली होती. कोरसाला येण्यामागचा माझा दुसरा कोणता हेतू होता?

मी तेथे गेले होते कारण युद्धापूर्वीच्या कोरसामध्ये छोटासा कॅथॉलिक समाज टिकलेला होता. विसाव्या शतकाच्या सुरुवातीला जे फ्रेंच लोक तेथे गेले होते त्यांच्याच या पुढच्या पिढ्या. पण त्यांचे चर्च १९५५ मध्ये इतर जमातींच्या धर्मस्थानांसारखेच नष्ट करण्यात आले आणि त्या जागेवर घरे बांधली गेली. काही थोडक्या गुप्त श्रद्धाळूंना वगळता कॅथॉलिक पंथ संपवून टाकण्यात आला. या गुप्त वा भूमीगत झालेल्यांमधील एका महिलेने ३५ वर्षे आपले प्रार्थनेचे पुस्तक लाकडी फळ्यांच्या आड दडवून ठेवलेले होते. त्यानंतर श्रीमती होक्झा यांच्याबरोबरच्या भवितव्य घडविणाऱ्या ऐतिहासिक बैठकीनंतर मदर टेरेसांच्या मिशनरीज ऑफ चॅरिटीला अल्बेनियात येण्याची परवानगी देण्यात आली व हळूहळू कॅथॉलिक पंथ पुनर्स्थापित झाला. १९९१ मध्ये सिस्टर्सच्या एका गटाने कोरसामध्ये एक केंद्र उघडले आणि फादर गेरी वॉल्श ह्या प्रभावशाली कॅनेडियन धर्मगुरूंची नियुक्ती मदर टेरेसांनी इंग्लिश बोलू शकणारे धर्मगुरू म्हणून केली. कोलकता सोडून येथे आलेल्या फादर वॉल्शच्या अधिपत्याखाली १९९३ पर्यंत बऱ्यापैकी एकत्रित आलेल्या कॅथॉलिक समाजाला नव्या कोऱ्या इमारतीत सामूहिक प्रार्थना साजरी करता आली. सिस्टर मंडळी राहत असलेल्या घराच्या समोरच पाईन वृक्षांच्या परिसरात ही इमारत होती. अल्तारच्या वर ख्रिस्ताची मोठी मूर्ती होती व या मूर्तीचा शिल्पकार आधीच्या कम्युनिस्ट राजवटीत त्यांच्या स्मृती-स्थळांची उभारणी करीत होता. कोरसातील तरुण मुलांना शाळेच्या तासांव्यातिरिक्त उद्योग नव्हता आणि सहजपणे भेटता येण्याजोगी ठिकाणेही नव्हती. हे सारे या चर्चमध्ये सहभागी झाले. त्यापैकी काहीजणांनी यापूर्वीच प्लेन पांढऱ्या रंगाचे उंच कॉलरचे शर्ट आणि काळे स्कर्ट घेतलेले आहेत याचा अर्थ ते मिशनरीज ऑफ चॅरिटीमध्ये सहभागी होण्याच्या विचारात आहे. मदर टेरेसांनी या समाजाला अनेक वेळा भेटी देऊन प्रोत्साहन आणि आशिर्वाद दिले आहेत. (अर्थातच, धार्मिक स्वातंत्र्य असल्याच्या पहिल्या आनंद-

भावनेच्या भरात अल्बेनियात धर्मांतराची लाट सुरू करून त्याला प्रोत्साहन दिल्याचा आरोप कॅथॉलिक अधिकाऱ्यांवर करणे अन्यायकारकच ठरेल. कारण शिक्कामोर्तबासाठीची किमान सहा महिन्यांची मुदत सुरू होण्याआधी पालकांची लेखी परवानगी घेण्यावर पॅपल नन्सिओचा भर आहे. इतर कोणत्याही प्रॉटेस्टंट पंथ वा गटाचा सदस्य बनणे त्यामानाने खूपच सोपे आहे.)

फादर गॅरी यांनी विश्रांती घेतली तेव्हा मदर टेरेसांनी फादर टेडी हॉक्स्टॅटर या इलिनॉईसमधील धर्मगुरूंची नियुक्ती तेथे केली. ते पूर्वी उत्तर अल्बेनियात सिस्टर्सबरोबर काम करीत होते आणि अल्बेनियातील आठव्या मिशनरीज ऑफ चॅरिटी होमच्या उद्घाटनप्रसंगी हजर होते. डूयकाजियान या विरळ मनुष्यवस्तीच्या डोंगराळ प्रदेशात हे आठवे होम सुरू झालेले होते. १९९५ च्या डिसेंबरमध्ये फादर हेडी यांनी गरीबातील गरिबांची मोफत सेवा सर्वस्वानिशी करण्याविषयीची चौथी प्रतिज्ञा करण्याचा निर्णय घेतला. यातून एकमेव अशी स्पेशल मिशनरी ऑफ चॅरिटी (एसएमसी) ही श्रेणी वा व्यवस्था निर्माण झाली. हा निर्णय घेण्यापूर्वी काही दिवस फादर टेडी मदर टेरेसांबरोबर रोम येथे राहिले आणि पोप जॉन पॉल (दुसरे) यांनीही त्यांना उपदेश केला. पोपने त्यांना एक जपमाळ भेट दिली आणि नंतर काही क्षणच गेले फादर टेडींना पोपकडून दुसरीही जपमाळ मिळाली. यामुळे किंचित गोंधळून गेलेले फादर टेडी यांनी, आपल्याला पहिली माळ दिली असल्याचे पोपच्या निदर्शनास आणले त्यावर पोप उत्तरले, 'अल्बेनियासाठी, मी दुप्पट देत आहे.'

कोरसातील भरभराट आता इतिहासजमा झाली आहे. देशाच्या इतर भागाशी तुलना करता अद्यापही गरजा पूर्णत: भागवल्या जात नाहीत. मी जेव्हा भेट दिली तेव्हा वीज आणि पाणी यांचा पुरवठा गरजेपेक्षा कमीच होता. त्याखेरीज दुधासकट सर्व प्रकारचे ताजे अन्न, फळे आणि भाज्या यांचाही तुटवडा होताच. मोठ्या प्रमाणावर कुपोषण आणि व्हिटॅमीन्सचा अभाव होता. आरोग्यविषयक व्यवस्था वाईट होती आणि बऱ्याच लोकांना शौचालय वा प्रसाधनगृहेच उपलब्ध नव्हती. स्वच्छता करावयाच्या वस्तू दूरच राहिल्या. मुलांना अनेकदा भाजल्याच्या जखमा होत तथापि खुल्या जखमांवर जुन्या खराब चिंध्यांचे बँडेज बांधले जात होते. कॅन्सरच्या रुग्णांना पुरेशी वेदनाशामके देण्यासाठी ना प्रशिक्षित कर्मचारी होते ना औषधे ना कसल्या सोयीसुविधा. लिटल कंपनी ऑफ मेरीच्या (एलसीएम) सिस्टर्सनी स्थानिक डॉक्टर आणि नर्सेसना प्रशिक्षण देऊन जे काही करता आले ते केले. मिशनरीज ऑफ चॅरिटीनंतर दोन वर्षांनी कोरसाला पोचलेल्या या संस्थेने नवे आरोग्य केंद्र उभारण्यासाठी चार वर्षांच्या वास्तव्यात अडीच लाख पौंड जमा केले. ऑक्टोबर १९९६ मध्ये हे नवे आरोग्यकेंद्र बांधून पूर्ण झाले. तेथे स्थानिक अल्बेनियन कर्मचारी भरून स्थानिकांनाच ते चालवावयास देण्याचा संस्थेचा बेत होता. सिस्टर्सनी

'एसओएस अल्बेनिया' नावाची नवी धर्मादाय संस्था उभी करून निधी-उभारणीची मोहिम राबवली आणि प्रायोजित फुटबॉल सामने आणि बारीक होण्याच्या मॅरेथॉन स्पर्धा आयोजित करून आपली कल्पकताही सिद्ध केली. केंद्राच्या प्रशासकीय खर्चापोटी युरोपियन कम्युनिटीनेही दीड लाख पौंड दिले. आरोग्य-केंद्राचे मुख्य आकर्षण म्हणजे शिक्षण दालन होते. त्याचा वापर परिसंवाद आणि कार्यशाळा यासाठी करण्याचा म्हणजेच सर्वसामान्य अल्बेनियन लोकांना त्यांचे स्वत:चे आरोग्य सुधारण्यासाठी सज्ज करण्यासाठी व्हावयाचा होता.

हे आरोग्यकेंद्र काम पूर्ण होण्याआधी स्थानिक जनतेला दोन जुन्या-पडक्या, मोडकळीस आलेल्या इमारतींमधील इस्पितळाच्या सहाय्याने जगावे लागत होते. या जुन्या इस्पितळांमध्ये झुरळे, उंदीर आणि दमटपणा सर्वत्र आढळून येत होता. इंधन नसल्यामुळे अनेकदा थंडी गारठून टाकणारी असे. याच्या जोडीला रुग्णवाहिकांचीही सोय होती. पण त्याविषयी देण्यात आलेल्या माहितीनुसार, एखाद्या देशी डॉक्टरची छोटीशी खोली, त्यात असले तर जखमेवर बांधावयाचे जाळीदार बँडेज, कापड, मलम, स्टेथॉस्कोप आणि काही वजनकाटा, चाकू-कात्री वगैरे उपकरणे. हे सर्व तुम्ही नशिबवान असलात तर. भीतीदायक वाटणारे ते मुख्य इस्पितळ आता उजाड झालेले दिसते. पण कित्येक वर्षेपर्यंत कधी कधी झाडपाल्याखेरीज इतर काहीही रुग्णांना न देता येण्याच्या अवस्थेतही ते काम करीत होते. लिटल कंपनी ऑफ मेरी सिस्टर्समधील सर्व नर्सेस प्रशिक्षित आहेत. वेळप्रसंगी परदेशी उपचार मिळावेत म्हणून आजारी मुलांसाठी प्रासंगिक व्हिसाची व्यवस्था करण्यापर्यंत शक्य ते सारे त्यांनी केले. त्याखेरीज अनेक मानवी भूमिकेतून अल्बेनियातील यादवी युद्धात सर्व 'एलसीएम' नन्सना देश सोडून जावे लागले. त्यांच्या नव्या इस्पितळाकडे टोळ्यांची उत्पाती नजर वळली व ते नष्ट करण्यात आले. कोरसा पुन्हा दुर्दशेच्या दिशेने गेले.

तुटपुंजेपणा आणि टंचाई यांच्या या दलदलीत मिशनरीज ऑफ चॅरिटी काय करू शकते? जुने कपडे, चष्मे आणि अन्न असले काही ते देत राहतात पण आता औषधे वगैरे शक्यच नाहीत. लोकशाहीनंतरच्या सुरुवातीच्या अंदाधुंदीच्या काळात ते प्रथम इथे आले तेव्हा त्यांनी हा प्रयत्न केला. पण प्रशिक्षित औषध-तज्ज्ञ वा नर्स यापैकी कोणीही त्यांच्यासोबत तेथे नव्हते ना कोणी अल्बेनियन भाषा बोलू शकत होता. त्यामुळे या प्रयत्नाला यशच मिळाले नाही. लिटल कंपनी ऑफ मेरीच्या सिस्टर्सनी नंतर ही योजना उचलली खरी पण लवकरच ती रद्द करावी लागली. कारण या सिस्टर्सनी सांगितले की खूपजण ही औषधे घेऊन नंतर बाहेर विकत होती. ज्यांना या औषधांची खरी गरज होती वा जे कॅन्सरने मृत्यूच्या दारी जाऊन पोचले होते, ते इतके आजारी होते की रांगेत उभे राहून ती औषधे ताब्यात घेणे त्यांना शक्यच नव्हते. मॉर्फिनचे काही ब्रँडस कॅन्सरच्या वेदना कमी करण्याच्या

अतिशय चांगल्या हेतूने वितरित केले जात होते पण त्यातून नवीनच समस्या रुग्ण लोक उभे करत होते. उदाहरणार्थ, दिवसातून दोनदा म्हणजे बारा तासांच्या अंतराने ही औषधे दिल्याने वेदनांवर बऱ्यापैकी आराम मिळवता येत होता कारण त्यात रुग्णाला गुंगी आणणे हा एक भाग होता. तथापि, बाराऐवजी चार चार तासांनीच रुग्णांना ती दिली जात होती. याचे पटण्याजोगे स्पष्टीकरण कोठेही मिळाले नाही. पण मधले तासांचे अंतर इतके कमी केल्याने त्याची मोठ्या प्रमाणावर शिसारी रुग्णाला येत होती. लिटल कंपनी ऑफ मेरीच्या सिस्टर्सनी स्थानिक औषध-तज्ज्ञांना प्रशिक्षण देण्यात मदत केली आणि शक्य तेवढ्या लवकर हे काम त्यांच्याकडे सोपवून टाकले. आज कोरसामधील मिशनरीज ऑफ चॅरिटीचे मुख्य काम मुलांसाठीची केंद्रे चालवणे आणि बाहेरच्या खेड्यापाड्यांमध्ये जाऊन पंथाची शिकवण देणे हे आहे. पुरातन काळी किंवा फार पूर्वी कॅथॉलिक पंथाशी जोडल्या गेलेल्या पण आता केवळ नावापुरते-क्षीण संबंध पंथाशी राहिलेल्या कुटुंबांबरोबर राहावयाची वेळ सिस्टर्सवर येते. त्यासाठी डोंगराळ भागात अनेक दिवस वा आठवडे राहणे असेही या सिस्टर्सना करावे लागते.

मिशनरीज ऑफ चॅरिटीचे कोरसाचे बाल-केंद्र मला सिस्टर लॉर्डेस ह्या पेरुमधून आलेल्या सुंदर आणि सभ्य मुलीने दाखवले. तेथे वय वर्षे शून्यपासून ते सात वर्षेपर्यंतची एकूण २३ मुले होती. यातील काहींचे पालक हयात आहेत तर काहींना जन्म झाल्याबरोबर इस्पितळात सोडून देण्यात आले. ज्यांच्या आया वेश्याव्यवसाय करीत होत्या त्या मुलांना पोलिसांनी तेथे आणून पोहोचवले होते. त्याखेरीज अनेकजण असे अपंग आहेत की त्यांचे आई-बाप त्यांना पोसू शकत नाहीत. अनेकदा ग्रीसमध्ये जाऊन पैसे कमावण्यासाठी म्हणून आपल्या लहानग्यांना पालक येथे सोडून गेले आहेत. सरकारने चालवलेले अनाथालय मोठ्या इमारतीत आहे. कोरसामधील कुटुंबे मोठ्या आकाराची आहेत आणि त्याचाच अर्थ अनेक मुले तशीच सोडून देणे व ही मुले शेवटी अनाथालयात पोचणे असा होतो. या संस्थेत न सामावले जाण्याइतके या मुलांचे वय वाढले की त्यांना मानसिकदृष्ट्या अपंगांसाठीच्या संस्थेत पाठवले जाते. तेथे योग्य ते लक्ष न पुरविले गेल्याने ती आपल्या सहकाऱ्यांसारखी, सवंगड्यांसारखी मानसिक अपंग बनू लागतात. लिटल कंपनी ऑफ मेरी सिस्टर्सच्या एका अहवालानुसार, 'अल्बेनियात कोणत्याही प्रकारे कुटुंबनियोजन पाळले जात नाही हे उघडच आहे. लोकांचे राहणीमान काही उपयोगाचे नाही. एका खेड्यात आम्हाला एकाच खोलीत तीन मुलांसह एकूण नऊजण राहत असलेले आढळले. त्यांचे जेवणखाण, स्वयंपाक, राहणे, झोपणे सारे त्याच खोलीत चालत होते... जन्मदरही बराच जास्त आहे तसेच अर्भक व माता यांच्या मृत्यूचाही दर बराच जास्त आहे. विशेषतः शहरांपासून दूर आणि विरळ लोकवस्तीच्या तसेच हिवाळ्यात दुर्गम

बनणाऱ्या गावांमध्ये ही सारी प्रमाणे बरीच जास्त आहेत. आत्महत्यांचे प्रमाणही दखल घेण्याजोगे जास्त आहे.

बाल केंद्र पाहत असताना अनेक मुले येऊन सिस्टर लॉर्डेसला चिकटत होती आणि तीही त्यांच्या त्रस्त व त्रासिक चेहऱ्यांवर काहीतरी जादू केलयासारखे हसू निर्माण करीत होती. यावरून हे उघडच होते की तिने त्यांच्या कल्पनेबाहेरचे प्रेम देऊन त्यांना स्वत:चा एवढा लळा लावला होता. जेव्हा मी हे बोलून दाखवले तेव्हा ती उत्तरली, 'तुम्ही बघाच, प्रेम ही अशी एक शक्ती आहे. म्हणूनच आम्हाला पात्रता-शिक्षित नर्सेसची गरज नाही.' (एखादा वक्रदृष्टीचा इसम छद्मीपणे उद्गारला असता, 'म्हणूनच का तुम्हाला पुस्तकेही लागत नाहीत?' तेथे उपलब्ध असलेले एकमेव चित्रांचे पुस्तक माझा नवरा मोठ्याने वाचू लागताच ती भाषा न समजणारी मुलेही त्याला लगेचच चिकटली आणि पुन्हा वाचा, पुन्हा, पुन्हा असे म्हणत राहिली.) या मुलांच्या गरजा खूप होत्या. त्यांच्यापैकी काहीजण तर इतके कुपोषित होते की त्यांना तासातासाने खायला लागत होते. मिशनरीज ऑफ चॅरिटीच्या लोकांना दिवसाचा बराच वेळ मोठमोठ्या पिंपांमध्ये धुणी धुवायला लागत असे. धुण्याचे पिळे एका पिंपातून दुसऱ्या पिंपांमध्ये सरकवणे आणि पुन्हा पिळणे यातील कष्ट विलक्षणच होते. सिस्टर लॉर्डेसने हे मान्यही केले की 'ज्यांना आमची गरज आहे अशा मुलांची संख्या इतकी मोठी आहे की सर्व मुलांना सामावून घेणे आम्हाला शक्यच नाही. म्हणून आम्ही गरिबातली गरीब मुले निवडतो. पण अशी निवड करावी लागणे हे फारच दु:खदायक, अतीव क्लेशकारक आहे.'

दोन वर्षांची एक चिमुरडी मुलगी सिस्टर लॉर्डेसला खूपच चिकटलेली होती. मी विचारले, ही अशी का करते? सिस्टर लॉर्डेस म्हणाली, 'ती एक वेगळीच चमत्कारिक गोष्ट आहे. ही मुलगी येथे आली कारण तिचा बाप हा अत्यंत गरीब माणूस आहे. तो सारखा दारू पितो व बायकोवर गर्भारपण लादत असतो. त्यामुळे तिचा अनेकदा गर्भपात झालेला आहे. पूर्वी, कम्युनिस्ट राजवटीत, त्यांना गर्भपात कसा करावयाचा ते शास्त्र माहित होते. पण आता आम्ही जातो व त्यांच्याशी (गरीब नवरा व बायकोशी) बोलतो. आई त्या बाळाचे संगोपन करू शकत नाही आणि आम्ही ते करावे अशी त्यांची इच्छा असते. काही महिन्यांपूर्वी आम्ही त्यांच्याकडे पुन्हा एकदा गेलो तेव्हा त्या बाईने सांगितले की नवरा दारू पिऊन घरी आला आणि पुन्हा जबरदस्तीने त्याने मला गर्भवती बनवले. आता आणखी गर्भपात नको म्हणून आम्ही तिचे मन वळवले व नवे अर्भक आम्ही घेऊन जाऊ असे आश्वासनही दिले. तोपर्यंत मोठे झालेले पहिले मूल आम्हाला सोडून आपल्या घरी परत जाईल असे ठरले. आता एकदोन आठवड्यात ते कुटुंब नव्या बाळाला घेऊन येईल आणि ते इथे ठेवून मोठ्या मुलाला घरी घेऊन जाईल. ही एक चांगली गोष्ट आहे कारण

कम्युनिस्ट राजवटीत त्या बाईचा गर्भपात घडवून आणला गेला असता. आता ते येतील तेव्हा, पुन्हा नव्या बाळाला भेटणार नाही अशा प्रतिज्ञापत्रावर सही करतील आणि ती मंजुरी मिळाल्यावर त्या बाळाला दत्तक देता येईल.'

या साऱ्या कहाणीने मी खूपच चक्रावून गेले. त्यामागे अनेक कारणे होती. परंतु माझ्या मौनाचा चुकीचा अर्थ सिस्टरने, त्या नवऱ्याचा निषेध असा काढला. 'जरी तो दारू पीत असला तरी त्याचे तिच्यावर खूप प्रेम आहे. आमच्याकडे अशा प्रकारची दोन कुटुंबे आहेत.' असे स्पष्टीकरण तिने दिले. खरे तर मी वेगळ्याच गोष्टीबद्दल विचार करीत होते. जगण्याची धडपड चालू असलेल्या त्या दुःखी कुटुंबातील तीन सदस्यांपेक्षा अद्याप जन्मही न झालेल्या त्या अर्भकाबद्दल मिशनरीज ऑफ चॅरिटीला इतकी आस्था वाटते हे कोणत्या प्रकारचे मूल्यमापन ठरते याचे मला नवल वाटत होते. त्यांच्याभोवतीच्या समस्या इतक्या गुंतागुंतीच्या असताना, आयुष्य असे काळ्या-पांढऱ्या रंगातच पाहण्यावर त्यांचा भर का आहे– एकतर दत्तक नाहीतर गर्भपात? त्या माऊलीला बलात्कार आणि गर्भपाताच्या दुष्टचक्राचा बळी ठरल्याबद्दल कोणीच दोष देणार नाही. पण इतरही पर्याय आहेत आणि गर्भनिरोधनाबद्दल किंवा महिलांच्या हक्कांबद्दल तिला शिकवणे वा समजावणे हा एक पर्याय निश्चितच होऊ शकतो. याला अर्थातच वेळ पाहिजे आणि तासन्तास मोठ्या पिंपांमधून धुणे धुणाऱ्या किंवा अशिक्षित डोंगराळ जमातीला– गिरीजनांना– धर्माची मूलतत्त्वे शिकवणाऱ्या मिशनरी ऑफ चॅरिटीजवळ हा वेळ नाही. त्याचप्रमाणे, व्यावसायिक प्रशिक्षणाच्या एका विशिष्ट पातळीवरही या संप्रदायाचा वा या संस्थेचा विश्वास नाही. पण मूल दत्तक देणे हा काही साधा-सरळ पर्याय ठरत नाही.

लंडनमध्ये परत गेल्यावर, ब्रिटनमधील कॅथॉलिक चिल्ड्रेन्स सोसायटीचे संचालक जिम रिचर्डस् यांना मी ही कहाणी सांगितली. जिम रिचर्डस गेली तीस वर्षे मुलांच्या कल्याणाच्या कठीण समस्या हाताळत आहेत. ते म्हणाले, 'ही मूर्खपणाची गोष्ट. आम्ही १९५० नंतरच्या काळात सांगत होतो– ''ते मूल आमच्याकडे सोपवा आणि तुमचे आयुष्य नव्याने सुरू करा'' आम्हाला आता समजते आहे की तुम्ही ते म्हणूच शकत नाही. दोन वर्षांच्या मुलाला इतरत्र हलवणे हा वाईट संगोपनाचा नमुना झाला... जर तुम्हांला मुलांची काळजी घेणे वा संगोपन करणे जमणार नसेल तुम्ही मुलांची काळजी करायला सुरुवातच करता कामा नये. आपण इतिहासावरून किंवा गतकाळावरून धडा घेतलाच पाहिजे. जर साखळी तुटली असेल तर नंतर गंभीर स्वरुपाच्या अडचणी येऊ शकतात आणि नेहमीच येतात.' त्यानंतर श्री जिम यांनी एका सत्तरीच्या आईची कहाणी सांगितली. या आईचा आपल्या ५० वर्षे वयाच्या मुलाशी नुकताच संपर्क आला होता. 'ती आमच्याकडे आली आणि म्हणाली, ''तेव्हा पासून रोज सकाळी मी जागी होते तेव्हा त्याचाच विचार करते.'' आम्हाला

हे आता समजते आहे की पुरेशा सल्लामसलतीअभावी अगर समजावणीशिवाय दत्तकविधानासाठी मुले देणाऱ्या आया किती दु:खी होतात आणि त्यांचे मानसिक आरोग्य खूपच जास्त बिघडून जाते.'

कॅथॉलिक चिल्ड्रेन्स सोसायटी आपल्या कर्मचारी वर्गात विविध आंतरराष्ट्रीय संस्थांकडून नन्सची नेमणूक करते. पण त्या साऱ्यांना विविध प्रकारची व्यावसायिक पात्रता आलेली असते. या विविध पात्रतांमध्ये मुलांच्या मानसशास्त्रज्ञ, नर्सरी शिकवणाऱ्या नर्सेस, उपदेशिका, शिक्षिका, कुटुंब-चिकित्सक आणि समाजसेविका यांचा समावेश असतो. जिम रिचर्डस् यांच्या मते, गर्भपाताकडे कानाडोळा करणे वा त्याला माफ करणे ही तशी दूरची गोष्ट आहे. मूळ मुद्दा असा आहे की येथे समजावणी किंवा योग्यरीत्या उपदेशाचे आवश्यक नैपुण्य आहे काय. आमच्याकडे येणाऱ्या अनेक तरुण मुली गर्भवती झालेल्याच असतात व त्या आमच्याकडे येऊन विचारतात, आता मी काय करू? गर्भपात करून घेऊ की मूल झाल्यावर सांभाळू किंवा ते दत्तविधानासाठी देऊन टाकू? आणि आम्ही त्यांना प्रत्येक पर्यायासोबत येणाऱ्या अडचणी समजावून सांगू त्याचा त्यांनी विचार केलाच पाहिजे. उदाहरणार्थ : ज्या महिला गर्भपात करून घेतात त्यांना नंतर मानसिक खच्चीकरणाचा (डिप्रेशन) त्रास होऊ शकतो आणि हे आपणास माहित हवेच. दुसऱ्या बाजूला आम्ही हेही सांगू की जर ते मूल होऊ द्यायचे तुम्ही ठरवलेत तर त्यातूनही नव्या समस्या उभ्या राहतातच. आम्हाला अनुभवाने काय आढळून आले अगदी नव्या ताज्या संशोधनाने काय दाखवले आहे हे आम्ही त्यांना सांगू शकतो कारण त्यामागे आमची ज्ञानाची उंची व सखोलता आहे. एरवी अशा विचित्र आणि कठीण परिस्थितीत तुम्ही त्या मातेला मार्गदर्शन कसे करणार? मी पुन्हा 'गुड सॅमॅरिटनकडेच' वळतो. खरेच आहे– मदर टेरेसा त्याच्याप्रमाणेच काहीतरी चांगले करण्याच्या, भरीव पाऊल उचलण्याच्या प्रयत्नात आहेत– आले तसे पलीकडे ढकलून देण्याची मदरची प्रवृत्ती नाही. निश्चितपणे काही घडावे अशीच ठोस कृतीची पाऊले त्या उचलत आहेत. गुड सॅमॅरिटनने मार्गात एक थांबा आणि एखादी संस्था प्रत्येक गरजू माणसाच्या मदतीसाठी उघडलेली नव्हती. रस्त्यावर पडलेल्या प्रत्येकाच्या गरजेचा विचार त्याने केला नव्हता. त्याने जर तसे केले असते तर मग निश्चितच, "आता त्यांच्यावर मी उपचार कसे करू?" यासाठी विचार त्याला करावाच लागला असता व त्यासाठी ज्ञानही मिळवावे लागले असते. मदर टेरेसांनी एक विशाल संस्था सुरू केलेली आहे आणि ही संस्था स्थापन केल्याने आता जे काही ज्ञान उपलब्ध आहे ते त्या नाकारू शकत नाहीत. त्याचप्रमाणे, असे लोक अन्यत्रही आहेत, इतर ज्ञान-स्रोतही आहेत जे आपण आणू शकतो असा विनम्रपणाही त्यांना स्वीकारणे भागच आहे.' छोट्या बाळांना असे संस्थेत सोडून जाण्यापेक्षा, ग्रीसमध्ये जाऊन पैसा कमावू इच्छिणाऱ्या

सगळ्या महिलांनी एकत्र यावे आणि मुलांचे नीट संगोपन करण्यासाठी आळीपाळीने जबाबदारी वाटून घ्यावी असा एक उपाय आहे. ते खर्चिकही असणार नाही किंवा गुंतागुंतीचेही ठरणार नाही.

जिम रिचर्डस् यांनी आपण व्यक्तीश: मदर टेरेसांना ओळखत नसल्याचे प्रांजळपणे नमूद केले. त्याचबरोबर मदरच्या दत्तक कार्यक्रमासाठी आपल्या संस्थेचा दूरान्वयानेही संबंध नसल्याचे स्पष्ट केले. पण त्यांनी मला ''लव्ह इज नॉट इनफ'' हे अर्भक संगोपन तज्ज्ञ ब्रूनो बेटलहेमचे पुस्तक वाचण्याची आस्थेने शिफारस केली. मानवाची वाढ आणि विकास या संदर्भातील अनेक गुंतागुंतीचे पदर त्यातून समजून येतील. विशेषत: इतरांच्या मुलांचे संगोपन करण्यातले प्रश्न नीट समजतील असा त्यांचा आग्रह होता. एकूण पद्धती आधीच क्लिष्ट आणि कठीण आहे आणि त्यात पुन्हा आंतर-देशीय दत्तकत्वामुळे पुष्कळच धोके उद्‌भवतात. हे नक्कीच आहे की आंतर-देशीय दत्तकत्वाबाबत मुलांच्या हक्कांसंबंधी हेग परिषदेत मे १९९३ मध्ये ठरवण्यात आलेले निकष पूर्ण करण्याची जबाबदारी दत्तक मुले देणाऱ्यावर-घेणाऱ्यावर असते. त्याचप्रमाणे मुलांच्या हक्कांसंबंधी १९८७ च्या संयुक्त राष्ट्रसंघ अधिवेशनानेही असा नियम घालून दिलेला आहे की जर मूळ कुटुंबात ते मूल ठेवले जाऊ शकत नसेल तर जेथे जेथे शक्य आहे तेथे तेथे त्या मुलांच्या बाकीच्या गोतावळ्यात वा परिवारात ठेवण्याचा खात्रीशीर प्रयत्न केला गेलाच पाहिजे. हेग परिषदेने हे मान्य केले आहे की आंतर-देशीय दत्तकत्वातून त्या मुलाचे कायमस्वरुपी संगोपन करणारे कुटुंब मिळणे हा लाभ असू शकतो, तथापि त्या मुलाच्या मूळ देशात दत्तकत्वासाठी सुयोग्य कुटुंब सापडवता आले नसेल तर विशिष्ट नियंत्रणे आणि समतोल साधूनच हे परदेशातील दत्तकत्व पार पाडता येईल. इतर गोष्टींबरोबरच त्यासाठी आई-वडिलांची योग्य समजूत घालणे आणि त्यांच्या संमतीचे काय परिणाम असतील त्याची कल्पना देणे हे करणे आवश्यक असते. आपले मूल दत्तक जाऊ देण्याच्या निर्णयाने काही पैसा मिळणे वा कोणत्याही प्रकारची नुकसान भरपाई मिळणे असे काही होत नसल्याची जाणीव आई-वडिलांना करून देणे हा याच समजावणीचा एक आवश्यक भाग आहे. तसेच मुलाच्या/मुलीच्या जन्मानंतरच आईने दत्तकत्वाबद्दल संमती देणे आवश्यक आहे. त्याच्याच जोडीला जसे वय आणि प्रगल्भता असेल त्याप्रमाणे मुलाला आणि त्याच्या भावी पालकांना दत्तक प्रकरणातील जबाबदारी समजावून सांगावयाचीच असते. तसेच आंतर-देशीय दत्तक देण्याची मान्यता याच संस्थांना दिली जाऊ शकते ज्यांच्याकडे नैतिक मूल्ये पाळण्याची पात्रता असलेले कर्मचारी कामावर आहेत आणि ज्यांना या आंतर-देशीय दत्तकत्वाच्या क्षेत्रातील अनुभव आणि प्रशिक्षण मिळाले आहे.

प्रत्येक दत्तक प्रकरणात असलेल्या गुंतागुंतीची संपूर्ण कल्पना जिम रिचर्डस्‌ला

आहे. मदर टेरेसा फक्त नको असलेली मुले वांझ दांपत्यांना देणे इतक्या साध्या पद्धतीने दत्तक-विधानाकडे बघतात. त्यांच्या दृष्टीने अडचणी अस्तित्वात राहणे तुमच्यावरच अवलंबून असते. तुम्ही जर परवानगी दिली तरच अडचणी तुम्हाला रोखतात. मदरच्या या म्हणण्यात निश्चितपणे एक तथ्यांश आहे. त्यांच्या या धारणेमुळे त्यांना कामे करवून घेण्याची शक्ती वा ताकद मिळते. त्यांचा स्वच्छ, लख्ख दृष्टीकोन आणि रोखणारे अडथळे समोर येऊ देण्यास नकार हेच त्यांच्या यशाचे एक मोठे कारण आहे. कोलकत्यातील मदरच्या प्रदीर्घ काळच्या सहकारी सिस्टर मार्गारिट मेरी यांच्याशी मी दत्तकत्वाबाबत चर्चा केली तेव्हा मला स्वच्छपणे आणि थोडेसे अपेक्षितरीत्याही सांगण्यात आले, 'आम्ही गर्भपाताचा सामना दत्तकत्वाने करीत आहोत. मुलांची संख्या खूप आहे आणि त्यांना दत्तक घेऊ इच्छिणारे पालकही अक्षरश: प्रतीक्षा करीत आहेत. केवळ एकट्या बेल्जियममध्ये दोन हजार पालक प्रतीक्षा करीत आहेत. पण हे तेवढ्या पुरेशा वेगाने चालणारे काम नव्हे.' मिशनरीज ऑफ चॅरिटी संस्थेच्या दत्तक-विधान कार्यालयात सिस्टर मेरी बसते. बेल्जियम, स्वित्झर्लंड आणि इटली या तीन देशात मुले दत्तक देण्यास आम्ही अनुकूल असतो असे तिने नमूद केले. इंग्लंडमध्ये मुले दत्तक देण्याची व्यवस्था नन्स करीत नाहीत. 'कारण खूप संख्येने कागदपत्रे तयार करावी लागतात आणि त्याला फारच वेळ लागतो. अद्यापपर्यंत तरी आम्हाला कॅथॉलिक कुटुंबांची टंचाई भासलेली नाही.' सिस्टर मेरीने दिलेल्या माहितीनुसार, जन्मदात्री आई दत्तकत्वाच्या कागदपत्रांवर सही केल्यानंतर तीन महिनेपर्यंत आपले मन बदलू शकते. मात्र एकदा का ते मूल परदेशी गेले की मग माघारी फिरण्याचे सारे दोरच कापले गेलेले असतात.

इंग्लंडमध्ये भारतीय वंशाचे पुष्कळ लोक राहतात. तथापि, येथील कुटुंबांमध्ये भारतीय मुलांना दत्तक घेण्याचे प्रमाण फारसे जास्त नाही. खरे म्हणजे भारतीय मूल भारतीय कुटुंबातच दत्तक गेले तर धर्म, वंश आणि सांस्कृतिक वारशाने ते कशालाही वंचित राहणार नाही. जिम रिचर्डस् याबाबत म्हणतात, 'आशियाई कुटुंबे मुले दत्तक घेत नाहीत असे तुम्हाला कोणी सांगत असेल तर ते चूक आहे. आशियाई संस्कृतीचे काही धागे असे आहेत की तेथे असे काही घडणे कठीण वा दुरापास्त आहे. जर उदारहणार्थ एखादे मूल बलात्कारातून जन्माला आलेले असेल तर. पण तुम्हाला काही लोक असेही सापडतील की ते त्या संस्कृतीअंतर्गत असेही मूल दत्तक घेतील. इंग्लंडमध्ये आशियाई लोकांची संख्या खूप मोठी आहे आणि येथे त्यांचे नातेवाईक सुद्धा असण्याची शक्यता आहेच.'

सोसायटी फॉर इंडियन चिल्ड्रेन्स वेल्फेअरच्या एका प्रवक्तीने मला कोलकत्यात सांगितले की इतर दत्तक-विधान करणाऱ्या संस्था आणि मिशनरीज ऑफ चॅरिटी

यांच्यासाठी वेगवेगळे नियम आहेत. परदेशी दत्तक देणाऱ्या इतर संस्थांना केंद्र सरकारकडून परवाना दिला जातो पण जर ५० टक्के मुले भारतीय दांपत्यांकडे दत्तक गेली तरच. अर्थात अशा दांपत्यांची काही वानवा नाही कारण भारतीय कुटुंबांची प्रतिक्षा-यादीच आपल्याकडे असते. एकत्र कुटुंबसंस्था संपत चाललेली आहे आणि अधिकाधिक दांपत्ये एकटी राहत आहेत. त्यांचे त्यांचे निर्णय घेत आहेत. केंद्र सरकारच्या या परवान्याचे दरवर्षी नूतनीकरण करून घ्यावे लागते. पण मदर टेरेसांची याबाबत विशेष व्यवस्था असल्याने त्यांचा परवाना तीन ते चार वर्षे चालतो.

विशेषत: इंग्लंडमध्ये, काही राजकीयदृष्ट्या अचूकपणे वागणाऱ्या अधिकाऱ्यांनी गोऱ्या पालकांपासून निग्रो मुले किंवा निग्रो पालकांपासून गोरी मुले वेगळी ठेवण्यावर भर दिला आहे कारण वांशिक जाणीवांचे खात्रीशीररीत्या जतन होईल असे त्यांचे म्हणणे आहे. आंतरराष्ट्रीय आणि आंतर-वंशीय दत्तक-संदर्भात हा फार पूर्वीपासूनच वादविषय राहिलेला आहे. तथापि, अलिकडची आंतर-वंशीय आणि आंतर-देशीय दत्तकसंदर्भातली विचारधारा पुष्कळच विधायक असल्याचे नमूद करावे लागेल. अलिकडच्या एका अभ्यासानुसार, वांशिक अस्मिता आणि स्वाभिमान यांचा अर्थाअर्थी काहीसुद्धा संबंध नाही. उलट, आंतर-वंशीय दत्तक-विधानातून संयोगत्व आणि सहभागीत्व या प्रक्रियेला चालना वा मदतच मिळेल असेही त्यात म्हटले आहे. हे जर खरे मानले तर आपल्या स्वयंप्रेरणेनेच मदर टेरेसा योग्य दिशेने चालल्या आहेत की काय?

ज्या सुंदर बेल्जियन मुलीने मला शिशु-भवन फिरवून दाखवले होते तिलाही असेच वाटत होते. ती स्वत: एक आई बापाने टाकून दिलेली मुलगी होती. मिशनरीज ऑफ चॅरिटीने तिला तिच्या वयाच्या चौथ्या वर्षापर्यंत वाढवले होते. त्यानंतर ती बेल्जियममधील एका कुटुंबात दत्तक गेली. तेथे तिला एक मोठा भाऊ मिळाला आणि इतरही खूप काही मिळाले. ती आता एक पात्र नर्स आहे आणि कोलकत्याला स्वयंसेवक म्हणून येण्याची तिची ही दुसरी खेप आहे. याच इमारतीत तिचे जीवन सुरू झालेले होते. तिचे छानसे आरामदायी घर, प्रेमळ मातापिता आणि त्यांनी अलिकडेच तिच्यासाठी दिलेली पार्टी या साऱ्यातली तिची छायाचित्रे व आल्बम तिने मला अभिमानाने दाखवला. 'मी माझ्या खऱ्याखुऱ्या पूर्व-आयुष्यासंबंधी काही वर्षांपूर्वी खूपच रागावलेली असे आणि माझे जन्मदाते मातापिता कोण हे जाणून घेण्याची मला खूपच इच्छा होती. ते मद्रासचे (चेन्नईचे) होते. हे मी शोधून काढले. पण आता ते दोघेही जिवंत नाहीत आणि ते माझे आईवडील आहेत असे आता मला अजिबात वाटत नाही. आता माझे बेल्जियम कुटुंब आणि सिस्टर चार्मियन.' असे तिने बोलून दाखवले.

सिस्टर चार्मियनचे वर्णन भावनात्मक रीतीने न करणे हे कठीण आहे. ती एक सभ्य, गोड मुलगी असून शिशु-भवनच्या आपल्या कामाला तिने पूर्ण वाहून घेतलेले आहे. प्रत्येक मुलाबाबतची एक छोटी फाईल सर्व तपशीलासहित परिपूर्णरीत्या तयार राहावी म्हणून आपण कशी धडपड करतो ते तिने प्रच्छन्न प्रामाणिकपणे मला वर्णन करून सांगितले. तथापि, टाकून दिलेल्या अर्भकांबाबत अनेकदा फारच थोडी माहिती मिळते. जर नोंदी शोधण्यात तिने अधिक वेळ घालवला तर त्या लहान मुलांसाठी तिच्याकडे कमी वेळ शिल्लक राहत होता. केरळमध्ये अगदी लहान वयाचे मूल असल्यापासून ती असेच काही काम करण्याचे स्वप्न पाहत होती. 'जेव्हा मी १५ वर्षांची झाले तेव्हा मी वृत्तपत्रात मुलांसाठी मदर टेरेसा करीत असलेल्या कार्याविषयी एक लेख वाचला आणि त्यांची साथ देण्यासाठी मी घरून पळून गेले. माझे पालक खचूनच गेले. मला स्वत:चे कपडेही धुता येत नसल्यामुळे माझे कसे होईल हीच चिंता त्यांना लागून राहिली. माझे जीवन अतिशय आरामाचे होते. आता मी ४० वर्षांची आहे आणि सारे व्यवस्थित आहे. माझे पालक मला बघायला येथे येऊ शकतात. या शिशु भवनात, मिशनरीज ऑफ चॅरिटीमध्ये मी गेली १८ वर्षे काम करीत आहे. आतापर्यंत मी चार हजार मुलांना दत्तक पाठवले आहे. पण जरी मला सर्वात अधिक, अशाच प्रकारचे काम हवे होते तरी कोठे जावे याचा निर्णय मला घेता आला नव्हता. मी कधीही बाहेर जात नाही कारण काहीतरी घडू शकते. मी पहाटे साडेतीन वाजता झोपते व काही तासांनी उठते.' असे तिने स्वत:बद्दल मला मोकळेपणी सांगून टाकले. व्यावसायिक प्रशिक्षणामुळे ती तिचे काम अधिक चांगल्या प्रकारे करू शकेल काय? तिच्या मते नाही, कारण तिला तिच्या कामासाठी जे काही माहित असणे गरजेचे आहे ते सारेच ती अनुभवाने शिकलेली आहे.

पाश्चिमात्य जगात निरोगी, सुदृढ बालकांना मोठ्या प्रमाणावर मागणी आहे हे खरे पण शारिरीकदृष्ट्या अपंग बालकांना दत्तक पाठवणे हे फार कठीण आव्हान आहे. तरीही मदर टेरेसांनी यावरही उपाय शोधून चांगलीच आघाडी मारली आहे. मिशनरीज ऑफ चॅरिटीतर्फे पाठवल्या जाणाऱ्या शारिरिक अपंग मुलांना दत्तक घेण्यास विशेषत: फ्रान्स, स्वित्झर्लंड आणि कॅनडा येथील कुटुंबांनी भरपूर उत्साहाने प्रतिसाद दाखवलेला आहे. मदर टेरेसांवरील आपल्या पुस्तकात नवीन चावला यांनी म्हटले आहे की अत्यंत वाईट पद्धतीने विकलांग असलेल्या या मुलांना दत्तक घेताना काही स्विस कुटुंबांनी दाखवलेली मनाची तयारी प्रशंसनीय आहे. काही मुले पोलिओने तर काहीजण इतर काही रोगाने ग्रस्त होती. एका मुलाला ढुंगणाचा भागच विकसित झालेला नव्हता, त्याला पायही नव्हते व हातही मागे वळलेले होते. तज्ज्ञांनी त्याचे धड आधारात खोचले. या आधाराला खालच्या बाजूला कृत्रिम पाय

होते. श्री. चावला यांच्या वर्णनानुसार हे मूल आता अनेक विकलांग मुलांच्या पथकाबरोबरच असते त्यामुळे त्याला स्वत:च्या अपंगत्वाचा कसलाही गंड नाही. या मुलाचा गोंडसपणा, मानसिक शांतता आणि सळसळते व्यक्तिमत्व यामुळे ते लोभस दिसू लागले आहे. आयुष्यात पहिल्यांदा चालायला शिकताना त्याच्या अडखळत्या पावलांमुळे जो आनंद लाभत असे तसाच आनंद आता तो ज्या सहजतेने वा कुशलतेने गोल जिना चढून आपल्या खोलीकडे जातो तेव्हा मिळतो.

अनेक मुलांच्या अशा हृदय विदीर्ण करणाऱ्या कहाण्या आहेत (आणि त्यांच्या दत्तक आईवडिलांच्या संतत्वाच्याही) तरीही ते तसे आहेत म्हणजे अगदी तसेच आहेत. आईच्या स्वत:च्या आरोग्याकडे आणि पोषणाकडे अधिक लक्ष पुरविले गेले असते तर अनेक मुले या अपंगत्वाशिवाय जन्माला आली असती हा निष्कर्ष काढण्यापासून मनास रोखणे अवघड जाते. अवांछित गर्भारपणावर दत्तक-दान एवढे एकच औषध वा उपाय ठरू शकत नाही. विशेषत: गर्भपाताच्या तुलनेत तर नाहीच नाही.

आधुनिक, सुसंस्कृत समाजाच्या गर्भपाताबाबतच्या प्रवृत्ती म्हणजे समाजाचा कस पाहणारी कसोटी ठरू शकते. गर्भपात या प्रश्नावर मदर टेरेसांनी आपली पांढरी स्वच्छ साडी ही जणू प्रतीक म्हणून वापरली आहे. त्या संपूर्णपणे गर्भपाताच्या विरोधात आहेत. गेल्या काही वर्षात अनेक देशांमध्ये गर्भपात हा वाढत्या श्रेणीने राजकीय प्रश्न बनलेला आहे. अमेरिकेत लोक जीवन-सन्मुख असल्याचा दावा करतात आणि दुसरीकडे गर्भपात-विरोधी मतांची हत्त्या करतात. हे सारे नैतिकतेचे नाटक आहे. व मूल होण्याच्या वयातल्या प्रत्येक स्त्रीला त्याच्याशी झगडावे लागणार आहे. अनेक लोक आपल्या जननक्षमतेच्या जबाबदाऱ्या आणि कर्तव्ये यावर दु:ख करीत बराच वेळ घालवतात. विकसित जगात विविध प्रकारच्या तपासण्या-पडताळण्या पार पाडल्याखेरीज मुलाला जन्म देणे जवळपास अशक्यच आहे. त्याचा मूळ उद्देश जर गर्भाला कोठे मोठे अपंगत्व असेल तर ते मूलच जन्माला न येऊ देणे हा असतो. ज्या काही थोडक्या स्त्रिया गर्भपात करतात त्या इतर काही उपाय शिल्लक न राहिल्याने करतात. हक्क म्हणून आपली बाजू जोरकसपणे करण्यासाठी त्यांची ही भूमिका असते. रोमन कॅथॉलिक चर्च आणि मदर टेरेसा यांनी गर्भपाताला सर्वतोपरी विरोध केला आहे. एकदा का गर्भधारणा झाली की तो सजीव पिंड हा मानवच आहे व जीवनाचा त्याचा हक्क संपूर्णतया अबाधित (अबसोल्यूट) असतो असा चर्च व टेरेसा यांचा विश्वास आहे. पण जगातले बहुतेक धर्म हे शिकवतात की मानवी जीवन पवित्र आहे. आता प्रश्न असा आहे की जीवन हे मानवी जीवनात केव्हा रुपांतरीत होते? त्याखेरीज कॅथॉलिक चर्चमधील अनेकजण तसेच इतरही धर्मांमधील गर्भपात-विरोधक काही अपवादांना मात्र नि:संदिग्धपणे

मान्यता देतात. हे अपवाद कोणते? तर जेव्हा मातेचा जीव धोक्यात असेल तेव्हा; दुसरे म्हणजे गर्भधारणा बलात्कारातून झाली असेल तर (विशेषत: विशीच्या आत) किंवा जेव्हा जन्माला येणारा जीव गंभीर स्वरुपाचे दोष– उदाहरणार्थ मेंदूभोवती संरक्षक कवच नसणे– घेऊन जन्मणार असेल तर. मात्र पोप आणि मदर टेरेसा कोणत्याही अपवादास मान्यता देत नाहीत कारण त्यांचा संपूर्ण युक्तीवाद त्यातून लंगडा पडू शकतो.

इतर लोकांच्या धर्मावरील विश्वास अंधश्रद्धा म्हणून फेटाळून लावणे तसे फारच सोपे आहे; तरीसुद्धा विश्वास पद्धत साह्यकारी ठरू शकते आणि आजवर अविश्वसनीय वाटलेल्या तंत्रशास्त्रीय शक्यता प्रत्यक्षात उतरण्याच्या आजच्या काळात तर कदाचित पूर्वी कधीही नव्हती इतक्या अधिक नैतिक आणि नीतीतत्त्वविषयक मार्गदर्शनाची आपल्याला गरज आहे. पण हेच युग असेही आहे की ज्यात मानवाची मानवाप्रतीची अमानुषता सर्वाधिक आणि खाटिकाएवढी जबदरस्त आढळली आहे. या अमानुषतेच्या तुलनेत सर्व महिलांचे वर्णन केवळ त्या गर्भपाताचा विचार करतात म्हणून स्वेच्छा-मारेकरी अगर संभाव्य खुनी म्हणून करणे हा त्यांचा ढळढळीत अपमान होय.

नोबेल पारितोषिक स्वीकारताना १९७९ साली मदर टेरेसा आपल्या भाषणात म्हणाल्या होत्या, आपण आज शांततेची भाषा करतो आहोत. तथापि, शांततेचा सर्वांत मोठा विनाशक शत्रू म्हणजे गर्भपात होय. कारण ते थेट युद्धच आहे, थेट हत्या– थेट खून आणि स्वत: आईनेच केलेला. धार्मिक साहित्यात आपण वाचतो त्यात देवाने अगदी स्पष्टपणे म्हटले आहे, ‘जरी आई स्वत:च्या बाळास विसरू शकली तरीही– मी तुम्हाला विसरणार नाही.’ आपण सारेच जण ‘त्याच्या’ तळहातावर गेलेलो आहोत, ‘त्याच्या’ अगदी जवळ आहोत. ते जन्म न झालेले मूलही देवाच्या तळहातावर कोरले गेलेले आहे आणि मला तेच सर्वाधिक हलवून सोडते. देवाच्या त्या वाक्याची सुरुवात म्हणजे जरी आई स्वत:च्या बाळाला विसरली हीच मला एखादी अशक्य कोटीतील गोष्ट वाटते. पण जरी (जी घडली व) आई बाळाला विसरली तरी– ‘मी तुम्हाला विसरणार नाही.’ असे देव म्हणतो हीच बाब मला ढवळून काढते.

आणि आज शांततेचा सर्वात मोठा विनाशक किंवा शांतता-विनाशाचे सर्वात मोठे साधन किंवा शस्त्र गर्भपात हे आहे. आणि आपण जे कोणी येथे उभे आहोत आपल्या पालकांना आपण हवे आहोत. आपल्या पालकांनी गर्भपात करून घेतला असता तर आपण येथे नसतो. आपली मुले आपल्याला हवी आहेत. आपण त्यांच्यावर प्रेम करतो म्हणून. पण लाखो मुलांचे काय? अनेक लोकांना भारताच्या मुलांबद्दल खूप खूप चिंता वाटते, आफ्रिकेतील मुलांबद्दल खूप खूप काळजी वाटते. तेथे कदाचित कुपोषण आणि भुकेने वगैरे बरीच मुले मृत्यूमुखी पडतात. पण लाखो

मुले आईच्या इच्छेमुळे जाणूनबुजून मृत्यूच्या तोंडी जातात. आणि शांततेचा आज सर्वात मोठा विनाशक तोच आहे. कारण जर एक आई स्वत:च्या बाळाला मारून टाकू शकत असेल तर मग तुम्हाला मी ठार मारण्यासाठी आणखी काय उरले आणि तुम्हीही मला ठार करण्यासाठी काय शिल्लक राहिले? या गोष्टीच्या मध्ये येऊ शकणारे वा ते रोखू शकणारे असे काहीच नाही.'

मदर टेरेसांनी हीच विचारसरणी त्यानंतर अनेक प्रसंगी मांडली. तरीही मला असे वाटते की गर्भपातासाठी तयार होणारी आई, 'तुम्हाला ठार मारण्यास मला आणि मला ठार मारण्यास तुम्हाला' प्रोत्साहन देते असा युक्तीवाद करणे म्हणजे कल्पनाशक्तीची डोळे दिपवणारी भरारीच ठरेल.

१९९६ च्या उन्हाळ्यात, या प्रकरणासाठी माझे संशोधन आणि निवड-कार्य चालले होते तेव्हा ब्रिटनमधील गर्भपातविषयक चर्चेत नाट्यमयरीत्या तेल ओतले गेले. एका मध्यमवर्गीय आणि विवाहित महिलेने होणाऱ्या जुळ्यातील एका बाळाचा गर्भपात घडवून आणण्याचा पर्याय स्वीकारला. दुसऱ्या एका घटनेत, दुसऱ्या महिलेला आपल्या साथीदाराचा पूर्ण पाठिंबा नव्हता. बीजफल उपचारात (फर्टिलिटी ट्रीटमेंट) असे निष्पन्न झाले की तिच्या उदरात आठ जीव आहेत. कोणा एकाची निवड करून बाकीच्यांचे गर्भपात घडवून आणल्यास कोणी तरी जिवंत राहील असा सल्ला तिला देण्यात आला. तिने तो मानला नाही आणि सरतेशेवटी ते सारेच मरण पावले. यात, वृत्तमाध्यमांना अर्थातच कोणती माता कमी वा अधिक जबाबादार आहे हे ठरवण्यास आयते मोकळे रान मिळाले.

१९६७ च्या गर्भपात कायद्यान्वये आणि १९९० च्या पुनर्प्रस्तावित कायद्याप्रमाणे जर एखाद्या महिलेची गर्भधारणा २४ आठवड्यांपेक्षा अधिक नसेल तर ती कायदेशीर गर्भपात करवून घेऊ शकते. मात्र गर्भारपण पुढे चालू राहण्याने तिच्या शारिरीक व मानसिक आरोग्यावर वाईट परिणाम होणार असल्याचे दोन डॉक्टरांचे मत झाले तर हा पर्याय महिलेस उपलब्ध होतो. तथापि, या अटींचा अर्थ कशा प्रकारे लावला जातो याबाबत आणि आता आपल्या हाती जे काही लागले आहे ते मागणीप्रमाणे गर्भपात असेल तर कायद्याचा इरादा तो होता की नाही या साऱ्याबाबत गंभीर चिंता व्यक्त केली जात आहे. दीर्घकाळच्या दृष्टीकोनातून समाजाला हे फायदेशीर आहे की नाही– आता तर गर्भपाताचे परिणाम आईच्या जीवनावर होण्याबाबतच्या चिंतेवरून लक्ष दुसरीकडे केंद्रित झाले आहे ते म्हणजे गर्भजीवाची चिंता. डॉक्टर आणि वकील यांचे युक्तिवाद, पहिले दु:ख गर्भजीवाला प्रथम केव्हा नेमके जाणवते यावर सुरू झाले आहेत. नवे संशोधन वेगवेगळ्या दिशांकडून निर्देश करते आहे. सर्वात उत्साही जीवन-पुरस्कर्त्यांच्या मते जेव्हा केव्हा सर्वात पहिला गर्भधारणेचा क्षण येतो तेव्हापासून ह्या जाणीवा होऊ लागतात. तर इतरांच्या मते जेव्हा मेंदू व इतर अवयव

विकसित होऊन मानवी जीवनाची बुद्धी काम करू लागते आणि प्रत्यक्ष हालचाल सुरू होते तेव्हापासून दुःखाची जाणीव होऊ लागते. अर्थात उत्साही जीवन पुरस्कर्ते हा शब्द वापरणे चुकीचे आहे कारण गर्भपाताचा हक्क मानणाऱ्यांना जीवन-विरोधी म्हणणेही चुकीचे ठरणार आहे. प्रोफेसर लॉर्ड विन्स्टन हे अंकुर-संशोधनात गुंतलेल्या ब्रिटीश डॉक्टर्सपैकी एक प्रमुख व्यक्तीमत्त्व. त्यांच्या मते, 'अत्यंत मर्यादित विकास क्षमता असलेले अंकुरित (जीव-धारक) स्त्री-बीज हे नेहमीच जीव आलेल्या गर्भापेक्षा वेगळ्या नैतिक दर्जावर असणार आहे.' त्यांच्या या मतामागे वैद्यकीय आणि कायदेशीर परंपरेचे वजन असल्याचे जाणवते. कारण गर्भपात आणि हत्या हे फार पूर्वीपासून वेगवेगळे गुन्हे मानले गेलेले आहेत आणि त्यांच्या शिक्षाही वेगवेगळ्या दिल्या गेलेल्या आहेत. हा एक असा मुद्दा व फरक आहे की ज्याला काही ठोस आधार आहे असे क्लिफर्ड लॉंगले यांनीही म्हटले आहे व ते गर्भपात ही चुकीचीच गोष्ट आहे असे मानणारे डॉक्टर आहेत.

लोकांचा असा अंदाज आहे की एकूण सर्व गर्भधारणांपैकी सुमारे साडेपाच टक्के स्वतःहून सुरुवातीच्या काळातच समाप्त केल्या जातात (म्हणजे गर्भपात केला जातो). कोणीही ही मानवी जिवीताची मोठी हानी मानत नाही आणि वैद्यकीय विज्ञानाला ज्ञात असलेल्या प्रत्येक साधनानिशी याला प्रतिकार करावा असेही कोणाला वाटत नाही. मात्र जन्म झाल्यानंतर लगेचच असे मोठ्या प्रमाणावर अर्भकांचे मृत्यू घडले तर नक्कीच ते सर्व साधनसामग्रीनिशी त्याचा प्रतिकार करण्यास धावतील.

दरम्यान, गर्भपात विरोधकांनी, स्वतःला 'निवडवादी' म्हणवून घेणाऱ्यांबरोबरच्या संघर्षात थोडी आघाडी नक्कीच मिळवली असल्याचे दिसते. 'जीवनाचे पावित्र्य' या शब्दांसोबत 'निवड' हा शब्द मांडल्यानंतर निवड शब्दाला स्वार्थाचा उघडच वास येतो. त्यामुळे त्याचे मूल्यही कमीच भासते. पाश्चिमात्य तत्त्ववेत्यांनी 'निवडीला' कधीही आयुष्याच्या ध्येयाच्या बरोबरीचे मानलेले नाही. त्यामुळे आणि मुळातही हा शब्द विवेकशुन्यतेकडे झुकणाराच वाटतो. येथे गर्भपात विरोधकांनी जीवनाचे पावित्र्य तुलनेत ठेवून बाजी मारली आहे. पॉल जॉन्सन वापरत असलेला शब्द, 'गर्भपात उद्योग' असा आहे. तो म्हणतो, एकदा का जनतेला गर्भपात उद्योगातील कुरुप सत्यता किंवा वास्तवता दिसली की इच्छेनुरुप कायदेशीर गर्भपात संपवता येऊ शकेल. हिंसक पद्धतीने भावनिक आवाहन करताना त्याने असा युक्तीवाद केला की पाश्चिमात्य जगात गर्भपात कायदेशीर असल्याच्या नावाखाली डॉक्टरांनी हिटलर, स्टालिन व माओ त्से तुंग या साऱ्यांच्या एकत्रित नरसंहारापेक्षा जास्त जीव नष्ट केले आहेत. '१९४० च्या नंतर जसे सर्वसाधारण जर्मनांना कळले तसे आम्हालाही मनातून हे कळून चुकले आहे की काहीतरी भयानक असे आमच्यात प्रचंड प्रमाणावर

सुरू करण्यात आलेले आहे.' विल्यम रीस-मॉग यांनी याच युक्तीवादाचा पुनरुच्चार 'टाईम' मधील आपल्या लेखात केला. पण एक पुढची पायरी गाठली आणि त्यात गर्भजीव किंवा जन्माला न आलेले मूल असा उल्लेख केलेला नाही. त्यांचा उल्लेख 'अर्भके' असा आहे. त्यांनी म्हटले आहे, 'अमेरिकन अर्भकांचे खरोखरच शिरकाण किंवा संहार होण्याला सर्वोच्च न्यायालय जबाबदार आहे. स्टालिन, हिटलर किंवा माओ यांनी जितक्या हत्या घडवून आणल्या त्याच्याशीच तुलना करण्याजोगे हे हत्याकांड आहे. त्या हत्याकांडांमध्ये मारल्या गेलेल्या ज्यूंच्या संस्थेच्या पाचपट अमेरिकन अर्भके रो विरुद्ध वेड या खटल्याच्या निकालाने प्रत्यक्षात आपला जीव गमावून बसली आहेत. (गर्भपात कायदेशीर ठरवण्याच्या सर्वोच्च न्यायालयाचा निकाल याच खटल्यात दिला गेला.)'

नुसत्या या तुलनेनेच माझा थरकाप उडतो. आणि अशी मी एकटी नाही. गर्भारपण निकालात काढणे हे कदाचित प्रशंसनीय नसेल पण मनस्ताप झालेली माता आणि एखादा वंश संपवण्यासाठी विकृती बुद्धीने हिंसाचाराची हाव धरणारा निर्दय हुकुमशहा यांच्या हेतूंमध्ये तुलना करणे वा त्या समांतर धरणे हे निदान मला तरी संपूर्णत: अयोग्य वाटते. अशा तुलनेत तरी काय अर्थ आहे? याचेच मला नवल वाटते. गर्भधारणेच्या क्षणीच जीवनाचे पावित्र्य सुरू होते अशी खात्री पटलेल्या लोकांनाही सर्व साधारणपणे आपल्या युक्तीवादात गर्भ वा गर्भजीव यांचा उल्लेख अर्भक वा मूल असा जोरकसपणे करण्याची गरज पडू नये. आणि अमेरिकेत एवढ्या मोठ्या प्रमाणावर गर्भपात का होतात? या संबंधातल्या सेवा सहजपणे उपलब्ध नसणे आणि गर्भनिरोधक सल्ला व्यवस्थित न मिळणे हे कारण असू शकेल काय? की पेचप्रसंगापूर्वीच तरुणांना वा युवकांना मदत करण्याजोगे योग्य मानसिक वातावरण उपलब्ध नसणे हे कारण असेल? कॉमन वेल्थ मेडिकल असोसिएशनच्या संचालक मरियान हॅसलग्रेव्ह यांचे म्हणणे असे आहे की शाळांमधून गर्भनिरोधक साधनांचा वापर समजावून सांगण्याला मध्य अमेरिकेचा विरोध आहे कारण त्यांचा अजूनही एखाद्या आदर्शावर विश्वास आहे जसे मुले लैंगिक वागराबद्दल सक्रीय असू नयेत. वस्तुस्थिती मात्र वेगळीच आहे. ती सक्रीय आहेत, आणि माहिती किंवा गर्भनिरोधक सेवा हे मार्ग उपलब्ध नसल्याने ते गर्भपाताकडे वळत आहेत.' नेदरलँडस्‌मध्ये, जेथे सरकारने सर्व गर्भ-निरोधक सेवा आणि प्राथमिक लैंगिक शिक्षण शाळांमधून दोन दशके उपलब्ध करून दिलेले आहे तसेच बारा वर्षांवरील सर्व रुग्णांबरोबरची सल्लामसलत कायद्याने गुप्त ठेवावी लागते तेथे १३ ते १५ वर्षांमधल्या गर्भधारणेचे प्रमाण दर हजारी १.३ ने कमी झाले आहे. इंग्लंडमध्ये हे प्रमाण दर हजारी ९.१ ने कमी झालेले आहे. तसेच विशीच्या आतल्या मुलींसाठीचा गर्भपाताचा दर नेदरलँडस्‌मध्ये इंग्लंडमधील दराच्या तुलनेत एक दशांश इतका आहे.

१९५२ मध्ये, राष्ट्रीय कुटुंब नियोजन कार्यक्रम प्रस्थापित करणारा भारत हा जगातील पहिला देश ठरला आहे. आणि १९७१ मध्ये सुरक्षित गर्भपाताला कायदेशीर मान्यता देणाऱ्या पहिल्यावहिल्या देशांमधला एक ठरला. तरीसुद्धा त्याचे परिणाम निराशाजनकच आहेत. हा गर्भपात कायदेशीर ठरण्याला आता २५ वर्षांहून अधिक काळ लोटला असूनही भारतातल्या बहुसंख्य महिलांसाठी त्याला फार काही अर्थ नाही. जागतिक आरोग्य संघटनेच्या अहवालानुसार, दरवर्षी असुरक्षित गर्भपातांमध्ये २० हजारांहून अधिक भारतीय स्त्रिया मृत्युमुखी पडतात असा अंदाज आहे. दरवर्षी जगभरात मिळून दीड कोटी बेकायदेशीर गर्भपात होतात त्यातील ४० लाख एकट्या भारतात होतात. कोणत्याही देशाच्या तुलनेत हा उच्चांकच आहे. १९९५ साली फोर्ड फाऊंडेशनने केलेल्या अभ्यासात हा आकडा आणखी वाढवला गेला म्हणजे ७० लाखांवर पोचला. याचाच अर्थ प्रत्येक कायदेशीर गर्भपाताकरीता बेकायदेशीर गर्भपाताचे प्रमाण दहा ते अकरा एवढे प्रचंड येते. या अभ्यासाने गर्भपातातील महिलांच्या मृत्यूच्या वार्षिक १५ ते २० हजार या आकड्यांवरही प्रकाशझोत टाकला आहे. दिल्लीचे लेखक आणि लोकसंख्याविषयक आंतरराष्ट्रीय सल्लागार रामी छाब्रा यांच्या म्हणण्याप्रमाणे 'गर्भपाताशी संबंधित विकृतीकडे बरेचसे दुर्लक्ष झाले आहे आणि हा पाण्याच्या पृष्ठभागाखालचा हिमनग आहे. भारतातील सार्वजनिक आरोग्यविषयक प्रश्नातील गर्भपात हा सर्वात जास्त दुर्लक्षित प्रश्न आहे आणि महिला त्याची जबरदस्त किंमत चुकवत आहेत. १९८५ व त्या सुमारास पाच टक्के मृत्यूंना गर्भपात हे कारण जबाबदार होते. आता हे प्रमाण १५ टक्क्यांवर गेले आहे. डॉक्टर लोक याला 'डबल डेथ सिंड्रोम' म्हणतात कारण उदरातील मुलाबरोबरच आईच्या जिवालाही यात धोका असतो.'

श्रीमती छाब्रा पुढे म्हणतात, बहुतेक पाश्चिमात्य औद्योगिकदृष्ट्या प्रगत देशांमध्ये सुमारे निम्मे गर्भपात तरुण, अविवाहित महिलांचे केले जातात कारण त्यांना पहिले मूल उशीरा होऊ द्यावयाचे असते. पण बहुसंख्य विकसनशील किंवा तिसऱ्या जगातील देशांमध्ये दोन वा तीन मुले असलेल्या विवाहित महिलांच्या बाबतीत गर्भपात बऱ्यापैकी सर्रास असतो. 'अशा रीतीने या प्रश्नाचे स्वरुप मूलभूतरीत्या वेगळे आहे. म्हणूनच गर्भपाताकडे लैंगिक स्वायत्ततेचा जाणीवपूर्वक ठाम आविष्कार म्हणून पाहिले जात नाही तर त्याच्या अभावाचाच दुःखदायक, दुर्दैवी परिणाम म्हणून पाहिले जाते. आणि परिणामकारक, सुलभरीत्या उपलब्ध आणि स्वीकारार्ह गर्भनिरोधक सेवा उपलब्ध नसणे याहीदृष्टीने त्याकडे पाहिले जात नाही. भारतात गर्भपाताचे प्रमाण एवढे प्रचंड आहे हा गर्भनिरोधनाची अफाट गरज आणि तिची पूर्तता होत नसल्याचा ढळढळीत पुरावा आहे. त्यात कायदेशीर आणि बेकायदेशीर या दोन्ही गर्भपातांचा समावेश आहे. सरकारी पातळीवरून एवढा अवाढव्य कुटुंब-

नियोजन कार्यक्रम चालू असूनही हे गर्भपात होतच आहेत. गैरसरकारी पातळीवरूनही अनेक संस्था कुटुंब-नियोजन सेवा पुरविण्याचा आणि पुरस्कृत करण्याचा आटोकाट प्रयत्न करीत आहेत. ज्यांना गर्भनिरोधनाचा वापर करणे शक्य होत नाही ते लोक गर्भपात घडवून आणण्यासाठी इतक्या भयानक खेडवळ पद्धतींचा वापर करतात की अंगावर शहारेच येतात. त्यात ज्या गोष्टींचा/वस्तूंचा/साहित्याचा वापर केला जातो त्या म्हणजे प्राणघातक ठरू शकणारा सोटा, सोट्याच्या एका बाजूला कॉटन-वूल गुंडाळलेली, चिंध्या गुंडाळलेल्या झाडाच्या डहाळ्या. या चिंध्या अर्सेनिअस ऑक्साईड, अर्सेनिक सल्फाईड आणि रेड लेडमध्ये भिजवलेल्या असतात. ॲसिड सोल्युशन्स घातलेले उकळते पाणी, ओटीपोटाला असे जोरजोरात घुसळले जाते की त्या ताकदीने गर्भाला तडा जातो, त्याखेरीज टर्पेंटाईन, कँथराईड तेल, पोटॅशियम परमँगनेटच्या गोळ्या, स्थानिक वेलींची मुळे आणि पाने चुरगाळून त्याचा अफूबरोबर केलेला लगदा आणि पाळीतून येणारा रक्तप्रवाह पूर्ववत सुरू होण्यासाठी तेलात तयार केलेला औषधी अर्क. यातून छोट्या आतड्याला रोगसंसर्ग होऊन मृत्यूही ओढवू शकतो.'

ह्या हादरवून सोडणाऱ्या नुसत्या यादीवरूनही भारतीय महिलांना कुटुंब-नियोजनाचा पुरेसा सल्ला मिळण्याची किती आत्यंतिक गरज आहे याचा पुरावा मिळतो. पण हा सल्ला मिळणेही त्यांना अशक्य होते. मी कोलकाता, दिल्ली व लंडनच्या कुटुंबनियोजन तज्ज्ञांना विचारले तेव्हा त्यांनीही मला हेच सांगितले की जोपर्यंत गर्भनिरोधकतेबद्दल महिला अशिक्षित राहतील तोपर्यंत कायदेशीर असो वा बेकायदेशीर, गर्भपात अनिर्बंधपणे सुरूच राहतील. ज्यांना गर्भपात हद्दपार-रद्द करावयाचा आहे त्यांनी प्रथम गर्भनिरोधकत्वाचा आणि नंतर त्याचा जुळा भाऊ शिक्षण हे प्रश्न सोडवले पाहिजेत. गर्भपात कमी होण्याची गरज जाणवत नाही अशी महिला मला माहित नाही.

जन्म-नियंत्रणाची रोमन कॅथॉलिक चर्चची भूमिका पोप पॉल सहावे यांच्या 'ह्यूमने विटे' (१९६८) मध्ये सर्व कृत्रिम गर्भनिरोधकांवर बंदी घातली होती कारण, 'जीवन सहप्रक्षेपित होण्यासाठी प्रत्येक विवाह-कृती खुली राहावयास हवी.' मदर टेरेसांनी हे अनेकवार बोलून दाखवले आहे की ज्या कुटुंबाने गर्भनिरोधकत्वाचे पालन केले आहे तेथे मिशनरीज ऑफ चॅरिटीने संगोपनाने वाढलेल्या मुलांना कधीही दत्तक दिले जाणार नाही. कॅथॉलिकांसह अनेकजणांना या घोषणेतील स्पष्टतेपणामुळे धक्का बसला. कॅथॉलिक्स फॉर अ फ्री चॉईस ह्या वॉशिंग्टनमधील संस्थेच्या अध्यक्षा फ्रान्सेस किसलिंग मला म्हणाल्या, १९९५च्या फेब्रुवारी महिन्यातील न्याहारी प्रार्थनेच्या वेळच्या मदरच्या वक्तव्याने माझ्या मनात भीतीसदृश भावना निर्माण झाली. 'जे लोक गर्भनिरोधक वापरत असतील अशा दांपत्यांना आपण आपल्या

येथील मूल दत्तक देणार नाही कारण ते मोकळेपणी आणि बिनशर्त प्रेम करू शकत नाहीत असे मदरने धाडदिशी सांगून टाकले होते. अमेरिकन दांपत्यांना मुले नाकारण्याची त्यांची सवय जुनी आहे. कारण अमेरिकेत दत्तक मुलांसाठी मागणी निर्माण करण्याची त्यांची इच्छा आहे व त्यातूनच गर्भपात बेकायदेशीर ठरवला जाण्यास मदत होईल अशी त्यांची अटकळ आहे.'

राष्ट्राध्यक्षांची न्याहरी प्रार्थना हा आता वॉशिंग्टनमधला एक मोठा वार्षिक सोहळा झाला असला, तरी तो सुरू झाला तेव्हा अगदी छोट्या प्रमाणावर होता. त्याचे स्वरुपही प्रॉटेस्टंट असे होते. दुसऱ्या महायुद्धाच्या वेळी हा प्रकार सुरू झाला. राजधानीतील सर्वात मोठ्या हॉटेल नृत्यगृहात, 'द हिल्टन'मध्ये हा कार्यक्रम दरवर्षी होतो. एकूण २००० पाहुण्यांची सोय तेथे होऊ शकते आणि त्याचे प्रक्षेपण देशभर केले जाते. कोणीही कोठल्याही राजकीय संबंधांमधून वा सामाजिक आकांक्षांसहित तेथे आलेला असू शकतो. १९९५ साली मदर टेरेसा या कार्यक्रमाच्या दिमाखदार प्रमुख पाहुण्या होत्या. जगभर त्यांनी केलेल्या कार्याबद्दल विस्मयचकित करणाऱ्या काही कहाण्या ऐकण्याची आशा असणाऱ्यांकडून स्वाभाविकच तिकीटांना मोठ्या प्रमाणावर मागणी होती.

भारी किंमतींचे पेहेराव घातलेल्या पाहुण्यांची न्याहारी आटोपल्यानंतर भाषणे ठरली होती. मदरने अर्थातच नेहमीप्रमाणे ही न्याहारी करण्यास नकार दिला; पण पाहुण्यांच्या न्याहारीनंतर त्या भाषणासाठी व्यासपीठावर चढल्या. सुमारे ४५ मिनीटे त्या बोलल्या. यात ठरल्यापेक्षा २० मिनीटे जास्त वेळ मदरने घेतला. त्यामुळे संयोजकांची धावपळ झाली. कारण नंतर सहा वक्ते बोलावयाचे होते. अर्थात त्यात न्यायाधीश आणि सिनेटर्सतर्फे ओल्ड अँड न्यू टेस्टामेंटमधील वेच्यांचे वाचनही समाविष्ट होते आणि एकूण कार्यक्रम कालबद्ध वा समयबद्ध असल्याने मिनीटामिनीटाला महत्त्व होते. पण आपल्या संपूर्ण ४५ मिनीटांच्या भाषणात मदरने संपूर्ण वेळ गर्भनिरोधन आणि गर्भपात यांना असलेला आपला विरोध विशद केला. अध्यक्ष क्लिंटन आणि त्यांची पत्नी हिलरी हे दोघेही गर्भनिरोधन आणि गर्भपात याबाबत महिलांच्या हक्कांचे कट्टर पुरस्कर्ते आहेत. प्रेक्षकवर्गातील बहुसंख्यही तसेच पुरस्कर्ते होते आणि सारेजण निर्विकार चेहऱ्याने ते मदरचे भाषण ऐकत होते.

नंतर एक निरीक्षक म्हणाला, 'मदरने सुरुवातच अशा स्पष्टीकरणाने केली की, "मी देवाची पेन्सिल असल्याने देवाला काय आवडते आणि काय आवडत नाही हे मला माहित आहे. देवाला गर्भनिरोधन आणि गर्भपात आवडत नाही." त्या अत्यंत आवेशाने बोलत होत्या आणि त्यांचा एकूण सूर त्यांच्यापेक्षा वेगळे विचार असणाऱ्यांच्या निषेधाचा होता. हे काही फार मोठे काम करणारे मन दिसत नव्हते आणि वेगळा विचार असणाऱ्या कोणाही व्यक्तीला अवमानित करणारे असे त्यात काही आहे. हे

सारे आश्चर्यकारक होते कारण त्या (मदर टेरेसा) वेगळा विचार करणाऱ्या अध्यक्षांच्या पाहुण्या होत्या व अध्यक्ष आणि त्यांची पत्नी हिलरी यांची हक्क व निवडवादी भूमिका जगजाहीर आहे.' वॉशिंग्टनच्या आस्थापनेतील वरिष्ठ सदस्य न्याहारीला पाहुणा म्हणून होता, तो म्हणाला, 'प्रेक्षकातील बहुसंख्य लोकांना अगदी स्पष्टपणे हा उद्धटपणा नव्हे मग्रूरता असल्याचे जाणवेल. पण तेथे इतरही काहीजण असे होते की, ते मदर काय बोलत आहेत ते बऱ्याच अंशी मंजूर असणाऱ्यांपैकी होते हे मला माहित आहे.' वादाचा मुद्दा मान्य केला तरीही, आपल्या मतांच्या विरोधकांसमोर उभे राहून बोलण्याचे असे धैर्य दाखवण्यातून हेच सिद्ध झाले की इतर कोठल्याही गोष्टीपेक्षा आपल्या आतमधील धार्मिक जीवनाला मदर टेरेसांचे सर्वोच्च प्राधान्य आहे, शब्दांच्या प्रतिक्रिया त्यांच्या दृष्टीने चिंतेच्या बाबी नाहीत. मग, कोणतीही तडजोड मान्य नसणारे हे सदोष संतत्त्व म्हणावयाचे की निर्दोष संतत्त्व मानावयाचे की केवळ त्याला कठीण संतत्त्वाचे नाव द्यावयाचे?

जी कुटुंबे गर्भनिरोधन पद्धतीचा वापर करतात त्यांनाच असे मदर टेरेसांनी वेगळे काढण्याचे कारण काय असावे? कदाचित ही कुटुंबे वा दांपत्ये जिवाला धोका पोचवणारा अथवा यातनामय असा अयोग्य जनुक आराखडाही दाखवत असतील आणि तरीही प्रेममय घर हवे असणाऱ्या मुलांसाठीही झुरत असतील. त्याऐवजी मदरने असे का म्हटले नाही की हिंसाचाराची ज्ञात नोंद असलेल्या कोणत्याही कुटुंबाला दत्तक घेण्याची परवानगी दिली जाणार नाही. अशा एका अल्बेनियन कुटुंबाबद्दल मला सांगण्यात आले होते. जी कुटुंबे योग्य सांस्कृतिक आणि वांशिक पार्श्वभूमी देऊ शकतील अशांनाच मुले दत्तक घेता येतील असे त्यांनी का म्हटले नाही? मानवी हक्कांबाबत संयुक्त राष्ट्रसंघाच्या परिषदेने घालून दिलेल्या वांशिक-सांस्कृतिक निकषांचा उल्लेख त्यांनी दत्तक घेण्यास पात्र ठरू शकणाऱ्या कुटुंबांबाबत का केलेला नाही?

विकसनशील जगातील लक्षावधी महिलांपुढे एक फार मोठा धोका आज उभा आहे. तो म्हणजे लागण झालेल्या साथीदारामार्फत असुरक्षित समागम केल्यास त्यांना होऊ शकणाऱ्या रोगांचा– एसटीडीज. अशा वेळी गर्भनिरोधक साधनांचा वापर केवळ गर्भधारणा-रोखणाराच ठरत नसून त्याच्या जोडीला प्राणघातक रोगांपासून स्वत:चा बचाव करणारे महत्त्वाचे साधन म्हणूनही सिद्ध होते. अनेक लैंगिक समागमातून उद्‌भवणाऱ्या रोगांचे (सेक्शुअली ट्रान्समिटेड डिसीजेस) एसटीडीजचे पर्यवसान वंध्यत्वात होते. अशा वांझ स्त्रीला अनेक देशांमध्ये मूळ स्त्रीत्वाचा हक्क गेल्याची वागणूक तिला मिळते. गर्भनिरोधन साधने वापरणाऱ्या कुटुंबाला दत्तक देण्यापासून अपात्र ठरवण्याचा मदर टेरेसांच्या निर्णयामुळे त्यांच्या अनेक मित्र व टीकाकारांच्या डोळ्यांवर अनावश्यकरीत्या झापडे बसविली गेली आहेत. अनेकजण

असा युक्तीवाद करतील की ज्या देशांमध्ये सध्याच्या लोकसंख्येलाच खाऊ घालणे, कपडे, शिक्षण देण्यासाठी झगडावे लागत आहे तेथे गर्भनिरोधनाची साधने वापरणारे जबाबदारीनेच वागत आहेत. पण मदर टेरेसांनी स्वत:चे निष्कर्ष आणि निकष ठरवलेले आहेत. त्यांनी जोडलेले सांधे सदोष आहेत. कारण आपल्या स्वत:च्या ठाम मतांवर आधारलेल्या चक्रावर त्या लहान मुलांच्या आयुष्यांना फिरवित आहेत. खरे तर, मुलांच्या स्वत:च्या गरजा काय आहेत याकडे त्यांनी लक्ष देण्याची गरज आहे.

मदर टेरेसा माल्कम म्युगरीजला म्हणाल्या होत्या, भारतात कधीही फार जास्त लहान मुले असणार नाहीत कारण देव नेहमीच तजवीज करीत असतो. 'तो फुले निर्मितो व पक्षीही आणि त्याने स्वत: निर्मिलेल्या प्रत्येक गोष्टीसाठी पुरवठा आणि तजवीजही केली आहे. तो कधीही पूर्ण, पुरेसे ठेवणारच नाही.' हे सारे ऐकायला कितीही छान वाटले तरीही ते काहीतरी मुद्याचे चुकवतेच. अर्थात एकदा का मुले अस्तित्वात आली की मग त्यांच्या संगोपनासाठी प्रत्येक गोष्ट केलीच पाहिजे. परंतु दु:खाची गोष्ट ही की त्यांच्यासाठी नेहमीच तरतूद केलेली असते असे नाही. जेथे खूप मुले आहेत अशा जगाची चिंता करणारे लोक, अद्याप जन्म न झालेल्यांना जगात प्रवेश घेण्यापासून रोखता येईल असे मार्ग शोधत आहेत. हे मुद्दे मांडल्यानंतर दहा वर्षांनी "न्यूजवीक" च्या बातमीदाराशी बोलताना मदर टेरेसांनी जास्त लोकसंख्या ही एक गंभीर समस्या असल्याची कबुली दिली. त्यांच्याजवळचा तोडगा, नैसर्गिकरीत्या कुटुंब नियोजन हा होता. गर्भधारणेचा धोका न उद्‌भवता एखादी महिला लैंगिक समागम केव्हा करू शकेल हे ठरवण्यासाठी माळेचे मणी जपणे अथवा तापमानाचे आलेख तयार करणे यांचा समावेश होता. अर्थात अशिक्षित महिलांनी तापमानाचे आलेख काढणे उघडउघड बाद होते आणि वय वर्षे सातच्या वरील वयाच्या बहुतेक भारतीय बायका अशिक्षित असतात. १९९१ मध्ये अशिक्षितपणाचे बायकांचे राष्ट्रीय प्रमाण ६१ टक्के होते. पण उत्तर भारतात अनेक राज्यात बायकांच्या अशिक्षिततेची टक्केवारी ७५ च्या वर आहे. नैसर्गिकरीत्या कुटुंब नियोजनाची दुसरी पद्धत म्हणून मिशनरीज ऑफ चॅरिटीतर्फे, संयम ठेवणे किंवा समागमापासून दूर राहणे अशी शिफारस करण्यात आली आहे. 'पण किती पुरुष हे पाळू शकतील? आपण सारे काही महात्मा गांधी नव्हेत.' ही एका कुटुंब नियोजन तज्ज्ञाची मल्लीनाथी बोलकी आहे. मदर टेरेसा म्हणतात की त्यांच्या सिस्टर्स गरीबांना नैसर्गिक कुटुंब नियोजन पद्धती शिकवण्यासंबंधात प्रशिक्षित आहेत. 'आणि सर्वोत्कृष्ट शिक्षिका त्याच की ज्यांनी पावित्र्याच्या प्रतिज्ञा केलेल्या आहेत, त्यांच्या मानवतेवरील प्रेमापोटी होणाऱ्या त्यागातून त्या इतरांना स्फूर्ती वा प्रेरणा देऊ शकतात.' तथापि,अगदी स्पष्टच पाहायचे झाले तर नैसर्गिक कुटुंब नियोजनाचे अपयशाचे प्रमाण बरेच जास्त आहे

व साथीदाराबरोबरच्या संबंधांवर ते अवलंबून असते. त्यात वेश्यांचा फार काही संबंध नाही.

मी कोलकत्याच्या वेश्यावस्तीतील बौबझारमधील एका दवाखान्याला भेट दिली. कोलकत्यातील लैंगिक व्यवसायातील कामगार, त्यांची मुले आदींच्या आरोग्याबाबत आणि सामाजिक कल्याणाबाबत हा दवाखाना चालवणारे डॉ. बिरल मुळीक मदत करतात. हा दयाळू स्त्रीरोगतज्ज्ञ ह्यूमॅनिटी असोसिएशनतर्फे मिळणाऱ्या पैशावर ही सेवा बजावतो. १९२४ साली डॉ. मुळीक यांच्या वडिलांनीच या संस्थेची स्थापना केली होती. अगदी जुन्या बिगरसरकारी संस्थांपैकी ती एक असून महात्मा गांधींच्या मार्गदर्शनाखाली ती सुरू झाली होती आणि तिचा सुरुवातीचा हेतू अस्पृश्यता-निवारण हा होता. आजवरच्या काळात ह्युमॅनिटी असोसिएशनने पश्चिम बंगालमध्ये विस्तृत प्रमाणावर सामाजिक, शैक्षणिक व आरोग्यविषयक सेवा पुरवल्या आहेत. तसेच १९७९ मध्ये ग्रामीण आरोग्य-सेवकांना प्रशिक्षण देण्यास इंडियन रूरल मेडिकल असोसिएशन स्थापन करण्यातही मदत केलेली आहे. मात्र आज डॉ. मुळीक यांचे कार्यक्षेत्र व्यावसायिक सेक्स वर्कर्सपर्यंत पोचून त्यांच्या शिक्षण-प्रशिक्षणासाठी काम करणे एवढे राहिले आहे. आधारभूत साक्षरता आणि एडस् तसेच इतर लैंगिक रोग (एसटीडीज) आदिंबाबत आरोग्य जागृती आणि त्यांच्या मुलांसाठी शिक्षण आणि कृती-प्रधान कार्यक्रम यासाठी वेश्यांचे छोटे छोटे वर्ग घेणे हा यातला मुख्य भाग आहे त्यांचे ६० टक्क्यांहून अधिक रुग्ण मागासवर्गीय जातींचे आहेत व सर्व उपचार मोफत असतात.

डॉ. मुळीक १९५५ च्या सुमारास मदर टेरेसांच्या बरोबरीने काम करीत होते आणि कपडे व इतर साहित्य मदरच्या संघटनेसाठी जमवत होते. 'पण जेव्हा आम्ही कुटुंब नियोजनाचा पुरस्कार करीत आहोत असे त्यांना कळले तेव्हा त्या रागावल्या आणि त्यांनी स्वत:ला आमच्यापासून अलग केले.' असे त्यांनी मला सांगितले. मदर टेरेसांच्या नैसर्गिक कुटंब नियोजन पद्धतींबद्दल डॉ. मुळीक यांना संशय वाटत होता कारण त्यांच्याकडे अनेक मुली गर्भपात करून घेण्यासाठी येत होत्या आणि मिशनरीज ऑफ चॅरिटीने शिकवलेली पद्धत वापरण्याचा प्रयत्न करून पाहिल्याचे त्या मुली सांगत. यापैकी काही मुली वयाने अगदीच लहान असत आणि डॉ. मुळीक यांना एकदा एका दहा वर्षांच्या मुलीचा गर्भपात करावा लागला होता. ह्युमॅनिटी असोसिएशनच्या कामाचा एक अत्यंत महत्त्वाचा भाग म्हणजे पुरुष व महिलांकरिता लैंगिक शिक्षण. तसेच ही संस्था एका कार्यक्रमाची प्रवर्तक होती ज्यात शिक्षक म्हणून प्रशिक्षित करण्यासाठी व्यावसायिक लैंगिक कामगारांवरील महिलांचाही समावेश होता.

भारताची सर्वात मोठी समस्या सतत होणारी लोकसंख्या वाढ याबद्दल बहुतेक

ठिकाणी मतैक्य झालेले आढळेल. प्रत्येक सरकार आणि बिगर-सरकारी संस्था यांच्या झुंजार प्रयत्नांनंतरही ही वाढ थोपवली जाऊ शकलेली नाही. त्याचे एक कारण मृत्यूदरातही मोठी घसरण आणि जन्मदरातील घसरण अगदीच कमी हे आहे. ती दुप्पट होण्याचा अंदाजित काळ ३७ वर्षे आहे. लवकरच जगातील सर्वात जास्त लोक संख्येचा देश म्हणून भारत चीनलाही मागे टाकील. लोकसंख्या वाढीच्या मोठ्या प्रमाणामुळे भारतीय अर्थव्यवस्थेच्या विकासाचे फायदे अक्षरश: शून्यवत होतात. (१९५१ पासून दर दशकाला ३.५ टक्के या दराने भारतीय अर्थव्यवस्थेचा विकास चालू आहे.) राहणीमानातील सुधारणा घडवून आणणे लोकसंख्या वाढीने उत्तरोत्तर कठीण करून टाकले. १९६५ पासून गेली तीन दशके लोकसंख्या-नियंत्रण ही राष्ट्रीय प्राधान्याची बाब बनली आहे. १९८५-८६ मध्ये कुटुंब नियोजनाची अनेक पदरी भूमिका ठरवण्यात आली व वार्षिक ६५१ कोटी रुपयांची महत्त्वाकांक्षी योजना आखण्यात आली. या धोरणांच्या अंमलबजावणीसाठी पाच लाख १३ हजार नर्सेस, मिडवाईफ, आरोग्य-रक्षक आणि आरोग्य मार्गदर्शक नेमण्यात आले आहेत.

सुरुवातीला देऊ करण्यात आलेली गर्भ-निरोधक साधने पारंपारिक स्वरुपाची होती. त्यात कंडोम्स, डायफ्राम्स, जेलीज आणि फोम टॅब्लेटस् यांचा समावेश होता. १९५६ मध्ये निर्बिजीकरण लागू करण्यात आले आणि त्यानंतर गर्भाशयात आत बसवावयाची साधने (आययूडी). १९६६ पर्यंत कोणत्याही पद्धतीची मोकळेपणी निवड करण्यास प्रोत्साहन दिले गेले होते तरी मुख्य भर निर्बिजीकरणावर होता व त्यासाठी रोख रुकमांचे प्रलोभनही दाखवण्यात आले होते. पण श्रीमती गांधींचा उद्दाम व प्रौढी मिरवणारा धाकटा मुलगा संजय याने जबरदस्तीने निर्बिजीकरणाचा धडाका आणीबाणीच्या कालखंडात लावल्याने हा कार्यक्रम नंतर सोडून द्यावा लागला.

भारतातील कुटुंब नियोजन संघटनांना गर्भ-निरोधनाबद्दल संदेश जनतेपर्यंत पोहोचवण्यात भरघोस यश का मिळू शकले नाही? परिवार सेवा संस्थेतर्फे लोकप्रिय मारी स्टोप्स क्लिनिक चालवले जाते. या संस्थेच्या व्यवस्थापकीय संचालिका सौ. सुधा तिवारी यांच्या मते, 'जबरदस्तीने निर्बिजीकरण कार्यक्रम इतका बदनाम झाला की स्वत:च्या कातडी-बचावू धोरणापायी आणि भीतीमुळे अनेक राजकीय नेत्यांनी कुटुंब नियोजन कार्यक्रमाचे नावच टाकले.' सौ. तिवारी यांच्या संस्थेला सरकारकडून अंदाजपत्रकाच्या केवळ ५ टक्के रक्कम मिळते. उरलेली रक्कम त्यांची त्यांना उभी करावी लागते. कुटुंबनियोजनासाठी सरकारचे अंदाजपत्रक बरेच मोठे दिसते पण त्यातला बराचसा भाग प्रशासकीय पायाभूत चौकट कायम राखण्यावरच खर्च होतो. या क्षेत्रातील बिगर-सरकारी संस्था खूपच उत्पादक स्वरुपाचे किंवा भरीव कार्य घडवून आणू शकतात पण त्यांना या प्रचंड खर्चापैकी फारच अल्प भाग वाट्याला

येतो. अनेक महिला सोयी-सवलतींपासून फारच दूर राहतात. कुटुंब नियोजनाचा सल्ला तर मोफतच मिळावयास हवा पण त्याची उपलब्धता हा एक प्रश्नच बनला आहे. काहीवेळा तर महिलांना दवाखान्यात पोहोचण्यासच दोन ते तीन दिवस लागतात. १९९४ सालच्या एका सर्वेक्षणानुसार, २० टक्के लोकांना अधिक मुले नको आहेत, पण केवळ मदतीअभावी ते कुटुंब नियोजनाचा मार्ग चोखाळू शकत नाहीत.

सौ. तिवारी भविष्याबाबत निराशावादी आहेत. 'अति-लोकसंख्येमुळे संपूर्ण यंत्रणा रस्ते, वाहतुक, शाळा, इस्पितळे प्रत्येक गोष्टच कोलमडून पडत आहे आणि त्या सर्वांचा परिणाम पर्यावरणावर होत आहे. काही वेळा आम्हाला पाण्याशिवाय पाच किंवा सहा तास काढावे लागतात.' असे त्यांनी नमूद केले. त्याच्याच जोडीला गर्भनिरोधकाच्या अभावामुळे भारतीय महिलांच्या स्वास्थ्यावर वाईट परिणाम होत आहे. तसाच परिणाम त्यांच्या बाळावरही होतो. यापैकी ४० टक्के महिला तर दारिद्र्यरेषेखालीच राहतात. 'आई खूपच तरुण वा वयस्कर असताना होणाऱ्या मुलांची संख्या बरीच असते. भारतीय स्त्रिया खूपच स्वार्थत्यागी वृत्तीच्या आहेत आणि अन्नाचा शेवटचा घाससुद्धा स्वत: न खाता दुसऱ्याला देऊन टाकणाऱ्या आहेत. पण जर या माताच अल्पपोषित वा कुपोषित असतील तर होणाऱ्या मुलांच्या जीवनाला नकारात्मक सुरुवातच होते. त्यांच्यात शारिरिक असमर्थता वा विकलांगता येते आणि मेंदूही चांगल्या प्रकारे विकसित झालेला नसतो. भारतात बालमृत्युंचे प्रमाण दर हजारी ८५ इतके आहे. पण त्याहून अधिक अरिष्ट मातांच्या मृत्यूदराचे आहे. दरवर्षी एक लाखांपैकी ४५० माता मृत्यूमुखी पडतात. लोकसंख्या आणि विकास या विषयावरील कैरो आंतरराष्ट्रीय परिषदेने १९९४ मध्ये हे प्रमाण ७५ पर्यंत कमी होण्याच्या गरजेवर भर दिला होता. इंग्लंडमध्ये हे प्रमाण दर लाखाला ३ ते ४ एवढे कमी आहे. 'आता या क्षणी तरी ते उद्दिष्ट कसे साध्य करता येऊ शकेल हे मला समजत नाही' असे सौ. तिवारी यांनी बोलून दाखवले. आता लगेचच जनतेला याविषयी माहिती देऊन, जागृत करून आणि निवड करू देण्यास पाऊले उचलली नाही तर आगामी काळात म्हणजे एकविसाव्या शतकात सक्ती व बळजबरीच करावी लागेल असा इशारा त्यांनी दिला.

जो यजमान देश वाढत्या लोकसंख्येला आवर घालण्यासाठी निकराने प्रयत्न करीत असेल तेथे गेल्यानंतर गर्भनिरोधनाला विरोध करण्याची भावनाशून्यता मदर टेरेसा दाखवतात असा नेहमी आरोप केला जातो. मुलांची संख्या कधीही बेसुमार वाढलेली असू शकत नाही असे त्या फार कळकळीने जणू जाहीरच करतात अशीही टीका त्यात समाविष्ट असते. अर्थातच, भारतात कोणीही त्याबाबत गंभीरपणे युक्तीवाद करीत नाही. तेथे एकूण लोकसंख्येच्या फक्त दोन टक्के ख्रिश्चन आहेत.

ग्रामीण भागातील महिला गर्भनिरोधनाच्या पद्धतींचा वापर करीत नाहीत कारण मदर टेरेसांचा त्याला विरोध आहे असे त्यांनी ऐकलेले असते. आणि अर्थातच हिंदू आणि मुसलमानांमध्येही गर्भपाताकडे व गर्भनिरोधनाकडे गैरसमजाच्या दृष्टीनेच पाहिले जाते. ग्रामीण भागातील भारतीय पालक आजही बालमृत्यू किंवा शिशूमृत्यूचे म्हणा हवे तर, प्रमाण जास्त असल्यामुळे अधिक मुले होणे हे विम्यासारखे मानतात. गरीब लोकांसाठी मुले ही एक प्रकारची संपत्ती वा 'जिंदगी' असते. वयाच्या सातव्या वा आठव्या वर्षापासून ते लाकूडफाटा गोळा करणे, गुरे चारणे, लहानग्यांना सांभाळणे अशा प्रकारे कुटुंबाला मदत करतात. घरातली मोठी मंडळी त्यामुळे पैसे कमवावयास घराबाहेर जाण्यासाठी मुक्त वा मोकळी राहतात. पण सौ. तिवारी यांनी आग्रहीपणे सांगितले, 'मदर टेरेसांच्या जाहीर विधानांचा अप्रत्यक्ष तरी महत्त्वपूर्ण असा परिणाम घडून येतोच... त्या जे काही बोलतात त्यातून आमच्या निधी-संकलनाला अडचणींना सामोरे जावे लागते. अर्थातच, सर्वसाधारण बिगर-सरकारी संस्थांच्या पुढेच यातून प्रश्न उभे राहतात आणि व्यापक आंतरराष्ट्रीय पातळीवरील धोरण-निर्णयांवरही विपरित परिणाम होतो, सरतेशेवटी ग्रामीण भागातील व्यक्तीलाच अप्रत्यक्षरीत्या त्याचा वाईट परिणाम भोगावा लागतो. १९८५ ते ९१ अशी सहा वर्षे आम्हाला बराच त्रास झाला कारण रिपब्लिकन शासनाखालील अमेरिकेने, गर्भपात मान्य करणाऱ्या देश व संस्थांना द्यावयाच्या निधीत कपात केली. हो हो, मदर टेरेसा नक्कीच प्रभाव गाजवू शकतात.'

हे तर स्पष्टच आहे की, जर गरीब ग्रामीण महिलांना प्रजोत्पादनविषयक आरोग्याबाबत दर्जेदार सल्ला-सेवा मिळावयाची असेल तर त्यांच्या आयुष्यावर दूरगामी परिणाम होणे आवश्यक आहे आणि साऱ्यासाठी पैसा लागतोच. भारतात १९९५ साली मला सर्वाधिक नाट्यमयरीत्या विचारप्रवर्तक ठरणारा प्रसंग अनुभवावा लागला. दक्षिण २४ परगणा या कोलकत्याच्या दक्षिणेकडील भागात महिलांच्या एका गटाची बैठक बोलावण्यात आली होती. तेथे जाण्यास कोलकत्याहून तीन तास लागतात. हा त्रासदायक प्रवास आहे. दोन दिवस अतिशय मुसळधार पाऊस झाल्याने त्या भागातले रस्ते आणि भाताची शेते जलमय झाली होती. काही ठिकाणी तर रस्ता अडलाच होता. आम्ही मोटार सोडून देऊन ऑटोरिक्षातून पुढे गेलो आणि तीही पुढे जाणे अशक्य झाले तेव्हा चिखल तुडवत आम्ही ठरल्या ठिकाणी पोहोचलो. बांबू आणि गवताने शाकारलेल्या या इमारतीत जमीन मातीची होती आणि भिंती सुंदररीत्या चित्रे काढून सजवलेल्या होत्या. मी आत शिरताच सुमारे २०० महिला उत्स्फूर्तपणे एका सुरात गाऊ लागल्या. आसपासच्या १५ गावातून त्या तेथे एकत्र आलेल्या होत्या. त्यांच्या गाण्याचा आशय होता, 'आमचे प्रश्न आम्हीच सोडवले पाहिजेत. आम्ही आमच्या मुलींना तयार करू.' त्यांचा जल्लोष

चालला होता. त्यानंतर त्यांनी, एकामागून एक उभे राहून दुभाष्यामार्फत त्यांच्या जीवनात किती उत्तुंग झेप घेतली त्याच्या कहाण्या सांगितल्या. त्यांना पैशाचे महत्त्व तसेच कायदेशीर हक्कांची जाणीव हे लाभ झाले होते. आता मुलांप्रमाणेच आपल्या मुलींना तसेच शिक्षण देण्याची खात्री त्या देत होत्या. त्यांचे चकाकते केस, त्यांच्या सुंदर साड्या आणि पान खाऊन रंगलेल्या दातांसह हास्य मोहक होते. सासरच्यांकडून वाईट वागणूक मिळणाऱ्या एकीला कशी मुक्ती मिळाली हे त्या कथन करीत होत्या. एकीने सांगितले की सर्वांचीच मुख्य समस्या होती की सर्वप्रथम स्वयं-साहाय्य बैठकीला उपस्थित राहण्यासाठी नवऱ्याचे मन कसे वळवावयाचे. 'पूर्वी कोणालाही दुसऱ्याच्या घरी प्रवेश करणे शक्यच नसायचे. आता आम्ही कोठेही जातो. आता आमची भीती गेली आहे आणि आमच्या नातींना वाटेल तसे राबवून वा वापरून घेतले जाणार नाही.' त्यांनी मला विचारले की माझ्या देशात महिलांना भेडसावणारी वाईटातली वाईट समस्या कोणती? मी जे काही सांगू शकले असते त्याचा येथे कोठेही संबंधही पोचत नव्हता. मी फक्त, रोज मला भातशेतातून खाचरातून वाट काढत जावे लागत नाही याबद्दल स्वत:च्या प्राक्तनाला धन्यवाद दिले.

त्या महिलांच्या अशा बैठका १९८५ साली 'निष्ठा' संघटनेच्या प्रयत्नातून सुरू झाल्या. ही संस्था ऑक्सफॅम, ॲक्शन एड, गोल आणि इतर काही आंतरराष्ट्रीय निधी-दान संस्थांच्या एकत्रित अनुदानातून सुरू झाली होती. ग्रामीण भागातील, खेड्यापाड्यातील महिलांना त्यांच्या हक्कांबद्दल जागृत करणे, समाजातल्या त्यांच्या दर्जाची जाणीव करून देणे, आर्थिकदृष्ट्या स्वावलंबी बनविण्यास त्यांना मदत करणे ही 'निष्ठा'ची उद्दिष्टे होती. कोणत्याही मापाने पाहिले तरी भारतीय महिलांची शैक्षणिक स्थिती जी साक्षरतेच्या पातळीवरून दिसून येते ती भयावहच आहे. दक्षिण २४ परगणा भागातील खेडूतांना शिक्षणासाठी आणि आरोग्यसेवांसाठी योग्य तो मार्गच उपलब्ध नव्हता. शतकानुशतके चालत असलेल्या अंधश्रद्धा, दैववाद आणि पुरुषांवर अवलंबित्व यांचीच शिकार झालेला हा समाज होता. 'निष्ठा'च्या दहा वर्षांच्या आरोग्य शिक्षणाद्वारे प्रकल्पक्षेत्रात ९० टक्के मुलांचे लसीकरण आणि रोगापासून बचाव करणे पार पाडले. मूलभूत स्वच्छता, स्थानिक पातळीवर उपलब्ध, स्वस्त आणि सकस अन्न-आहार, सर्वसाधारणपणे आढळणारे रोग व त्यापासून मुक्ती, मुलांसाठी आहार-तक्ते आणि वजन-तक्ते यांचे महत्त्व अशासारख्या अनेक बाबी या कार्यक्रमात समाविष्ट होत्या. हे सारे शिकवताना पोस्टर्स, फ्लॅश कार्डस् आणि फोटो या विविध दृष्य माध्यमांचा व्यवस्थित उपयोग करण्यात आला. एका विशेष कार्यक्रमाद्वारे, महिलांना पोलिस ठाणी, पोस्ट ऑफिस आणि बँक या ठिकाणी नेऊन तेथील कार्यपद्धती समजावून देण्यात आली त्यामुळे त्यांचा त्यांच्याशी परिचय होऊन या संस्थांची भीती वाटेनाशी झाली. बाळंतपणाच्या पूर्वी आणि नंतर

घ्यावयाची काळजी याबाबतही सल्लासेवा देण्यात येते. तथापि, गर्भनिरोधन आणि महिलांचे प्रजोत्पादनविषयक आरोग्य या विषयांचा मात्र त्यात समावेश नाही. हा समावेश न होण्यामागची कल्पना अशी की आपोआपच या गोष्टींचे महत्त्व कळू लागेल आणि एकदा का स्त्रीजीवनाचा मूलाधार बदलला की सक्ती वा बळजबरी न करता हे महत्त्व आकळून येईल. जेथे हे यापूर्वीच घडले आहे असा भारतातील समाज म्हणजे शहरी मध्यम वर्ग आणि तेथे जन्मदर घसरण्याचा वेग चांगला आहे. 'निष्ठा' तर्फे केले जाणारे कार्य निःसंशय मौल्यवान आहे. तथापि, जन्मदर खाली येण्यासाठी सर्वत्र राहणीमानाचा दर्जा वाढेपर्यंत भारत थांबून राहू शकतो काय? याबद्दल खरी शंका आहे.

जागतिक पातळीवर लोकसंख्या कमी व्हावी यासाठी अत्यंत जोमदार मोहीम उघडणाऱ्यांमध्ये रॉबर्ट मॅक्नामारा यांचा समावेश करावा लागेल. सर्वप्रथम महिलांची प्रतिष्ठा विशेषत: त्यांच्या शैक्षणिक पातळीवरचा प्रश्न प्राधान्याने सोडवला पाहिजे. मदर टेरेसा यांची बाजू प्रदीर्घ काळ उचलून धरणाऱ्या प्रमुख लोकांमध्ये मॅक्नामारा यांचा समावेश होतो. जन्म-नियंत्रणावरील मदर टेरेसांची भूमिका आणि नवी दिल्लीत १९९२ साली दिलेल्या राजीव गांधी स्मृती व्याख्यानात स्पष्ट केलेला स्वत:चा दृष्टीकोन यात श्री. मॅक्नामारा यांना काहीही विरोधाभास वा परस्पर विरोध वाटत नाही. आपली मते निःसंदिग्धपणे दिल्लीतील व्याख्यानात मांडताना श्री. मॅक्नामारा म्हणाले होते, 'लोकसंख्येत जलद गतीने वाढ हा आपल्या सदस्य राष्ट्रांच्या आर्थिक विकासातील आणि सामाजिक कल्याणातील सर्वात मोठ्या अडथळ्यांपैकी एक आहे. १९६८ साली माझे मत ते होते, आताही आहे.' मॅक्नामारा यांनी आपल्या त्या भाषणात नमूद केलेल्या मोठ्या समस्यांपैकी एक पुरेशा शेतजमीनीचा अभाव ही होती. 'भारत यापूर्वीच लागवडयोग्य जमिनीचा संपूर्ण वापर होण्याच्या पातळीला येऊन पोहोचला आहे आणि सिंचनाखालील क्षेत्र वाढवण्यास आता पूर्वीपेक्षा फारच थोडा वाव राहिला आहे. एकंदरीत पाहता, प्रस्तावित लोकसंख्या पातळीला भारताला धान्योत्पादन समस्या भेडसावेल, इतर विकसनशील देशांनाही हा प्रश्न त्रास देणार आहे. जसजसे आपण पुढे सरकत जाऊ तसतशी भारतातील धान्याची गरज भागवण्याची शक्यता अधिकाधिक आणि कधीही नव्हे इतकी भीषण होत जाईल. दारिद्र्याची एक संस्कृती आपण पुढील पिढ्यांमध्ये प्रक्षेपित करीत आहोत, मानवी साधनसंपत्तीचा त्याग केला जात आहे आणि सामाजिक अभिसरणाला अडवून धरले जात आहे. विकसनशील देशांमधील आपण आणि विकसित देशांमधील निवडक मिळून ही अशी परिस्थिती अस्तित्वात राहण्यास आपण अनुमती देत आहोत आणि ही शरमेची बाब आहे.' असे श्री. मॅक्नामारा यांनी नमूद केले.

काय करावयास पाहिजे याचे विश्लेषण करताना ते म्हणाले, 'अत्यंत संकुचित दृष्टीकोनाने भारतात 'लोकसंख्या नियंत्रण' कुटुंब नियोजनाशी ताडून पाहिले जाते. यावरच जास्त जास्त भर दिल्याने इतर घटकांकडे पुरेसे लक्ष देण्यात भारताला अपयश आले आहे. लहान वयात विवाह आणि शिक्षण हे दोन घटकही महत्त्वाचे आहेत. त्यामुळे प्रजोत्पादन क्षमतेवरही (फर्टिलीटी) वाईट परिणाम होऊ शकतो. भारतात लहान वयात लग्न होत असल्यामुळे केवळ प्रजोत्पादन क्षमतेची जोराने घट होणे टाळले जात नसून अल्पवयीन वधूंवरही अकाली गर्भधारणेद्वारे आरोग्य बिघडण्याचा धोका पुढे उभा ठाकत आहे. त्यांच्या अर्भकांचाही लवकर मृत्यू होण्याचे मोठे अरिष्ट त्यातून उद्‌भवू शकते. शिक्षण, गर्भनिरोधनाचा अधिकाधिक स्वीकार आणि अर्भक-मृत्यूचे कमी प्रमाण यांच्यातील दुव्याचे महत्त्व खूपच जास्त आहे. ते अतिशयोक्त असणे कठीण आहे.'

तथापि, लोकसंख्या वाढीचे काहीही वाईट परिणाम नाहीत असा युक्तीवाद जाहीररीत्या करू पाहणारा एक आवाजही उठला आहे. हा एकटा आवाज लंडन विद्यापीठातील अर्थशास्त्राचे प्राध्यापक लॉर्ड ब्योएर यांचा आहे. 'तथाकथित लोकसंख्या-स्फोट ही एक चांगली गोष्ट आहे आणि जगातील सर्वाधिक लोकसंख्या घनतेचे हाँगकाँग, सिंगापूर आणि मलेशिया हे देश जगातील सर्वात जास्त भरभराट झालेल्यांपैकी आहेत. सुबत्ता ही लोकांच्या वागणुकीवर अवलंबून असते, संख्येवर नाही.' असे नमूद करून पीटर ब्योएर म्हणतात, 'लोकसंख्यावाढीची 'समस्या' ही हुडकून काढण्यात आलेले एक संशोधन म्हणावे लागेल. आता समस्या म्हटल्यावर त्यावर उपाय शोधून काढणे हेही ओघानेच आले. अर्थात, एक उपाय गर्भ-निरोधन हा आहे. 'पण ज्या समाजांमध्ये मोठ्या प्रमाणातर गर्भ-निरोधन पाळले जाते तेथे अनेक विनापत्य जोडपीही असतात. त्यांना भविष्यात काहीही स्वारस्य नसते आणि त्यातून अस्थैर्य आणि दुःख उद्‌भवते.' विकसनशील देशांमधील महिला एकदा का पाश्चिमात्य प्रसारमाध्यमांना आणि संबंधांना सामोरे गेल्या की त्या बहुतेक, कमी मुले होणे याचीच निवड करतील हे मात्र श्री. ब्योएर यांनी मान्य केले. लोकसंख्या वाढीच्या वादाचा मात्र महिलांच्या हक्कांशी काही एक संबंध नाही असे त्यांचे मत आहे.

माझ्या मते, महिलांचे हक्क आणि मुलांचे हक्क यांचा या गोष्टीशी पुष्कळच संबंध आहे. विशेषतः आपल्या स्वतःच्या प्रजोत्पादन क्षमतेवर नियंत्रण ठेवण्याच्या महिलेच्या हक्काचा नक्कीच लोकसंख्यावाढीचा संबंध येतो. त्याखेरीज शिक्षण मिळण्याचा स्त्रीचा हक्क; चांगल्या आरोग्य-रक्षणाची उपलब्धता असण्याचा स्त्रीचा हक्क; आणि मानवी हक्कांमधील एक सर्वात मूलभूत हक्क-स्त्रीचा प्रजननाचा हक्क हेही त्यांच्याशी संबंधित आहेतच. येथे अर्थातच, मुलांच्या प्रेम व अन्न मिळण्याच्या

हक्कांचा संबंध आपोआपच येईल हे मुद्दाम सांगायला नको. अनेक गरीब व ग्रामीण भागातील स्त्रियांना आणि केवळ भारतातीलच नव्हे तर इतरत्रही, यापैकी कोणताही हक्क नाही. त्यांच्या दृष्टीने, जन्म-नियंत्रणाचा त्वरीत उपलब्ध होणारा फक्त एक उपाय हा नेहमीच एक बेकायदेशीर व अतीव धोकादायक गर्भपात असतो. कुटुंब नियोजनाच्या समुपदेशात गुंतलेल्या अनेक लोकांशी मी बोललेले आहे. त्यापैकी एकहीजण गर्भनिरोधनाची पद्धत म्हणून गर्भपातावर शिक्का मोर्तब करीत नाही. ते सर्वचजण, गर्भनिरोधनाची सारी माहिती व साधने फसल्यानंतर शेवटचा करावयाचा उपाय म्हणून गर्भपाताकडे बघतात.

लोकसंख्या वादावरचा भरही आज अलगदपणे सर्वप्रथम महिला आणि मुलांच्या गरजा शोधण्याकडे सरकला आहे. मोठ्या लोकसंख्येची पातळी जगाला पेलवेल की नाही यावर पूर्वी वादाच्या मुद्याचा मुख्य भर होता. जर गरिबी, अप्रतिष्ठा आणि शिक्षणाचा अभाव ह्या मूलभूत समस्या कायम राहिल्या तर भारतातील अनेक स्त्रिया त्यांना हव्या असलेल्या मुलांपेक्षा जास्त मुलांना जन्म देतील. त्यात अनेकजणी मरणही पावतील किंवा विकलांग मुलांनाही जन्म देतील. हे आता मान्य करण्यात आलेले आहेच की महिलांच्या आरोग्यावरच देशाचे आर्थिक, सामाजिक आणि वैद्यकीय कल्याण बहुतांशी अवलंबून असते. तसेच एकूण विकासासाठी म्हणून जी उद्दिष्टे वा ध्येये ठरवली असतात त्याच्या वेगवेगळ्या पैलूंमधला अत्यावश्यक दुवा कुटुंब नियोजन हाच असतो. पण कुटुंब नियोजन याचा अर्थ, किती मुले तुम्हाला असलीच पाहिजेत हे महिलांना सांगणे नव्हे. एका समुपदेशकाने मला तिचे स्वत:चे तत्त्वज्ञान ऐकवले. ‘आमचा सल्ला धार्मिक नसूही शकेल पण तो अत्यंत नैतिक असतो. माझ्या मते, लोकांना न दुखवणे किंवा स्वत:लाही इजा करून न घेणे हे नैतिक आहे. असुरक्षित संभोग करणे आणि मी गर्भवती झाले तर गर्भपात करून घेईन असे म्हणणे नैतिक आहे असे मला वाटत नाही.’

■

राजकारण कसले?

१७ मे १९९६ रोजी भारतातील राष्ट्रीय निवडणुकांमध्ये भारतीय जनता पक्ष सत्तेवर आल्यानंतर आणि राजकीय सौदेबाजी जोरात सुरू झाल्यानंतर लगेचच मदर टेरेसांनी नवे पंतप्रधान अटलबिहारी वाजपेयी यांची त्यांच्या खाजगी निवासस्थानी भेट घेतली. त्यावेळी त्यांच्यासोबत चर्चची वरिष्ठ नेते मंडळी होती. परंतु या भेटीच्या दरम्यान काय चर्चा झाली त्याचा काहीही तपशील सांगण्यात आला नाही. पडद्यामागे बऱ्याच हालचाली सुरू होत्या आणि घाईघाईने व गरजेपोटी अनेक आघाड्या, गट व युती तयार करण्याचे प्रयत्न होत राहिले. पण नव्या पंतप्रधानांना अभिवादन करणारे मदर टेरेसांचे छायाचित्र पहिल्या पानावर छापण्याजोगे आहे असे जाणवलेले वृत्तपत्र 'एशियन एज' हे होते.

मदर टेरेसांनी आपण स्वत: राजकरणात गुंतणार नाही अशी ठाम भूमिका नेहमीच घेतली आणि भारतासारख्या स्वत:ला कट्टर धर्मनिरपेक्ष म्हणवून घेणाऱ्या देशात हे महत्त्वाचे होते. पण त्याचबरोबर मदर टेरेसांनी स्थानिक आणि राष्ट्रीय पातळीवरील नेत्यांबरोबर घनिष्ट संबंध राखले होते आणि त्यातल्या अनेकांनी त्यांच्यासाठी पुष्कळ काही केले हेही खरेच होते. कोलकत्यात १९५० च्या पुढे या संबंध-यात्रेला सुरुवात झाली आणि डॉ. बिधानचंद्र रॉय यांनी प्रारंभीच या काहीशा अज्ञात वा फारशा प्रसिद्ध नसलेल्या ननला तिच्या प्रगतीच्या वाटेवर साथ दिली. पण १९६७ नंतर कम्युनिस्ट लोक पश्चिम बंगालमध्ये सत्तेवर आल्यानंतरही ही संबंध मालिका पुढे सुरू राहिली. आधुनिक काळातील सर्वाधिक असाधारण स्वरुपाची ही राजकीय मैत्री पाळेमुळे अधिकाधिक खोल जात चांगलीच रुजली. जवळून निरीक्षण वा तपासणी केल्यास ती अजिबात असाधारण वाटणार नाही. भारतीय कम्युनिस्ट पक्षाच्या मार्क्सवादी शाखेचे पश्चिम बंगालमधील नेते ज्योती बसू आणि

मदर टेरेसा हे दोघेही अत्यंत उच्च कोटीचे व्यवहारचतुर वास्तववादी नेते आहेत असे जवळून तपासणी केल्यास दिसून येईल. भावनिकदृष्ट्या मदर टेरेसा कम्युनिझमच्या विरोधात असल्याचे आढळेल आणि बौद्धिकदृष्ट्या श्री. बसू धर्माचे विरोधक ठरतील. पण २०-२५ वर्षांपर्यंत प्रत्येकाने दुसऱ्याच्या यशस्वीतेत महत्त्वाची भूमिका बजावल्याचे दिसेल. पश्चिम बंगालमधील गुंतवणुकीसाठी परकी भांडवल वळवण्याचा श्री. बसूंचा प्रयत्न आहे. ते नियमितरीत्या परदेश वाऱ्या करीत असतात. विशेषत: लंडनला ते अनेकदा जातात आणि पाश्चिमात्य जगात मदर टेरेसा धार्मिकदृष्ट्या पूजनीय अशा महान व्यक्ती असल्याचे नेमकेपणाने जाणतात.

ज्योती बसू हे एका डॉक्टरचे चिरंजीव. त्यांचे सुरुवातीचे शिक्षण लोरेटो नन्सच्या हाताखाली झाले. कोलकत्याच्या अत्यंत प्रतिष्ठित मानल्या जाणाऱ्या सेंट झेवियर कॉलेजमध्ये जेसुईटांनी त्यांना शिकवले. विद्यापीठातील शिक्षणानंतर ते लंडनला रवाना झाले. तेथे त्यांनी कायद्याचा अभ्यास केला. येथे प्रथमच त्यांच्यावर कम्युनिस्ट तत्त्वज्ञानाचा प्रभाव पडला. अर्थात त्याला पाश्चात्य उदारमतवादीपणाची डूब होती आणि भारतात परतल्यानंतर त्या चळवळीत शिरल्याने त्यांना पहिला तुरुंगवास घडला. या तुरुंगवासाने ज्योती बसूंचे पुरते राजकीयीकरण झाले. त्यांनी स्वत:ची कठोर कर्तव्यमूर्तीची आणि स्वयंनियंत्रितपणाची प्रतिमा घडवून आणली आणि पश्चिम बंगालच्या इतिहासातील एक सर्वाधिक कठीण कालखंडातील चार निवडणुकांमध्ये स्वपक्षाकडे सत्ता राखण्यात यश प्राप्त केले. ते अत्यंत काटेकोर आणि सर्व राजकीय पथ्ये पाळणारे नेते आहेत. विनोदाचे वावडे असणाऱ्या वर्गातील ते प्रसंगी मौनवादी वाटणारे व्यक्तिमत्त्व आहे. त्यांचे वय नव्वदीकडे झुकलेले कोणालाही वाटणार नाही आणि मदर टेरेसाही जवळपास त्याच वयाच्या आहेत. उमेदवारीची किंवा तरुणपणातील ध्यास-पर्वाची वर्षे दोघांच्याही आयुष्यात समान अनुभवांची होती हा योगायोग नव्हे. मदर टेरेसांना जमिनींचे दान देताना त्यांच्या समर्थनासाठी ते चाकोरीच्याही बाहेर अनेकदा गेलेले आहेत. मदरच्या वाढदिवशी त्यांनी जाहीररीत्या मदरना अभिवादन केलेले आहे आणि नव्या केंद्रांच्या उद्घाटनांच्या वेळी स्वत: जाऊन त्यांच्या कार्यावर सार्वजनिक शिक्कामोर्तबही ज्योती बसूंनी केले आहे.

बसूंच्या राज्य सरकारपुढे असलेले सर्वात मोठे आव्हान, अर्थातच, कोलकता आणि त्याची एक कोटी वीस लाखांची लोकसंख्या हे आहे. १९६१ साली कोलकता महानगर प्राधिकरणाने (सीएमए) पश्चिम बंगालच्या जवळपास ७७ टक्के शहरी लोकसंख्येला निवास व्यवस्था पुरवण्याची जबाबदारी पेलली होती. हुगळी नदीच्या दोन्ही तीरांवर वसलेले कोलकता हे शहर किनारपट्टीच्या भागातील अद्याप सर्वात मोठे नागरी केंद्र आहे तसेच औद्योगिकदृष्ट्याही खूपच पुढे गेलेले आहे.

कोलकत्यातील आणि सभोवताली मिळून भारताचा ९० टक्के ज्यूट (ताग) निर्मिती व्यवसाय आणि ६० टक्के रबर, पादत्राणे, वाघिणी बांधणे, टायर व ट्यूब उद्योग केंद्रित झाला आहे. भारतात सर्वत्र खेड्यापाड्यातून शहरांकडे लोकांचा ओघ सुरू झाला आहे कारण हताश लोक नेहमी, शहरात कामधंदा व पैसा मिळेल अशा भ्रामक आशेने येत राहतात. तरीसुद्धा पदपथावर किंवा झोपडपट्टीत राहणाऱ्या अनेकांना खेड्यातील उपासमारीपेक्षा शहरातील जीवन अधिक चांगले असे वाटत राहते मग अगदी ओंगळ अशा जागेत ते राहत असेनात का. विशेषत: पावसाळ्यात ही शहरात राहण्याची ओढ त्यांना लागते व ते शहरांमध्ये येत राहतात.

सर्व भारतीय शहरांना भेडसावणाऱ्या समस्या कोलकत्यापुढेही आहेतच. अपुरे-अरुंद रस्ते, सांडपाणी आणि जलनिस्सारण, वीजपुरवठ्यातील सतत खंड, राजकारण्याची आपसातील भांडणे व शह-काटशह आणि सर्वत्र फैलावलेला भ्रष्टाचार. याखेरीज कोलकत्याचे स्वत:चे म्हणून काही खास वेगळेही प्रश्न आहेत. उदाहरणार्थ शेजारच्या बांगलादेशातून लाखोंच्या संख्येने येणारा निर्वासितांचा लोंढा, जो की आजवर धैर्याने पेलून बराचसा या शहराने पचवला आहे. पण श्री. बसूंवर जरी ते फारसे काही करीत नसल्याची टीका होत असली तरी मोठ्या जमीन-सुधारणा आणि ग्रामीण विकासाचे पाऊल त्यांनी उचललेले आहे. तसेच नागरी-नियोजनाचेही श्रेय त्यांना द्यावे लागेल. खेड्यापाड्यांकडे किंवा ग्रामीण विभागाकडे लोकांना वळवण्याचा, परत खेचून नेण्याचा हा त्यांचा प्रयत्न आहे. चहा उद्योग शहराबाहेर न्यावा, किमान काही वखारी तरी उत्तर बंगालकडे हलवाव्या अशी पावले त्यांना उचलता आली असती असे काहींचे मत आहे. औपचारिकरीत्या बसूंनी कम्युनिस्ट तत्त्वप्रणालीचा पुरस्कार केलेला आहे हे खरे. तथापि, प्रत्यक्षात त्यांनी, 'आर्थिक सुधारणा आणि उदारीकरणाच्या केंद्र सरकारच्या कार्यक्रमाचे संपूर्ण दृढीकरण करून समाजवादी तत्त्वज्ञानाचाच अविष्कार केला आहे.' असे मत भारताचे इंग्लंडमधील राजदूत डॉ. एल.एम. सिंघवी यांनी व्यक्त केले आहे. ते १९९१ पासून इंग्लंडमध्ये रुजू आहेत.

बसूंच्या नेतृत्त्वाखाली कोलकता महानगर प्राधिकरणाच्या अंतर्गत गेणारी शहरी लोकसंख्या ६४ टक्क्यांवर आली आहे. २०२१ पर्यंत ती ५० टक्क्यांवर आणण्याचा प्रस्ताव आहे. कोलकत्यातील वीजपुरवठा आणि वाहतूक यांची परिस्थिती पाश्चिमात्य जगाच्या मानाने 'भयानक' असली तरी त्यावर किमान काही नियंत्रण प्रस्थापित होऊ शकले आहे. तीन अभिनव प्रकल्प पूर्ण झालेले आहेत आणि कोलकत्याला २१ व्या शतकात नेण्याचा बसूंचा निर्धार त्यातून दिसतो हे कौतुकास्पद आहे. हे तीन प्रकल्प म्हणजे कोलकता मेट्रो यंत्रणा. दक्षिण आशियातील ही पहिली भुयारी रेल्वे आहे. अशा प्रकल्पासाठी कोलकता हे पाणथळ जागेवर वसलेले शहर म्हणजे अगदीच विसंगत जागा होती. असे असूनही ही मेट्रो रेल्वे स्वच्छ, स्वस्त आणि

कार्यक्षम सेवा बनली आहे. दुसरा प्रकल्प म्हणजे कोलकता विमानतळावरील नवी टर्मिनल इमारत. येथे येणाऱ्या प्रवाशांना घाण आणि ओंगळपणा यांची कोलकत्यात अपेक्षा करावी असे आधीपासूनच बजावलेले असते त्यामुळे तशा मानसिक तयारीने येथे आलेल्यांना या इमारतीचे दर्शन नाट्यमयरीत्या सुखावून टाकते. तिसरा प्रकल्प हुगळी नदीवरील विद्यासागर सेतू हा जुळा पूल आहे. समकालीन अशा अनेक दिमाखदार पुलांच्या तुलनेत उभा राहिलेला हा जुळा पूल आहे. याच्याच जोडीला, हल्दिया येथे पूरक उद्योगांसह उभारण्यात आलेला पेट्रोकेमिकल प्रकल्प आहे. कोलकत्यापासून सुमारे दीडशे किलोमीटर अंतरावर असलेल्या या प्रकल्पात एक ते दीड लाख लोकांना रोजगार देण्याची क्षमता आहे. मात्र सर्वात मोठा प्रकल्प म्हणून 'नवे कोलकता' या वसाहतीचे नाव घ्यावे लागेल. कोलकता विमानतळ आणि सॉल्ट लेक सिटी यादरम्यान हे जुळे शहर उभे होत आहे. एक द्रष्टेपणाचे भव्य स्वप्न म्हणून या प्रकल्पाकडे पाहावे लागेल. जुन्या शहरावरील ताण लक्षणीयरीत्या कमी करण्याची ताकद या प्रकल्पात आहे. अद्यापपर्यंत नियोजन आणि आरेखन स्थितीत असलेला हा प्रकल्प किमान पाच लाख लोकांना सामावून घेऊ शकेल. 'नवे कोलकता' म्हणजे एकविसाव्या शतकातील पश्चिम बंगालच्या पुनर्निर्मितीतील एक अत्यंत महत्त्वाचे अंग ठरणार आहे हे नि:संशय. मात्र त्याला लागणारी आर्थिक गुंतवणुकही तेवढीच प्रचंड असणार आहे.

ज्योती बसूंसारख्या व्यक्तीबरोबर जाऊ शकणाऱ्या मदर टेरेसांच्या क्षमतेवर टीका का करावी? काही लोक ज्योती बसूंचा वापर करून घेण्याची क्षमता असे शब्द वापरतील. मदर आणि म्हणून त्यांचा मतदारसंघ म्हणजे गरीब लोक यांनी श्री. बसूंबरोबर राहण्याने प्रचंड प्रमाणावर फायदे मिळवलेले आहेत. त्यांना जमीन किंवा इमारती श्री. बसूंमुळे मिळाल्या, प्रसिद्धी लाभली आणि संभाव्य अडचणी निपटल्या गेल्या किंवा त्यांची धार तरी बोथट झाली. अर्थातच, मदर टेरेसांची सामर्थ्यवान नेत्यांबरोबर चांगले कार्यप्रवण संबंध विकसित करण्याची हातोटी किंवा क्षमता निर्विकार आहे यात शंकाच नाही. हे सामर्थ्यवान नेते असलेले सर्वचजण राजकारणीच किंवा राजकीय पुढारीच आहेत असे नाही. यावरून त्या संपूर्णत: 'त्याच जगातल्या' नाहीत हेही सिद्ध होते. पण अर्थातच 'या जगाशी' संबंध ठेवल्याने त्यांची ख्याती वा कीर्ती कमी होण्याऐवजी वाढते हे सत्य आहे. मी जेव्हा कोलकत्यात होते तेव्हा वृत्तपत्रातून एक बातमी प्रसिद्ध झाली होती. जमिनीवर कायदेशीर हक्क किंवा मालकी नसलेल्या इसमाने मदर टेरेसांना ती जमीन विकल्यासंदर्भात ही बातमी होती. एकदाचे ही जमीन सरकारच्या मालकीची असल्याचे सिद्ध झाले तेव्हा मदरना तेथून हलण्यास म्हणजे जमिनीचा ताबा सोडण्यास सांगण्यात आले. त्यांनी त्यास नकार दिला

आणि पेचप्रसंग निर्माण झाला. सरतेशेवटी राज्य सरकारने मदरना दुसरी एक जागा देऊ केली. त्यात आणखी एक तडजोडही सुचवण्यात आली ती अशी की या जमिनीच्या एका भागावरून मदर आपला गाशा गुंडाळतील आणि ४६ कुटुंबांना इतरत्र कोठेतरी दुमजली इमारतींमध्ये समावून घेतले जाईल व त्यासाठीचा खर्च सरकार करील. वाटाघाटींची ही क्षमता सामान्यत: एखाद्या ननचे वैशिष्ट्य असू शकत नाही. तथापि, ते निराधार किती नशीबवान की त्यांच्या वतीने बोलणारे कोणीतरी तर होते. संत म्हणून गणले जाण्यासाठी भौतिक जगाबरोबरचा संपूर्ण संबंध सोडून देणे वा त्यागणे किती महत्त्वाचे? कोलकत्यातील एका अत्यंत वाईट किंवा रोगट भागात रेनबो डे स्कूल चालवणारी लोरेटो नन, आयबीव्हीएम सिस्टर सेरिल म्हणजे, 'तुम्हाला मदर अत्यंत सामर्थ्यवान किंवा शक्तीशाली व्यक्ती आहेत याबद्दल आश्चर्य का वाटावे? केवळ मृदू आणि सभ्य राहून सिस्टर्सच्या एवढ्या मोठ्या संप्रदायाच्या संस्थापिका बनू शकत नाही. त्यांच्यात खूपच मोठे सामर्थ्य आहे हे उघडच आहे. त्यांच्या एकूण व्यक्तीमत्त्वात लवचिकता, कठोरता, चतुराई, धूर्तपणा, शहाणपणा असे अनेक गुण समुच्चयाने आहेत. आपला पंथ कोठल्या कारणाने अस्तित्वात आलेला आहे याबाबतच्या त्यांच्या कल्पना सुस्पष्ट आहेत. श्रीमंत किंवा अत्यंत आधुनिक-सुसंस्कृत अशांनाही आपला पंथ सहजपणे ताब्यात घेता येऊ नये अशी त्यांची इच्छा आहे.'

फारसा जुना नाही पण अलिकडचाच एक काळ असा होता की परकी धर्मादाय संस्था आणि मिशनरी यांच्याकडे भारत देश संशयाने पाहत असे. गरीबी, दारिद्र्याचा फायदा घेऊन धर्मांतर घडवून आणण्याचा त्यांचा गुप्त कार्यक्रम आहे अशा संशयानेच मिशनरी व या संस्थांकडे पाहिले जात होते. या अविश्वासाचे प्रतिबिंब १९७६ च्या परकी देणग्या नियंत्रण कायद्यात (एफसीआरए) पडलेले आहे. या कायद्यानुसार, परकी पैसा घेऊ इच्छिणाऱ्या सर्व धर्मादाय संस्थांना नोंदणीची सक्ती करण्यात आली आहे. परकी पैसा पांथिक वा अतिरेकी कारवायांसाठी वापरला जाण्यास प्रतिबंध करणे हा त्यामागचा उद्देश आहे. प्रत्यक्ष परिणामाच्या दृष्टीने हा कायदा असा आहे की कोणतीही कार्यवाही जलद रीतीने होऊ शकत नाही, लाचखोरीला त्यातून अधिकाधिक वाव मिळेल आणि बहुतेक धर्मादाय संस्था मृतवत होत जातील. एकदा संस्थेची नोंदणी झाली की दर सहा महिन्यांनी त्याचे लेखापरिक्षण होत राहणार आहे. अनेक लोक असे कायदे करण्यामागचे शहाणपण कोणते अशी विचारणा करतात कारण कोणत्याही परिस्थितीत रिझर्व बँकेमार्फत कंपन्या पैसा आणू शकतातच, त्यांना या कायद्याच्या वाटेने जाऊन पैसा आणण्याची गरज पडत नाही. जॅक प्रेगरप्रती तिटकारा आणि अधिकृतरीत्या नोंदणी होण्यातली त्याची अडचण यांचा खुलासा साध्या पद्धतीने यात होतो. भारतीयांना आपण

स्वत:च करू शकू अशा गोष्टी करण्यास परकी व्यक्तीने पाऊले उचललेली न आवडणे एवढा एकच त्याचा खुलासा असू शकतो.

बहुतेक सर्व भारतीयांमध्ये स्वाभिमान आणि प्रतिष्ठा या जाणीवा सळसळत असतात. आपण आपले स्वत:चे प्रश्न सोडवू शकतो असा एक दृढ विश्वास त्यांच्यात आहे. वसाहतवादी पार्श्वभूमीपासून हा विश्वास मुक्त आहे. भारताचे माजी परराष्ट्रमंत्री एस. के. सिंग यांनी हे स्पष्ट करून सांगितले की परकी मदत संस्थांनी बरेचदा गुंतागुंत निर्माण केली आहे. 'मी अशा परिस्थितीमध्ये होतो जेव्हा परकी लोक मदतीसाठी धावत आले आणि हे परकी लोक येईपर्यंत आपला सामना वा लढा उत्तम प्रकारे चालू होता असेच एखाद्याला वाटत राहावे अशी स्थिती उद्‌भवली. परकी लोक मदतीला येतात आणि त्यांना दुभाषे लागतात, मोटारगाड्या लागतात आणि टेलिग्राम लागतात. त्यांची अल्पशी मदत स्वीकारतानाच एखाद्याला खूप वेळ घालवीत बसावे लागते.' 'ऑक्सफॅम' किंवा 'ख्रिश्चन एड' यांच्या जाहिरातींमध्ये, डोळ्यात ग्लिसरीनचा अश्रू असलेले भारतीय वा आफ्रिकन मूलच का दिसते? उदाहरणादाखलसुद्धा या जाहीरातींमध्ये चिनी किंवा इंडोनेशियन बालक दिसत नाही. सर्व कृत्रिम सहानुभूती– निर्मितीत भारताचा टिंगलसदृश वापर का केला जातो?' असे प्रश्न श्री. सिंग यांनी विचारले.

हीच भावना 'सिटी ऑफ जॉय' च्या चित्रीकरणाच्या वेळी कोलकत्यात उफाळून आली होती. या चित्रपटाचा नायक हा गोरा व्यक्ती असताना कोलकता शहराचे चित्रण मात्र नरकपुरी अशा पद्धतीने केले जात असल्याबद्दलची नाराजी मार्क्सवादी व इतर पक्षांतर्फे निदर्शनांनी व्यक्त करण्यात आली. एका वेळी तर 'भारतीय लोकांचा सन्मान व प्रतिष्ठा यांच्याविरुद्ध चित्रीकरण' होत असल्यावरून कोलकता उच्च न्यायालयातर्फे चित्रीकरण थांबवले गेले होते. प्रख्यात अभिनेते, दिग्दर्शक आणि मार्क्सवादी पक्षाचे सदस्य उत्पल दत्त म्हणाले, 'कोलकता जसे आहे त्याबद्दल या चित्रीकरणाला काही देणे-घेणे नाही... वापरावयाची आणि शोषण करावयाची वस्तू म्हणून गरीबांना वागणूक दिली जात आहे.' मार्क्सवादी सरकारचे माहितीमंत्री बुद्धदेव भट्टाचार्य म्हणाले, 'तिसऱ्या जगात राहणारी कोणीही व्यक्ती भिकारी, खायला मिळावे म्हणून आसुसलेली, कम्युनिस्ट किंवा वेश्या असलीच पाहिजे असे ज्यांना वाटते त्यांच्या राजकीय तत्त्वज्ञानाला प्रोत्साहन देत असल्याचा दावा करून हा चित्रपट बनवला जात आहे. त्याला कडाडून विरोध केला पाहिजे.'

'सिटी ऑफ जॉय' चे दिग्दर्शक रोलँ जाफे म्हणाले, चित्रपटाचे टीकाकार नोकरशहा आहेत. त्यांच्या सभोवतालची गरीबी त्यांना दिसत नाही आणि त्याची जाणीव करून दिल्यावर ते चिडचिड करतात. कम्युनिस्ट पक्ष (मार्क्सवादी) हा गरीबीबाबतच्या आपल्या स्वत:च्या धोरणाबद्दल खूपच गोंधळलेला पक्ष आहे. ते

भारतीयच आहेत, पण मार्क्सवादाने त्यांची वसाहत बनवून टाकली आहे आणि मार्क्सवाद तरी काय आहे? १९ व्या शतकातील एका रशियन ज्यूने लंडनमध्ये राहून शोधलेली रशियात धार लावलेली एक बाह्य शक्ती. आणि ही एक वसाहतवादी चळवळ का आहे कारण ब्रिटीशांनी ती येथे आणली व त्यांनीही वसातवादाशी लढा द्यावयाचा दावा केलेला आहे. पण ते याकडे ज्या प्रकारे पाहतात तेवढाच अर्थ त्यांना शिकवलेला आहे. म्हणूनच ते, लोकांनी गरीबीवर कॅमेरा रोखला की गरीबीपासून सुटका झालेली आहे असा दावा करतात, हे आश्चर्यकारक नाही.

जाफेचा उजवा हात असलेला इयान स्मिथ याने आपले शोषण होत असल्याची आणि जग अन्याय करीत असल्याची भावना झालेल्या या शहराचे दु:ख जाणले होते. 'या शहरातून पुढे येणारी प्रत्येक प्रतिभा कृष्णविवर आणि मदर टेरेसांची आहे. जगाच्या नजरेत, एकसुरी साच्यापासून वेगळे वा दूर राहणेच कोलकत्याला हवे आहे असे दिसते... आम्ही अगदी नेमके वर्मावरच बोट ठेवले आहे.' असे त्याने स्पष्ट केले.

मदर टेरेसांबाबतची बंगाली लोकांची मते इतर कोणत्याही विषयाप्रमाणेच संपूर्ण आढावा घेणारी आहेत. मुळात बंगाली माणसाला सर्वात प्रिय बाब म्हणजे बोलण्याची कधीही न शमणारी इच्छा आणि म्हणूनच कॉफी-शॉप्सच्या संख्येत अशी अफाट वाढ झालेली दिसून येते. या कॉफी शॉप्समध्ये बोलल्या जाणाऱ्या विषयांना तोटा नाही. येथे बंगाली माणूस तुम्हाला विद्यापीठांमधील फुलबागा, वृत्तपत्रे आणि पुस्तक विक्रेते यांची प्रचंड संख्या, मूळ बंगाली साहित्यातील परंपरा, संस्कृती आणि खाद्यपदार्थ विशेषत: बंगाली मिठाई की ज्याचे उत्पादन हासुद्धा एक कलाप्रकारच ठरतो, अशा साऱ्यांबाबत सांगताना दिसेल. एकीकडे तुम्हाला डॉ. अरुप चॅटर्जीसारखी टोकाची भूमिका घेणारी माणसेही भेटतील. कोलकत्याच्या हा डॉक्टर सध्या लंडनमध्ये राहतो. 'हेल्स एंजल' हा लघुपट बनविला जावाच असा आग्रह धरून त्याने त्यासाठी आंदोलन केले होते. पण तो या चित्रपटामुळे अत्यंत निराश झाला. त्याच्या गते, या विषयाकडे बघण्याची भूमिका कोलकता शहराच्या दृष्टीकोनातून नव्हती आणि त्याची त्याला फारच खंत वाटली. १९९५ च्या ऑक्टोबरमध्ये डॉ. चॅटर्जी परत आला. ज्यांना सर्वाधिक मदतीची गरज आहे त्यांच्यावर मदर टेरेसांचा काय परिणाम झाला हे शोधणे आणि स्वत:साठी त्याची नोंद करणे हा त्याच्या परत येण्याचा हेतू होता. त्याने पूल क्रमांक चार हे स्थळ निवडले. रुंदीकरणासाठी म्हणून या पुलाची नियमितरीत्या कार्यक्रम-पत्रिकेत निवड केली जाते. त्याच्या दोन्ही बाजूला झोपडपट्टीवासियांच्या मोठ्या वसाहती आहेत. आजवर रस्त्याच्या जागेच्या रुंदीकरणासाठी एक इंचभराची सुद्धा हालचाल झालेली नाही. मुख्यत: मानसिक अपंगांसाठी चालविल्या जाणाऱ्या 'प्रेम-दान' या मदर

टेरेसांच्या प्रचंड केंद्राभोवती या झोपडपट्ट्या आहेत. डॉ. चॅटर्जीने आपल्या व्हिडीओ कॅमेऱ्याने बरेच दिवस चित्रीकरण केले आणि मुख्यत्वेकरून मुस्लीम झोपडपट्टीवासियांशी त्याने मदर टेरेसांबाबत बातचीत केली. एक महिनाभरानंतर त्याने मला हा लघुपट पाहण्यास बोलावले.

चार नंबरच्या पुलापासच्या झोपडपट्टीत चार वर्षे राहत असलेला खाटिक फकीर म्हणाला, 'मदर टेरेसा, मी त्यांचे नाव कधीही ऐकलेले नाही... मदर टेरेसांकडून मोफत अन्न? तुम्ही त्यासाठी रांग लावूच शकत नाही, तुमच्याकडे कार्ड हवे. मला ते मिळू शकत नाही.' नंतर, डॉ. चॅटर्जीने 'प्रेम-दान' च्या इमारतीच्या अगदी नजीकच्या भिंतीला टेकून बसलेल्या दोघांना तेथून अन्न मिळाल्याबद्दल विचारणा केली. ते दोघेही 'नाही' सांगून म्हणाले, 'त्या (मदर) लोकांना मदत करतात असे आम्ही ऐकून आहोत. पण कार्डचा प्रश्न आहे. ते तुम्ही कसे काय करता हे आम्हाला माहित नाही.' नंतर डॉ. चॅटर्जी एका चहाच्या टपरीधारकाशी व दोन भिकाऱ्यांशी बोलला. चहावाला बिहारमधील होता व चामडे कमावण्याचेही काम करीत असे आणि साऱ्यांची उत्तरे एकच होती– 'नाही'. त्यांना मिशनरीज ऑफ चॅरिटीतर्फे कसलीही मदत मिळत नाही कारण त्यासाठी तुमच्याकडे कार्ड हवे. २० वर्षे त्याच झोपडपट्टीत राहणारा एक व्हॅनचालक म्हणाला, 'त्यांनी आम्हाला कधीच मदत केलेली नाही. ते फक्त ख्रिश्चनांनाच मदत करतात. मदरच्या ख्रिश्चनांसाठी खास योजना आहेत.'

डॉ. चॅटर्जीने नंतर मध्य कोलकत्यातील रस्त्यांवर जाऊन लोकांशी संवाद साधला. ओबेरॉय हॉटेलबाहेरच्या भिकाऱ्यांना त्याने, मदर टेरेसांबद्दल माहिती विचारता हे स्पष्ट झाले की चुकीच्या समजुतींचे पीक मोठे आहे. एका कुष्ठरोग्याने अगदी ठामपणे सांगितले की त्यांना (मदरना) मदत मागण्यात काही अर्थ नाही कारण त्या आंध्र-प्रदेशामधून आलेल्या लोकांना मदत करीत नाहीत. व्हीलचेअरवर बसलेल्या दुसऱ्या एकाने, 'त्या फक्त ओरिसातील लोकांनाच मदत देत असतात' अशी माहिती पुरवली. लोअर सर्क्युलर रोडवर भीक मागणारा एक बुटका म्हणाला, 'जरी मी मदर हाऊसच्या अगदी नजीक असलो तरी मी कधीही त्यांचे नाव ऐकलेले नाही.'

डॉ. चॅटर्जी पुढे म्हणतो की पदपथ आणि झोपडपट्टी येथे राहणारे आत्यंतिक गरजू रहिवासी जे काही सांगतात त्यावरून, 'टेरेसा' नावाच्या गूढाभोवती फुगवलेले वलय कसे आहे याची साक्ष मिळते. त्यातील पुष्कळांना तर मदर टेरेसांचे नावसुद्धा माहित नाही असे दिसते. मला इतकी खात्री वाटत नाही; पण हा औत्सुक्यपूर्ण प्रयोग नक्कीच ठरू शकतो. कारण आपण स्थलांतरीत युरोपियन लोक आणि मध्यमवर्गीय बंगाली लोकांचेही मतप्रदर्शन इतके वारंवार ऐकतो. पण स्वत: गरीब असलेल्या

लोकांचे मत फारच क्वचित ऐकतो. कोलकत्यात सहा महिने वास्तव्य करणारे लेखक अमित चौधरी यांनी १९८० च्या सुमारास पाहिलेल्या एका 'मदर टेरेसा लघुपटाचा' उल्लेख केला. ते म्हणाले, 'त्या लघुपटात मदर टेरेसांच्या अवतीभोवती मोठ्या प्रमाणावर धनवान, स्तुतीपाठक, ब्रिटीश लोक दिसत होते आणि मदर टेरेसा हसत होत्या. कॅमेऱ्याकडे बघून त्यात एकदा नव्हे, अनेकदा म्हणाल्या, "आपण प्रेम विकलेच पाहिजे..." हे श्रीमंत आणि छायाचित्रणातही यावे म्हणून धडपडणारे युरोपियन बघितल्यावर कोलकत्यातील गरीब लोकांशी कोणत्या प्रकारे त्यांचे काय देणे-घेणे हे मला तरी समजू शकले नाही. केवळ वरवरचा देखावा एवढ्या एकाच प्रकाराने ते लोक कोलकत्यातील गरिबांशी जोडले जाऊ शकत होते.'

मदर टेरेसांशी संबंधित कोणत्याही प्रसिद्धीत साधारणपणे गरीब लोक दाखवले जातातच. तोंडून शब्द न फुटणारे गरीब लोक त्यांच्याभोवती असतात व त्यांच्याकडे भक्तिभावाने नजर लावलेले आढळून येतात. नेहमीप्रमाणेच, सत्य अधिक गुंतागुंतीचे आहे असे 'स्टेट्समन' चा स्तंभलेखक धरणी घोष मला समजावून सांगत होता. कुर्ता-धोती पेहेराव असलेला हा बंगाली इसम कोलकत्यात त्याला मिळालेल्या जेसुईट शिक्षणाबाबत अभिमानी होता. सध्याच्या काळात तो बव्हंशी विद्वत्तापूर्ण ग्रंथांवरील परिक्षणे लिहीण्याचे काम करतो. आपल्या जाड भिंगांच्या बायफोकल चष्म्यातून बारकाईने न्याहाळत तो सातमजली हसतो आणि अर्थातच कोलकत्यावर त्याचे प्रेम आहे. मदर टेरेसा कोलकत्याच्या रस्त्यावर पूर्वी दिसत असत, बसस्टॉपवर बसची वाट पाहात उभ्या असत, चालत जाताना आणि भिकाऱ्यांशी बोलताना दिसत तो सर्व काळ घोषला आठवतो. पण आता मात्र त्या सिस्टर्सच्या घोळक्यात 'अति-सुरक्षित' असतात असे तो नमूद करतो.

घोष पुढे म्हणाला, 'खरे सांगावयाचे तर रस्त्यावरच मरण पावलेला असा कोणी मी स्वत: पाहिलेला नाही. सर्वसाधारण बंगाली माणसाचे जीवन वा अस्तित्व असे रस्त्यावर मरण पावण्याजोगे असत नाही. तरीही ही कल्पना काहीजणांच्या कल्पनाशक्तीला भावली आणि कोलकत्याच्या सर्वसाधारण जीवनाला नगळून मदर टेरेसांना जाहीर सन्मान देऊन गेली. या प्रकाराने मला अवमानित झाल्यासारखे वाटत नाही. तथापि, मी गोंधळून गेलेलो आहे. कोणत्या प्रमाणभूत मानकांनी कोलकत्याचे मोजमाप केले जात आहे? कोलकता हे एक चांगले शहर आहे असे मी म्हणत नाही. पण जर येथील घाण आणि ओंगळपणा पाहून लोकांना धक्का बसत असेल तर त्यांनी पहिला निर्वासित येथे आला तेव्हा म्हणजे १९५० च्या दशकात किंवा १९६० च्या किंवा अगदी १९४० च्या सुद्धा दशकात याविरुद्ध आरडाओरडा करावयास हवा होता. कोलकता हे एक छान, सुनियोजित शहर आहे. मुंबई वा दिल्लीपेक्षा अधिक वाईट नाही आणि त्यांच्याशी तुलना करता येथील गुन्हे

प्रमाण-दर बराच कमी आहे. याखेरीज राहणीमानही फारसे उच्च वा महागडे नाही ही एक चांगली बाब आहे कारण स्वस्त जीवन जगता येते आणि मेट्रोने-भुयारी रेल्वेने तुम्ही पाच रुपयात सबंध शहरात कोठेही जाऊ शकता– इतर कोणत्याही शहरात तुम्ही असा विचारसुद्धा करू शकणार नाही.'

घोषचा असा विश्वास आहे की बहुतेक बंगाली लोक मदर टेरेसांपासून अलिप्तच आहेत. 'ते कोणत्याही बाजूने मदरबाबत काळजी करीत नाहीत. त्या बऱ्याच काळापासून येथे असल्यामुळे बंगाली लोक त्यांना येथल्याच आहेत असे गृहीत धरतो... वृत्तपत्रांनी निर्माण केलेले मोठे व्यक्तीमत्त्व असे स्थानिक लोक त्यांच्याकडे बघतात... आपण हे लक्षात घेतलेच पाहिजे की मदर टेरेसांची गरज प्रत्यक्षात नाहीच. कोलकत्याला मदर टेरेसा हव्या आहेत असे काही म्हणता यावयाचे नाही. खरे म्हणजे कोलकत्याला त्यांची, कोणाचीही वा माझीही गरज नाहीच.' असे ठामपणे सांगून घोष हसला. त्याने हे समजावून सांगितले की भीक मागण्याकडे पाहण्याची हिंदूंची वृत्ती कशी आहे हे प्रथम कळले पाहिजे. 'कोठल्या ना कोठल्या वेळी प्रत्येकजण भिकारी असतो. तुम्ही भीक मागितली पाहिजे असे देवाला वाटते आणि ती एक गरज आहे आणि म्हणूनच त्यात वाईट काहीही नाही, पण पाश्चिमात्यांना हे समजावूनच घेता येणार नाही. मदर टेरेसांना हे समजते असे मला वाटत नाही... कारण भिक्षा वा भीक देताना तुम्ही विनम्रच असले पाहिजे. माझा असा समज झाला आहे की त्या गरीबांसाठी "काहीतरी करीत आहेत" आणि त्यामुळे त्या आश्रयदात्या बनतात आणि भारतीय स्वभावधर्माशी विसंगत ठरतात. गरीबीचा प्रश्न इतका प्रचंड आहे की फक्त सरकारच तो सोडवू शकते आणि मदर टेरेसा किंवा कोणतीही व्यक्ती त्यात बदल घडवून आणू शकत नाही. त्यांना नेहमीच कोलकत्याच्या मदर टेरेसा असे का म्हटले जाते? हे विलक्षण शहर स्वत:चे जीवन स्वत:च्याच पद्धतीने जगत राहणार आहे.' असे घोषने स्पष्ट शब्दात सांगून टाकले.

परकीय लोकांबद्दल या पातळीवरील गंड असताना मदर टेरेसांनी कशा प्रकारे टीका टिप्पणी टाळली आहे? डॉ. सिंघवीच्या मते, 'मदर टेरेसा स्वीकारल्या गेल्या कारण त्या सर्वसाधारण अर्थाने त्यागाच्या वैश्विक स्वभावधर्मात सहभागी होऊन त्या भारताशी एकरूप झाल्या. त्या भावनेने अथवा आत्मिक रुपाने भारतातीलच आहेत. जेथे कोठे त्यांनी काम केले असते तेथे त्यांची चांगुलपणाचे एक उदाहरण घालूनच दिले असते आणि त्यांना तेथे कृतज्ञतापूर्वक स्वीकारलेही गेलेच असते. पण भारत हा एक असा देश आहे की येथे वैश्विक भावना हा राष्ट्रीय संस्कृतीच्या ठेव्याचा आणि सांस्कृतिक वारशाचा एक भाग आहे.' इतर मुद्यांचा परामर्श घेताना डॉ. सिंघवी म्हणतात, 'प्रत्यक्षात मदर टेरेसांनी किती लोकांना मदत केली हा मुख्य मुद्दा नाही. मदर टेरेसांच्या कामाची अशी संख्येने मोजणी वा मोजमाप करणे म्हणजे ते कार्य कमी लेखणे वा हीन मानणे

असा होईल... कोणतीही बाब मोजणे वा मोजून पाहणे मग त्याचे मोठेपण ठरवणे हे पाश्चिमात्य विचारसरणीचे एक वैशिष्ट्यपूर्ण अपयश आहे. त्यातून आपल्याला आकडेवारीच्या पोकळीत लोटले जाते आणि त्याला मग काही अर्थच राहत नाही. त्या जर येथे नसत्या तर सरकारने अधिक काही करून दाखवले असते काय? माझ्या मते "नाही" आणि जरी सरकारने काही केले असते तरी त्यातून आपल्याला उदात्त कार्य-साधनेचे समाधान लाभले नसते. सरकारवर सामाजिक व आर्थिक जबाबदाऱ्या असतात त्या मदरपुढे नाहीत. त्या जे काही करीत आहेत ते आपल्या मानवजातीच्या कल्याणाचेच आहे. याच कारणामुळे मदर टेरेसा कोलकत्याचा मानबिंदू ठरतात, शहराचा एक अविभाज्य भाग बनतात, वृत्तपत्रे त्यांना विश्वसनीय आणि आदरणीय महनीय व्यक्ती म्हणून वागवतात, नोबेल पारितोषिक विजेत्या व्यक्तीच्या आपल्यातील उपस्थितीचा आस्वाद घेतात, त्यांच्या वाढदिवसांचे सोहळे वाढत्या श्रेणीने फोटोंसह आणि खास पुरवणीद्वारा पार पाडले जातात.'

कोंडी करणारे वा अडचणीचे प्रश्न विचारत नसल्यामुळे कोणत्याही सत्तारुढ सरकारला वा पक्षाला मदर टेरेसांची उपस्थिती सोयीची वाटते असे मानणारे काही लोक कोलकत्यात आहेत. जे काही मिळेल ते टीका न करता त्या स्वीकारतात आणि म्हणून त्या केवळ चालवून घेतल्या जातात असे नाही तर सरकारच्या कृत्यावर आंतरराष्ट्रीय पातळीवर शिक्कामोर्तब करणाऱ्या म्हणून त्यांचे स्वागत केले जाते. त्यांच्या एका माजी सिस्टरने याचे वर्णन, 'संपत्तीबरोबर संगनमत' असे केले आणि सांगितले की आपल्याला मदरचा पंथ सोडावा लागण्याचे प्रमुख कारण हे होते. ती पुढे म्हणाली, 'मदर टेरेसांची सर्व नेत्यांबरोबर चांगली मैत्री असते पण त्यातून इतर काही न निघता त्या नेत्यांना मात्र एक प्रकारची विश्वासार्हता प्राप्त होते... सिस्टर्स लोकांबरोबर अगदी पाळेमुळे पातळीवर काम करतात पण विविध प्रश्नांचा सामना कसा करावयाचा हे जर तुम्हाला शिकवलेच गेले नसेल तर तुम्ही त्यांच्याशी कसे काय लढणार? इतर धर्मादाय संस्था आग्रह धरतात त्याप्रमाणे, गरीबीचे निर्मूलन झालेच पाहिजे असा भर मदर टेरेसा देत नाहीत. उलट त्यांचा विश्वास आहे की गरीब लोक नेहमीच जगात असतील आणि त्यांच्यामुळेच मिशनरीज ऑफ चॅरिटीला ख्रिस्ताप्रती प्रेम दाखवणे शक्य होत राहते. 'आपली निर्मितीच मुळी त्यासाठी झाली आहे– ख्रिस्ताचे प्रेम जाहीर करण्यासाठी, त्याच्या उपस्थितीची उद्घोषणा करण्यासाठी' असा मदरचा दृष्टीकोन आहे. आपली संघटना समाज-सेवकांची नसून धार्मिक वृत्तीच्या महिलांची आहे असे त्यांनी अनेकवार बजावलेले आहे. जेव्हा मदर टेरेसा प्रत्यक्षातील वास्तव गरिबीविषयी बोलतात तेव्हा ती भयानक स्थिती (गरीबी) टाळावी आणि त्यावर मात करता यावी असे त्यांचे वर्णन नसते तर ती एक परिपूर्ण स्थिती असून मिशनरीज ऑफ चॅरिटीने ती साधण्यासाठी

प्रयत्नांची शिकस्त करावी असे त्या बजावतात. सरतेशेवटी, 'आपल्या क्रूसावरच्या देवाकडे काहीही शिल्लक नव्हते.' असे त्या सांगतात. त्याचा अर्थ ख्रिस्तासारखे गरीब बना, गरिबीची निवड करा हे ध्येय आहे. गरीबी का आहे ते तपासणे आणि ती दूर करण्यासाठी मार्ग शोधणे या गोष्टींना स्थान नाही. 'गरीब हे महान लोक आहेत आणि त्यांच्याबद्दल आपल्याला गाढ कृतज्ञता हवी. जर त्यांनी आपणास स्वीकारले नसते तर मिशनरीज ऑफ चॅरिटी म्हणून आपले अस्तित्वच उरले नसते... गरीबाच्या बरोबर राहण्यासाठी आपणही गरीब राहण्याचीच निवड करतो. एक निराधारपणा, निराश्रितत्व सोडले तर आपण प्रत्येक बाबतीत त्यांच्यासारखे राहिले पाहिजे. आपल्यापैकी प्रत्येकाने गरीबातील ख्रिस्ताच्या मागे जाण्याबाबत देवाला आपला शब्द दिला आहे व तशी प्रतिज्ञा केली आहे.' इति मदर टेरेसा.

ज्यांनी आपल्या मागून येण्याचा मार्ग निवडला आहे त्यांचा पेशा काय याबाबत मदर टेरेसांनी एका मिशनरी ब्रदरबरोबर झालेल्या संभाषणाच्या संदर्भातून स्पष्ट खुलासा केलेला आहे. त्या म्हणतात, 'हा ब्रदर खरोखरी कुष्ठरोग्यांवर प्रेम करतो. काही एक प्रकारची अडचण वा कुचंबणा झाली म्हणून तो एके दिवशी आपल्या वरिष्ठाबरोबर माझ्याकडे आला. तो मला म्हणाला, "माझे कुष्ठरोग्यांवर प्रेम आहे. मला त्यांच्याबरोबर राहावयाचे आहे. मला त्यांच्यासाठी काम करावयाचे आहे. माझा पेशा म्हणजे कुष्ठरोग्यांबरोबर राहणे हा आहे." मी त्याला म्हणाले, "ब्रदर तू चूक करीत आहेस. तुझा पेशा कुष्ठरोग्यांसाठी काम करणे हा नाही. तुझा पेशा आहे ख्रिस्ताला बांधिल असण्याचा. कुष्ठरोग्यांसाठी काम ही केवळ तुझ्या ख्रिस्तावरील प्रेमाची कृती आहे. आणि म्हणूनच तू जोपर्यंत त्याच्यासाठी (ख्रिस्तासाठी) ती कृती करीत आहेस, तोपर्यंत त्याद्वारे कोणालाही कसलाही फरक पडत नाही. तेच सारे काही आहे. तुझ्या पेशाचे ते पूर्णत्व आहे की तू ख्रिस्ताला बांधील आहेस."

यातील "त्याद्वारे कोणालाही कसलाही फरक पडत नाही" हा भाग मला अत्यंत महत्त्वाचा वाटतो. हा वाक्प्रयोग माझ्या दृष्टीने समजावून घेणे जवळपास अशक्यप्राय आहे. या शब्दप्रयोगातून ध्वनित होणारा अर्थच खरोखर मदर टेरेसांच्याही मनात असेल काय? कुष्ठरोग्यांबरोबर काम करण्यावर असलेल्या त्या ब्रदरच्या प्रेमाने– 'कोणालाही कसलाही फरक पडत नाही' म्हणजे काय? याबाबतचे स्पष्टीकरण मी एका जेसुईटाला विचारले तेव्हा त्याने मला अगदी मन:पूर्वक कळवळून सांगितले की मदर टेरेसांची मूळ भाषा किंवा मातृभाषा इंग्रजी नाही हे लक्षात घेतले पाहिजे. तसेच त्या काही धर्मशास्त्रवेत्त्या नाहीत हेही विसरू नये. सर्व चांगल्या गोष्टी देवाकडूनच येतात आणि त्यातूनच जगात गोष्टी घडत असतात असा विश्वास आणि साधेपणा मदरमध्ये आहे याकडेही दुर्लक्ष करता येणार नाही. या साऱ्यांचा एकत्रितपणे विचार करूनच त्या शब्दांकडे पाहिले जावे.

प्रत्यक्षात मिशनरीज ऑफ चॅरिटी समाजकार्यात गुंतलेली आहे. काही निरीक्षकांना, बिगर-सरकारी संस्था जे काही करतात त्याच्याशी याचे साधर्म्य जाणवेल. परंतू मदर टेरेसांची उद्दिष्टे अगदी निराळी आहेत आणि त्याचीच मदत त्यांना अधिकारपदावर असलेल्या लोकांबरोबरच्या संबंधामुळे झाली आहेत. बिगर सरकारी संस्थांचे नेते मदर टेरेसांच्या सरकारबरोबरच्या सुरळीत संबंधांकडे हेवा करीत बघतात. त्यांना झोपडपट्टीत जागा विकत घेण्याची आत्यंतिक इच्छा असते आणि अधिकारी ती विकत नाहीत अशी त्यांची तक्रार असते. परिणाम एकच– मदर टेरेसांचा हेवा करणे. मदर टेरेसांनी ज्योती बसूंना आपल्या बाजूला वळवून घेतले आहे असा ते आरोप करतात. पश्चिम बंगालमध्ये १९८९ पासून एक बंधन घालण्यात आलेले आहे ते म्हणजे, पश्चिम बंगाल सरकारच्या समाज-कल्याण निधीनेच कोणत्याही प्रस्तावाची मान्यता निश्चित करावयाची आहे. एखाद्या प्रकल्पास निधी पुरवण्याची बिगर सरकारी संस्थांची इच्छा असेल तर हे अतिरिक्त बंधन लागू होईल. हा निर्बंध दात्यावर नसून घेणाऱ्यावर लागू आहे. काही मान्यताप्राप्त धर्मादाय संस्थांसाठी, उदाहरणार्थ इंग्लंडमधील ऑक्सफॅम, त्यांचे प्रस्ताव स्वीकारले जाणे इतके अवघड ठरले आहे की त्यांनी पश्चिम बंगालमध्ये काम जवळपास थांबवल्यातच जमा आहे. 'हे खूपच व्यक्तिनिष्ठ, वैयक्तिक आणि भ्रष्टाचारी काम होऊन बसले आहे. सर्वच प्रस्ताव स्वीकारले जात नाहीत आणि जे स्वीकारले गेले आहेत त्यातून आम्ही फारसे संतुष्ट नाही' असे ऑक्सफॅमच्या एका कोलकत्यातील कार्यकर्त्याने मला सांगितले. परिणामी, सध्या ऑक्सफॅमकडे पश्चिम बंगालमधील एकही प्रकल्प नाही आणि त्यांनी इतर प्रांतांकडे आपले लक्ष वळविलेले आहे. १९५९ पासून मिशनरीज ऑफ चॅरिटीला पाठिंबा देणाऱ्या सुरुवातीच्या काही परदेशी विकास संघटनांपैकी ही एक होती. सुरुवातीला याचे प्रमाण कमी होते. उदारहणार्थ, मरणोन्मुखांच्या केंद्रांसाठी ब्लँकेटस् पाठवण्यात आली. १९६० च्या दशकात पुढे कोलकत्यात त्यागल्या गेलेल्या मुलांच्या केंद्रांसाठी नवी जागा खरेदी करावयाची म्हणून निधी पुरवण्यास ऑक्सफॅमने मान्यता दिली. त्यासाठी १६,६६७ पौंडांची रक्कम अनुदान म्हणून १९७०-७१ मध्ये मंजूर करण्यात आली. पण त्यावेळी योग्य इमारत न मिळाल्याने अखेरीस ही अनुदानाची रक्कम रद्द करण्यात आली. तेव्हा मदर टेरेसांनी इतर काही व्यवस्था केली आणि ऑक्सफॅमच्या मदतीची आपल्याला जरूर नाही असे सांगितले.

१९७६-७७ मध्ये देशातील अनेक प्रकल्पांसाठी मदत देण्याची तयारी दाखवून ऑक्सफॅमने मिशनरीज ऑफ चॅरिटीच्या कामाशी पुन्हा एकदा आपला संबंध जोडण्याचे जाहीर केले. बहुतेक करून ही मदत पडक्या इमारतींची चांगल्या प्रकारे डागडुजी करून त्या भक्कम बनवणे, खिडक्यांवर दारे बसवणे अशा स्वरुपातील होती. मदर टेरेसांच्या मूळच्या कालीघाट केंद्राच्या धर्तीवर हावडा येथे मिशनरी

ब्रदर्सने उभारलेल्या मरणोन्मुख आणि निराधार केंद्राला मदत देण्यास १९७७ मध्ये ऑक्सफॅमला सांगितले गेले. हावडा हे शहर खूप गर्दीचे, घाणेरडे, व्यापारी वृत्तीचे आणि कोलकत्याचा उत्पादन विषयक विभाग अशा प्रकारे उभे झालेले आहे. कोलकत्याहून भारताच्या इतर भागांकडे जाणाऱ्या रेल्वेसेवेसाठी हे शेवटचे स्टेशन आहे आणि तेथे अपरिहार्य वा अटळ विधिलिखित असल्याप्रमाणे गरीब, भिकारी व मरणोन्मुख लोकांची गर्दी आढळते. प्रचंड संख्येने प्रवासी येत-जात असल्याने त्यांच्याकडून मिळणारी दाने व त्यांच्या मेहरेबानीचे फायदे घेऊन आपले जीवन चालवण्याची वा अस्तित्व कायम राखण्याची आशा या लोकांना वाटते. कालिघाट येथील केंद्राच्या एकमजली इमारतीत एकावेळी २०० जणांना सामावून घेता येते आणि त्यातले बरेचजण मदरच्या सिस्टर्सनी हावडा स्टेशनवरून गोळा करून आणलेले असतात. मृत्यूच्या सीमारेषेवरील लोकांच्या तातडीच्या शारिरीक गरजांसाठी व्यवस्था करणे हे उद्दिष्ट होते. तथापि, ऑक्सफॅमला मदतीची विनंती करताना ब्रदर फर्डिनांड म्हणाले, की तूर्त आम्ही फक्त ४० रुग्णांना प्रवेश देऊ शकतो कारण आमच्याकडे तेवढ्याच खाटा आहेत. त्यांनी ऑक्सफॅमला विनंती केली की हावडा केंद्रासाठी धातूच्या ५० पलंगांसाठीचा खर्च त्यांनी १७ पौंड दर पलंगाला याप्रमाणे करावा.

ऑक्सफॅमच्या पूर्व भारतासाठीच्या क्षेत्रीय संचालकांनी या विनंतीला मान देऊन ती मान्य केल्याची शिफारस करताना सावधगिरीची सूचनाही दिली. ते त्यात म्हणतात, 'मिशनरीज ऑफ चॅरिटीच्या परंपरेतील हा सरळसोट कल्याण व धर्मादाय प्रकल्प आहे. अशा प्रकल्पांच्या दीर्घकालीन उपयुक्ततेबाबत नक्कीच विचार करण्याजोगी स्थिती आहे. आणि 'ब्रदर्सची' शक्ती आणि निष्ठा अधिक विधायक कार्याकडे नेता येईल काय याकडे लक्ष दिले पाहिजे.' तथापि, केंद्रात दाखल केलेल्या एका म्हाताऱ्या माणसाकडे पाहिले की हे विचार हळूहळू महत्त्व गमावत लुप्त होत जातात. ज्या हातांनी हा म्हातारा भीक मागण्याचा प्रयत्न करतो ते हात पुटकुळ्या आणि पू यांनी भरले आहेत. त्याला आपले पायही हलवता येत नाहीत. 'ब्रदर्स' त्याला काळजीपूर्वक आंघोळ घालून जखमा धूत आहेत. मदर म्हणतात त्याप्रमाणे, ''त्याच्या शेवटच्या दिवसांमध्ये वा महिन्यांमध्ये या माणसाला सर्वाधिक गरज कशाची असेल तर कदाचित जे त्याला त्याच्या आयुष्यात कधीच मिळाले नाही त्याची– प्रेमाची.''

तथापि, गेल्या सहा वर्षांत नरसिंह राव यांच्या केंद्र सरकारने धोरणविषयक सुधारणा आणि आर्थिक उदारीकरणाची अभूतपूर्व पाऊले उचलली त्यामुळे, स्वातंत्र्यानंतर कदाचित प्रथमच परकी गुंतवणूकीचे प्रेमपूर्वक स्वागत झाले आणि प्रकल्पांमध्ये परकी संस्था भागीदार म्हणून वाढत्या प्रमाणात दिसू लागल्या. याचवेळी भारतीय

अधिकाऱ्यांना गरीब व गरजूंना मदत करण्यास अधिक धीटपणे प्रयत्न करण्याची गरज जाणवली आणि त्यांनी बिगर सरकारी संस्थांकडे अधिक मैत्रीपूर्ण नजरेने पाहण्यास सुरुवात केली. एका अंदाजानुसार, भारतात सुमारे, दहा लाख स्वयंसेवी संघटना असाव्यात; यापैकी पंधरा एक हजार संस्था विकास संघटना म्हणून 'एफसीआरए' अंतर्गत नोंदलेल्या आहेत. त्या परकी मदत मिळण्यास पात्र आहेत. याखेरीज अंदाजे ६० हजार बिगर-सरकारी संस्था विकासकार्यात गुंतलेल्या आहेत. बिगर-सरकारी संस्थांच्या कार्यातील ही वाढ, आरोग्य, शिक्षण कला आणि शेती यांच्यासह अनेक व अफाट प्रकारच्या गरजा भागवते. १९७० च्या दशकाच्या अखेरीस आणि १९८० च्या दशकाच्या सुरुवातीला ह्या संस्था मोठ्या संख्येने उदयाला येण्यास सुरुवात झाली. एका तज्ज्ञाच्या मते, भारताच्या मुकुटातील रत्न असाच त्यांचा उल्लेख करावा लागेल आणि त्यातून खरोखरच काही असामान्य नेतेही पुढे आलेले आहेत.

मदर टेरेसांनी आपले कार्य सुरू केल्यानंतर सुमारे तीस वर्षांपर्यंत या बिगर-सरकारी संस्थांच्या कार्याची सुरुवातही झालेली नव्हती. आज जो अशा संस्थांच्या कार्याचा स्फोट झाल्यासारखा दिसतो त्याचा मागमूसही त्यावेळी जाणवलेला नव्हता. १९४० च्या दशकात उशीरा, धर्मादाय संस्था त्याचप्रमाणे नन्सच्या इतर पंथांची समाजसेवा वा चांगली कार्ये होती. पण कोणीही कोलकत्याच्या समाजाच्या गरजांचे संपूर्ण चित्र डोळ्यापुढे ठेवलेले नव्हते. मदर टेरेसा ह्या एक पेचप्रसंगाला प्रतिसाद देत होत्या आणि एका अर्थी, त्यांनी तेच अद्यापही पुढे चालू ठेवलेले आहे. पण पहिली २० एक वर्षे त्या अपुऱ्या साधनांनिशी आणि आंतरराष्ट्रीय प्रसिद्धीविना कार्य करीत होत्या. जसजसे बिगर सरकारी संस्थांचे पेव फुटू लागले तसतसा विशिष्ट प्रकारची तज्ज्ञता त्यात येऊ लागली. गरजेचे विशिष्ट क्षेत्र निवडणे आणि त्यानुसार, ताज्या संशोधनाबरहुकूम अंमलबजावणी करणे याचा फायदा घेता येऊ लागला. काही धर्मादाय कार्यकर्त्यांच्या मते तर, मदर टेरेसा यांच्या दिशा-प्रवर्तक कार्यामुळे इतर काही संघटनांचे कार्य सुरू झाले व सुरळीत चालू राहिले. तसेच धर्मादायतेच्या नकाशावर मदर टेरेसांनी कोलकत्याचे नाव आणले व या गरजेकडे जगाचे लक्ष वेधून घेतले. तरीही असे काही लोक आहेत की जे, सध्याच्या बिगर सरकारी संस्थांच्या स्वयंसाहाय्य, सामर्थ्यसंपन्न बनणे आणि सामाजिक रुपांतर या ध्येयांसाठी झटण्याच्या विचाराला मदर टेरेसा शह देतात असे मानतात. तसेच, त्या १९४० च्या काळातच अडकलेल्या आहेत, त्याच प्रकारच्या कल्याण-सेवा दृष्टीकोनाच्या अंकित आहेत, अजूनही त्यांना पत्रके काढण्याची गरज वाटते, एखादी परिस्थिती बदलण्याचा त्यांचा प्रयत्नच दिसत नाही असे अनेक आक्षेप मदर टेरेसांवर घेतले जातात. त्याहूनही अधिक गंभीर म्हणजे, कोलकत्याची काळजी मदर टेरेसा समर्थपणे

घेत आहेत असा निष्कर्ष जर पाश्चिमात्य जगाने काढला तर त्यांच्या कार्याने इतर काही धर्मादाय संस्था निकालात निघण्याची शक्यता आहे. नाट्यमयरीत्या ते गरज खूप कमी असल्याचे ठरवून बसतील.

येथे एक प्रकारचा विरोधाभास आहे. भारतीय नेते अद्यापही, भारत हा विविधरंगी काचा-खड्यांच्या एका टाईलसारखा समस्यांचा आविष्कार आहे असे दर्शवून निधी जमा करण्याच्या कोणत्याही कारवाईबाबत अत्यंत संवदेनाक्षम आहेत आणि ते बरोबरच आहे. तरीही, मदर टेरेसा काय किंवा इतर धर्मादाय संस्था काय, यांच्या कारवाईचाच तो निखालस परिणाम आहे. या संस्थांचा युक्तीवाद असा असतो की ते विकास प्रकल्पांना पुढावा देत आहेत व पुरस्कृत करीत आहेत पण अंर्तयामी त्यांना ठाऊक असते की ही केवळ भावना आहे, पाणी आणण्यासाठीची दीर्घकालीन योजना नव्हे. या भावनेपोटी लोक अलगद त्यांच्या खिशात येऊन पडतात. या संस्थांची ब्रोशर्स उपासमारी आणि वंचितता यांच्या चित्रांनी सजलेली असतात. कोणत्याही देशातील समस्येची कल्पना धर्मादाय कार्यवाहीने बळकट होत जाते आणि लोकांना विधायक दृष्टीकोनाने मदर करण्यासाठी पैसा उभा करण्याच्या चांगल्या कल्पना मांडणे खूपच कठीण होऊन बसते. दुःख वाढवण्याऐवजी आशेचे वातावरण पल्लवित करणारी एक योजना दातृत्वासाठी मोठे कारण ठरली व परिणामस्वरुप देशभरात सर्वत्र मिळून ५८० ग्राम-वाचनालये स्थापन झाली. दुसरी एक कल्पना अनवाणी पुस्तक-विक्रेत्याची आहे जिचे उद्दिष्टच खेड्यापाड्यांमध्ये वाचनास प्रोत्साहन देणे अधिक ग्रामीण रोजगारास चालना देणे हे आहे.

मोठ्या प्रमाणावर साहाय्यता काम हाती घेणाऱ्या ख्रिश्चन संघटनेला दिलेली प्रसिद्धी काही भारतीयांच्या दृष्टीने अधिक काम करण्यास प्रवृत्त करणारी ठरली यात काहीही संशय नाही. तेव्हाचे संरक्षणमंत्री अरुणसिंग यांची पत्नी नीनासिंग यांनी, कोलकत्यातील निवासकाळात मदर टेरेसा यांच्याशी चांगलाच परिचय जुळल्यावर त्यांच्यासाठी काम करायला सुरुवात केली. प्रथम त्या नव्या नन्सना इंग्रजी शिकवत आणि नंतर जी काही मदत शक्य असेल त्यासाठी सर्व व्यवस्था करून त्या ती मदत देत. खानपान व हॉटेल उद्योगांशी नीनासिंग यांचा चांगला संपर्क होता आणि त्यामुळे अशा विविध ठिकाणी जाऊन त्यांनी, काही महिन्यांचे जुने टॉवेल, चादरी व लिनन टाकून देण्याऐवजी मदर टेरेसांना देण्याची व्यवस्था करवली. त्या माझ्याशी बोलताना म्हणाल्या, 'मी अनेक हॉटेल व रेस्टॉरेंटस्मध्ये जाऊन आले आणि तेव्हा त्या लोकांशी मदर टेरेसांबरोबर बोलले तेव्हा त्यांच्यात अपराधीपणाची टोचणी मला आढळून आली. ही टोचणी याच्यासाठी होती की मदर टेरेसा ह्या काही भारतीय नव्हेत आणि तरीही त्या आपल्या भारतीय लोकांसाठी किती करीत असतात, मरणोन्मुखांची सेवा करतात, कृष्ठरोग्यांची काळजी घेतात; म्हणून आपण

त्यांच्या पाठीशी उभे राहिले पाहिजे. हा फक्त विचारण्याचा प्रश्न आहे, त्यांच्याशी बोलण्याचा प्रश्न आहे. त्यानंतर लवकरच मला एक पोलाद-लोखंडाच्या वस्तू बनवणारी कंपनी मिळाली. त्यांनी लहान मुलांचे दांडीवाले सर्व पलंग मदरना मोफत करून दिले.'

मदर टेरेसांकडे त्यांच्यासारख्या इतर संस्थांपेक्षा तीन अधिक मोठ्या जमेच्या नमुनेदार बाजू आहेत. सर्वप्रथम म्हणजे त्यांच्याकडे स्वेच्छेने कोणतेही काम करू इच्छिणारा व तेही विनामोबदला करू इच्छिणारा मोठा कार्यकर्ता वर्ग आहे. कोठलीही तक्रार न करता तासन् तास हा वर्ग काम करीत राहतो. दुसरे म्हणजे १९८७ पासून त्यांना एअर-इंडियाच्या विमानाने जगात कोठेही फुकट प्रवास करण्याची मुभा आहे आणि विनंती केल्यावरून त्यांच्या सिस्टर्स किंवा त्यांच्याबरोबर जाणारी रक्षक व इतर मंडळी यांनाही ही प्रवासाची सवलत मिळू शकते. त्याचप्रमाणे मदर आणि त्यांच्या सिस्टर्सना रेल्वेप्रवासाचाही मोफत पास मिळालेला आहे. इतर कोणत्याही धर्मादाय संस्थेला अशा सवलती नाहीत आणि मोठे अंतर कापावयाचे असेल तर प्रवासखर्च हा एक मोठा त्रासदायक घटक ठरू शकतो. तिसरे म्हणजे त्यांना ज्या काही जमिनी वा इमारती दान म्हणून मिळतात त्यांचा सरकारी पातळीशी कसलाही दुवा जोडलेला नसतो. इतर धर्मादाय संस्थांना जे काही कागदपत्रांचे सोपस्कार असे दान मिळाल्यास पार पाडावे लागतात ते संख्येने भरपूर, कधीकधी प्रचंड असतात आणि बरेचदा तीनतीन प्रतींमध्ये सादर करावयाचे असतात. त्यासाठी महिनोन महिनेही लागतात आणि पैसाही बराच खर्ची घालावा लागतो. इतर संस्थांना त्यामुळे संस्था चालवण्यासाठी येणारा खर्चच खूप जास्त असतो. त्याखेरीज, मदरचा करिष्मा, व्यक्तिमत्त्व, निर्धार आणि नेतृत्त्वगुण हेही आहेतच. त्यांना दान करणाऱ्या अनेकांनी हे मान्य केले आहे की मदर अत्यंत आर्जवी, लाघवी पद्धतीने वागतात आणि कार्यकर्त्यांमध्ये स्फूर्तीदायक रीतीने अफाट निष्ठा जागवण्याची हातोटी त्यांना साधली आहे. त्या एकदा आंतरराष्ट्रीय क्षेत्रापर्यंत जाऊन पोचलेल्या असल्याने पाश्चिमात्य सद्सद्विवेकबुद्धीवर त्यांनी आपल्या करिष्म्याची छाप पाडली आणि यशातून यशाकडे असा त्यांचा अखंडित प्रवास सुरू झाला. १९८० च्या दशकापर्यंत हे इतके प्रस्थापित सत्य होऊन बसले की जर तुम्ही मदर टेरेसांना पैसा दिला तर माध्यमे तुमची दखल घेतात पण जर तुम्ही इतर संघटनांना पैसा दिलात तर तुम्हाला कसलीही प्रसिद्धी मिळणार नाही. हे नक्की.

मिल्टन मॅककान एमबीई हा कोलकत्यात वाढलेला आणि एक सर्वाधिक बिगर सरकारी संघटना चालवणारा इंग्रजसुद्धा मान्यच करतो की, 'येथे आपल्यावर प्रभाव गाजवला जातो. जेव्हा लोक कोलकत्याचा विचार करतात तेव्हा ते मदर टेरेसांचाच विचार करतात. आम्ही याला काही करू शकत नाही पण आम्हाला

कमीच पैसे मिळतात.' मॅककान हा रंगूनमध्ये १९३१ साली जन्मला. त्याला नेहमीच, आपण डॉक्टर व्हावे असे वाटत राहिले. पण त्याचे वडील वारल्यानंतर, त्याच्या कुटुंबाला डॉक्टरकीचे शिक्षण परवडणारे नव्हते आणि त्याऐवजी तो उद्योग क्षेत्रात शिरला. पण त्याची काहीतरी करण्याची उर्मी, त्याला सातत्याने सर्वबाजूंनी घेरून टाकलेली गरीबी दूर करण्यासाठीची क़ामना त्याला स्वस्थ बसू देईना. १९६८ मध्ये त्याने कोलकत्यातील सर्वाधिक बकाल झोपड्यांना भेटी देण्यास सुरुवात केली. काही निराधार व अनाथ बालके वाढवण्याच्या कल्पनेने त्याने हे पाऊल उचलले होते. तात्पुरत्या शाळेसारख्या बनवलेल्या इमारतीत तो सकाळी मुलांना शिकवण्याचे काम दहा वर्षे करीत राहिला. त्यानंतर तो आपल्या नोकरीवर जात असे आणि त्याचबरोबर झोपडपट्टीच्या विकासासाठी पैसा उभा करण्यासाठी प्रयत्न करीत असे. आता तो बंगाल सर्व्हिस सोसायटीचा (बीएसएस) आणि तेरे देस होम्स (इंडिया) सोसायटीचा सरचिटणीस झालेला आहे. पश्चिम बंगालमधील सुमारे ३० व ओरिसातील दोन अशा प्रकल्पांची जबाबदारी त्याच्याकडे आहे व एकूण चौदा हजार मुले या प्रकल्पांमध्ये समाविष्ट आहेत. त्याच्या दिमतीला एक हजार जणांचा कर्मचारी-वर्ग आहे आणि त्यापैकी बरेचसे नियमित पगारावरील कर्मचारी आहेत कारण स्थानिक लोकांच्या पुनर्वसनाचा हा एक मार्ग आहे. अर्थात काही स्वयंसेवकही याबरोबर काम करीत आहेतच. हा कर्मचारी वर्ग तीन पाळणाघरे, १७ दवाखाने, चार इस्पितळे यांची कामे पाहतो आणि दररोज हजारो मुलांना जेऊ-खाऊ घातले जाते. मॅककानचे प्राथमिक व सर्वप्रथम उद्दिष्ट स्वातंत्र्य निर्माण करणे हे आहे, अवलंबित्व नाही. संपूर्ण पुनर्वसनासाठी नैपुण्य किंवा कसब वा कौशल्य विकसित करणे, स्वयंपूर्णता बाणवणे यासाठी स्वातंत्र्य निर्मितीचा हेतू आहे. त्याच्या संघटनेद्वारा स्वत:च्या पायावर उभे राहण्यास शिकलेले एक लाख तरुण आज समाजात आहेत आणि येथे काहीही आयते घेण्यास प्रोत्साहन दिले जात नाही (नो स्पून-फीडींग)

मॅककान हा धार्मिक प्रवृत्तीचा माणूस नाही. तो कधीही चर्चमध्ये जात नाही. तथापि, आपल्या कामावर निरतिशय प्रेम त्याचप्रमाणे स्वाभिमानाच्या गरजेची सखोल जाणीव यामुळे तो कार्यप्रवृत्त होतो. त्याचे काम पुष्कळदा मदर टेरेसांच्या कामाशी जुळणारे असते. मात्र मदर टेरेसांच्या कार्यनिष्ठेचे आपल्याला खरोखर कौतुक वाटते हे तो नमूद करतो. जर त्याच्याकडे कुष्ठरोगी आला तर तो त्याला मदरकडे पाठवतो, तर एखाद्या मुलाला तज्ज्ञाची गरज असेल तर त्या मुलाला मदर मॅककानच्या इस्पितळात पाठवतात. तथापि, त्याची कार्यप्रेरणा जास्त करून सामाजिक न्याय आणि गरीबीचे दुष्टचक्र मोडणे याचीच असते. आम्ही जसे प्रेम-दान ओलांडून पुढे गेलो आणि भिकारी एकत्र जमलेले दिसले तसा मॅककान उद्गारला, 'जर तुम्ही

सारे काही मदतकार्य म्हणून करीत राहिलात तर तुम्ही अधिक लोकांना भिकारी बनवता.'

जेव्हा मॅककानने सापगाची नावाच्या धड पूर्णपणे उभेही न राहू शकणाऱ्या झोपडपट्टीत कामाला सुरुवात केली तेव्हा त्याला गरिबीचे दुष्टचक्र प्रत्यक्ष फिरत असलेलेच दिसले. पूर्व कोलकत्याच्या सीमेवरची ही झोपडपट्टी शहराचा केरकचरा आणून टाकला जातो तेथेच आहे. थोडाफार वाद घालता आला असता पण ती झोपडपट्टी सर्वात बकाल किंवा घाणेरड्या वस्त्यांपैकी होती यात शंका नव्हती. पाणथळ दलदलीत असल्यामुळे या झोपडपट्टीत रस्ते नव्हते, वीज नव्हती आणि सांडपाणी निचऱ्याची व्यवस्था नव्हती. सुमारे दहा हजार लोक या झोपडपट्टीत राहत होते व तेथली घरे फुटकळ टपरीवजा होती. संघर्ष करीतच हे लोक तेथे जीवन जगत होते. पण दरवर्षी पावसाळ्यात काही लोक मृत्युमुखी पडत, काहीजण बेघर होत आणि बाकीचे लोक तरंगता कचरा, पाण्याने भरलेल्या गल्ल्या, डास व माशांच्या झुंडी यांच्या सान्निध्यात राहत. डास व माशांना रोगराई आणि मृत्यूचा ठरलेला वार्षिक कोटा पसरवण्यास या झोपडपट्टीचा बराच उपयोग होत असे. दरवर्षी हीच कथा पुन्हा एकदा अवतरत असे. पण १९९५ साली मी सापगाची येथे एक स्वच्छ खेडे पाहिले. तेथे शाळा, इस्पितळे, प्रशिक्षण केंद्रे आणि एक रोजगार पुरवणारे केंद्र उभे होते. शाळेत स्थान मिळवण्यासाठी मुलांची स्पर्धा चाले. त्या मुलांना दर दिवशी ह्या बहुमानासाठी १७ रुपये द्यावे लागत. मुलांनी लाक्षणिक स्वरुपाचा सहयोग जर दिला तर त्यांना काय दिले गेले त्याचे मूल्यांकन करता येईल याच आधारावर तो बहुमान दिला जाई. तेथे त्यांना भोजन दिले जाई कारण मॅककानला मानसिक विकासासाठी आहाराचे महत्त्व समजलेले होते. त्याबाबत तो म्हणतो, वास्तवाचा विचार करता, भोजन दिल्याने अनुपस्थिती खूपच कमी होण्यास मदत होते. 'जर त्यांना कळले की येथे जेवण मिळते तर ते एक दिवस सुद्धा चुकवणार नाहीत.' वाईट हे की बीएसएस सर्वसाधारणपणे एका कुटुंबातले एकच मूल घेते. जर सबंध कुटुंबच निराधार असेल तर अपवाद केला जातो. एका कुटुंबातले एक मूल त्यामागची विचारप्रणाली अशी आहे की सरतेशेवटी हे मूल मोठे होऊन चांगले कमावू लागेल आणि बाकीच्या कुटुंबाला आधार देईल. मी जी मुले तेथे पाहिली ती शहराच्या मध्यभागातील उच्च कॉन्व्हेंटमधील कोणत्याही मुलाच्या तोडीस तोड उभी राहतील इतकी सक्षम दिसत होती आणि प्रत्यक्ष कामगिरी करून दाखविण्यात अभिमान बाळगणारी होती. मला व माझ्या मित्रांना या मुलांनी छोट्याशाच परंतु अविस्मरणीय अशा जिम्नॅस्टिक कसरती व संगीताची प्रात्यक्षिके यांचा आनंद दिला. ही मुले गुणवत्ताप्राप्त आहेत. परंतू मॅककानला अभिवादन करताना त्यांच्या डोळ्यात दिसलेली चमक अधिक प्रभावी होती.

त्यांच्यासाठी त्याने उच्च मानके ठेवली आहेत– गरीब समरसॉल्ट– त्याने मार्गदर्शकाच्या कानात कुजबूज केली. त्यांच्या भवितव्यासाठी उच्च आकांक्षा. ते सर्वजण शाळा सोडून जाताना उच्च-माध्यमिक प्रमाणपत्र तर नेतीलच पण एक कोणते तरी कसबही त्यांच्याबरोबर असेल.

मॅककानला आता बराचसा वेळ निधी उभारण्यात घालवावा लागतो. पुरेसा पैसा कधीच नसतो. आता झोपडपट्टीत येणे आणि तेथील मुलांबरोबर खेळणे हे जसे तो पूर्वी करत होता आता त्याला ते शक्यच होत नाही. कोलकत्याच्या पॉल कुटुंबाच्या छोट्याशा देणगीतून आणि कॅनेडीयन हाय कमिशनरकडून मिळालेल्या थोड्याशा पैशांवर बीएसएसची सुरुवात झाली. कॅनेडीयन हाय कमिशनरांनी प्रत्यक्ष जागेला भेट देण्यास मान्यता दिली तेव्हा ती झोपडपट्टीच होती आणि मॅककानच्या प्रयत्नांनी ते थक्कच झाले. मॅककानला टाटा आणि बिर्ला कुटुंबांनी तसेच स्विस आणि ब्रिटीश सरकारांनीही पैसा दिला. पण त्याचे प्रकल्प विस्तारत गेले आणि आधीचे पैशांचे स्त्रोत आटत गेले तसे त्याचे प्रवासाचे आणि दौऱ्यांचे दिवस वाढले आणि 'चमकण्याची संधी' मुलांना मिळावी यासाठी त्याच्या सर्वत्र विनवण्याही सुरू झाल्या.

'कॅथेड्रल रिलीफ सर्व्हिसेस, (सीआरएस) चे संचालक डॉ. आर. सी. बिश्वास हेही बरेचसे मॅककानच्या धर्तीवर काम करतात. ते माझ्याशी बोलताना म्हणाले, 'धर्मादाय कार्य' हे बिगर सरकारी संस्थांच्या कार्याचा सगळ्यात जुना आविष्कार आहे आणि आता तो कालबाह्य झालेला आहे. आपल्या स्वत:च्या विकासाची राखण लोकांनीच केली पाहिजे. आपण आपले कसब विकसित केले की आपण हळूहळू बाहेर पडले पाहिजे आणि ते स्वत:च ते काम करू शकतात. मी स्वत: विकासाच्या प्रवाहाच्या बाजूचा आहे आणि माझा लोकांवर खूप मोठा विश्वास आहे. ते गरीब असले तरी स्वत:च स्वत:च्या प्रगतीचा मार्ग शोधून काढू शकतात. धर्मादाय मदतींमुळे त्यांना अवलंबित्वाचा एक प्रकार सापडतो.'

भव्यदिव्य सेंट पॉल्स कॅथेड्रलच्या जणू छायेत असल्याप्रमाणे मैदानाच्या पलिकडच्या बाजूला 'सीआरएस'चे कार्यालय आहे. कोलकत्यातील बिगर सरकारी संघटनांपैकी ती एक असली तरी सर्वाधिक प्रगतीच्या वाटेवर चालत असलेली संस्था आहे. डॉ. बिश्वास स्पष्ट शब्दात आपली भूमिका मांडताना म्हणाले, 'अत्यंत आणीबाणीच्या वेळीच फक्त वापरण्यासाठी मदत असते. बांगलादेशचे युद्ध आणि दुष्काळात आमची संस्था सुरू झाली. पण निर्वासित प्रश्न एकदाचा सुटल्यानंतर अजून बरेच काही करता येण्याजोगे आहे हे आम्हाला जाणवले. मिशनरी ऑफ चॅरिटीच्या फाटकाबाहेर अन्नासाठी रांगा लावणे हे गरीबांच्या दृष्टीने आम्हाला पसंत नव्हते. आणखी अन्न मिळवण्यासाठी पुन्हा तेच लोक रांगेत येत राहतात.

डॉक्टरकीची पात्रता मिळवत असताना डॉ. बिश्वास स्वत: १२ वर्षे एका वस्तीत राहत होते. 'म्हणूनच मला स्वत:ला त्यातले प्रत्यक्ष प्रश्न माहित आहेत' असे त्यांनी नमूद केले. गेली ३० वर्षे ते विकासासाठी कार्यरत आहेत आणि लोक-चळवळीबद्दल त्यांना अत्यंत कळकळ आहे. केवळ दाखवण्याच्या पलिकडे लोक-चळवळ जायला हवी यावर त्यांचा भर आहे. डॉ. बिश्वास यांनी स्वत: सुमारे एक हजारहून अधिक स्वयंसेवकांना प्रशिक्षण दिलेले आहे. लोकांनी स्वत:लाच संघटित करावे यासाठी वस्तीतील लोकांना संघटित करण्याचे काम हे स्वयंसेवक आता करतात. डॉ. बिश्वास म्हणतात, 'तुम्ही त्यांना उचललेच पाहिजे. त्यांना कसब द्या आणि मग तुम्हाला तुमची शक्ती प्राप्त होते. मदर टेरेसा आणि आमच्यात फरक हा आहे की त्या बाहेरच्या लोकांचा वापर करतात. त्यांच्या बऱ्याचशा नन्स केरळमधून आलेल्या आहेत. पण येथे आम्ही स्वत: थेट लोकांपर्यंत जातो. उदाहरणार्थ : एखाद्या तरुणीचे लग्न झाले आहे व ती झोपडपट्टीत राहते. आम्ही तिला शिकवून प्रशिक्षित करतो म्हणजे मग ती स्वत:साठी काहीतरी नक्कीच करू शकते. आम्ही धर्मादाय कार्य वा मदत करत नाही. आम्ही लोकांनाच सक्षम बनवतो.'

सीआरएस सध्या कोलकत्यातील १४ झोपडपट्ट्यांमध्ये काम करीत आहे व हा प्रयत्न 'भागीदारी' म्हणून वागण्याचा आहे. 'आम्ही इमारती बांधत नाही आणि आमचे पायाभूत चौकट वगैरेही काही नाही. पण आम्ही एक समाजकेंद्र शोधतो जेथे आमच्या नियमित बैठका होऊ शकतील. तेथे आम्ही बोलतो आणि लोकांच्याच तोंडून आम्हाला ऐकावयाचे असते' असे डॉ. बिश्वास म्हणाले. सीआरएसने देऊ केलेल्या संपूर्ण प्रकल्पात मुख्यत: तीन घटक असतात. आरोग्य, शिक्षण आणि प्रशिक्षण. यात खास भर, महिलांचे प्रौढ शिक्षण, त्यांना शिकवणे यावर असतो. उदाहरणार्थ : स्नॅक बारला विकावयाचे अन्न कसे शिजवावे, त्याचप्रमाणे स्वाभिमान. सीआरएसतर्फे अनेक दवाखाने आणि शाळा चालवल्या जातात. येथेही थोड्याफार रकमेची आकारणी प्रवेशासाठी केली जाते. 'कारण त्यातून लोकांना एक हक्क मिळतो व मानवी प्रतिष्ठाही दिली जाते. आम्ही त्यांच्यातून माणसे आणि महिला जागवावयाचा प्रयत्न करती आहोत. मग, तुम्हाला जर शिक्षक आवडला नाही तर तक्रार करण्याचा 'हक्क' आहे असेही त्यांनी बजावले.' सीआरएसतर्फे नोंदणीकृत ४०० क्षयरोगी तपासले जातात व त्यांच्यावर औषधोपचार केला जातो. प्रत्येक वर्षी ख्रिसमसच्या दिवशी सीआरएसतर्फे या रुग्णांसाठी वार्षिक पार्टी आणि करमणुकीचा कार्यक्रम आयोजित केला जातो. त्यासाठी शहरातील इतर गटांनाही काही योगदान करण्यास विचारले जाते. 'मिशनरीज ऑफ चॅरिटीकडून आम्हाला पूर्वी शिधा दिला जात असे. मात्र अलिकडे आम्ही त्यांच्याशी संपर्क साधला असताना त्यांनी

आम्हाला सांगितले की प्रथम तुमचा कार्यक्रम उरकून घ्या आणि त्यानंतर तुमच्या रुग्णांना आमच्या येथील रांगेत उभे राहण्यासाठी पाठवा आणि "आम्ही त्यांना काहीतरी देऊ." हे ते धर्मादाय कार्य आहे ज्याबद्दल डॉ. बिश्वास यांना अत्यंत आणि मनापासून तिटकारा आहे.'

सीआरएसची वार्षिक उलाढाल २८ लाख रुपयांची आहे. यातला एक तृतीयांश भाग इंग्लंडमधील ख्रिश्चन एडकडून, एक तृतीयांशा भाग जर्मन संस्था ब्रेड फॉर वर्ल्डकडून आणि उरलेला पैसा स्थानिक पातळीवर सीआरएस उभा करते. उदाहरणार्थ कॅथेड्रल मैदानावर वार्षिक आंतर-वस्ती शालेय क्रीडा-दिनाच्या वेळच्या कार्यक्रमासाठी जाहीरातींच्या माध्यमातून सीआरएसला पैसे मिळतात. 'शाळांमधून एडस्-विषयक जागृतीचे कार्यक्रम करण्यासाठी म्हणून आम्ही पैसा मिळवण्यासाठी अर्ज केला होता पण तो फेटाळण्यात आला. एडस् रुग्णांसाठी एखादे केंद्र मला हवे असेल तर ते मिळणार नाही हे मला माहित आहे. ज्योती बसूंच्या सरकारला माहिती आहे की मिशनरीज ऑफ चॅरिटीला इमारती दिल्याने सरकारला चांगले म्हटले जाते... पण आमचे काम आणि प्रकल्प बघता (मदर टेरेसांची)' कार्यक्रम पत्रिका अगदी छोटी आहे... त्या आजच्या काळाशी सुसंगत नाहीत. थोडक्या पैशात आम्हाला खूप मोठे कार्य करून दाखवावे लागते' असे डॉ. बिश्वास यांनी माझ्याजवळ स्पष्टपणे बोलून दाखवले. तथापि, या दोन धर्मादाय संस्थांमध्ये वैद्यकीय बाबींसंदर्भात थोडेसे एकमेकानुवर्ती काम चालते. मिशनरीज ऑफ चॅरिटीतर्फे कधी कधी रोगनिदानासाठी काही रुग्ण सीआरएसच्या दवाखान्यांकडे पाठवले जातात. 'तथापि, मिशनरीज... ला औषधांच्या व्यवस्थेचा एक फायदा आहे तो आम्हाला नाही. एका कॅप्सूलला पाच रुपये इतकी महागडी औषधे मिशनरीज... ला उपलब्ध आहेत ती आम्हाला परवडत नाहीत. पण तरीही आमच्याकडे जे काही आहे ते आम्ही त्यांना देतच असतो.'

हे अगदी स्पष्टच आहे की बिगर सरकारी संस्थांना त्यांच्या कल्पक आणि व्यापक पातळीवरील कार्यक्रमांसाठी मोठ्या प्रमाणात व वारंवार पैशाची गरज भासते. त्याचवेळी त्यांना असे दिसत राहते की मदर टेरेसांच्या संघटनेला, परदेशांमधून पैसा पाठवणाऱ्या सह-कर्मचाऱ्यांच्या सुसंघटित पथकांचा फायदा मिळत राहतो त्याचप्रमाणे सरकारी सवलतीही प्राप्त होतात. त्यामुळे मदरप्रमाणे साधनसामग्री आणि विविध स्त्रोत आपल्या हाती असते तर आपणही आश्चर्यकारक काम करू शकलो असतो असे मानणे त्यांना सोपे वाटते. पण त्याचा असा अर्थ होत नाही की मदरकडे पैसा गेला नाही तर तो यांच्याकडे येईल. खुल्या रीतीने मदर टेरेसांच्या हिशेबांचे लेखापरिक्षण झाल्याशिवाय मदरकडे किती पैसा आहे हे नेमकेपणाने कळणे अशक्य आहे. कलकत्ता टेलिग्राफचा बातमीदार मनीमय दायगुप्ता याने मदर

टेरेसांचा सर्वाधिक जवळून मागोवा घेतला आहे. त्याच्या मते, मदरजवळ १०० कोटी रु (१.७२ कोटी पौंड) असावेत. इतक्या वर्षांमध्ये त्यांना पुष्कळ मोठ्या रकमांची पारितोषिके व दाने मिळालेली आहेत आणि भारतातील औद्योगिक विश्वही त्यांच्या बाबतीत जास्तच उदार आहे. एक जेट एअरवेजने आपल्या महसुलातील एक टक्का रक्कम मदरला देऊ केली होती. आणि टाटा टी उद्योगाने २० लाख रु (३४,५०० पौंड) दिले होते. यानंतर, १९९४ च्या जानेवारी ते मार्च दरम्यान कोलकत्यात विकल्या जाणाऱ्या चहातील दर किलोमागे एक रुपयाची रक्कम मदरना देण्याबाबत निर्णय घेतला गेला होता. तथापि, १९ सप्टेंबर १९९४ ला झालेल्या कंपनीच्या वार्षिक सर्वसाधारण सभेला उपस्थित असलेल्या एका भागधारकाने ही रक्कम मदर टेरेसांना देण्यास आक्षेप घेतला. याबाबत भागधारकांची आगाऊ संमती घेतलेली नाही किंवा वार्षिक हिशेबांमध्येही त्याचा कसलाही संदर्भ देण्यात आलेला नाही या कारणांवरून त्याने हा आक्षेप घेतला. यामुळे वार्षिक सभेत बराच गोंधळ आणि वादंग माजले. पण कंपनीच्या प्रवक्त्याने नंतर खुलासा केला की या देणगीकडे, कंपनीची विक्री व्यवस्था वाढवण्यासाठीची जाहिरात या दृष्टीकोनातून बघावयाचे आहे आणि म्हणून त्याचा खर्च सर्वसाधारण खर्चाच्या रकान्यात/खात्यात नोंदला गेला आहे.

ख्रिस्तोफर हिचेन्स एका माजी मिशनरी ऑफ चॅरिटीची साक्ष नोंदवतो. ही माजी मिशनरी मदर टेरेसांच्या न्यूयॉर्कमधील कार्यालयात काम करीत होती. या ननकडे पैसा बँकेत नेऊन भरण्याचे काम दिलेले होते. तिच्या अंदाजानुसार या बँकेच्या खात्यात पाच कोटी डॉलर तरी असावेत. बहुतेक लोक हे मानतात की, "इस्टिट्यूओ पार ला ओपारा डी रालिजिऑन येथेही पैसा ठेवला गेला असला पाहिजे. ही व्हॅटिकनमधील बँक असून आंतरराष्ट्रीय संबंध असणाऱ्या अनेक संप्रदाय व पंथांसाठी क्लिअरींग हाऊस म्हणून तिचा वापर केला जातो. या बँकेत मदर टेरेसांच्या सिस्टर्स नेहमीच ये-जा करताना दिसलेल्या आहेत. मी जिच्याशी बोलले त्या एका माजी मिशनरी ऑफ चॅरिटी मला सांगितले की वरिष्ठ (सुपिरिअर) म्हणून तिच्याकडे विशिष्ट प्रकल्पासाठी असा पैसा पाठवला तर तो पैसा त्याच प्रकल्पासाठी वापरला जाईल याची ती खात्रीशीर व्यवस्था करीत असे. 'मात्र जर सर्वसाधारणपणे गरीबांसाठी म्हणून पैसा माझ्याकडे आला तर मी तो लंडनला पाठवित असे किंवा काही पैसा रोममधील एका बँकेकडे पाठवून देत असे. माझ्या मते मदरचा हा अत्यंत श्रीमंत असा पंथ वा संप्रदाय आहे. पैशाशिवाय त्यांना इतरही खूप वस्तू पाठवल्या जात असत.'

पण बव्हंशी व पैसा युरोपातील ख्रिश्चनांकडून येणारा आहे आणि जरी अधिक प्रागतिक विचाराचे कॅथॉलिक त्यांच्याऐवजी कॅफोड संस्थेला तो देऊ शकत असले

तरी, केवळ मदरला पैसा द्यावयाचा नाही म्हणून तो पैसा दुसऱ्या संस्थेला उदाहरणार्थ, रामकृष्ण मिशनला तो देऊन टाकावयाचा असे होण्याची अजिबात शक्यता नाही. कॅफोड ही कॅथॉलिक ओव्हरसीज एजन्सी मानवी विकास व न्यायाचे प्रश्न हाताळणारी संस्था आहे. वर उल्लेख केलेली रामकृष्ण मिशन ही संस्था हिंदूंच्या पैशावर चालणारी संघटना आहे. भारतात आणि भारताबाहेर मिळून तिच्या १३० शाखा आहेत. स्वामी विवेकानंदांनी १८९७ साली ती स्थापन केली असली तरी तिची नोंदणी मात्र १९०९ साली म्हणजे स्थापनेनंतर १२ वर्षांनी झाली. लोकोपकारी किंवा परोपकारी आणि कल्याणप्रद अशी कामे करणारी ही संघटना आहे. मात्र ती धर्मांतर वगैरेत गुंतलेली नाही. कोणत्याही आणीबाणीच्या वा आपत्तीच्या वेळी उदाहरणार्थ पूर किंवा दुष्काळ किंवा वादळ वगैरेसारख्या काळी मदत-कार्य करणारी संघटना असे तिचे स्वरुप आणि लौकिक आहे. पुनर्वसन होईपर्यंत मग त्याला वर्षे लागली तरी ही संघटना त्या भागात कार्यरत राहते. या मिशनतर्फे इस्पितळे, शाळा, महिलांच्या प्रशिक्षण संस्था वगैरे चालवल्या जातात. उत्तर कोलकत्यातील रामबागान भागात या मिशनने झोपडपट्टी दूर करून तेथे पक्की घरे बांधून देण्याचा प्रकल्प चालवला आहे. हे एक नाट्यमय निवास-रुपांतराचे उदाहरण म्हणावे लागेल. बहुतेक मदत-तज्ज्ञांच्या मते, थोडक्या हिंदू कुटुंबाकडे असलेल्या खऱ्याखुऱ्या मोठ्या भारतीय संपत्तीतून मदर टेरेसांना स्वत:च्या संप्रदायासाठी मदत मिळवण्यात अद्यापही यश आलेले नाही. मात्र समाजाच्या या थरातून त्यांना बरेच स्वयंसेवक मिळाले आहेत.

रुमर गॉडेनच्या मते, असे स्वयंसेवक मिळणे ही मदर टेरेसांची सर्वाधिक उल्लेखनीय अशी यशस्विता किंवा कामगिरी आहे. तसेच भारतीय समाजातील महिलांमध्ये, मदर टेरेसांच्या कार्यामुळे नवी धर्मादाय कार्यक्षेत्रे निर्माण झाली आहेत. 'आता फार मोठा बदल घडून आलेला आहे; त्या सर्वचजणी म्हणतात. ''आता मला गेलेच पाहिजे, आज कुष्ठरोग्यांच्या सेवेचा माझा दिवस आहे'' आणि तुम्ही पूर्वी कधीही हे ऐकलेले नाही' हा एक संवेदनक्षम प्रश्न आहे. धर्मादाय म्हणून बराच दानधर्म करणाऱ्या एका सधन बंगाली कुटुंबातील ज्येष्ठ मुलगी श्रीमती चौधरी यांना गॉडेन यांच्या शेऱ्यांबाबत विचारता त्यांच्या चेहऱ्यावर राग दिसला. पण स्वत:ला सावरून त्या म्हणाल्या, 'आपण स्वत: एका संघटनेसाठी काम करतो. आमची नारी संकर ही संस्था फार पूर्वीपासून म्हणजे दुष्काळाच्या वेळेपासून समाजकार्यात गुंतलेली आहे. त्याहीआधी श्रीमती चौधरींच्या आजीने बिहारमधील एका छोट्या खेड्यात मुलींसाठीची पहिली शाळा सुरू केलेली होती. १९४९ मध्ये गांधीवादी तत्त्वांनुसार, सत्ता विकेंद्रीकरणाच्या उद्देशाने सर्व सेवा संघ चळवळ सुरू करण्यात आली. जमिनीची खाजगी मालकी समाप्त करणे आाि ती पुनश्च शेतकऱ्यांच्या हाती देणे असे विकेंद्रीकरणाचे तत्त्व त्यासाठी निश्चित करण्यात आले.'

लेडी (अरुणा) पॉल ह्या स्वत: मदर टेरेसांसाठी काम करीत होत्या. त्यांनी हे मान्य केले की समाजात काम करण्याची इच्छा असलेल्या काही महिला होत्या त्यांना अधिक काही चांगले करण्यासारखे उरले नव्हते आणि त्या मदर टेरेसांच्या कार्यात गुंतल्या कारण त्या तेथे आहेत हे लोकांना दिसत राहणार होते. पण लेडी पॉलच्या मते, धर्मादायतेचा दृष्टीकोन बहुतेक सर्वच हिंदू कुटुंबामध्ये खोलवर अंकुरलेला असतो आणि त्यात नवीन काही नाही. 'दान देणे वा धर्मार्थ संस्थांसाठी आपले प्रयत्न देणे यासाठी तुम्ही धनवानच असणे आवश्यक नाही. आमच्या संपूर्ण जीवनाचा आधार गरजूंना सधन लोकांनी मदतीचा हात देणे या कल्पनेवर आधारलेला आहे. कुटुंबात ज्यांना सामावून घेतले अशा निराधारांना जेवू-खाऊ घालणे, त्यांना कपडालत्ता करणे आणि त्यांची काळजी घेणे आपोआप होते. जर तुम्ही एखादी मोलकरीण ठेवली तर तिच्या व तिच्या कुटुंबाच्या कल्याणाची जबाबदारी तुम्ही घेतली असेच मानले जाते आणि प्रसंगी स्वत:ला काही न करता त्यांना मदत करणे याचाही विचार तुम्हाला करावा लागतो. ही प्रवृत्ती आहे याचाच अर्थ धर्मादाय संस्था आणि मोठाली नृत्यगृहे असणे आवश्यक नाही.'

हिंदू धर्मादायतेची आणि दानधर्माची कल्पना आणि बांधणी पाश्चिमात्य लोकांपेक्षा खूपच वेगळी आहे यात काही संशय नाही. अगदी सर्वप्रथम म्हणजे सुरुवातच कर्म किंवा नशिबाचा स्वीकार यावरील विश्वासापासून होते. विद्यमान जीवनातील स्थिती मागच्या जन्मातील कर्माने ठरते या कल्पनेवर साऱ्यांचा विश्वास आहे. अंतिम ध्येय म्हणजे जन्म व मृत्यूची साखळी तोडणे म्हणजेच मोक्ष प्राप्त करणे हे असते. यासाठी सखोल अध्यात्म-विचार आणि चांगले किंवा पुण्यकर्म हे उपयोगी ठरते असे मानले जाते. प्रत्येकाचे नशीब आधीच ठरलेले असते या पार्श्वभूमीवर दानधर्माची प्रवृत्ती असते कारण चांगले कार्य या जन्मात व त्याचा लाभ पुढच्या जन्मात हे समीकरण साधता येते. आता वाढत्या संख्येने आर्थिक परिस्थितीच्या परिणामस्वरूप गरीबी येते हे हिंदू लोक स्वीकारू लागले आहेत. 'आशियाई परोपकार' या पुस्तकाच्या लेखिका जेरबानू गिफर्ड म्हणतात, भारतीय समाजाचा उच्चभ्रू वर्ग हा 'तत्काळ उदार' पद्धतीतला आहे. 'पण त्यांचे निकष वेगळे असू शकतात आणि तुम्ही जर अति-श्रीमंत वर्गाशी संपर्क साधलात तर ते थोडेसे याबाबत थकल्याचे किंवा वैतागल्याचे आढळून येईल.' या अति-श्रीमंत भारतीय लोकांना उदाहरणार्थ, औद्योगिक साम्राज्ये उभी करणाऱ्या टाटा, गोदरेज, बिर्ला कुटुंबांचा धर्मादाय दाने किंवा दानधर्माचा इतिहास अगदी छाप पाडणारा आहे. परंतू त्यांनी पारंपारिक पद्धतीने भल्यामोठ्या प्रकल्पांना प्रथम पसंती देऊन इस्पितळे, शाळा, उद्योग-शाळा किंवा इतर संस्था स्थापन केल्या आहेत. या संस्थांना त्यांची नावे दिली गेली आहेत. त्याखेरीज इतर अनेक छोट्यामोठ्या देणग्या त्यांच्याकडून दिल्या जातात त्या

फारशा लक्ष वेधून घेतीलच असे म्हणता यावयाचे नाही. तथापि, जसजशा जाती-समाजांच्या गाठी उकलल्या जात आहेत तस वाढत्या संख्येचा मध्यम वर्ग, अंदाजे वीस ते तीस कोटी, बिगर सरकारी संघटनांना दानधर्माचा वाढता पाठिंबा देत जाणार आहे. या नव्या दात्यांना त्यांचाही प्रभाव पडू शकतो हे पटवून द्यावे लागेल त्याचप्रमाणे धर्मादाय संस्था व्यवस्थित आणि व्यावसायिक पद्धतीने चालवली जात आहे अशी त्यांची खात्री करून द्यावी लागेल. त्याऊपरही कोठे पैसा खर्च झाला त्याचा तपशील आणि हिशेब आपल्याला दाखवले जावेत अशी या लोकांची अपेक्षा राहिले. त्यानंतर ते अधिक निष्ठावान व संबंध जोडलेले दाते म्हणून टिकून राहतील.

विशेषत: बिर्ला कुटुंबाची दानधर्माची, धमार्थ कार्याची कीर्ती प्रचंड आणि व्यवस्थित प्रसिद्धी झालेली आहे. एक विद्यापीठ, एक हिंदू देऊळ, शैक्षणिक ट्रस्ट, एक इस्पितळ, एक वस्तु-संग्रहालय आणि एक तारांगण प्रकल्प ह्या त्यांनी निधी दिलेल्या काही संस्था. कोलकत्यावर १९७१ साली जेफरी मूरहाऊस यांनी लिहिलेल्या पुस्तकात म्हटले आहे की, 'एक सुटा रुपयाही बिर्ला कुटुंबाकडून मदर टेरेसा वा त्यांच्या सिस्टर्सच्या दिशेने गेला नाही हे विचित्र आहे. आणि बिर्लांकडे रुपयेच रुपये आहेत.' तरीही १९९० च्या दशकापर्यंत अशा मान्यवर कुटुंबाबाबत ही स्थिती राहिली नव्हती. आज बिर्ला कुटुंबाचे विविध प्रतिनिधी मदर टेरेसांना आपला वेळ व पैसा देत आहेत.

तथापि, धर्मादाय दाने ही निश्चित नसतात आणि मदर टेरेसांची असामान्य प्रतिभा त्यांनी ज्या पद्धतीने स्वत:ची प्रतिमा जगापुढे उभी केली त्यातून दिसून येते. त्या प्रतिमेचा वापर त्यांनी आपला संप्रदाय जगभर विख्यात करण्यासाठी केला. आपल्याला मिळालेल्या प्रसिद्धीची शक्ती कशी वापरावयाची त्यांचे आडाखे म्हणजे त्यांच्या कुशाग्र बुद्धिमत्तेचा नमुनाच म्हणावा लागेल. त्यांच्या कल्पनांचे अनुकरण करून इतर काही संघटनाही चांगल्या चालू शकतील. मदर आता अशा पातळीला पोहोचल्या आहेत की त्यांना जर आर्किटेक्ट्स लागले किंबहुना कोणतीही व्यावसायिक पातळीची गरज वा मदत लागली तर ती लोक फुकट देऊ करतात. त्यांची बरीचशी व्यावसायिक सल्लामसलत आता भारताचा माजी आंतरराष्ट्रीय टेनिस खेळाडू नरेशकुमार याच्याकडून येते. नरेशकुमार विंबल्डन-स्पर्धेत २१ वर्षे खेळले आणि त्यानंतरची त्यांची व्यावसायिक कारकीर्दही नेत्रदीपक व अत्यंत यशस्वी अशी आहे. आता वयाच्या सत्तरीकडे झुकलेले कुमार आणि त्यांची सुंदर पत्नी सुनीता यांना कोलकत्याच्या खऱ्या आदर्श जोडप्यांपैकी एक मानले जाते. श्री. कुमार हे बंगाल चेंबर ऑफ कॉमर्सचे समिती-सदस्य, एका मान्यवर फर्नेस कंपनीचे उपाध्यक्ष आणि ख्यातनाम चित्रकार एम. एफ हुसेन यांचे वैयक्तिक मित्र म्हणून स्वत:चे एक स्थान राखून आहेत. श्री. हुसेन यांनी मदर टेरेसांच्या चित्रांची एक मालिकाच रंगवलेली

आहे आणि त्यातील कमीत कमी दोन चित्रांनी अत्यंत सुबक आणि उच्च अभिरुची असलेल्या किमान दोन घरांच्या भिंती सुशोभित केलेल्या मी पाहिलेल्या आहेत. मनाने संपूर्णपणे हिंदू असलेले कुमार दांपत्य मदर टेरेसांना १९६७ पासून मदत करीत आहेत. त्यांचा दुसरा मुलगा त्या वर्षी जन्माला आल्यानंतर सुनीता कुमारने ठरविले होते की दिवसभर घरी बसण्यापेक्षा इतर काहीतरी भरीव, विधायक कार्य करावे.

कुमार म्हणतात, 'जेव्हा केव्हा मदर टेरेसा माझी मदत मागतात तेव्हा मला तो सन्मान वा विशेष अधिकार वाटतो. त्यांच्यासाठी काम करणे इतके सोपे आहे... तुम्ही लोकांना फक्त फोन करा आणि मदरच्या शुभेच्छा कळवा. प्रत्येकजण त्यांचे काम मोफत करतो, कोणीही कसलाही मोबदला मागत नाही.' अनेक अधिकृत सरकारी कागदपत्रांची छाननी कुमार त्यांच्यासाठी करतात किंवा गरज असेल त्याप्रमाणे बांधकाम साहित्यासाठी व्यवस्था करतात. त्यांचे हिशेब व लेखा परिक्षण अधिकृत तपासनीसाने केले पाहिजे असा आग्रह कुमार धरतात परंतू त्यापलिकडे त्यात खुलेपणा असण्याची गरज नाही यावरही भर देतात. 'येणारा एकही पैसा मदर व त्यांच्या सिस्टरकडे जात नाही याबद्दल तुम्ही ११० टक्के खात्री ठेवू शकता. तसेही, मदरनी कोणाला हिशेब द्यावयाचे आहेत आणि का? मी व्यवसायात इतका प्रदीर्घ व पुरेसा काळ आहे की उद्योगाचे हिशेब म्हणजे काय हे मी जाणतो. हिशेबांमधून फारच थोडे कळते वा त्याला थोडासाच अर्थ असतो. त्या साऱ्याच्या वर गेल्या आहेत. त्यांचे आयुष्याचे ध्येयच मुळी गरीबांकडे लक्ष देणे हे आहे. तीच त्यांची संपूर्ण जीवनकथा आहे.' असेही त्यांनी नमूद केले.

प्रत्येकजण इतक्या निवांत वा शांतपणे या गोष्टींकडे बघणार नाही. विशेषत: १९८७ मध्ये हे दिसून आले की आंतरराष्ट्रीय पातळीवरून चालणाऱ्या आर्थिक फसवणूक वा लुबाडणुकीचे मदर टेरेसा लक्ष्य बनल्या आहेत. सुसंघटित अशा चोरांच्या किंवा भामट्यांच्या टोळ्यांना मदर टेरेसा हे एक सोपे, सहजसाध्य भक्ष्य आढळले आणि त्यांनी मिशनरीज ऑफ चॅरिटीकडे येणारा पत्रव्यवहार मध्ये पळवून फोडायचा सपाटा लावला. मिशनरीज ऑफ चॅरिटीला जेव्हा एका अमेरिकन दात्याने आपल्या देणगीची पावती मागितली तेव्हा या गोष्टींचा पत्ता लागला. अशी चोरलेली रक्कम एक लाख डॉलरच्याही वर असावी असा संशय आहे. सिंगापूर आणि हाँगकाँगमध्ये या चोऱ्या घडून आल्या. लॉर्ड पॉल यांचे कुटुंब कोलकत्यात विविध प्रकारचे अनेक उद्योग चालविते. त्यांनी मदर टेरेसांच्या आजारी व्यक्तींसाठीच्या कार्यक्रमाची खूपच प्रशंसा केली पण मदरच्या आर्थिक बाबी व त्यासंबंधीचे व्यवस्थापन कसे आहे याबद्दल सावधगिरी आणि प्रश्नार्थक भुवया उंचावून फारच थोडक्यात प्रतिक्रिया व्यक्त केली. 'पैसा एकत्र ठेवणे आणि आपले काम करणे ही

एक गोष्ट आहे. पण ही रक्कम प्रचंड आहे आणि त्याच्यामागे पुरेसे पाठबळ नाही. अशा रकमांचा वापर, विनियोग आणि हाताळणी यासाठी तुमची गरज योग्य संघटना असणे ही आहे... ती भलत्या मार्गाने जाऊ नये याची खात्रीशीर व्यवस्था हवी.' जेव्हा म्युगरीजने मदर टेरेसांची मुलाखत घेतली तेव्हा त्या अगदी खुलेपणाने हिशेब ठेवत नसल्याचे सांगून मोकळ्या झाल्या. सरकारचे अनुदान न स्वीकारण्यामागचे ते एक महत्त्वाचे कारण होते. सरकारी अनुदान घेतले म्हणजे हिशेब ठेवणे– लेखापरिक्षण हे क्रमप्राप्त आणि आवश्यक होऊन बसते. वीस वर्षांनंतर नवीन चावला तेच गाणे गातात. 'हिशेब ठेवणे... याचा अर्थ मिशनरीज ऑफ चॅरिटीच्या जगभरातील ४६८ केंद्रांमधील किमान एका सिस्टरला तिच्या खऱ्याखुऱ्या कामापासून म्हणजे एकाकी, दुःखी आणि निराश लोकांना मदत करून स्वस्थ बनवण्याच्या कामापासून दूर करणे ठरेल.' पण आज मदर टेरेसांना आपल्या निधीच्या काही भागासाठी हिशेब तपासनीसांपुढे वाकावे लागते कारण भारतीय कायद्याने ते बंधनकारक आहे; मात्र त्यांचा मोठ्या प्रमाणावर असलेला पैसा भारतात ठेवण्यात आलेलाच नाही असे मानले जाते.

कुमार लोकांनी इतर काहीही करावेसे मदर टेरेसेंना वाटले तरी निधी उभारणीचा कार्यक्रम आयोजित करू नये असे मात्र प्रकर्षाने वाटते. असे कार्यक्रम नोबेल पारितोषिक मिळाल्यानंतर थांबले. पैशाचा गैरवापर होण्याचा धोका टाळावा असा एक भाग या कार्यक्रम थांबण्यामागे होताच पण दुसरेही एक कारण म्हणजे लोकांनी स्वतःहून थेटच पैसा द्यावा याला मदरची पसंती आहे. कोणी मध्यस्थ त्यात असू नये म्हणून वा कोणतेही उघड दडपण सोसावे लागू नये म्हणून. जर कोणाला पैसा द्यायची इच्छा असेल तर तो येईलच असे स्पष्टीकरण सुनीता कुमार यांनीही केले. त्यांचे पती नरेश यांनी नजीकच्याच भूतकाळात श्री. एस. के. बिर्ला यांना भेटल्याचा किस्साच सांगितला. कोलकत्याच्या उत्तरेकडे टांगरा या झोपडपट्टीत निराधार महिलांसाठी मदर टेरेसा एक केंद्र कसे उभारु इच्छित आहेत हे नरेशकुमारांनी श्री. बिर्ला यांना सांगितले. या महिलांपैकी बऱ्याचजणी तुरुंगात होत्या व बाहेर आल्यानंतर नाईलाजाने वेश्याव्यवसायाकडे वळल्या होत्या तर काहीजणी मतिमंद होत्या. श्री. कुमार यांच्या म्हणण्याप्रमाणे, ज्योती बसूंनी मदर टेरेसांना या महिलांना स्वीकारण्याची व त्यांच्यासाठी केंद्र काढण्याची विनंती केलेली होती. या नव्या केंद्राच्या योजनेत बिर्ला सहभागी होणार काय अशी विचारणा श्री. कुमार यांनी करताच 'केवळ पाच मिनीटात तेथल्या तेथे श्री बिर्लांनी पाच लाख रुपयांचा धनादेश लिहून दिला.' असे कुमारांसारखे मित्र असताना, कोणाला निधी-उभारणीची गरज भासणार आहे?

भारतीय राजकारण्यांना किंवा सत्ताधाऱ्यांना जवळ करून मदर टेरेसांनी आपल्या

पंथासाठी पैसा, जमीन आणि इमारती हे सारे जमवले हे नक्कीच आहे. म्हणूनच जे करावयाचे त्यांनी ठरवले होते त्यात त्या अतिशय यशस्वी झाल्या. तथापि, यातून त्या राजकीय बनल्या काय याबाबत मी साशंक आहे– चांगलीच साशंक आहे. मला असे दिसते की मदर टेरेसांची राजकीय बाजू अगदी स्पष्टपणे भारतात नाही तर त्या इतर देशात प्रवासाला जातात तेव्हा दिसते. त्या १९८३ साली स्पेनमध्ये गेल्या होत्या. गर्भपात, घटस्फोट आणि जन्म-नियंत्रण याबाबतच्या देशव्यापी चर्चेत मदरनी आपला पाठिंबा उजव्या विचारसरणीच्या शक्तींना जाहीर केला. नव्या राजवटीचा धर्मनिरपेक्षतेचा काही हेतू असल्यास त्याला विरोध करणे हा या उजव्या विचारसरणीच्या लोकांचा कार्यक्रम होता.

नंतरच्या वर्षी मदर टेरेसांनी अमेरिकेतील निवडणूक प्रचार-मोहिमेच्या ऐन रणधुमाळी मध्येच न्यूयॉर्कमधील एका सभेत अनपेक्षितपणे हजेरी लावली. तेथे त्यांनी गर्भपाताची निंदा करताना तो एक खूनच असतो असे सांगून टाकले. आणि 'येशू ख्रिस्त म्हणजे न जन्मलेले अर्भक' असे वर्णन केले. हा त्यांचा दौरा अत्यंत समर्पक वेळेस झाला कारण डेमॉक्रॅटिक उपाध्यक्ष उमेदवार श्रीमती जेराल्डिन फेरारो यांच्यावर न्यूयॉर्कचे आर्चबिशप जॉन ओ' कोनोर यांनी प्रखर टीकास्त्र सोडले होते. त्याचप्रमाणे, काही विशिष्ट परिस्थितीत गर्भपाताचा पर्याय निवडण्याचा हक्क स्त्रियांना देण्याच्या बाजूने त्यांनी स्वीकृती दर्शविल्याने गर्भपात-विरोधी चळवळीनेही श्रीमती फेरारोंना आपले लक्ष्य बनवले होते. अखेरीस फेरारोबाई पराभूत झाल्या. १९८८ मध्ये मदर टेरेसा याचप्रमाणे इंग्लंडमध्ये गेल्या होत्या. डेव्हिड अल्टॉनचे गर्भपात-मर्यादा विधेयक संसदेत चर्चेला यावयाचे असतानाच मदर इंग्लंडमध्ये होत्या. 'जीवन-वादी' गटांना त्यांनी दिलेला हा पाठिंबा अत्यंत महत्त्वाचा आणि निर्णायक स्वरुपाचा ठरला असे सीएमएच्या मरिआन हॅसलग्रेव्ह यांनी बोलून दाखवले. '१९८० च्या दशकात त्यांच्याभोवती वलय असल्याने त्यांनी मदत केलेला विरोधी पक्ष मजबूत बनला. तुम्ही मदर टेरेसांच्या बोलण्याचा वापर करू शकला तर त्याची निश्चितपणे मदत होते. कारण त्या हयात संत असतील आणि अशा प्रकारच्या गोष्टी करू शकत असतील तर त्यांच्या युक्तीवादाचा सामना करणे फारच कठीण होऊन बसते. या प्रश्नाचे त्यांनी राजकीयीकरण केले ते मात्र मला आवडलेले नाही.' असेही श्रीमती हॅसलग्रेव यांनी स्पष्ट शब्दात सांगून टाकले.

मदर टेरेसांचे पूर्वीपासूनच आयर्लंडशी मजबूत दुवे जोडलेले आहेत आणि त्यांच्या नन्सपैकी ३० हून अधिक आयरिश आहेत. पण १९९० च्या दशकात हाही देश, धर्मनिरपेक्षता आणि गर्भपात, घटस्फोट व गर्भ-निरोधन साधने सर्वत्र उपलब्ध असावीत का अशा प्रश्नांवर चिंताक्रांत आणि वेदनाग्रस्त झालेला आहे. या देशातील प्रमुख राजकीय प्रश्नांमध्ये या साऱ्यांचा समावेश आहे. ऑगस्ट १९८२

मध्ये म्हणजे, 'जीवन-वादी' दुरुस्ती संबंधीच्या सार्वमताआधीच्या वर्षात मदर टेरेसांनी एसपीयूसीतर्फे आयोजित पत्रकार परिषदेत डब्लिनमध्ये आपली मते मांडली होती. त्यानंतर नॅशनल स्टेडियममध्ये झालेल्या जीवनाचा हक्क (राईट टू लाईफ) बैठकीतही बोलल्या. त्यानंतर ११ वर्षांनी म्हणजे १९९३ च्या जूनमध्ये नॉक येथील मेरियन श्राईन येथील ५० हजार लोकांच्या सभेत बोलताना त्यांनी आयरिश लोकांना आवाहन केले की देशात गर्भपात किंवा घटस्फोट यांना थाराच देऊ नका. 'या देशात आम्ही कधीही एकही गर्भपात कोणत्याही परिस्थितीत होऊ देणार नाही असे वचन द्या' अशा शब्दात त्यांनी लोक-भावनेला हलविण्याचा प्रयत्न केला. त्यानंतर लगेचच तुआमचे आर्चबिशप डॉ. जोसेफ कॅसिडी यांनी अधिक उदारपणाची भूमिका घेत, जीवन-वादी हा आई-वादीही असला पाहिजे असे ठाम प्रतिपादन केले. ते म्हणाले, 'आयुष्यात असे प्रसंग वा परिस्थिती येते की मातृत्त्वअभिलाषी आई, आपल्याला माहित नसलेल्या कारणांमुळे गर्भपाताच्या दिशेने जाण्यास प्रवृत्त होते. ज्या परिस्थितीत ती स्वत: जाऊन पोचली असते तेथे हा मोह वा आकर्षण फारच तीव्र असू शकते. त्या निष्पाप जीवाचा जीवनाचा हक्क आपण उचलून धरत असताना आपल्यापैकी कोणीही न्यायाधीश बनू नये... अशीही कधी परिस्थिती येत असते की आईच्या जिवाला गर्भारपणाने धोका उत्पन्न होऊ शकतो आणि ती आपल्यातून जाईल या भय शंकेने ती व तिचे कुटुंबीय धास्तावलेले राहतात. आईचे आयुष्य तिच्या स्वत:साठीही अनमोलच आहे.'

छानशा उन्हात पार पडलेल्या या सभेनंतर अनेक जणांनी आपल्या जपमाळेतील मण्यांना मदरचे आशिर्वाद लाभावेत म्हणून याचना केली. तेवढ्यात एक तरुणी पुढे सरसावली, मदरचा हात तिने घट्ट धरला आणि म्हणाली, 'नोव्हेंबरमध्ये मला मूल होणार आहे म्हणून कृपया माझ्यासाठी प्रार्थना करा.'

स्मितपूर्वक मदर उत्तरल्या, 'ती एक मिशनरी ऑफ चॅरिटी असेल अशी मी प्रार्थना करते.'

मदर टेरेसांचे दोन परदेश दौरे बरेच वादग्रस्त ठरले. १९८० च्या ऑगस्टमध्ये ग्वाटेमालातील एका परिषदेच्या निमित्ताने मदर टेरेसांनी हैती देशाचा दौरा केला. जगातल्या सर्वाधिक गरीब आणि वंचित देशांपैकी हा एक आहे. दुव्हालियार घराण्याने तीस वर्षेपर्यंत येथे आपली जुलमी राजवट चालवली. मदर टेरेसा काही प्रथमच हैतीला आलेल्या नव्हत्या. पूर्वीही या बेटावर येऊन गेलेल्या होत्या. त्यांच्या या दुसऱ्या दौऱ्याच्या वेळी ज्याँ क्लॉड दुव्हालियार हे अध्यक्ष होते आणि त्यांची घटस्फोटीत पत्नी फर्स्टलेडी मिशेल बेनेट दुव्हालियार स्वत:वर लाखो डॉलर्स खर्चून ऐष आरामात राहत होती. आत्यंतिक तिरस्काराने लोक तिच्याकडे पाहत. परंतु तिने गरिबांची रक्षणकर्ती म्हणून स्वत:ची प्रतिमा उभी केली आणि ती

नियमितरीत्या आरोग्य आणि शैक्षणिक केंद्रांना भेटी देऊन मिशेल बेनेट दुव्हालियार फौंडेशनसाठी पैसा उभा करण्याचा प्रयत्न करू लागली.

हैतीत आल्यानंतर बोलताना मदर म्हणाल्या, की आजवर आपण अनेक राजे, अध्यक्ष आणि पंतप्रधानांना भेटलेलो असलो तरी, 'मिशेलीबरोबर इतके मिळून मिसळून वागणारे गरीब लोक कोणत्याही देशप्रमुखाबरोबर असे वागताना मी कधीही पाहिलेले नाहीत. माझ्यासाठी हा एक सुंदर धडा आहे. मी आपल्याकडून काही शिकले आहे.' मदरने या दांपत्याची केलेली ही प्रशंसा सरकारी मालकीच्या टेलिव्हिजनवरून किमान आठवडाभर तरी दाखवली जात होती. 'न्यूजवीक' च्या एका बातमीदाराने मदर भारताकडे परतत असताना त्यांना आव्हान दिले की अशा देशांची अति-गरीबी किंबहुना दारिद्र्यावस्था हा राजकीय जुलूमशाहीचा परिणाम आहे आणि ही अवस्था बदलण्याचा एकमेव मार्ग म्हणजे रोमन कॅथॉलिक चर्चने त्यात अधिक राजकीय पद्धतीने सहभागी झाले पाहिजे. त्यावर मदर त्याला म्हणाल्या, 'त्या प्रकारच्या राजकारणात मी गुंतत नाही. आम्ही भेट दिली त्या ग्वाटेमालाच्या सर्व भागांमध्ये शांतता होती.' या प्रश्नाला मदरनी बगल दिल्यानंतर त्यांना 'मुक्ती-धर्मशास्त्र' विषयक प्रश्न विचारला गेला. दक्षिण अमेरिकेतील अनेक पुरोहितांनी या आमूलाग्र बदलानुवर्ती धर्मशास्त्राचा पुरस्कार केलेला आहे. मानवी हक्कांसाठी सामाजिक न्यायाबाबत सक्रिय सहभाग हवा यावर या तत्त्वज्ञानाचा जोर आहे. तसेच व्हॅटिकन दोनचा अचूक अन्वयार्थ म्हणजेच हे तत्त्वज्ञान असाही त्याच्या समर्थकांचा दावा आहे. त्यावर मदर टेरेसांचे उत्तर होते, 'एकावेळी दोन मालकांची सेवा करणे शक्य नाही. कोणीतरी मला एकदा विचारले होते की भुकेल्या माणसाला मासा देणे चांगले की मासे पकडण्याचा गळ देणे चांगले? पण माझ्याकडे येणारे लोक आजारी आणि मरायला टेकलेले असतात; ते इतके दुर्बल, अशक्त झालेले असतात की त्यांना हातात गळ धरणेही अशक्य असते. त्यांना प्रथम मासाच दिला पाहिजे आणि गळ मग नंतर दिला जाऊ शकेल.'

१९९४ च्या फेब्रुवारीमध्ये हैतियन लोकांच्या भावना व राग दोन्ही अनावर झाले. यातले बहुतेकांचे उत्पन्न वर्षाला १५० डॉलरही नव्हते. त्यांच्या रागाची उकळी क्रांतीत परावर्तित झाली आणि तिरस्काराचे धनी ठरलेल्या दुव्हालियार दांपत्याला अखेर पळ काढावा लागला. पण तोपर्यंत मदर टेरेसांची अनेक केंद्रे हैतीत सुरू झाली होती व त्यांना हैतियन लिजॉन डी हॉनेऊर प्राप्त झालेला होता.

आपल्या मातेला व बहिणीला त्या मरण पावण्याआधी भेटता यावे व त्यासाठी अल्बेनियात येऊ द्यावे अशी परवानगी अल्बेनियन सरकारला मागण्याचा मदर टेरेसांचा लढा २० वर्षांनी पूर्ण झाला १९८९ मध्ये. पण तोपर्यंत मूळ कारण अनंतात विलीन झालेले होते. तसेच एन्वर होझाचा मृत्यू होऊनही चार वर्षे लोटली

होती. मदरच्या या अल्बेनिया दौऱ्याचे वर्णन तेथील वृत्तपत्रांनी 'खाजगी स्वरुपाची भेट' असे केले आणि त्यासाठी कम्युनिस्ट नेते रमिझ अलिया यांनी निमंत्रण दिल्याचेही जाहीर केले. १४ ते १७ ऑगस्ट दरम्यानच्या या दौऱ्यात मदरना अनेक प्रकारची आरोग्यकेंद्रे आणि शिशुगृहे दाखवण्यात आली. होझाच्या विधवा पत्नी नेझमिये यांनाही त्या भेटल्या. अधिकृत सरकारी प्रसिद्धीप्रमाणे, 'लोक-सत्तेच्या गेल्या ४५ वर्षांमध्ये आपल्या देशाने जो बदल साध्य करून दाखविला त्या यशाकडे पाहून मदर टेरेसांना अत्यानंद झाला.' टिरानाच्या वरच्या बाजूला टेकडीवर 'हुतात्मा दफनभूमी' अत्यंत झळाळत्या, झगमगत्या पद्धतीने उभी करण्यात आली आहे तेथे मदरना यजमानांतर्फे नेण्यात आले. पाईन, पाम, सेडर वृक्षांच्या सुंदर उपवनात मदर अल्बेनियाचा भव्य पुतळा तेथे उभारण्यात आला आहे व त्याला वरपर्यंत संगमरवरी पायऱ्या बसवलेल्या असल्याने ती शोभा काही आगळीच दिसते. होझाच्या थडग्यावर मदर टेरेसांनी पुष्पचक्र वाहिले. तसेच श्रीमती होझांना त्यांनी एक धार्मिक पदकही दिले.

या सदिच्छेपोटी मदर टेरेसांना जे त्यांना सर्वात जास्त करून हवे होते ते मिळाले. दोन घरे. या दोन घरांमध्ये राहून त्यांच्या सिस्टर्स या दुःखभोग नशिबी आलेल्या देशातील गरीब आणि वयोवृद्धांसाठी सेवा-कार्य सुरू करू शकणार होत्या. त्यांची ओळख अल्बेनियन जनतेला होण्याची वेळ आली होती. सर्वप्रथम, अधिकाऱ्यांनी त्यांचे वर्णन अल्बेनियन वंशाची जगविख्यात उपकारकर्ती असे केले आणि अनेक सामान्य अल्बेनियन लोकांना, त्या एक परदेशात राहणाऱ्या धनवान अल्बेनियन आता पैसा वाटायला मायदेशी परत आल्यासारखे वाटले. पण एकदोन वर्षातच त्यांची राष्ट्रीय पूजास्थान अशी प्रतिमा निर्माण झाली आणि ख्रिश्चन-मुस्लीम या दोन्ही जमाती त्यांच्या मानवी-सेवेच्या कार्याबद्दल त्यांची प्रशंसा करू लागल्या. अचानकच त्यांच्या नावाची टपाल तिकीटे निघाली आणि शालेय इतिहासाच्या पुस्तकातही त्यांचा समावेश करण्यात आला. आता त्यांची तुलना नेहमीच १५ व्या शतकातील थोर अल्बेनियन योद्धा स्कँडरबर्गशी करण्यात येऊ लागली. अल्बेनियन लोकांच्या दृष्टीने, "आमच्यासाठी जागतिक पातळीवरची स्फूर्तीदात्री विभूती" निर्माण होऊ शकते हे मदर टेरेसांच्या रुपाने दिसले आहे. राष्ट्राभिमान पुनर्प्रस्थापित करण्याच्या लढ्यात म्हणूनच ते अतिशय महत्त्वाचे आहे. १९९५ साली तर मदर टेरेसांची, आपल्याच सुंदर पण उदासवाण्या देशात आपले दफन व्हावे अशीच इच्छा असल्याचे बोलले जात होते. अर्थात असे घडून अल्बेनियाच्या पर्यटन-आकर्षणांमध्ये अफाट वाढ होणे असंभवनीय नाही व ती मदर टेरेसा देशाला देऊ शकतील अशी सर्वात मोठी देणगी यातही काही शंका नाही.

तथापि, खुद्द आपल्या आई-बहिणींच्या अनुभवातूनच अल्बेनियन लोकांना ४०

वर्षे जुलमी आणि निर्दय राजवटीखाली जीवन व्यतीत करावे लागले हे मदरना माहित झालेले होते. मग होझाच्या थडग्यावर पुष्पचक्र वाहताना त्यांना मानसिकदृष्ट्या काय तडजोडी कराव्या लागल्या असतील आणि त्यातून हा देखावा करून एकप्रकारे होझाच्या राजवटीला कशी काय क्षमा करता आली असेल? अल्बेनियन लोकांना खरेखुरे राजकारण आपसूक व चटकन उमगते आणि ४० वर्षे ख्रिश्चनत्व नाकारले गेलेल्या युरोपच्या कोपऱ्यात आपल्या सिस्टर्स पोचाव्यात यासाठी एवढी किंमत असेल तर ती मदरच्या दृष्टीने छोटीच किंमत होती. 'अल्बेनियन कॅथॉलिक बुलेटीन' च्या म्हणण्याप्रमाणे, 'मदर टेरेसांनी त्या कृतीने आदर व्यक्त केला अशी टीका जे करतात ते त्यांच्या तत्त्वज्ञानाबद्दल अनभिज्ञ आहेत. त्या ख्रिश्चन असून येशू खिस्ताच्या पाऊलांचा मागोवा घेत जात आहेत हे सर्वात महत्त्वाचे आहे. ख्रिश्चन संदेशाचा गाभा क्षमा हा आहे आणि मदरच्या स्वत:च्याच शब्दात, "क्षमेशिवाय खरे प्रेम असूच शकत नाही." सरकारच्या खेळातले एक प्यादे अशी टीका करणे हे या संतपदी पोचलेल्या महिलेला खूपच कमी लेखणे होईल. त्या साऱ्या राजकारणाच्या पलिकडे आहेत आणि त्यांच्यातील कटुतेचा अभाव आपल्या सर्वांसाठी एक आदर्श उदाहरण आहे. हो, हे खरे की सरकारने त्यांचा वापर जनसंपर्कासाठी केला आहे पण त्यातून त्यांनी अशा शक्तीला दारे उघडून दिली की त्यांचा सामना करणे सरकारच्या कुवतीबाहेरचे आहे.'

'राजकारणाच्या पलिकडे हा शब्दप्रयोग मला फारसा बरोबर वाटत नाही. किंवा जॅक प्रेगरसाठीही हा शब्दप्रयोग पुरेसा ठरू शकत नाही. प्रेगर म्हणाला होता, 'साऱ्यामधले तथ्य किंवा सत्य एवढेच की ज्याने राजकीय सत्ता प्राप्त केलेली आहे अशा खुनी इसमाबरोबरही मदर टेरेसा हस्तांदोलन करण्यात तयार असतात. उदाहरणार्थ, बांगलादेशामधील क्रांतीनंतर दोन आठवड्यानंतर तेथे झालेल्या राजनैतिक स्वागत समारंभात मदर इतर राजनैतिक पुढाऱ्यांसमवेत होत्या आणि सत्तेवर आलेल्या नव्या लोकांशी हस्तांदोलन करीत होत्या. हेच ते सत्तेवरील लोक होते की ज्यांनी त्याच्या थोडा काळ आधीच आपल्या ५० विरोधकांची हत्या केली होती आणि आपल्या भावी विरोधकांनाही ते ठार करीत सुटतील यात काही शंका नाही.'

मदर टेरेसांच्या ऐतिहासिक अल्बेनिया दौऱ्यानंतर पाच वर्षांनी मी टिरानाला गेले होते. योगायोगाने म्हणा, माझ्या काही दिवस आधीच मदर टेरेसा तेथे पुन्हा एकदा येऊन गेल्या होत्या. १९८९ साली रमिझ अलिया याने दिलेल्या घरांवरून काहीतरी 'गोंधळ' झाला होता. तो निस्तरण्यासाठी मदर आलेल्या होत्या. अलिया स्वत:ही तुरुंगवास संपवून बाहेर आला होता. कम्युनिस्टपूर्व काळात ती घरे खासगी मालकीची होती आणि आता कम्युनिस्ट राजवट संपल्यामुळे, इतर अनेकांप्रमाणेच पूर्व युरोपात पांगलेले घरमालक आपली मालमत्ता परत मागत होतेच. त्याबरोबर

आतापर्यंत गमावलेले घरभाडेही त्यांना हवे होते. पॅपल नन्सिओ आणि मागसिग्नोर इव्हान डायस म्हणत होते, 'मदर टेरेसा फारच व्यवहारचतुर आणि वास्तवाचे भान राखणाऱ्या आहेत. त्या हा प्रश्न सोडवण्याचा प्रयत्न करीत आहेत परंतु मिशनरीज ऑफ चॅरिटीने ती घरे सोडावीत किंवा भाडे द्यावे हे त्या मान्यच करू शकत नाहीत. जोवर त्यांचा संबंध राहिल तोवर धर्मादायता हीच वर्चस्व गाजवील, न्याय नव्हे. सरतेशेवटी कॅथॉलिक चर्चला स्वतःलाही आपल्या सर्व मालमत्ता परत मिळालेल्या नाहीत. आणि काही बेकायदेशीर ताबेकरी आहेत त्यांच्यापासून आपण सुटका करून घेऊ शकत नाही.'

हे उघडच आहे की मदर टेरेसा चोरीची मालमत्ता स्वीकारल्यासारखे या विषयाकडे बघतच नाहीत. त्याहीपेक्षा अधिक म्हणजे, अमेरिकन कोट्याधीश चार्लस् कीटींग याच्याकडून जसा पैसा स्वीकारला तेवढेच महत्त्व त्या घर-प्रकरणाला त्या देतील. एका बचत आणि कर्जप्रकरणी फसवणूक केल्यावरून कीटींगला दहा वर्षांच्या कैदेची शिक्षा सुनावण्यात आली आहे. त्या फसवणूक प्रकरणी अमेरिकन करदात्यांना ५०० अब्ज डॉलर्स अधिक व्याज असा फटका बसणार आहे. आणि तरीही, ख्रिस्तोफर हिचेन्सच्या म्हणण्याप्रमाणे, 'कीटींगने मदर टेरेसांना साडे बारा लाख डॉलर्सच्या देणग्या दिल्या. (अर्थातच स्वतःच्या खिशातून नव्हे) त्याने आपल्या स्वतःच्या खाजगी जेटचाही मदरना वापर करू दिला. त्याच्या बदल्यात मदर टेरेसांनी कीटींगला आपल्या स्वतःच्या प्रतिष्ठेचा अनेक महत्त्वाच्या प्रसंगी वापर करण्याची परवानगी दिली आणि त्याला स्वतःजवळचा क्रूस दिला, तो क्रूस त्याने सर्वत्र स्वतःबरोबर वागवला.' जेव्हा कीटींगचा खटला १९९२ साली उभा राहिला तेव्हा मदर टेरेसांनी स्वतः न्यायाधीश लान्सला पत्र लिहून, विनंती केली की त्याला दया दाखवावी कारण 'देवाच्या गरीबांप्रती तो नेहमीच दयाळू आणि उदार राहिला आणि जेव्हा केव्हा गरज भासली तेव्हातेव्हा तो मदत करण्यात तयार, तत्पर होता. मदरनी आपल्या पत्रात हेही ठामपणे म्हटले होते की, 'आम्ही व्यवसाय किंवा राजकारण किंवा न्यायालये यात गल्लत वा हस्तक्षेप करीत नाही. मिशनरीज ऑफ चॅरिटी म्हणून चालणारे आमचे काम गरीबातल्या गरीबाला सर्वस्वाने आणि मोफत सेवा देणे हे आहे... हे ते कारण आहे की आता तो आणि त्याचे कुटुंब त्रास सहन करीत असताना त्याला विसरण्याची माझी इच्छा नाही.'

पॉल टुर्ले हा लॉस एंजेलिसचा डेप्युटी डिस्ट्रिक्ट ॲटर्नी होता. कीटींग प्रकरणावर तो काम करीत होता. कीटींगचे उद्योग आणि काम याबाबत मदर टेरेसा बऱ्याचशा गोंधळात आहेत असा त्याला मदरच्या स्वतःच्या जबाबावरूनही संशय वाटत होता. कीटींगने मदरला ज्या रकमा दिल्या त्याच्या स्रोताचे निःसंदिग्ध तपशील मदरना दिले पाहिजेत आणि ते पैसे मूळच्या हक्कदार मालकांना परत

करण्याची नैतिक व न्याय-अन्याय याबाबतची विवेकशील कृती त्यांनीच करावी अशी सूचनाही त्यांना करावी असे त्याला वाटत होते. तेव्हा त्याने मदरना एक पत्रच लिहिले. त्यात तो म्हणतो, 'श्री. कीटींग यांना १७ व्यक्तींच्या फसवणूक प्रकरणी दोषी ठरवण्यात आलेले असून यात गुंतलेली रक्कम ९ लाख डॉलर्स इतकी आहे. हे १७ जण एकूण १७,००० (सतरा हजार) व्यक्तींचे प्रतिनिधी होते आणि त्यांच्याकडून कीटींगने २५ कोटी २० डॉलर चोरले आहेत... कीटींगच्या फसवणुकीला बळी पडलेल्या व्यक्ती समाजाच्या विविध वर्गातील आहेत. काहीजण सधन आणि सुशिक्षित होते. पण बरेचजण जेमतेम उत्पन्नाची साधने असलेले होते आणि मोठे कर्ज घेण्याशी त्यांचा परिचय नव्हता. एकजण गरीब सुतार आहे जो इंग्रजी सुद्धा बोलू शकत नाही. कीटींगच्या फसवणुकीने तो लुबाडला गेला आहे.' हे पत्र अत्यंत प्रभावी होते आणि त्यात मदरना, केवळ दयाबुद्धीवर प्रेम करू नका तर न्याय करण्यावरही प्रेम करा असे आवाहन बायबलमधील प्रेषित मिकाह याचा हवाला देऊन करण्यात आले आहे. जर येशूला गुन्ह्याची फळे चाखावयास दिली गेली तर तो काय करील; जर चोरला गेलेला पैसा येशूच्या ताब्यात असला तर तो काय करील; जर चोराने येशूचा गैरफायदा घेतला तर तो काय करील असे प्रश्नही पॉल टुर्लेने या प्रश्नात विचारले व येशू जे करील तेच आपण करा असे आवाहनही मदर टेरेसांना केले. 'माझ्या मते, येशू कसलीही कां, कूं न करता अत्यंत तत्परतेने चोरलेला पैसा व मालमत्ता त्यांच्या मूळ हक्कदार मालकांना परत देईल. आपणही तेच करावे' असेही आवाहन पॉलने या प्रभावी पत्राद्वारे मदर टेरेसांना केले होते.

आजतागायत, मदर टेरेसांनी किंवा त्यांच्या कोणा प्रतिनिधींने टुर्लेच्या या पत्राला कसलेही उत्तर पाठवलेले नाही आणि हिचेन्सच्या, 'त्या निष्पाप, निर्दोष नाहीत आणि या लौकिक जगातील नाहीत असेही नाहीच' या विधानाचा जणू पुरावाच आहे. 'मदर टेरेसांचे पैसेवाल्या सधन लोकांबरोबरचे व्यवहार तसेच सत्ताधाऱ्यांबरोबरचे उपयुक्त संबंध यामुळे असे दिसते की मदर टेरेसांचे जे काही राज्य चालू आहे ते सारे अगदी याच विद्यमान जगातील आहे.' हेही हिचेन्सने नमूद केलेले आहे. मात्र या कहाणीला एक कलाटणी आहे. १९९७ च्या एप्रिल महिन्यात कीटींगला आधी दोषी ठरवण्यात आले होते तो निकाल, न्यायाधीश लान्स इटोने ज्युरीला 'सदोष सूचना' दिल्या या आधारावर रद्दबातल ठरवण्यात आलेला आहे. राज्य पातळीवरील हा निकाल १८ पैकी १४ ज्युररना माहित होता किंवा त्याबद्दल माहिती मिळालेली होती या कारणास्तव संघराज्य पातळीवर रद्द ठरवण्यात आला. हा मजकूर लिहित असताना कीटींग अधिकृतरीत्या दोषी नसल्याचे जाहीर झालेले आहे.

वादापुरते मदर टेरेसांच्या टीकाकारांचे म्हणणे मान्य केले की या जगात

कोणीही अगदी निष्पाप वगैरे नाही. पण त्या राजकीयदृष्ट्या अत्यंत भोळ्याभाबड्या किंवा अजिबात राजकीय जाणीवा नसलेल्या आहेत असे गृहीत धरले तर त्या वर्गातील तरी त्या सर्वात चांगल्या व्यक्ती ठरतील काय? सर्व मिशनरीज ऑफ चॅरिटी गरीबी, पावित्र्य आणि आज्ञाधारकता यांच्या जोडीला चौथी प्रतिज्ञा गरीबातील गरीबांना सर्वस्वाने व मुक्त सेवा देण्याची घेतात. ही चौथी एक अत्यंत आगळीवेगळी, अनन्यसाधारण आणि केवळ त्यांचीच अशी शपथ आहे. त्याचा भरीव अर्थ असा होतो की ते श्रीमंत लोकांना सेवा देण्याचा कसलाही विचार वा प्रस्ताव ठेवत नाहीत. मोठी इस्पितळे न उघडणे किंवा आपल्या नन्सना उच्च शिक्षण न देणे याचे समर्थन आणि खुलासा मदर टेरेसा या प्रतिज्ञेद्वारा करतात. मदर टेरेसांना कीटींग किंवा मॅक्सवेलच्या व्यापारी सौद्यांबद्दल माहिती नव्हती म्हणून एकवेळ माफ केले तरी हे मात्र दिसतेच की असे लोक तसेच इतर अनेक राजकीय पुढारी आणि त्यांच्या पत्नी नियमितरीत्या मदर हाऊसमध्ये मदर टेरेसांबरोबर फोटो काढून घेण्यासाठी थांबतात आणि ते आपल्या स्वार्थासाठी मदर आणि गरीब यांचा गैरफायदा घेतात वा शोषण करतात. मदरनी आपल्या चांगल्या सल्लागारांचा किमान एवढा तरी सल्ला घ्यावयास हवा होता की हे त्यांचा गैरफायदा घेतल्यासारखे होत नाही काय? मॅक्सवेल, कीटींग यांच्या प्रकरणात त्या काय करीत होत्या? फार कशाला, १९९५ मध्ये भारत दौऱ्यात हिलरी, चेल्सा क्लिंटन यांनी मदरच्या अनाथालयातील एक मुलासोबत फोटो काढून घेतले ही मदरकडून होत असलेली श्रीमंत आणि सत्ताधाऱ्यांची सेवा ठरत नाही काय?

पैसा जमवण्याचा प्रयत्न करणाऱ्या कोणाहिसाठी आज नैतिक द्विधावस्था महत्त्वाची ठरते तशीच कठीणही. ऑक्सफर्ड विद्यापीठावर अलिकडेच असा प्रसंग गुदरला. या विद्यापीठात एक नैतिक समिती आहे आणि दानाच्या स्त्रोताची तपासणी करणे हे काम ही समिती करते. जो काही पैसा विद्यापीठाला देऊ केला जातो तो स्वच्छ मार्गाने आणि उत्तम स्त्रोतातून येतो की नाही याचा आढावा या समितीला घ्यावयाचा असतो. अलिकडेच एका प्रसंगात ही समिती द्विधा मन:स्थितीत अडकली. फ्लीक कुटुंबाने विद्यापीठात एक अध्यासन निर्माण करण्यासाठी देणगी देऊ केली. सरतेशेवटी, डॉ. गर्ट रुडॉल्फ फ्लीक यांनी आपला देणगी प्रस्ताव मागे घेतला. कारण त्यांच्या वडिलांचे नाझींशी संबंध असल्याच्या कारणावरून बराच वाद निर्माण झाला होता. पण क्षमाशीलता खरेदी करण्यासाठी पैशाचा वापर करणाऱ्यांची निंदा केली जाते. या निंदकांमध्ये मोठ्या प्रमाणावर अशाही लोकांचे आवाज होते की ज्यांचा, क्षमाशीलता नक्कीच पुढच्या पिढीपासून सुरू व्हावी यावर विश्वास होता.

पैशाशिवाय धर्मादाय संस्था काहीच करू शकत नाहीत त्यामुळे त्या पैसा उभा करण्यासाठी निकराने प्रयत्न करतील हे उघड आहे. मग त्यासाठी कोणते प्रश्न ते

विचारू शकतात आणि विचारतात? नैतिकतेच्या दृष्टीने पाहता, मदर टेरेसांकडे 'हंगामी' स्वरुपाची नैतिकता समिती स्थापन करण्यासाठी इच्छुक व पात्र अशा उमेदवारांची वाण नाही आणि काम काय तर त्यांना पैशाच्या देणग्यांचा उगम कोठून होतो आहे याबद्दल सल्ला देणे व मदरबरोबर फोटो कोणाला काढू द्यावयाचा त्याचा सल्ला देणे. मदर टेरेसांचे वरिष्ठ नन्सचे एक छोटे मंडळ आहे; पण त्यातील महिलांचे सारे आयुष्यच धार्मिक बाबींच्या वर्तुळात गेलेले आहे आणि मदरचा आदेश बाजूला ठेवण्याचा अधिकार त्यांना कोणाला असणे अशक्यच आहे.

'जर मदर टेरेसांच्या प्रकारच्या मदतीने समाजात बदल होत नसतील तर काय? साहाय्य आणि विकासाच्या मदतीला नक्की वाव आहे काय?' असे प्रश्न किती वेळा विचारले जातील ते मोजणे मी आता सोडून दिले आहे. या पुस्तकाच्या निमित्ताने केलेल्या संशोधनात हे प्रश्न सततच येत राहिले. मदर टेरेसा ज्यांना मदत करीत आहेत ते लोक इतके दुर्बल-निर्बल आहेत की ते त्यांच्या स्वत:साठी काही करू शकण्याआधी त्यांचीच पहिली काळजी घेण्याची व त्यांच्याकडे लक्ष देण्याची गरज आहे असाच युक्तीवाद नेहमी केला जातो. पण पुन्हा, हे मुद्याला बगल देणे आहे. ते विशिष्ट लोक विकसनशीलतेच्या पलिकडचे असूही शकतील पण विकास प्रकल्प हे तर समस्या कोठून उगम पावते हे शोधण्याचे ध्येय वा उद्दिष्ट ठेवतात ना? आणि समस्येचे मूळ म्हणजे त्याच प्रकारची मदत आणखी काही लोकांना लागूच नये अशी प्रतिबंधक व्यवस्था करणे. हा युक्तीवाद या मुख्य मुद्याभोवती केंद्रित आहे की मदर टेरेसा ज्या समस्यांना तोंड देत आहेत त्या समस्या कायमच्याच दूर व्हाव्यात यासाठी काही संघटना मदत देत आहेत. पण या संघटनांपासून त्यांचा पैसा इतरत्र वळवण्यासाठी मदर टेरेसाच आपल्या आंतरराष्ट्रीय मान्यतेचा वापर करीत आहेत काय? रस्त्यांवरून लोकांना उचलून आणू नका असे कोणीच म्हणत नाही. परंतू अशी परिस्थिती उद्‌भवूच नये अशा प्रकारची प्रतिबंधक व्यवस्था निर्माण करण्याचा प्रयत्न आपण का करू नये? मदर टेरेसा स्वत:ला असे प्रश्न अजिबात विचारत नाहीत.

ओव्हरसीज डेव्हलपमेंट इन्स्टिट्यूट येथील रिसर्च फेलो रॉजर रिडेल याला मी हा प्रश्न विचारला. विकास आणि साहाय्य हे दोन वेगवेगळे प्रांत असले तरी त्यातील मदतीला नक्कीच वाव आहे असे मी म्हणताच, तो उद्‌गारला, 'नाही. प्रत्येकजण हे स्वीकारील असे मला वाटत नाही. फक्त साहाय्य वा मदत एवढ्यापुरतीच आणि तेवढीच कामे करणारी संस्थांची बेसुमार वाढ झाली आणि त्यांनी मोठ्या प्रमाणावर पैसा ओढला तर दीर्घकालीन प्रश्न सोडवण्याचे तुमचे प्रयत्न अगदी थेटपणे निष्फळ ठरतील. उदाहरणार्थ : झायरे येथे गरीब व गरजू लोकांसाठीची मदत-तरतूद, प्रत्यक्षात तेथील राजवटीला जोपासण्यास व समर्थन देण्यासाठी वापरली जात आहे.'

धर्मादाय संस्था आणि मदत-तरतूद यांची भविष्यात काय भूमिका राहील हे बघता असे दिसते की जगभरात सर्वत्र मिळून ६५ अब्ज डॉलरची मदत दिली जाते व त्यातली ९४ टक्के ही सरकारची रक्कम असते; फक्त उरलेली ६ टक्के रक्कम धर्मादाय संस्था व तशा संघटना यांनी उभी केलेली असते. हे जर लक्षात घेतले तर मदर टेरेसा काय करतात व काय करीत नाहीत किंवा इतर कोणतीही बिगर-सरकारी संस्था जे काही करते त्यातून जगातील गरीबांच्या स्थितीत आमूलाग्र बदल कधीच होऊ शकणार नाहीत. त्या जे काही करतात तो महासागरातला एक थेंबच ठरतो हे त्या मोकळेपणी मान्य करतात आणि मीही ते संपूर्णपणे वैधच मानते. पण कदाचित आताची वेळ अधिक तारतम्याने विचार करण्याची आहे की जर ५० वर्षांनंतरही हा एक थेंबच राहत असेल तर पैसा कोठे जातो आहे? जर मिशनरीज ऑफ चॅरिटी आणि इतर बिगर सरकारी संस्था यांच्यातले सहकार्य वाढू शकले तर थेंबांचे रुपांतर एखाद्या प्रवाहातही होऊ शकेल.

गेल्या काही वर्षांमध्ये जागतिक मदतीत नाट्यमय बदल झालेले आहेत. आजच्या बहुतेक दात्यांना व्यावसायिकता आणि उत्तरदायित्वाची गरज असते. ते असे म्हणू शकतात, 'माझा पैसा त्या समस्येच्या मदतीसाठी वापरला जावा असे मला वाटते. तो प्रश्न प्रत्यक्ष सोडवण्यासाठी पुढच्यापेक्षा तुम्ही अधिक कार्यक्षम आहात असे तुम्ही मला दाखवू शकता काय?' याचा परिणाम म्हणून दात्यांच्या पैशाचा प्रत्यक्ष परिणाम काय व किती याकडे बिगर-सरकारी संस्था अधिक बारकाईने लक्ष पुरवू लागल्या आहेत. विकास प्रकल्प नेहमी वा सातत्याने काम करीत न राहण्याचे एक प्रमुख कारण त्यासाठी विशिष्ट राजकीय स्थिती लागते हे आहे. त्याचप्रमाणे विकासही शाश्वत राहण्यासाठी ही राजकीय स्थिती असणे गरजेचे असते. पण धर्मादाय संस्थांनी स्वत:ला राजकारणात गुंतवावे काय किंवा बिगर सरकारी संस्था यापुढे तटस्थ राहूच शकणार नाही अशा टप्प्यावर जग पोहोचले आहे काय? त्या तटस्थ राहिल्याने एक प्रकारे 'जैसे थे' स्थितीला समर्थन मिळून बदल वा परिवर्तनाला आडकाठी निर्माण होते. बहुतेक सर्वच बंगाली लोकांना हे ठाऊक आहे की जर कधी कोलकत्याचे प्रश्न सोडवावयाचे असतील तर त्यासाठी सरकारचा फार मोठा पुढाकार हवा आणि ते पार पाडण्यासाठी प्रखर आणि ताठर इच्छाशक्ती हवी. अर्थातच मदत देण्यातील सिंहाचा वाटा सरकारने यापूर्वीच उचललेला आहे. पण खरे आव्हान आणखी मदतीसाठी हाकाटी पिटण्याऐवजी एकूण यंत्रणा अधिक कार्यक्षम बनवण्यात आहे. १९९६ च्या भारतातील निवडणुकीनंतर सामाजिक विकासासाठी दिलेल्यापैकी ८५ टक्के सरकारी पैसा प्रत्यक्षात त्या कामासाठी पोचतच नाही. गळक्या बादलीचा रोग असे त्याला सर्वसाधारणपणे म्हटले जाते. यातूनच लोक छोट्या छोट्या प्रकल्पांना मदत देणे पसंत करतात जेथे

त्यांना एखादी शाळा, दवाखाना किंवा कला-कार्यक्रम दिसतो व त्यासाठी त्यांचा पैसाही कारणी लागत असल्याचे कळून येते किंवा मग एखाद्या मुलाला ते पुरस्कृत करतात की कधीतरी त्या मुलाला ते भेटूही शकणार असतील.

कदाचित पुढील सहस्त्रकासाठी काही एकदम नव्या अशा कल्पनांची गरज आहे. तिसऱ्या जगाचे कर्ज संपवणे हा काही नवा प्रस्ताव नव्हे. तसेच त्या कर्जाच्या व्यवहाराची नोंद राखण्याचेही ओझे आता निर्णायक पातळीवर पोचलेले आहे. याबाबत आता तातडीने पावले उचलण्याची भाषा बोलली जाऊ लागली आहे. उदाहरणार्थ युगांडात सरकार आरोग्यसेवेवर दरवर्षी दरडोई १.६० पौंड खर्च करते आणि पाश्चिमात्य देशांच्या कर्ज परतफेडीसाठी १९ पौंड दरडोई दरवर्षी खर्च होतात. आणि तरीही सर्वात गरीब अशा २० देशांचे कर्ज रद्द करण्यासाठी आतापर्यंत आंतरराष्ट्रीय नाणेनिधीने त्यांच्या सोन्याच्या साठ्यापैकी छोटासा भाग वापरावयासाठी कोणी अजून त्यांचे मन वळवलेले नाही. अधिक स्वीकारार्ह बाब म्हणजे अगदी छोटी कर्जे (मायक्रो-क्रेडिट) देणे. बांगलादेशामधील बँकर आणि माजी प्राध्यापक महंमद युनूस यांचा असा विश्वास आहे की जगातील गरीबीच्या निर्मूलनासाठी मोठ्या प्रकल्पांना अब्जावधींच्या देणग्या उपयोगाच्या नसून कर्जे आणि तीही छोटी अगदी २० पौंडापासूनची कर्जे निराधारांना देणे हा त्यावरील मार्ग आहे. या निराधारांमध्ये महिलांची संख्या जास्त आहे. युनूस यांनी अशी एक ग्रामीण बँकेची कल्पना शोधून काढली जेथून गरीबांना कर्जे दिली जातात आणि पैसे मिळवण्याची संधी साधता येते. मध्यस्थाने कर्जप्राप्तीसाठी गरीबाला फसविण्याला येथे वावच नाही व गरीबही कर्जफेड व्यवस्थित करतो. बांगलादेशी समाजातील सर्वाधिक वंचित अशा गटाला आपल्या सक्रीय पद्धतीने बँक शोधून काढते. भूमीहीन, मालमत्ताविहीन, ग्रामीण गरीब, भिकारी, निरक्षर आणि विधवा अशा वंचितांना कर्जे देऊनही कर्जफेडीची पातळी ९९ टक्के इतकी मोठी असल्याचे बँकेचे म्हणणे आहे. २० वर्षांपूर्वी युनूस यांनी ही ग्रामीण बँक सुरू केली. आज त्यांच्याकडे २० लाखांहून अधिक कर्जदार आहेत आणि देशातील ३५ हजार खेड्यांमध्ये बँकेचे काम चालते. कर्जदारांनी गट बनवावयाचे असतात. त्यामुळे कर्ज परतफेडीला उत्तेजन मिळते. ही कर्जे नेहमी एका वर्षासाठीच असतात आणि सरळसोट २० टक्के व्याजदराने ती दिली जातात. हे चक्रवाढ व्याज नसते. युनूस यांनी एक गरज आणि ती सोडवण्याची साधने कोणती हे शोधून काढले. पुढील वाटचालीत असे दिसून आले की महिलांना कर्जे देणे हे संपूर्ण कुटुंबाच्या दृष्टीने सर्वाधिक हितकर ठरते आणि त्या आपल्या कर्जाबाबत अधिक दक्ष असतात. बांगलादेशात पारंपारिकदृष्ट्या महिलांना सर्वात कमी आर्थिक संधी उपलब्ध होत होती. त्यांनीच आता कर्जाबाबत सर्वाधिक दक्षता दाखवली आहे. लोकांना कर्ज मिळाल्याने त्यांच्यातील मानवता मनातून बाहेर येऊन ओसंडू लागते.

युनूस यांच्या आकडेवारीनुसार १९९६ साली त्यांच्या व त्यांच्यासारख्या इतर बँकांनी जगभरातील ३.६ कोटी गरीबांना कर्जाद्वारे मदत दिली होती आणि जर हा आकडा दहा कोटींवर पोचला तर फारच मोठ्या प्रमाणावर जगाची चक्रे हालतील, बाकीचे सारे सोपे आहे असे युनूसना वाटते.

ते म्हणतात, 'लोकांचे म्हणणे आहे मी मूर्ख आहे, माझे डोके ठिकाणावर नाही. पण स्वप्नाशिवाय कोणीही काहीही साध्य करू शकत नाही. तुम्ही एखादे घर बांधत असाल तर फक्त विटा आणि सिमेंट-वाळूचे मिश्रण यांचा एकत्र गठ्ठा करून ठेवत नाही. प्रथम तुम्ही कल्पना साकारली पाहिजे की हे करता येणे शक्य आहे. जर कोणी गरीबीविरुद्ध मुसंडी मारणार असेल तर नेहमीसारखा उद्योग करून चालणार नाही. क्रांतीकारी विचार डोक्यात आलाच पाहिजे आणि कल्पनातीत वाईटाचा विचार करून चालले पाहिजे.' मदर टेरेसांचेही एक स्वप्न होते ते त्यांनीही वास्तवतेत उतरवले. त्यांनी मरणोन्मुख लोकांना शेवटचा डोक्यावरील छपराचा आसरा दिला तेव्हा त्यांच्यापुढे रस्त्यावर एकाकीपणे मरून जाणे एवढाच पर्याय शिल्लक होता. आणि मी जे पाहिले आणि मला सांगितले गेले ते असे की अक्षरश: शेकड्याने गट, धर्मादाय संस्था, संघटना, समाजकेंद्रे आहेत व ती अर्भके, रस्त्यावरची मुले, वेश्या, नवविवाहित तरुणी, क्षयरोगी अशा अनेकांना ज्यांच्यापुढे निश्चितपणे आयुष्याची काही ना काही वर्षे शिल्लक आहेत, अशांना मदत करतात. पण जेव्हा वयोवृद्ध, वेडे वा भ्रमिष्ट, कुष्ठरोगी, गलितगात्र अशांचा संबंध असतो तेव्हा मात्र मदर टेरेसांचे नाव टाळणे अशक्यप्राय आहे. पण आता ५० वर्षांनंतर, धर्मादायतेचे, दानधर्माचे जग बरेच पुढे निघून गेले आहे. जे लोक दान करतात ते आता बव्हंशी, कोठेतरी काहीतरी घडते आहे या संदिग्ध आशेवर दान करण्यास तयार नाहीत. लोकांना गरीबच ठेवणाऱ्या चौकटींबाबत दात्यांना आता चांगलेच ज्ञान झालेले आहे, ते राजकीयदृष्ट्या अधिक जागृत आहेत आणि ज्या लोकांना मदत करण्याचा त्यांचा प्रयत्न आहे त्यांच्याबाबतच्या चळवळीच्या प्रयत्नांबद्दल ते अधिक कार्यक्षम व लक्ष एकवटलेले असे आहेत.

■

अहंकार की अहंभाव

१९८६ सालच्या ४ फेब्रुवारी रोजी जगातील सर्वात पूजनीय अशी दोन कॅथॉलिक व्यक्तिमत्त्वे कोलकत्याच्या निराधार आणि मरणोन्मुखांना घास भरवण्यासाठी एकत्र आली. भारताच्या दौऱ्यावर आलेल्या पोप जॉन पॉल दुसरे यांनी या दिवशी मदर टेरेसांच्या मरणोन्मुखांच्या होमला भेट दिली. हा त्यांच्या भारत दौऱ्याचा तिसरा दिवस होता. प्रथम पोपने ७५ वर्षांच्या मदरला आलिंगन दिले, त्यांचे पदराने झाकलेले डोके ओंजळीत धरले आणि त्यांच्या कपाळाचे चुंबन घेतले. मग त्यांनी, जे अजूनही खाऊ शकत होते त्यांना भोजन दिले व खाऊ न शकणाऱ्यांना आशिर्वाद दिले. त्यानंतर ते शवागारात गेले. तेथे प्रत्येक प्रेतावर त्यांनी क्रॉस चिन्हाची खूण केली आणि त्यांच्या अंगावर पाणी शिंपडले. दोन दिवसांच्या दिल्ली भेटीनंतर कोलकता हेच पोपच्या भेटीचे मुख्य ठिकाण ठरले. त्यांनी कालिघाट येथे एक तास व्यतीत केला. सामूहिक प्रार्थना-सभा वगळता त्यांनी एकाच ठिकाणी घालवलेला हा संगळ्यात जास्त वेळ होता. या दोन्हींतून मदर टेरेसांच्या चळवळीला ते किती महत्त्व देतात हेच सूचित झाले.

संध्याकाळी कॅथॉलिक आणि पालिकेच्या अधिकाऱ्यांनी सेंट झेवियर कॉलेज येथे एक जंगी स्वागत समारंभ आयोजित केला होता. शहरातील सर्व क्षेत्रातील मान्यवरांना सामूहिक प्रार्थना आणि प्रवचनासाठी आमंत्रित करण्यात आले होते. अधिकृतरीत्या पोप हे सन्माननीय पाहुणे होते. तथापि, स्वागत समारंभानंतर बहुतेक पाहुणे निघून गेल्यानंतर तेथे मदर टेरेसांच्या सभोवती लष्करी जवान व पोलिस होते. खास अंथरलेल्या लाल गालिचावरून त्या हळूहळू बाहेर पडावयाच्या दरवाजाकडे जात होत्या. रेनबो स्कूलच्या सिस्टर सिरीलने त्याचे वर्णन केले आहे, 'आणि ते सारे नतमस्तक होत होते– आदर, प्रशंसा एवढा एकच शब्द आहे ज्याचा मला

त्याबाबत विचार करता येऊ शकतो आणि प्रत्येकालाच त्या तेथे असल्यामुळे इतके सन्मानित झाल्यासारखे वाटत होते.' तेव्हा मदर टेरेसांनी लोरेटो ननला बोलावून सांगितले, 'सिस्टर माझ्यासाठी वाहन घेऊन ये.' पण सिस्टर सिरीलने त्यापूर्वीच त्यांच्यासाठी एक जीप आणून ठेवली होती, ती त्यांनी नाकारली. 'पण आम्ही एकत्रितपणे बाहेर आलो तेव्हा बाहेर एक काळी मारिया उभी असल्याचे माझ्या लक्षात आले. तिच्या आतल्या भागात सर्वत्र मऊ गालिचा बसवलेला होता. आणि तेथे मदरला बसण्यासाठी एक आरामखुर्ची ठेवण्यात आली होती. गाडीच्या आत मदरसाठी सुंदर सजावट केलेली होती.'

'देवाने मदर टेरेसांसाठी कसे खास प्रकारचे दु:ख-भोग निर्माण केलेले आहेत हे मला या प्रकरणाने/घटनेने समजले. त्या अतिशय म्हणजे अतिशय नम्र आहेत, त्यांनी स्वत:ला देवासाठी आणि गरीबांसाठी इतके वाहून घेतले आहे आणि तरीही त्यांना मजेत, आनंदाने किंवा खेळीमेळीच्या सौहार्दपूर्ण वातावरणात म्हणा हवे तर, सरकारी अधिकारी आणि शहरातील प्रत्येकजणाकडून मिळणारी प्रशंसा, मानवंदना स्वीकारावी लागते.' मदर टेरेसा या शब्दांच्या अर्थाचा फक्त एवढा एकच खुलासा वा स्पष्टीकरण सिस्टर सिरीलसाठी निश्चित झालेले होते. 'आमच्या परंपरेत म्हणजे सर्वसाधारण कॅथॉलिक परंपरेत एखाद्या धार्मिक पंथाच्या कोणाही संस्थापकाला फार ईर्षेने क्रूस सांभाळावा लागतो, त्यासाठी फारच कष्ट, यातना, दु:ख सोसावे लागते, आणि मला नेहमीच आश्चर्य वाटते– मदर टेरेसांना इतकी प्रसिद्धी मिळत राहते आणि प्रत्येकाकडून मानसन्मान, प्रशंसा प्राप्त होत राहते. मला वारंवार नवल याचे वाटते की कॅथॉलिक चर्चमधील इतर प्रत्येक धार्मिक पंथाच्या संस्थापकांपुढे कशी निराळीच परिस्थिती येऊन उभी ठाकते. प्रत्येक जणाला एकतर धर्मातून बहिष्कृत केले गेले आहे नाहीतर त्याच्या अनुयायांनी बाहेर फेकून दिले आहे किंवा संपूर्ण पराभव स्वीकारावा लागला आहे किंवा देव त्यांना ज्यासाठी बोलावतो आहे असे त्यांना वाटत होते त्याच्या बरोबर उलट प्रत्येक गोष्ट घडली आहे. पण येथे असे दिसते की प्रत्येक वेळेला मदर टेरेसा यशस्वीच होत आहेत. यशस्वीच होत आहेत आणि प्रत्येकजण त्यांच्यावर प्रेम करतो आहे, त्यांची प्रशंसाच करतो आहे आणि असेच पुढेही घडत राहणार आहे' असे तिने आपले विचार व्यक्त केले.

मदर टेरेसा हे ठामपणे बोलून दाखवतात की त्यांना सतत मानहानी किंवा मानभंग स्वीकारावा लागतो. वृत्तमाध्यमांद्वारे त्यांना सातत्याने दिली जाणारी प्रसिद्धी ही त्या मानहानीतली प्रमुख बाब आहे. १९७९ च्या डिसेंबरमध्ये नोबेल शांतता पुरस्कार वितरण सोहळ्याच्या ओस्लो येथील वृत्तांताचा दाखला देऊन त्या नेहमी म्हणतात, 'केवळ त्या प्रसिद्धीच्या आधारे मला थेट स्वर्गात पोचायला हवे.' नवीन चावलांनी लिहिले आहे की जेव्हा जेव्हा एखादे पारितोषिक वा पुरस्कार त्यांच्या नावे

जाहीर होतो तेव्हा तेव्हा त्या कमालीच्या अस्वस्थ होतात वा आक्रसून जातात. आता इतका काळ गेला असूनही आणि इतकी पारितोषिके-पुरस्कार मिळूनही हा अस्वस्थपणा किंवा आक्रसलेपणा कमी झालेला नाही. भारताचे पंतप्रधान पी. व्ही. नरसिंहराव यांनी अलिकडेच त्यांचा एक पुरस्कार देऊन गौरव केला तेव्हा त्या म्हणाल्या, 'ही प्रसिद्धी, हा दिव्यांचा झगमगाट हाही माझ्या दृष्टीने एकप्रकारचा मानभंगच आहे. मी हा पुरस्कार स्वीकारते, जसा नोबेल पुरस्कार स्वीकारला, फक्त गरीबांना दिलेली मान्यता म्हणून.' तथापि, बाहेरच्या जगाला मात्र सिस्टर सिरीलने वर्णन केल्याप्रमाणेच वाटत राहते. प्रसिद्धी आणि कौतुकाची एक प्रदीर्घ फेरी वा वर्तुळ. जर ते इतके तिरस्करणीय असेल तर लहान मुलांचे केंद्र– शिशुभवनमधील सूचनाफलकावर लावलेल्या साईनला त्यांनी परवानगी दिलीच कशी? त्यावर लिहिले आहे– 'जगातील सर्व चांगल्या गोष्टींमध्ये सर्वाधिक चांगली 'मदर' असली पाहिजे.' त्यांच्या रुग्णवाहिकांच्या बाजूंवर आता, 'मदर टेरेसाज मिशनरीज ऑफ चॅरिटी' असे का लिहिले आहे? पूर्वीसारखे फक्त 'मिशनरीज ऑफ चॅरिटी' का नाही? जेव्हा सतत अध्यक्ष आणि पंतप्रधान आणि इतर जागतिक नेते एखाद्याला भेटायला उत्सुक असतात तेव्हा त्याचा अहंकार (इगो) सातत्याने नाकारला जाणे शक्य आहे काय? जेव्हा एखाद्याची पूर्ण मुद्रा पदकांवर आणि टपाल तिकिटांवर स्थान मिळवते आणि भारतातील सर्वात प्रसिद्ध चित्रकार एम. एफ. हुसेन त्यांच्या प्रतिमांमागून प्रतिमा साकारतात तेव्हा अहंकार नाकारला जाणे शक्य आहे काय? मदर टेरेसा नेहमी म्हणत असतात, 'मी कोणीही नाही, कोणीच नाही, फक्त देवाच्या हातातील एक पेन्सिल आहे.' पण, देवाचेच कार्य पृथ्वीवर घडवून आणण्यासाठी आपली निवड केली गेली आहे याची खात्री पटलेली व्यक्ती, ते कार्य अगदीच क्षुल्लक, कवडीमोल असल्याखेरीज, आपण कोणीच नाही यावरही विश्वास ठेवू शकेल काय? एखाद्या पंथाच्या दृष्टीने एकाच व्यक्तीभोवती इतके प्रसिद्धी-वलय असणे चांगले ठरेल काय? जगभर इतकी मान-मान्यता मिळाल्यानंतर मदर टेरेसा ४० वर्षांपूर्वीच्या विनम्र नन राहणे हे शक्य आहे काय?

मदर टेरेसांबरोबर ज्याने कोणताही व्यवहार केलेला असेल त्या कोणालाही त्या किती सहजपणे आणि अत्यंत सुरळीतरीत्या भेटू शकतात हे माहीत असते. त्यांच्याशी संभाषण करू इच्छिणाऱ्या प्रत्येकाशी त्या बोलल्या आहेत, त्यांच्या जपमाळेतील मण्यांवरून आशिर्वादाचा हात फिरवला आहे, पुस्तकावर स्वाक्षरी केलेली आहे आणि अल्प का असेना, प्रत्येकाला त्या त्या वेळेला भेट दिलेली आहे. तेथे कसलीही औपचारिकता नव्हती, 'अपॉईंटमेंट' यंत्रणा वा पद्धत नव्हती किंवा पोशाख-संहिताही नव्हती. आजारपणामुळे खंड पडेपर्यंत त्या खरोखर शौचालय-मुताऱ्या साफ करणे आणि पलंग घासून स्वच्छ करणे ही कामे आपली पाळी आली

की पार पाडत असत. त्यांची स्वत:ची झोपायची खोली अगदी साधी होती. घरातली सगळ्यात वाईट म्हणता येईल अशी– कारण ती स्वयंपाकघराच्या वर होती आणि तेथे पंखा नव्हता त्यामुळे वातावरण गरम व उकाड्याचे असे. सर्वात कहर म्हणजे त्या स्वत:च आपल्या दूरध्वनीवर उत्तरे देत. अनेक मध्यम श्रेणी वा कनिष्ठ श्रेणीच्या नोकरशहांच्या स्वाभिमानाच्या आणि मौल्यवान वेळेच्या दृष्टीने हे जरा अतीच होते. एका मंत्र्याची पत्नी आणि मदरची स्वयंसेवक असलेली नीना सिंग हिच्यापुढे काही वैयक्तिक समस्या उद्‌भवल्या आणि तिच्या संसारापुढे प्रश्नचिन्ह उभे ठाकले तेव्हा मदर टेरेसांकडे गेल्या आणि एक सबंध दिवस तिच्यासोबत राहिल्या, तिचा हात धरून दिवसभर प्रार्थना करीत राहिल्या. नीना म्हणाली, 'मी त्यांना विचारले की तुम्हाला हे सारे कळलेच कसे?' आणि त्या उत्तरल्या, तुला असे वाटते का की मुलगी जेव्हा दु:खी-कष्टी होते तेव्हा आईला ते कळणार नाही? नंतर मदर टेरेसा त्या "दुसऱ्या महिलेच्या" घरी गेल्या व आपल्या सोबत तिला प्रार्थना म्हणायला सांगितले. यामुळे मी मदरवर खूपच चिडले व मी त्यांना तसे बोलूनही दाखवले. त्यांच्यावर खरे तर मी ओरडलेच आणि त्यांनी या कृतीने स्वत:ला अगदी क्षुद्र बनवले असल्याचे म्हणून टाकले. पण त्यांनी फक्त स्मित केले, त्यांच्याबद्दल असे काहीतरी आहे की ह्या क्षणाला फक्त तुम्ही अस्तित्वात राहता, जणू तुमच्या ओठातून दु:ख बाहेर पडून त्यांच्यात विलीन होत राहते. त्या इतक्या आरामात असतात, त्यांच्याकडे इतका वेळ असतो, त्यांना कधीही घाई-गडबड नसते.

आणखी एक असाच विवाह-संसार विस्कटलेला बघून मदर टेरेसा अतीव दु:खी झाल्या होत्या. भारताचे इंग्लंडमधील राजदूत डॉ. सिंगवी यांनी प्रिन्सेस डायनाची प्रथम मदर टेरेसांशी ओळख करून दिली होती. दोघींचाही तत्काळ स्नेह जमला. डायनाने आपल्या आवडीच्या व स्वारस्याच्या विषयांची आधीच जाहीर वाच्यता केलेली होती. ज्यांच्या आयुष्याच्या काल मर्यादा स्पष्ट झालेल्या आहेत असे लोक– विशेषत: एडस्च्या रोग्यांसाठी काम करण्याची डायनाची इच्छा होती. मदर टेरेसांनी डायनाचे हात घट्ट धरून ठेवल्याची छायाचित्रणे प्रसिद्ध झाल्यावर इंग्लंडमधील अनेकांची नजर त्यावर खिळून राहिली. प्रिन्सेस कसल्यातरी वैयक्तिक मनस्तापाने ग्रस्त झालेल्या आहेत याचा तर्क या लोकांनी पूर्वी केलेलाच होता. त्याच्याच जोडीला डायनाची आई सौ. शँड-काईड कॅथॉलिक धर्म स्वीकारण्याबाबत विचार करीत आहेत ही बातमी सर्वत्र पसरलेली होती. त्यांचे १९९४ मध्ये चर्चमध्ये स्वागत करण्यात आले. त्याचवेळी डायनाही आईच्या मागोमाग जाणार असा अंदाज बांधण्यात आला होता. 'कुटुंब' या विषयावरील १६ व्या इंटरनॅशनल काँग्रेसच्या व्यासपीठावर डायनाबरोबर एकत्र बसण्यापूर्वी १९८९ साली मदरने घोषणा केली होती– 'प्रिन्सेस डायनाला भेटण्यासाठी मी ब्रिटनला येत आहे. खरे म्हणजे मला

अजिबात वेळ नाही पण मला तेथे असलेच पाहिजे... देण्याची गरज सर्वच ठिकाणी आहे आणि इतर कोणाहीपेक्षा ब्रिटीश लोकांवर डायनाचा सर्वात जास्त प्रभाव आहे. जर डायनाने सांगितले की आपले कुटुंब मजबूत करणे किती महत्त्वाचे आहे तर ते नक्कीच ऐकतील जर तिने त्यांना गरीबांची, बेघरांची काळजी घेण्यास सांगितले तर ऐकून घेतील. म्हणून मला संधी मिळेल तेव्हा मला तिच्याशी बोलयलाच पाहिजे.' दुसऱ्या एका वार्ताहराबरोबर बोलताना मदर म्हणाल्या, 'सुरुवातीला मला डायनाला हे सांगावयाचे आहे की ती आणि चार्ल्स यांना अधिक मुले व्हावीत. मुलांवर प्रेमाचा वर्षाव करून त्यांनी प्रथम उदाहरण घालून दिले पाहिजे. केवळ दोन मुलांवर भागणार नाही. आतापर्यंत त्यांना पाच मुले व्हावयास हवी होती.'

तथापि, डायनाचा हा राजघराण्यातील संसार मोडल्याने, अर्थातच भक्कम आणि एकत्रित कुटुंबाच्या महत्त्वाबाबत इतरांना डायनाने व्याख्यान देणे अशक्य बनले, परंतु मदर टेरेसांच्या तत्त्वज्ञानाशी आपण एकरुप होऊ शकत असल्याचे तिने ओळखले. तेव्हापासूनच ती मदरची एक मोठी चाहती बनली. १९९२ मध्ये प्रिन्स चार्लस्‌बरोबर भारताला सरकारी भेट देताना तिने कोलकत्यातील मिशनरीज ऑफ चॅरिटीला भेट देण्याचा बेत तडीस नेला परंतु मदर टेरेसा त्यावेळी रोममध्ये आजारी पडल्याने दोघींची भेट होऊ शकली नाही. प्रिन्सेस डायनाने तत्क्षणीच, कार्यक्रम बदलून लंडनला परतताना रोम येथे अल्पकाळ थांबण्याची व्यवस्था केली. मदर टेरेसांना भेटणे एवढा एकच उद्देश या कार्यक्रम बदलात होता. डायनाचे जोरदार धर्मादाय कार्य आणि अनेक वंचित गटांच्या वतीने केलेली कळकळीची आवाहने यामुळे ब्रिटीश माध्यमे प्रिन्सेस डायना हे ब्रिटनने मदर टेरेसांना दिलेले समर्पक उत्तर आहे असे म्हणू लागली होती.

१९९६ च्या मार्च महिन्यात डायना-चार्लस् घटस्फोटाची घोषणा झाली. त्याआधी दिलेल्या एका मोठ्या मुलाखतीत डायनाबरोबरच्या संबंधांविषयी मदर टेरेसांनी सहजसुंदर प्रकाश टाकला आहे. 'लेडीज होम जर्नल' च्या डॅफने बराकला नन्सबरोबर काम करण्यास वेळ देण्याच्या अटीवर ही पूर्णलांबीची मुलाखत मदरनी दिली, त्यात त्या म्हणतात, 'ओ डायना... ती माझ्या मुलीसारखी आहे. तिचा घटस्फोट ही एक वाईट कहाणी आहे. त्यामुळे ती अतिशय दुःखी झाली असणार. ती इतके प्रेम वाटत असते पण तिला स्वतःला ते परत मिळण्याची गरज आहे. हे तुम्हाला माहित आहे काय? हे एक चांगले झाले की तो ठुसठुसणारा अध्यायच संपून गेला. कोणत्याही प्रकारे पाहता कोणी तेथे सुखी नव्हते.' या मुलाखतीच्या लेखात घटास्फोटाबाबत चर्चची शिकवण कमी लेखल्याच्या शेऱ्यावरून वाद माजला यात नवल नाही. मदर टेरेसांना त्याबाबत एक प्रदीर्घ खुलासा प्रसिद्धीस द्यावा लागला. त्यात त्यांनी भर देऊन आग्रहपूर्वक नमूद केले की, 'विवाह समाप्त

न करण्याबाबत येशू ख्रिस्ताची शिकवण... ही घटस्फोटाला मी आयुष्यभर विरोध केला याचा आधार आहे. या कठीण प्रसंगी माझे प्रेम आणि कळकळीची प्रार्थना शाही कुटुंबाच्या बाजूच्या आहेत... जे कुटुंब एकत्र प्रार्थना करते, ते एकत्र टिकाव धरते.'

ही स्वागत न करता येण्याजोगी प्रसिद्धी मदर टेरेसांना टाळता आली असती पण यासाठी आपल्या एका वरिष्ठ सिस्टरने ही मुलाखत द्यावी असे त्यांनी ठरवले असते तर. मात्र प्रथमदर्शनी, त्या मुलाखतीतून मदर टेरेसांच्या मनुष्य पातळीवरील भावनांचे मनोज्ञ दर्शन सूचित होते हेही खरे आहे. इतर कोणाकडे मुलाखतीसारखी जबाबदारी सोपवण्याबाबत त्यांना प्रगल्भता दाखवता आली नाही. ज्या वरिष्ठ सिस्टर्सच्या छोट्या गटाकडे ही जबाबदारी देता आली असती त्यांचे मुख्य काम नव्या मुलींच्या प्रशिक्षणाचे होते, 'सुपिरिअर जनरल' ची भूमिका निभावण्याचे नव्हते. मदर टेरेसा प्रवासाला जात तेवढ्या काळामध्ये निर्णय घेण्याचे काम त्यांना करावे लागे. संस्थापिकेबरोबर तिच्या हयातीतच सत्तेचे भागीदार होणे नेहमीच कठीण असते. मदर टेरेसांच्या बाबतीत हे दुपटीने खरे होते कारण त्यांची शक्ती, निर्धार, परिचालन आणि मुख्याध्यापिका-विद्यार्थिनी असे कायमस्वरुपी नाते वा भूमिका हे सारेच उच्च पातळीवरील होते. त्याच्या जोडीला, त्या स्वत: हजर न झाल्यास इतर लोक खूपच निराश झाले असते हेही एक कारण होते. स्यू रायडर यांनाही ही समस्या भेडसावते पण त्या हे ठामपणे बजावतात की सर्वच गरजा वा हाकांना स्वत: वैयक्तिकरीत्या प्रतिसाद देणे आपल्याला शक्य नाही हे इतर लोकांनी सत्य बाब म्हणून स्वीकारलेच पाहिजे. खुल्या चर्चांसाठी किंवा पारितोषिके स्वीकारण्यासाठी आपल्या वतीने इतर सिस्टर्सना प्रतिनिधी म्हणून पाठवून आणि आपल्या इतर काही सिस्टर्सबाबत माध्यमांचे लक्ष विकसित करून हा प्रश्न मदर टेरेसांना बऱ्याच आधी सोडवता आला असता.

१९९४ सालच्या ऑक्टोबर महिन्यात मदर टेरेसांनी 'हॅलो' नावाच्या अत्यंत चकचकीत दिसणाऱ्या नियतकालिकासाठी ११ पानी लेख, छायाचित्रे अशी मुलाखत छापण्यास संमती दिली. 'हॅलो' च्या इतर मुलाखतकारांइतकीच रक्कम त्यांनाही देण्यात आली असावी असा अंदाज आहे. या रकमेची व्याप्ती दोन हजार ते १० हजार पौंड या दरम्यान कितीही असू शकते. 'आजारी आणि गरीब जनतेला यातना, दु:खे कमी करण्यासाठी इतके काही करून दाखवणाऱ्या महिलेची 'खास' आणि 'हलवून सोडणारी मुलाखत' अशा त्याच्या जाहिराती आणि वर्णन केले गेले. त्यात आठ छायाचित्रे होती व जवळपास सर्वच स्वत: मदर टेरेसांची मोठी छबी (क्लोजअप) दर्शवणारी होती. मुलाखत लिहून काढणारा लेखक व छायाचित्रकार यांनी, आपल्या काही इतर सिस्टर्सची जगाला माहिती करून देण्यासाठी त्यांनाही मुलाखतीत

समाविष्ट करावे असे बंधन करारातच त्यांच्यावर घालणे मदरना आपल्या आयुष्याच्या या टप्प्यावर कठीण गेले नसते. ब्रिटीश नियतकालिकात एवढी मोठी मुलाखत छापून येणार असताना लंडनमधील कॅथॉलिक मेडीया ऑफिसला त्यात सहभागी करून घ्यायला हवे अशीही अपेक्षा कोणी व्यक्त करू शकतो. पण त्या ऑफिसला असे काही घडते आहे याची सुतरामही कल्पना नव्हती. खरे म्हणजे मदरच्या इंग्लंड भेटीच्या वेळी त्यांचा मिशनरीज ऑफ चॅरिटी किंवा मदरशी अजिबात संपर्क होत नसे. त्यांनाही आश्चर्य वाटण्याजोगी बाब म्हणजे त्यांच्याशी संबंधित गोष्टींची माहितीही त्यांना अगदी शेवटी मिळत असे. या ऑफिसचा एक प्रवक्ता माझ्याशी बोलताना म्हणाला, 'मदर टेरेसांना ब्रिटनमध्ये माध्यमे जी वागणूक देतात ती कॅथॉलिक मेडीया ऑफिसला संपूर्णतया वगळून. सर्वसाधारणपणे आमच्याशी किंवा माध्यमांशी संपर्क साधण्यास या सिस्टर्स अगदी निश्चितपणे तयार नसतात असे म्हणता येईल. आता जेव्हा केव्हा आमच्याकडे माध्यमांकडून चौकशीचे फोन येतात तेव्हा मी त्यांना फादर अलेक्झांडर शेरब्रुक यांच्याकडे जाण्यास सुचवतो. पण ब्रॅव्हिंग्टन रोड (जेथे सिस्टर्स राहतात) हे माध्यमांशी मैत्री ठेवणारे ठिकाण नाही. ती स्वायत्त संस्था आहे, आमच्या परिघाबाहेरची आहे असा इशारा मी त्यांना देतोच.'

गोव्यात एका लहानशा क्षेत्रात अनेक वर्षे काम करणाऱ्या जेसुईट धर्मगुरुंनी मदर टेरेसा केवळ स्वत:वरच कसा प्रकाशझोत राहील याची पुरेपूर काळजी घेतात असे मत व्यक्त करून त्याबद्दल आपल्या तीव्र भावना बोलून दाखवल्या. मदर टेरेसांना ते सुमारे २० वर्षांपूर्वी दोनदा भेटलेले होते आणि त्यांच्या मते, मदरचा स्वभाव कडवटपणे इतरांवर अधिकार गाजवण्याचा होता, नम्रता अजिबात नव्हती. शेजारच्या करंबोळीम खेड्यामध्ये आपल्याला घेऊन जाण्यासाठी गाडी उपलब्ध करून द्या असा त्यांनी लकडा लावला. फादर मोरेनो डिसूझा यांचा पेशा काही काळ सेंट फ्रान्सिस झेवियरच्या दर्शनासाठी येणाऱ्या यात्रेकरूंची व्यवस्था करण्याचा होता. करंबोळीम गावी ते नेहमीच पायी जात. त्यांनी मदरबद्दल त्यागाच्या गोष्टी ऐकलेल्या होत्या. या प्रकाराने मात्र त्यांना धक्काच बसला. नवे कोणतेही केंद्र सुरू करताना आपण स्वत: तेथे हजर राहण्याचा अट्टाहास मदर का करतात ते त्यांना समजलेच नाही. 'इतर कोणी लोक पात्र नाहीत काय? रशियासह युरोपमध्ये अनेक ठिकाणी ही केंद्रे सुरू होतात तेथे भारतीय मुलींना नम्र सेवक किंवा गोऱ्याकातडीच्या सेवेसाठी गुलाम म्हणून पाठवले जाते. पाश्चिमात्य जगातील हे काम मी गतकाळातील गुलामगिरीचे पुनरुज्जीवन मानतो.' असे त्यांनी बोलून दाखवले. "जिवंत असलेल्या संत" म्हणून काळ्या लोकांना मदरची पूजा करायला लावली जाते, कॅलेंडरवर छापलेली चित्रे सुद्धा मदरचे वर्णन "जिवंत संत" म्हणून करतात असे नमूद करून त्यांनी त्याबद्दल तीव्र नापसंती व्यक्त केली. 'होय, काही हुशार तपकिरी वर्णाच्या

कॅथॉलिकांनी याचा लेखी निषेध करून त्याचे वर्णन ''पावित्र्य-विडंबन'' असे केलेले आहे हे खरे. काही धर्मगुरुंनी तर आपल्या नैतिक आचरणपर प्रवचनात ''छोटी देवता'' असे त्यांना संबोधलेले आहे. धर्मादायतेच्या क्षेत्रात ''आदर्श'' म्हणून त्यांचे, त्यांच्या कार्याचे अनुकरण करण्याचा दाखला व उपदेश केला जातो. भारतात काय इतर कोणतेही आदर्श नाहीत काय?' असा सवाल विचारून फादर डिसूझा म्हणतात, 'आपल्या भारतीय धार्मिक सिस्टर्सही गरीब व निराधारांसाठी काम करतात; पण त्यांच्याकडे कोणीही आर्थिक मदत पोचवत नाही. मदर टेरेसांसाठी केला जाणारा प्रचार हा भारतीय सिस्टर्सचा अपमान आहे असे माझे स्पष्ट मत आहे.'

तरीही, उद्योजक-व्यावसायिक आणि आंतर-पंथ सुसंवादासाठी अथकपणे झगडणारे सर सिगमंड स्टर्नबर्ग यांचे मत वेगळेच आहे. बक्षीस-वितरण व पारितोषिक प्रदान कार्यक्रमांत हजर राहण्यास मदर टेरेसा जो प्रतिसाद देतात त्याला त्यांची दिलखुलास पसंती आहे. 'त्या स्वत: अशा कार्यक्रमाला येणे याला फारच महत्त्व आहे कारण लोकांना एकत्र आणून असे कार्यक्रम रंगतदार बनवण्याचा तो एकमेव मार्ग आहे' असे प्रतिपादन त्यांनी ठामपणे केले. एकमेव ज्युईश पॅपल नाईट असलेले सर सिगमंड हे चांगल्या कार्यासाठीची शक्ती म्हणून धर्माला मानतात. त्यांनी स्वत: इतर लोकांच्या धर्माबद्दल सामंजस्य वाढवण्याचा आणि आयुष्याला धार्मिक अधिष्ठान देण्याच्या गरजेबाबत लोकांचे प्रबोधन करण्याचा गेली अनेक वर्षे प्रयत्न चालविला आहे. त्यांच्या मते, मदर टेरेसांजवळ एक अत्यंत चांगले उत्पादन (प्रॉडक्ट) आहे आणि 'जर तुम्ही जाहिरात करणार नसाल आणि बाजारपेठेत ते आणणार नसाल तर चांगले उत्पादन हातात असण्याला काही अर्थच नाही.'

अशी व्यापारी तुलना-साधर्म्य मदर टेरेसांच्या विचारपद्धतीला पूर्णत: नवी नाही. कोलकत्यात अनेक प्रसंगांची शोभा वाढवण्याच्या दृष्टीने त्यांना फारच मागणी होती. मग तो फुटबॉल सामना असो वा शालेय बक्षिस समारंभ असो. सन्माननीय पाहुण्या म्हणून त्यांची उपस्थिती ही त्या त्या शाळेच्या वा संस्थेच्या उत्तम जनसंपर्काची खूण मानली जात असे. अलीकडेच सॉल्ट लेक सिटी स्टेडियमधील एका फुटबॉल सामन्याला उपस्थित राहण्यासाठी त्यांनी घातलेली अट होती साबणाच्या ३०० वड्या आणि ३०० साड्या. इतकी किरकोळ किंमत कोणतीही संस्था देऊ शकत होतीच. तथापि, कोलकत्यातील सेंट पॉलस् कॅथड्रलचे प्रेस्बिटर रेव्ह-नोएल सेन यांना ही परिस्थिती इतकी बोकाळण्याबाबत काही शंका आहेत. कारण काही गूढ प्रकारच्या शक्तीशी आता मदर टेरेसांची तुलना होऊ लागली आहे. एकदा चहापान करताना ते मला म्हणाले, 'मदर टेरेसा कहरच करू शकतात.' कोलकत्यातील प्रोटेस्टंट फाऊंडेशनच्या युनायटेड मिशनरी गर्ल्स हायस्कूलच्या प्राचार्यांनी मदरना शाळेच्या वार्षिक आभारप्रदर्शन सोहळयासाठी कॅथेड्रलमध्ये आमंत्रित केले होते.

त्यांनी हे आमंत्रण स्वीकारले व त्यांच्यासाठी एक आसन राखीवही ठेवले गेले. त्या येणार हे माहित झाल्यामुळे असेल, या भव्य कॅथेड्रलमध्ये गर्दी ओसंडून वाहत होती, 'तथापि, त्या सव्वापाच वाजता म्हणजे अर्धा तास उशिरा आल्या. त्यांनी तेथे पावणेपाच वाजताच पोचावयाचे होते. आम्ही प्रार्थना सुरू करून साधारणत: मध्यापर्यंत पोचलो होतो पण त्या जेव्हा आल्या आणि टीव्ही कॅमेऱ्यांच्या चकाकत्या प्रकाशात चालत पुढच्या बाजूला आल्या, प्रत्येकजण उभा राहिला आणि प्रार्थना-सेवा खंडित झाली. साऱ्या कार्यकर्त्यांचीच थट्टा केल्यासारखे झाले. नोएल सेन यांना, गंभीरपणे चाललेल्या चर्चमधील प्रार्थना सेवेचे असे भलतीकडेच लक्ष वेधणारा नाट्यमय प्रवेश बिलकुल आवडला नाही. हा काही शालेय विद्यार्थिनींना शिकवावयाचा चांगला धडा नव्हता. मदर टेरेसा कशा स्व-केंद्रीभूत आहेत याचा आणखी एक विस्मयजनक प्रसंग नोएल सेन यांना अनुभवावयास मिळाला. आर्च बिशप रॉबर्ट रून्सी १९८६ साली कोलकत्यास आले होते. 'रून्सी यांचे कार्यक्रम अतिशय लागोपाठ व वेळेचे कठोर असे नियोजन केलेले होते. त्यात मदरच्या कालिघाट केंद्राला भेटही समाविष्ट होती. परंतु मदर टेरसांनी असा ठाम हेका धरला की रून्सी यांनी आपले शिशु-भवनही पाहिलेच पाहिजे. हे असे अचानक शिशु-भवनला जाणे शक्य नाही असे मला वाटत होते. पण बेंगॉल क्लबमधील दुपारच्या भोजनाची व्यवस्था चोख आहे हे बघून मी परतलो तोपर्यंत मदर टेरेसांनी रून्सी यांचे अपहरण केले होते व शिशु-भवनला त्यांची भेट पार पाडण्याची व्यवस्थाही केली होती.'

"चर्च टाईम्स" चे संपादक पॉल हँडले हे आर्चबिशप रून्सी यांच्या सोबत या भेटीवर होते आणि मदर टेरेसांनी रून्सींना शिशु-भवनला नेण्याचा निर्धार अंमलात आणल्याने सरकारी सेवकांना कोलकत्याच्या वाहतूक व्यवस्थेशी कसे झगडावे लागले त्याचे वर्णन हँडलेनी केले आहे. जेव्हा ते कालिघाटमध्ये होते तेव्हा मदरनी आर्चबिशपना पुढे घेऊन प्रत्येक रुग्णाची त्यांची ओळख करून दिली. यापैकी बऱ्याच रुग्णांना, एकूण काय प्रकार चालला आहे त्याची फारशी कल्पना नव्हती. पण प्रत्येक रुग्ण महत्त्वाचा असे सिद्ध करीत मदर त्यांना घेऊन चालत राहिल्या. 'हे सारे दाखवून झाल्यावर मदरनी जाहीर घोषणाच केली– "आपण आता माझ्या शिशु-भवनमध्ये जात आहोत." अचानकच, आम्ही त्यांच्या तावडीत सापडल्यासारखे झालो आणि नकार देण्याचा कोणताही मार्ग शिल्लक उरला नाही.' असे नमूद करून हँडलेने पुढे म्हटले आहे, शिशु-भवन शहराच्या दुसऱ्या बाजूला आहे. तेथेही आर्चबिशपने प्रत्येक मुलाला भेटण्याचा सोपस्कार पार पडला. आर्चबिशप रून्सी यांच्या दौऱ्यात बहुतांश कार्यक्रम नैतिक आचरणाबाबतची प्रवचने, उच्च पातळीवरील बैठका किंवा पत्रकार परिषदा असे होते. त्यामुळे आपण आर्चबिशपना दिलेला

अनुभव अगदी ठळकपणे लक्षात राहण्याजोगा असणार हे मदरना चांगलेच ठाऊक होते. मरणोन्मुखांसाठीच्या केंद्राच्या हेतूचा बराचसा भाग पाहुण्यांवर होणारा परिणाम हाच आहे हे मदरने जाणलेले आहे. कुष्ठरोगी आणि रिक्षा ड्रायव्हर यांना कसे जागतिक नेत्यांच्या अगदी बरोबरीने वागवले जाते हे आर्चबिशप व त्यांच्या लवाजम्याला दाखवणे हाच मदरचा इरादा होता. त्यांना ना वेगळी भाषा वापरली ना वेगळा दृष्टीकोन. करिष्मा आणि वलय यांचा प्रमुख घटक असलेल्या नम्रतेचे हे द्योतक नव्हते परंतु त्यांच्या मानसशास्त्रीय दृष्टीकोनाची खूणगाठ मात्र त्यातून बांधता येते.

मदर टेरेसांनी वृत्तपत्रांना आपली दखल घेणे भाग पाडले की वृत्तपत्रांनी मदर टेरेसांना अशा भूमिकेत ढकलले जी त्यांनी निषेध नोंदवून स्वीकारली हा प्रश्न या ठिकाणी एका अर्थी गौण आहे. त्यांनी ती भूमिका स्वीकारली. अगदी सर्वार्थाने अनिच्छेने नव्हे, नाहीतर, त्यांनी ती थांबवली असती आणि प्रसिद्धीचा वापर आपले स्वत:चे गाडे पुढे ढकलण्यासाठी केला असता अनेक लोक आणि जोडीला माध्यमे अशा सर्वांच्या सहभागाने गूढ तयार होत गेले. भारतात दैवते, गुरू आणि देवता यांची आयुष्यभर पूजा केली जाते आणि पवित्र लोकांना नैसर्गिकत:च मान दिला जातो. भारतीय नजरेतून मदर टेरेसा निश्चितच एक देवता बनल्या आहेत आणि पाश्चिमात्य कल्पनांप्रमाणे जिवंत संत. त्यांची ठाम मते वा दृष्टीकोन बदलतील अशा प्रकारचे काहीही त्यांनी भारतातून शोषून घेतलेले नाही, तथापि, हिंदू धार्मिकतेतील काही गुण विशेषत: कर्मावरील विश्वास हे त्यांच्या स्वत:च्या मूल्यांशीही सुसंगत ठरले हे मात्र खरे आहे. पश्चिमेकडील वैयक्तिकतावाद आणि निखळ संपूर्ण स्वातंत्र्याचा शोध हे मात्र खटकणारे, विचलित करणारे व प्रश्नार्थक मुद्रा करणारे विशेष आहेत.

सामर्थ्यवान धार्मिक पुढाऱ्यांच्या दृष्टीने ''आपल्यालाच सर्वाधिक व सर्वोत्तम काय ते कळेल'' अशी अचूक शाश्वती लोकांना देण्याची क्षमता असणे हा सर्वात महत्त्वाचा (एलिमेंट) घटक आहे. पापमुक्तीसाठी किंवा तारणहार म्हणून नवे मार्ग सुचवू शकणारे धार्मिक नेते वा गुरू यांच्यावर अधिकारवाणीने बोलू शकणारा म्हणून अँथनी स्टॉरने नाव कमावले आहे. त्याने अशा गुरूंची इतरही काही प्रमुख लक्षणे वा गुण निश्चित केलेले आहेत. टीका सहन न होणे, गुरु-शिष्य, अनुयायी हे संबंध मैत्रीवर आधारित असण्यापेक्षा वर्चस्वावर आधारित असणे, एखाद्या शत्रूची आणि त्याविरुद्ध एकजुटीचे आवाहन करण्याची गरज, इतरांना धार्मिक संदेश देताना कळकळीची निश्चितता किंवा मनात सतत तो विषय घोकत राहील अशा प्रकारे सांगणे आदिंचा समावेश आहे. यापैकी काही गुण मदर टेरेसांनाही लागू होतील अशापैकी आहेत; त्यांच्या बाबतीत शत्रू म्हणता येईल– गर्भपात आणि एकजुटीचे आवाहन आहे, 'गर्भपाताचा लढा आपण दत्तक विधानाने लढत आहोत' हे. जरी

आपल्या अलिकडच्या "फीट ऑफ क्ले" (मातीचे पाय) या पुस्तकात स्टॉरने हे वर्णन लिहिलेले असले तरीही तो मदर टेरेसांबद्दल लिहीत नव्हता हे लक्षात घेतले पाहिजे. आणखी काही गोष्टींकडे अंगुलीनिर्देश करताना स्टॉर म्हणतो, ज्यांचे पावित्र्य, वैयक्तिक महत्त्वाकांक्षांचा अभाव आणि एकनिष्ठता वादातीत किंवा प्रश्नातीत आहे असेही गुरू आहेत. पण बहुतेक चांगले लोक त्यांची चांगली कार्ये शांतपणे, फारसा गाजावाजा न करता करीत राहतात. त्याचा मोबदला वा चीज किंवा सार्वजनिक मान्यता यांची आशा बाळगून ते हे करीत नसतात. 'खराखुरा गुण बहुतेक वेळा डोळ्यात न भरणारा असतो आणि प्रसिद्धीचा प्रकाशझोत त्यावर पडला तरीही फारशी स्तुती न करण्याजोगा असेही त्याबद्दल वाटू शकते. मदर टेरेसा आणि अल्बर्ट श्वाईट्झर यांच्या बाबतीत असे घडलेले आहे.'

ह्या देवत्वाला पोहोचवल्या जाण्याचा परिणाम दिसतो तो इंग्लंडमधील वायएमसीए संस्थेच्या एका शाखेतर्फे आयोजित केल्या गेलेल्या सुमारे १८ भारत दौऱ्यांमध्ये. तरुणांचे गट भारतात पाठवण्याचा हा उपक्रम होता. या तरुणांना प्रवासखर्च स्वत: करावयाचा होता. त्यांचा या प्रकल्पांतर्गत काम करण्याचा वेळ दोन ठिकाणी विभागण्यात आला होता. एक भाग वायएमसीच्या प्रत्यक्ष प्रकल्पात शारीरिक श्रम करण्याचा होता आणि दुसरा भाग मिशनरीज ऑफ चॅरिटीसाठी स्वयंसेवक म्हणून काम करण्याचा होता. या भारत दौऱ्याचे वैशिष्ट्य म्हणजे, मदर टेरेसांची प्रत्यक्ष भेट होणे हे होते. स्वान्सी वायएमसीएचा सरचिटणीस आणि या दौऱ्यांचा संयोजक ग्लिन इव्हान्स म्हणाला, 'एका आंतरराष्ट्रीय ख्यातीच्या उत्सवमूर्तीला प्रत्यक्ष भेटणे ही या तरुणांसाठी एक मोठी गोष्ट होती. ते सारेजण आपली आयुष्येच बदलून गेल्याचा अनुभव घेत आहेत. कारण जीवन आणि जगण्याचे मोल त्यांना खूपच जास्त कळून चुकले आणि भौतिक गोष्टींचे महत्त्व किती कमी असते हेही आढळले.' एक स्वयंसेवक म्हणाला, एका म्हाताऱ्या भिकाऱ्याला एक रुपया देण्यास आपण नकार दिला आणि नंतर स्वत:साठीच्या पेयावर ३८ रुपये खर्च केले याबाबत आपल्याला आता अपराधीपणाची भावना होऊ लागली आहे.

एक वर्ष ग्लिन इव्हान्सने उमेदवारी करणाऱ्या मुलांची निवड केली. त्यांच्याबरोबर प्रोबेशन अधिकारीही आला होता. यापैकी एकजण सतत सर्वांना सतावत असे पण भारतातून परत आल्यापासून तो कोणालाही सतावेनासा झाला. इतर दोघेजण पुन्हा कोलकत्याला आले व स्वत:हून या कामात सहभागी झाले. या देशात समाजसेवा करणार भरपूर लोक असताना आणि जास्त कामगारांचा वापर ते करू शकत असताना, या तरुणांना इतरांच्या सेवेचे मोल शिकवण्यासाठी पाच हजार मैल दूर, प्रवास करण्याची आवश्यकताच काय? इव्हान्सने हे मान्य केले की इतक्या दूरवर जाण्याच्या प्रवासाचा आणि त्यासाठी उभ्या करावयाच्या पैशाचा तो एक परिणाम

असतो. परिणामाचा दुसरा भाग म्हणजे इतकी प्रचंड प्रमाणावर गरिबी आणि तरीही हसतमुख व कृतज्ञ राहणे यातून बसणारा संपूर्ण सांस्कृतिक धक्का हा आहे. याहीपेक्षा अधिक म्हणजे स्वत: मदर टेरेसा यांच्यामुळे हे सारे घडते. मदरना भेटणे सक्तीचे नव्हते. पण त्या सर्वांनी स्नान करून स्वच्छ टी-शर्ट घातला. त्यांच्यासाठी हे फारच मोठे काहीतरी घडत होते. त्यांच्यातला एकजण "चेअरमन ऑफ द बुलशीटर्स क्लब" (काहीतरी अचकट-विचकट करणाऱ्यांच्या मंडळाचा अधिकारी) होता. कोणालाही त्या संभाषणातले फार काही आठवणे शक्य नाही. मदर टेरेसांनी या तरुणांच्या 'टॅटूज' वर मारलेल्या शेऱ्याखेरीज काही महत्त्वाचे बोललेही गेले असेल तरी ते त्यांना आठवणार नाही. 'पण त्या भेटीचा परिणाम मात्र असा झाला की, या देशातल्या जीवनाबद्दलची त्यांची मते त्यांनी पुन्हा एकदा आढावा घेऊन सुधारली आणि असा निष्कर्ष काढला की सारे काही जमेस धरता येथले जीवन इतके वाईट नाही.' हा मदर टेरेसांचा निसर्गदत्त चांगूलपणा असा परिणाम घडवत होता काय किंवा आदर्श नसलेल्या आजच्या युगात माध्यमांनी अनन्य-साधारण परिणामांची एक व्यक्ती निर्माण केलेली होती काय? या मुलांपैकी काही "खरोखरच व्रात्य" किंवा वाया जाण्याच्या पातळीवरची होती. या मुलांची भेट ते 'जिवंत संत' समजणाऱ्या एका व्यक्तीबरोबर झाली म्हणून आयुष्यातल्या आजवरच्या सर्वात मोठ्या व्यक्तीने आपल्या आयुष्याला स्पर्श केला आहे असे त्यांना वाटले काय? कदाचित, खरे महत्त्व, हे तरुण मायदेशी परतल्यानंतर इतर कोणाला जे काही सांगू शकतील, त्याला आहे. कोणी सांगावे?

मदर टेरेसांना प्रत्यक्ष देवानेच आदेश दिला आहे हा समज त्या सर्व सिस्टर्समध्ये पक्का रुजलेला आहे. तो उदात्त हेतू रोमारोमात भिनल्यासारख्या त्या काम करतात आणि "असाध्य ते साध्य" करून दाखवताना संपूर्णपणे देवदयेवर विश्वासून पावले उचलतात. हे संपूर्ण समर्पणाचे आयुष्य आहे आणि मदर टेरेसांच्या म्हणण्याप्रमाणे, ते स्वीकारणे म्हणजे त्याचे तुकडे पाडून घेणे आहे. 'पावित्र्य' हे आमच्यापैकी प्रत्येकाचे एक साधे कर्तव्य आहे विशेषत: आमच्यासाठी की ज्यांची निवड करण्यात आली आहे. ख्रिस्ताचे जोडले गेलेले लोक किंवा दूत म्हणून आमची निवड केली गेली आहे.

प्रत्यक्षात याचा अर्थ असा होतो की ऐहिक जीवनातले नियम या लोकांसाठी बरेचदा महत्त्वाचे राहत नाहीत. उदाहरणार्थ दक्षिण लंडनमधील मिशनरीज ऑफ चॅरिटीच्या एका गटाने साऊथहॉलमधील लोकांसाठी एक उन्हाळी योजना चालू केली. जेव्हा अधिकारी तेथे तपासणीसाठी गेले तेव्हा आवश्यक त्या सर्व नियमांतर्गत ती योजना चालवली जात नसल्याचे त्यांना आढळले. तेथे आग प्रतिबंधक नियमावली पूर्णपणे अंमलात नव्हती आणि स्वयंसेवकांचीही छाननी यंत्रणा नीट राबवलेली

नव्हती, मदतनीस वा साहाय्यक पुरेशा संख्येत नव्हते. हे सारे नन्सच्या लक्षात आणून दिले गेले. पण नंतरच्या वर्षी तोच प्रकल्प पुन्हा राबवताना त्यांनी कार्यक्रमाची वेळ दोन तासांपेक्षा कमी ठेवली त्यामुळे त्यांना कायद्याचे उल्लंघन करणे शक्य झाले होते. योजनेचा मूळ हेतू कितीही चांगला असला तरीही त्यातून दिसलेली प्रवृत्ती केवळ स्वत:वरच्या विश्वासाची, आपण करू तेच बरोबर अशी आढळली. मदर टेरेसांच्या सिस्टर्सनी नागरी कायद्याशी समोरासमोर टक्कर दिल्याचेही प्रसंग आहेत. न्यूयॉर्क शहराच्या एका अधिकाऱ्याने ग्रीनविच खेड्यातील मदर टेरेसांच्या होम्सची तपासणी केली आणि शेकोटी-स्वच्छता आणि केरकचरा नियम पाळले जात नसल्याबद्दल चिंता व्यक्त करून त्या होम्समधील विजेचे वायरिंग तपासून घेण्याची सूचना केली तेव्हा मदरने त्याला साफ बजावले, 'येथे आम्ही कशा प्रकारे आणि कोणत्या गोष्टी कराव्या हा तुमचा प्रांत नाही.'

१९९२ मध्ये मदर टेरेसांनी लंडनमध्ये बेघरांसाठी एक आसराकेंद्र उघडण्याचा प्रयत्न केला. पण लँबेथ कौन्सिलने, वापरात नसलेले मॅजिस्ट्रेटचे न्यायालय रुपांतरीत करण्याचा मदरचा प्रस्ताव-अर्ज नामंजूर करताना सांगितले की ते पुरेशा दर्जाचे होऊ शकत नसल्याने त्याबद्दल परवानगी देता येणार नाही. लँबथचे नगरसेवक म्हणाले, ३३ जणांसाठी वसतीगृह सुरू करण्याची मदरची योजना होती व त्यात एक ८० लोकांसाठी जेवणाचा हॉल, एक प्रार्थनागृह आणि बारा नन्ससाठी राहण्याची जागा यांचा समावेश होता. 'पण वसतीगृहांसाठीच्या तत्कालिन नियमावलीत ती बसत नव्हती म्हणून योजना फेटाळण्यात आली.' मिशनरीज ऑफ चॅरिटीची एक सिस्टर लंडनमध्ये बोलताना म्हणाली, 'आमची योजना का नाकारण्यात आली हे आम्हाला कळलेले नाही. बेघर लोक रस्त्यावर जीवन व्यतीत करीत आहेत आणि गरम बिछाना हवा म्हणून तडफडत आहेत. आमच्याकडे त्यांच्यासाठी केंद्र उघडण्याइतका पैसा आहे आणि आम्ही त्यांना अन्न आणि डोक्यावर छत देऊ शकतो.'

तथापि, अशा निश्चिततेतून उद्‌भवणारा विश्वास एकाकीपणाकडे नेऊ शकतो व तो एकाकीपणा फारच क्वचित उपयुक्त ठरू शकतो. इंग्लंडमधील ग्रामीण भागतील स्त्री-पुरुषांच्या परस्परातील पाठिंब्यासाठी द कॉन्फरन्स ऑफ रिलीजीयस (सीओआर) ही संस्था काम करते. ही एक राष्ट्रीय संस्था असून ती संपूर्ण देशाचे प्रतिनिधीत्व करते आणि गरीबी हटवण्यासाठी सर्वांना एकत्रही आणू शकते. चर्च ॲक्शन ऑन पॉव्हर्टीशी ती जोडलेली आहे आणि तिचा एक विभाग सामाजिक न्यायाधिकरण हा बेघर, आश्रय शोधणारे आणि निर्वासित यांच्यासाठी कार्य करतो. मिशनरीज ऑफ चॅरिटी ही या देशातील एकमेव महिला धार्मिक संस्था आहे की जी सीओआरची सदस्य नाही. सीओआरच्या सरचिटणीस सिस्टर ग्रॅब्रिएल रॉबीन यांनी मला सीओआरच्या सदस्यत्वाचे अनेक फायदे समजावून सांगितले. सगळ्यात पहिला म्हणजे आंतर-

पंथ संरचना कार्यक्रम. सर्व महिला पंथांना अनेक वर्षेपर्यंत उच्च पातळीवरून शिक्षण देण्याचे उद्दिष्ट या संरचना कार्यक्रमाने ठेवलेले आहे. त्यातून वैयक्तिक पातळीवरील भरीव योगदान देणे साध्य होऊ शकते. पण मिशनरीज ऑफ चॅरिटीच्या शिकावू नन्स कधीही त्यासाठी आलेल्या नाहीत. त्या स्वत:च्याच संरचना कार्यक्रम चालवतात. 'या कार्यक्रमाची दुसरी विधायक बाजू अशी की इतर परंपरांच्या, प्रभावांच्या व धार्मिकतेच्या लोकांना भेटता येण्याची शक्यता आणि आपली आपल्याला भीती न वाटणे..., आम्हाला हे जाणवते की मिशनरीज ऑफ चॅरिटीच्या सिस्टर्स व नन्स जणू एकाकीपणेच काम करणाऱ्या मनोवृत्तीच्या आहेत.' असेही ग्रॅब्रिएलने बोलून दाखवले. तिला विश्वास वाटत होता की संयुक्तपणे कार्यक्रम राबवल्याने सामाजिक न्यायाशी संदर्भ जोडणाऱ्या धार्मिक महिलांना खूपच फायदा व संधी उपलब्ध होऊ शकते. त्यातून वयस्कर, जेष्ठ, स्थलांतरीत, एडस्‌चे रोगी आणि कौन्सिल इस्टेट एजंटस् यांनाही त्याची मदत मिळत राहते. समविचारी गट किंवा पात्र लोकांबरोबर संबंध जोडण्यात अपयश आल्यास तुम्ही पराभूतच होता असेही तिने भर देऊन सांगितले.

इथिओपियातील भीषण दुष्काळ प्रसंगी सैनिकांनी हवाईमार्गे मदत कार्यकर्त्यांना आणि अन्नधान्यही नेणे यावरच तेथील जनजीवन अवलंबून होते. तेथे कॅथॉलिक मदत कार्यकर्त्यांना मिशनरीज ऑफ चॅरिटीचा आगळेवेगळेपण आणि देवाच्या त्यांच्यासाठीच्या हेतूंवरील विश्वास याचे दर्शन घडले. विमानांमधून आपल्याला घेऊन जाऊन परत आणले जावे यासाठी अनौपचारिक रांग-पद्धत मदत कार्यकर्त्यांनी सुरू केली होती. पण प्रथम हो सांगून नंतर विमानातून उतरवले जाण्याचा संतापजनक अनुभव या कॅथॉलिक कार्यकर्त्यांना अनेक वेळा घ्यावा लागला. मिशनरीज ऑफ चॅरिटीचा गट आला की त्यांची गरज जास्त मोठी आहे असे सांगून रांगेतील इतरांना डावलले जात असे व मिशनरीज ऑफ चॅरिटीच्या कार्यकर्त्यांना विमानात घेतले जात असे. मुख्य म्हणजे केवळ एकदोनदाच हा प्रकार घडला असे नाही. दुष्काळग्रस्तांना सर्वात जास्त मदत मिशनरीज ऑफ चॅरिटीच्या लोकांनीच केली असे चित्रही आपसूकच निर्माण झाले.

गेल्या दशकात मदर टेरेसांवर टीका करणाऱ्यांनी मुख्य भर, मदरसाठी वैयक्तिक पातळीवरची वैद्यकीय मदत आणि त्यांच्या केंद्रांमधून गोरगरीबांना दिली जाणारी वैद्यकीय मदत यातील विरोधाभासावर दिला आहे. अत्याधुनिक बाबींकडे मदरची असलेली प्रवृत्ती त्यातून दिसते असे टीकाकारांचे म्हणणे आहे. हे तर सत्यच आहे की जगातल्या सर्वोत्कृष्ट मानल्या जाणाऱ्या वैद्यकीय संस्थांमध्ये मदर टेरेसांवर वैद्यकीय उपचार केले गेले. त्याचा या संस्थांनाही खूपच फायदा झाला. यासंदर्भात मदरच्या कृतीवर प्रत्येक वेळेस टीका होत गेली पण त्याचबरोबर मदरचा

व्यावहारिक दृष्टीकोन, त्यांच्यातील नेतृत्व-गुण. त्यांना असलेली मान्यता तसेच जिवंत राहून त्या आणखीही चांगले कार्य करतील हेच अधिकाधिक लोकांना वाटत राहिले. स्वत: मदर टेरेसा ह्यावरच भर देतात की जेव्हा देवाला त्या हव्या असतील त्यावेळेस देव त्यांना घेऊन जाईल मग या साऱ्या वैद्यकीय मदतीचा उपयोग काय? एका जेसुईटाबरोबर मी याबाबत चर्चा केली तेव्हा त्याने हे स्पष्ट केले की प्रत्येक गोष्ट घडण्यामागे देवाचा हात असतो असे त्या मानतात. त्यामुळे जर वैद्यकीय सेवा उपलब्ध होत असेल तर ती घेणे विसंगत ठरणार नाही कारण तीही देवाच्या करणीतून उपलब्ध झालेली असते.

१९९६ च्या एप्रिलमध्ये मदर टेरेसा पडल्या आणि त्यांचे मानेचे हाड मोडले. त्यानंतर जूनमध्ये त्यांच्या पायाचे हाड मोडले पण त्यांचा प्रवास सुरूच होता अर्थात चाकाच्या खुर्चीवर बसून. आपल्या पंथाचे ५६५ वे केंद्र सुरू करण्यासाठी त्या अशा अवस्थेत वेल्समध्येही गेल्या. पण तीन महिन्यांनी त्यांचा जुना हृदयरोग उफाळून आला आणि यावेळी त्यात न्यूमोनिया व मलेरिया यांचीही भर पडली होती. त्यांना कोलकत्यातील वुडलँडस् नर्सिंग होममध्ये दाखल करण्यात आले आणि अति-दक्षता विभागात ठेवून मोठ्या प्रमाणावर औषधे देण्यात आली. त्यांची प्रकृती काही दिवस स्थिर राहिली पण नंतर ऑगस्ट महिन्याच्या अखेरीस त्यांच्या अंगात ताप चांगलाच मुरला असल्याचे दिसून आले. जेव्हा जेव्हा ताप वाढत असे त्या वेळी त्यांच्या नाजूक हृदयाचे ठोके थांबू लागत. श्वसनयंत्र (रेस्पिरेटर) दूर केल्याबरोबर लगेचच त्यांची प्रकृती गंभीर झाली. मलेरियासाठी क्लोरोक्विन देऊनही आणि जगभर हजारो ठिकाणी प्रार्थना होऊनही त्यांची प्रकृती ढासळतच चालली. एका वेळेस तर त्यांचे हृदय दोन मिनीटे थांबल्याने त्यांचे शेवटचे सोपस्कारही सुरू झाले होते पण विजेच्या धक्क्याने पुन्हा हृदयाची क्रिया सुरू झाली. सिस्टर डोलोरेसच्या म्हणण्याप्रमाणे, 'ज्या लोकांनी आयुष्यात कधीही बायबल पाहिले नाही ते लोकही, त्यामुळे मदर वाचू शकतील हे माहित असल्याने, प्रार्थना करीत आहेत.'

इतर उपचारांसमवेत नियमितरीत्या फिजीओथेरपी उपचार झाल्याने सप्टेंबरच्या सुरुवातीला त्यांची प्रकृती सुधारत असल्याचे जाहीर करण्यात आले आणि त्यांना नर्सिंग होममधून घरी जाण्याची परवानगी देण्यात आली. ज्या जलद गतीने मदर टेरेसांची प्रकृती सुधारत गेली त्यामुळे डॉक्टरही चक्रावले. त्यांना मदरच्या काटकपणाचे बरेच कौतुक वाटत राहिले. मदर टेरेसांच्या रोममधील वैयक्तिक डॉक्टरशी मी त्यांच्या प्रकृती सुधारण्याच्या प्रक्रियेविषयी बोलले तेव्हा तो म्हणाला की मदरची जगण्याची चेतनाशक्ती (स्टीम्युलस) किंवा उत्तेजनाशक्ती फारच मोठी आहे. परंतु ते धार्मिक सामर्थ्यच आहे असे आपल्याला वाटत नाही. उदात्त हेतूंसाठी लढणारे राजकारणी आणि धार्मिक नेते यासह अनेक लोक आपण पाहिले आहेत की

ध्येयपूर्तीसाठी अद्याप खूप काही मजल मारावयाची आहे अशा विश्वासाने त्यांच्याकडे लढण्याची अशीच झुंजार शक्ती असते. यातून एक शारिरीक बळ-अवसान निर्माण होते. आपला अनुभव असा आहे की जेव्हा वेळ येईल तेव्हा देव आपल्याला उचलून नेईलच या पक्क्या मानसिक बैठकीमुळे मदरने वैद्यकीय उपचारांना प्रतिकार वा विरोध केला नाही. अर्थात अलिकडच्या आजारपणात आपण त्यांना पाहिलेले नाही. 'त्या आज्ञाधारकही आहेत आणि शूरही. त्यांना मरणाची अजिबात भीती नाही. जेव्हा मी त्यांना सांगितले की त्यांनी लंडनला गेलेच पाहिजे तेव्हा त्या निराश झाल्या. पण उघडपणे म्हणाल्या, मी रोममध्ये राहावे असे देवाला वाटते. आणि डॉक्टर जे काही म्हणाले ते सारे त्यांनी निमूटपणे पार पाडले.' मदरनी यावेळी एक विनोदही केला. 'वैद्यकीयदृष्ट्या पाहता जरी माझे हृदय खराब झालेले असले तरी तुम्हाला माहित आहे की माझे हृदय चांगले आहे आणि चांगले राहण्यासाठी तुम्हाला डॉक्टरांसोबत बराच काळ घालवावा लागतो.' असे त्यांनी डॉक्टरांनाच सुनावले.

पुन्हा १६ सप्टेंबर १९९६ रोजी त्यांना पलंगावरून पडल्याने कोलकत्याच्या इस्पितळात दाखल करण्यात आले. त्यावेळी त्यांच्या मेंदूला काही मार बसल्यासारखे वाटल्याने त्यांची तपासणी (स्कॅन) करण्यात आली. नशिबाने त्यात काही निघाले नाही. पण नोव्हेंबरच्या अखेरीस त्या पुन्हा गंभीररीत्या आजारी पडल्या. यावेळी त्यांना कोलकत्यातील चकचकीत आणि अद्ययावत अशा बी. एम. बिर्ला हार्ट इन्स्टिट्यूटमध्ये दाखल करण्यात आले. तेथे त्यांच्या दोन शुद्ध रक्त वाहिन्यांमधील अडथळे काढण्यात आले. गेल्या पाच वर्षातील मदरची ही तिसरी अँजिओप्लास्टी होती. ती पार पाडणाऱ्या डॉ. पॅट्रिशिया ऑबनेल ह्या लॉस एंजेजिसहून आलेल्या हृदय-शस्त्रक्रिया चिकित्सक होत्या. २० वर्षांहून अधिक काळ त्या मदरवर उपचार करीत होत्या. डॉ. ऑबनेलच्या म्हणण्याप्रमाणे, मदर टेरेसांनी सिस्टर्ससोबत राहण्यासाठी आपल्याला घरी पाठवण्यात यावे असे सांगितले होते. 'आपल्यावर कोणतेही खास उपचार केले जाऊ नयेत आणि आपण आयुष्यभर ज्यांची सेवा केलेली होती त्यांच्याप्रमाणेच मरण यावे अशी आपली अपेक्षा असल्याचेही' मदर म्हणाल्या. त्यांच्या एका डॉक्टरने सप्टेंबरमध्ये, महागड्या खासगी आरोग्योपचार सेवेबद्दलची मदरना वाटणारी काळजी वृत्तपत्रांकडे उघड केली होती, कारण आपले टीकाकार शत्रूवत आपल्यावर टीकेची झोड उठवतील याने त्या चिंतीत झाल्या होत्या. 'विशेषत: तारिक अली आणि ख्रिस्तोफर हिचेन्स' हे नर्सिंग होममध्ये मदरना दाखल करण्याचा चुकीचा अर्थ लावतील आणि 'श्रीमंतीची खूण व लोकप्रियतेचा अनावश्यक गैरफायदा घेणे' असा रंग त्याला बहाल करतील अशी मदरना चिंता होती. मदरने असेही म्हटल्याचे सांगितले जाते की, 'जर मिशनरीज ऑफ चॅरिटीमध्ये इतक्या मोठ्या संख्येने सिस्टर्सना बरे केले जाते तर माझ्यावर तेथे उपचार का नकोत? इतर

कोणत्याही सिस्टर्सप्रमाणेच मला वागणूक दिली जावी. बहुसंख्य भारतीय लोकांना योग्य वैद्यकीय सोयी-सुविधा नाहीत म्हणून मलाही त्या दिल्या जाऊ नयेत.'

बाहेरच्या जगाला मदर टेरेसांची ही चिंता उघड करून सांगणारा पत्रकार प्रणव मुखर्जी म्हणाला, मदर याबाबत खूप दिवसपर्यंत अगदी पक्क्या अडून बसल्या होत्या व इस्पितळात दाखल होण्यास त्यांनी खूप मनधरणीनंतर होकार दिला. तथापि, मनधरणी कोण करीत होते तसेच मदर टेरेसांना स्वतःच्या सहजप्रेरणांच्या विरुद्ध त्यांची विनवणी करणे त्यांना आवश्यक का वाटले याबाबत आम्हाला काहीही सांगण्यात आले नाही. अलिकडच्या अँजिओप्लास्टीच्या थोडे तास आधी मदरने निकराचा विरोध केला होता. त्यातली नाट्यमयता 'द इंडिपेटंड' वृत्तपत्राने आपल्या 'मदर टेरेसा, आय वॉन्ट टू डाय' या शीर्षकाद्वारे जगापुढे मांडली. या वृत्तांतात, मदरनी खुलेपणाने आणि वारंवार घरी जाऊ देण्याची, देवाकडे जाऊ देण्याची मागणी केल्याचा दावा करण्यात आला होता. जिम टॉवीने घेतलेल्या मुलाखतीवर आधारित हा वृत्तांत होता. जिम हा पूर्वी मदरच्या पंथासोबत असलेला सेमिनरीयन होता. तो अकरा वर्षांपासून मदरना ओळखत होता व आता फ्लोरिडातील एका फाऊंडेशनचा तो प्रमुख होता. वृद्ध आणि मरणोन्मुखांच्या प्रतिष्ठेसाठी हे फाऊंडेशन कार्य करते. टॉवीने सांगितले की सप्टेंबरमधील आजारपणानंतर मदरने आपल्याला स्पष्ट शब्दात बोलून दाखवले की यापुढे आणखी जगायची त्यांची इच्छा नव्हती. 'त्यांनी इतक्या लोकांना मरण्यासाठी मदत केली असे की त्यांच्या डॉक्टर्सपेक्षा त्याच मृत्यूचा स्वीकार जास्त सहज व चांगल्या प्रकारे करू शकतात. त्यांना (सप्टेंबरमध्ये) इस्पितळात जायचे नव्हते आणि आताही त्यांना इस्पितळात जावयाचे नाही.'

मदर टेरेसांनी इतक्या स्पष्टपणे जाहीर केलेली त्यांची इच्छा डावलली जात आहे काय? किंवा त्यांचा पंथ त्यांच्यापासून दूर राहू शकत नाही म्हणून त्यांचे मन वळवण्यात आले आहे काय? ही खासगी आरोग्यसेवा स्वीकारणे हा मदर टेरेसांचा कमकुवतपणा ठरतो काय? किंवा यासंदर्भात त्यांच्यावरील आमची टीका पाश्चिमात्य देशातील आमच्यासारख्या अनेकांच्या मनातल्या धार्मिक विचारामधील फोलपणा उघड करून दाखवते काय? पाश्चिमात्य देशातील आमच्यासारखे लोक, उच्च नैतिक मानदंडाची मूर्तीमंत उदाहरणे समाजात असल्याने अस्वस्थ होतात कारण त्यामुळे, जग सुधारण्यातले आमचे अपयश आणि आमची अ-क्षमता आम्हाला सतत जाणवते म्हणून मग आम्ही मातीच्या पायांचाच शोध घेतो काय? विसाव्या शतकाच्या अखेरच्या काळातील समाजात नैतिक निर्भयता आणि धार्मिक निश्चितता यांच्यात विसंवाद का दिसतो आहे? अनेकांना, विशेषतः पत्रकारांना असे जाणवते आहे की अद्यापपर्यंत टिकून राहिलेल्या व दंतकथेच्या पातळीवर पोचलेल्या व्यक्तीला

आता उघडे पाडले पाहिजे, जसे श्वाईट्झरच्या बाबतीत घडले. जेम्स कॅमेरॉनने गबनमधील लॅम्बरीन येथील दवाखान्यात त्या डॉक्टरची भेट घेतली होती. जेम्सच्या मते श्वाईट्झरचे मूळ यश स्पृहणीय होते आणि त्याचा त्यागही दखल घेण्याजोगाच होता. 'पण त्याने तडीस नेलेल्या गोष्टी नगण्यच होत्या; त्याची मोहीम भ्रमाच्या पातळीवरची होती; विषुववृत्तावरील अरण्यात असलेले श्वाईट्झरचे हॉस्पिटल वैद्यकीयदृष्ट्या बिनमोलाचे किंवा अगदी धोकादायकही होते; त्याच्या न मोजता येणाऱ्या अहंकाराची चौकट एवढ्याच पद्धतीने ते अस्तित्वात होते; आफ्रिकेच्या प्रगतीसाठी त्याचे वैचारिक किंवा तात्त्विक योगदान नकारात्मकपेक्षा वाईटच म्हणावे असे होते.' आणि तरीही जेम्स कॅमेरॉनला या गोष्टीची चिंता होती की, कोणत्याही कसोटीवर तपासून न पाहता येण्याजोगी निष्ठा डॉ. श्वाईट्झरने दाखविली, त्याचा तोल कोठे, कसा हे शोधत बसू नये अन्यथा, त्याने सिद्ध करून दाखवलेल्या बाबीही कवडीमोल ठरण्याचा, नष्ट होण्याचा धोका आहे. तसेच श्वाईट्झरच्या गूढरम्य कहाणीतून अनेकजण स्फूर्ती घेत आहेत ते मूल्य दुर्लक्षित केले जाण्याचाही धोका आहे.

काही लोकांसाठी, मदर टेरेसा ह्या केवळ धार्मिक चांगुलपणाचे प्रतीक नसून वसाहतवादाच्या प्रचंड अपराधाचे शांतवन किंवा सांत्वन किंवा समाधान घडवून आणण्याचे प्रतीक आहे. बंगाली लेखक व चित्रपट दिग्दर्शक चिदानन्द दासगुप्ता यांच्या म्हणण्याप्रमाणे, 'भरभराटीस आलेल्या पश्चिमेकडून मुख्यत: तरुण स्वयंसेवकांचा सतत व संथपणे (स्टेडी) येत राहणारा प्रवाह... त्यांच्या वाडवडिलांनी भूतकाळात या देशावर केलेल्या अत्याचारांचे किंवा जखमांचे निवारण करण्यासाठी, त्यावर फुंकर घालण्यासाठी येतो आहे... त्यातून वर्तमानकाळातील दु:खांपासूनही मुक्ती मिळते आहे.' तरीही, पूर्वेच्या मदतीसाठी पश्चिमच धावून येते या भ्रमाला मदरकडून कितीही प्रकाशझोत मिळाला तरी माझे असे स्पष्ट मत आहे की मदर टेरेसांना जिवंत संत व आदरणीय मानणारे बहुतेक लोक वसाहतवादाच्या पापाच्या हेतूने तसे करीत नाहीत. 'कॉंग्रीगेशन फॉर द कॉजेस ऑफ द सेंटस्' मध्ये मी राबर्ट सार्नो एसजे यांना जेव्हा विचारले की मदर टेरेसांना संत म्हणून जाहीर करण्याबद्दल (कॅननायझेशन) लवकर कार्यवाही होण्यात काय अडचणी आहेत. तेव्हा तो तुटकपणे उद्गारला, 'आम्ही जिवंत असणाऱ्या लोकांबद्दल विचारविनिमय करीत नाही. मी काही व्यक्तिश: त्यांना ओळखत नाही आणि जिवंत असलेल्या अशा कोणी व्यक्तीचे संतपण जाहीर करण्याच्या प्रक्रियेबद्दल मला काहीही बोलावयाचे नाही. मृत्यू होऊन पाच वर्षे उलटल्याखेरीज आम्ही या प्रक्रियेला सुरुवात करीत नाही.'

अर्थातच, हे सारे बरोबर आहे. कॅथॉलिकांच्या भाषेत जिवंत संत ही एक अशक्यताच आहे आणि माझा असा अंदाज आहे की सगळे माहित असूनही न बोलणारा असा सार्नो आहे. संतपद बहाल करण्याच्या गुप्त प्रक्रियेविषयी माहिती

देणारे एक पुस्तक अलीकडेच प्रसिद्ध झाले. त्यातील माहितीचा स्त्रोत सार्नोच असावा असा समज रोममध्ये सर्वत्र पसरलेला आहे. पण स्वत: मदर टेरेसाही संत आणि संतत्त्व याबाबत बोलण्यास लाजणाऱ्या नाहीत. दिल्लीत यांच्या अनाथालयाच्या सूचनाफलकावर लावलेले घोषवाक्य, 'मदर चर्चसाठी माझ्याकडून संत तयार केले जावोत' पुरेसे बोलके आहे. याखेरीज त्यांच्या लिखाणात अनेक ठिकाणी यासंदर्भातील स्पष्ट उल्लेख नोंदलेले आढळतात.

'संत कोण असतो? संत म्हणजे दुसरे-तिसरे काही नसून एक अविचल वा दृढनिश्चयी आत्मा? शक्ती वा कृती यांचा वापर करणारा आत्मा?' सेंट पॉलच्या मनात हाच प्रश्न नव्हता का उमटला, 'जो मला बलवान बनवतो त्याच्यासारख्या मी सर्व गोष्टी करू शकेन काय? माझ्या सिस्टर्सनी हे समजून घ्यावे की तुम्ही फक्त चांगल्या रीतीने धार्मिक असाल तर माझे समाधान होणार नाही. देवाला एक परिपूर्ण त्याग समर्पित करण्याची क्षमता माझ्यात असली पाहिजे. केवळ पावित्र्यच देणगीला परिपूर्ण बनवते.' ''संत बनण्याचा निर्धार करणे'' म्हणजे जे देवत्व नाही असे सारे मी माझ्यातून दूर करणे, मला स्वत:ला स्वच्छ बनवणे, मी माझ्या हृदयातील साऱ्या गोष्टी काढून टाकून ते पूर्ण रिकामे करीन, मी निर्माण केलेल्या सर्व गोष्टींपासून मी स्वत:ला रिक्त बनवून टाकीन. मी गरिबीत राहीन व साऱ्या गोष्टींपासून विलग होईन. माझ्या इच्छा, वासना, आवड-निवड, लहरी, हौशी यांचा मी त्याग करीत आणि देवाच्या इच्छेचा पूर्ण गुलाम होण्यासाठी स्वत:ला झोकून देईन. होय, माझी मुलेही, त्या प्रत्येकासाठी मी रोज प्रार्थना करीन की तूही देवाच्या इच्छेचाच गुलाम बनू शकशील.' ही सारी वाक्ये हेच दर्शवतात की मदर टेरेसा या अर्थाने स्वत:कडे संत म्हणून बघत होत्या, किवा अशी व्यक्ती जी, पावित्र्ययुक्त जीवनाचा असा अंगीकार करीत होती की वाढत्या श्रेणीने आपल्या स्वत:च्या क्षुद्रत्वाची जाणीव तीव्र होत होती. मदर टेरेसांनी पावित्र्य किंवा संतत्त्व हे आपणा सर्वांचे कर्तव्य आहे अशाच नजरेने त्याकडे पाहिलेले आहे.

फ्ल्युर कॉलेस या अमेरिकन लेखिका व समाजवादी महिलेने आपल्या अलीकडेच लिहिलेल्या आठवणींमध्ये एक प्रत्यक्ष घडलेली घटना नोंदवली आहे. ती त्यात म्हणते, 'मी मदर टेरेसांचा हात माझ्या हातात धरून ठेवला होता. एका संताचा हात आपल्या हातात आहे याचा मला क्षणभरही विसर पडलेला नव्हता. माझा नवरा टॉम शेजारीच बसला होता. त्याने विचारले, 'मदर, तुम्ही जिवंत असतानाच ते तुम्हाला संतपद बहाल का करीत नाहीत? तुम्ही मरण्यापर्यंत वाट कशासाठी पाहायची?'' मदरनी चेहरा वर केला त्यावर मनमोकळे हास्य होते, 'होय, मी प्रथम तेथे जाण्याची ते वाट पाहत आहेत.' त्या उत्तरल्या. त्यांच्या उजव्या हाताचे पहिले बोट गोल गोल फिरवत त्यांनी आपल्या डोक्याच्या वर नेले.

फ्ल्यूर कॉलेसचे बरोबर आहे. आज जे बहुतेक लोक मदर टेरेसांना एक जिवंत संत म्हणतात, ते त्यांना प्रत्येक दिवशी संत असल्याचे मानतात, चांगली व्यक्ती मानतात, शौर्यादि गुणसंपन्न, गरीब व अल्पउत्पन्न गटातील लोकांना आवाज देणारी व्यक्ती, ख्रिस्ताप्रमाणेच खरेखुरे आचरण ठेवणारी व्यक्ती मानतात. ते तांत्रिक अर्थाने संतपणाचा विचार करीत नाहीत, त्यासाठी ती व्यक्ती मृतच असावी लागते. जे लोक प्रथमच मदर टेरेसांना भेटतात आणि जे त्यांना चांगले ओळखतात तेही, त्यांच्या तेजस्वीपणाबद्दल बोलतात; हा तेजस्वीपणा शारिरीक सौंदर्याचा नसून त्यांना आढळणारी एक खास आभा, डौल, करिष्मा आदि साऱ्यांचे एक असे मिश्रण जे त्याच्या चमकदारपणाने तुम्हाला स्फूर्ती देऊ लागते. कोलकता शहर बघण्यासाठी त्यांनी जे काही केले त्यापेक्षा इतरांच्या विशेषत: पाश्चिमात्य जगातील लोकांच्या जीवनाला त्यांनी जो स्पर्श केला तेच त्यांचे मोठे यश सरतेशेवटी मानले जाणार आहे. त्यामुळे, अशा संताचे दफन आपल्या भूमीत व्हावे यासाठी अल्बेनियन लोक उत्सुक वा आतुर आहेत यात नवल ते काय? जरी अनेक देशांनी मदर टेरेसांना आपले सन्माननीय नागरिकत्व बहाल केलेले असले तरी त्यांनी आपली सर्वाधिक घनिष्टता भारताबरोबर जोपासलेली आहे. त्यांच्या भारतीय सिस्टर्स किती प्रेमाने त्यांच्या कबरीची काळजी घेतील हे माहिती असल्यामुळे आपले चिरविश्रांतीचे दफनस्थान मदर कोलकत्याव्यतिरिक्त दुसरे काही ठरवले तरच ते असाधारण मानले जाईल.

असे असूनही असे काही लोक आहेत की ज्यांनी मदर टेरसांना संतत्त्व बहाल करण्याची औपचारिक घोषणा आपोआपच होणार नाही असा इशारा दिला आहे. ख्रिश्चन धर्माप्रमाणे संतांच्या यादीत किंवा कॅननमध्ये त्या संताचे नाव समाविष्ट केले गेले म्हणजे मग संतपद प्राप्त झाले असा अर्थ आहे. ही प्रक्रिया प्रदीर्घ आहे, खडतर आहे आणि जरी त्यामागची तत्त्वे, मूल्ये यांच्यात बदल झालेला नसला तरी भावी पोपचे नेमके धोरण कसे आणि भर कशावर राहिल याचे भाकित करणे फारच अवघड आहे. उदाहरणार्थ इटलीतील सान जिओव्हेनी रोटोंडो येथील कापुचिन पंथाचा गोसावी पाद्री पिओ याच्याबाबतची प्रक्रिया सुरू झालेली आहे. परंतु, सर्वांनी प्रेम केलेल्या अशा या संताबाबत बहुतेक सर्वांना अपेक्षित असलेली प्रगती काही साध्य झालेली नाही. उघडच आहे, पिओ शीघ्रकोपी होता हे एक कारण आहेच. तरीही तो १९१८ पासून तो पंथातला एक महान माणूस मानला गेला. कारण तेव्हापासूनच ख्रिस्ताने भोगलेल्या यातनांप्रमाणे, पिओच्या हातांवरही जखमांचे व्रण दिसत होते. असा त्याच्या निस्सीम भक्तांचा दृढ विश्वास होता. उघडपणे जाणवणारी व नाकारता न येण्याजोगी बाब म्हणजे त्या जखमा कधीही भरून आल्या नाहीत आणि पिओला जवळजवळ नेहमीच आयुष्याच्या शेवटच्या ५० वर्षात हातमोजे घालावे लागत होते. तसेच १९८० मध्ये सान साल्वाडोरमध्ये ऑस्कर रोमेरो यांना

धार्मिक कार्याच्या वेदीवरच गोळ्या घालून ठार मारण्यात आले. गरिबांना सामाजिक न्याय देण्याच्या त्याच्या मागण्यांना गप्प करण्यासाठी सैनिकांनी त्यांचेच तोंड बंद करून टाकले. या हुतात्म्याच्या संतपदाबाबतही अद्यापपर्यंत काही प्रगती होऊ शकलेली नाही. सान साल्वाडोरमधील भरभराटीला आलेल्या प्रथितयश लोकांचा आर्चबिशपना संतत्त्व बहाल करण्यास कडवा विरोध होता. आतापर्यंत तरी त्यांच्याच म्हणण्याला मान मिळालेला आहे. तरीही पुढच्या म्हणजे एकविसाव्या शतकात असेही होऊ शकते की ज्यांनी सामाजिक न्यायासाठी सक्रीय हालचाली केल्या त्यांनाच संतपद बहाल करण्याच्या योग्यतेचे मानले जाईल.

विसाव्या शतकाच्या सुरुवातीला, संतपद बहाल केले जाण्याआधी, मृत्यूला किमान ५० वर्षे पुरी झाली असण्याचा नियम होता. असे असले तरी मदर टेरेसांच्या नाम-भगिनी म्हणा किंवा ज्यांच्यावरून मदरनी आपले टेरेसा हे नाव धारण केले त्या संत म्हणा, संत थेरेसे ऑफ लिसेक्स यांना मात्र, त्यांच्या मृत्यूला २८ वर्षेच झाली असताना संतपद बहाल केले गेले आणि आधुनिक युगाची नोंद या विक्रमाने झाली. जॉन पॉल (दुसरे) यांनी पोपपदाचा भार सांभाळल्यानंतर बऱ्याच गोष्टी बदलल्या. कॅथॉलिकत्वाच्या शक्तीबाबत जगाला एकवटलेला संदेश देण्याचा एक प्रयत्न म्हणून त्यांनी या प्रक्रियेला गती दिलेली आहे. १९८८ या एकाच वर्षी त्यांनी १२२ स्त्री-पुरुषांच्या संतत्त्वाची घोषणा केली. त्याखेरीज अनेकांना आशिर्वादपर "पूजनीयता" बहाल केली. १२३४ पासून १९८८ पर्यंत ३०० हूनही कमी लोकांना संतपद बहाल झाले होते याची तुलना केल्यास पोप जॉन पॉल (दुसरे) यांच्या धडाडीचा अंदाज येईल. १२३४ साली प्रथमच संतत्त्व बहाल करण्याचे संपूर्ण व निरंकुश नियंत्रण पोपकडे सोपवण्यात आले. जरी त्यांचे पसंतीचे उमेदवार अनेक शतकांपासून सज्जन, विनम्र, धार्मिक आणि अराजकीय प्रवृत्तीचे पुरुष असले तरी या प्रक्रियेला कित्येकदा, कायदेशीर आणि विद्वत्ताविषयक युक्तीवादांमुळे दशकेही लागत असतात. त्यात, सैतानाचा वकील ए. के. ए. प्रमोटर ऑफ द फेथ हा संतपदाच्या बाजूने बोलणाऱ्या प्रवक्त्याशी युक्तीवाद करणार व आपली बाजू जोरकसपणे मांडणार याचाही समावेश होतो. आजवरची सर्वात कमी वेळात पार पडलेली प्रक्रिया होझे मारिया इस्क्रिवा डी बालाग्युएर यांच्या बाबतीत घडली आहे. बरीचशी गुप्तपणे आणि पंथाप्रमाणे चालवली जाणारी संघटना 'ओपुस देई' च्या या वादग्रस्त संस्थापकाचा मृत्यू १९७५ मध्ये झाला व पोप जॉन पॉल दुसरे यांनी १९९२ मध्ये त्यांना "पूजनीयता" बहाल केली. कार्डीनल बेसिल ह्यूमसारख्या परखड बोलण्याविषयी कीर्ती नसलेल्यानेही "ओपुस देई"च्या कार्यकर्त्यांच्या भरती-पद्धतीविषयी चिंता व्यक्त केलेली आहे. तरीही या संघटनेजवळ, आपल्या संस्थापकाच्या संतपदाच्या घोषणेसाठी खर्च करावयास अमाप पैसा आहे आणि फक्त धार्मिक पंथांजवळच

उमदेवाराच्या पुरस्कारासाठी वेळ,पैसा, प्रयत्न ही खरी चिंतेची गोष्ट आहे. सर्वसाधारण लोकांची जीवने भलेही समकालिनांसाठी कितीही चांगला संदेश देणारी असली तरी प्रत्यक्षात ती संतत्त्वासाठी पात्र ठरत नाहीत.

याचे कारण स्पष्ट आहे. संतपद जाहीर होण्याची प्रक्रिया प्रदीर्घ काळ चालणारी असून ती स्वस्त नाही. अमेरिकेतील सिस्टर्स ऑफ द ब्लेस्ड सॅक्रामेंटच्या अंदाजानुसार, त्यांची संस्थापक कॅथरीन ड्रेक्सेल यांना १९८८ मध्ये फक्त ''पूजनीयतेचा'' किताब मिळण्यासाठी अंदाजे अडीच लाख पौंड खर्च करावे लागले. ''कॅथॉलिक वर्कर्स'' या गटाची संस्थापिका डोरोथी डे हिलासुद्धा ''संत'' पदवीने सन्मानित केले जाण्याची शक्यताच नाही. त्याचे एक कारण म्हणजे डोरोथीच्या एका नातीने लिहिलेले निवेदन : 'जगातील वाईट गोष्टीत सुधारणा व्हावी यादृष्टीने तिला (डोरोथीला) जो सर्वोत्तम मार्ग वाटला त्या पद्धतीने जगलेली ती एक विनम्र व्यक्ती होती. तिच्या संतपदासाठी लावली जाणारी सर्व शक्ती आणि पैसा घ्या आणि तो गरिबांना वाटून टाका. डोरोथीबद्दल तुम्हाला वाटणारे प्रेम आणि आदर या प्रकारे तुम्हाला व्यक्त करता येईल.' डोरोथी ही अमेरिकन धर्मांतरीत कॅथॉलिक होती. तिचा ''कॅथॉलिक वर्कर्स'' हा गट मिशनरीज ऑफ चॅरिटीप्रमाणेच कार्य करणारा आहे.

मदर टेरेसांबाबत संतत्त्वविषयक हालचाली खूपच संघटित स्वरुपाच्या राहणार हे उघड आहे कारण आर्थिक साधनसंपत्तीची कसलीही कमतरता नाही आणि आधुनिक संपर्क-यंत्रणेमुळे आवश्यक ती कागदपत्रे अतिशय शीघ्र गतीने सादर करणे खूपच सोपे ठरणार आहे. त्याचप्रमाणे संतपदासाठी उमेदवार म्हणून त्यांना सर्वदूर पाठिंबा मिळालेलाच आहे. तथापि, 'व्हॅटिकनच्या क्षुद्र अधिकाऱ्यांकडून मदर टेरेसांच्या कार्याची चिकित्सा मरणोत्तर आणि खटल्यासारख्या पद्धतीने' होणे यापेक्षाही खूप अधिक सन्मान होण्याजाग्या मदर टेरेसा आहेत असा मतप्रवाह कॅथॉलिकांमध्ये वाढत चालला आहे. व्हॅटिकनमधील तथाकथित सत्ताधारी मदर टेरेसांच्या मागे राहिलेल्या कार्याचाही स्वत:च्या सत्तेसाठी वापर करून घेतील असे या वर्गाचे मत आहे. ''कॅथॉलिक हेराल्ड''चा माजी संपादक पीटर स्टॅनफोर्ड याने संतपद जाहीर होण्याशी संबंधित खर्चाचे अंदाज दिले आहेत. 'मिशनरीज ऑफ चॅरिटीच्या संदर्भात... ही सरळसरळ इस्पितळे उघडणे किंवा व्हॅटिकनमधील असंख्य अधिकाऱ्यांना, 'देव' म्हणून त्यांचे काम पार पाडण्यासाठी पैसे देणे अशी निवड आहे. 'मेकिंग सेंटस्' या पुस्तकात केनेथ वुडवर्ड लिहितो, 'सरतेशेवटी जे लोक संतपद द्यावयाचे की नाही हे ठरवतात, ते एक विशिष्ट यंत्रणेच्या किंवा पद्धतीच्या चौकटीत काम करतात. एखाद्या व्यवसायाला अपेक्षित अशा तपासण्या आणि समतोलाच्या कसोट्या या यंत्रणेत समाविष्ट नाहीत. व्यक्तीनिष्ठ निर्णय, दडपण आणि लहरीपणा यांना या चौकटीत खूपच वाव आहे... व्यावसायिक पद्धतींच्या अभावामुळे ही पद्धत चलाखी

वा लबाडीचा आरोप होण्याजोगी बनली आहे. या अशा दोषपूर्ण पद्धतीबाबत चर्चचे म्हणणे असे, 'जर देवाची इच्छा असेल तर ते घडेल. देवाला हवा तसा परिणाम सरतेशेवटी घडून येईल आणि देवाला हवे असलेले संत ते पद धारण करतील.'

मदर टेरेसांप्रमाणेच 'ओपुस देई'च्या बालाग्युएरला संतपद बहाल होण्याबाबत त्याच्या जिवंतपणीच खुलेपणाने अनेक वर्षे बोलले जात होते आणि पोप जॉन पॉल (दुसरे) हेही प्रदीर्घ काळपर्यंत त्याचे चाहते व प्रशंसक होते. मदर टेरेसांबाबत निर्णय घेण्याची वेळ येईल तेव्हा पोप जॉन पॉल (दुसरे) हे समितीच्या अध्यक्षपदावर असणे असंभवनीय आहे. मात्र ते पोप म्हणून पदावर आरूढ होण्यामागे मदर टेरेसांचे प्रयत्न बऱ्याच अंशी कारणीभूत ठरलेले आहेत आणि दोघांचे घनिष्ट व्यक्तीगत व तत्त्वज्ञानदृष्ट्या संबंध विकसित झालेले आहेत. ते दोघेही मूळचे पूर्व युरोपमधील आहेत आणि योगायोगाने दोघांच्याही अनेक तारखा जुळतात याचा या संबंधांना फारसा आधार नाही. या पोपच्या दृष्टीने मदर टेरेसा ही अतिशय महत्त्वपूर्ण व्यक्ती आहेत. चर्चविषयक घडामोडींमध्ये महिलांचे स्थान याबाबत सध्या चालू असलेल्या चर्चा-प्रतिचर्चा, वाद-विवाद हा त्या महत्त्वामागचा एक भाग आहे. गरजेच्या दृष्टीने पाहता कॅथॉलिक अधिकारी-पदांमध्ये महत्त्वाच्या स्थानांवर फारच थोड्या महिला असल्याचे नेहमीच दिसलेले आहे. सैद्धांतिक संदेशाला बळकटी देण्याच्या दृष्टीने एखादी महिला उच्च स्थानावर असण्याला वाढते महत्त्व असणार आहे. ''ला रिपब्लिका'' येथे व्हॅटिकन तज्ज्ञ मार्को पोलायटी यांनी केलेल्या स्पष्टीकरणानुसार, 'चर्चच्या वरिष्ठ अधिकारी वर्तुळातील अतिशय थोडक्या महिलांपैकी मदर टेरेसा एक आहेत.'

धर्मगुरू म्हणून महिलांना दीक्षा देणे पोप जॉन पॉल (दुसरे) यांच्या दृष्टीने एक अशक्यता आहे. त्यामुळे महिलांची खास भूमिका म्हणून ते ज्याचे वर्णन करतात ती वाढवण्यासाठी बाकीचे सर्व काही करण्याची त्यांची गरज आहे. तसेच केवळ महिलांचीच गणली जाणारी मातृत्त्व, बाल-संगोपन आणि इतरांप्रती आपुलकी-जिव्हाळा ही निसर्गदत्त कार्ये ते विशेष महत्त्वाची मानतात. पोप पदाच्या सुरुवातीला ते म्हणाले होते की ख्रिस्ताची आई ख्रिस्ताच्या अगदी शेजारी उभी राहिलेली होती आणि म्हणूनच ख्रिस्ताच्या विमोचनाशी ती अतिशय जवळून संबंधित होती. पोलायटीच्या म्हणण्याप्रमाणे, 'पोपसाठी, मदर टेरेसा हेच आंतरराष्ट्रीय पातळीवर, सर्व महिलांचे निसर्गदत्त कार्य आणि तिसऱ्या जगाची विशेष काळजी घेणारे मूर्त रूप आहे. या तिसऱ्या जगाला वाढते महत्त्व आहे कारण पाश्चिमात्य आणि औद्यागिकदृष्ट्या प्रगत जग अधिकाधिक भौतिक चंगळवाद आणि औद्योगितेकडे सरकत किंवा घसरत चाललले आहे.'

पोलायटी आणि इतर लोक पोप जॉन पॉल (दुसरे) हे स्त्रीद्वेष्टे नाहीत असे सांगत

असतात. तथापि, महिला धर्मगुरू या संकल्पनेला पाठिंबा देण्यास त्यांनी नकार दिल्याने काही अडचणी निर्माण झाल्या आहेत. धार्मिक पंथांमध्ये महिलांची संख्या पुरुषांच्या दुपटीवर गेलेली आहे. कॅथॉलिक चर्चचे मुख्य सैन्य उर्फ पायदळ महिला हेच आहे. तरीही त्यातल्या अनेकजणी मतभिन्नता असूनही मूक आहेत. सनातनीपणा किंवा फार जुन्या कालबाह्य चालीरीती यांच्याबाबत महिला मोठ्या आवाजात किंवा आक्रमकपणे टीका करण्याची शक्यता नाही तथापि, त्या चिकित्सक मात्र जरूर असतात. अशा अनेकजणींना मी स्वत: भेटलेले आहे. अनेकजणी शाळा किंवा इस्पितळांमध्ये कामे करतात, पुष्कळजणींना म्हातारे किंवा मादक पदार्थ सेवन करणारे यांच्याबरोबर राहावयाची वेळ येते किंवा इतर सामाजिक गरजेच्या क्षेत्रातही काहीजणी वावरतात आणि त्यातल्या बऱ्याचजणींचा पोप यांच्या गर्भनिरोधनाबाबतच्या ताठर भूमिकेला विरोध आहे. (१९८१ मध्ये इटलीमध्ये गर्भपाताबाबत सार्वमत घेण्यात आले. गर्भपात कायद्याला बहुसंख्य लोक समर्थन देत असल्याचे त्यात दिसून आले. उत्तर इटलीमध्ये हे मतदान घेण्यात आले होते. ज्या भागात धार्मिक पंथांची केंद्रे व कार्य सुरू होती त्याच्या आसपासच्या भागातून गर्भपात कायद्याला पाठिंबा दर्शवणारी बरीच मते मिळाल्याचे या सार्वमतात उघड झाले.) मात्र पोप यांना गर्भपात मंजूर नाही. इतर अनेक सिस्टर्स व नन्स यापेक्षा मदर टेरेसांच्या विचारधारेला व्हॅटिकन क्युरियाचे समर्थन मिळणे यात फारसे नवल नाही. मदर टेरेसांना अनेक परिषदांना आमंत्रित केले जात असते. १९९० साली रोममध्ये "धार्मिक आयुष्याबाबतच्या" एका परिसंवादाला उपस्थित राहण्यासाठी मदर टेरेसांना थेट पोपकडून निमंत्रण गेले होते. या परिसंवादाला २०० धर्मगुरू (बिशप) उपस्थित होते. १९९६ च्या एप्रिल महिन्यात मी रोम येथे गेले होते. तेथे भरणाऱ्या "जीवन-वादी" परिषदेच्या समारोपप्रसंगी ८५ वर्षांच्या मदर टेरेसा बोलणार आहेत अशी आगाऊ प्रसिद्धी केली जात होती कारण मदर टेरेसा हे त्यासाठी एक आकर्षण होते. त्या जिवंत संत आहेत की नाही हा मुद्दा बाजूला ठेवला तरीही, एक अत्यंत महत्त्वाची धार्मिक विभूती म्हणून व्हॅटिकनची त्यांना मान्यता आहे यात कसलाही संदेह नाही व त्याचा वापर करण्यास ते अजिबात कचरत वा घाबरत नाहीत.

व्हॅटिकनमधील बऱ्याच लोकांशी मी बोलले. या पोपच्या कारकिर्दीचा एक अविभाज्य भाग म्हणूनच मदर टेरेसांकडे पाहिले जाते याबाबत त्यांनी सहमती दर्शवली पण त्याचवेळी पोप जॉन पॉल (दुसरे) यांच्या बौद्धिक आणि विद्वत्ताविषयक तुलनेत त्या कोठे जवळपासही नाहीत हे बहुतेकजणांनी आग्रहपूर्वक नमूद केले. 'तुम्ही त्यांच्या निवेदनांवरून कोणताही अर्थ काढा पण पोप हे एक ऐतिहासिक व्यक्तिमत्त्व म्हणून फारच मोठे आहे; ते तत्त्वज्ञानी आणि गूढवादी असे दोन्ही आहेत. संपूर्ण जगाशी बोलू शकणारे ते आपल्या वयाचे एकमेव धार्मिक नेते आहेत.' असा

निर्णय पोलायटींनी देऊन टाकला. या पोपच्या दृष्टीकोनाचा एक मोठा भाग म्हणजे मृत्यू-संस्कृतीचे निर्मूलन आणि जीवन-संस्कृतीच्या सर्वोच्चतेची नि:संदिग्ध शब्दातील घोषणा होय. या लढ्यात अगदी त्यांच्याप्रमाणेच मूल्ये असणारी प्रेषित महिला मदर टेरेसा ह्या त्यांच्या अनमोल सहकारी आहेत. पोप यांची धर्मादायतेची कल्पना आणि मदर टेरेसा यांचा सर्वतोपरी मेळ बसलेला आहे आणि ते एकमेकांचे उत्तम व मौल्यवान सहकारी ठरले आहेत. व्हॅटिकन मधील एक वरिष्ठ धर्माधिकारी म्हणाला, 'एक मोठी, महान क्रांती पोपने मदर टेरेसांची मदत घेऊन सुरू करून दिली आहे हे भविष्यातच आपल्याला दिसेल असे मला वाटते. मदर टेरेसा आणि पोप दोघांनीही महिलांचे अस्तित्व आणि प्रतिष्ठा समकेंद्री पद्धतीने संरक्षित केली आहे, तिचे समर्थन केले आहे. जीवनाच्या आणि कुटुंबाच्या संरक्षण तसेच समर्थनाचे कार्य समाजात पार पाडण्याची जबाबदारी महिलांनी घेतली पाहिजे यावर दोघांनीही भर दिला आहे. त्याचवेळी त्यांनी असा खात्रीपूर्वक मार्ग सांगितला आहे की आधुनिक समाजातील ठाम व मजबूत मूल्ये चर्चचा गाभा, मुख्य केंद्रीय भाग बनतील, सीमारेषेवरील नव्हे.' महिला दुय्यम स्थानावर असल्याचे गूढ कायम करणाराच हा नेमका दृष्टीकोन आहे असे मत सिस्टर लॅव्हिनिया बायरन यांच्यासारख्या नन्सनी व्यक्त केले.

कॅरेन आर्मस्ट्रॉंग ही पूर्वीची नन आणि आताची लेखिका. तिने ''देवाचा इतिहास'' लिहिलेला आहे. मदर टेरेसांचा व्हॅटिकनला किती उपयोग झाला त्याची तिला पूर्ण जाणीव आहे. आर्मस्ट्रॉंगने लिहिले आहे, 'चर्चला अनेकदा त्यांचे संत फारच क्रांतिकारी विचाराचे असल्याचे आढळून आलेले आहे आणि आज काही रोमन कॅथॉलिक जुन्या मूल्यांचे प्रतीक म्हणून मदर टेरेसांची निवड करतात. त्यांचा युक्तीवाद असा आहे की मदरचे यश हेच दाखवते की चर्चची सुधारणा अनावश्यक आहे.' पण १९४८ मध्ये जेव्हा मदर टेरेसांनी लोरेटो पंथ त्यागला होता तेव्हा त्यांची कृती नाट्यमय मानली गेली आणि त्याकडे चर्चने संशयाच्या नजरेनेच पाहिले होते. आर्मस्ट्रॉंगने पुढे म्हटले आहे की, 'गेल्या २० वर्षात जगात सक्रीय रोमन कॅथॉलिक धर्मगुरुंपैकी सुमारे एक चतुर्थांश जणांनी पारंपारिक अधिकारपदे सोडून दिली आहेत; व्हॅटिकननेही त्यांच्याशी संबंध तोडून टाकले आहेत आणि मदरबरोबरचे संबंध मात्र जपले आहेत. त्यांच्यापैकी निम्म्याहून अधिक म्हणजे सुमारे ६० टक्के लोकांनी निराधार-निराश्रितांबरोबर राहावयास व काम करण्यास सुरुवात केलेली आहे. या ६० टक्क्यांचे वर्णन काहीजणांनी ''नवा कॅथॉलिक धर्म'' असे केले आहे.

एकूण पुरावा हे सूचित करतो की १९९० साल सुरू झाल्यानंतर मदर टेरेसांना पंथ-प्रमुख पदावरून उतरावयाचे होते पण त्यांना तसे करू देण्यात आले नाही. काहीजणांच्या मते व्हॅटिकनच्या हस्तक्षेपामुळे त्यांना पदाचा त्याग करता आला

नाही. पण त्याचबरोबर हेही खरे की त्यांच्या पंथातल्या काही लोकांना त्या नेतेपदी नसल्याची कल्पनासुद्धा करवत नाही. मिशनरीज ऑफ चॅरिटीच्या नेतेपदाची गुप्त मतदानाने निवड करण्यासाठी १०३ जणांचे मोठे मंडळ (इलेक्टोरल कॉलेज) आहे. 'पवित्र आत्म्याचा त्याला मोठा पाठिंबा किंवा समर्थन प्राप्त आहे.' आणि १९९० साली मदर टेरेसांची उत्तराधिकारी निवडण्याचा प्रयत्न झाला. यावेळी मदर टेरेसा विश्रांतीसाठी कोलकत्याच्या बाहेर निघून गेलेल्या होत्या. त्यावेळी, मदर टेरेसांची पहिली अनुयायी भारतीय सिस्टर ॲग्नेस दास हिच्याभोवती सत्तेची धडपड केंद्रित होत असल्याचे आढळले होते. ॲग्नेस दास सर्वात जास्त काळ मिशनरीज ऑफ चॅरिटीसोबत असल्यामुळे तीच पंथाची प्रमुख बनेल असा अनेकांचा होरा होता. इतर प्रमुख दावेदारात खजिनदार सिस्टर कॅमिलस परेराचा समावेश होता व पूर्वी ती सचिव होती. दुसरी दावेदार सिस्टर प्रिसिली लेविस ही शिलाँगची ॲंग्लो-इंडियन सिस्टर होती व तिचा शक्य तेव्हा माध्यमांना माहिती देण्यासाठी त्यांच्याशी संपर्क होत असे. त्याखेरीज कोलकता मेडिकल कॉलेजच्या दोन डॉक्टर्स सिस्टर शांती डिसूझा आणि सिस्टर ॲंड्रीया याही नेतेपदाच्या शर्यतीत होत्या. शांती डिसूझा ही मूळची गोव्याची पण मुंबईत राहत असे आणि सिस्टर ॲंड्रीया पन्नाशीच्या बरीच पुढची जर्मन होती. मिशनरीज ऑफ चॅरिटरच्या घटनेप्रमाणे, सुपिरिअर जनरलचे वय ४० च्या पुढे हवे आणि अंतिम प्रतिज्ञा घेतल्यानंतर कमीत कमी दहा वर्षे तिने पूर्ण केलेली असणे आवश्यक असते. सुपिरिअर जनरलची मुदत सहा वर्षांची असते आणि दुसऱ्या मुदतीसाठी पुनर्निवड होऊ शकते. तथापि, सलग तिसरी मुदत मिळण्यास मात्र बंदी आहे. मदर टेरेसांच्या बाबतीत, व्हॅटिकननेच ही अट गैरलागू ठरवली आणि मदर टेरेसांनी १९६१ च्या पहिल्या निवडणुकीपासून सुपिरिअर जनरलची जागा भूषवली ती १९९७ पर्यंत.

१९९० च्या पाच तास चाललेल्या गुप्त मतदान प्रक्रियेवर कोलकत्याचे आर्चबिशपचे प्रतिनिधी मॅनासिग्गोर फ्रान्सिस गोम्स यांनी अध्यक्ष या नात्याने देखरेख केली. मदर टेरेसांची तब्येतीच्या कारणावरून निवृत्तीची इच्छा व्हॅटिकनने मान्य केली होती. पण श्री. गोम्स यांनी घोषणा केली ती गरीब व एकाकी लोकांच्या वतीने जगभरात सर्वत्र प्रवास करण्यासाठी मिशनरीज ऑफ चॅरिटीच्या नेतेपदी मदर टेरेसा यांची निवड पुन्हा एकदा करण्यात आल्याचीच. ते म्हणाले, 'ही देवाचीच इच्छा आहे' स्वभावाने शांत आणि धार्मिक वृत्तीच्या सिस्टर ॲग्नेसची नेतेपदी निवड तर झाली नाहीच उलट तिची पदावनती करण्यात आली. ''कौन्सिल ऑफ मिशनरीज ऑफ चॅरिटी'' चे सहा सदस्य होते व ही संस्था चारवर आणण्यात आली. 'व्हॅटिकनकडून करण्यात आलेल्या घटना दुरुस्ती द्वारे' आणि त्यातून सिस्टर ॲग्नेसला वगळण्यात आले. हे उघडच आहे की जागतिक स्तरावर मदर टेरेसांच्या

दमदार भूमिकेचा वारसा पेलण्याइतपत सिस्टर ॲग्नेसला सामर्थ्यवान मानले गेले नव्हते. १९९० पासून १९९७ पर्यंत या कौन्सिलमध्ये समावेश असलेल्या चारजणींची नावे सिस्टर फ्रेडरिक (असिस्टंट जनरल व डेप्युटी), सिस्टर जोसेफ मिचेल, सिस्टर प्रिसिली आणि सिस्टर मोनिका अशी होती. पुढील निवडणुकीत या चौघींपैकी कोणीतरी सर्वात संभाव्य उत्तराधिकारी म्हणून निवडली जाणार हे गृहीत धरण्याजोगे होते.

१९९६ मध्ये एका घटनादुरुस्तीबाबत चर्चा, विचारविनिमय सुरू झाला होता. लोकशाही पद्धतीची चौकट रद्दबातल करून मदर टेरेसांनी स्वत:च्या उत्तराधिकाऱ्याची नेमणूक करावी अशी त्या घटनादुरुस्तीची रचना होती. काही निरीक्षकांचे असे म्हणणे आहे की १९९६ च्या नोव्हेंबर महिन्यात आपल्या हृदयावरील शस्त्रक्रियेच्या थोड्या काळच आधी मदर टेरेसांनी या नव्या घटना दुरुस्तीच्या अधिकाराचा अंमल करण्याचे ठरविले आणि कोणाला उत्तराधिकारी नेमावयाचे ते पोपना सांगितले. तथापि, हे नाव गुप्त ठेवण्यात आले.

मदर टेरेसाच मिशनरीज ऑफ चॅरिटीच्या प्रमुखपदी राहिल्याने जगाला हा स्पष्ट संदेश दिला गेला की पंथातील इतर कोणीही ही सर्वोच्च जबाबदारी सांभाळू शकत नाही. मदर टेरेसा यांनी स्वत:च वृत्तपत्रांना सांगितले, 'मी मोकळी होण्याची अपेक्षा करीत होते पण देवाच्या स्वत:च्याच काही योजना आहेत.' आजारपणामुळे तुम्ही अंगावरची जबाबदारी पेलू शकणार आहात काय? या प्रश्नाला बगल देऊन मदर उत्तरल्या, 'आमच्याकडे सक्षम असलेल्या सिस्टर्स आहेत आणि त्या देवाचे कार्य चालूच ठेवतील.' इतर सिस्टर्सच्या क्षमतांबद्दल कोणीही शंका घेतलेली नाही पण त्यांना अधिक मोठी जबाबदारी शिरावर घेण्यापासून रोखले का गेले? पन्नास वर्षांमध्ये मदर टेरेसांनी, उत्तराधिकारी असण्याच्या गरजेबाबत नक्कीच विचार केलेला असणार आणि आपल्याकडून नेतृत्वाची धुरा घेण्यासाठी त्या कोणाला तयारही करू शकल्या असत्या. या साऱ्याहूनही अधिक म्हणजे जे पद त्यागण्याचे त्यांनी ठरवले होते ते त्यांनी स्वीकारलेच का?

गेल्या सहा वर्षांमध्ये शांतपणे कालिघाट वगैरेसारख्या ठिकाणी त्या काम करीत राहिल्या असत्या पण देवाचेच कार्य चालू ठेवले असते तर त्यांच्या या शेवटच्या वर्षांमधले वादविवाद बोललेसुद्धा गेले नसते असे नक्की म्हणता येईल. (अर्थात विना-प्रसिद्धीत धूसरपणे कार्यरत असे काही म्हणता यावयाचे नाही कारण जगातल्या वृत्तपत्रांनी त्यांना असे डोळ्याआड होऊ दिले नसते.) पण वादग्रस्त विषय टळले असते हेही निश्चित. घडले ते असेच की अखेरपर्यंत पत्रकार त्यांना मुलाखती मागत होते व जेव्हा घाई-गडबडीत त्यांनी त्या दिल्या त्याचा निवांतपणी विचार करताना त्यांना पश्चात्तापच झाला. १९९४ साली त्यांनी स्वत:बद्दलच्या एका

नव्या पुस्तकाला आणि लघुपटाला परवानगी दिली पण लवकरच त्यांचे मन बदलले आणि मग हा प्रकल्प हक्कांबाबतच्या कडवट कायदेशीर लढाईत गोवला गेला. अमेरिकेतील एक अत्यंत मान्यवर प्रकाशक ''रँडम हाऊस'' ला मदरचे हे प्रस्तावित पुस्तक, पोप यांच्या 'क्रॉसिंग द थ्रेशहोल्ड ऑफ होप' या पुस्तकासोबत 'साथ-ग्रंथ' (कम्पॅनियन बुक) म्हणून बाजारपेठेत आणावयाचे होते अशी एक वंदता होती. ''क्रॉसिंग द...'' हे पोप यांचे पुस्तक तुफान लोकप्रिय होऊन रँडम हाऊसने जगभरात त्याच्या २ लाखाहून अधिक प्रती विकल्या होत्या. आता मदर टेरेसा जरी विद्वान आणि धर्मशास्त्र यापैकी एकाही कसोटीवर पोप याच्या पासंगाला उतरत नसल्या तरी त्यांचा ''साथ-ग्रंथ'' व पोप यांचे मूळ पुस्तक अशी जोडी जगभर गाजेल अशी आशा प्रकाशक रँडम हाऊस यांना वाटत असावी. ज्या सल्लागारांनी याबाबत संमती देण्यास मदर टेरेसांचे मन वळवले त्यांनीच अत्याधुनिक वैद्यकीस सेवा-सवलती घेण्यास मदर टेरेसांना येनकेनप्रकारे तयार केले काय? आणि उत्तर ''होय'' असल्यास त्यांनी तसे का केले? असे प्रश्न टॉवीने उपस्थित केलेले आहेत. अशा परिस्थितीत नेहमी दिले जाणारे उत्तर, 'जर ते कामाला पोषक ठरणार असेल तर' हे आहे.

जन्माने भारतीय आणि प्रत्यक्षात लंडनस्थित चित्रपट निर्माता उमर अहमद याने आपल्या एका सहकाऱ्यासह नव्या चित्रपटासाठी मदर टेरेसांची परवानगी मिळवण्याचे प्रयत्न चालवले होते. सुरुवातीला मदर दोलायमान अवस्थेत होत्या. तथापि, त्यांनी १९८४ च्या हिवाळ्यात त्यांनी कॅनेडीयन धार्मिक लेखिका लुचिंडा वर्दे हिला पुस्तकाला सुरुवात करण्यास संमती कळवली. वर्देचा पुस्तकासाठीच्या संशोधनाचा बराचसा भाग मदर टेरेसांकडूनच अनेक गोष्टी ऐकून घेणे अशा स्वरुपाचा होता. चित्रपटासाठी मदरची मुलाखत घेतली जाणार होती तोच भाग वर्देच्या संशोधनाचा असणार होता आणि या मुलाखतीचेच पुढे पुस्तक काढले जाणार होते. मदर टेरेसांच्या स्वत:च्या नावाने प्रथमपुरुषी निवेदनस्वरुप त्यात असणार होते. 'अ स्पिरीच्युअल क्लासिक फ्रॉम द वर्ल्ड फेमस चॅंपियन ऑफ द पुअर' असे त्या पुस्तकाचे नाव ठरले होते. शब्दांकनकर्त्याचे नाव वेष्टनावर कोठेही प्रसिद्ध करावयाचे नाही हेही मान्य करण्यात आले होते. तथापि, प्रत्यक्षात १९९५ च्या हिवाळ्यात हे पुस्तक 'अ सिंपल पाथ' या नावाने अवतरले तेव्हा पूर्वीच्या नियोजनातील चित्रपटाचा कोठे मागमूसही नव्हता. शब्दांकनकर्त्याचे नाव वेष्टनावर ढळढळीतपणे दिसेल असे छापलेले होते. कोठे माशी शिंकली? मला एवढेच सांगण्यात आले की चित्रपट नंतर पूर्ण केला जाणार आहे, त्याची तारीख अद्याप ठरलेली नाही.

तरीही हे अगदी स्पष्ट झाले होते की हा प्रकल्प ठरल्याप्रमाणे, नियोजनाप्रमाणे, पार पडलेला नव्हता. केवळ चित्रपट तयार न होण्याचा प्रश्न नाही. 'अ सिंपल पाथ' च्या कॉपीराईटच्या पानांवर निळ्या किनारींची पांढरी पट्टी चिकटवण्यात आली होती.

त्यावर छापलेले होते. 'प्रास्ताविक लुचिंडा वर्दे १९९५' आणि हे पुस्तक अवतरले '© जॉन केर्न्स १९९५' या उल्लेखासह. त्याखाली, तरीही स्पष्ट दिसेल अशा प्रकारे 'कॉपीराईट मदर टेरेसा' हे पूर्वी ठरल्याप्रमाणे होते. या छोट्याशा पुस्तकात मदर टेरेसांचे स्वत:बद्दल फारच कमी उल्लेख आहेत. त्याऐवजी, सिस्टर थेरेसिना, सिस्टर केटियरी आणि सिस्टर डोलोरेस तसेच मिशनरी ब्रदर्स ऑफ चॅरिटीचा जनरल सर्व्हंट ब्रदर जिऑफ यांचे विचार आणि सल्लावजा नोंदी तुकड्यातुकड्याने दिलेल्या आहेत. स्वयंसेवकांनी मारलेल्या शेऱ्यांची पाने त्यात आहेत पण मदर टेरेसांच्या स्वत:च्या तोंडून व्यक्त झालेले विचार फारसे नाहीत. कदाचित त्या खूप आजारी होत्या किंवा फारच दमलेल्या होत्या आणि कदाचित त्यांनी ते सारे पूर्वीच सांगितलेले होते. त्यांचे विशिष्ट वाक्प्रचार त्यांनी अनेक वर्षे पुनरुक्ती करून वापरलेले होते पण नवे वाक्प्रचार तयार करणे वगैरेंची त्यांना देणगी नव्हती. पीटर स्टॅनफोर्डने नन्सच्या लिखाणांचा सारा संच एकत्रितपणे पाहिला तेव्हा मदर टेरेसांनी लिहीलेले व आठवणीत राहण्याजोगे असे त्याला काहीच आढळले नाही. व्हॅटिकन रेडीओच्या सीन पॅट्रीक लोव्हेट यांनी १९८० पासून मदर टेरेसांच्या प्रार्थना आणि ध्यानधारणा यांचे पुस्तक काढण्याचा प्रयत्न केला तेव्हा त्यांच्यासोबत बसून शब्द वा वाक्ये वेचून काढणे अशक्य असल्याचे त्याला आढळले. त्याऐवजी त्याने मदर टेरेसांनी आधीच सांगितलेले 'त्यांचे विचार, तत्त्वज्ञान, जीवन-पद्धती, प्रेमाचा त्यांचा मार्ग... या साऱ्यांचा सारांश' असे एकत्रितपणे सूत्रबद्ध केले.

मदर टेरेसांच्या स्वत:च्या पुढाकाराने 'अ सिंपल पाथ' निघालेले वा प्रसिद्ध झालेले नव्हते. पण त्याचे एकत्रीकरण किंवा जुळवाजुळवी ख्रिस्तोफर हिचेन्सचा लघुपट ''हेल्स एंजल'' चा वाईट परिणाम निवारण्यासाठी लगेचच हाती घेण्यात आलेले होते. ''हेल्स एंजल'' जरी अधिकृतरीत्या भारतात प्रदर्शित झाला नाही तरी खासगी पातळीवर त्याचा अनेक व्हिडीओप्रती निघून त्या भारतातल्या खेड्यापाड्यापर्यंत पोहोचलेल्या होत्या. भारतीय वृत्तपत्रे त्या प्रती मिळवून विश्लेषणापर्यंत जाऊन पोचली होती. नंतर १९९५ साली हिचेन्सने या लघुपटाचे एक पुस्तक काढले. त्या पुस्तकाचे नाव होते, ''द मिशनरी पोझिशन : मदर टेरेसा इन थिअरी अँड प्रॅक्टीस'' हिचेन्सच्या या पुस्तकाचे नाव नि:संशयरीत्या अपमानजनक होते. तथापि, मदर टेरेसांच्या पुस्तकाचे नाव मला अगदी वेगवेगळ्या कारणांसाठी विस्मयजनक वाटले. भारतासारख्या बहुआयामी, अनेकविध संस्कृतींच्या देशात ७० वर्षे राहूनही त्यांना साध्या पद्धतीने जीवन पाहता येते ही मदर टेरेसांची क्षमता अद्यापही टिकून आहे. मला ते अगदी उच्चारता न येण्याजोगे गुंतागुंतीचे जीवन वाटते. कदाचित विश्वासाचा खरा चमत्कार तेथेच सिद्ध होत असावा.

त्या लघुपटाच्या विवाद-काळात मदर टेरेसांनी उच्चारलेल्या एका वाक्याला

खूपच प्रसिद्धी मिळाली होती. मदर म्हणाल्या होत्या, 'मी हिचेन्सला क्षमा करते, देवाच्या वतीने नव्हे तर माझ्या स्वत:च्या वतीने.' आता हिचेन्सला त्यावर प्रतिवाद व प्रतिसाद सुचला : 'हे विचित्रच आहे. आम्ही मदरकडून किंवा इतर कोणाहीकडून क्षमा-याचना केलेली नाही. कोणत्या अधिकाराने त्यांनी क्षमा करण्याची सत्ता स्वत:कडे घेतली आहे असे विचारल्यावर तर आणखी विचित्र स्थिती होईल. काही विवेकशील ख्रिश्चन्स तर हेही सांगतील की सूडाच्या प्रद्धतीप्रमाणेच क्षमेचा अधिकारही उच्च पातळीवरून बजावला जाण्यासाठी राखीव आहे.'

क्षमेचा मुद्दा दूर ठेवला तरी ती टीका मदर टेरेसांच्या कोलकत्याच्या केंद्रापर्यंत येऊन धडकलीच. तेथील सिस्टर्सनी, येशू ख्रिस्ताप्रमाणेच आपली नेताही त्याच कसोटीचा सामना करत असल्याची भावना बोलून दाखवली. त्यावर त्यांचा स्वत:चा प्रतिसाद, त्या लघुपटात गुंतलेल्या सर्व आत्म्यांसाठी प्रार्थना करणे हा होता. मध्यममार्गी वृत्तीच्या लोकांची मने बदलण्याच्या दृष्टीने हिचेन्सच्या सातत्याने चाललेल्या टीकेची धार खूपच कडवी किंवा घणाघाती होती, पण परिणाम मात्र नाट्यमय स्वरुपाचा होता. जरी बहुसंख्य लोकांना, अशा तुफानी हल्ल्याला त्यांची (मदरची), अत्यंत पवित्र महिला ही कीर्ती पुरून उरणारी वाटली तरी, मदर टेरेसांवरील वार्तांकनाचे मूळ नियम त्यामुळे बदलले. अचानकच, मिशनरीज ऑफ चॅरिटीतर्फे वापरल्या जाणाऱ्या पद्धतींवर टीका करणारे लांबलांब वृत्तांत स्वयंसेवक लिहू लागले तर तरुण आणि उत्साही बातमीदारांना, मदर टेरेसांना नकारात्मक प्रकाशात दाखवू शकणाऱ्या वृत्तांतांचा पाठपुरावा करण्यास प्रोत्साहन दिले जाऊ लागले. एखाद्या दशकापूर्वी कोठल्याही संपादकाने प्रथम आपली नोकरी टिकवण्याची काळजी केली असती अशा लेखनाला आता मागणी येईल असे दिसू लागले.

१९९५ मध्ये अशी एक कहाणी प्रसिद्ध झाली. शहीदा कपूर ही मुलासमवेत पदपथावर राहणारी १५ वर्षांची विवाहित मुलगी रस्त्यावरच स्वयंपाक करत असताना तिच्या साडीने अचानक पेट घेतला व ती ज्वाळांनी वेढली गेली. तिने आपल्या मुलाला वाचवण्याचा प्रयत्न केला त्यात ती स्वत: बरीच भाजली गेली. काही दिवसानंतर एका स्थानिक डॉक्टरला ती मुलगी कोलकता महापालिकेच्या इमारतीबाहेर पडलेली आढळली. तिला तिसऱ्या श्रेणीच्या भाजल्याच्या जखमा झाल्या होत्या आणि एका हाताचे बरेच नुकसान झालेले होते. त्या डॉक्टरने पुष्कळ खटपट करवून तिला एका सरकारी इस्पितळात दाखल करवून घेतले. पण पैसे नसल्यामुळे तिला योग्य ते औषधोपचार मिळणे कठीण झाले. तेथील कर्मचाऱ्यांनी वाईट वागणूक दिल्याची तक्रार तिने केल्यावर तिच्या नातेवाईकांनी तिला घरी आणले. घरी म्हणजे त्याच त्या रस्त्यावरच्या पदपथावर. तिला त्याच पदपथावर झोपवण्यात आले, जखमांमध्ये जंतुसंसर्ग झाला, ती हिरवी झाली आणि सतत रक्त

सांडू लागले. तिला माशा हाकलणेही अशक्य होऊन बसले. तिला दुसऱ्या कोणत्या ठिकाणी हलवावे त्याचा शोध सुरू झाला आणि याच वेळी वृत्तपत्रांना या कहाणीचा सुगावा लागला.

'मदर टेरेसांच्या एका स्वयंसेवकाने आमच्याशी संपर्क साधला आणि आम्हाला सांगितले की मदरना ही मुलगी त्यांच्याकडे घ्यावयाची आहे' असे स्पष्टीकरण मेहेर मुर्शीद ह्या 'कोलकता टेलिग्राफ'च्या वार्ताहराने केले. सरतेशेवटी त्यानेच जगापुढे सर्वप्रथम ही कहाणी मांडली होती. मिशनरीज ऑफ चॅरिटीने आपल्या रुग्णवाहिकेचा वापर करण्यास तिला अनुमती दिली व या मुलीला एका बातमीदारासह कालिघाट, शिशु-भवन आणि प्रेम-दान येथे नेण्यात आले. कालिघाट येथे, ती मरणासन्न अवस्थेत नाही या कारणास्तव तिला दाखल करून घेण्यात आले नाही. दुसऱ्या शिशुभवन या ठिकाणी, ती अनाथ नाही आणि त्याहूनही अधिक म्हणजे ती विवाहित आहे व १५ वर्षांची असली तरी तिला मूल झालेले आहे, ती लहान आहे त्यामुळे शिशुभवनमध्ये प्रवेश देण्या अयोग्य आहे असे सांगून नाकारण्यात आले. तिसऱ्या ठिकाणी, प्रेम-दान येथे, ती भ्रमिष्ट नाही व तिला क्षयरोगही झालेला नाही या कारणांमुळे तिला दाखल करून घेण्यात आले नाही. शेवटी तिला तिच्या पहिल्याच ठिकाणी पदपथावर आणून टाकले गेले. मेहेर मुर्शीदने यानंतर लिहिलेल्या वृत्तांताचे महत्त्व त्याला स्पष्टपणे व पुरेपूर कळलेले होते. भारतातील ही पहिली मदर टेरेसा-विरोधी कहाणी होती. दुसऱ्या एका कार्यक्रमात मेहेर स्वत: मदर टेरेसांना भेटला होता आणि त्याने त्यांना त्या करुण कहाणीबाबत विचारले होते, पण मदरनी त्याला, त्याबाबत चर्चा करण्याची ही वेळही नव्हे आणि जागाही नव्हे असे सांगून वाटेला लावले. माझ्याशी बोलताना मुर्शीद म्हणाला, 'काहीजणांनी मला सांगितले की त्या मुलीवर इस्पितळात उपचार होऊ शकतात आणि म्हणून मदर टेरेसांची संस्था वा त्यांची केंद्रे त्यासाठी योग्य ठरत नाहीत. पण तोपर्यंत त्या मुलीला जे काही हवे होते ते म्हणजे विश्रांतीच आणि तिची जखम स्वच्छ ठेवणे– त्यावर उपचार करणे. पण आमचा मुद्दा असा आहे की आम्ही मदर टेरेसांना कधीही त्या मुलीला तुमच्याकडे घ्या असे म्हटलेले नाही. त्या स्वत:हून या प्रकरणात उतरल्या आणि नंतर त्यांनी आपले मन बदलले. या कहाणीने मोठ्या प्रमाणावर भ्रमनिरास घडून आलेला आहे कारण मदर टेरेसा नेहमीच म्हणाल्या आहेत की त्या कोणालाही, कधीही नाकारत नाहीत.' सरतेशेवटी सरकारी इस्लामिया इस्पितळाने या मुलीविषयी ऐकल्यावर तिला तेथे नेऊन उपचार केले. हे इस्पितळ फक्त मुसलमानांसाठीच आहे.

ही भाजलेल्या मुलीची कहाणी कोलकत्यापुरती सीमित होती. पण १९९५ च्या नोव्हेंबर महिन्यात मदर टेरेसा एका मोठ्या वादात सापडल्या व त्याचे आंतरराष्ट्रीय पातळीवर प्रतिध्वनी उमटले. यावेळी, पूर्वीच्या शतकांमध्ये झालेल्या

मिशनरी कार्यानेही त्यांना पछाडले व आपल्या कारकिर्दीतील सर्वाधिक तीव्र विरोध मोहिमेला तोंड देण्याची पाळी त्यांच्यावर आली. कदाचित, भारतातील चर्च पदाधिकाऱ्यांनी त्यांच्यावर जाहीररीत्या टीका करण्याचाही हा पहिलाच प्रसंग असावा.

१८ नोव्हेंबर १९९५ रोजी मदरनी, भारतीय वृत्तपत्रे याच संबोधनाने त्यांचा उल्लेख करतात, दिल्लीतील सॅक्रेड हार्ट कॅथेड्रल येथे विशेष प्रार्थना-सभेत भाग घेतला. ख्रिश्चन दलितांना मागास जातीचा दर्जा द्यावा अशा मागणीसाठी निषेध मोहीम आणि दोन आठवड्यांचे साखळी उपोषण असे आंदोलन चालू करण्यासाठी ही प्रार्थना सभा होती. भारताचे राखीव जागा धोरण १९५० च्या घटनेवरील तरतुदींवर आधारित आहे व त्यानुसार, हिंदू धर्मातील कनिष्ठ जातींसाठी सरकारी नोकऱ्यांमध्ये काही टक्के जागा राखीव ठेवण्याचे उद्दिष्ट असते. अशा जागा राखीव न ठेवल्यास एकूण यंत्रणा ताब्यात असलेले उच्च-वर्णीय लोक कनिष्ठ वर्णीयांना संधीच नाकारतील असे या धोरणाचे सूत्र आहे. यासंबंधीच्या कायद्यात नंतर दुरुस्ती करून तोच दर्जा शीख व बौद्धांनाही देण्यात आला आहे. तथापि, दलित ख्रिश्चनांना हे आरक्षण नाकारण्यात आले व त्याचे कारण असे देण्यात आले की एकदा एखादी व्यक्ती ख्रिश्चन बनली, तिने धर्मांतर केले की त्या व्यक्तीची जात गैरलागू ठरते. याबद्दल असाही युक्तीवाद करण्यात आला की ख्रिश्चन मागासवर्गीयांना इतर मागासवर्गीयांपेक्षा जास्त फायदा आहे कारण ते मग ख्रिश्चन शैक्षणिक संस्थांमध्ये शिकू शकतात. ख्रिश्चनांकडून या युक्तिवादाला असा आक्षेप घेण्यात आला की ख्रिश्चन शिक्षणसंस्थांमध्ये ख्रिश्चन मागासवर्गीयांना जागा दिल्याने आपल्या स्वत:च्या मर्यादित साधनसंपत्तीचाच वापर ख्रिश्चन करतात. खरे तर देशाच्या साधनसंपत्तीचा वापर त्यांना उपलब्ध व्हावयास हवा.

अनेक दलितांनी जाणीवपूर्वक ख्रिश्चन धर्माची निवड धर्मांतरासाठी केली आहे कारण ख्रिश्चनधर्म समान पातळीवरील बंधुभावाची घोषणा करतो आणि तेथे त्यापुढे अस्पृश्यता लागूच होत नाही. भारतातील एक मान्यवर समीक्षक वीर संघवी यांनी याबाबत असे लिहून ठेवले आहे, 'संभाव्य धर्मांतरीतांसाठी नेहमीच असा युक्तिवाद केला जात असतो. भारतातील हजारो कॉन्व्हेंट शाळांमधूनही लहान मुलांपुढे हे वारंवार सांगितले जाते. ख्रिश्चनांच्या धार्मिक शिडीतही एक जात इतकी खाली आहे की हिंदू धर्मातील हरिजनांप्रमाणेच त्यांच्यासाठीही एक खास विधायक सकारात्मक कार्यक्रम आखला जावा असा दावा कोणी करू शकेल काय? जर ते ख्रिश्चन असतील तर ते दलित असू शकत नाहीत. जर ते दलित असतील तर मग ते हिंदू आहेत आणि मदर टेरेसांचे त्यांच्याशी काहीही देणे-घेणे वा संबंध असू शकत नाहीत.'

या अत्यंत राजकीय स्वरुपाच्या प्रश्नाशी मदर टेरेसा दुर्दैवाने जोडल्या गेल्या

आणि त्यात त्यांना उजव्या विचारसरणीच्या भारतीय जनता पक्षाच्या रागाचे धनी व्हावे लागले. भाजपच्या प्रवक्त्या सुषमा स्वराज यांनी मदर टेरेसांच्या भूमिकेची चिरफाड करताना सांगितले, 'ज्यातून अस्पृश्यता निर्माण होते असे चातुर्वर्ण्य ख्रिश्चनत्त्वाला मान्य नाही. या वाईट प्रथेशी लढण्याऐवजी मदर टेरेसांनी ती त्यांच्या स्वत:च्या धर्मात लागू करण्याचा प्रयत्न केला आहे. ख्रिश्चनत्त्वाचा मूळ आधारच जाती-हीन समाज असा आहे. ही मागणी समाजाचे, देशाचे आणि त्यांच्या स्वत:च्या धर्माचे चांगले काहीही करू शकणार नाही असा आमचा विश्वास आहे. आणि हरिजनांचे कल्याण तर नक्कीच नाही.' यानंतर मदर टेरेसांनी एक पत्रकार परिषद बोलावली व त्यातून नवा भडका उडाला. आरोपांचे खंडन करून आणि ती प्रार्थना सभा कशासाठी बोलावण्यात आली ते आपल्याला माहित नसल्याचे आग्रहपूर्वक प्रतिपादन त्यांनी केले. 'आरक्षणाची मागणी करणारा मोर्चा निघणार आहे हे मला नंतर कळले' असे शब्द मदरनी वापरले.

त्यांच्या या निवेदनामुळे मागास जाती ख्रिश्चनांसाठीची राष्ट्रीय समन्वय समिती आणि तिचे संघटन सचिव रेव्हरंड फादर एस. लौर्डूस्वामी चांगलेच संतप्त झाले. त्यांनी याविषयी एक स्पष्टीकरण प्रसृत केले. त्यात म्हटले आहे, दिल्लीचे आर्चबिशप रेव्हरंड ॲलन डी लास्टिक यांनी एक नोव्हेंबरला मदर टेरेसांना लेखी निमंत्रण पाठवले होते. त्यांनी निमंत्रण स्वीकारल्यानंतर दिल्लीच्या आर्किडिओसेसीचे ऑक्झीलरी बिशप व्हिन्सेंट कॉन्सेसावो हे मदरना भेटले होते. या भेटीत त्यांनी मदरना मागास जातींच्या ख्रिश्चनांना समान न्याय मागणे हा त्या कार्यक्रमाचा हेतू असल्याचे समजावून सांगितले होते. कार्यक्रमाचे निमंत्रक ब्रदर होसे डॅनिएल यांनीही थोडक्यात कार्यक्रम व एकूण भूमिका मदरना समजावून दिली होती.

याहूनही अधिक म्हणजे दिल्लीच्या बिशपनी मदरना या साऱ्या प्रश्नाच्या पार्श्वभूमीसंबंधी एक निवेदन पाठवलेले होते. ख्रिश्चन धर्मांतरीतांसाठी सुद्धा आरक्षण अगर राखीव जागा का आवश्यक आहेत हे त्यात खुलासेवार स्पष्ट करण्यात आले होते. ह्या साऱ्यानंतर जर मदर टेरेसा आपण हजर राहत असलेल्या बैठकीचे किंवा कार्यक्रमाचे स्वरुप समजण्यात अपयशी ठरल्या असतील तर त्यांच्याबाबत आधी या जगाबाहेरची व्यक्ती म्हणून जे वर्णन होत होते त्याहीपेक्षा त्या अधिकच अलिप्त ठरतात.

एकूण हे प्रकरण विचका करणारे ठरले. पूर्वीच्या काळी, अशा प्रकारच्या आंदोलनात मदर टेरेसांना सहभागी करणे, सामावून घेणे यातून ख्रिश्चन धर्माची प्रगती साधता आली असती पण त्यावेळी, प्रार्थना-सभेला केवळ उपस्थित राहिल्याने त्यांनी ख्रिश्चनेतर मंडळींचा रोष प्रथम ओढवून घेतला आणि त्यानंतर चर्चमध्येही स्वत:ला अधिक अप्रिय करवून घेतले. आपला राग उघडपणे व्यक्त करणाऱ्यांमध्ये

रेव्हरंड सोमेन दास सर्वाधिक तिखट बोलले. 'माफी मागण्याने आणि पाऊल मागे घेण्याने त्यांनी मूर्खपणाच केला असे माझे मत आहे' असे सांगून ते म्हणाले, 'हे असे काही घडले आहे की त्यांना गंभीर स्वरुपाचा स्मृतीभंश झाला असावा. आपण मिठाची गुळणी तोंडात असल्याप्रमाणे त्यांचे शब्द घ्यावेत आणि बाकी सारे विसरून जावे. खरी गोष्ट अशी आहे की गर्भपात आणि कुटुंब-नियोजनाबाबतचे त्यांचे अव्यवहार्य विचार बघता, आता त्या फारच कालबाह्य ठरल्या आहेत.' दलित ख्रिश्चनांच्या चळवळीला मदत होणे तर दूरच पण त्यांच्या उपस्थितीने मूळ मुद्यावरील लक्षच इतरत्र वेधले गेले आणि त्याचा विपरित परिणामच घडून आला. मदर टेरेसांच्या एकनिष्ठ वृत्तपत्र समीक्षकांनाही त्यांचा या प्रकरणाशी आलेला संबंध बदसल्ल्याचा आणि देशात नवा संघर्ष निर्माण करणारा वाटला. भारतात आधीच भरपूर वादग्रस्त प्रश्न असताना ही नवी भर त्यात उगाचच पडल्याचे त्यांचे मत आहे.

कॅथॉलिक आणि प्रॉटेस्टंट असे ख्रिश्चनांचे भारतातील दोन्ही गट गेल्या काही वर्षांमध्ये विकास आणि सामाजिक न्यायावर भर देऊ लागले आहेत. ग्रामीण गरीबांना मूलभूत मानवी हक्क, जमीन आणि पगार मिळावेत यासाठी आंदोलने आयोजित करण्यासही त्यांनी सुरुवात केलेली आहे. आता हळूहळू हे मान्य होऊ लागले आहे की दलित, महिला, असंघटित मजूर आणि बाकीच्या अत्यंत गरीब आणि वंचितांना मदत करण्याचा एकमेव मार्ग म्हणजे सामाजिक न्यायासाठी अधिक सक्रीय भूमिका बजावणे. असे असूनही मदर टेरेसांच्या कोणत्याही कार्याने, मग ते कितीही मौल्यवान असेना का, श्रीमंत आणि गरीबांमधले अडसर तोडण्याचा कधीच प्रयत्न केलेला

नाही. त्यांना जगभरातील गरीबांना मदत करावयाची इच्छा आहे; पण गरिबीचे चक्र तोडण्यात अपयश आले आणि सर्वप्रथम म्हणजे गरीबी अस्तित्वात का आहे हा प्रश्नच तुम्ही कधीही विचारला नाहीत तर तुम्ही गरिबांना मदत केली असे होईल काय? मरत असताना लोकांना रस्त्यावरून उचलणे हा केवळ या चक्रातला एक प्रवेश-बिंदू आहे. पण येथे इतरही काही बिंदू आहेत ज्यात मदर टेरेसांना स्वारस्य नाही. त्यांच्या पद्धतीत संपूर्ण अंतस्थ सुसूत्रता असू शकते, जसे लॅव्हिनिया बायरनने म्हटले आहे: 'पण (आज) आणि त्यांच्या अफाट विस्तारलेल्या पंथात काहीतरी अधिक, आधुनिक असे विकसित होण्याची वेळ आलेली नाही काय? त्यांचा स्वतःच्या व्यक्तिमत्त्वाचा जो भाग इतका मोठा काळ मेरी वॉर्डच्या समाजासोबत वावरला त्याद्वारे अधिक चांगले मित्र बनवणे ही या आधुनिकतेची गरज असू शकेल. त्याचा त्यांना विचार करता येईल.'

मदर टेरेसा आता एक आंतरराष्ट्रीय पातळीवरील वाक्प्रचारच बनल्या आहेत.

'आपण साऱ्याजणी मदर टेरेसा बनू शकत नाही' अथवा 'ते करण्यासाठी तुला मदर टेरेसा बनण्याची गरज आहे.' या प्रकारचे वाक्प्रचार ऐकले की त्याला कोठेही, कसलेही पुढचे स्पष्टीकरण करण्याची गरजच नाही. पण ही अभिव्यक्ती उथळ स्वरुपाची आहे. इतका प्रदीर्घ काळ संबंध जगाच्या कल्पनाशक्तीवर एक साधी अनाकर्षक व्यक्तीमत्त्वाची अल्बेनियन स्त्री राज्य का करू शकली याचा उलगडा त्या उथळ वाक्प्रचारांद्वारे केला जाऊ शकत नाही. एका कॅथॉलिक सिस्टरने त्यांचे वर्णन माझ्यापुढे करताना, 'त्यांच्यात (मदर टेरेसांमध्ये) एक प्रकारचा निर्लज्जपणा आहे' असे शब्द वापरले. मदर टेरेसांमधील अत्यंत मानवी स्वरुपाच्या चालकशक्तीचा जणू अर्कच या तिच्या शब्दांमधून नेमकेपणाने व्यक्त होतो. ज्यांनी एखादे पद खेचण्याचा प्रयत्न केला त्यांचा अगदी मनस्वीपणे मदरनी तिरस्कार केला. पण त्यांच्या स्वत:च्या हेतूला वा उद्दिष्टाला पोषक ठरले तेव्हा निर्लज्जपणे ते त्या करू शकल्या. त्यांच्यासाठी देवाचा हेतू काय त्यात त्या सुरक्षितपणे राहिल्या– जगल्या. त्यांना असेच वाटत राहिले की आपल्या संदेशाची गरज नाही असा जगाचा कोणताही भागच नाही.

■

उपसंहार

मदर टेरेसांचे निधन झाल्यानंतर काय घडणार याबाबतचे तर्कुतर्क, अंदाज आणि भाकिते यांना मिशनरीज ऑफ चॅरिटीतर्फे पूर्णविराम देण्यात आला. 'मी मरेपर्यंत थांबा आणि नंतर पाहा' असे सांगून स्वतः टेरेसांनी त्यांच्यानंतर कोण या प्रश्नाचे उत्तर देण्यास नेहमीच नकार दिला होता. साऱ्या नन्सची अनेक आठवडे चर्चा होऊनही पंथाच्या संस्थापिकेची जागा निर्विवादपणे घेऊ शकणारीची निवड करण्यात नन्स अयशस्वीच ठरल्या होत्या. ४७ वर्षांपासून मदर टेरेसाच त्यांच्या सर्वेसर्वा होत्या. अखेरीस या नन्सनी पोप यांची मदत मागितली आणि त्यांनी एक तडजोड पुढे ठेवली. त्यानुसार, मदर टेरेसा ह्या धार्मिक आणि कार्यमुक्त नामधारी प्रमुख म्हणून राहतील व सिस्टर निर्मला ह्या ६३ वर्षे वयाच्या हिंदू धर्मांतरीत, नव्या सुपिरिअर जनरल बनतील असे सुचवण्यात आले होते. सिस्टर निर्मलांनी दैनंदिन कामकाजाची नित्यकर्मे सांभाळावी आणि मदर टेरेसांना ढोबळमानाने मदत करावी अशी विभागणी करण्यात आली. सहा वर्षेपर्यंत सिस्टर निर्मलाने हा कार्यभार सांभाळावा; त्यानंतरच्या निवडणुकीत त्या दुसऱ्या मुदतीसाठी निवडून येऊ शकतील, पण तिसऱ्यांदा मात्र नाही, असा हा तोडगा होता.

त्यानंतर काही तासांच्या आतच, नव्या होम्सबाबतच्या आपल्या भावी योजनांबाबत घोषणा करून मदर टेरेसांनी आपण अद्यापही कार्यक्षमरीत्या रिंगणात सक्रीय असल्याचेच सर्वांना दाखवून दिले. दरम्यान, शांत आणि सभ्य तसेच बुजऱ्या स्वभावाच्या सिस्टर निर्मला यांनी, आपण 'मदर' हा किताब घेणार नसल्याचे जाहीर केले. स्वभावातच कधी आक्रमकता नसल्याने सिस्टर निर्मला प्रकाशझोतापासून तशा दूर राहणाऱ्या होत्या. प्रत्यक्षात, १९९६ साली निवडणुकांचे आयोजन हे आधीच ठरलेले होते. पण मदर टेरेसा वर्षाच्या उत्तरार्धात गंभीररीत्या आजारी

राहिल्याने अशा परिस्थितीत सिस्टरना निवडणूक घेणे प्रशस्त वाटले नाही. त्यामुळे त्यांनी त्या जानेवारीपर्यंत पुढे ढकलल्या. तोपर्यंत मदर टेरेसांची तब्येत थोडी सुधारली. तथापि, त्या खूप अशक्त झाल्या होत्या आणि चाकाच्या खुर्चीत बसून किंवा पाठीच्या दुखण्याने अंथरुणावर पडून राहून त्या जमेल तेवढे काम पार पाडीत होत्या. नव्या नेतृत्वाला आशिर्वाद देणे मदरना शक्य होईल अशी आशा सिस्टर्सना वाटत होती. त्याप्रमाणे खरोखर त्यांनी आशिर्वाद दिलेही.

मिशनरीज ऑफ चॅरिटीचे नेतृत्व चार कौन्सिलरांपैकी कोणा एकीकडे सोपवले जाईल अशी अपेक्षा होती. पण त्यापैकी एकीचीही निवड न होता, तशा बाहेरच्याच समजल्या जाणाऱ्या सिस्टर निर्मला यांची नेतृत्त्वपदावर वर्णी लागली. बिहारमधील रांची येथे १९३४ मध्ये सिस्टर निर्मला यांचा जन्म झाला होता. तिचे नेपाळी वडील ब्राह्मण जातीचे होते व ते भारतीय सैन्यात नोकरी करीत होते. बहीणभाऊ अशा त्यांच्या आठ भावंडांपैकी सहाजण आता काठमांडू येथे राहतात आणि आणखी एका बहिणीने दुसऱ्या एका कॅथॉलिक संघटनेत नन म्हणून सेवाव्रत स्वीकारलेले आहे. सिस्टर निर्मला मिशनरी ऑफ चॅरिटीत आली १९५८ मध्ये वयाच्या चोविसाव्या वर्षी. सात वर्षांनी, भारताबाहेरच्या पहिल्या व्हेनेझुएला येथील मदर टेरेसा होम्सच्या प्रमुखपदी तिची नियुक्ती झाली. त्यानंतर दहा वर्षांनी संप्रदायाची विचारविनिमय किंवा विचारमंथन शाखा स्थापन करण्यात सिस्टर निर्मलाने मोठे योगदान दिले. या ठिकाणी सिस्टर्सचा ख्रिस्ताच्या शिकवणी संदर्भातील चर्चा, विचारविनिमय होतो, पण त्या कोणत्याही प्रकारची केंद्रे चालवण्यात वगैरे गुंतलेल्या नसतात.

पहिले विचार-मंथन केंद्र सुरू होण्यापूर्वी सिस्टर निर्मलाला फादर बेडे ग्रिफीथ यांच्याबरोबर काही काळ व्यतीत करावा लागला. फादर ग्रिफिथ हे एक मोठे विद्वान आणि सी. एस. ल्युईस यांचे मित्र होते. तामिळनाडूतील बेनेडिक्टाईन आश्रमात ते राहत आणि भिक्षुसारखे जीवन जगत. त्यांच्याबरोबर निर्मला परतली की ती आणि मदर टेरेसा मिळून हे विचारमंथन केंद्र हिमालयाच्या पायथ्याशी सुरू करतील असे ठरवण्यात आलेले होते. तथापि, मदरनी एकट्यानेच हा बेत बदलला आणि भारताऐवजी न्यूयॉर्कमध्ये हे केंद्र सुरू करण्याचे ठरवले. सिस्टर निर्मलाच ते चालवणार असेही त्यांनी निश्चित केले व त्याप्रमाणे तिला तिकडे पाठवले. 'अमेरिकेत ते लोक यासाठी तयार आहेत.' असा खुलासा त्यांनी नंतर केला. मदर टेरेसांची अशी पक्की धारणा होती की पाश्चिमात्य जगातील आध्यात्मिक गरीबीवर मात करणे भारतातील वास्तव किंवा भौतिक गरिबीवर मात करण्यापेक्षा कठीण आहे. त्यासाठीच व त्यासंदर्भात त्यांनी वरील खुलासा केला होता. पाश्चिमात्य जगातील आध्यात्मिक गरीबी हटवण्यासाठी त्याच्याशी नव्या पद्धतीने लढले पाहिजे असे त्यांना वाटत होते. आपली विचारमंथन शाखा या प्रश्नाला योग्य उत्तर देईल अशी त्यांना आशा

वाटत होती. सिस्टर निर्मलाची निवड होण्याच्या सुमारास ती बारा कान्व्हेंटस्‌च्या चिंतन विभागाची प्रमुख होती. तिच्या या कामगिरीमुळे ती मदर टेरेसांच्या अतिशय विश्वासू सहकाऱ्यांमधील बनली होती व त्यामुळे मदरबरोबर ती वारंवार परदेश दौऱ्यांवरही जात असे.

आपल्या आंतरराष्ट्रीय संघटनेसाठी उत्तराधिकारी निवडण्यापूर्वी जगभरातून कलकत्त्याला एकत्रित झालेल्या २२६ वरिष्ठ सिस्टर्सना इतका वेळ त्यासाठी का लागावा? सूक्ष्मदर्शी विवेकबुद्धी प्रक्रिया (डिसर्नमेंट प्रोसेस) असे म्हटल्या जाणाऱ्या या निवड प्रक्रियेत सर्वप्रथम आठ दिवसांचा एकांतवास (रिट्रीट) म्हणजे साऱ्याजणी एखाद्या ठिकाणी एकत्रित राहणे ही पहिली पायरी आहे. त्यानंतरचा परिसंवाद (सेमिनार) दोन आठवडे चालतो आणि तिसरी पायरी सर्वसाधारण सभा (चॅप्टर जनरल). ह्या सभेत मतदान होते. यामागची संकल्पना अशी की प्रार्थनेद्वारे देवाची इच्छा त्यांना समजून येईल आणि उघडच आहे की त्या साऱ्याजणींची इच्छा, नव्या नेतृत्त्वाबाबत एकमताच्या निर्णयाची होती. अखेरीस त्यांना सिस्टर निर्मलाची निवड करावी लागली. कारण तिला ५० टक्क्यांहूनही अधिक मते पडली. मिशनरीज ऑफ चॅरिटीमध्ये आता बहुसंख्य भारतीय स्त्रियाच असल्यामुळे सिस्टर निर्मलाच्या भारतीय असण्याचा फायदा तिच्यासाठी महत्त्वाचा ठरला. आता पाश्चिमात्य जगाच्या निधीवर चालणारी ही संघटना भारतीय नेतृत्त्वाखाली तिसऱ्या जगाच्या गरजांसाठी कार्य करीत असल्याने त्यावर टीका फारशी होणार नाही.

आता गेला काही काळ बऱ्याचशा समर्थ किंवा शक्तीशाली नन्सचे वय झाल्याने संघटनेचा वरिष्ठ स्तर बोजड झाल्यासारखा भासू लागला आहे. काहींनी वयाचे पाऊण शतक ओलांडले आहे तर काहींनी ऐंशीही पार केलेली आहे. काहींनी कौन्सिलवर काम केलेले, काहींनी इतरत्र. एकदा तरी प्रत्येकीने वरिष्ठ पद भूषवलेले आहेच. निवडक व उच्च पात्रता असणाऱ्या व्यक्तींची संख्या कमी असली म्हणजे ही पदे आलटून पालटून एकेकाकडे सोपवली जात असतात. तरीही सुमारे ५० वर्षांनंतर जर काही नवी दृष्टी, नवा दृष्टीकोन यावयाचा असेल तर अगदी स्पष्ट दिसणारी गरज होती ती सिस्टर्सचा एकमेकांशी चांगला परिचय होण्याची. असा परिचय घडून येण्यासाठी जितका जास्त काळ त्या एकमेकांच्या सहवासात राहणे शक्य असेल तेवढा तो जाऊ देणे आवश्यक होते. संघटनेच्या नेतृत्वाचे आव्हान पेलू शकणारे असे तरुण किंवा वयाने कमी असे व्यक्तिमत्त्व असल्यास त्याचा शोध घेण्याचा प्रयत्न करणे यासाठी एकत्रित राहण्याची गरज होती. मिशनरीज ऑफ चॅरिटीपुढील समस्येचा एक भाग असाही होता की त्यांच्यातील कोणा एकीजवळ त्यांच्या संस्थापिकेप्रमाणेच प्रशासकीय, धार्मिक, अध्यात्मिक आणि माध्यमांकडून प्रसिद्धी करवून घेणे अशा विविध कौशल्यांचा साठा असल्याची स्वतःचीच खात्री

पटवून देणे. मदर टेरेसांसारखाच करिष्मा व संपर्क असलेली, स्कोपे आणि राथफर्नहॅम ते लोरेटो आणि दार्जिलिंग अशा विविध ठिकाणच्या वैयक्तिक व ऐतिहासिक अनुभवांनी संपन्न अशी व्यक्ती शोधून काढणे अशक्यच होते. बालकन युद्धापासून ते भारताच्या फाळणीपर्यंत अशा प्रकारच्या २० व्या शतकातील सर्वाधिक परिणामकारक आणि भीषण घटनांनी मदर टेरेसांच्या व्यक्तिमत्त्वाला आकार दिलेला होता.

याच्याच जोडीला जुनी काळजी किंवा भीती पुन्हा पुन्हा उफाळून वर येत होतीच. ती म्हणजे संभाव्य दात्याला व्यक्तिगत अभिवादन करण्यास मदर टेरेसा हजर राहत व यापुढे त्यांच्याशिवाय दिवस काढावयाचे असल्याने आंतरराष्ट्रीय पातळीवरील देणग्यांचा ओघ थंडावणार– अगदी नाट्यमयरीत्या आटणार. देणग्या, दाने मिळावीत म्हणून मदर ज्या लाघवीपणाने वागत तो तर अतुलनीय होता. बिहारच्या शांत, चष्माधारी ननला निर्मलाला या आघाडीवर खूपच काही शिकायचे आहे आणि तरीही, मदर टेरेसांचा अल्पावधीत मृत्यू झाल्यास पुन्हा सर्व सिस्टर्सना बोलावणे हा प्रचंड खर्चाचा खटाटोप ठरलाच असता. अशा परिस्थितीत आता, याचवेळी मदरच्या उत्तराधिकाऱ्यांची निवड न करणे हे अत्यंत बेजबाबदारपणाचे ठरले असते.

मदर टेरेसा अद्याप जिवंत आहेत अशा स्थितीत, पुढील शतकात, मिशनरीज ऑफ चॅरिटी, जर बदलणारच असेल तर कशा प्रकारे दिशा बदलेल याचे भाकित आताच करणे अशक्य आहे. असेही घडले असण्याची शक्यता आहे की वरिष्ठ पातळीवरील अनेक सिस्टर्सना वेगळ्या मुशीतली अशी व्यक्ती निवडण्याची कल्पकता दाखवता आली नाही किंवा तशा काही कल्पनाशक्तीचाच त्यांच्याकडे अभाव होता आणि म्हणून शेवटी, त्यातल्या त्यात सुरक्षितपणे, बऱ्यापैकी निवड करून त्यांनी आपले कर्तव्य बजावले. एक धर्मगुरू तर म्हणालाच, 'मदर टेरेसा मरण पावल्यानंतर रक्त सांडेलच अशी माझी अपेक्षा आहे.' ''आपण कोठे आलो आहोत'' किंवा ''आपण कोठे चाललो आहोत'' असे काही प्रश्न त्यावेळी उच्चारले जातील. मात्र ते आत्ता नाही, त्या अद्याप जिवंत आहेत तोवर नाही.' या धर्मगुरुंच्या मते, सर्वाधिक दडपण आणि प्रतिकार करता न येणारे दडपण, संघटनेचे शक्य तेवढे लोकशाहीकरण करण्याचे असेल. त्यातही, दुसऱ्या व्हॅटिकन कौन्सिलच्या जाहीरनाम्याशी शक्य तेवढे ते सुसंगत असणार आहे.

मदर टेरेसा जेव्हा सक्रीय होत्या तेव्हा संघटनेची ताकद व सत्ता सर्वोच्च पातळीवर भक्कमरीत्या एकवटलेली, केंद्रीभूत होती; अगदी हजारो मैल दूरवरच्या केंद्राच्या दाराचा रंग निळा असावा की पांढरा याचेही निर्णय मदर एकट्या घेत होत्या. परंतु यापुढे ते अगदीच क्वचित शक्य होणार आहे, जरी खरोखर ते घडावेसे

वाटले तरीही. हे सारे लिहित असताना मदर टेरेसांजवळ चार हजार सिस्टर्स आणि १३० हून अधिक देशात ६०० च्या वर विविध प्रकारची केंद्रे आहेत. संघटनेची भविष्यात चार ते पाच गटांमध्ये व्यवस्थापनदृष्ट्या शक्य अशा प्रकारे विभागणी करता येईल आणि त्यात निश्चित स्वरुपाचे बदलही घडवून आणता येऊ शकतील. मदर टेरेसा त्यांच्या पिढीच्या आणि त्या जेथून आल्या त्या युरोपच्या भागाच्या विशिष्ट प्रकारच्या नमुन्यासारख्या होत्या. तंत्रज्ञानाच्या प्रगतीची त्यांना पुरेशी योग्य समज नव्हती. नैतिकतेच्या तुलनेत प्रगत तंत्रज्ञानाकडून काहीच मिळू शकत नाही असा त्यांचा ग्रह झाला होता. तर दुसरीकडे महिलांच्या गरजा किंवा हक्कांबाबत त्यांना अद्ययावत ज्ञान नव्हते. मग ते प्रजोत्पादनविषयक हक्क असोत की गर्भपात असो की कमी वादग्रस्त असे आपल्या सिस्टर्सना नव्या कामावर किंवा परदेशी पाठवण्याबाबत सल्लामसलत करणे असो. यासंदर्भात त्या फार काही लक्षात न घेताच सिस्टर्सना रवाना करून टाकीत.

आपण देवाच्याच इच्छेचा अर्थ लावत आहोत अशा अचल, अविचल विश्वासावर त्यांची कृती आधारलेली असे. एका अर्थी, यात असाधारण असे काहीही नव्हते. कारण अधिकार आणि आज्ञाधारकतेची संपूर्ण धारणा ही रोमन कॅथॉलिक चर्चला केंद्रस्थानी हृदयस्थानी मानून आलेली आहे आणि थेट ख्रिस्ताकडूनच येताना पीटरला आपल्या मागोमाग येण्याचा आदेश देत आहे. आपले आयुष्य सोडून देऊन हे करण्याचा आदेश देत आहे. मिशनरीज ऑफ चॅरिटीच्या बाबतीत, गरीबातल्या गरीबाला सर्वस्वपूर्ण सेवा देण्याची निष्ठेची शक्ती ही देवाने दिलेली शक्ती आहे, म्हणूनच ती देवाची इच्छा आहे की तसे घडावे; पण या इहलोकी बाकीची व्यवस्था करण्याचे काम संप्रदाय व त्याच्या प्रमुखांनी करावयाचे आहे म्हणजे 'ते' घडून येईल. ही अर्थातच मानवी इच्छा आहे पण दैवी इच्छेचा अर्थ लावणारी मानवी इच्छा आहे आणि अर्थातच सहजगत्या त्यासाठी अपशब्द वापरले जाऊ शकतील. माझे धर्मगुरू असलेले सल्लागार म्हणाले, 'अगदी मदर टेरेसासुद्धा कबूल करतील की त्यांनी यासाठी अपशब्द वापरले होते. अर्थात जाणूनबुजून नाही, पण प्रसंगी, त्यांनीही त्यांच्या निर्णय घेण्याच्या प्रक्रियेत या गोष्टी येऊ दिल्या असत्या... कारण त्याही मानवच आहेत.'

अनेक वर्षेपर्यंत मिशनरीज ऑफ चॅरिटीनेही बदलाला प्रतिकार करताना, 'जुनी यंत्रणा अद्याप काम देत आहे' याचा आधार घेतला होता. पण अनेक तरुण महिला इतर संघटनांमध्ये घडत असलेल्या घटनांकडे दुर्लक्ष करीत नाहीत आणि काही सूचनांचे आवाज तर नक्कीच ऐकू येतील. एखाद्या वेगळ्या तऱ्हेने सामुहिक जीवन जगण्याची गरज आहे किंवा पुढील व्यवस्थेसाठी अधिक मदत हवी किंवा सामाजिक चौकटीबाबत अधिक सामंजस्य हवे; सर्वात जास्त म्हणजे अधिक सल्लामसलत वा

विचारविनिमय हवा म्हणून. पूर्वी, आपल्या एखाद्या ननला उद्देशून मदर टेरेसा म्हणाल्या असत्या, 'आफ्रिकेत तुझी गरज आहे', आणि जर ख्रिस्त तुम्हाला हाक मारीत असेल तर त्या आधारावर कोणतेही प्रश्न न विचारता तुम्ही जाता, त्याप्रमाणे ती नन गेलीही असती. पण आज, 'अफ्रिकेत काम करावयास तुला कसे वाटेल? तेथील वातावरण तुला मानवेल ना?' अशा प्रकारच्या चर्चेची अपेक्षा आहे आणि ख्रिस्ताच्या आदेशाशी या चर्चेचा संघर्ष होण्याची काहीही गरज नाही.

मिशनरीज ऑफ चॅरिटीमध्ये सहभागी होणे, ही नेहमीच एक फारच आमूलाग्र बदलाची किंवा मूलभूत स्वरुपाची निवड ठरते. वाढत्या इहवादी किंवा जडवादी किंबहुना भौतिकतावादी जगातील मूल्यांबाबत भ्रमनिरास झालेल्यांसाठी मदर टेरेसांबरोबर जाणे ही चांगले काही करण्यासाठी एक खरोखर चांगली संधी ठरू शकते. भौतिकवादी जगात कल्याणकारी राज्य असा अर्थ धरलेला आहे आणि गरीबातल्या गरीबांकडे लक्ष देण्यात हे राज्य बहुतेक वेळा अपयशी ठरले आहे. सर्वशक्तिमान सरकारपुढे तर व्यक्तीला अधिकच वेगळे पाडल्याप्रमाणे वाटत राहते. अशा परिस्थितीत खरोखर चांगले काही करण्याची संधी मदर टेरेसा देऊ करतात असे दिसते. भारतासारख्या देशात तर हे अधिकच खरे आहे कारण येथे कल्याणाची एकमेव कल्पना दूधवाटपाची आहे. मात्र सरतेशेवटी, आदर्शवाद्यांना कळून चुकते की अन्न आणि निवारा हे कधी कधी आणीबाणीच्या वेळी जीवनावश्यक बनतात हे खरे आहे. पण ज्यांना मदत करण्यास आपण सरसावतो त्या लोकांची स्थिती सुधारण्यासाठी त्यांचा उपयोग फारच थोडा किंबहुना नाहीच म्हटला तरी चालेल, असा आहे. वास्तवतेचा हा शोध बुद्धिमान लोकांना निराश करणारा आहे आणि विकास कार्यात संघटना अधिक सक्रीय होण्याच्या मार्गांकडे बघता, मदरच्या उत्तराधिकारीला त्याला प्राधान्यही देता येऊ शकते.

डॉक्टर असलेल्या एका सिस्टरला जर नेतेपदी निवडले गेले असते तर अनेक दडपणांना लगाम बसण्याची शक्यता होती. आता सिस्टर्सना सोशल वर्क आणि औषध योजना यांचे अभ्यासक्रम करू देण्याची दडपणेही येतील. एकूण विचारमंथनाकडे बघता सिस्टर निर्मला बव्हंशी मदर टेरेसांचीच धोरणे चालू ठेवणार असे दिसते. एकदा संस्थापिकेचा मृत्यू झाला की धाडकन दिशा बदलण्याची पाऊले अनेक संघटना उचलतात. फ्रान्सिस्कन मिशनरीज फॉर द डिव्हाईन मदरहूड (एफएमडीएम्ज) यांचेच उदाहरण आहे. १९३७ पासून मदर सुपिरिअर राहिलेल्या आणि १९७६ मध्ये निधन झालेल्या मदर फ्रान्सेसला 'एफएमडीएम्ज' आज न ओळखण्याजोगा ठरला आहे. पेशांची आणि देशांची संख्या याबाबतीत मदर फ्रान्सेस एका प्रचंड विस्तारलेल्या संघटनेवर देखरेख करीत होत्या. त्यांच्या सिस्टर्स अनेक देशांमध्ये शाळा आणि इस्पितळे चालवत होत्या. आज जशी पेशांची संख्या घटत गेली तशी

या सिस्टर्स इस्पितळे वा शाळा चालवित नाहीत किंवा त्यांचे पायघोळ अंगरखेही घालत नाहीत. पण अशीच परिस्थिती इतरत्रही उद्‌भवेल अशी शक्यता फारशी नाही. कारण ''एफएमडीएम्ज'' आता असे मानते की जी स्त्री त्यांची संस्थापिका आहे असे त्यांना वाटत होते ती त्यांची संस्थापिका नव्हतीच मुळी. ती अस्तित्वात असलेल्या एका सिस्टर्सच्या गटात सहभागी झाली आणि तिच्या दूरदृष्टीने ही संघटना नाट्यमयरीत्या फोफावत गेली; तिने जेव्हा पोपकडे मान्यतेसाठी अर्ज केला तो एका नव्या नावाच्या संस्थेसाठी होता.

कलकत्त्यात दरवर्षी तीन हजार स्वयंसेवक येतात. त्यातले बहुतेकजण आपल्या स्वतःच्या आयुष्यात काही अर्थपूर्ण अनुभव मिळेल काय या शोधात असतात. आपल्या संघटनेची किती नेत्रदीपक वाढ होत आहे हे कोणत्याही पत्रकाराला सांगण्याची एकही संधी मदर टेरेसा हातची जाऊ देत नाहीत. कालिघाट येथे सन्मानाने कितीजण मृत्यूला सन्मुख गेले. (आजवर सुमारे तीस हजार) वगैरे वगैरे. मदर पूर्वी भूगोल शिकवित. त्यामुळे मदर हाऊसमधील बैठकीच्या खोलीत नकाशावर लाल बिंदूंनी आपले यश त्या रेखीत जातात यात विशेष नवल नाही. पण माझ्या हे हळूहळू लक्षात आले की आकडेवारीच्या या दलदलीत मरणोन्मुखांची नावे क्वचित दिली गेली. सर्वच बाबी केवळ आकड्यांनी सांगितल्या गेल्या. कदाचित हा वैयक्तिकतेचा जाणवणारा अभाव अस्तित्वात असण्याचे कारण मदर टेरेसांच्या लेखी, आपण सारे मूळचे फक्त आत्मे आहोत– एका पातळीवर तरी. जे मदर टेरेसांवर टीका करतात ते त्यांच्याकडे समासेविका म्हणून बघतात आणि त्यामुळेच त्यांना मानवतावादात किंबहुना मानवतेत स्वारस्य असावे किंवा असले पाहिजे असे मानतात. मदर टेरेसांनी स्वतः मात्र, आपला तो पेशा नसल्याचे जोरकसपणे आणि अनेकवार सांगितलेले आहे. आपण धार्मिक वृत्तीच्या आहोत हे त्यांनी स्पष्ट शब्दात आग्रहपूर्वक नमूद केलेले आहे आणि तरीही अनेकांना हा फरक वा वेगळेपणा पचनी पडत नाही. मदर टेरेसांनी त्यांच्या संघटनेचा व्याप वाढवून अनेक संस्था उभ्या केल्या आणि त्याद्वारे इतके मोठे समाजकार्य केलेले आहे, मग ते आतून कितीही धर्मकार्याला जोडलेले असले तरी बरेच जण त्यामुळे समाजकार्य व धार्मिक कार्य असा फरक करीत नाहीत. आता प्रश्न आहे असा की आपल्यापैकी बाकीचे सारे फक्त बोलघेवडेपणा करीत असताना मदर टेरेसांनी मात्र प्रत्यक्ष काहीतरी करून दाखवलेले आहे म्हणून त्यांच्यावर टीकाटिप्पणी न करता त्यांना तसे सोडून द्यावयाचे काय?

माझ्या जेसुईट सल्लागाराने माझ्यापुढे एक मुद्दा सारखा रेटला होता– 'कवितेचे साहित्यिक समीक्षेशी जे नाते आहे तेच धर्मश्रद्धेचे धर्मशास्त्राशी आहे.' व्याख्या किंवा सूत्र वा नियम यानुसार जावयाचे तर ते सुसंगतच किंवा समर्थनीय होते कारण माझ्या स्वतःच्या चौकशा, प्रश्न यांचे समर्थन मी वारंवार याच आधारावर केलेले होते.